AF766071

അക്ബർ

Akbar
India charithrathe sambandhicha oru akhyayika
Novel

Dr. Van Limburg Brouwer

Translated

Travancore Text Book Committee

CHINTHA PUBLISHERS
Thiruvananthapuram

First Edition
February 2020

Second Impression
January 2024

Published & Typesetting
Chintha Publishers, Thiruvananthapuram

Printed at
Repro India ltd, Mumbai

Cover Design
Vinod Mangoes

ISBN - 978-93-89410-66-2

CO - 2908 / 6822

₹ 340

Email: chinthapublishers@gmail. com
Website: www. chinthapublishers. com

A version is available at National Libraries
Kolkata, Mumbai, Chennai and Delhi

Distribution
DESHABHIMANI BOOKHOUSE
H O Thiruvananthapuram 695035

Branch
Head Office Kunnukuzhi • Statue Thiruvananthapuram
KSRTC Bus Terminal Thampanoor • Saphalyam Complex Thiruvananthapuram
KSRTC Bus Station Alappuzha • KSRTC Bus Station Ernakulam
Machingal Lane Thrissur • IG Road Kozhikode
Mavoor Road Kozhikode • NGO Union Building Kannur
Central Bus Terminal Complex Thavakkara Kannur

അക്ബർ

ഇന്ത്യാചരിത്രത്തെ സംബന്ധിച്ച ഒരു ആഖ്യായിക

ഡോ. വാൻ ലിംബർഗ് ബ്രൗവർ

പരിഭാഷ
തിരുവിതാംകൂർ ടെക്സ്റ്റ് ബുക്ക് കമ്മിറ്റി

ചിന്ത പബ്ലിഷേഴ്സ്
തിരുവനന്തപുരം-695 035
വില : ₹ 340

ഉള്ളടക്കം

പ്രസാധകക്കുറിപ്പ്

‘നോവൽ പഴമ’ എന്ന പരമ്പരയിൽ മലയാളത്തിൽ ഏറ്റവും ആദ്യം പ്രസിദ്ധീകരിക്കപ്പെട്ട 15 നോവലുകൾ ചിന്ത പബ്ലിഷേഴ്സ് പ്രസിദ്ധീകരിച്ചിരുന്നു. ഒരേ സമയം ഒരുമിച്ചാണ് അവ പ്രസിദ്ധീകരിച്ചത്. ഞങ്ങളുടെ പ്രതീക്ഷയിൽക്കവിഞ്ഞ സ്വീകരണമാണ് അതിന് അന്നു ലഭിച്ചത്. പരമ്പര ഒന്നിച്ചും അതിലെ പല പുസ്തകങ്ങൾ വേറിട്ടും വായനക്കാരുടെ കൈകളിലെത്തി. പലതിനും കൂടുതൽ പതിപ്പുകൾ വേണ്ടിവന്നു.

അന്ന് ഞങ്ങൾ വളരെ അന്വേഷിച്ചിട്ടും കണ്ടുകിട്ടാതെപോയ പുസ്തകമാണ്, *അക്ബർ* എന്ന ആഖ്യായിക. 1872 ൽ ഡച്ചുഭാഷയിൽ ഡോ. വാൻ ലിംബർഗ് ബൗവർ രചിച്ചതാണ് ഈ ഗ്രന്ഥം. 1877 ൽ ജർമ്മൻ ഭാഷയിൽ അതിന്റെ പരിഭാഷ പ്രകാശനം ചെയ്യപ്പെട്ടു. 1879 ൽ ഇംഗ്ലീഷിലേക്ക് ഇതു മൊഴിമാറ്റം ചെയ്യപ്പെട്ടു. അതിന്റെ മലയാള പരിഭാഷയാണ് ഈ പുസ്തകം. തിരുവിതാംകൂറിലെ വിശാഖം തിരുനാൾ മഹാരാജാവിന്റെ നിർദ്ദേശപ്രകാരം തിരുവിതാംകൂർ ഗവൺമെന്റ് ടെക്സ്റ്റ് ബുക്ക് കമ്മിറ്റി പരിഭാഷപ്പെടുത്തി, അതിന്റെ പ്രസിഡന്റായിരുന്ന കേരളവർമ്മ വലിയ കോയിത്തമ്പുരാൻ പ്രസിദ്ധീകരിച്ചു.

അക്ബർ ചക്രവർത്തിയുടെ സ്വഭാവത്തെയും അദ്ദേഹത്തിന്റെ രാജധാനിയിലും രാജ്യത്തും നടത്തിയ അനേകം പരിഷ്കാരങ്ങളെയും ആ കാലത്തെ ജനങ്ങളുടെ ജീവിത പരിതസ്ഥിതിയെയും സാമാന്യം സൂക്ഷ്മമായി വിവരിക്കുക ആയിരുന്നത്രെ മൂലഗ്രന്ഥകാരന്റെ ലക്ഷ്യം. ഹിന്ദുസ്ഥാനം ക്ഷേമത്തിന്റെയും ഐശ്വര്യത്തിന്റെയും പരമകാഷ്ഠ പ്രാപിക്കുകയും, അതിന്റെ ഖ്യാതി ലോകമെങ്ങും വ്യാപിക്കുകയും ചെയ്തു. അദ്ദേഹത്തിന്റെ സമകാലീനയായ ബ്രിട്ടണിലെ എലിസബത്ത് അക്ബർ ചക്രവർത്തിയുടെ കൊട്ടാരത്തിലേക്ക് തന്റെ ദൂതന്മാരെ അയയ്ക്കുകയും ചെയ്തിട്ടുണ്ട്.

'നോവൽ പഴമ' എന്നു ഞങ്ങൾ സൂചിപ്പിക്കുന്ന കാലഘട്ടത്തിലെ പ്രധാനപ്പെട്ട ഒരു കൃതിയുംകൂടെ വായനക്കാരിൽ എത്തിക്കുന്നത് ആ പരമ്പര പ്രസിദ്ധീകരിക്കുന്നതിനു പിന്നിലെ സങ്കല്പത്തെ പൂർണ്ണതയിലെത്തിക്കുന്നു. പ്രാചീന ഭാരത പഠിതാക്കളുടെയും മലയാള ഭാഷാസ്നേഹികളുടെയും താല്പര്യത്തെ ഒന്നുകൂടെ പ്രോജ്ജ്വലമാക്കാൻ ഇതു സഹായിക്കും. വിട്ടുപോയതു കൂട്ടിച്ചേർക്കുക എന്ന കടമയായും, പഴമയുടെ വാതായനം പൂർണ്ണമായി തുറക്കുന്ന അഭിമാനത്തോടെയും *അക്ബർ* ഇതാ വായനക്കാരുടെ കൈകളിലേക്ക്.

ചിന്ത പബ്ലിഷേഴ്സ്

അവതാരിക

ഈ ആഖ്യായികയുടെ നാമധേയത്താൽ തന്നെ ഇത് അക്ബർ ചക്രവർത്തിയെ സംബന്ധിച്ചതാണെന്നു സിദ്ധമാകുന്നുണ്ടല്ലോ. ഇതിനെ ആദ്യമായി ഡച്ചുഭാഷയിൽ എഴുതിയുണ്ടാക്കിയ ഡോക്ടർ വാൻ ലിംബർഗ് ബ്രൗവറുടെ ഉദ്ദേശ്യം ആ മഹാനുഭാവനായ ചക്രവർത്തിയുടെ സ്വഭാവത്തേയും അദ്ദേഹത്തിന്റെ രാജധാനിയിലും രാജ്യത്തിലും ഉണ്ടായിരുന്ന അനേകവിധ പരിഷ്കാരങ്ങളേയും, ആ കാലത്തെ ജനങ്ങളുടെ സ്ഥിതിയെയും മറ്റും സാമാന്യം സൂക്ഷ്മമായി വിവരിക്കണമെന്നായിരുന്നു എന്നുള്ളതിനു സംശയമില്ല.

അക്ബറുടെ രാജ്യഭരണകാലത്താണ് ഹിന്ദുസ്ഥാനം ക്ഷേമത്തിന്റെയും ഐശ്വര്യത്തിന്റെയും പരമകാഷ്ഠയെ പ്രാപിച്ചത്. അതിന്റെ ഖ്യാതി സർവ്വത്ര വ്യാപിക്കയും, അക്ബറുടെ സമകാലീനയായ ഇംഗ്ലണ്ടിലെ എലിസബത്ത് മഹാരാജ്ഞി ആ ചക്രവർത്തിയുടെ രാജധാനിയിലേക്കു ദൂതന്മാരെ അയക്കയും ചെയ്തിട്ടുണ്ട്. ഇത്രയും വിശ്രുതനായ അക്ബറുടെ ഗുണങ്ങളെയും രാജ്യഭരണക്രമങ്ങളെയും കുറിച്ച് ഏതാനും ചില വിവരങ്ങളെങ്കിലും നമ്മുടെ കേരളീയന്മാർ ഗ്രഹിച്ചിട്ടില്ലാത്തത് എത്ര ശോചനീയമായ ഒരവസ്ഥയാണ്!

ഡച്ചുഭാഷയിൽ എഴുതപ്പെട്ട ഈ പുസ്തകം 1872-ാം വർഷത്തിലാണ് ആദ്യമായി പ്രസിദ്ധപ്പെടുത്തപ്പെട്ടത്. പിന്നീട് ജർമ്മൻ ഭാഷയിൽ ഇതിന്റെ ഒരു തർജ്ജുമ 1877-ാം വർഷത്തിൽ വെളിയിൽവന്നു. അനന്തരം 1879-ാം വർഷത്തിലാണ് ഈ മലയാളതർജ്ജുമയുടെ മൂലമായ ഇംഗ്ലീഷ് തർജ്ജുമ പ്രസിദ്ധപ്പെടുത്തപ്പെട്ടത്. അതിനെ വായിച്ചതിന്റെ ശേഷം നാടുനീങ്ങിയ വിശാഖം തിരുനാൾ മഹാരാജാവ് 1880 ജൂലൈ 25 ന് ഇപ്രകാരം ഒരു തിരുവെഴുത്തോടുകൂടി ആ പുസ്തകത്തെ എനിക്കയച്ചു തന്നു:

ഇതോടുകൂടി അയയ്ക്കുന്ന *അക്ബർ* എന്ന പുസ്തകം ഇന്ത്യയിലെ ഒരു ആഖ്യായികയാണ്. ആ മഹാനായ അക്ബർ ചക്രവർത്തിയുടെ സ്വഭാവം ഈ കഥയിൽ എത്രയും സരസമായി വിവരിക്കപ്പെട്ടിട്ടുണ്ട്. ഞാൻ ആ കാലത്ത് ജീവിച്ചിരിക്കയും അദ്ദേഹത്തിന്റെ സന്നിധിയിൽ ഒരു ദിവസമെങ്കിലും കഴിച്ചുകൂട്ടുകയും ചെയ്തില്ലല്ലോ എന്നു എനിക്കു വ്യസനം തോന്നത്തക്കവണ്ണം അത് എത്രയും ഹൃദയംഗമമായും ശ്രേഷ്ഠമായും ഇരിക്കുന്നു. *മഹച്ചരിതസംഗ്രഹ*ത്തിൽ അക്ബറുടെ ചരിത്രത്തെ ചേർത്തിട്ടില്ലെങ്കിൽ ഇന്ത്യചരിത്രത്തിൽനിന്നും അദ്ദേഹത്തിന്റെ ചരിത്രത്തെ സംബന്ധിച്ച സംഗതികളെയും ഈ പുസ്തകത്തിൽനിന്നും അദ്ദേഹത്തിന്റെ സ്വഭാവത്തെയും പ്രതിപാദിച്ച് അതിനെ കൂടി ചേർക്കേണ്ടതാണ്. ഈ ആഖ്യായിക മുഴുവനും തന്നെ ഭാഷാന്തരീകരിക്കത്തക്ക യോഗ്യതയുള്ളതാകുന്നു.

ബുദ്ധിമാന്മാരിൽ അഗ്രേസരനായ ആ തിരുമനസ്സിലേക്ക് ഇപ്രകാരം തോന്നണമെങ്കിൽ ആ ചക്രവർത്തിയുടെ ഗുണവിശേഷം എത്ര അസാധാരണമായിരിക്കണമെന്ന് ഊഹിക്കാവുന്നതാണല്ലോ. ഇങ്ങനെയുള്ള മഹാനായ അക്ബറുടെ യോഗ്യതയെക്കുറിച്ച് ഏതാനുമെങ്കിലും ഒരു ജ്ഞാനം ഈ പുസ്തകം വായിക്കുന്നവരുടെ മനസ്സിൽ ജനിക്കുന്നതായിരുന്നാൽ ഇതിനെ ഭാഷാന്തരീകരിക്കുന്നതിൽ ഞാൻ ചെയ്തിട്ടുള്ള യത്നം സഫലമായി.

ഈ ആഖ്യായികയിൽ അക്ബർ ചക്രവർത്തിയുടെ രാജ്യഭരണകാലത്തു നടന്നിട്ടുള്ള സകലസംഗതികളെയും പ്രസ്താവിക്കുന്നത് അശക്യവും അപ്രകൃതവും ആകക്കൊണ്ട് മൂലഗ്രന്ഥകാരൻ അങ്ങനെ ചെയ്തിട്ടില്ല. അതിനാൽ അക്ബറുടെ സ്വഭാവത്തെക്കുറിച്ച് ഇതിൽ പ്രതിപാദിച്ചിട്ടുള്ളതിന്റെ ഗുണദോഷവിവേചനം ചെയ്യുന്നതിനു സഹായകമായി അദ്ദേഹത്തിന്റെ ജീവിതചരിത്രം സംക്ഷിപ്തമായിട്ട് ഈ അവതാരികയിൽ ചേർക്കുന്നത് അനുചിതമായിരിക്കയില്ലെന്നു വിശ്വസിക്കുന്നു.

ഈ പ്രകൃതത്തിൽ, ഹിന്ദുക്കൾ അധികം ശ്രദ്ധിക്കാറില്ലാത്തതായ ഒരു സംഗതിയെക്കുറിച്ച് അല്പം പ്രസ്താവിച്ചുകൊള്ളുന്നു. ചരിത്രഗ്രന്ഥനിർമ്മാണത്തിൽ ആദ്യമേ ഹിന്ദുക്കൾക്കു സഹജമായി ഒരു അനാസ്ഥയുണ്ടായിരുന്നു എന്ന് പാശ്ചാത്യന്മാർ ചെയ്യുന്ന ദോഷാരോപണം വാസ്തവമല്ലെന്നു വിചാരിക്കാൻ പാടില്ല. *രാമായണം, മഹാഭാരതം* മുതലായ പുരാണഗ്രന്ഥങ്ങളെ നിർമ്മിച്ചിട്ടുള്ളവർക്ക് പൂർവ്വകാലങ്ങളിലെ ജനസമുദായസ്ഥിതിയേയും കാലക്രമേണ ഉണ്ടായിവന്ന പരിഷ്കാരങ്ങളേയും ഓരോകാലത്തെ രാജ്യഭരണരീതികളേയും മറ്റും വിവരിക്കുന്നതിനേക്കാൾ ജനസാമാന്യത്തിനു വിനോദഹേതുക്കളും പരമാർത്ഥത്തിൽ മതപ്രതിപത്തിയെ സ്ഥിരീകരിക്കുന്നതിനായി ഉദ്ദിഷ്ടങ്ങളും തങ്ങളുടെ കല്പനാശക്തിയേയും കവിതാചാതുര്യത്തേയും പ്രകടിപ്പിക്കുന്നവയും

ആയ ഗ്രന്ഥങ്ങളെ നിർമ്മിച്ച് അവയിലുള്ള ഐതിഹ്യങ്ങളിൽ ജനങ്ങൾക്കു വിശ്വാസത്തെ ജനിപ്പിക്കയും തങ്ങളുടെ കവിയശസ്സിനെ സ്ഥാപിക്കയും ചെയ്യണമെന്നായിരുന്നു പ്രബലതരമായ ഉദ്ദേശ്യമെന്നു മേല്പറഞ്ഞ ഗ്രന്ഥങ്ങളെ പര്യാലോചനാപൂർവ്വം വായിക്കുന്നവർക്ക് സ്പഷ്ടമായി അറിയാവുന്നതാണ്. പ്രായേണ ഹിന്ദുക്കൾ രസജ്ഞന്മാരായിരുന്നതിനാൽ ലോകത്തിൽ ആനന്ദകരങ്ങളായ വസ്തുക്കളേയും കാഴ്ചകളേയും കണ്ടു രസിക്കുന്നതിനു വേണ്ടുന്ന ബുദ്ധിചമല്ക്കാരം ഉള്ളവരാകയും, ഏതാദൃശങ്ങളായ സുഖാനുഭോഗങ്ങൾക്ക് ഏറ്റവും സൗകര്യമുള്ള ഹിന്ദുസ്ഥാനം അവരുടെ വാസസ്ഥലമായിത്തീരുകയും ചെയ്തതുകൊണ്ട് അവരുടെ സഹജമായ മനോവാസന ഉൽക്കർഷത്തെ പ്രാപിച്ച് കവിത്വത്തെ അവലംബിക്കയും, വാസ്തവാർത്ഥകഥനത്തേക്കാൾ അതിശയോക്തിയിൽ പ്രവർത്തിക്കയും ചെയ്തത് ഒട്ടും ആശ്ചര്യമല്ല. ഈ വൈമുഖ്യം പൂർവ്വകവികൾക്കു ജനസാമാന്യത്തിന്റെ ചരിത്രത്തെ വിവരിക്കുന്നതിൽ മാത്രമല്ല, ഓരോ കാലത്തുണ്ടായിട്ടുള്ള ഓരോ മഹാത്മാക്കളുടെ ജീവിതചരിത്രങ്ങളെ എഴുതുന്നതിലും ഉണ്ടായിരുന്നതായി വിചാരിക്കേണ്ടിയിരിക്കുന്നു. കവികളിൽ പ്രഥമഗണനീയനും ജഗൽപ്രസിദ്ധനുമായ കാളിദാസമഹാകവിയേയോ ലോകഗുരുവായ ശങ്കരാചാര്യസ്വാമിയേയോകുറിച്ച് വിശ്വാസയോഗ്യമായ എന്തറിവാണ് നമുക്കുള്ളത്? വിശ്വവിശ്രുതന്മാരായവരുടെ ചരിത്രങ്ങൾതന്നെ ഇങ്ങനെ അനിശ്ചിതങ്ങളായിരിക്കുന്ന സ്ഥിതിക്കു മറ്റുള്ളവരുടെ കഥയെക്കുറിച്ച് ചോദിക്കേണ്ടതില്ലല്ലോ. ഗ്രന്ഥവരികൾ എന്നും ഐതിഹ്യങ്ങൾ എന്നും മറ്റും ചില ലക്ഷ്യങ്ങൾ ഉണ്ടെന്നുള്ളത് ശരിതന്നെ. എങ്കിലും ഒരു വാസ്തവചരിത്രത്തിനു അധിഷ്ഠാനമാക്കി സ്വീകരിക്കത്തക്ക പ്രാമാണ്യം അവയ്ക്കുണ്ടോ എന്നുള്ളത് സന്ദേഹസ്ഥാനമായിരിക്കുന്നതേ ഒള്ളൂ. എന്നാൽ ഒരു പ്രകാരത്തിൽ ആലോചിക്കുമ്പോൾ വാസ്തവചരിത്രങ്ങളെ വിവരിക്കുന്നതിൽ ഒരിക്കലും വൈമുഖ്യം വരാൻ സംഗതിയില്ല. എല്ലാ ദേശങ്ങളിലും കല്പിതകഥകൾ അനേകമായി നിർമ്മിക്കപ്പെട്ടിട്ടുണ്ടെന്നു എല്ലാവർക്കും അറിയാവുന്നതാണ്. അവയിൽ ജനസാമാന്യത്തിനു അത്യന്തം അഭിരുചി ഉണ്ടെന്നുള്ളതിനും സംശയമില്ല. ഒരു ബാലൻ എത്രയും താല്പര്യത്തോടെ യക്ഷികളുടേയും മറ്റും കഥകൾ ശ്രവിക്കുന്നു. എന്നാൽ സൂക്ഷ്മമായി ആലോചിച്ചാൽ ഈ രസം ജനിപ്പിച്ച് മനസ്സിനെ ബലാൽ ആകർഷിക്കുന്നത് ആ കഥകളിലെ സംഗതികളെല്ലാം വാസ്തവമായി നടന്നിട്ടുള്ളവയാണെന്നു ശ്രോതാവിനുള്ള വിശ്വാസം തന്നെ അല്ലയോ? അങ്ങനെ ആയിരിക്കെ യഥാർത്ഥമായി സംഭവിച്ചിട്ടുള്ള സംഗതികളെ തന്നെ വിവരിക്കുന്നതിൽ ഗ്രന്ഥകർത്താക്കന്മാർക്കു വൈമുഖ്യം കാണുന്നത് ആശ്ചര്യമല്ലയോ? ഇതിന്റെ സമാധാനത്തിനു നാം അധികം ശ്രമപ്പെടേണ്ടിവരികയില്ല. ഒന്നാമത്, വാസ്തവമായി സംഭവിക്കുന്നതെല്ലാം നമ്മുടെ മനോവൃത്തിയെ അനുസരിച്ചായിരിക്കയില്ല. രണ്ടാമത്, ഒരു വാസ്തവചരിത്രത്തിനു ജീവനെ കൊടുക്കണമെങ്കിൽ തത്സംബന്ധമായി അനേക സംഗതികളെ ഗ്രഹിച്ച്

അവയെ ക്രമപ്പെടുത്തി ത്യജിക്കേണ്ടവയെ ത്യജിച്ചും സംക്ഷേപിക്കേണ്ടവയെ സംക്ഷേപിച്ചും അതിലെ നായകനെ വായനക്കാർക്കു സജീവമായി തങ്ങളുടെ മുൻപിൽ ഇരിക്കുന്നതുപോലെ തോന്നിക്കണം. അസാധാരണശക്തിയും ഐദംപര്യത്തോടുകൂടിയ പരിശ്രമവും കൊണ്ടതെല്ലാം സാധിക്കുന്നതല്ല. ഒരു കല്പിതകഥയെ നിർമ്മിക്കുന്നതിലാവട്ടെ ഓരോരോ പാത്രങ്ങളുടെ സ്വഭാവവർണ്ണനയിൽ കവിയുടെ മനോധർമ്മത്തെ നിർഗ്ഗളമായി പ്രയോഗിക്കാവുന്നതും യഥാർത്ഥമായി നടന്ന സംഗതികളെ മാത്രമേ ചേർത്തുകൂടു എന്നുള്ള നിർബ്ബന്ധം ഇല്ലാത്തതും ആകകൊണ്ട് അത് വാസ്തവചരിത്രഗ്രഥനം പോലെതന്നെ ശ്രമമുള്ളതല്ല. അതിനാൽ സ്വാഭാവികമായി സുഖാനുഭോഗതല്പരന്മാരും പരിശ്രമവിമുഖന്മാരുമായ ഹിന്ദുക്കൾ വാസ്തവചരിത്രങ്ങളേക്കാൾ കല്പിതകഥകളെ നിർമ്മിക്കുന്നതിൽ അധികാസക്തിയുള്ളവരായിരുന്നതിനെക്കുറിച്ച് ആശ്ചര്യപ്പെടാനില്ല. പൂർവ്വകവികളുടെ ഈ ഔദാസീന്യത്താൽ നമ്മുടെ നാട്ടിലുണ്ടായിരുന്ന മഹാന്മാരുടെ ചരിത്രം ഇതരദേശീയന്മാരുടെ അടുക്കൽനിന്നും നാം ഗ്രഹിക്കേണ്ടതായി വന്നിരിക്കുന്നു. ഈ ഇന്ത്യാമഹാരാജ്യത്തിൽ ഏതെല്ലാം സംഗതികൾ നടന്നു എന്നും, ഇത് അന്യദേശക്കാരാൽ എങ്ങനെ ആക്രമിക്കപ്പെട്ടു എന്നും, അവർ ഇവിടെ ചക്രവർത്തികളായിത്തീർന്ന് ഏതു വിധത്തിൽ രാജ്യഭരണം ചെയ്തു എന്നും, ഹിന്ദുസ്ഥാനം ഇപ്പോഴത്തെ സ്ഥിതിയിലായത് ഏതെല്ലാം പ്രകാരത്തിലാണ് എന്നും പാശ്ചാത്യന്മാർ എഴുതിയിട്ടുള്ള ഗ്രന്ഥങ്ങളിൽ നിന്ന് നാം അറികയും അവർ പറഞ്ഞിട്ടുള്ളതിനെ എല്ലാം വാസ്തവമെന്നു സ്വീകരിക്കയും ചെയ്തതല്ലാതെ ഗത്യന്തരമില്ല. അശ്രാന്ത പരിശ്രമശീലന്മാരായ പാശ്ചാത്യപണ്ഡിതന്മാരുടെ പ്രയത്നം തന്നേയും ഈ വിഷയത്തിൽ പൂർണ്ണസാഫല്യത്തെ പ്രാപിച്ചതായി വിചാരിക്കാൻ പാടില്ല. ഒരു രാജ്യത്തിന്റെ ചരിത്രത്തെ അറിയുന്നതിനു അവിടെയുള്ള ലക്ഷ്യങ്ങൾ തന്നെ വേണമെന്നില്ല. ഇതരരാജ്യങ്ങളിൽ നിന്നു ലഭിക്കുന്ന തെളിവുകളേയും എടുക്കാം; എന്നു മാത്രമല്ല, രണ്ടാമത്തെ തെളിവിനു പ്രാബല്യം അധികം ഉണ്ടെന്നു വിചാരിക്കേണ്ടിയിരിക്കുന്നു. ഒരു രാജ്യത്തിൽ ഒരു സംഗതി നടന്നതിനെ അന്യരാജ്യവാസികൾ ആ കാലത്തിൽ അറിഞ്ഞിട്ടുള്ളതായി അവിടെ ലക്ഷ്യം കാണുന്ന പക്ഷം ആ സംഗതി കേവലം ഐതിഹ്യമല്ല. വാസ്തവമായി സംഭവിച്ചതുതന്നെ ആണെന്നുള്ളതിനു അത് ഒരുത്തമസാക്ഷ്യമാകുന്നു. ഇങ്ങനെയുള്ള തെളിവുകൾ വെളിവിൽ വരാൻ തുടങ്ങുന്ന കാലം മുതൽക്കേ ഒരു രാജ്യത്തിന്റെ വാസ്തവമായ ചരിത്രം ആരംഭിക്കുന്നുള്ളൂ എന്നുകൂടി പണ്ഡിതന്മാർ അഭിപ്രായപ്പെടുന്നു. ഇന്ത്യാരാജ്യത്തെക്കുറിച്ച് ഇപ്രകാരമുള്ള തെളിവുകൾ കിട്ടാൻ തുടങ്ങിയത് അലക്സാണ്ടർ ജൈത്രയാത്രയായി സിന്ധുനദിയുടെ തീരത്തെ പ്രാപിച്ചതു മുതൽക്കാണ്. അതിനു മുമ്പിലുള്ള ഇന്ത്യാചരിത്രം മിക്കതും ഊഹത്തിന്മേൽ പ്രതിഷ്ഠിതമേ ആകുന്നൊള്ളൂ. ഇന്ത്യയുടെ പൂർവ്വചരിത്രത്തെക്കുറിച്ച് എത്രമാത്രം നിശ്ചയക്കുറവുണ്ടായിരുന്നാലും നവീനചരിത്രത്തെ

ക്കുറിച്ച് യാതൊരു ശങ്കയ്ക്കും അവകാശമില്ല. പ്രകൃതമായ അക്ബറുടെ ചരിത്രത്തെക്കുറിച്ച് *മഹച്ചരിതസംഗ്രഹ*ത്തിൽ എത്രയും സംക്ഷിപ്തമായി ഞാൻ എഴുതീട്ടുള്ളതിനെ തന്നെ ഇവിടെ ചേർത്തുകൊള്ളുന്നു.

ടൈമൂർ വംശ്യന്മാരായ ഇന്ത്യയിലെ ചക്രവർത്തികളിൽ തൃതീയനായ അക്ബർ, തന്റെ പിതാവായ ഹുമയൂൺ ചക്രവർത്തി ഷേർഷാ എന്ന അഫ്ഘാനിസ്താനിലെ രാജാവിനാൽ ഇന്ത്യാമഹാരാജ്യത്തിൽ നിന്നു ബഹിഷ്കൃതനായിട്ട് യുവതിയായ ഹമീദാ എന്ന ഭാര്യയോടുകൂടി ദേശഭ്രമണം ചെയ്യുമ്പോൾ സിന്ധുദേശത്തിൽ അമർകോട്ട് എന്ന സ്ഥലത്ത് ഒരു എരിക്കിന്റെ തണലിൽ 1542 ഒക്ടോബർ 14 നു ജനിച്ചു. അപ്പോൾ ഹുമയൂൺ ഒരു കസ്തൂരികാണ്ഡം ഉദ്ഘാടനം ചെയ്ത് തന്റെ അനുചരന്മാർക്കു കൊടുത്ത് ഇപ്രകാരം പറഞ്ഞു: "എനിക്കു പുത്രോത്സവത്തിൽ ഈ സമ്മാനം തരുന്നതിനേ നിർവ്വാഹമൊള്ളൂ. എന്റെ പുത്രന്റെ യശസ്സ് .. കസ്തൂരിയുടെ സൗരഭ്യം പോലെ ഒരിക്കൽ ലോകത്തിൽ വ്യാപിക്കുമെന്നു ഞാൻ വിശ്വസിക്കുന്നു." സ്വല്പകാലാനന്തരം ദൈവാനുകൂല്യത്താലും ബൈറാംഖാൻ എന്ന അതിസമർത്ഥനായ സേനാനിയുടെ സഹായത്താലും ഹുമയൂൺ തിരിച്ച് സ്വരാജ്യത്തിൽ എത്തി. അക്ബറുടെ പതിനഞ്ചാംവയസ്സിൽ ഹുമയൂൺ മരിച്ചു. 1560-ാം വർഷത്തിൽ അക്ബർ രാജ്യഭാരം വഹിക്കാൻ തുടങ്ങിയതു വരെയും ബൈറാംഖാൻ തന്നെ രാജസ്ഥാനീയനായിരുന്നു. 1560 വർഷം മുതൽ 1595-ാം വർഷം വരെ ഉള്ള കാലത്തിനിടയിൽ ഡൽഹി, ആഗ്രാ, അജ്മീർ, ഗ്വാളിയർ, ബംഗാൾ, ബീഹാർ, ഒറീസ്സാ, സിന്ധ്, കാണ്ഡഹാർ, ബറാർ ഇത്രയും രാജ്യങ്ങളെ അക്ബർ സ്വാധീനപ്പെടുത്തി അവയെ ക്രമേണ പരിഷ്കരിച്ചു. ഇദ്ദേഹത്തിനാൽ സ്വരാജ്യത്തിൽ ഏർപ്പെടുത്തപ്പെട്ട പരിഷ്കാരങ്ങളിൽ മിക്കതും സമാധാനം ഇല്ലാതെയും രാജ്യത്തിൽ മുതൽ വളരെ ചുരുക്കമായും ഇരുന്ന കാലങ്ങളിലായിരുന്നു എന്നുള്ള സംഗതി ഇദ്ദേഹത്തിന്റെ അമാനുഷമായ സാമർത്ഥ്യവിശേഷത്തിനു ദൃഷ്ടാന്തീഭവിക്കുന്നു. അക്ബർ എത്രയും ധീരനും പരാക്രമശാലിയും യുദ്ധക്രമങ്ങളിൽ നിപുണനും ആയിരുന്നു. എന്നാൽ ഈ ഗുണങ്ങളല്ല സാധാരണ രാജസമുദായത്തേക്കാൾ അദ്ദേഹത്തിനു ഉൽക്കർഷാതിശയഹേതുക്കളൊനി ഭവിച്ചത്; അദ്ദേഹത്തിന്റെ അവ്യാജമായ ഉപശമശീലവും സഹനശക്തിയും ജ്ഞാനാഭിലാഷവും വിദ്വൽപ്രണയവും നീതിനിഷ്ഠയും ഗംഭീരതയും ഭാഗ്യവിശേഷവും ആണ് അദ്ദേഹത്തിന്റെ അന്യാദൃശോൽക്കർഷ കാരണങ്ങളായിരുന്നത്. അക്ബറുടെ ബുദ്ധിവികാസാരംഭകാലം ഫൈസി എന്നും അബുൾഫസൽ എന്നും രണ്ടു വിദ്വാന്മാരായ ജ്യേഷ്ഠാനുജന്മാരുടെ പരിചയം മുതല്ക്കാണ്. അവർ രണ്ടുപേരും സ്വപിതാവായ ഷായിഖ് മുബാറക്കിനാൽ വിദ്യകളിൽ നല്ലവണ്ണം ശിക്ഷിതന്മാരും സർവ്വസമ്മതന്മാരും ആയിരുന്നു. ഫൈസി ജനിച്ചത് 1545-ാം ക്രിസ്ത്വബ്ദത്തിലാണ്. അയാൾ 23 വയസ്സിൽ അക്ബറെ കണ്ട് അചിരേണ തന്നെ അദ്ദേഹത്തിന്റെ അനവരതസഹചാരിയും വിശ്വസ്തമി

ത്രവും ആയിത്തീർന്നു. 1589-തു മുതൽ അയാൾക്കു കവി സാർവ്വഭൗമ പദം കൊടുക്കപ്പെട്ടു. ഗൗരവമുള്ള രാജ്യകാര്യങ്ങൾക്കു വേണ്ടിയും അയാൾ പലപ്പോഴും അയയ്ക്കപ്പെട്ടിട്ടുണ്ട്. അയാൾ അഗാധബോധത്തോടു കൂടിയവനും അപൂർവ്വകല്പനാശക്തിയുള്ളവനും അക്ബറുടെ അത്യന്തപ്രേമാസ്പദവും ആയിരുന്നു. 1595 ഒക്ടോബർ 5നു അയാൾ 50 വയസ്സിൽ മരിച്ച സമയം അക്ബർ അടുക്കൽചെന്ന് എന്റെ "പണ്ഡിത സ്നേഹിതാ! ഞാൻ എന്റെ വൈദ്യവര്യനെ ഇതാകൊണ്ടുവന്നിരിക്കുന്നു. നീ എന്നോടു സംസാരിക്കയില്ലയോ?" എന്നു ചോദിച്ചതിനു ശേഷം ഉത്തരം ഒന്നും ലഭിക്കാതെ വ്യസനാന്ധനായിട്ട് തന്റെ ഉഷ്ണീഷത്തെ തറയിൽ എറിഞ്ഞ് മുക്തകണ്ഠനായി രോദനം ചെയ്തു. അബുൾഫസൽ ഉണ്ടായത് 1551 ജനുവരി 14ാം തീയതിയാണ്. അയാൾ എത്രയും ശുഷ്കാന്തിയോടു കൂടി തന്റെ അച്ഛന്റെ അടുക്കൽ വിദ്യാഭ്യാസം ചെയ്തു. 17-ാം വയസ്സിൽ ഫൈസിയാൽ അക്ബർ ചക്രവർത്തിയുടെ സന്നിധാനത്തിൽ പ്രവേശിക്കപ്പെട്ടു. അബുൾഫസൽ ഒടുക്കം അക്ബറുടെ മന്ത്രിപദത്തെ പ്രാപിച്ചു. 1574-ാം വർഷത്തിൽ ബിഹാറിലെ യുദ്ധകാലാനന്തരം അക്ബർ സ്വപുത്രന്റെ ജന്മഭൂമിയായ സിക്രിയയിൽ ഒരു പ്രാസാദത്തേയും മറ്റു ദിവ്യസൗധങ്ങളെയും ഉണ്ടാക്കിച്ചിരുന്നെടത്ത് വസിക്കാനായി വന്ന സന്ദർഭത്തിലാണ് അബുൾഫസൽലുമായുള്ള വിസ്രംഭം തന്റെ ആരംഭിച്ചത്. ആ കാലത്തിൽ തന്നെയാണ് ഓർമ്മിക്കത്തവയായ ഗുരുവാരം തോറുമുള്ള വിഷയശോധന പ്രസംഗങ്ങൾ തുടങ്ങിയത്. അക്ബറുടെ നിശ്ചയം സ്വരാജ്യവാസികളായ സകലമതക്കാരേയും ഏകരൂപമായി ഭരിക്കണമെന്നായിരുന്നു. അതിനാൽ ഉലാമാസ് എന്നു വിളിക്കപ്പെട്ടവരായ സ്വമതപണ്ഡിതന്മാരുടെ അന്യമതാസഹിഷ്ണുതയും മനോബോധരീതിയും അദ്ദേഹത്തിനു അസമ്മതകളായിരുന്നു. അദ്ദേഹം തന്നെ ഇപ്രകാരം പറഞ്ഞു: "ഈശ്വരൻ തന്റെ സകല സൃഷ്ടിയേയും വ്യത്യാസം കൂടാതെ അനുഗ്രഹിക്കുന്നു എന്നു ഞാൻ അറിഞ്ഞിരിക്കെ എന്റെ അടുക്കൽ ഏല്പിക്കപ്പെട്ടിരിക്കുന്നവരിൽ യാതൊരുത്തരിൽനിന്നെങ്കിലും എന്റെ ദാക്ഷിണ്യത്തെ ഞാൻ നിവർത്തിപ്പിക്കുന്നതായിരുന്നാൽ എന്റെ സ്ഥാനത്തെ കൃത്യങ്ങൾ എന്നാൽ സമൃഗനുഷ്ഠിതങ്ങളാകയില്ല." എന്നാൽ അദ്ദേഹം മതവിഷയങ്ങളിൽ മറ്റുള്ളവരുടെ അഭിപ്രായങ്ങളെയും ചോദിച്ച് അതിൽവച്ചാണ് മേൽ പറയപ്പെട്ട വിഷയശോധന പ്രസംഗങ്ങൾ നടന്നത്.

അക്ബർ സിക്രിയിലെ രാജോദ്യാനത്തിൽ നാലു ശാലകളോടു കൂടിയ ഒരു സ്ഥലത്തെ പണ്ഡിതന്മാർക്കായി ഉണ്ടാക്കിച്ച് ഗുരുവാരം തോറും രാത്രിയിൽ അവരോടുകൂടി അവിടെ താമസിച്ചു. അതിൽ പശ്ചിമ ശാല സെയ്യിദ്സ എന്നവർക്കും, ദക്ഷിണശാല ഉലാമാസ് എന്നവർക്കും, ഉത്തരശാല ഷായിക്സ് എന്നവർക്കും, പൂർവ്വശാല അക്ബറോടു സമാനാഭിപ്രായന്മാരായ പ്രഭുപ്രഭൃതികൾക്കും പ്രത്യേകം നിയമിക്കപ്പെട്ടിരുന്നു. അവിടെ ജ്ഞാനജനകങ്ങളായും ഉപയുക്തങ്ങളായും ഉള്ള സകലവിധ

വിഷയങ്ങളുടേയും ശോധനപ്രസംഗങ്ങൾ നടന്നുവന്നു. അക്ബറുടെ നിയോഗത്താൽ ഫൈസി "ലീലാവതി"യെ ഭാഷാന്തരീകരിച്ചു. ഫൈസിയും അബുൾഫസലും കൂടാതെ വേറെയും വിദ്വാന്മാർ പലരും അക്ബറുടെ സദസ്യന്മാരായിട്ടുണ്ടായിരുന്നു. എല്ബാദാവുനി എന്നു വിളിക്കപ്പെട്ട മുല്ലാ അബ്ദുൾകാതർ എന്ന പണ്ഡിതൻ അറബിക്കിലും സംസ്കൃതത്തിലും ഉള്ള കൃതികളെ പെർഷ്യനിൽ ഭാഷാന്തരപ്പെടുത്തുന്നതിന് ആക്കപ്പെട്ടിരുന്നു. *മഹാഭാരതം* 1582-ാം വർഷത്തിലും *രാമായണം* 1583-1598 ഈ വർഷങ്ങളുടെ അന്തരാളത്തിലും ആയിട്ട് അയാളാൽ പരിഭാഷപ്പെടുത്തപ്പെട്ടു. അയാളാൽ *താരീഖിബാദാവുനി* എന്ന നാമത്തോടുകൂടി 1595 വർഷം വരെയുള്ള ഒരു ചരിത്രപുസ്തകവും ഉണ്ടാക്കപ്പെട്ടു. അയാൾ മതഭ്രാന്തുള്ള ഒരു മഹമ്മദൻ ആയിരുന്നു. ഫൈസിയേയും അബുൾഫസലിനെയും അയാൾ മതവിരോധികളെന്നു ആക്ഷേപിച്ചിരുന്നു. അക്ബറുടെ അടുക്കൽ പിന്നെയും ഗ്രന്ഥകർത്താക്കന്മാരായ അനേകം വിദ്വാന്മാരുണ്ടായിരുന്നു. ഉലാമാസ് എന്നവരുടെ കഠിനമായ ഒരു വിഷയശാഠ്യത്തേയും പരമതാസഹിഷ്ണുതയേയും കുറിച്ച് അക്ബർക്കു വളരെ മുഷിച്ചിലുണ്ടായിരുന്നു. അദ്ദേഹം പാർസികളിലും ഹിന്ദുക്കളിലും ക്രിസ്ത്യന്മാരിലും അഭിജ്ഞന്മാരായുള്ളവരെ തന്റെ രാജധാനിയിൽ ക്ഷണിച്ചുവരുത്തി അവരുടെ ഭിന്നങ്ങളായ അഭിപ്രായങ്ങളെ കേട്ട് ഗ്രാഹ്യങ്ങളെ ഗ്രഹിക്കയും ത്യാജ്യങ്ങളെ ത്യജിക്കയും ചെയ്ത് ക്രമേണ സവാസ്തിക മതസിദ്ധാന്തവിരുദ്ധമായ ഒരു നൂതനമതത്തെ അവലംബിക്കയും ആജീവനാന്തം അതിനെ സ്ഥിരപ്രതിപത്തിയോടുകൂടി അനുഷ്ഠിക്കയും ചെയ്തു.

അക്ബറുടെ സദസ്യന്മാർ ഉപയുക്തങ്ങളായ അനേക പുസ്തകങ്ങളെ നൂതനമായി ഉണ്ടാക്കയും ഭാഷാന്തരപ്പെടുത്തുകയും ചെയ്തു. അവയിൽ അബുൾഫസൽ എഴുതിയതും മൂന്നു ഭാഗങ്ങളുള്ളതുമായ *അക്ബർനാമാ* എന്ന പുസ്തകം എത്രയും സാരവത്താകുന്നു. പ്രഥമഭാഗത്തിൽ ഹുമയൂണിന്റെ മരണപര്യന്തമുള്ള ടൈമൂർ വംശ്യന്മാരുടെ ചരിതവും, ദ്വിതീയത്തിൽ അക്ബറുടെ രാജ്യവാഴ്ചയും, ഐനി അക്ബാരി എന്ന തൃതീയത്തിൽ അദ്ദേഹത്തിന്റെ മഹാരാജ്യത്തിലെ സകലകാര്യനടപടികളും ചിട്ടവട്ടങ്ങളും മറ്റും വിവരിക്കപ്പെട്ടിട്ടുണ്ട്. മുതലെടുപ്പുവിഷയത്തിലും സേനാവിഷയത്തിലും നീതിനടപടികളിലും മറ്റും രാജ്യഭാരത്തിന്റെ എല്ലാഅംഗങ്ങളിലും അക്ബറാൽ ഏർപ്പെടുത്തപ്പെട്ടിട്ടുള്ള പരിഷ്കാരങ്ങളുടെ വിവരം ഒക്കയും അതിൽ പറയപ്പെട്ടിട്ടുണ്ട്. പ്രജോപദ്രവകരങ്ങളായ ചിലകരങ്ങൾ മുമ്പിൽ ഗ്രഹിക്കപ്പെട്ടിരുന്നവയെ അക്ബറായിട്ട് നിറുത്തൽ ചെയ്തു. സ്വരാജ്യത്തിൽ വാണിജ്യത്തിന്റെ അഭിവൃദ്ധിക്കുവേണ്ടി അദ്ദേഹം കച്ചവടക്കാരെ പ്രോത്സാഹനം ചെയ്തു. ശാസ്ത്രാദിപാഠങ്ങൾക്കു വളരെ പ്രചാരത്തെ ഉണ്ടാക്കി. അവ്യവസ്ഥമായ രാജ്യഭാരക്രമത്തോടും ഉച്ഛൃംഖലന്മാരായ അധികാരികളോടും ദുർബ്ബലങ്ങളായ രാജ്യാംഗങ്ങളോടും കൂടിയിരുന്ന് രാജ്യത്തെ യഥാക്രമ

മായി ഭരിച്ച്, അധികാരികളുടെ സ്വാതന്ത്ര്യത്തെ നിയന്ത്രണം ചെയ്ത് അനേക ദേശങ്ങളെ ചേർത്ത് രാജ്യാംഗങ്ങളെ പ്രബലീകരിച്ച്, എത്രയും ശ്ലാഘനീയങ്ങളായ ബഹുവിധ പരിഷ്കാരങ്ങളെ ഏർപ്പെടുത്തി ന്യായമായും നിഷ്പക്ഷപാതമായും 50 വർഷം പ്രജാപാലനം ചെയ്കയാൽ മഹാത്മാവായ അക്ബർ ചക്രവർത്തിക്കു ലഭിച്ചിട്ടുള്ള യശസ്സ് മറ്റൊരു രാജാവിനും ലഭിക്കുന്നതിനു സംഗതിയായിട്ടില്ല.

അക്ബറുടെ ചരമവർഷങ്ങളിൽ അദ്ദേഹത്തിനു തന്റെ മൂന്നു പുത്രന്മാർ നിമിത്തം അധികമായ മനഃക്ലേശം ഉണ്ടായി. അദ്ദേഹത്തിന്റെ പ്രഥമ പുത്രനായ സലിം ഉദ്ധൃത്തനും കൃതഘ്നനും ഗുരുവിരോധിയും ആയിരുന്നതു കൂടാതെ തന്റെ പിതാവിന്റെ ശ്രേഷ്ഠനായ മന്ത്രിയും അസാധാരണ ബുദ്ധിശക്തിയുള്ള ഒരു കാര്യസ്ഥനും വിദ്വാനുമായ അബുൾഫസലിനെക്കുറിച്ചു കഠിനദ്വേഷത്തെ കരുതിയിരുന്നു. മുറാദ് എന്നും ഡാന്യൽ എന്നും പേരായ മറ്റവർ അമിതമായ മദ്യപാനം ഹേതുവായിട്ട് യൗവനത്തിൽ തന്നെ മരിച്ചു. അബുൾഫസൽ കാര്യവശാൽ പുറമേ സഞ്ചരിക്കുന്ന സമയം സലിമിന്റെ പ്രേരണയിൽ ആർഛായിലെ രാജാവായ ബീർസിങ്ങിനാൽ 1602 ആഗസ്ത് 12നു വധിപ്പിക്കപ്പെട്ടു. ആ കൊലപാതകിയെ കണ്ടുപിടിച്ചു ശിക്ഷിക്കുന്നതിനു അക്ബർ എത്രയും ജാഗ്രതയോടുകൂടി ശ്രമിച്ചിട്ടും കഴിഞ്ഞില്ല. ആ മഹാത്മാവായ ചക്രവർത്തി തന്റെ ഇഷ്ടനും വിശ്വസ്തനുമായ മന്ത്രിയുടെ മരണാനന്തരം ചിരകാലം ജീവിച്ചിരുന്നില്ല. 1605 നവംബർ 10-നു അക്ബർ 68-ാം വയസ്സിൽ ചരമാവസ്ഥയെ പ്രാപിച്ചു. അദ്ദേഹത്തിന്റെ ശരീരം ആഗ്രാവിനു സമീപത്തിൽ സികന്ദ്രാ എന്ന സ്ഥലത്ത് ഒരു ദൃശ്യതമമായ ശവശിലാകുടീരത്തിൽ സ്ഥാപിക്കപ്പെട്ടു. അദ്യതനതദ്ദേശാധിപന്മാരായ ബ്രിട്ടീഷുകാർ ആ വിശിഷ്ടനായ ചക്രവർത്തിയുടെ അസ്ഥിപഞ്ജരത്തിനു വിശ്രമസ്ഥലമായ ആ ശിലാകുടീരത്തെ അദ്യാപി ആദരോപചാരപൂർവ്വമായി സംഭാവന ചെയ്തു വരുന്നു. ഇന്ത്യയിലെ രാജപ്രതിനിധിയായിരുന്ന നോർത്ത് ബ്രൂക്കിലെ അറൾ സായ്പവർകൾ 1873 വർഷത്തിൽ സികന്ദ്രായിൽ വന്നിരുന്നതിന്റെ ശേഷം ആ ശിലാകുടീരത്തിനു ആച്ഛാദനാർത്ഥമായി ഒരു പുതുതായ വസ്ത്രവിശേഷത്തെ സമ്മാനിച്ചു. അക്ബർ ഇംഗ്ലണ്ടിലെ പ്രസിദ്ധയായ എലിസബത്ത് എന്ന നിത്യകന്യാരാഞ്ജിയോടു സമാനകാലീനനായിരുന്നു. അദ്ദേഹം ആ രാഞ്ജിയെക്കാൾ രണ്ടുവർഷം മുൻപിൽ രാജ്യഭാരം ആരംഭിക്കുകയും ആ രാജ്ഞിയുടെ നിര്യാണാനന്തരം രണ്ടു വർഷം കൂടി ജീവിച്ചിരിക്കയും ചെയ്തു. എന്നാൽ അദ്ദേഹത്തിനു ആ രാജ്ഞിയേക്കാൾ ഒൻപത് വയസ്സ് കുറവായിരുന്നു.

മേൽപ്രകാരമുള്ള അക്ബറുടെ സംക്ഷിപ്തമായ ചരിത്രത്തെ ഇവിടെ ചേർത്തതിനാൽ ഈ ആഖ്യായികയെ വായിക്കുന്നവർക്ക് ഇതിലെ കഥയിലുള്ള അനേകസംഗതികളുടെ രസം അധികാസ്വാദ്യമായി ഭവിക്കുമെന്നു വിശ്വസിക്കുന്നു.

ഇതിൽ ഗ്രന്ഥകർത്താവ് അത്യന്തം ശ്രദ്ധയോടും ഗാഢാലോചന

യോടുംകൂടി സ്വഭാവത്തെ വിവരിച്ചിട്ടുള്ള ഒരു വ്യക്തി ഇരാവതി എന്ന ഹിന്ദുസ്ത്രീയാകുന്നു. അവളെ ദമയന്തിയോടു സദൃശീകരിക്കത്തക്ക പതിവ്രതമാരായ കുലസ്ത്രീകളുടെ ഒരു മാതൃകയാക്കി അയാൾ വർണ്ണിച്ചിരിക്കുന്നു. സിദ്ധരാമനെ നളസ്ഥാനീയനായിട്ടുമാണ് ഉദ്ദേശിച്ചിട്ടുള്ളതെന്നു സ്പഷ്ടമാകുന്നു. എന്നാൽ ഇവിടെ നായകനായി കല്പിക്കപ്പെട്ടിട്ടുള്ള മഹാപുരുഷനായ അക്ബറുടെയും അദ്ദേഹത്തിന്റെ ആപ്തമിത്രങ്ങളായ ഫൈസി, അബുൾഫസൽ ഈ അതിബുദ്ധിശാലികളായ രണ്ടു സഹോദരന്മാരുടെയും സ്വഭാവത്തെ വിവരിക്കുന്നതിലും അയാൾ അസാമാന്യമായി പരിശ്രമിച്ചിട്ടുണ്ട്.

ഈ ആഖ്യായികയിൽ നായികാനായകന്മാരായി ഇരാവതിയേയും സിദ്ധരാമനേയും കല്പിച്ച് ഇതിന് “ഇരാവതീസിദ്ധരാമീയം” എന്നു നാമകരണം ചെയ്യുന്നത് അസംഗതമായി വരികയില്ലെങ്കിലും ആലങ്കാരികന്മാരാൽ നിരൂപണം ചെയ്യപ്പെട്ടിട്ടുള്ള നായകലക്ഷണങ്ങൾ പ്രായേണ തികഞ്ഞിരിക്കുന്ന പുണ്യശ്ലോകനായ ചക്രവർത്തിയെ തന്നെ നായകനാക്കി അദ്ദേഹത്തിന്റെ നാമത്താൽ തന്നെ ഇതിനെ നിർദ്ദേശിക്കുന്നത് അനേകകാരണങ്ങളാൽ യുക്തവും ആവശ്യകവും ആണെന്നു തോന്നുകയാലത്രേ. ഗ്രന്ഥകർത്താവ് *അക്ബർ* എന്നു തന്നെ ഇതിനു പേരു കല്പിച്ചതെന്നു അയാൾ തന്നെ പറഞ്ഞിട്ടുണ്ട്. ഇതല്ലാതെ മറ്റൊരു പേരാണ് ഇതിനു കൊടുക്കപ്പെട്ടിരുന്നതെങ്കിൽ ഇപ്പോൾ സിദ്ധിച്ചിരിക്കുന്നതു പോലുള്ള പ്രസിദ്ധി ഇതിനുണ്ടാകയില്ലായിരുന്നു എന്നുള്ളതു നിർവ്വിവാദം തന്നെ. ഈ കഥയുടെ പരമോദ്ദേശ്യം അക്ബറുടെ രാജധാനിയിലെ വിശേഷങ്ങളെ പ്രതിപാദിക്കണമെന്നും അദ്ദേഹത്തിന്റെ മഹത്വത്തെ വിശദീകരിക്കണമെന്നും ആക കൊണ്ട് *അക്ബർ* എന്നുള്ള സംജ്ഞ അനുചിതയുമല്ല. പൂർണ്ണചന്ദ്രൻ നഭോമണ്ഡലത്തിൽ ശോഭിക്കുമ്പോൾ നക്ഷത്രങ്ങൾ നിഷ്പ്രഭങ്ങളായി പോകുന്നതുപോലെ മഹാനുഭാവനായ അക്ബറുടെ സാന്നിദ്ധ്യത്തിൽ ഈ കഥാഘടകങ്ങളായ മറ്റെല്ലാപാത്രങ്ങളും അപ്രധാനതയെ പ്രാപിക്കാതിരിക്കുന്നതല്ല.

ഈ കഥയിൽ ചേർക്കപ്പെട്ടിട്ടുള്ള ആളുകളിൽ ആരെല്ലാമാണ് വാസ്തവമായി ചരിത്രത്തിൽ ഉൾപ്പെട്ടിട്ടുള്ളവരെന്നും ആരാണ് കവിമനോധർമത്താൽ കല്പിക്കപ്പെട്ടിട്ടുള്ളവരെന്നും തിരിച്ചറിയുന്നതിനുള്ള ആഗ്രഹം ചിലർക്ക് സഹജമായി ജനിക്കാവുന്നതാകയാൽ അവരുടെ ജിജ്ഞാസാപൂർത്തിക്കു വേണ്ടി ഗ്രന്ഥകർത്താവു തന്നെ അതിന്റെ വിവരം പറഞ്ഞിട്ടുള്ളതിനേയും ഇവിടെ ചേർത്തുകൊള്ളുന്നു. അക്ബറെ കൂടാതെ അദ്ദേഹത്തിന്റെ പുത്രൻ സലിം, മന്ത്രി അബുൾഫസൽ തത്സഹോദരൻ ഫൈസി, അബ്ദുല്കാദർബാദാവുനി, ജസൂട്ട് പാതിരി റൂഡോൾഫ് അക്വാവീവാ, (കുല്ലുകഭട്ടർ), ഇവരും പ്രശസ്തി കുറഞ്ഞ മറ്റു ചിലരും ചരിത്രത്തിൽ ഉൾപ്പെട്ടവരാണ്. മന്ത്രിയുടെ ഒരുമകനായി ഒരാളും യഥാർത്ഥത്തിൽ ഉണ്ടായിരുന്നു. എന്നാൽ അയാളുടെ പേര് പാർവീസ് എന്നല്ലായിരുന്നു. നന്ദിഗുപ്തൻ ചരിത്രത്തിൽ ചേർന്ന ആളല്ല;

പൂർവ്വരാജർഷികളുടെ ചരിത്രങ്ങളിലും വിശിഷ്യ കാശ്മീരി ചരിത്രത്തിലും പലപ്പോഴും സംഭവിച്ചിട്ടുള്ള സംഗതിയെ ദൃഷ്ടാന്തമുഖേന കാണിക്കുന്ന തിനു ഒരു മാതൃകയായി കല്പിക്കപ്പെട്ട ആളുമാത്രമാണ്. ഗോരക്ഷകനും അയാളുടെ അനുയായിവർഗ്ഗവും അതുപോലെ കേവലം മാതൃകകൾ തന്നെയാണ്. ഇരാവതി എന്നൊരു സ്ത്രീ ആ കാലത്തുണ്ടായിരുന്നില്ല. ഈ ആഖ്യായികയുടെ രസപുഷ്ടിക്കായി അങ്ങനെ ഒരു പാത്ര പുരാണ ങ്ങളിൽ പ്രതിപാദിക്കപ്പെട്ടിട്ടുള്ള പതിവ്രതമാരുടെ പ്രതിച്ഛായയായി, കല്പിക്കപ്പെട്ടിട്ടുള്ളതാണ്. കഥാസ്വരസത്തിനു പുഷ്ടിക്കുവേണ്ടി ചില സംഗതികളിൽ വാസ്തവചരിത്രത്തിൽനിന്നും സ്വല്പ വ്യതിയാനങ്ങൾ ഇതിൽ വരുത്തീട്ടുണ്ട്. അക്ബറുടെ കാലത്ത് കാശ്മീരം ഹിന്ദുരാജാ ക്കന്മാരുടെ അധീനതയിൽനിന്നും വിട്ടുപോയിരുന്നു. കാശ്മീരത്തേക്കുള്ള യുദ്ധയാത്രയുടെ മദ്ധ്യത്തിലല്ല സലിം അക്ബറുടെ സ്ഥാനത്തെ ബലാൽ ആക്രമിക്കാൻ ഉദ്ദേശിച്ചത്; അക്ബർ ദക്ഷിണദേശത്തെ കീഴടക്കാൻ പോയിരുന്നപ്പോഴാണ്. ഫൈസി അബുൾഫസലിന്റെ ജ്യേഷ്ഠസഹോദ രനായിരുന്നു. സലിമിന്റെ ദ്രോഹത്താൽ തന്റെ അനുജൻ വധിക്കപ്പെടു ന്നതിനു മുൻപിൽതന്നെ അയാൾ മരിച്ചിരുന്നു. ഫാത്ത്പൂർ ആഗ്രായിൽ നിന്നും ഈ കഥകൊണ്ടു തോന്നാവുന്നതിലും അധിക ദൂരത്താണ്. ഇതു പോലെയും മറ്റും ചില സംഗതികളിൽ വസ്തു സ്ഥിതിയിൽനിന്നും സ്വല്പവ്യത്യാസങ്ങളുള്ളവയെല്ലാം അകിഞ്ചിൽകരങ്ങളാണ്.

ഇനി ഈ ആഖ്യായികയുടെ ഇപ്പോൾ പ്രസിദ്ധീകരിക്കപ്പെടുന്ന ഭാഷാന്തരീകരണത്തെക്കുറിച്ചു കൂടി അല്പം പ്രസ്താവിച്ച് ഈ അവ താരികയെ ഇവിടെ ഉപസംഹരിക്കാം. ഞാൻ അതിനായി ഉദ്യോഗിച്ചിട്ട് ഇപ്പോൾ 12 കൊല്ലത്തോളം ആയിരിക്കുന്നു. എങ്കിലും പലജോലികളുടെ മധ്യേ ഇതിൽ ഐദംപര്യേണ മുഷിഞ്ഞു പ്രവർത്തിച്ചിട്ടുള്ളത് ഈ കാല ത്തിന്റെ ഒരു ദ്വാദശാംശത്തിലധികമില്ല. ഇതിനെ കഴിയുന്നതും സഹൃദ യഹൃദയാഹ്ലാദിയാക്കി ചെയ്യുന്നതിനു ഞാൻ അനല്പമായ ശ്രമം ചെയ്തി ട്ടുണ്ട്. സഹൃദയന്മാരിൽ പ്രഥമഗണനീയനായ നാടുനീങ്ങിയ വിശാഖം തിരുനാൾ മഹാരാജാവിന്റെ പ്രേരണയാൽ ആരംഭിക്കപ്പെട്ട ഈ ഭാഷാ ന്തരത്തിലെ വാചകരീതിയെ ആ തിരുമനസ്സിലേക്കും തത്സമാനരുചിക ളായി അനേകം അഭിജ്ഞന്മാർ ഇപ്പോൾ ഉള്ളവർക്കും രസിക്കത്തക്കവി ധത്തിലാണ് ഞാൻ ഉപയോഗിച്ചിട്ടുള്ളത്. ആ തിരുമനസ്സിലെ നിയോഗ ത്താൽ തന്നെ അവിടുന്നു തുല്യം ചാർത്തിയിരുന്നതിന്റെ ശേഷമായിട്ടു ഞാൻ എഴുതിയ *മഹച്ചരിതസംഗ്രഹ*ത്തിന്റെ ഒരു ഭാഗം തിരുമനസ്സിൽ സമ്മതമായോ എന്നറിയുന്നതിനായി അയച്ചിരുന്നതിനു വായിച്ചു തിരി ച്ചയച്ചതോടു കൂടി കിട്ടിയ ഒരു തിരുവെഴുത്തിൽ “അവിടുത്തെ ഭാഷാ ന്തരീകരണം എന്റേതുപോലെ തന്നെ സമ്മതമാണ്” എന്നുണ്ടായിരുന്നു. എന്നാൽ സഹൃദയസമ്മതയെന്നു അസ്മാദൃശന്മാരാൽ അഭിമാനിക്കപ്പെ ട്ടിരിക്കുന്ന മലയാളവാചകരീതിയിൽ സംസ്കൃതപദബാഹുല്യത്തെ ഒരു ന്യൂനതയായി വിചാരിക്കുന്നവർ പലരും ഉണ്ടായിരിക്കാം. ഈ കഥാരംഭ

ത്തിൽ ചെയ്തിട്ടുള്ളതുപോലെ ഹിമവാന്റെ മുകളിലുള്ള ബദരീനാഥ ക്ഷേത്രത്തിലെ ഒരു സായങ്കാലത്തെ വർണ്ണിക്കുന്നതു സഹൃദയന്മാർക്കു ഹൃദയംഗമമായി വരണമെങ്കിൽ ആ ഗംഭീരമായ വിഷയത്തിനു അനുരൂപയായ ശബ്ദാർത്ഥപ്രൗഢിയും വേണ്ടതാണല്ലോ. മലയാളഭാഷയിൽ അത് അദ്യാപി സംസ്കൃതത്തിൽനിന്നും ഗ്രഹിക്കേണ്ടതായി തന്നെ ഇരിക്കുന്നു. നാട്ടുപള്ളിക്കൂടങ്ങളിൽ ഉയർന്ന ക്ലാസുകളിൽ വായിപ്പിക്കത്തക്ക ഉയർന്നതരം പുസ്തകങ്ങൾ ഇപ്പോൾ ദുർല്ലഭങ്ങളാണ്. മലയാളഭാഷയിൽ പുസ്തകങ്ങൾ ഉയർന്നതരമാകണമെങ്കിൽ ഇതരഭാഷാസഹായം കൂടാതെ അശക്യമാണ്. എന്നാൽ ചില വിദ്വാന്മാർ തങ്ങളുടെ കൃതികൾക്കു ശ്ലാഘ്യതയെ വർദ്ധിപ്പിക്കുന്നതിനാണെന്നു ഭ്രമിച്ച് അനുചിതഘട്ടങ്ങളിൽ കൂടിയും അനാവശ്യമായും പലപ്പോഴും അബദ്ധമായും സംസ്കൃതം പ്രയോഗിക്കുന്നതുപോലെ ഇതിൽ സംഭവിക്കാതിരിക്കുന്നതിനു പ്രത്യേകം ശ്രമിച്ചിട്ടുണ്ട്. എങ്കിലും കൊല്ലം മുൻപിൽ എഴുതിയ ആദ്യഭാഗത്തിൽ ചിലേടത്ത് ചില സംസ്കൃതപ്രയോഗം അനാവശ്യകമായും വന്നുപോയിട്ടില്ലല്ലോ എന്ന് ഇപ്പോൾ തോന്നുന്നുണ്ട്. സംസ്കൃതത്തെക്കുറിച്ചു വൈമുഖ്യം ഉള്ളവർ ഉപക്രമം കണ്ട് ബുദ്ധിക്ഷയത്താൽ പുസ്തകം വലിച്ചെറിഞ്ഞുകളയാതെ അല്പം ക്ഷമയോടു കൂടി മേൽ വായിച്ചു നോക്കിയാൽ അങ്ങോട്ടങ്ങോട്ടു സംസ്കൃതപദപ്രയോഗം കുറവാണെന്നു കാണുന്നതുകൂടാതെ തങ്ങളുടെ ശ്രമം നിഷ്പ്രയോജനമായി എന്നു പശ്ചാത്താപത്തിനു യാതൊരു വിധത്തിലും ഇടയില്ലെന്നു അവർക്കു ഒടുവിൽ നിശ്ചയമായി ബോധപ്പെടുന്നതും ആണ്.

“*അഷ്ടപദി*”യുടെ ഏതാനും ഭാഗങ്ങൾ ഭാഷയായി ഇതിൽ ചേർത്തിട്ടുള്ളത് *വിദ്യാവിനോദിനി*യിൽ ഞാൻ പ്രസിദ്ധപ്പെടുത്തീട്ടുണ്ടായിരുന്നു. രാമപുരത്തു വാര്യരുടെ കൃതിയിൽനിന്നും, *അമരുകശതക*ത്തിലെ യാതാഃ കിം ന മിളന്തി സുന്ദരി പുനശ്ചിന്താ ത്വയാ മൽകൃതേ നോകാര്യാ' ഈ ഭാഗത്തിന്റെ ഭാഷ എന്റെ കൃതിയായ *അമരുകമണി പ്രവാള*ത്തിൽനിന്നും എടുക്കപ്പെട്ടതും പിന്നെ ഒന്നു രണ്ടു ശ്ലോകങ്ങൾ എന്നാൽ തല്ക്കാലം ഭാഷാന്തരീകരിക്കപ്പെട്ടവയും ആകുന്നു.

കേരളവർമ്മ,
എഫ് എം യു എം ആർ എ എസ്
വലിയകോയിത്തമ്പുരാൻ
തിരുവിതാംകൂർ ടെക്സ്റ്റ് ബുക്ക് കമ്മിറ്റി പ്രസിഡന്റ്

തിരുവനന്തപുരം
1069 മേടം 31

1

ഋഷി

അസ്തപർവ്വതനിതംബത്തെ അഭിമുഖീകരിച്ച് ലംബമാനമായ അംബുജബന്ധു ബിംബത്തിൽ നിന്നും അംബരമദ്ധ്യത്തിൽ വിസൃമരങ്ങളായി ബന്ധുകബന്ധുരങ്ങളായ കിരണകന്ദളങ്ങൾ ബദരീനാഥക്ഷേത്രത്തിന്റെയും ഹിമാലയമഹാഗിരിയുടെ തുംഗകളായ ശൃംഗപരംപരകളുടെയും അദഭ്രശുഭ്രകളായ ഹിമസംഹതികളിൽ പ്രതിബിംബിച്ച് പ്രകാശിച്ചു. ദാക്ഷിണാത്യനായ ഒരു മന്ദമാരുതൻ സാനുപ്രദേശങ്ങളിൽ സമൃദ്ധങ്ങളായി വളർന്നിരിക്കുന്ന മഹീരുഹങ്ങളിൽ പ്രഭാതാൽ പ്രഭൃതി വികസ്വരങ്ങളായി നില്ക്കുന്ന സുരഭിലതരങ്ങളായ കുസുമങ്ങളുടെ പരിമളധോരണിയെ അധിത്യകകളിലേക്കു പ്രസരിപ്പിച്ചു. ഇപ്രകാരം യാതൊരു വ്യത്യാസവും പ്രതിബന്ധവും ഇല്ലാതെ സൂര്യരശ്മികൾ ഈ പർവ്വതോപരിഭാഗങ്ങളെ പരസ്സഹസ്രസംസംവത്സരം ശോഭിപ്പിക്കയും, ഈ പുഷ്പങ്ങളുടെ സൗരഭ്യം ഗിരിശിഖരങ്ങളിലേക്കു ഉൽഗമിക്കയും ചെയ്തുകൊണ്ടിരിക്കവേ ദൂരദേശങ്ങളിൽ ജനങ്ങൾ പരസ്പരം സ്പർദ്ധിച്ചു യുദ്ധങ്ങളിൽ പ്രവർത്തിക്കയും, പ്രബലങ്ങളായ രാജ്യങ്ങൾ ഉത്ഭവിക്കയും ക്ഷയിക്കയും, ബുദ്ധിമാന്മാർ ഈ പ്രപഞ്ചം ഇപ്രകാരം ഇരിക്കുന്നതിന്റെ കാരണത്തേയും ഉദ്ദേശ്യത്തേയും അവധാരണം ചെയ്യുന്നതിനു നിഷ്പ്രയോജനമായി പ്രയത്നപ്പെടുകയും ചെയ്തുവന്നു.

'മഹാൻ' എന്ന ഖ്യാതിയെ ലഭിച്ച അക്ബർ ചക്രവർത്തി ക്രൈസ്തവസംവത്സരം ൧൬൦൦-ാം മതിനു മുൻപായി മൊഗല് മഹാരാജ്യത്തെ സ്ഥാപിച്ച് പ്രബലീഭവിപ്പിച്ച കാലത്തിലും ഒരിക്കൽ ദൈവതാവാസമായി ദുഷ്പ്രവേശമായിരുന്ന ഹിമവൽപർവ്വതപ്രദേശം അരണ്യപ്രായമായും അനാവാസയോഗ്യമായും ഇരുന്നു. ഈ ഗഹനകളായ വിപിനഭൂമികൾ മനുഷ്യപാദങ്ങളാൽ ഒരിക്കലും അനാക്രാന്തകളായും, അവയിലെ അനവരതയായി നിബിഡമായുള്ള നിശ്ശബ്ദത ഭക്ഷ്യാന്വേഷിയായി പറന്നു

പോകുന്ന ഏതെങ്കിലും പക്ഷിയുടെ നിലവിളിയാലോ ഝില്ലികാഝംകാരത്താലോ കൂടിയും അവ്യാഹതയായും ഇരുന്നു.

എങ്കിലും ആ സ്ഥലം ഒരു ഉദാസീനനായ ദ്രഷ്ടാവിനു തോന്നാവുന്നതുപോലെ തന്നെ കേവലം അത്യന്തം ജനപരിത്യക്തമായിരുന്നില്ല. ഉന്നതമായ ശരവണത്തിന്റെ അന്തരാളത്തിൽ കുറഞ്ഞൊന്നു മറഞ്ഞ് മേചകരേഖാകിർമ്മീരിതമായ ചർമ്മകഞ്ചുകത്തോടുകൂടി സമാധിയിൽ സ്വപ്നദശി എന്നപോലെ ചിലപ്പോൾ ഊർദ്ധ്വം തുഷാരശേഖരിതങ്ങളായ ശിഖരിശൃംഗങ്ങളിലേക്കു ദൃഷ്ടികളെ ഉന്മീലിപ്പിക്കയും, അനന്തരം അപ്പോഴും ദീപ്രമായിരുന്ന ദിനകരപ്രകാശത്താൽ അവയെ അർദ്ധമുകുളിതകളാക്കയും ചെയ്തുകൊണ്ട് ഒരു ശാർദ്ദൂലം സ്വൈരമായി ശയിച്ചു. അത് അന്തരാന്തരാ പർവ്വതദന്തുരിതങ്ങളായി വ്യോമകടാഹവൃത്തത്തിന്റെ ജാജ്വല്യമാനങ്ങളായ വർണ്ണങ്ങളോടു കൂടി ലയിച്ചു സമ്മിളിതങ്ങളായി അകലേ അധോഭാഗത്തിലുള്ള സ്പൃഹണീയശാദ്വലങ്ങളായ കടകതടങ്ങളിലേക്കു നോക്കിക്കൊണ്ടിരുന്നു. അതിന്റെ വിചാരം എന്തായിരുന്നോ? ചിലപ്പോൾ മേല്പ്പെട്ടു സൂക്ഷിച്ചുനോക്കിയും ചിലപ്പോൾ കീഴ്പ്പെട്ടു ദൃഷ്ടി പതിപ്പിച്ചും രൂപാന്തരത്തിൽ താൻ സമൃദ്ധമായ കാശ്മീരദേശത്തിന്റെ രാജാവായി തന്റെ ആജ്ഞാവശംവദന്മാരായ സാമന്തന്മാരോടും തന്റെ കടാക്ഷാനുഗ്രഹപ്രതീക്ഷിണികളായി പരസ്പരസ്പർദ്ധിനികളായ സീമന്തിനിമാരോടുംകൂടി സാമ്രാജ്യശ്രീയെ വഹിച്ചിരുന്ന കാലത്തെ സ്മരിക്കയായിരുന്നോ? അഥവാ വാസ്തവത്തിൽ ആ വ്യാഘ്രരാജൻ കേവലം ഒരു വന്യമൃഗമേ ആയിരുന്നൊള്ളോ? മുൻപിൽ ഉദ്ധതനായിരുന്ന ഒരു പ്രഭുവിന്റെ നഷ്ടനായ ജീവൻ അല്ലായിരിക്കുമോ? ഇപ്പോൾ യഥാർത്ഥമായി അത് തന്റെ അധികാരത്തെ വിവദിക്കുന്നതിനു യാതൊരു പ്രതിപക്ഷിയും ഇല്ലാതെ ആ വനഭൂമിയുടെ നായകനായിരുന്നു. അത് സ്വശക്തിയെ പൂർണ്ണമായി അറിഞ്ഞു എന്നുള്ളത് പരിതോവിക്ഷിപ്തയായിദൃപ്തയായുള്ള ദൃഷ്ടിയാൽ സ്പഷ്ടീഭവിച്ചു. എന്നാൽ അത് ഈ ദിവാസ്വപ്നങ്ങളിൽനിന്നും ഝടിതി ഉൽബുദ്ധമായിട്ട് ഉത്ഥാനംചെയ്ത് ശ്രവണേന്ദ്രിയത്തെ വ്യാപരിപ്പിച്ചു. ആ വ്യാഘ്രത്തിന്റെ ശീഘ്രഗ്രാഹിയായ ശ്രോത്രം മനുഷ്യരുടെ ശബ്ദത്തെ നിർദ്ധാരണം ചെയ്തു.

അല്പം ദൂരത്തിൽ അശ്വാരൂഢന്മാരായി ഏതാനും ആളുകൾ പർവ്വതങ്ങളിലെ ഏകപദീമാർഗ്ഗത്തിൽ കൂടി ആ താഴ്വരയിലേക്കു ഇറങ്ങുകയായിരുന്നു. ജനനശ്രൈഷ്ഠ്യസൂചകമായ ഭാവത്തോടും വേഷത്തോടും കൂടി സുരൂപനായ ഒരു യുവാവും പിന്നാലെ തദപേക്ഷയാ വയോധികനും വേഷത്തിൽ വിശേഷവിധി ഇല്ലാത്തവനും ആയ ഒരാളും രണ്ടു പരിചാരകന്മാരാൽ അനുഗതന്മാരായി വരികയായിരുന്നു. ആ യുവാവ് ചെറുതെങ്കിലും ബലിഷ്ഠവും കോപിഷ്ഠവും ആയ ഒരു വെളുത്ത അറബിക്കുതിരയിലും, ആജ്യായാനായ ആൾ ഒരു വലിയ കറുത്ത കുതിരയിലും ഭൃത്യന്മാർ രോമശങ്ങളും രൂഢഗാത്രങ്ങളുമായ പർവ്വതീയാശങ്ങളിലും കയറിയിരുന്നു. ആ യുവാവ് സ്വർണ്ണപ്പൊത്താൻ

വച്ചിട്ടുള്ള ഒരു നീലപ്പട്ട നിർമ്മിതമായ ജാക്കെറ്റും, വിസ്തീർണ്ണങ്ങളായ പണ്ടങ്ങളും, ചുവന്ന ചരിപ്പുകളും, ഒരു വജ്രരത്നത്താൽ ഉറപ്പിച്ചു യോജിപ്പിക്കപ്പെട്ട ദീർഘയായ ഒരു തൂലികയോടു കൂടിയ ഘനമില്ലാത്ത ഒരു തൊപ്പിയും വഹിച്ചിരുന്നു. ഹ്രസ്വമായ ഒരു ഖഡ്ഗം പാർശ്വത്തിൽ തൂങ്ങിക്കിടക്കയും അലങ്കാരചിത്രിതമായ ഒരു കഠാരി രത്നഖചിതമായ തന്റെ സാരസനത്തിൽ തിരുകിയിരിക്കയും ചെയ്തിരുന്നു. അയാൾ വല തു കൈയിൽ ദീർഘമായ ഒരു കുന്തത്തെ ഗ്രഹിച്ചിരുന്നു. അയാൾ പ്രാംശുവും സിംഹസംഹനനും വെയിൽ തട്ടീട്ടില്ലായ്കയാൽ അവദാത മായ വർണ്ണത്തോടു കൂടിയവനും ആയിരുന്നു. അയാളുടെ നേത്രങ്ങളും കേശങ്ങളും കൃഷ്ണവർണ്ണങ്ങളായിരുന്നു. ഒരു കപിശവർണ്ണമായ മേൽമീശ അയാൾ ആര്യവംശ്യനാണെന്നുള്ളതിനു അവ്യഭിചരിതമായ ചിഹ്നമായിരുന്നു. അയാളുടെ കൂടെ ഉണ്ടായിരുന്ന പുരുഷൻ വിശാലവ ക്ഷസ്സും ബലിഷ്ഠനും ഇരുണ്ടനിറം ഉള്ളവനും ആയിരുന്നു. അയാളും ആര്യവംശ്യനായിരുന്നു എന്നുള്ളത് അയാളുടെ സൗന്ദര്യമുള്ള മുഖഭാവത്താൽ സ്പഷ്ടീഭവിച്ചു. ഒരു വെളുത്ത ഉഷ്ണീഷത്താൽ ലബ്ധ പരഭാഗമായി നിബിഡമായി ചുരുണ്ടിരിക്കുന്ന ശ്മശ്രുപൂരം അയാളുടെ മുഖത്തെ മിക്കവാറും ആച്ഛാദനം ചെയ്തു. അയാൾ വിലയേറിയ ഒരു കറുത്ത ശീലകൊണ്ടുണ്ടാക്കപ്പെട്ടതും ആപ്രപദീനവും ആയ നിലയങ്കി യിട്ട് അരയിൽ ഒരു സൗവർണ്ണസാരസനംകൊണ്ട് അതിനെ ബന്ധിച്ചിരുന്നു. അയാളും ഒരു കഠാരിയും കുന്തവും ധരിച്ചിരുന്നതു കൂടാതെ ഒരു വർത്തു ളമായ ചെറിയ പരിശയും തോളിൽ കെട്ടിത്തൂക്കിയിരുന്നു. ഇവരുടെ അനു ചരന്മാർ തങ്ങളുടെ മേചകങ്ങളായ അംഗങ്ങളെ ഒരു സാധാരണ ഉടുപ്പു കൊണ്ടു മൂടിയിരുന്നതു കൂടാതെ കുതിരയുടെ ഗതിയാൽ അന്യോന്യം മുട്ടി ശിഞ്ജാനങ്ങളായി പ്രകാശമാനങ്ങളായ താമ്രവലയങ്ങളേയും ധരി ച്ചിരുന്നു. അവരുടെ ആയുധങ്ങൾ ചെറിയ കുന്തങ്ങളും പരിശകളും മാത്രമേ ആയിരുന്നൊള്ളൂ.

ഈ വഴിയാത്രക്കാർ ആരായിരുന്നു എന്നും, അവർ എവിടെനിന്നു വരികയായിരുന്നു എന്നും, അവരുടെ യാത്രയുടെ ഉദ്ദേശ്യം എന്തായി രുന്നു എന്നും, അവരുടെ സംഭാഷണത്താൽ എളുപ്പത്തിൽ നിർദ്ധാര്യ മായിരുന്നു. സിദ്ധരാമൻ എന്നുനാമധേയത്തോടുകൂടിയ ആ യുവാവായ പ്രഭു കാശ്മീരദേശത്തെ പ്രധാനമന്ത്രിയുടെ പുത്രനായിരുന്നു. അയാ ളുടെ പിതാവ് ആഗ്രായിൽ അക്ബർചക്രവർത്തിയുടെ സേനയോടു ചേർന്ന രജ്പുത്ത് അശ്വസൈന്യത്തിനു ഒരു ഭാഗത്തിന്റെ നേതാവായി തന്റെ പുത്രനെ ആക്കുന്നതിനു രാജസ്ഥാനത്തേക്കു സാരമേറിയ എഴു ത്തുകളും കൊടുത്ത് സിദ്ധരാമനെ അയച്ചിരിക്കയായിരുന്നു. അയാളുടെ കൂടെ ഉണ്ടായിരുന്ന ആൾ അയാളുടെ അദ്ധ്യാപകനും, പഠിത്തവും യുദ്ധ സാമർത്ഥ്യവും ഉള്ള ഒരു ഉത്തമബ്രാഹ്മണനും, തന്റെ ശിഷ്യനെ വേദ ശാസ്ത്രാദികളിലും ആയുധാഭ്യാസാദിയുദ്ധക്രമങ്ങളിലും ഒരുപോലെ അഭ്യസിപ്പിക്കുന്നതിനു ശക്തനും, പ്രസിദ്ധനായ *മനുസ്മൃതിവ്യാഖ്യാ*

താവും ആയ കുല്ലുകഭട്ടർ ആയിരുന്നു.

ആഗ്രായിൽ എത്തുന്നതിനു മുൻപിൽ അവർക്ക് ആ പർവ്വതങ്ങളിൽ വസിക്കുന്ന ഒരു ഋഷിയെ കണ്ടിട്ട് അനന്തരം പ്രയാഗയിലെ കോട്ടയിൽ അക്ബർ ചക്രവർത്തിയുടെ ആളായി ആധ്യക്ഷ്യം ഭരിച്ചിരുന്ന സിദ്ധരാമന്റെ പിതൃവ്യനെ കാണാനായി അലഹബാദിലേക്കു പോകേണ്ടിയിരുന്നു. അവിടത്തന്നെ സിദ്ധരാമൻ വിവാഹാർത്ഥം പ്രതിശ്രുതയും അവർ വന്നുചേർന്ന് തന്റെ ഭാവിയായ ഭർത്താവിനെ കാണുന്നതിനുള്ള ദിവസങ്ങളെ ഗണനം ചെയ്തുകൊണ്ടിരിക്കുന്നവളും, സിദ്ധരാമന്റെ പിതൃവ്യന്റെ പുത്രിയും ആയ ഇരാവതിയും ഉണ്ടായിരുന്നു.

തന്റെ അദ്ധ്യാപകന്റെ പാർശ്വഭാഗത്തിലൂടെ കുറെനേരം മൗനമായി അശ്വത്തെ നയിച്ചതിന്റേശേഷം സിദ്ധരാമൻ പറഞ്ഞു: "മാന്യരായ കല്ലുകഭട്ടരേ! മാർഗ്ഗപരിജ്ഞാനമുള്ള നിങ്ങൾ നാം ഗുരുപാദരുടെ വാസസ്ഥലത്തിനു സന്നിഹിതന്മാരായിരിക്കുന്നു എന്നു പറയുന്നു; എന്നാൽ ഒരു വന്യാശ്രമത്തിന്റെ സാന്നിദ്ധ്യസൂചകമായി ഒന്നും തന്നെ ഞാൻ കാണുന്നില്ലല്ലോ. ആ പരിശുദ്ധപുരുഷൻ പരേതനായിപ്പോയിരിക്കുമോ?"

കുല്ലുകഭട്ടർ ഉത്തരം പറഞ്ഞു: "അല്പം കൂടി ക്ഷമിക്കണം. ഈ തിരിവ് അങ്ങോട്ടു കടന്നു കൂടുമ്പോൾ ആ താഴ്വരയിൽ ഗുരുപാദർ തന്റെ ആശ്രമത്തെ ഉണ്ടാക്കി അധിവസിക്കുന്ന ചെറിയ വനം ദൃശ്യമായിഭവിക്കും. എന്നാൽ ആ മഹാത്മാവായ ഋഷിയെക്കുറിച്ച് നിങ്ങൾ കുറച്ചുകൂടി ബഹുമാനമായി സംസാരിക്കേണ്ടതാണെന്നു എനിക്കു തോന്നുന്നു. ഏതെങ്കിലും അദ്ദേഹത്തിനെ കാണുമ്പോൾ നിങ്ങൾ അതിനു പഠിക്കും."

സിദ്ധരാമൻ "ഞാൻ യാതൊരു ദോഷവും അവിനയവും കരുതി പറഞ്ഞതല്ല" എന്ന് പ്രത്യുത്തരം പറഞ്ഞ ഉടനെ "അതെന്താണ്?" എന്ന് സംഭ്രമത്തോടുകൂടി തന്റെ കുന്തത്തെ അവാതത്തിങ്കലും മന്ദമായി സ്പന്ദിച്ചുകൊണ്ടിരുന്ന പർവ്വപാർശ്വത്തിലുള്ള ദീർഘങ്ങളായ കുശസ്തംബങ്ങളുടെ അഭിമുഖമായി ചൂണ്ടി കാണിച്ചുകൊണ്ട് ചോദിച്ചു.

കുല്ലുകഭട്ടർക്കു നിരോധിക്കാൻ കഴിയുന്നതിനു മുൻപിൽ സിദ്ധരാമൻ ക്ഷമകേടോടു കൂടി തന്റെ അശ്വത്തെ ആ ശരവണത്തിനു അഭിമുഖമായി തിരിച്ച് പുല്ലിളകുന്നതു കണ്ട സ്ഥലത്തേക്കു ത്വരയോടെ പുറപ്പെട്ടു കഴിഞ്ഞു. കുല്ലുകഭട്ടരോ പരിചാരകന്മാരോ ബദ്ധപ്പെട്ട് അനുഗമിക്കുന്നതിനു മുൻപിൽ സിദ്ധരാമൻ കടിഞ്ഞാൺ വലിച്ച് അഗ്രഭാഗത്തേക്കു സൂക്ഷിച്ചു നോക്കിക്കൊണ്ട് സ്തബ്ധനായി നില്ക്കുന്നതിനെ അവർ കണ്ടു.

ആ ശരവണത്തിൽ ഉണ്ടായ ചലനം വിരമിക്കയും, ഒരു പുല്ലുപോലും അനങ്ങാതിരിക്കയും ഒരു ശബ്ദം കേൾക്കാതിരിക്കയും ചെയ്തു. അനന്തരം പുനശ്ച വളരെ അകലെയായി പുല്ല് എളകി ചായുന്നതും, ഒരു മഹത്തായ പ്രകാശമാനമായ വ്യാഘ്രം ചാടിപ്പോകുന്നതും പ്രത്യക്ഷീഭവിച്ചു.

സിദ്ധരാമൻ പാദനോദനയാൽ തന്റെ അശ്വത്തെ പ്രേരിപ്പിക്കയും,

ഉത്തരക്ഷണത്തിൽ ഭൂമിയിൽ ദണ്ഡവൽ പതിക്കയും ചെയ്തു. ചെടികളാൽ നിബിഡമായി മൂടിക്കിടന്ന ഒരു കുഴി അശ്വത്തേയും അശ്വാരൂഢനേയും താഴെ വീഴിച്ചു; എന്നാൽ രണ്ടുപേരും ക്ഷണത്തിൽ എഴുന്നേറ്റു നിന്നു.

തന്റെ വാഹനത്തിൽനിന്നു ചാടി ഇറങ്ങി ബദ്ധപ്പെട്ട് തന്റെ സ്വാമിയുടെ അടുക്കലേക്കുചെന്നു അനുചരനോടു സിദ്ധരാമൻ പറഞ്ഞു: "വത്സ! ഒന്നുമില്ല, ഞാൻ നന്നായ് മൃദുവായിട്ടാണ് വീണത്. എന്റെ കുതിരയ്ക്കും ഹാനി ഒന്നും സംഭവിച്ചിട്ടില്ലെന്നു വിശ്വസിക്കുന്നു."

പരീക്ഷിച്ചതിൽ ആ ശ്രേഷ്ഠമായ അശ്വവും സാഹസികനായ തന്റെ നേതാവിനെപ്പോലെ തന്നെ അക്ഷതമായിരുന്നു എന്നു കാണപ്പെട്ടു; എന്നാൽ ആ ശാർദ്ദൂലത്തിന്റെ ചിഹ്നം യാതൊന്നും പിന്നീട് ദൃശ്യമായിരുന്നില്ല.

പുനശ്ച വാഹനത്തിൽ കയറി വിഘ്നിതയായ യാത്രയെ തുടരുകയല്ലാതെ കരണീയാനന്തരം ഒന്നും ഇല്ലായിരുന്നു.

സിദ്ധരാമൻ തന്റെ ഗുരുവിന്റെ പാർശ്വത്തിൽ കൂടേ തന്റെ മൂഢപ്രവൃത്തിയെക്കുറിച്ച് നന്നായി ലജ്ജിതനും തൂഷ്ണീകനുമായിട്ട് കുറെ ദൂരം പോയപ്പോൾ കുല്ലുകഭട്ടർ മാനമുദ്രയെ ഭഞ്ജിച്ച് ഇപ്രകാരം പറഞ്ഞു: "പ്രിയബാല! അത് ഒരു ശിശുക്രീഡയത്രേ ആയിരുന്നൊള്ളൂ."

സലജ്ജസ്വരമായി സിദ്ധരാമൻ ഉത്തരം പറഞ്ഞു: "അതേ, ഞാൻ അപ്രകാരം മറിഞ്ഞ് വീണുരുണ്ടത് പരിഹാസ്യമായിരുന്നിരിക്കണം."

കുല്ലുകഭട്ടർ പൂർവ്വക്തശേഷായി പറഞ്ഞു: "എന്നാൽ നിനക്ക് അത് കൂടാതിരിക്കാൻ പാടില്ലായിരുന്നു."

"മറഞ്ഞുകിടക്കുന്ന കുഴികളെ ഒരുത്തർക്കും കാണാൻ പാടില്ലല്ലോ."

"ഞാൻ അതിനെക്കുറിച്ചല്ല പറഞ്ഞത്."

"പിന്നെ എന്തിനെക്കുറിച്ചാണ്?"

"ഞാൻ സംശയിക്കുന്നതുപോലെ തന്നെയാണ് വാസ്തവം എങ്കിൽ അത് ഉടനെ നിങ്ങൾക്കറിയാം."

കുല്ലുകഭട്ടരുടെ മുഖത്തിൽ സ്ഫുരിച്ച മന്ദഹാസം സിദ്ധരാമന്റെ ജിജ്ഞാസയെ ദ്വിഗുണീകരിച്ചു; എന്നാൽ അവർ ആ മാർഗ്ഗത്തിന്റെ ഒരു തിരിയിൽ പുരോഭാഗത്ത് തപ്തസവർണ്ണവർണ്ണങ്ങളായ സപ്തസപ്തി കിരണങ്ങളെക്കൊണ്ടു ദീപ്യമാനമായ ആ താഴ്വരയുടെ മറ്റൊരു ഭാഗത്തിൽ എത്തിയതു നിമിത്തം അയാളുടെ പ്രശ്നങ്ങൾ വിഘ്നിതങ്ങളായി.

അധോഭാഗത്തിൽ സമീപത്തുകൂടി രജതതന്ത്രിപോലെ പ്രവഹിക്കുന്ന ഒരു കുല്യയോടു കൂടിയ നിബിഡമായ ഒരു വൃക്ഷസംഘത്തിനു നേരെ തന്റെ കുന്തത്തെ ചൂണ്ടിക്കാണിച്ചുകൊണ്ട് കുല്ലുകഭട്ടർ പറഞ്ഞു: "അതാ! നോക്കുക; അവിടെയാണ് ഗുരുപാദർ വസിക്കുന്നത്." അനന്തരം അവർ മൗനികളായിട്ട് ഒരു തൂക്കായുള്ള ഇറക്കത്തിൽ കൂടി ആ സമപ്രദേശത്തേക്കു ഏതാനും അകൃത്രിമവും ഏതാനും കൃത്രിമവും ആയ ഒരു മാർഗ്ഗത്തെ അനുസരിച്ച് ഇറങ്ങി.

നീരന്ധ്രയായ തരുച്ഛായയിൽ പുല്ലുകൊണ്ടു മേയപ്പെട്ടതും, വള്ളികൾ പടർന്നു കയറീട്ടുള്ള ചെറിയ മുളകളെക്കൊണ്ടുണ്ടാക്കപ്പെട്ടതും, ഒരു തപോനിഷ്ഠനായ ഋഷിയുടെ ആശ്രമത്തേക്കാൾ ഒരു വിനോദസ്ഥലത്തോടു അധികസാമ്യമുള്ളതും ആയ ഒരു താഴ്ന്ന ഭവനം ഉണ്ടായിരുന്നു. പാശ്ചാൽഭാഗത്തിൽ നീലയായ വനരാജിയും, പൂർവ്വഭാഗത്തിൽ ഭിന്നഭിന്നങ്ങളായ അസംഖ്യവർണ്ണങ്ങളെ പ്രതിഫലിക്കുന്നതും കൈരവേന്ദീവരനികരഭാസുരതീരവും മസാരമസൃണശോഭവും ആയ ഒരു തടാകവും ഉണ്ടായിരുന്നു. സ്ഫടികാവദാതയായ ആ പൂർവോക്തകുല്യ ഒരറ്റത്തു പ്രവേശിച്ച് മറ്റു ഭാഗത്തു കൂടി പ്രവഹിച്ചു പോയി ദൂരത്തിൽ അസ്പഷ്ടദൃഷ്ടങ്ങളായ താഴ്വരകളിൽ ലയിച്ചു. ദൂരതരമായ നഭോഭാഗത്തെ അതിലംഘിച്ച് മാനുഷചരണത്താൽ അക്ഷുണ്ണശിഖരങ്ങളായ അത്യുന്നതശിലോച്ചയങ്ങൾ ശോഭിച്ചു:

ക്ഷണനേരത്തേക്ക് നമ്മുടെ അധ്വനീനന്മാർ അത്ര പ്രൗഢമായും അത്ര സ്പൃഹണീയമായും ഉള്ള ഒരു കാഴ്ചയാൽ ആശ്ചര്യപരതന്ത്രന്മാരായിട്ട് നിശ്ചലന്മാരായി നിന്നു. എന്നാൽ ഉടൻ തന്നെ യാത്രയുടെ ഉദ്ദേശ്യമായ സ്ഥലത്തെത്തി എന്നോർത്ത് അവർ വാഹനങ്ങളിൽനിന്നും അവരോഹണം ചെയ്തു അവയെ പരിചാരകന്മാരെ ഏല്പിച്ചു; കുല്ലുകഭട്ടർ അവരെത്തിയ വിവരത്തിനു അറിവു കൊടുക്കാനായി ആ ഭവനത്തിലേക്കു മുൻപെ നടന്നു. എന്നാൽ ആ ശ്രമം ആവശ്യകമല്ലായിരുന്നു; എന്തെന്നാൽ അദ്ദേഹം ദ്വാരഭൂമിയിൽ എത്തുന്നതിനു മുൻപിൽ ആ ഋഷി അവിടെ വന്ന് കൂടെ ഉണ്ടായിരുന്ന ഒരു ഭൃത്യനോട് തന്റെ അതിഥികളുടെ അശ്വങ്ങളെ നോക്കിക്കൊള്ളുന്നതിനു സംജ്ഞാപനം ചെയ്തു.

സിദ്ധരാമനു ഈ ഏകാന്തവാസിയായ ഋഷിയുടെ ദർശനത്താൽ ഉണ്ടായ മനോവികാരങ്ങൾ അസാധാരണങ്ങളായിരുന്നു. സ്വദേശത്തിൽ തന്നെ പർവ്വതങ്ങളിലും വനങ്ങളിലും അയാൾ വീതരാഗന്മാരും സഞ്ചാരശീലന്മാരും, ചിലർ ജീർണ്ണവസ്ത്രങ്ങളെ ധരിച്ച് ദീർഘങ്ങളായ വേണുദണ്ഡങ്ങളേയും കൈയിൽ എടുത്ത് രുദ്രാക്ഷമാലകളോടു കൂടിയും, ചിലർ വല്ക്കലങ്ങളെ ഉടുത്തും മറ്റു ചിലർ ദിഗംബരന്മാരായിട്ടും സർവ്വാംഗം ഭസ്മലേപനം ചെയ്തും, എല്ലാവരും സ്ഥിരമായ ഒരു മതവിശ്വാസത്തിനു പരതന്ത്രന്മാരും ആയി അനേകപ്രകാരത്തിലുള്ള ഭിക്ഷുക്കളെ കണ്ടിട്ടുണ്ടായിരുന്നു. ഉത്തമകളായ പരിഷ്കാരരീതികളെ കണ്ടു പരിചയിച്ചിട്ടുള്ള ആ യുവാവിനെ ആ മാതിരി മനുഷ്യരെക്കുറിച്ച് എത്രയും അവജ്ഞ തോന്നിയിരുന്നു. എന്നുള്ളത് ആശ്ചര്യമല്ല; അതിനാൽ ബദരീനാഥത്തിലെ ഋഷിയെക്കുറിച്ച് എപ്പോഴും ഭക്തിബഹുമാനപൂർവ്വം പ്രസംഗിക്കാറുള്ള തന്റെ അദ്ധ്യാപകനിൽ അയാൾക്ക് എത്രയും ഗൗരവബുദ്ധി ഉണ്ടായിരുന്നിട്ടും അവരെ എതിരേല്ക്കുന്നതിനായി അപ്പോൾ ദ്വാരഭൂമിയിൽ സന്നദ്ധനായിനിന്ന ആളിനെ ഉദ്ദേശിച്ച് അധികമായി വിശേഷം ഒന്നും അയാൾ വിചാരിച്ചിരുന്നില്ല. എന്നാൽ, ഗൗരവത്തോടും സ്നേഹഭാവത്തോടും കൂടി അപ്പോൾ അവരെ അഭിമുഖീകരിച്ച് മുൻപോട്ടുവന്ന ആ പ്രാംശുകായനും

ശ്രേഷ്ഠരൂപനും ആയ പുരുഷനെ പ്രത്യക്ഷീകരിച്ചപ്പോൾ അയാൾക്ക് തോന്നിയ ബഹുമാനം അത്രയ്ക്കും ബലവത്തരമായിരുന്നു.

ആ വാനപ്രസ്ഥൻ ഒരു ജാജ്വല്യമാനമായ ശ്വേതവസ്ത്രത്താൽ ആവൃതശരീരനും, അന്യഥാ ഖലതിയായ മൂർദ്ധാവിൽ ഏതാനും പല ധവളിതങ്ങളായ ചികുരങ്ങളോടും വക്ഷസ്തടപര്യന്തം ലംബമാനവും കാശഗുച്ഛസച്ഛായവും നിബിഡവും ആയ ശ്മശ്രുവോടും കൂടിയവനും, വർഷിയാനും ആയ ഒരു പുരുഷനായിരുന്നു; എന്നാൽ വയോധികതയാൽ അദ്ദേഹത്തിനു ഒട്ടുംതന്നെ ക്ഷീണതയും അപാടവവും സംഭവിച്ചിട്ടില്ലായിരുന്നു. പ്രണയമസൃണമെങ്കിലും ഔദ്ധത്യമുള്ളതായ അദ്ദേഹത്തിന്റെ മുഖഭാവത്തിൽ താൻ ആജ്ഞകളെ അനുസരിച്ച് നടക്കുന്നതിനേക്കാൾ അന്യന്മാരെക്കൊണ്ട് തന്റെ ആജ്ഞകളെ നടത്തിക്കുന്നതിനു ശീലിച്ചവനായിരുന്നു എന്നുള്ളത് സ്പഷ്ടമായി കാണപ്പെട്ടു.

അദ്ദേഹം പ്രശ്രയാവനതന്മാരായ തന്റെ അതിഥികളെ രണ്ടുപേരെയും ഹസ്തംകൊണ്ട് ഗ്രഹിച്ച് അവരോടു പറഞ്ഞു: "സ്നേഹിതന്മാരേ! എന്റെ ഈ ഏകാന്തവസതിയിലേക്കു നിങ്ങൾക്കു സ്വാഗതം. പുനശ്ച" എന്ന് അർദ്ധോക്തിയിൽ അല്പം സംശയിച്ചുംവച്ച് സ്ഥിരമായ സ്വരത്തോടുകൂടി മേൽ പറഞ്ഞു: "നിങ്ങളുടേയും എന്റെയും ദേശത്തേയും ജനങ്ങളേയും കുറിച്ച് കേൾക്കുന്നത് ഒരു വലുതായ സന്തോഷം തന്നെ."

കുല്ലുകരോ സിദ്ധനോ ഉത്തരം പറയാൻ കഴിഞ്ഞതിനു മുൻപിൽ സമീപത്തുനിന്നും ഉത്ഭവിച്ച ഒരു മന്ദ്രമായ മന്ദഗർജ്ജിതത്താൽ അവരുടെ ശ്രോതങ്ങൾ ആകർഷിക്കപ്പെടുകയും, ഉത്തരക്ഷണത്തിൽ ആ ഭവനത്തിന്റെ പശ്ചാൽഭാഗത്തിൽനിന്ന് ഒരു പ്രൗഢമായ വ്യാഘ്രം തന്റെ ഘനമുള്ള വാലിനെ തിരശ്ചീനമായി ചലിപ്പിച്ചുംകൊണ്ട് അലക്ഷ്യമായും സാവധാനമായും ആ മൂന്നുപേരുടെയും അടുക്കലേക്കായി വരികയും ചെയ്തു. സിദ്ധൻ ഝടിതി ഒരടി പിന്മാറി തന്റെ അരയിലുള്ള കഠാരയിൽ കൈവച്ചു.

ഗുരുപാദർ ചിരിച്ചുകൊണ്ട് പറഞ്ഞു: "ആ ക്രീഡാപദാർത്ഥം അതിന്റെ പാട്ടിനിരുന്നുകൊള്ളട്ടെ, ഹരനെ ഹിംസിക്കരുത്." അനന്തരം ആ വ്യാഘ്രത്തെ നോക്കി അദ്ദേഹം "ഹരാ!" എന്ന് ആജ്ഞാരൂപമായ സ്വരത്തിൽ വിളിച്ച ഉടൻതന്നെ ആ ബലിഷ്ഠമായ സത്വം അതിന്റെ സ്വാമിയുടെ പാദസന്നിഹിതമായി വന്നു ശയിച്ചു.

ആ വ്യാഘ്രത്തെ ചൂണ്ടിക്കാണിച്ച് കുല്ലുകർ സിദ്ധനോടു പറഞ്ഞു: "ഞാൻ പറഞ്ഞില്ലയോ? നിങ്ങൾ പ്രവൃത്തിച്ചത് ഒരു മൗഢ്യമായിരുന്നു എന്നുള്ളത് ഇപ്പോൾ മനസ്സിലായോ?"

ഗുരുപാദരുടെ ഗൃഹ്യകമായ ശാർദ്ദൂലത്തെ ആണ് താൻ അനുധാവനം ചെയ്തതെന്നറിഞ്ഞ് സിദ്ധരാമൻ അദ്ദേഹത്തെ നോക്കി അഞ്ജലിബദ്ധം ചെയ്ത് പറഞ്ഞു: "ക്ഷമിക്കണേ മാന്യപ്രഭോ! ക്ഷമിക്കണേ! സത്യമായി ഞാൻ അറിഞ്ഞില്ല."

സിദ്ധരാമനു മേൽ പറയാൻ എട കൊടുക്കാതെ ഗുരുപാദർ പറഞ്ഞു:

"എനിക്കു മനസ്സിലായി, നീ ഹരനെ മൃഗയ ചെയ്തു. മുൻപിലും ചിലർ ഇങ്ങനെ ചെയ്തിട്ടുണ്ട്; എന്നാൽ അത് എന്റെ ചതുഷ്പാത്തായ സുഹൃത്തിനു എന്നപോലെ തന്നെ അവർക്ക് എല്ലായ്പ്പോഴും അത്ര ക്ഷേമമായി പരിണമിച്ചിട്ടില്ല. ഇവൻ ഒരുത്തരേയും ഒരിക്കലും വൃഥാ ഉപദ്രവിച്ചിട്ടില്ലെങ്കിലും കാരണം ഉണ്ടായാൽ ഇവൻ കോപിക്കും. ഒരു കൊച്ചു കുട്ടിയായിരുന്നപ്പോൾ മുതൽ ഇവൻ എന്റെ ഒരുമിച്ചുണ്ടായിരുന്നിട്ടുള്ള വിവരം കുല്ലുകർക്കറിയാം; ഇപ്പോൾ ഞങ്ങൾ പരസ്പരം നല്ലതിൻവണ്ണം പരിചിതന്മാരാകുന്നു. അങ്ങനെ അല്ലയോ ഹരാ?" എന്ന് ആ വ്യാഘ്രത്തിന്റെ നേരെ കുനിഞ്ഞ് അദ്ദേഹം ചോദിച്ചപ്പോൾ അത് പാതി എഴുന്നേറ്റ് തന്റെ വിസ്തീർണ്ണമായ മസ്തകത്തെ സ്വസ്വാമിയുടെ ഹസ്തത്തിൽ ഘർഷണം ചെയ്തു. അദ്ദേഹം പിന്നെയും പറഞ്ഞു: "എന്റെ സ്നേഹിതന്മാർ അവന്റെയും സ്നേഹിതന്മാരാണ്. ഇപ്പോൾ നോക്കണം!" സിദ്ധൻ സമീപത്തു ചെന്ന് അതിന്റെ സ്കന്ധത്തിൽ സാവധാനമായി കൈവച്ചപ്പോൾ അത് ഗുരുപാദരുടേയും സിദ്ധന്റേയും നേരെ മാറി മാറി നോക്കീട്ട് സിദ്ധന്റെ കാല്ക്കൽ കിടന്ന് അയാളുടെ കൈയിനു നേരെ തലകാണിച്ചുകൊടുത്തു. അപ്പോൾ ആ യുവാവ് പിൻവാങ്ങാതെ ആ മൃഗശ്രേഷ്ഠന്റെ മൂർദ്ധാവിനെ തലോടി; അവൻ ജൃംഭണം ചെയ്ത് ഗംഭീരമായ മുഖകന്ദരത്തിന്റെ അരികിൽ ശോഭിക്കുന്ന ദന്തസ്ഫടികശകലങ്ങളെ പ്രകാശിപ്പിച്ചപ്പോഴും അയാൾ ഞടുങ്ങിയില്ല.

ഹരൻ തന്റെ അടുക്കലേക്ക് തിരിച്ചുവന്നപ്പോൾ ഗുരുപാദർ പറഞ്ഞു. "അതുചിതം; നിന്നെക്കാൾ പ്രായം ചെന്നവർ പലരും ഇതിലധികം പരിശ്രമിച്ച് ഞാൻ കണ്ടിട്ടുണ്ട്. എന്നാൽ, ഇനി നമുക്ക് കാര്യാന്തരങ്ങളെക്കുറിച്ച് വിചാരിക്കാം. ദവീയസിയായ പദവിയെ അതിലംഘിച്ച് വനമദ്ധ്യേകൂടി വന്നിരിക്കുന്ന അധ്വന്യന്മാർക്ക് വിശ്രമത്തിന്റെ ആവശ്യകത ഉണ്ടായിരിക്കുന്നത് സഹജമാണല്ലോ. ഉള്ളിലേക്കു കടക്കാം." എന്നുപറഞ്ഞ് ഗുരുപാദർ തന്റെ അതിഥിദ്വയത്താൽ അനുഗതനായിട്ട് എത്രയും സൗഷ്ഠവത്തോടും ക്രമത്തോടുംകൂടി വയ്ക്കപ്പെട്ടിട്ടുള്ള ആവശ്യകസാധനങ്ങളോടുകൂടിയ ഗൃഹാഭ്യന്തരത്തെ പ്രവേശിച്ചു.

ആ അതിഥികൾ തറയിൽ വിരിക്കപ്പെട്ട മസൃണങ്ങളായ തൃണകടങ്ങളിൽ അദ്ദേഹത്തിനോടുകൂടി സുഖാസികയെ ഗ്രഹിച്ചതിന്റെ ശേഷം അവരുടെ അശ്വങ്ങളെ നോക്കുന്നതിനു ആജ്ഞാപിക്കപ്പെട്ട പരിചാരകൻ ഭോജ്യങ്ങളുടെ ഏതാനും പാത്രങ്ങളെ ഉള്ളിൽ കൊണ്ടുവന്നു. സഹജമായ ഗൗരവത്തോടു കൂടിയ ഗുരുപാദരുടെ സരളയായ സംഭാഷണരീതിയാൽ അദ്ദേഹം ലൗകികവ്യവഹാരങ്ങളിൽ നല്ലവണ്ണം പരിചിതനാണെന്നുള്ളത് സ്ഫഷ്ടീഭവിക്കയും, സിദ്ധരാമനു അദ്ദേഹത്തിനെക്കുറിച്ചു വിസ്രംഭം ജനിക്കയും ചെയ്തു. അയാൾ തന്റെ പിതാവിനെയും തന്നാൽ പരിണിനീഷിതനായ തരുണിയേയും കാശ്മീരത്തിൽ തന്റെ കാലക്ഷേപത്തേയും കുറിച്ച് ഗുരുപാദർ ചോദിച്ച പ്രശ്നങ്ങൾക്ക് വിനയത്തോടുകൂടി നിർവിശങ്കമായി ഉത്തരം പറഞ്ഞു. ആ ഋഷി പൂർവ്വകാലങ്ങളിൽ

കാശ്മീര രാജ്യത്തിൽ നടന്നിട്ടുള്ള സകലസംഗതികളെയും അറിഞ്ഞിരുന്നു എന്നു മാത്രമല്ല, രാജഗൃഹത്തിന്റെ എത്രയും ഗുപ്തങ്ങളായ ഭാഗങ്ങളിൽ പ്രവേശം ഉണ്ടായിരുന്നവർ മാത്രമല്ലാതെ മറ്റൊരുത്തരും ഗ്രഹിച്ചിട്ടില്ലാത്ത രഹസ്യവൃത്താന്തങ്ങളും അദ്ദേഹത്തിനാൽ ജ്ഞാതങ്ങളായിരുന്നു എന്നുള്ള വാസ്തവം സിദ്ധരാമനു വിസ്മയത്തെ ജനിപ്പിച്ചു. ആദ്യകാലങ്ങളിൽ ഗുരുപാദർ നിസ്സംശയമായി കാശ്മീരരാജാക്കന്മാരിൽ ഒരാളിന്റെ വിശ്വസ്തനായ ആലോചനക്കാരനായിരുന്നിരിക്കണം. എന്നാൽ അദ്ദേഹത്തിന്റെ പൂർവ്വസ്ഥിതിയെക്കുറിച്ച് അവിവേകമായി യാതോരു ചോദ്യങ്ങൾക്കും സിദ്ധരാമൻ തുനിഞ്ഞില്ല. ഗുരുപാദരുടെ സല്ലാപം സന്തോഷപൂർവ്വമായിരുന്നു എന്നും, അദ്ദേഹം തന്റെ തദാനീന്തനസ്ഥിതികൊണ്ട് അത്യന്തതൃപ്തനായി കാണപ്പെട്ടു എന്നും സിദ്ധരാമൻ അവധാരണം ചെയ്തു. എന്നാൽ ചിലപ്പോൾ ഉത്തരദേശത്തിലെ രാജ്യകാര്യഗതികളെക്കുറിച്ചു സംസാരിക്കുന്ന സമയം ആ ഋഷിയുടെ ഉറപ്പുള്ള മനസ്സിനു കൂടിയും താല്ക്കാലികമായ ഒരു പ്രകൃതിഭേദത്തെ ഗോപനം ചെയ്യുന്നതിനു ശക്തിയില്ലാത്തതുപോലെ അദ്ദേഹത്തിന്റെ ശ്രേഷ്ഠമായ മുഖഭാവത്തിൽ ക്ഷണികമായി ഒരു മ്ലാനച്ഛായ പ്രത്യക്ഷീഭവിച്ചിരുന്നു.

ദിനം യാതപ്രായമാകയും, രാത്രി സന്നിഹിതയായി വരികയും, വംശസ്തംബകദംബങ്ങളുടെ മദ്ധ്യേ കൂടി ദൃശ്യമാനമായ കാനനപ്രദേശം ചന്ദ്രകിരണങ്ങളാൽ മന്ദമന്ദം ധവളായമാനമായി തുടങ്ങുകയും ചെയ്തു.

ഗുരുപാദർ ഉത്ഥാനം ചെയ്ത് പറഞ്ഞു: "ശ്രേഷ്ഠനായ സിദ്ധ! എന്റെ മിത്രമായ ത്വദദ്ധ്യാപകനോടു കൂടി ഞാൻ ത്വത്സഹാവാസാനന്ദത്തിൽ നിന്നു ഇപ്പോൾ നിവർത്തിക്കുന്നതിനെ ക്ഷമിക്കണം. തല്ക്കാലം ഗുപ്തമായിരിക്കേണ്ടതും നിനക്കു അത്ര ശ്രദ്ധയില്ലാത്തതായിരിക്കാവുന്നതും ആയ പലതും എനിക്കു അദ്ദേഹത്തിനോടു പറയാനുണ്ട്. സ്നാനത്തിന് ഇച്ഛയുണ്ടെങ്കിൽ അതാ ആ സരസ്സുണ്ട്. ഉദ്യാനവാപീസ്നാനത്തിൽ നിസ്സംശയമായി നീ പരിചിതനായിരിക്കുമല്ലോ."

വയോധികന്മാർ രണ്ടു പേരും ഒരുമിച്ച് വെളിയിലിറങ്ങി അവർ പരസ്പരം ഗൃഹീതഹസ്തന്മാരായി അത്യന്താവധാനത്തോടെ സംഭാഷണപൂർവ്വം ഗതാഗതം ചെയ്തുകൊണ്ടിരുന്നതിനെ സിദ്ധൻ വളരെ നേരം കണ്ടു. അവർ തിരിച്ചുവന്നപ്പോൾ വിശ്രമത്തിനുള്ള കാലമായതിനാൽ പഥികന്മാർ തങ്ങൾക്കു സജ്ജീകൃതങ്ങളായിരുന്ന ശയനങ്ങളിൽ ശ്രാന്തങ്ങളായ അവയവങ്ങളെ ശയിപ്പിച്ച് സുഖസുഷുപ്തിയെ പ്രാപിച്ചു.

പിറ്റേദിവസം പ്രഭാതത്തിങ്കൽ നമ്മുടെ പഥികന്മാർ സ്നാനഭോജനാനന്തരം യാത്രയെ തുടരുന്നതിനു സന്നദ്ധരായി. അവരുടെ അശ്വങ്ങളെ പല്യയനങ്ങൾ ബന്ധിച്ച് (ജീനിക്കോപ്പിട്ട്) സജ്ജീകരിക്കുന്നതിനിടയിൽ ഗുരുപാദർ സിദ്ധനെ തനിച്ചു വിളിച്ച് ഇപ്രകാരം പറഞ്ഞു: "യുവജനങ്ങൾ തങ്ങളെ വന്നു സന്ദർശിക്കുന്ന സമയം ഋഷികൾ ഏതെങ്കിലും

ഗുണദോഷം പറഞ്ഞു കൊടുക്കാതെ അവരെ അയക്കാറില്ല. ഞാൻ അപ്ര കാരം ചെയ്യുമെന്നു നീ വിചാരിക്കുന്നുണ്ടായിരിക്കും, എന്നാൽ അത് വൃഥാ തന്നെ. നിന്റെ ബുദ്ധിമാനും വിദ്വാനും ആയ ഗുരു കുല്ലുകഭട്ടർ നിന്നെ പഠിപ്പിച്ചിട്ടുള്ളതിൽ ഞാൻ ഒന്നും ചേർക്കേണ്ടതില്ല. നീ തേടിപ്പോകുന്ന ലോകവും ജീവിതവും തന്നെ ശേഷമൊക്കയും നിന്നെ പഠിപ്പിക്കണം. എങ്കിലും ഞാൻ ഒരു വാക്കു പറയുന്നതിനോടുകൂടി ഒരപേക്ഷയേയും ചേർത്തുകൊള്ളുന്നു. സുഖാനുഭവങ്ങൾക്കു ആസ്പദീഭൂതവും സമ്പൽസമൃദ്ധവും ആയ ആഗ്രായിലെ രാജസ്ഥാനത്തെ പ്രവേശിക്കു മ്പോൾ ന്യായങ്ങളായുള്ള സകലവിനോദങ്ങളിലും ഭാഗിയായി ചേരുന്ന തിനു നീ ശങ്കിക്കേണ്ട. അതിനാൽ വാസ്തവത്തെ അവാസ്തവത്തിൽ നിന്നും വ്യാവർത്തിച്ച് അറിയുന്നതിനു നീ പഠിക്കും. നിന്റെ അദ്ധ്യാപ കൻ ഉപദേശിച്ചിട്ടുള്ളതിനെ സദാ ഓർമ്മിച്ച് അന്തഃകരണത്തെ ശുദ്ധ മാക്കി വയ്ക്കയും നിന്റെ കൃത്യങ്ങളിൽ യാതൊന്നും അന്യന്മാർക്കോ നിനക്കുതന്നയോ ലജ്ജാകാരണമായി തീരാതിരിക്കാൻ നന്നായി ശ്രദ്ധി ക്കയും ചെയ്യണം. എന്നാൽ ഈ ഉപദേശങ്ങളെ അനുവർത്തിക്കാൻ ഐദംപര്യേണ ശ്രമിച്ചിട്ടും നിന്റെ അന്തഃകരണത്തിനുള്ള സ്വാസ്ഥ്യം ഭഗ്ന മാകയും, ഹൃദ്ഗതത്തെ പ്രകാശിപ്പിക്കുന്നതിനു ഒരു സ്നേഹിതന്റെ അപേക്ഷ ഉണ്ടാകയും ചെയ്താൽ നിന്റെ അദ്ധ്യാപകന്റെയും ഒരു പുരാ ണമിത്രത്തെ അപ്പോൾ ഒരുമിച്ച് ബദരീനാഥത്തിലെ ഋഷിയുടെ അടു ക്കൽ വന്നേക്കണം. അപ്രകാരം എനിക്കുവാഗ്ദാനം ചെയ്യാമോ?"

സിദ്ധൻ പ്രശ്രയപൂർവ്വം അഞ്ജലിബന്ധം ചെയ്ത് പറഞ്ഞു: "ഞാൻ അപ്രകാരം വാഗ്ദാനം ചെയ്യുന്നു." അയാൾ ഇത്രമാത്രമേ പറ ഞ്ഞൊള്ളൂ. എന്നാൽ അത് എത്രയും ഭക്തിവിശ്വാസത്തോടുകൂടിയാണ് പറഞ്ഞത്. പൂർവ്വാധികമായ സൗഹാർദ്ദത്തോടുകൂടി ഗുരുപാദർ അയാ ളുടെ രണ്ടു കരങ്ങളേയും പിടിച്ച് അവ്യാജവാത്സല്യപൂർവ്വം ആമർദ്ദനം ചെയ്ത് മൈത്രിയെ ദൃഢീകരിച്ചു.

അശ്വങ്ങൾ ഉടനെ സജ്ജങ്ങളാക്കി കൊണ്ടുവരപ്പെടുകയും യാത്ര ക്കാർ രണ്ടുപേരും ആ ഋഷിയുടെ അനുവാദത്തോടുകൂടി വാഹനങ്ങളെ ആരോഹണം ചെയ്ത് ഭൃത്യന്മാരാൽ അനുഗതന്മാരായി വനത്തിൽനിന്നും പർവ്വതമാർഗ്ഗേണ പുറപ്പെടുകയും ചെയ്തു.

തന്റെ പാർശ്വത്തിൽ ആ വ്യാഘ്രരാജനോടു കൂടി ഭവനദ്വാരത്തി ങ്കൽ നില്ക്കുന്ന ഗുരുപാദരുടെ സ്വരൂപം ഉന്നതവൃക്ഷകാണ്ഡങ്ങളുടെ മദ്ധ്യേകൂടി അപ്പോഴും ദൃശ്യമായിരുന്നേടത്തേക്ക് പലപ്പോഴും തിരിഞ്ഞു നോക്കിയതിന്റെ ശേഷം സിദ്ധൻ വിചാരമഗ്നനായി മൗനം അവലംബിച്ച് തന്റെ സഹയാത്രക്കാരന്റെ സമീപത്തുകൂടി കുതിരയെ നടത്തിക്കൊണ്ടു പോയി.

ഒരു ദിവാസ്വപ്നത്തിൽനിന്നു ഉണരുന്ന വിധത്തിൽ അയാൾ ഝടി തിയായി തന്റെ കുതിരയെ പൃഷ്ഠപാദങ്ങൾ മടങ്ങി വീണുപോകുമോ എന്നു തോന്നത്തക്കവണ്ണം ബലത്തോടു കൂടി വലിച്ചു നിറുത്തിക്കൊണ്ട്

വിളിച്ചുപറഞ്ഞു. "കുല്ലുകരെ! ഞാൻ ഗുരുപാദരെപ്പോലെ ഉള്ള ഒരു പുരുഷനെ ഈ ജന്മത്തിൽ കണ്ടിട്ടില്ല." എന്നാൽ ഉടൻ തന്നെ ഈ വിളിച്ചു പറഞ്ഞത്, തന്റെ അദ്ധ്യാപകനും മാന്യമിത്രവും ആയ ആളിനു അത്ര രസിച്ചില്ലായിരിക്കുമെന്ന് വിചാരിച്ച് അയാൾ കുറഞ്ഞൊന്നു വിലക്ഷനായി ഭവിച്ചു. എന്നാൽ ഈ ശങ്ക അസ്ഥാനത്തിലായിരുന്നു. കുല്ലുകരുടെ മുഖഭാവം തന്റെ പുരാണസുഹൃത്തിനെക്കുറിച്ച് തന്റെ ശിഷ്യൻ പ്രകാശിപ്പിച്ച ആശ്ചര്യരസത്താൽ അവ്യാജമായ സന്തോഷത്തെ അഭിവ്യഞ്ജിപ്പിച്ചു; അദ്ദേഹം പറഞ്ഞു: "നിങ്ങൾ അദ്ദേഹത്തെക്കുറിച്ച് അപ്രകാരം വിചാരിക്കുന്നതിൽ വാസ്തവമായി ഞാൻ വളരെ സന്തോഷിക്കുന്നു. ഈ ബഹുമാനം നിങ്ങൾക്കു ശ്ലാഘാവഹമത്രെ." സിദ്ധൻ ക്ഷണനേരം തൂഷ്ണീകനായിരുന്നിട്ട് പറഞ്ഞു: "എന്നാൽ ആരാണ് ഈ ഗുരുപാദർ?" കുല്ലുകരുടെ ഉത്തരം "നിങ്ങൾ സ്വയമേവ പ്രത്യക്ഷീകരിച്ചല്ലോ – ഹിമാലയത്തിലെ ഒരു ഋഷിയത്രെ" എന്നായിരുന്നു. സിദ്ധൻ അക്ഷമയോടെ പ്രതിവദിച്ചു: "ഉവ്വേ, അത് ഞാൻ നല്ലവണ്ണം അറിയുന്നു. എന്നാൽ ഇവിടെ വന്ന് വ്യാഘ്രങ്ങളെ എണക്കുന്നതിനു മുൻപിൽ ഇദ്ദേഹത്തിന്റെ സ്ഥിതി എന്തായിരുന്നു?" കുല്ലുകർ ഉത്തരം പറഞ്ഞു: "അദ്ദേഹം മനുഷ്യരെ എണക്കാൻ ഉദ്യമിച്ചു, എന്നാൽ ആ ഉദ്യമം എപ്പോഴും സഫലമായില്ല. ആകട്ടെ, അദ്ദേഹം ആരായിരുന്നു എന്ന് നിങ്ങൾ തന്നെ അദ്ദേഹത്തിനോടു എന്തുകൊണ്ടു ചോദിച്ചില്ല?" സിദ്ധൻ കഥിച്ചു: "അത് ഉചിതമായിരുന്നിരിക്കുമോ? നിങ്ങൾ അതിനെ സമ്മതിക്കുമായിരുന്നോ?" കുല്ലുകർ പറഞ്ഞു: "ഒരിക്കലും ഇല്ല. ഔചിത്യം വിട്ട് ജിജ്ഞാസയാൽ പ്രേരിതനായി ആതിഥ്യമര്യാദകളെ നിങ്ങൾ അതിവർത്തിക്കാതിരുന്നത് വളരെ നന്നായി. നിങ്ങളുടെ ജിജ്ഞാസ ന്യായം തന്നെ എങ്കിലും നിങ്ങൾ അതിനെ ബുദ്ധിമൽകൃത്യം അറിഞ്ഞ് നിയമനം ചെയ്തതിനാൽ അതിന്റെ പൂർത്തി വരുത്തേണ്ടതിനു നിങ്ങൾ അർഹനായിരിക്കുന്നു. ഗുരുപാദരുടെ പൂർവസ്ഥിതിയേയും പേരിനേയും നിങ്ങളെ ഗ്രഹിപ്പിക്കുന്നതിനു അദ്ദേഹം എനിക്ക് അനുവാദം തന്നിട്ടുണ്ട്. അതിനാൽ കേട്ടുകൊണ്ടാലും! അദ്ദേഹം ഒരിക്കൽ ഒരു രാജാവായിരുന്നു." സിദ്ധൻ കുറച്ച് അസമാധാനത്തോടെ പറഞ്ഞു: "ഞാൻ ഒരു ബാലനായിരുന്നപ്പോൾ നിങ്ങൾ കൂടെക്കൂടെ എന്നോടു പറഞ്ഞിട്ടുള്ളതുപോലെ സോമദേവന്റെ കഥാസരിത്സാഗരത്തിൽ നിന്നും ഒരു കഥ പറയാൻ ഭാവിക്കയാണോ?"

കുല്ലുകർ സാവധാനമായി പറഞ്ഞു: "ഞാൻ പറയുന്ന കഥയെ നിങ്ങൾ ശ്രദ്ധിച്ചു കേൾക്കയോ കേൾക്കാതിരിക്കയോ മനസ്സുപോലെ ആകാം. എന്നാൽ അദ്ദേഹം ഒരിക്കൽ ഒരു രാജാവായിരുന്നു. ബുദ്ധിമാന്മാരായ ആലോചനക്കാരുടെ സഹായത്തോടുകൂടി അദ്ദേഹം തന്റെ രാജ്യത്തെ എത്രയും വിവേകപൂർവ്വമായി ഭരിച്ചു. അദ്ദേഹത്തിനു സന്താനം ഇല്ലായിരുന്നു. വളരെ സമർത്ഥനും യുവാവും ആയ ഒരു കനിഷ്ഠ സോദരൻ മാത്രം ഉണ്ടായിരുന്നവനിൽ അദ്ദേഹത്തിനു വളരെ വാത്സല്യം ആയിരുന്നു. മരണത്താലോ രാജ്യഭാരഗൗരവത്തെ വഹിക്കു

ന്നതിനുള്ള അശക്തിയാലോ തന്നാൽ ഉപേക്ഷിക്കപ്പെടുന്ന സ്ഥാനത്തിനു അർഹനായി അദ്ദേഹം അവനെ നിശ്ചയിച്ചിരുന്നു. എന്നാൽ അവൻ ഉൽക്കർഷേച്ഛുവും ചില സദ്ഗുണങ്ങൾ ഉണ്ടെങ്കിലും കാലത്തെ പ്രതീക്ഷിച്ചിരിക്കുന്നതിനുള്ള ക്ഷമയില്ലാത്തവനും ആയിരുന്നു, അവൻ താല്കാലിക രാജ്യഭാരത്തിനു പ്രതികൂലന്മാരായ ചിലരുടെ പ്രേരണകൾക്കു അധീനനായി ഭവിച്ചു. ആദ്യം അവൻ ഗൂഢമായി കൃത്രിമങ്ങൾ ചെയ്കയും ഒടുക്കം തന്റെ ജ്യേഷ്ഠനും ന്യായമായി രാജ്യാധിപതിയും ആയ ആളിന്റെ നേർക്ക് യുദ്ധത്തിനു ആരംഭിക്കയുംചെയ്തു. എന്നാൽ അവനും അവന്റെ അനുഗാമികളും പരാജിതന്മാരാകയും ബന്ധനസ്ഥന്മാരാക്കി നഗരത്തിലേക്കു കൊണ്ടു വരപ്പെടുകയും ചെയ്തു. എങ്കിലും ഇതു കൊണ്ട് രാജദ്രോഹോദ്യോഗം അവസാനിച്ചില്ല. കലഹങ്ങൾ പിന്നെയും തുടർന്നുകൊണ്ടിരുന്നു. അവയെ ശമിപ്പിക്കുന്നതിനുള്ള മാർഗ്ഗം ഔന്നത്യകാംക്ഷിയും ദ്രോഹോദ്യുക്തനും ആയ അനുജനെ, തനിക്കു എത്ര തന്നെ വാത്സല്യം ഉണ്ടെങ്കിലും നിഗ്രഹിച്ച് തദനുചരന്മാരേയും അപ്രകാരം ചെയ്കയല്ലാതെ മറ്റൊന്നും ഇല്ലായിരുന്നു. എന്നാൽ ആ കൃത്യം കൊണ്ട് തന്റെ സിംഹാസനം തന്റെ സഹോദരന്റെയും അന്യന്മാരുടെയും ജീവനാശത്താൽ സ്വായത്തമാക്കി ചെയ്യപ്പെട്ടതായി വരും. തന്നിമിത്തം അനേകവിരോധങ്ങളും ഛിദ്രങ്ങളും ഉത്ഭവിച്ചേക്കാം. അതൊക്കയും രാജ്യത്തിന്റെ ക്ഷയത്തിൽ പര്യവസാനിക്കാതിരിക്കാൻ പാടില്ല. എങ്കിലും അപരിഹാര്യമായി വേണ്ടിവന്ന ഈ മാർഗ്ഗത്തെ തന്നെ ഒടുക്കം രാജാവ് സ്വീകരിക്കും എന്നുള്ളതിനെക്കുറിച്ച് യാതൊരുത്തരും സംശയിച്ചില്ല. അപ്രതീക്ഷിതമായി അപ്പോൾ രാജാവിനെ രാജഗൃഹത്തിൽ കാണ്മാനില്ലെന്നും, നിശ്ചയമില്ലെങ്കിലും അദ്ദേഹത്തിനെ ആരോ ദ്രോഹമായി വധിച്ചിരിക്കയാണെന്നും ഒരു ജനവാദം വ്യാപിച്ചു. അതിൽപിന്നെ അദ്ദേഹത്തിന്റെ കഥ യാതൊന്നും കേട്ടിട്ടില്ല. അദ്ദേഹത്തിന്റെ അനുജൻ ബന്ധനത്തിൽനിന്നു മോചിപ്പിക്കപ്പെട്ട് ക്രമോപസ്ഥിതമായ സിംഹാസനത്തെ യഥാവകാശം ആരോഹണം ചെയ്ത് അന്നുമുതൽ തന്റെ ജ്യേഷ്ഠന്റെ ആലോചനക്കാരെ തന്നെ വിവേകപൂർവ്വം സദസ്യന്മാരാക്കി വച്ചുംകൊണ്ട് രാജ്യം ഭരിച്ചു വരുന്നു. ജ്യേഷ്ഠന്റെ പോലെ തന്നെ ഉള്ള വിവേകത്തോടു കൂടിയല്ലെങ്കിലും അദ്ദേഹത്തിന്റെ രാജ്യഭാരം ഭംഗിയായും തന്റെ രാജ്യത്തിൽ സമാധാനത്തിനു ഹേതുഭൂതമായും ഇരിക്കുന്നു."

ഇത്രയും പറഞ്ഞിട്ട് കുല്ലുകർ ക്ഷണനേരം മൗനത്തെ അവലംബിച്ച് തന്റെ സഹചരനും ശിഷ്യനും ആയ ആളിന്റെ മുഖഭാവത്തെ നോക്കി. എന്നാൽ അതിൽ വിസ്മയമോ അസാധാരണശ്രദ്ധയോ പ്രകാശിച്ചില്ല.

സിദ്ധരാമൻ – "നിങ്ങൾ എന്നോടു പറയുന്നത് കേവലം ഇപ്പോഴത്തെ രാജാവിന്റെയും അദ്ദേഹത്തിന്റെ ജ്യേഷ്ഠനും മുൻപിലത്തെ രാജാവും ആയ നന്ദിഗുപ്തന്റെയും കഥയാണ്. ഇത് എനിക്കും ശേഷം കാശ്മീരിദേശത്തിലുള്ള എല്ലാവർക്കും അറിയാവുന്നതാണ്."

കുല്ലുകർ – "ഉള്ളതുതന്നെ. ഞാൻ നിങ്ങളെ ഓർമ്മപ്പെടുത്തുന്ന

കഥ. നല്ലവണ്ണം അറിയപ്പെട്ടിട്ടുള്ളതാണ്. എന്നാൽ എല്ലാവരും അറിഞ്ഞിട്ടില്ലാത്തതും ചിലർ മാത്രം അറിഞ്ഞിട്ടുള്ളതും ആയ ഒരു സംഗതി ഉണ്ട്. അതെന്തെന്നാൽ നന്ദിഗുപ്തരാജാവ് ദ്രോഹത്താൽ വധിക്കപ്പെടുകയോ മരിക്കയോ നിഷ്കാസനം ചെയ്യപ്പെടുകയോ ചെയ്തിട്ടില്ല. അദ്ദേഹം സ്വമേധയായി തന്റെ അനുജന്റേയോ അത്യന്തം വിശ്വസ്തന്മാരായ ഏതാനും സ്നേഹിതന്മാർ ഒഴിച്ച് മറ്റാരുടേയുമോ അറിവോടുകൂടാതെ ഒരു വിജനമായ ദൂരസ്ഥലത്തു ചെന്നു താമസിച്ചുംകൊണ്ട് താൻ വധിക്കപ്പെട്ടു എന്നുള്ള ഒരു കിംവദന്തിയെ പ്രഖ്യാപനംചെയ്ത് തന്റെ അനുജനെ ലജ്ജാവഹമായ വധത്തിൽനിന്നും തന്റെ രാജ്യത്തെ സംഭാവ്യമായ നാശത്തിൽനിന്നും രക്ഷിക്കയാണ് ചെയ്തിട്ടുള്ളത്."

സിദ്ധരാമൻ ആശ്ചര്യത്തോടു കൂടി പറഞ്ഞു: "അപ്പോൾ നന്ദിഗുപ്തൻ ഇപ്പോഴും ജീവിച്ചിരിക്കുന്നു. അദ്ദേഹമാണ്." – കുല്ലുകർ ഉത്തരം പറഞ്ഞു: "നിങ്ങൾ ഊഹിച്ചതുപോലെ തന്നെ നാം ഇപ്പോൾ കണ്ട ഋഷി അദ്ദേഹം തന്നെയാണ്. എന്നാൽ ഈ സംഗതിയെ നിങ്ങൾ എത്രയും രഹസ്യമായി വിചാരിക്കണം. അദ്ദേഹത്തിന്റെ രാജ്യത്തിന്റെയും സജാതീയപ്രജകളുടെയും ക്ഷേമം നിങ്ങളുടെ സത്യസന്ധതയെ അവലംബിച്ചിരിക്കുന്നു. അദ്ദേഹത്തിന്റെ അത്യന്തവിശ്വസ്തനായ അമാത്യനും ഇഷ്ടനും ആയുള്ള ആളിന്റെ പുത്രൻ അദ്ദേഹത്തിന്റെ രഹസ്യത്തെ അറിഞ്ഞിരിക്കേണ്ടതും അതിനെ സൂക്ഷിക്കുന്നതിനു നല്ലവണ്ണം അറിയുന്നതും ആകുന്നു."

സിദ്ധൻ അല്പം അതൃപ്തനായിട്ട് ചോദിച്ചു: "നാം അവിടെ ഇരുന്നപ്പോൾ തന്നെ നിങ്ങൾ ഇതിനെ എന്തുകൊണ്ട് എന്നോടു പറഞ്ഞില്ല? ആ രാജാവിന്റെ ഉൽക്കർഷകാലത്തിനു അദ്ദേഹം എന്റെ പിതാവിനും നമ്മുടെ സജാതീയന്മാർക്കെല്ലാവർക്കും ചെയ്തിട്ടുള്ള ഉപകാരങ്ങൾക്കെല്ലാം വേണ്ടി അദ്ദേഹത്തിനോടുള്ള കൃതജ്ഞതയെ ഞാൻ പ്രകാശിപ്പിക്കുമായിരുന്നല്ലോ; എന്നാൽ അദ്ദേഹം തന്നെ തന്റെ വാസ്തവത്തെക്കുറിച്ച് വാചംയമനായിരുന്ന സ്ഥിതിക്ക് നിങ്ങൾക്ക് അതിനെ പ്രകടിപ്പിക്കുന്നതിനു അവകാശം ഇല്ലായിരുന്നു എന്നത് ശരിതന്നെ. എന്നാൽ എനിക്കു ഇനിയും ഒരു അവസരം ഉണ്ട്; എന്തെന്നാൽ ഗുരുപാദർ, (അദ്ദേഹം അങ്ങനെ വിളിക്കപ്പെടാമെങ്കിൽ,) എനിക്കു എന്തെങ്കിലും ദുർഘടാവസ്ഥയിൽ ഗുണദോഷോപദേശം ആവശ്യപ്പെട്ടാൽ അദ്ദേഹത്തിനെ ചെന്നു കണ്ടുകൊള്ളണമെന്നു എന്നെക്കൊണ്ട് പ്രതിശ്രവം ചെയ്യിപ്പിച്ചിട്ടുണ്ട്."

കുല്ലുകർ പറഞ്ഞു: "നിങ്ങൾ അപ്രകാരം പ്രതിശ്രവം ചെയ്തത് നന്നായി. നിങ്ങളുടെ വാക്കിനെ മിഥ്യയാക്കരുത്. ഗുരുപാദർ നമ്മെ എല്ലാവരെയുംകാൾ അധികം സദ്ഗുണവാനും ബുദ്ധിമാനും ആകുന്നു."

എന്നാൽ സിദ്ധൻ ഇതുകേട്ടോ എന്ന് സംശയമാണ്. അയാൾ പിന്നെയും വിചാരമഗ്നനായിരുന്നു. ആ ഋഷിയുമായുള്ള സന്ദർശനവും അദ്ദേഹത്തിന്റെ രഹസ്യത്തെ ഗ്രഹിച്ചതും അയാളുടെ ഹൃദയത്തിൽ

ഗാഢമായി പതിഞ്ഞിരുന്നു. അപരിമിതമായ പ്രഭാവത്തോടും പൂർണ്ണ സുഖാനുഭവത്തോടും കൂടി ഇരിക്കുമ്പോൾ തന്റെ സോദരനേയും ദേശത്തേയും കുറിച്ചുള്ള പ്രേമമാത്രത്താൽ സകലവും ഉപേക്ഷിച്ച്, തന്റെ പ്രവൃത്തി നന്നായി എന്നുള്ള ബോധത്താൽ കൃതാർത്ഥതയോടുകൂടി വാനപ്രസ്ഥാവസ്ഥയിലെ സാധാരണ കാലക്ഷേപംകൊണ്ട് തൃപ്തനും സന്തുഷ്ടചിത്തനും ആയി ഒരു വിശ്വസ്തഭൃത്യനും ഒരുഹിംസ്രമൃഗവും ഒഴികെ സഹവാസത്തിനു മറ്റാരും ഇല്ലാതെ ദിനചര്യ കഴിക്കുന്ന ഒരു രാജർഷിയെ തന്റെ യാത്രയുടെ ആരംഭത്തിൽ കണ്ട സംഗതി സിദ്ധരാമന്റെ മനസ്സിൽനിന്ന് ലഘുവായി നീങ്ങുന്നതല്ല. ഇപ്പോൾ അയാൾ ഒരു വിസ്തീർണ്ണമായ മഹാരാജ്യത്തിന്റെ ഭാഗ്യവാനും ദിഗന്തവിശ്രാന്ത കീർത്തിയും ആയ അധിപതിയുടെ രാജധാനിയിലേക്കുള്ള മാർഗ്ഗത്തിൽ ആയിരുന്നു. ആ ചക്രവർത്തി പൗരുഷത്തേക്കാൾ അധികം വിവേകം കൊണ്ടുതന്നെ തന്റെ പ്രജകളെ ഭരിച്ച്, അസംഖ്യം ദ്രവ്യത്തേയും സ്വായത്തമാക്കി, അത ദൂരത്തുള്ള രാജ്യത്തിലെ പ്രബലന്മാരായ രാജാക്കന്മാരുടെ സഖ്യവും സമ്പാദിച്ച് പ്രപഞ്ചത്തിൽ അറിയപ്പെട്ടിട്ടുള്ള സകലമതങ്ങളുടെയും രക്ഷിതാവായിരുന്നു.

തന്റെ ശ്രൈഷ്ഠ്യത്തേയും ഗൗരവത്തേയും കുറിച്ച് കുറഞ്ഞൊന്നു ഔദ്ധത്യം കരുതാറുണ്ടായിരുന്ന ഗുണവാനായ സിദ്ധനു തത്താദൃശന്മാരായ രണ്ടു മഹാന്മാരെ അപേക്ഷിച്ച് താൻ എത്ര അല്പനായിരുന്നു എന്നുള്ള ബോധം ഝടിതിയായി ജനിച്ചു. ആ രണ്ടുപേരിൽ വച്ചു മഹത്വം ആർക്കായിരുന്നു അധികം എന്നു പരിച്ഛേദിക്കുന്നത് അത്ര സുകരമായിരുന്നില്ല. അതിനാൽ അയാൾ അക്ബർ ചക്രവർത്തിയെ സ്വയം കാണുന്നതുവരെ ഒന്നും തീരുമാനിക്കാതിരിക്കുന്നതിനു നിശ്ചയിച്ചു.

ഈ നിശ്ചയത്തോടുകൂടി അയാൾ യാത്രയുടെ അടുത്ത താവളവും തന്റെ പ്രിയതമയും സുന്ദരിയും ആയ ഇരാവതി തന്റെ ആഗമനത്തെ പ്രതീക്ഷിച്ചുകൊണ്ടിരുന്ന നഗരവും ആയ അലഹബാദിന്റെ സമീപത്തിൽ എത്തി, കുറെ നേരത്തേക്കു ആലോചനയോടും ഏകാഗ്രതയോടും കൂടിയിരുന്ന അയാളുടെ മുഖഭാവം അപ്പോൾ ഒന്നു തെളിഞ്ഞു. പുരോഭാഗത്തിൽ ഒരുദീർഘമായ സമഭൂമിയെ കണ്ടപ്പോൾ അയാൾ തന്റെ അശ്വത്തെ പ്രേരണം ചെയ്ത് ഉത്സാഹത്തോടുകൂടി, “എന്നാൽ വരിക, ഇപ്പോൾ ഒരു പ്ലാതഗതിയാകട്ടെ” എന്നുവിളിച്ച് പറഞ്ഞ് തന്റെ കുന്തത്തെ തലയ്ക്കുമീതെ വീശുകയും തന്റെ മനസ്സിനെ വശീകരിച്ചിരിക്കുന്നവളുടെ പേരിനെ “ഇരാവതീ!” എന്ന് ഉൽഘോഷിക്കയും ചെയ്തുകൊണ്ടു കുതിരയെ മുൻപോട്ടു ഓടിക്കുന്നതിനെ കുല്ലുകർ കണ്ടു.

കുല്ലുകർ തന്റെ അശ്വത്തേയും പിന്നാലെ ഓടിച്ചുംകൊണ്ടു തന്നത്താൻ പതുക്കെ പറഞ്ഞു. “മുൻപോട്ടു പോകതന്നെ! അവസാനത്തിൽ എത്തുന്നതുവരയ്ക്കും മുൻപോട്ടു പോകതന്നെ! എന്റെ ലോകയാത്ര മിക്കതും കഴിഞ്ഞിരിക്കുന്നു. എന്നാൽ അയാൾക്ക് അത് ആരംഭിക്കുന്നേ ഉള്ളൂ. അത് എപ്പോഴും ഇതുപോലെ തന്നെ അയാൾക്ക് സുഗമയായി

വരിച്ചാൽ കൊള്ളായിരുന്നു. എന്നാൽ അയാൾക്കും മദ്ധ്യേ കുന്നുക ളെയും വഴുക്കുന്ന ചരിവുകളെയും പക്ഷേ, അഗാധഗുഹകളെ കൂടിയും നേരിടേണ്ടി വരും!" പിന്നെ തലേദിവസത്തെ സംഗതിയെ വിചാരിച്ച് സ്വയം മന്ദഹാസം ചെയ്തുകൊണ്ടു അദ്ദേഹം പറഞ്ഞു: "എന്നാൽ ആ വക പ്രതിബന്ധങ്ങൾ അയാൾക്കു ഉപദ്രവകാരികളായി തീരാതിരിക്കട്ടെ."

2

ഇരാവതി

രാജഗൃഹമായും കോട്ടയായും ഉപയോഗിക്കപ്പെട്ടിരുന്ന അലഹബാദ് നഗരത്തിൽ ഒരു യുവതി വൃക്ഷങ്ങളാലും ചെടികളാലും സർവതഃ പരിവൃതമായ ഒരു മാളികമുകപ്പിൽ ഇരിക്കയായിരുന്നു. അവൾ ശിരസ്സിനെ ഒരു ഹസ്തത്താൽ താങ്ങിക്കൊണ്ട്, ഒരു മേഘാവരണം ഇല്ലാത്ത പ്രഭാതത്തിലെ സൂര്യകിരണങ്ങളാൽ പ്രകാശമാനങ്ങളായ രണ്ടു നദികൾ സമ്മേളിച്ചിരിക്കുന്നവയുടെ ഉഭയപാർശ്വങ്ങളിലും ദൃശ്യമാനമായ വിസ്തീർണ്ണഭൂഭാഗത്തിലേക്ക് മനോരാജ്യത്തോടുകൂടി നോക്കിക്കൊണ്ടിരുന്നു. വാമഭാഗത്തിലുള്ള ശൈലഭൂമികളും യമുനയുടെ സികതാമയങ്ങളായ തീരങ്ങളും ദക്ഷിണഭാഗത്തിലുള്ള ഗംഗയുടെ തടപ്രദേശങ്ങളും നീഡനിർമ്മാണം ചെയ്ത് അധിവസിക്കുന്ന അസംഖ്യം ശുകങ്ങളോടും മറ്റു ചിത്രവർണ്ണങ്ങളായ പക്ഷികളോടും കൂടിയ ചൂതവനങ്ങളെക്കൊണ്ട് ആവൃതങ്ങളായിരുന്നു. നദികളുടെ മദ്ധ്യഭാഗങ്ങളിൽ അവിടവിടെ ചെറിയ ദ്വീപങ്ങളും പിൻഭാഗത്തിൽ ദേവാലയങ്ങളെക്കൊണ്ടു അവതംസിതങ്ങളായ കുന്നുകളും ഉണ്ടായിരുന്നു. ഒരു ദിവാസ്വപ്നത്തിൽ മഗ്ന എന്നപോലെ ഇരുന്ന ആ യുവതിയുടെ വസ്ത്രങ്ങളെക്കൊണ്ടു മാത്രം ഊഹിക്കുന്നപക്ഷം അവൾ ഉൽകൃഷ്ടസ്ഥിതിയിൽ ഉള്ളവളെന്നു വിചാരിക്കുന്നതിനു ഇടയില്ലായിരുന്നു. അവൾ ചുകന്ന അരിവുപാളിവച്ചിട്ടുള്ള ഒരു വെളുത്ത ഉടുപ്പിനെ ധരിച്ച് മദ്ധ്യത്തിൽ ഒരു സുവർണ്ണസാരസനത്തേയും ബന്ധിച്ചിരുന്നു. മേചകവും നിബിരീസവും ആയ കബരീഭാരത്തെ പൃഷ്ഠഭാഗത്തിൽ കെട്ടി അതിൽ ഒരു പുഷ്പത്തേയും അലങ്കാരമായി ധരിച്ചിരുന്നു. എന്നാൽ ആ തന്വംഗിയുടെ കോമളമായ ശരീരത്തിനും വിശാലങ്ങളും ഖഞ്ജനമഞ്ജുളങ്ങളും ആയ നേത്രങ്ങളോടുകൂടിയ ലാവണ്യ

പൂർണ്ണമായ മുഖത്തിനും ബ്രഹ്മദേവനാലും കാമദേവനാലും കൊടുക്കപ്പെട്ടിരുന്ന അലങ്കാരത്തേക്കാൾ മറ്റെന്തലങ്കാരമാണ് ആവശ്യകമായിരുന്നത്? ഒരു അപകൃഷ്ടവംശജയായ കന്യക ഇത്രമാത്രം അകൃത്രിമഭംഗിയോടും സാധാരണതയോടും കൂടിയുള്ള വേഷത്തെ ധരിച്ചിരിക്കയില്ലായിരുന്നു എന്നുള്ളത് നിശ്ചയം തന്നെ.

എന്നാൽ അവളുടെ സോൽക്കണ്ഠങ്ങളായ നേത്രങ്ങൾ പണ്ടത്തെപ്പോലെ ഉത്സാഹത്തോടു കൂടിയല്ലാ ചുറ്റുമുള്ള രമണീയങ്ങളായ ദൃശ്യങ്ങളെ നോക്കിക്കൊണ്ടിരുന്നത്. ഇന്നലയും അതിനു മുൻപിൽ പല ദിവസങ്ങളിലും എന്നപോലെ ഇന്നും തന്റെ ചിരപ്രതീക്ഷിതനായ കാമുകൻ വരേണ്ടുന്ന മാർഗ്ഗത്തെ ലക്ഷീകരിച്ച് അവൾ ദൂരസ്ഥയായ പർവ്വതപംക്തിയിൽ നോക്കിക്കൊണ്ടിരുന്നു. എന്നാൽ അവൾ ഇപ്രകാരം വളരെ നാൾ വ്യഥാ പ്രതീക്ഷിച്ചുകൊണ്ടിരുന്നു. എവിടെയാണ് അയാൾ താമസിച്ചിരിക്കുന്നത്? എന്തുനിമിത്തമായിരിക്കാം താമസിക്കുന്നത്? ഏറിയ കാലമായി സകലവിചാരങ്ങൾക്കും അയാളെ ഏകലക്ഷ്യമാക്കി ചെയ്തിരുന്ന അവളെ അയാൾ വിചാരിച്ചിരുന്നോ? അതോ കാദാചൽകമായി മാത്രമേ അയാളുടെ വിചാരങ്ങൾ അവളെ ഉദ്ദേശിച്ചിരുന്നൊള്ളോ?

അപ്പോൾ പൃഷ്ഠഭാഗത്തുനിന്നും വരാന്തയിലേക്കു ഇറങ്ങുന്ന മുറിയിൽ ഒരു ഘനമായ പാദശബ്ദം കേൾക്കപ്പെടുകയും ദ്വാരപുരോഭാഗത്തിൽ തൂക്കിയിരുന്ന ജവനികയെ മാറ്റിക്കൊണ്ട് ഒരു ഭൃത്യൻ മുൻപിലും പിന്നിൽ ഹ്രസ്വദൃഢകായനും മദ്ധ്യവയസ്കനും ആയ ഒരാളും അടുത്തുവരുകയും ചെയ്തു. അയാൾ ആപ്രപദീനവും ദേഹത്തിൽ മുറുകി ചേർന്നിരിക്കുന്നതും ആയ ഒരു ഉടുപ്പിനെ ധരിച്ചിരുന്നു. അയാളുടെ അവസ്ഥാദ്യോതകമായി മദ്ധ്യത്തിൽ ബന്ധിച്ചിരുന്ന രത്നഖചിതമായ പിടിയോടുകൂടിയ ഒരു ചെറിയ ഖഡ്ഗം മാത്രമേ ഉണ്ടായിരുന്നൊള്ളൂ.

തന്റെ സ്വാമിനിയെ അവളുടെ ദിവാസ്വപ്നത്തിൽനിന്നും പ്രശ്രയപൂർവ്വം ഉണർത്തിക്കൊണ്ട് ആ ഭൃത്യൻ പറഞ്ഞു: "ശ്രേഷ്ഠയായ നായികേ, അവിടത്തെ പിതാവായ ഗവർണ്ണർ, സാൽഹണൻ അവിടത്തെ കാണാനായി വരുന്നു."

ബാല്യാദാരഭ്യ ബഹുമാനപുരസ്സരമായി അഭിസംബോധനം ചെയ്യപ്പെട്ട പരിചയിച്ചിട്ടുള്ള ആ യുവതീ "അവിടത്തേക്കു സ്വാഗതം" എന്നു പറഞ്ഞ് എഴുന്നേറ്റ് പിതാവിന്റെ അടുക്കലേക്ക് ചെന്നു. അയാൾ വിവർണ്ണയായ മുഖച്ഛായയിൽ ഒരു രസസ്ഫൂർത്തിക്കു ഏകകാരണങ്ങളും സൂക്ഷ്മഗ്രാഹികളും കൃഷ്ണവർണ്ണങ്ങളും ആയ നേത്രങ്ങളെക്കൊണ്ട് പുത്രിയെ നോക്കി ഇപ്രകാരം പറഞ്ഞു: "ഇരാവതീ, നിന്റെ പിതൃവ്യപുത്രനും ഭാവിയായ ഭർത്താവും ആയ സിദ്ധരാമൻ അയാളുടെ അദ്ധ്യാപകനായ കുല്ലുകരോടു കൂടി കാശ്മീരത്തിൽനിന്നും ഇവിടെ എത്തുമെന്ന് കുറെദിവസം മുൻപിൽ ഞാൻ നിന്നോടു പറഞ്ഞിട്ടുണ്ടായിരുന്നല്ലോ. അവർ ഇപ്പോൾ തന്നെ എത്തി. ഇവിടെ വന്നിട്ടുണ്ട്. അവരെ എതിരേല്ക്കു

ന്നതിനു നമുക്കു അങ്ങോട്ടു പോകാം."

ഈ വർത്തമാനം കേട്ടപ്പോൾ ഇരാവതി താൻ സ്വയം അഭ്യസിച്ചിരുന്ന മനോനിയന്ത്രണശീലത്തെ ക്ഷണനേരത്തേക്കു വിസ്മരിച്ച് വളരെ നാളായി താൻ പ്രതീക്ഷിച്ചുകൊണ്ടിരിക്കുന്ന തന്റെ കാമുകനു സ്വാഗതം പറയാനായി പിതാവിനെ അതിലംഘിച്ച് ത്വരയോടുകൂടി പോകുമായിരുന്നു. എന്നാൽ സാൽഹണൻ ഒരു ലഘുവായ ഹസ്തസംജ്ഞാപനം കൊണ്ട് അവളെ താമസിപ്പിച്ച് ഇപ്രകാരം പറഞ്ഞു:

"ഒരു വാക്ക് പറയാനുണ്ട്. വിവാഹം കഴിയാത്ത യുവാക്കന്മാരും യുവതികളും തമ്മിൽ സ്വൈരസഹവാസം ചെയ്യുന്നതു ഇപ്പോൾ നമ്മെ ഭരിച്ചു വരുന്ന മഹമ്മദന്മാർക്ക് അത്യന്തം വിസമ്മതമായിട്ടുള്ളതാണെന്നും, ഹിന്ദുക്കളിൽ പലരും ഏതാദൃശങ്ങളായ അഭിപ്രായങ്ങളോടു യോജിച്ചു തുടങ്ങിയിരിക്കുന്നു എന്നും ഞാൻ അറിഞ്ഞിട്ടുണ്ട്. എന്നാൽ കാലോചിതങ്ങളായ സംപ്രദായങ്ങളെ അനുവർത്തിക്കുന്നതിനു എനിക്കു എത്രതന്നെ ആഗ്രഹം ഉണ്ടെങ്കിലും ഞാൻ നമ്മുടെ പൂർവ്വാചാരങ്ങളെ അനുസരിച്ചു നടക്കുന്നവനാണെന്നു നിനക്കു അറിയാമല്ലോ. അതു കൊണ്ട് നിന്റെ പിതൃവ്യപുത്രനും വരനും ആയ ആളോട് സ്വൈരസല്ലാപത്തിനു നമ്മുടെ ദേശത്തിലെ പ്രാചീനാചാരനുരോധേന ഞാൻ നിനക്കു അനുമതി തന്നിരിക്കുന്നു. എന്നാൽ നമ്മുടെ എത്രയും വിശ്വസ്തന്മാരായ സ്നേഹിതന്മാർ മാത്രമേ ഇതിനെ അറിയാവൂ. അല്ലെങ്കിൽ ഞാൻ ഭരിച്ചു വരുന്ന ഈ ദേശത്തിൽ എന്റെ അധികാരത്തിനും നിന്റെ നല്ല പേരിലും ഹാനി ഉണ്ടായേക്കാം. എന്നാൽ വരിക." അനന്തരം അയാൾ മുൻപിൽ നടന്ന് നദിയിലേക്കു അഭിമുഖമായുള്ള വരാന്തയിലേക്ക് അവളെ കൂട്ടിച്ചുകൊണ്ടുപോയി. അവിടെ അവരുടെ അതിഥികൾ രണ്ടുപേരും അവരെ പ്രതീക്ഷിച്ചുകൊണ്ടു നിന്നിരുന്നു.

സാൽഹണൻ ഗൗരവത്തോടുകൂടി ഇപ്രകാരം പറഞ്ഞു: "എന്റെ സ്നേഹിതന്മാരും പ്രഭുക്കളും ആയ നിങ്ങൾക്ക് സ്വാഗതം. നിങ്ങൾ എന്റെ പ്രാർത്ഥനയെ സാധിപ്പിക്കയും, പലരും ചെയ്യാറുള്ളതുപോലെ നഗരത്തിൽ തന്നെ താമസിക്കാതെ നേരെ എന്റെ ഗൃഹത്തിലേക്കു വരികയും ചെയ്തതിനു ഞാൻ നിങ്ങളോടു കൃതജ്ഞനായിരിക്കുന്നു." ഈ വാക്കുകൾ അയാളുടെ പരുഷമായ മുഖഭാവം പോലെ തന്നെ രസസ്ഫൂർത്തി ഇല്ലാത്തവിധത്തിൽ പറയപ്പെട്ടവയായിരുന്നു. എങ്കിലും ഹൃദയംഗമകളായി തോന്നപ്പെട്ടു.

ചിലർ ഇതിനെ നിർദ്ധാരണം ചെയ്യുമായിരുന്നു. എന്നാൽ സിദ്ധൻ അങ്ങനെ ചെയ്തില്ല. തന്റെ ശ്രേഷ്ഠനായ പിതൃവ്യനെ യഥാചാരം അഭിവാദനം ചെയ്കയും, ഇരാവതിയുടെ ഭക്തിപുരസ്സരമായ വന്ദനത്തെ സ്വീകരിക്കുന്നതിനു കുല്ലുകർക്കു അവസരം കൊടുക്കയും ചെയ്യാതെ സിദ്ധൻ ഇരാവതിയുടെ മുൻപിൽ ജാനുദ്വയംകൊണ്ട് ഭൂതലത്തെ സ്പർശിച്ച് പ്രസാരിതമായ അവളുടെ കരപങ്കജത്തിൽ ഗാഢാനുരാഗത്തോടുകൂടി

ഒരു ചുംബനം ചെയ്തു.

ഉത്ഥാനം ചെയ്യുന്നതിനു സംജ്ഞാപനം ചെയ്തുകൊണ്ട് അവൾ "സ്നേഹിതാ, സ്വാഗതം" എന്നു പറഞ്ഞു. (ആ മൃദുവായ ശബ്ദം സിദ്ധന്റെ ശ്രവണങ്ങൾക്ക് എത്രമധുരമായിരുന്നു!) "ആ കാണുന്ന പർവ്വതപംക്തികളിലേക്ക് നോക്കുകയും, നിങ്ങൾ എപ്പോൾ എങ്കിലും വരുമോ എന്നുകൂടി സംശയിക്കയും ചെയ്തുകൊണ്ട് എത്രകാലമായി ഞങ്ങൾ നിങ്ങളുടെ വരവിനെ പ്രതീക്ഷിച്ചിരിക്കുന്നു." ജാതാമർഷൻ എന്നപോലെ സിദ്ധൻ പറഞ്ഞു: "പ്രിയതമേ അലഹബാദിൽ എത്തുന്നതിന് ആവശ്യത്തിലധികം ഒരു ക്ഷണംപോലും ഞാൻ താമസിക്കുമായിരുന്നു എന്ന് നീ വിശ്വസിച്ചോ? ഇതിലധികം വേഗത്തിൽ നിന്റെ അടുക്കൽ എത്തുന്നതിനു എന്റെ കുതിരയ്ക്ക് ഗരുഡനേക്കാൾ ബലിഷ്ഠങ്ങളായ പക്ഷങ്ങൾ ഉണ്ടായിരിക്കയും, നദികളെയും പർവ്വതങ്ങളെയും ലംഘിച്ച് പ്ലവനം ചെയ്യുന്നതിനു എനിക്കു കഴിയുകയും ചെയ്തിരുന്നെങ്കിൽ ഞാൻ നിസ്സംശയമായി എന്റെ വാഹനത്തെ കഴിയുന്നിടത്തോളം ത്വരിപ്പിക്കാതിരിക്കയില്ലായിരുന്നു."

ഒരു പ്രണയമസൃണമായ മന്ദഹസിതത്തോടുകൂടി ഇരാവതി പറഞ്ഞു: "ഞാൻ നിങ്ങൾ പറഞ്ഞതിനെ മനഃപൂർവ്വമായി വിശ്വസിക്കുന്നു. ഞാൻ നിങ്ങളേയോ നമ്മുടെ വിശ്വസ്തമിത്രമായ കുല്ലുകരേയോ ഉദ്ദേശിച്ച് യാതൊരാക്ഷേപവും കരുതി പറഞ്ഞതല്ല. ഇപ്പോൾ നമ്മുടെ സഹവാസകാലം പരിമിതമായിരിക്കുമെന്ന് എന്റെ അച്ഛൻ പറഞ്ഞറിയുന്നതിനാൽ സവിശേഷമായും സന്തോഷിക്കേണ്ടതാണ്."

സാൽഹണൻ കുല്ലുകരുമായി അല്പസംഭാഷണാനന്തരം ആ കാമുകരുടെ പരസ്പരസല്ലാപത്തിനു വിഘ്നം ചെയ്തു പറഞ്ഞു: "ശരിതന്നെ, നമ്മുടെ സ്നേഹിതന്മാർക്ക് നാളെ പ്രഭാതത്തിൽ നമ്മെ വിട്ടുപോകണം, ഞാൻ അന്യഥാ വിചാരിച്ചിരുന്നു ഇല്ല. എങ്കിലും ശ്രേഷ്ഠനായ സിദ്ധാ! നിന്റെ വധുവുമായുള്ള സമാഗമസമയത്തിലെ ഏതാനും ക്ഷണങ്ങളെ എനിക്ക് കുറയ്ക്കേണ്ടിയിരിക്കുന്നു. എനിക്കു നിന്നോടു കുറച്ചു പറയാനുണ്ട്. അത് ഇപ്പോൾ തന്നെ വേണം. എന്തെന്നാൽ എന്റെ സമയം വിലയേറിയതാണ്. നമ്മുടെ മാധ്യന്ദിനഭോജനത്തിനു മുൻപായി എനിക്കു അനേകകാര്യങ്ങൾ ചെയ്യാനുണ്ട്. എന്നെ അനുഗമിക്കുന്നതിനു നിനക്കു സന്തോഷം തന്നയല്ലേ?"

ഈ അപേക്ഷ പരിത്യാജ്യയല്ലായിരുന്നു. മനസ്സോടുകൂടിയല്ലാതേയും, ഇരാവതിയെ സസ്പൃഹമായി അസകൃൽ തിരിഞ്ഞ് കടാക്ഷിച്ചും കൊണ്ടും സിദ്ധൻ തന്റെ സൗജന്യവാൻ എങ്കിലും ഗൗരവഭാവമുള്ളവനായ പിതൃവ്യനെ ആ പ്രാസാദത്തിന്റെ മറുവശത്തുള്ള ഉദ്യാനത്തിലേക്ക് അനുഗമിച്ചു. അവിടെ വൃക്ഷങ്ങളുടെ നിബിഡച്ഛായയിൽ ഭ്രാതൃപുത്രനെ സമീപത്തിരിക്കുന്നതിനു സംജ്ഞാപനം ചെയ്തുകൊണ്ട് സാൽഹണൻ ഒരു രത്നകംബളത്തിൽ ഇരുന്ന് ഇപ്രകാരം പറയാൻ ആരം

ഭിച്ചു: "എന്നാൽ ഇപ്പോൾ നീ മഹാനായ ചക്രവർത്തിയുടെ നേരെ കീഴിൽ ജീവനം സമ്പാദിച്ച് ഭാഗ്യപരീക്ഷയ്ക്കു പോകയാണല്ലോ. വാസ്തവത്തിൽ നീ ഭാഗ്യവാൻ തന്നെ എന്ന് വിശ്വസിച്ചുകൊള്ളാം; എന്തുകൊണ്ടെന്നാൽ നിനക്കു അപ്രകാരം ഒരു അനുകൂലസന്ദർഭത്തെ ഉണ്ടാക്കിത്തരുന്നതിനുള്ള മാർഗ്ഗത്തെ അറിയുന്ന ഒരുപിതാവ് ഉള്ളതു കൂടാതെ തന്റെ സ്ഥാനത്താൽ നിനക്കു ആവശ്യം ഉണ്ടാകുമ്പോൾ സഹായിക്കാൻ ശക്തനായ ഒരു പിതൃവ്യനും ഉണ്ടെന്ന് ഞാൻ അഹങ്കാരത്തോടുകൂടാതെ പറഞ്ഞുകൊള്ളുന്നു."

സിദ്ധൻ പറഞ്ഞു: "അതിനു ഞാൻ വളരെ കൃതജ്ഞനായിരിക്കുന്നു. ഒരു ജീവനും സമ്പാദിക്കുന്നതിന് ആദ്യമായ പന്ഥാവിൽ എന്നെ എളുപ്പത്തിൽ പ്രവേശിപ്പിക്കുന്നതിനു സഹായിച്ചത് എന്റെ പിതാവിനേക്കാൾ നിങ്ങൾ ആണെന്നുള്ളത് ഞാൻ ഒരിക്കലും മറക്കുന്നതല്ല. എനിക്കു പ്രസിദ്ധിയെ സമ്പാദിക്കുന്നതിനുള്ള അവസരങ്ങൾ ഉണ്ടാകാം; എന്നുമാത്രമല്ല, രമണീയമാണെങ്കിലും ദൂരസ്ഥിതമായ സ്വദേശത്തേക്കാൾ ഇവിടെ അധികം ഗുണം സാധിക്കാൻ കഴിയുന്നതാണ്. അത്രതന്നെയുമല്ല, വളരെ പ്രസിദ്ധമായി കേട്ടിട്ടുള്ള രാജസ്ഥാനത്തിൽ അസാധാരണമായ ആഡംബരത്തോടു കൂടി വസിക്കുന്ന ചക്രവർത്തിയേയും കാണാമല്ലോ."

സാൽഹണൻ പറഞ്ഞു: "ശരിതന്നെ. എന്നാൽ ഞാൻ ഒരു ഉപദേശം ചെയ്തുകൊള്ളുന്നു. അതിശയോക്തിയായുള്ള കേൾവികളെ കുറിച്ച് സൂക്ഷിക്കണം. ഉത്തരദേശത്തിൽ നമുക്ക് ഊഹിക്കാൻ അശക്യമായവിധത്തിൽ ഉള്ള രാജധാനികളുടെയും രാജഗൃഹങ്ങളുടെയും മഹിമാതിശയത്തെക്കുറിച്ചല്ല ഞാൻ പറയുന്നത്; ചക്രവർത്തിയെക്കുറിച്ചു തന്നെയാണ്. വളരെ അധികമായി പ്രതീക്ഷിക്കാതെ ഉപക്രമിക്കുന്നതാണ് നല്ലത്."

ആശ്ചര്യത്തോടുകൂടി സിദ്ധൻ ചോദിച്ചു: "എന്ത്! അക്ബർക്കു അദ്ദേഹത്തിനുള്ള ഖ്യാതിക്കു തക്ക യോഗ്യത വാസ്തവത്തിൽ ഇല്ലെന്നോ പറയുന്നത്? എന്റെ പിതാവും അദ്ധ്യാപകനും എപ്പോഴും പറഞ്ഞിട്ടുള്ളതുപോലെ അദ്ദേഹം ഒരു മഹാപുരുഷനും പ്രബലനായ രാജാവും ആകുന്നില്ലയോ?"

സാൽഹണൻ ഉത്തരം പറഞ്ഞു; "അങ്ങനെ ഞാൻ പറഞ്ഞില്ല. എന്നാൽ അന്യന്മാർക്ക് ആപല്ക്കരങ്ങളായിത്തീരുമെന്നു ശങ്കിക്കാവുന്ന ദോഷങ്ങൾ നമ്മുടെ മഹാപുരുഷന്മാർക്ക് ഉണ്ടായിരിക്കാൻ കഴിയുന്നതാണ്." കേൾക്കുന്നതിനു ആരെങ്കിലും ഉണ്ടോ എന്ന് ചുറ്റും നോക്കിക്കൊണ്ട് ആ ഗവർണ്ണർ സ്വരം താഴ്ത്തി പിന്നെയും പറഞ്ഞു: "കേൾക്ക തന്നെ. സ്വീയമായ ധൈര്യംകൊണ്ടും ദീർഘദർശിത്വംകൊണ്ടും ഒരാൾ അക്ബറെപ്പോലെ അത്രവലിയ പ്രഭാവത്തെ പ്രാപിക്കുമ്പോൾ അതിലും അധികമായ ഉല്ക്കർഷത്തിനുള്ള ഇച്ഛ എളുപ്പത്തിൽ ശമിക്കുന്നതല്ല. അനേകരാജ്യങ്ങളെ സ്വാധികാരായത്തങ്ങളാക്കി ചെയ്തിരിക്കുന്ന ആ

ചക്രവർത്തിക്കു നിന്റെയും എന്റെയും ജന്മഭൂമി അശേഷം സ്വതന്ത്രയായിരിക്കുന്നതിനെ സഹിക്കാൻ കഴിയുന്നതല്ല. എന്നുമാത്രമല്ല, ആദ്യകാലങ്ങളിൽ നമ്മുടെ രാജാവിനും അവിടത്തെ ജ്യേഷ്ഠൻ നന്ദിഗുപ്തർക്കും തമ്മിൽ ഉണ്ടായിരുന്നതുപോലെ ഈയിടെ അവിടത്തേക്കും അവിടെ രണ്ടു പുത്രന്മാർക്കും തമ്മിൽ ഭിന്നാഭിപ്രായങ്ങൾ ഉണ്ടാകുന്നതിനെ മിക്കവരിൽനിന്നും ഗോപനം ചെയ്തിട്ടുണ്ടെങ്കിലും നീ അറിഞ്ഞിട്ടില്ലയോ?"

സിദ്ധൻ പറഞ്ഞു: "ഇല്ല. ഞാൻ അത് അറിഞ്ഞിട്ടില്ല. ഇപ്പോൾ ആണ് ഈ വാർത്ത ഇദംപ്രഥമമായി ഞാൻ ശ്രവണഗോചരീഭവിച്ചത്."

സാൽഹണൻ പിന്നെയും പറഞ്ഞു: "ഒരവസരം കിട്ടുന്ന സമയം നീ അതിനെക്കുറിച്ച് അന്വേഷിക്കണം ഇപ്പോൾ തന്നെ കുറച്ച് എനിക്കു പറയാൻ കഴിയും. എന്നാൽ അതിനെക്കുറിച്ച് കുല്ലുകരോടു പറയണ്ടാ. അത് നന്നല്ലാതെ വന്നേക്കാം എന്നു എനിക്കു തോന്നുന്നു. രാജാവിനേയും അവിടത്തെ പുത്രന്മാരെയും തമ്മിൽ ഭിന്നിപ്പിച്ചിട്ടുണ്ട്; ആരാണെന്നു നീ ഊഹിച്ചുകൊള്ളണം. പ്രത്യക്ഷമായി കലഹങ്ങൾ ഉത്ഭവിക്കയും രാജ്യത്തിൽ വിരുദ്ധകക്ഷികൾ ഉണ്ടാകയും ചെയ്യുമ്പോൾ വല്ലതും ഒരു കാരണം പറഞ്ഞ് ചക്രവർത്തി നമ്മുടെ നേരെ യുദ്ധത്തിനു പുറപ്പെടുകയും അദ്ദേഹത്തിന്റെ ചാരന്മാരാൽ പർവ്വതങ്ങളിൽ കൂടി വഴി കാണിക്കപ്പെട്ട ഒരു ബലവത്തായ സൈന്യം നമ്മുടെ ദേശത്തെ ആക്രമിച്ച് അദ്ദേഹത്തിന്റെ രാജ്യത്തോടു ചേർക്കയും ചെയ്യും. ഇതിനാൽ അദ്ദേഹത്തിന്റെ ആശ്ചര്യകരങ്ങളായ ജയങ്ങളെ ഞാൻ വിസ്മയത്തോടു കൂടി സമ്മതിക്കാതിരിക്കുന്നില്ല. എന്നാൽ അദ്ദേഹത്തിന്റെ രാജ്യങ്ങളെ വലിപ്പമുള്ളവയാക്കിത്തീർത്തിട്ടുള്ള ഉൽക്കർഷേച്ഛ തന്നെ നമ്മുടെ ദേശത്തിന്റെ സ്വാതന്ത്ര്യനാശത്തിനു കാരണമായിത്തീരുന്നതാണ്."

ഒരു ക്ഷണനേരം വിചാരിച്ചതിന്റെ ശേഷം സിദ്ധൻ പറഞ്ഞു: "എന്നാൽ ഇത് ഇങ്ങനെ ആണെങ്കിൽ നമ്മുടെ രാജ്യത്തിന്റെ നാശത്തിനു ഉദ്യോഗിക്കുന്ന ഒരാളുടെ കീഴിൽ നിങ്ങൾ എങ്ങനെ ജീവനം ഭരിച്ചുകൊണ്ടിരിക്കുന്നു?"

സാൽഹണനും ആശ്ചര്യപ്പെട്ട് പറഞ്ഞു: "അങ്ങനെ ഇരിക്കാൻ വഹിയാത്തത് എന്താണ്? നമ്മളിൽ ഒരാൾ ചക്രവർത്തിക്കു ഒരു ദ്രോഹവും ചെയ്യാതെ എന്നുമാത്രമല്ല ഗൗരവമുള്ള അനേകം കാര്യങ്ങളിൽ അദ്ദേഹത്തിനെ സഹായിച്ചുകൊണ്ട്, അദ്ദേഹത്തിന്റെ ആലോചനകളിലും പ്രവൃത്തികളിലും ദൃഷ്ടിവച്ചു കൊണ്ടിരിക്കുന്നത് നന്നല്ലയോ? നീ കൂടി എന്റെ ഉപദേശത്തിലും രക്ഷയിലും ഇരുന്നുകൊണ്ട് നമ്മുടെ ചക്രവർത്തിയുമായി കുറേക്കൂടി അടുത്തിരിക്കുന്നത് നന്നാകുന്നു. എന്നോളം നീ സംശയവിഷയമായിരിക്കയില്ലെന്നുള്ളത് നിശ്ചയമാണ്. എങ്കിലും കാര്യത്തിൽ നിന്നെക്കൊണ്ട് വളരെ ഉപയോഗം ഉണ്ടാകും."

ക്ഷണനേരം വിചാരിച്ചിട്ട് സംശയത്തോടുകൂടി സിദ്ധൻ ചോദിച്ചു: "എന്നാൽ ഒരു മാന്യമായിട്ടുള്ളതാണോ?"

മുഖഭാവത്തിൽ കോപം സ്ഫുരിച്ചില്ലെങ്കിലും ഗൗരവത്തോടു കൂടി സാൽഹണൻ പറഞ്ഞു: "അല്ലയോ, യുവാവെ, എന്താണ് മാന്യമെന്നും എന്താണ് മാന്യമല്ലാത്തതെന്നും എന്നെപ്പോലെ വയസ്സും പരിചയവും ഉള്ള ഒരാൾക്കാണ് നല്ലവണ്ണം അറിയാവുന്നതെന്ന് നീ ഓർമ്മിക്കണം. ലൗകികവ്യവഹാരത്തിനു ഇപ്പോൾ പ്രവേശിക്കാൻ തുടങ്ങിയിരിക്കുന്ന നീ ഇങ്ങനെ ഒരു സംഗതിയിൽ ഗുണദോഷം പറയുന്നതിനു ആരംഭിക്കരുത്."

സിദ്ധൻ പറഞ്ഞു: "പിതൃവ്യാ, ക്ഷമിക്കണം രാജ്യതന്ത്രസിദ്ധാന്തങ്ങളെക്കുറിച്ച് ഞാൻ ഇപ്പോഴും അനഭിജ്ഞനാണന്നു നിങ്ങൾക്കു അറിയാമല്ലൊ. അവയെ ഒന്നായി ഗ്രഹിക്കുന്നത് എനിക്കു അശക്യമാണ്. അതു കൂടാതെ ന്യായമായ പന്ഥാവിൽ നടക്കണമെന്നും സന്ദിഗ്ദ്ധമായ വിധത്തിലുള്ള പ്രവൃത്തി ഒരുത്തരോടും അരുതെന്നും എന്റെ ഗുരുവായ കുല്ലുകർ എന്റെ മനസ്സിൽ സദാ പറഞ്ഞുറപ്പിച്ചിട്ടുണ്ട്." പിന്നെ-സിദ്ധൻ മേല്പറയാൻ ഭാവിച്ചതിനു പ്രതിബന്ധിച്ച് സാൽഹണൻ പറഞ്ഞു: "എന്റെ ഉത്തമമിത്രമായ കുല്ലുകർ ഒരു പ്രശസ്തനായ മനുഷ്യനാണ്. അദ്ദേഹത്തെക്കുറിച്ച് എനിക്ക് വളരെ ബഹുമാനമുണ്ട്. എന്നാൽ അദ്ദേഹം വളരെ പഠിത്തമുള്ള ആൾ എന്നല്ലാതെ കാര്യസ്ഥനല്ല, അദ്ദേഹം പ്രമാണങ്ങളെ അറിയുന്ന ആളാണെങ്കിലും വ്യവഹാരങ്ങളിൽ പരിചയിച്ചിട്ടുള്ള ആളല്ല. നീ ആലോചിക്ക്. നിനക്കു പ്രിയമായുള്ള രാജ്യവും ജനങ്ങളും ഒരു രാജാവിന്റെ ആക്രമണത്തിനു ലക്ഷ്യമാവാൻ ഭവിക്കുന്നു. നീ അദ്ദേഹത്തിന്റെ മഹത്ത്വത്തെക്കുറിച്ച് വിസ്മയിക്കയും, ആ ഒരു കാര്യത്തിൽ ഒഴികെ മറ്റെല്ലാത്തിലും അദ്ദേഹത്തിനു ഉപകരിക്കാൻ സന്നദ്ധനായിരിക്കയും ചെയ്യുന്നു. ആ കാര്യത്തിൽ നിന്നാൽ കഴിയുന്നേടത്തോളം അദ്ദേഹത്തിനു വിപരീതമായി പ്രവർത്തിക്കുന്നത് നിന്റെ കൃത്യമായി വിചാരിക്കണം. അതിലേക്കു പൂർണ്ണമായിട്ടല്ലെങ്കിലും ഒരുവിധമായി ഇപ്പോൾ നിനക്ക് അവസരം കിട്ടീട്ടുണ്ട്. രാജ്യതന്ത്രത്തിലുള്ള സത്യത്തെക്കുറിച്ച് വാസ്തവത്തിലധികമായി ഗൗരവം വിചാരിച്ച് ഈ അവസരത്തെ നീ ഇപ്പോൾ പ്രത്യാഖ്യാനം ചെയ്യാമോ? നമ്മുടെ രാജാവിനേയും രാജ്യത്തേയും ജയിക്കണമെന്നുള്ള വിചാരം അക്ബർക്കുള്ളപ്പോൾ നിന്നെയും എന്നെയും അദ്ദേഹത്തിന്റെ കീഴിൽ ജീവനങ്ങളിൽ വച്ചുകൊണ്ടിരിക്കുന്നത് സത്യത്തോടുകൂടിയ ഒരു പ്രവൃത്തിയാണോ? അങ്ങനെ അല്ലെങ്കിൽ നാം അദ്ദേഹത്തിന്റെ നേരേ സവിശേഷമായ സ്വാമിഭക്തിയോടുകൂടി ഇരിക്കണമെന്നുണ്ടോ? എന്നു മാത്രമല്ല, നിനക്ക് മനസ്സാണെങ്കിൽ അക്ബറുടെ അടുക്കൽചെന്ന്, ധൈര്യമുള്ളപക്ഷം, അദ്ദേഹത്തിന്റെ ഉദ്ദേശ്യങ്ങളെ നീ അറിയുന്നുണ്ടെന്നും അവയെ തടുക്കുമെന്നും പറകതന്നെ; എന്നാൽ അന്നു അസ്തമിക്കുന്നതിനു മുൻപിൽ നിന്നെ കാരാഗൃഹത്തിൽ ബന്ധനസ്ഥനാക്കയോ ദക്ഷിണദേശത്തിന്റേയോ ബംഗാളത്തിന്റേയോ ദൂരതരങ്ങളായ അതിർത്തികളിലേക്കു നാടുകടത്തി അയയ്ക്കയോ ചെയ്യും. ഇതിലും അധികമായി ആപത്തുകളും സംഭവിക്കാൻ വഹിയാത്തതല്ല. അങ്ങനെ

പ്രത്യക്ഷമായി എതിർക്കുന്നത് നമുക്കു പ്രയോജനകരമായി വരുന്നതല്ല. നേരെമറിച്ച്, അനുകൂലങ്ങളായ അവസരങ്ങളെ ഉപയോഗപ്പെടുത്തുന്നത് നമുക്ക് ഗുണമായിരിക്കും. അങ്ങനെ ചെയ്യുന്നതുകൊണ്ടു രാജാവിനു ഒരുഹാനിയും തട്ടുന്നതല്ല; പ്രത്യുത നമ്മുടെ ജന്മഭൂമിയെ നമുക്കു രക്ഷിക്കുന്നതിനു സന്ദർഭവും ലഭിക്കുന്നതായിരിക്കാം."

സിദ്ധൻ ഈ യുക്തികളെക്കൊണ്ട് സന്ദേഹനിവൃത്തി വരാതെയും, എന്നാൽ എന്തു സമാധാനം പറയേണ്ടൂ എന്നറിയാതെയും ഉത്തരം പറയുന്നതിനു വൃഥാ ശ്രമിക്കയും, പിതൃവ്യൻ പുനശ്ച എന്തെങ്കിലും പറയാൻ ഭാവിക്കുന്നോ എന്നു പ്രതീക്ഷിച്ചുകൊണ്ട് മൗനിയായിരിക്കയും ചെയ്തു. എന്നാൽ സാൽഹണൻ അവരുടെ സംഭാഷണം അവസാനിച്ചു എന്നുള്ള ഭാവത്തിൽ എഴുന്നേല്ക്കുന്നതിനു ഭാവിച്ചു. അപ്പോൾ അവർ ഇരുന്ന സ്ഥലത്തേക്കുള്ള മാർഗ്ഗത്തിൽ ഒരു സ്വരൂപം കാണപ്പെട്ടു. അത് സിദ്ധന്റെ ശ്രദ്ധയെ ആകർഷിക്കത്തക്കതും പ്രകൃതസംഭാഷണത്തിൽ നിന്നും അയാളുടെ വിചാരങ്ങളെ നിവർത്തിപ്പിക്കത്തക്കതും ആയിരുന്നു. ആ സ്വരൂപം പ്രാംശുവും പിശംഗവർണ്ണനും ദീർഘയായ ശിഖ ഒഴിച്ച് മുണ്ഡിതശീർഷനും ആയ ഒരാളിന്റെ ആയിരുന്നു. അയാളുടെ അനാവൃതമായ വക്ഷസ്സിൽ ബ്രാഹ്മണ്യസൂചകമായ യജ്ഞോപവീതം മാത്രമേ ഉണ്ടായിരുന്നൊള്ളൂ. അയാളുടെ കൃശമായ ദേഹത്തിൽ ശുഭ്രവും വീതി കുറഞ്ഞതുമായ ഒരു ഉത്തരീയം ധരിക്കപ്പെട്ടിരുന്നു. അയാളുടെ നിമ്നങ്ങളും വീരസങ്ങളും ആയ നേത്രങ്ങളേയും നിർമ്മാംസങ്ങളായ ഗണ്ഡങ്ങളേയും കണ്ടാൽ അയാൾ ദീർഘോപവാസങ്ങളേയും കൃച്ഛ്രവ്രതങ്ങളേയും അനുഷ്ഠിക്കുന്ന ആളാണെന്ന് അറിയാം. സിദ്ധൻ മനുഷ്യനാലോ മൃഗത്താലോ എളുപ്പത്തിൽ ഭീഷിതനാകാത്തവനും വിലക്ഷണങ്ങളായ കാഴ്ചകൾക്കു പരിചിതനും ആണെങ്കിലും ഒരു ക്ഷണം ചകിതനായി പിന്മാറി. അയാൾ നിർഭയനായി വനങ്ങളിൽ അനേകം വ്യാഘ്രങ്ങളേയും മറ്റു ഹിംസ്രജന്തുക്കളേയും എതിർത്ത് വധിച്ചിട്ടുണ്ടെങ്കിലും ഈ അപ്രതീക്ഷിതമായ കാഴ്ച നിമിത്തമുള്ള ഭയാവിർഭാവത്തെ നിരോധിക്കുന്നതിനു ശക്തനായില്ല.

സാൽഹണൻ പ്രതിപാദിച്ചു: "അദ്ദേഹം ആ കാണുന്ന പർവ്വതത്തിലുള്ള ദുർഗ്ഗാക്ഷേത്രത്തിലെ ആചാര്യനായ ഗോരക്ഷയോഗിയാണ്. അദ്ദേഹത്തിനെ ബഹുമാനപൂർവ്വം എതിരേല്ക്കണം. അതിനു അദ്ദേഹം അർഹനാണ്. നീ വിചാരിക്കുന്നതിലധികം അദ്ദേഹത്തിന്റെ അടുക്കൽ നിന്നും ഗ്രഹിക്കാനുണ്ട്."

ആ ആചാര്യൻ നിഭൃതമായി ചലിച്ച് അദ്ദേഹത്തിനെ എതിരേല്ക്കുന്നതിനായി എഴുന്നേറ്റുനിന്ന ആ രണ്ടുപേരുടേയും സമീപത്തുവന്ന് ഹസ്തങ്ങളെ സംപുടീകരിച്ച് ലലാടത്തിൽ യോജിപ്പിച്ചുകൊണ്ട് മന്ദസ്വരമായി പറഞ്ഞു: "ഓം, ഓം! നിങ്ങൾ ജഗദീശ്വരനാലും അദ്ദേഹത്തിന്റെ ശ്രേഷ്ഠപത്നിയായ ദുർഗ്ഗയാലും അനുഗ്രഹിക്കപ്പെട്ടവർ. ഓം!"

ഈ അപൂർവ്വമായ അഭിനന്ദനത്തിനു സാൽഹണൻ ഉത്തരം പറഞ്ഞു: "എത്രയും മാന്യരായ ഗോരക്ഷരേ, ഞാൻ നിങ്ങളെ വന്ദിക്കുന്നു. കാശ്മീരത്തിൽനിന്നും വന്നിട്ടുള്ള എന്റെ ഭ്രാതൃപുത്രനായ സിദ്ധരാമനാണു ഇയാൾ; ഇയാളെക്കുറിച്ച് ഞാൻ മുൻപിൽ തന്നെ നിങ്ങളോടു പ്രസ്താവിച്ചിട്ടുണ്ടല്ലോ."

ഗോരക്ഷൻ ഉത്തരം പറഞ്ഞു: "ഇയാൾക്കു സ്വാഗതം. വിഭേദജന്യങ്ങളായ കലഹങ്ങളെ അതിവർത്തിച്ച് ഐക്യമത്യത്താൽ ഉണ്ടാകുന്ന അസംഖ്യങ്ങളായ അനുഗ്രഹങ്ങളെ സ്ഥിരീകരിക്കുന്നതിനുള്ള ജ്ഞാനം ഇയാൾക്കു ഉണ്ടാകട്ടെ; അതിലാണ് മോക്ഷത്തിന്റെ തത്ത്വം അന്തർഭവിച്ചിരിക്കുന്നതെന്ന് എന്റെ മിത്രമായ അങ്ങ് ക്രമേണ അധികമായി ഗ്രഹിച്ചുതുടങ്ങീട്ടുണ്ടല്ലോ." ക്ഷണനേരം ഗൗരവത്തോടു കൂടിയ മൗനത്തെ അവലംബിച്ചതിന്റെ ശേഷം അദ്ദേഹം പിന്നെയും പറഞ്ഞു: "എങ്കിലും അങ്ങേക്കും എനിക്കും ഉണ്ടായിട്ടുള്ളതുപോലെ ലോകപരിചയം കൊണ്ടുവേണം ഇയാൾക്കും ആ ജ്ഞാനം ഉണ്ടാകാൻ. ശിഷ്യനു ആവശ്യകമായ കാലത്തെ നമ്മൾ അനുവദിച്ചു കൊടുക്കണം. വാസ്തവത്തിൽ ഞാൻ ഇയാളെ അറിയുന്നു. ഇയാൾ നമ്മോടു ചേരുമെന്നും എനിക്ക് ബോധം ഉണ്ട്." പിന്നെ സിദ്ധനെ അഭിമുഖീകരിച്ച് പറഞ്ഞു: "ഞാൻ നിന്നെ കണ്ടത് ഈയിടെ ആണല്ലോ."

സിദ്ധൻ പറഞ്ഞു: "മാന്യപ്രഭോ, ക്ഷമിക്കണം, എനിക്ക് അത് ഓർമ്മയില്ല.

ഗോരക്ഷൻ: "നിനക്ക് അത് ഉണ്ടാകുന്നത് അശക്യമാണ്. എന്തുകൊണ്ടെന്നാൽ ആ ക്ഷണത്തിൽ ഞാൻ മനുഷ്യദൃഷ്ടിക്ക് അദൃശ്യനായിരുന്നു."

യോഗികൾ തങ്ങൾക്കുണ്ടെന്നു പറയുന്ന തിരോധാനശക്തിയെക്കുറിച്ചു വേണ്ടുവോളം അറിഞ്ഞിട്ടുള്ള സിദ്ധൻ ആചാര്യൻ പറഞ്ഞതിനെ തൂഷ്ണീകനായി കേട്ടു. അയാൾക്കു ആശ്ചര്യം ജനിക്കത്തക്കവണ്ണം ആചാര്യൻ പിന്നെയും പറഞ്ഞു: "അത് നീ ആ ഋഷിയുടെ ആശ്രമമൃഗമായ വ്യാഘ്രത്തെ അനുധാവനം ചെയ്ത സായാഹ്നത്തിൽ ആണ്. എന്നാൽ നമുക്ക് തമ്മിൽ പിന്നീടു സംസാരിക്കാം. ഇപ്പോൾ ശ്രേഷ്ഠനായ സാൽഹണൻ എന്നോടു സംഭാഷണത്തിനു ഇച്ഛിക്കുന്നു. അതുകൊണ്ട് ഇപ്പോൾ സ്വസ്തി. ദുർഗ്ഗയുടെ മഹാത്മാവായ പ്രിയൻ നിന്നെ അനുഗ്രഹിക്കട്ടെ." പിന്നെ "ഓം, ഓം!" എന്ന് നീചൈസ്സ്വരത്തിൽ ഉച്ചരിച്ചുകൊണ്ട് ദുർഗ്ഗാചാര്യനും, "നമുക്കു ഉടനെ കാണാം" എന്നു സിദ്ധനോടു വിളിച്ചു പറഞ്ഞുകൊണ്ട് സാൽഹണനും ഉദ്യാനത്തിൽ നിന്നു പോയി.

ആചാര്യന്റെ ഒടുവിലത്തെ സംഭാഷണം സിദ്ധന് ആശ്ചര്യത്തെ ജനിപ്പിക്കുന്നതിനു പര്യാപ്തമായിരുന്നു. തന്റെ സഹചരൻ അല്ലാതെ വേറെ ഒരു മനുഷ്യരും ഇല്ലാതിരുന്ന ആ പർവ്വതങ്ങളിൽ തനിക്കു സംഭവിച്ച

തിനെ ഈ മനുഷ്യൻ എങ്ങനെ അറിയാൻ കഴിഞ്ഞു? എന്നാൽ കുറച്ചു ദൂരത്ത് വൃക്ഷങ്ങളുടെ ഇടയിൽ പരിക്രമണം ചെയ്തുകൊണ്ടിരിക്കുന്ന തന്റെ ഭൃത്യനെ കണ്ടപ്പോൾ ഈ അസംഭവസംഗതിയുടെ യാഥാർത്ഥ്യം അറിയുന്നതിനുള്ള മാർഗ്ഗം അയാൾക്കു തോന്നി. അവനെ കൈകാട്ടി വിളിച്ച് അയാൾ പറഞ്ഞു: "വത്സാ, നീയോ കുല്ലുകരുടെ ഭൃത്യനോ ഇപ്പോൾ ഒരു ആചാര്യനുമായി സംസാരിക്കയുണ്ടായോ?"

വത്സൻ പറഞ്ഞു: "ഇല്ല, സ്വാമിൻ, ഞങ്ങൾ കാണുകകൂടി ഉണ്ടായില്ല."

യഥാർത്ഥമായി ആശ്ചര്യപ്പെട്ട് സിദ്ധൻ പറഞ്ഞു: "ഇല്ലേ! ആട്ടെ. നീ പൊയ്ക്കൊൾക." പിന്നെ അയാൾ അല്പം അസമാധാനത്തോടും അല്പം ആശങ്കയോടുംകൂടി തന്നത്താൻ മന്ത്രിച്ചു. "ഇതിനെക്കുറിച്ച് ഞാൻ കുല്ലുകരോടു ചോദിക്കും." എന്നാൽ കുറച്ചു പോയപ്പോൾ ഒരു ശ്വേതവസ്ത്രത്തിന്റെ ഛായയേയും, അനന്തരം ഒരു താമരസതടാകത്തിന്റെ സമീപത്തിൽ ഒരു ചൂതവൃക്ഷത്തിന്റെ നിബിഡമായ ഛായയിൽ ഇരിക്കുന്ന ഇരാവതിയുടെ ആകൃതിയേയും കണ്ടസമയം ഒരു ആചാര്യനോ മറ്റാരും തന്നെയോ സിദ്ധന്റെ വിചാരങ്ങൾക്കു വിഷയമാകുന്നത് അശക്യമായിരുന്നു. ആ തടാകത്തിന്റെ സമീപത്തുള്ള ഒരു ധാരായന്ത്രത്തിന്റെ ശീകരങ്ങളാൽ വായു ശീയസ്പർശനായും, അതിന്റെ മനോഹരമായ ശബ്ദം ശ്രവണങ്ങൾക്ക് ആനന്ദകരമായും ഇരുന്നു. അവിടെ പരിതഃ പുഷ്പങ്ങൾ വികീർണ്ണങ്ങളായി കിടക്കയും, ഇരാവതിയുടെ കൈയിൽ ഒരു അർദ്ധഗ്രഥിതയായ മാല ഉണ്ടായിരിക്കയും ചെയ്തു. അവൾ അടുത്തുവരുന്ന പാദശബ്ദത്തെ ശ്രവിക്കയും സിദ്ധനെ ദർശിക്കയും ചെയ്തപ്പോൾ മാലയെ താഴെ ഇട്ടുംവച്ച് ഉപചാരാജ്ഞലീബന്ധം ചെയ്തുകൊണ്ട് തന്റെ കാമുകന്റെ അടുക്കലേക്ക് ത്വരയോടുകൂടി ചെന്നു. സിദ്ധൻ അവളുടെ ഹസ്തങ്ങളെ ഗ്രഹിച്ച് അവളെ തിരിച്ചു കൊണ്ടുപോയി അവളുടെ പാർശ്വത്തിലായിട്ട് ശാദ്വലസ്ഥലിയിൽ ഉപവേശിച്ച് ഇപ്രകാരം പറഞ്ഞു:

"നാം കഷ്ടിച്ച് രണ്ടു വാക്കു സംസാരിക്കുന്നതിനു മുൻപിൽ നമ്മേ വിയോജിപ്പിച്ച നിന്റെ പിതാവ് എത്ര കഠിനഹൃദയനാണ്?"

ഇരാവതി പറഞ്ഞു: "പരസ്പരം സംഭാഷണത്തിനു നമ്മളെ അനുവദിച്ചതിനുവേണ്ടി നിങ്ങൾ അദ്ദേഹത്തിനെ കുറിച്ച് കൃതജ്ഞതയോടുകൂടി ഇരിക്കേണ്ടതാണ്; എന്തുകൊണ്ടെന്നാൽ വളരെ കാലമായിട്ട് വധൂവരന്മാർക്ക് ഇതിനു അനുവാദം കൊടുക്കുന്ന സംപ്രദായം ഇല്ല."

സിദ്ധൻ പറഞ്ഞു: "ഞാൻ നിർവ്യാജമായി അദ്ദേഹത്തിനോടു കൃതജ്ഞനായിരിക്കയും നിന്റെ സഹവാസത്തിനു ഇടയായ ആനന്ദമയങ്ങളായ ക്ഷണങ്ങളെ അമിതമൂല്യങ്ങളായി വിചാരിക്കയും ചെയ്യും. എന്നാൽ എന്നെപ്പോലെ തന്നെ നീയും സന്തോഷിക്കുന്നതായി എനിക്കു തോന്നുന്നില്ല. അതിന്റെ കാരണം പറയണം."

ദീർഘനിശ്വാസം ചെയ്ത് ഇരാവതി പറഞ്ഞു: "ഹാ! നമുക്ക് ഉടനെ തന്നെ പിരിയേണ്ടി വരുന്നതുകൊണ്ട് നമ്മുടെ ഈ സന്ദർശനം ദുഃഖാസ്പൃഷ്ടമായ പൂർണ്ണസന്തോഷത്തിനു ഹേതുവാകുന്നത് എങ്ങനെയാണ്? നമുക്ക് അന്യോന്യം സ്വൈരസല്ലാപത്തിനു ഇപ്പോൾ ലഭിച്ചിരിക്കുന്ന അവസരം ഇനി എത്രകാലം കഴിഞ്ഞ് ലഭിക്കുന്നതായിരിക്കുമെന്നു അറിയാൻ പാടില്ല. സുഖസാധന സമൃദ്ധിയുള്ളതും അനേകകാര്യങ്ങളെക്കൊണ്ട് പര്യാകുലീഭൂതവും ആയ നഗരത്തിലേക്ക് നിങ്ങൾ നാളെ യാത്രയുമായി അവിടെ എത്തിയാൽ എന്നെപ്പോലെ സാധുവായ ഒരു കന്യയെ നിങ്ങൾ എളുപ്പത്തിൽ വിസ്മരിച്ചു പോയേക്കാം."

സിദ്ധൻ സാവേഗമായി പറഞ്ഞു: "വിസ്മരിക്കയോ! നിന്റെ ഈവിധ സംശയത്തിനു ഞാൻ അർഹനാണോ? ഏതാനും മാസങ്ങളിലെ വിയോഗം എന്തിരിക്കുന്നു." പിന്നെ സ്വഹസ്തംകൊണ്ട് അവളുടെ ഹസ്തത്തെ ഗ്രഹിച്ച് അവളെ സമീപത്തിൽ ആനയിച്ച് അമരുകശതകത്തിലെ ശ്ലോകത്തിന്റെ ഈ ഭാഗം പറഞ്ഞു:

"ചോയാലിങ്ങായവർ സുന്ദരി തിരിയെ വരാറില്ലയോ നീയെനിക്കായാസപ്പെട്ടിടൊല്ലാ."

ഇരാവതി പറഞ്ഞു: "കവികളുടെ വാക്കുകൊണ്ട് നമുക്ക് സമാധാനപ്പെടാമായിരുന്നെങ്കിൽ കൊള്ളാമായിരുന്നല്ലോ. ആട്ടെ, സിദ്ധൻ എന്നെക്കുറിച്ച് ഏതെങ്കിലും ശ്ലോകം ഉണ്ടാക്കീട്ടുണ്ടോ എന്നു പറയണം."

സിദ്ധൻ സവിനയം മറുപടി പറഞ്ഞു: "ഞാൻ ഉണ്ടാക്കാൻ ശക്തനായിരുന്നതിനാൽ കൊള്ളാമെന്നു ആഗ്രഹമുണ്ട്. വാസ്തവത്തിൽ ഞാൻ ശ്ലോകം ഉണ്ടാക്കുന്നതിനു ശ്രമിച്ചിട്ടും ഉണ്ട്. എന്നാൽ ഞാൻ ഉണ്ടാക്കീട്ടുള്ളത് നിനക്ക് അനുരൂപമായിരിക്കുന്നില്ല. എങ്കിലും സാഹിത്യത്തിലേക്കാളധികം എനിക്കു നൈപുണ്യം ഉള്ളതായി വേറെ ഒരു വിദ്യയുണ്ട്. അതിൽ ഞാൻ ചെയ്തിട്ടുള്ള ശ്രമത്തെ നീ കാണണം." എന്നു പറഞ്ഞ് തന്റെ സാരസത്തിൽനിന്നു രത്നഖചിതമായ ഒരു സംപുടകത്തെ എടുത്തു തുറന്ന് ഒരുചെറിയ ചിത്രത്തെ കാണിച്ചു. ആ ചിത്രം തന്റെ ഛായയാണെന്നു ഇരാവതിക്കു മനസ്സിലായി.

ഇരാവതി സന്തോഷപരവശയായി ഉറക്കെ പറഞ്ഞു: "സിദ്ധനു ചിത്രമെഴുത്തിൽ ഇത്ര സാമർത്ഥ്യം ഉണ്ടോ? എന്നാൽ ഇത്രയും സൗന്ദര്യം എനിക്കില്ല."

സിദ്ധൻ പറഞ്ഞു: "ഇത്രയും സൗന്ദര്യം ഇല്ലയോ? അങ്ങനെ അല്ല. എന്റേയോ മറ്റാരുടേയുമോ തൂലികകൊണ്ട് എഴുതി ഉണ്ടാക്കാൻ കഴിയുന്നതിൽ ശതഗുണം അധികം സൗന്ദര്യം നിനക്കുണ്ട്."

സിദ്ധൻ പറഞ്ഞത് ശരിയായിരുന്നു. എന്തുകൊണ്ടെന്നാൽ ഇന്ത്യാദേശീയന്മാരുടെ രുചിയെ അനുസരിച്ച് ആ ചിത്രത്തിൽ നേത്രങ്ങളെയും ഓഷ്ഠാധരങ്ങളെയും വാസ്തവത്തിലധികം വലുതാക്കിയാണ് അയാൾ എഴുതിയിരുന്നത്. എന്നാൽ അവയുടെ യഥോചിതപരിമാണം ഇരാവതി

യുടെ മുഖത്തിന്റെ സൗന്ദര്യങ്ങളിൽ ഒന്നായിരുന്നു. സിദ്ധന്റെ പിടിവിടീച്ച് ഇരാവതി വേഗത്തിൽ പുറകോട്ടു മാറിയപ്പോൾ അയാൾ ചോദിച്ചു: "എന്താണ് ഇപ്പോൾ എന്നെ വിട്ടുപോകാൻ ഭാവിക്കുന്നത്?"

ഇരാവതി പറഞ്ഞു: "അല്പം ക്ഷമിക്കണം. ഒരു ക്ഷണത്തിൽ ഞാൻ തിരിച്ചുവരാം."

ഇരാവതി വൃക്ഷങ്ങളുടെ ഇടയിൽ കൂടി ഒരു ഹരിണി എന്നപോലെ ധാവനംചെയ്ത് വിസ്തീർണ്ണങ്ങളും ശ്ലക്ഷണശിലാനിർമ്മിതങ്ങളും ആയ സോപാനങ്ങളെ സ്പർശിക്കുന്നുണ്ടോ എന്നു തോന്നുമാറ് അതിലംഘിച്ച് പ്രാസാദത്തിന്റെ ഉള്ളിലേക്കു പോയി ഏതാനും ക്ഷണങ്ങൾക്കുള്ളിൽ തിരിയെ വരുന്നത് സിദ്ധൻ കണ്ടു. അവളുടെ കൈയിൽ ഒരു പദാർത്ഥം ഇരുന്നത് ദൂരത്തുവച്ച് ഇന്നതാണെന്നു വ്യാവർത്തിച്ചറിയാൻ അയാൾക്കു കഴിഞ്ഞില്ല. എന്നാൽ അവൾ അടുത്തുവന്ന് സവ്രീളമായി അതിനേ നീട്ടിക്കാണിച്ചുകൊടുത്തപ്പോൾ അത് തന്റെ ചിത്രമാണെന്നു മനസ്സിലായി അയാൾ ആശ്ചര്യാവിഷ്കരണം ചെയ്തു. എന്നാൽ ആ ചിത്രം വാസ്തവത്തിൽ ഒരു സങ്കല്പകല്പിതയായ ഛായയായിരുന്നു. "എന്റെ പ്രിയതമെ!" എന്ന് ആനന്ദപാരവശ്യത്തോടുകൂടി സിദ്ധൻ പറകയും, ഇരാവതിക്കു പിന്മാറാൻ കഴിയുന്നതിനു മുമ്പിൽ അവളെ ഗാഢമായി ആലിംഗനം ചെയ്ത് അവളുടെ മുഖത്ത് പ്രേമാതിരേകത്തോടുകൂടി ഒന്നു ചുംബിക്കയും ചെയ്തു.

അവൾ മന്ദമായി പിടിവിടീച്ച് പറഞ്ഞു: "നോക്കണം, നമ്മുടെ പുരാണകഥകളിലെ രാജകുമാരന്മാരെയും രാജകുമാരിയെയും പോലെ നമ്മൾ പരസ്പരം ഛായകളെ എഴുതിയിരിക്കുന്നതിനാൽ എന്റെ അച്ഛനു നമ്മെ കുറിച്ചു വളരെ പ്രീതിയുണ്ടാകും."

സിദ്ധൻ പറഞ്ഞു: "കേവലം അങ്ങനെ അല്ല. എന്തുകൊണ്ടെന്നാൽ അവർ അവരവരുടെ ഛായകളെ എഴുതി പരസ്പരം വിനിമയം ചെയ്കയാണ് ചെയ്തിരുന്നത്. എന്നാൽ നമ്മൾ ഇപ്പോൾ പ്രവർത്തിച്ചവിധമാണ് ഉത്തമമായിട്ടുള്ളതെന്നു ഞാൻ വിചാരിക്കുന്നു. അവരുടെ സമ്പ്രദായം നമ്മുടെ ദൃഷ്ട്യാ അധികമായ ആത്മസംഭാവനത്താൽ പ്രയോജിതമോ കേവലം നിരുദ്ദേശ്യമോ ആയിട്ടാണ് എനിക്കു തോന്നുന്നത്."

ഇരാവതി സോപാലംഭമായി പറഞ്ഞു: "ച്ഛേ! പൂർവികന്മാരുടെ രീതിയെക്കുറിച്ച് നിങ്ങൾ ഇങ്ങനെ ആക്ഷേപിക്കുന്നത് എന്താണ്? ഈ സ്ഥിതിക്കു നിങ്ങൾ നമ്മുടെ ശ്രുതിസ്മൃത്യാദികളെക്കുറിച്ചു ആക്ഷേപിക്കയില്ലെന്നു ആർക്കറിയാം?"

സിദ്ധൻ ചോദിച്ചു: "എന്താണ് വഹിയാത്തത്? എവിടെ എങ്കിലും തെറ്റുകളോ സ്വാരസ്യഭംഗമോ ഉണ്ടായിരിക്കയോ, അല്ലെങ്കിൽ–"

സിദ്ധൻ വാക്യസമാപ്തി ചെയ്യുന്നതിനു മുമ്പിൽ ഇരാവതി പറഞ്ഞു: "നിങ്ങൾ ഒരു നാസ്തികൻ അല്ലത്രേ?"

സിദ്ധൻ ചോദിച്ചു: "എന്തുവിഷയത്തിൽ നാസ്തികൻ?"

ഇരാവതി പറഞ്ഞു: "ശ്രുതി സ്മൃത്യാദിപ്രമാണങ്ങളെ വിശ്വസിക്കുന്നതിൽ തന്നെ."

സിദ്ധൻ ചിരിച്ചുകൊണ്ടു പറഞ്ഞു: "പ്രിയേ, അതിരിക്കട്ടെ, തമ്മിൽ കണ്ടാൽ ഉടനെ ഈശ്വരവിഷയമായും വേദാന്തവിഷയമായും വാദം ചെയ്യുന്ന നമ്മുടെ അനേകം സ്വദേശീയന്മാരെപ്പോലെ നമുക്കു ഇപ്പോൾ ലഭിച്ചിട്ടുള്ള ഏതാനും ക്ഷണങ്ങളെ നാം ഇങ്ങനെ കളയേണ്ട."

ഇരാവതി പറഞ്ഞു: "നിങ്ങൾ പറഞ്ഞതു ശരിയാണ്. ഇതിലും അധികം സരസമായ ഒരു വിനോദം എനിക്കറിയാം. നിങ്ങൾക്കും അത് അറിയാവുന്നതാണ്." അനന്തരം തടാകത്തിന്റെ തീരത്തിൽ നിന്നു കുനിഞ്ഞ ഒരു നീലോല്പലത്തെ പറിച്ച് താഴെ തറയിൽ കിടന്നിരുന്ന ഒരു വൃക്ഷപത്രത്തെ മടക്കിക്കുത്തി ഒരു വള്ളത്തിന്റെ മാതിരിയിൽ ആക്കി ആ നീലോല്പലത്തെ അതിൽവച്ച് ധാരായന്ത്രത്തിൽനിന്നു വീഴുന്ന ജലധാരകൊണ്ടു മന്ദമായി ചലിച്ചിരുന്ന ജലത്തിന്റെ ഉപരിഭാഗത്തുവച്ച് അതിനെ ഒഴുക്കീട്ട് അവൾ പതുക്കെ പറഞ്ഞു. "ഈ നീലോല്പലം എന്റെ സിദ്ധനാണ്. എന്നെക്കുറിച്ചു ഇയാൾ സ്ഥിരനായിരിക്കുമോ എന്നു നോക്കട്ടെ."

സിദ്ധൻ സോപാലംഭമായി പറഞ്ഞു: "ഇതൊരു മൂഢവിനോദമാണ്. ഇതു നിനക്കു യോഗ്യമല്ല."

ഇരാവതി ഇതിനെ കേൾക്കാതെ തരംഗിതമായ വാരിയിൽ പരിപ്ലവമായി ഒഴുകുന്ന പത്രത്തെ നിശ്ചലമായി നോക്കിക്കൊണ്ടിരുന്നു.

"സ്ഥിരൻ തന്നെ! സ്ഥിരൻ തന്നെ!" എന്നു ഇരാവതി വിളിച്ചു പറഞ്ഞു. എന്നാൽ അപ്പോൾ ഝടിതിയായി ഒരു ദക്ഷിണമാരുതൻ അടിച്ച് ആ ദുർബ്ബലമായ പത്രം അധരോത്തരമായി മറികയും അതിലിരുന്ന നീലോല്പലം അദൃശ്യമായി ഭവിക്കയും ചെയ്തു.

ഇരാവതി ഭഗ്നോത്സാഹയായി തലതാഴ്ത്തിക്കൊണ്ടു പറഞ്ഞു: "ഹാ! കഷ്ടം! എന്റെ അനിഷ്ടാശങ്കകൾ ശരിയായല്ലോ."

സിദ്ധൻ പറഞ്ഞു: 'ച്ഛേ, ശ്രേഷ്ഠയായും നല്ലവണ്ണം വിദ്യാഭ്യാസം ചെയ്തിട്ടും ഉള്ള ഒരു സ്ത്രീ അജ്ഞകളായിരിക്കുന്ന കൃഷീവലകന്യകളെപ്പോലെ ഈ വിധം മൂഢവിചാരം ഉള്ളവളായിരിക്കുന്നത് നിന്ദ്യമാണ്. നിനക്കു എന്റെ വാക്കിൽ ഉള്ളതിലധികം വിശ്വാസം ഒരു മരത്തിന്റെ ഇലയിലാണോ?"

ഇരാവതി ദീർഘശ്വാസത്തോടുകൂടി പറഞ്ഞു. "ഹാ! സിദ്ധാ, എന്റെ ബാലചാപല്യത്തെ നിങ്ങൾ ക്ഷമിക്കണം. ഈവിധം എന്റെ മനസ്സിന്റെ അസ്വാസ്ഥ്യം തന്നെ ഞാൻ നിങ്ങളെ എത്രമാത്രം സ്നേഹിക്കുന്നു എന്നുള്ളതിനു തെളിവാകുന്നില്ലയോ? നിങ്ങളുടെ വാക്കിൽ എനിക്കു എത്ര വളരെ വിശ്വാസം ഉണ്ടായിരുന്നാലും നിങ്ങൾ പോകുന്ന നഗരത്തെക്കുറിച്ചു വിചാരിക്കുമ്പോൾ എന്റെ മനസ്സിനു ഉൽക്കണ്ഠ ഉണ്ടാകാതിരിക്കുന്നില്ല. നിങ്ങൾക്ക് അവിടെ എന്തെല്ലാം പ്രലോഭനം ഉണ്ടായേക്കാം എന്നു

ള്ളതു ആർക്കറിയാം." അയാളുടെ സ്കന്ധത്തിൽ ശിരസ്സിനെ ചരിച്ചു വച്ചുകൊണ്ട് പിന്നെയും അവൾ പറഞ്ഞു: "എന്നാൽ എനിക്കുതെറ്റിപ്പോയെന്ന് ഞാൻ തന്നെ സമ്മതിക്കുന്നു. ഇപ്പോഴും എന്നന്നേക്കും സിദ്ധൻ മദീയനാണെന്നും എന്നിൽ ഇരിക്കുന്ന സിദ്ധന്റെ മനസ്സിനെ അപഹരിക്കുന്നതിനു വേറെ ഒരു സ്ത്രീ ഇല്ലെന്നും എനിക്കറിയാം."

സിദ്ധൻ ഇരാവതിയെ ആശ്ലേഷിച്ച് മൗനത്തോടു കൂടി അവളുടെ മുഖത്തു നിർന്നിമേഷനായി നോക്കി. അയാളുടെ ആ നോട്ടം ശപഥപൂർവ്വമായ വചനത്തെക്കാൾ വിശ്വാസത്തെ ജനിപ്പിച്ചു.

അപ്പോൾ കങ്കണങ്ങളുടെ ക്വണിതം കേട്ട് അവർ തിരിഞ്ഞുനോക്കുകയും ഇരാവതി ഇപ്രകാരം പറകയും ചെയ്തു: "സ്നേഹിതാ, നമ്മുടെ സന്ദർശനം ഇപ്പോൾ അവസാനിക്കണം എന്നു സൂചിപ്പിക്കാനായി എന്റെ ദാസി നിപുണിക അതാ വരുന്നു." ക്ഷണനേരം കഴിഞ്ഞ ഉടനെ കപിശവർണ്ണങ്ങളായ ഭുജങ്ങളിൽ സുവർണ്ണകങ്കണങ്ങളോടുകൂടി ആ ദാസിവന്ന് അവളുടെ സ്വാമിനി തന്റെ ഗൃഹാന്തർഭാഗത്തിലേക്കു പോകുന്നതിനും, സിദ്ധൻ ഭക്ഷണത്തിനായി തന്റെ പിതൃവ്യന്റേയും കുല്ലുകരുടേയും അടുക്കൽ ചെല്ലുന്നതിനും ഗവർണ്ണർ പറഞ്ഞയച്ച പ്രകാരം പറഞ്ഞു. ഇരാവതി ക്ഷണനേരം സിദ്ധനു തന്റെ ഹസ്തത്തെ അർപ്പിച്ചതിന്റെ ശേഷം നിപുണികയാൽ അനുഗതയായിട്ട് പ്രാസാദത്തിലേക്കു തിരിച്ചുപോയി. പിതൃവ്യനേയും സഹയാത്രക്കാരനേയും കാണുന്നതിനായി സിദ്ധനും അനുഗമിച്ചു. ഭക്ഷണത്തിന്റെ വിഭവങ്ങൾക്കു ശ്രേഷ്ഠതയിലും സമൃദ്ധിയിലും ഒരു കുറവും ഇല്ലായിരുന്നു. അവ ഒരുക്കപ്പെട്ടിരുന്നത് ചെറിയമുറികളിൽ ഒന്നിലായിരുന്നു. അതിന്റെ വരാന്തയിൽനിന്നും ചുറ്റുമുള്ള ദേശത്തിന്റെ കാഴ്ച മനോഹരമായിരുന്നു. വക്കിൽ കസവുള്ള പട്ടോപബർഹങ്ങളിൽ അതിഥികൾ ഇരുന്നു സൗവർണ്ണങ്ങളും രാജതങ്ങളും ആയ ഭാജനങ്ങളും വിശിഷ്ടങ്ങളായ ആമിഷങ്ങളും ആസവങ്ങളും നാനാവസ്ത്രധാരികളും നാനാജാതീയന്മാരും ആയ അനേക പരിവേഷകന്മാരും എന്നുവേണ്ട, അപ്പോൾ ആ പ്രാസാദനിവാസികളിൽവച്ച് എത്രയും ശ്രേഷ്ഠനും ആ പ്രാകാരത്തിന്റെ ഗവർണ്ണരും ആയ സാൽഹണന്റെ അവസ്ഥയ്ക്ക് അനുരൂപമായി വേണ്ടതൊക്കെയും അവിടെ ഉണ്ടായിരുന്നു. ഇപ്രകാരം ആഡംബരത്തോടു കൂടിയ ഭക്ഷണക്രമത്തിനു അനിയന്ത്രിതമായ ഉല്ലാസം മാത്രം ഇല്ലാതിരിക്കയും വിസ്രംഭസംഭാഷണം അശക്യമായിരിക്കയും ചെയ്തു. എല്ലാം ആചാരോപചാരപൂർവ്വകവും ഗൗരവത്തോടു കൂടിയും സ്വാച്ഛന്ദ്യമില്ലാതേയും ആയിരുന്നു. അവരുടെ സംഭാഷണം നിരർത്ഥകവും ഉപചാരത്തോടു കൂടിയതും, തൂഷ്ണീംഭാവം മര്യാദയ്ക്കു വിരുദ്ധമായിരിക്കുമെന്നുവച്ചു മാത്രം ചെയ്യപ്പെട്ടതും ആയിരുന്നു. പർവ്വതത്തിലെ ഋഷിയോടു കൂടി അവർ ചെയ്ത സാധാരണഭക്ഷണം ഇതിൽനിന്നും എത്ര വ്യത്യാസം ഉള്ളതായിരുന്നു എന്ന് സിദ്ധൻ വിചാരിച്ചു. കുല്ലുകർക്കും ആ അഭിപ്രായം തന്നെ ആയിരുന്നു

എന്ന് കാണപ്പെട്ടു; എന്തുകൊണ്ടെന്നാൽ സിദ്ധൻ തന്റെ ഗുരുവിന്റെ മുഖത്തേക്കു ഒളിവായി ഒന്നു നോക്കിയപ്പോൾ അദ്ദേഹം സാൽഹണൻ കാണാതെ ഒരു മന്ദസ്മിതം ചെയ്തു. ഒടുക്കം അവരുടെ ഭക്ഷണം അവസാനിച്ചു. എന്നാൽ ആ ദിവസത്തിന്റെ അവശേഷത്തിൽ സിദ്ധന് ഒരു സന്തോഷവും ഉണ്ടായില്ല. നിപുണിക കാണിച്ചുകൊടുത്ത അവളുടെ സ്വാമിനിയുടെ പുരമുറികളുടെ മുഖപ്പിനു താഴെ അയാൾ കുറെനേരം ചുറ്റിനടന്നുകൊണ്ടിരുന്നു. എന്നാൽ ഇരാവതി വെളിയിൽ വന്നില്ല. ഒടുക്കം സായംകാലത്തിൽ അവൾ തന്റെ പിതാവിന്റെയും അദ്ദേഹത്തിന്റെ അതിഥികളുടെയും സന്നിധിയിൽ വന്നപ്പോൾ അത് പ്രാതഃകാലത്തിൽ കണ്ടപ്പോഴത്തെപ്പോലെതന്നെയുള്ള ഉപചാരത്തോടുകൂടി യാത്ര പറയുന്നതിനു മാത്രമായിരുന്നു.

മദ്ധ്യാഹ്നത്തിലെ ഊഷ്മാവിനെ പരിഹരിക്കുന്നതിനു വേണ്ടി അടുത്ത ദിവസം പ്രഭാതത്തിൽ തന്നെ അവർക്കു യാത്രയെ പിന്നെയും ആരംഭിക്കേണ്ടിയിരുന്നതിനാൽ അവർ നേരത്തെ തന്നെ വിശ്രമത്തിനായി തങ്ങളുടെ മുറികളിലേക്കു പോയി. വിശ്രമം ആവശ്യകമായിരുന്നു എങ്കിലും യുവാവായ സിദ്ധന് ഉടൻതന്നെ അതിനെ സ്വീകരിക്കുന്നതിനു മനസ്സില്ലായിരുന്നു. അയാൾ ആയുധങ്ങളെ അഴിച്ചുവച്ചതിന്റെ ശേഷം ശയിക്കാതെ അപാവൃതമായ വാതായനത്തിന്റെ സമീപത്തുനിന്നു. അവിടെനിന്നും നൈശമായ തമസ്സിൽ അർദ്ധച്ഛന്നമായ തരുനികരവും പ്രാകാരവും ദൃശ്യമായിരുന്നു. അവയുടെ പിൻഭാഗത്തിൽ കുന്നുകളും അവയിൽ അവിടവിടെ ദേവാലയങ്ങളും മറ്റും ആയതനങ്ങളും ഉണ്ടായിരുന്നു. സിദ്ധൻ ഇരാവതിയെക്കുറിച്ചു മാത്രമല്ല അപ്പോൾ വിചാരിച്ചിരുന്നത്; തന്റെ പിതൃവ്യനുമായിട്ടുണ്ടായ സംഭാഷണവും താൻ വ്യാഘ്രത്തെ അനുധാവനംചെയ്ത സംഗതിയെ ഏതു പ്രകാരമെന്നു തനിക്കു ഊഹിക്കാൻ അശക്യമായ വിധത്തിൽ ഏതോ കൗശലത്താലോ യദൃച്ഛയാലോ അറിഞ്ഞിരുന്ന ഗഹനചരിതനായ ആചാര്യനുമായി തനിക്കുണ്ടായ അപൂർവ്വസന്ദർശനവും ആ സമയം അയാളുടെ വിചാരത്തിനു വിഷയീഭവിച്ചിരുന്നു. ഇതിന്റെ ഒക്കെയും പര്യവസാനം എന്താണ്? ആ മനുഷ്യന്റെ ഉദ്ദേശ്യം എന്തായിരിക്കാം? സാൽഹണൻ തന്നെ വിശ്വാസ്യനാണോ? അദ്ദേഹത്തിന്റെ ഉപദേശങ്ങൾ അനുവർത്തനീയങ്ങൾ തന്നെയോ? അന്നു കാലത്തു നടന്ന സംഗതികളെ കുല്ലുകരോടു പറയാതിരിക്കയോ വേണ്ടത്? അതോ അവയെക്കുറിച്ച് കുല്ലുകരുമായി ആലോചിക്കയോ നല്ലത്?

സിദ്ധൻ ഇങ്ങനെ വിചാരിച്ചുകൊണ്ടിരിക്കുമ്പോൾ ഒരു അപ്രതീക്ഷിതമായ കാഴ്ച ക്ഷണനേരത്തേക്ക് അയാളുടെ വിചാരധാരയെ വിച്ഛിന്നയാക്കി എങ്കിലും ഉടൻതന്നെ അയാളുടെ വിചാരങ്ങൾ പൂർവ്വസ്ഥിതിയിൽ ആയി. ആകാശത്തിൽ അപ്പോഴും അവശിഷ്ടമായിരുന്ന മങ്ങിയ വെളിച്ചത്തോടു കൂടിയ അടുത്ത പ്രാകാരത്തിന്റെ മുകളിൽ അപ്രതീക്ഷിതമായി

രണ്ടു സ്വരൂപങ്ങൾ കാണപ്പെട്ടു. സിദ്ധനു അവയെ പ്രത്യംഗം വ്യാവർത്തിച്ചറിയാൻ കഴിഞ്ഞില്ലെങ്കിലും അവയിൽനിന്നും പിതൃവ്യനായ ഗവർണ്ണരുടെ ദുർഗ്ഗാചാര്യനായ ഗോരക്ഷകന്റെയും പ്രതിഭ്യജ്ഞ അയാൾക്കു ഉണ്ടായി. ആ രണ്ടുപേർക്കും ആ അകാലത്തിലും പുനശ്ച സമ്മേളനം ഉണ്ടായിരുന്നു. എന്നാൽ ഈ കാഴ്ചയിൽ അത്യാശ്ചര്യമായ സംഗതി അപ്പോൾ അവരുടെ ചേഷ്ടിതങ്ങളിൽ ഉണ്ടായിരുന്ന അത്യന്തികമായ ഭേദമായിരുന്നു. മുമ്പിൽ ഉണ്ടായിരുന്ന പാരുഷ്യത്തിന്റെയോ ഗൗരവത്തിന്റെയോ രേഖ ഒന്നും അപ്പോൾ അവർക്കില്ലായിരുന്നു. അങ്ങോട്ടും ഇങ്ങോട്ടും ഗതാഗതം ചെയ്തുകൊണ്ട് ഐകാഗ്ര്യത്തോടു കൂടിയുള്ള സംഭാഷണത്തിൽ ഹസ്തവിക്ഷേപാദികൾ ചെയ്തുകൊണ്ടിരുന്നു. ഓരോരുത്തരായി അതിനുപുറമെയുള്ള പ്രാകാരത്തിൽകൂടി പോകുന്ന മറ്റുചിലരെ അപ്രതീക്ഷിതമായി കണ്ടതുവരെ ഇപ്രകാരം അവർ നടന്നുകൊണ്ടിരുന്നു. നൂതനമായി കാണപ്പെട്ടവരുടെ കർശിതങ്ങളായ ശരീരങ്ങളിൽ ലമ്പപരഭാഗങ്ങളായി അപ്പോൾ ഉള്ള വെളിച്ചത്തിൽ ദൃശ്യങ്ങളായിരുന്ന ശുഭ്രങ്ങളായ കണ്ഠസൂത്രങ്ങൾ അല്ലാതെ മറ്റു നൂൽബന്ധം ഇല്ലായിരുന്നു. അവർ അടുത്തു തുടങ്ങിയപ്പോൾ സിദ്ധൻ സ്ഥിതിചെയ്തിരുന്നേടത്തുനിന്നും അദൃശ്യമായ ഏതോ മാർഗ്ഗത്തിൽകൂടി സാർഹണൻ തിരോഭവിച്ചു. ദുർഗ്ഗാചാര്യൻ ഉടൻതന്നെ യഥാപൂർവ്വം ഗൗരവത്തോടു കൂടി തന്റെ ദക്ഷിണഹസ്തംകൊണ്ട് അഗ്രഭാഗത്തിലുള്ള ആ ക്ഷേത്രങ്ങളിൽ ഒന്നിനെ ചൂണ്ടിക്കാണിച്ച് അവരുടെ പുരോഗാമിയായി ഭവിച്ച് പ്രാകാരത്തിൽ കൂടി കുന്നുകളുടെ താഴെയുള്ള ഗഹനമായ വനത്തിലേക്കു നടന്നു. ആ സ്വരൂപങ്ങളുടെ ഒരു ദീർഘമായ പങ്ക് അയാളെ അനുഗമിച്ചു. അന്ത്യമായ സ്വരൂപം അരണ്യത്തിൽ അന്തർഹിതമായതിനു മുൻപെ തന്നെ സിദ്ധൻ അവയെ പരിഗണിച്ചു കഴിഞ്ഞിരുന്നു.

സിദ്ധനു സ്വാഭാവികമായി ധൈര്യമുണ്ടായിരുന്നിട്ടും അവരുടെ വിലക്ഷണരൂപങ്ങൾ കടന്നുപോകുന്നതു കാണുകയും അവർ ഗോരക്ഷന്റെ ഉപാസ്യദേവതയുടെ ക്ഷേത്രത്തിലേക്കു പോകയായിരുന്നതിനാൽ ദുർഗ്ഗാദേവിയുടെ കിങ്കരന്മാരെന്നുള്ള വിചാരം ജനിക്കയും ചെയ്തപ്പോൾ അയാൾക്കു അല്പം ഭയം ഉണ്ടായി. താൻ പലപ്പോഴും കേട്ടിരിക്കയും, എന്നാൽ നശിപ്പിക്കപ്പെടുകയോ നശിക്കയോ ചെയ്തതായി വിശ്വസിക്കയും, മതത്തിലുള്ള അതിശ്രദ്ധയുടെ ഫലമായി ചിരകാലം ഹിന്ദുദേശത്തിൽ ഭയത്തിനും ഉപദ്രവത്തിനും ഹേതുവായിരിക്കയും ചെയ്തിരുന്ന മനുഷ്യ വേഷധാരികളായ പിശാചങ്ങളുടെ സംഘം ഇപ്പോഴും ഉണ്ടു എന്നുള്ളത് സത്യമായിരിക്കുമോ? ഇങ്ങനെയുള്ള ഒരു സംഘത്തിന്റെ നേതാവുമായി ചക്രവർത്തിയുടെ ഉദ്യോഗസ്ഥനായ തന്റെ പിതൃവ്യൻ സഖ്യത്തോടു കൂടിയിരിക്കുന്നത് സംഭാവ്യമാണൊ? അത് വിശ്വസിക്കത്തക്കതല്ലായിരുന്നു. പിന്നെ അയാൾ തന്റെ മൂഢവിചാരങ്ങളെക്കുറിച്ച് ഹാസത്തോടുകൂടി വാതായനത്തിൽനിന്നും മാറി വസ്ത്രങ്ങളെ വേഗ

ത്തിൽ അഴിച്ചിട്ടുംവച്ച് തനിക്കായിട്ട് വിരിച്ചിരുന്ന മെത്തയിൽ കിടന്നു. എന്നാൽ നിദ്ര ഉടനെ ഉണ്ടായില്ല. എന്തുകൊണ്ടെന്നാൽ ഇരാവതിയുടെയും സാൽഹണന്റെയും ഗോരക്ഷന്റെയും അയാളുടെ നഗരരായ അനുയായികളുടെയും അന്യോന്യവിലക്ഷണകളായ ആകൃതികൾ മനസ്സിൽ തോന്നിക്കൊണ്ടിരുന്നു. ഉറങ്ങുന്നതിനു മുൻപിൽ അന്നേദിവസം താൻ കാണുകയും കേൾക്കയും ചെയ്തിട്ടുള്ള സംഗതികളെ കുല്ലുകരോടു പറകയില്ലെന്നു അയാൾ നിശ്ചയിച്ചിരുന്നു. തന്റെ പിതൃവ്യൻ നിഗൂഢകാര്യങ്ങളിൽ പ്രവേശിച്ചിരുന്നു എന്നുള്ളത് അയാൾക്കു ബോദ്ധ്യപ്പെട്ടു. എന്നാൽ രാജ്യതന്ത്രനിപുണന്മാർക്ക് അതു ചിലപ്പോൾ വേണ്ടിവരുന്നതാണ്. അതിൽ ശിക്ഷാർഹമായി സംശയിക്കത്തക്കതായിട്ടു ഒന്നും ഇല്ലാതേയും ഇരുന്നു. എങ്കിലും അതു വെളിപ്പെടുന്ന പക്ഷം സാൽഹണനും പക്ഷേ, അയാളുടെ അടുത്ത ബന്ധുക്കൾക്കും ഹാനികരമായി തീർന്നേക്കാം. വിസ്രംഭസംഭാഷണംകൊണ്ടും കേവലം യാദൃച്ഛികമായും താൻ അറിഞ്ഞ സംഗതികളെ വെളിപ്പെടുത്തുന്നത് ന്യായമല്ലെന്നു സിദ്ധനു തോന്നി അങ്ങനെ വെളിപ്പെടുത്തുന്നതായാൽ കുല്ലുകർ കൂടിയും അതിനെ ആക്ഷേപിക്കുന്നതാണ്.

3

ആഗ്ര

സോല്ലാസമായി ശബ്ദായമാനകളായ ഭേരികളുടെ ഘോഷം സിദ്ധന്റെ പ്രാതസ്സ്വാപത്തെ ഭഞ്ജിച്ചു. അയാൾ ഝടിതി ഉത്ഥാനം ചെയ്ത് വാതായനത്തിന്റെ ബഹിർഭാഗത്തിൽ നോക്കിയപ്പോൾ പുരോഭാഗത്തുള്ള വിസ്തീർണ്ണമായ ചത്വരം മുഴുവനും സാദിഭടന്മാരെക്കൊണ്ട് പൂർണ്ണമായി കണ്ടു. അവരിൽ പാതിപ്പേർ അശ്വങ്ങളിൽനിന്നു പല്യയനങ്ങളെ വിമോചിപ്പിക്കയും മറ്റുള്ളവർ അശ്വങ്ങളെ ആരോഹണം ചെയ്ത് പംക്തിയായി നിരക്കുകയും ചെയ്കയായിരുന്നു. നമ്മുടെ അദ്ധ്വാന്യന്മാർ അവിടെനിന്നുള്ള യാത്രയിൽ അനുഗമിക്കാൻ പോകുന്ന ഈ രണ്ടാമതു പറയപ്പെട്ടവർ അപ്പോൾ വന്നുചേർന്ന ഭടന്മാർക്കു പകരം ആഗ്രയിലേക്കു പോകാൻ ഭാവിക്കയായിരുന്നു. അവരുടെ കൂട്ടത്തിൽ തന്റെ ശ്വേതാശ്വത്തോടുകൂടി തന്റെ ഭൃത്യൻ കാത്തുനില്ക്കുന്നത് സിദ്ധൻ കണ്ടു. അയാൾ ക്ഷണത്തിൽ യാത്രയ്ക്കുള്ള ഒരുക്കങ്ങളെ പൂർത്തിയാക്കി കുല്ലുകരും ഗവർണ്ണരും വരുന്നതിനു മുൻപെ തന്നെ അശ്വത്തിൽ ആരോഹണം ചെയ്തു. എന്നാൽ ഇതിനിടയിൽ ആ സാദിസംഘം യാത്രപുറപ്പെടുന്നതിനു മുൻപിൽ സിദ്ധനു പൂർവ്വദിനത്തിൽ താൻ പലപ്പോഴും നിഷ്പ്രയോജനമായി നോക്കിയിരുന്ന മുകപ്പിന്റെ കീഴിലേക്കു തന്റെ അശ്വത്തെ നയിക്കുന്നതിനു അവസരം ലഭിച്ചു. അപ്പോൾ, അത് നിഷ്ഫലമായില്ല. എന്തുകൊണ്ടെന്നാൽ ആ മുകപ്പിനെ ആച്ഛാദനം ചെയ്തിരിക്കുന്ന ലതകളുടെ മദ്ധ്യത്തിൽകൂടി ശ്വേതവസ്ത്രം ധരിച്ച സമ്യക്പരിചിതയായ ഒരു ആകൃതി അയാൾ സമീപത്തേക്കു ചെല്ലുമ്പോൾ മന്ദമാരുതനിൽ ഒരു കരാംശുകത്തെ ചലിപ്പിക്കുന്നത് കണ്ടു. അയാൾ കുറെക്കൂടി സമീപത്ത് ആയപ്പോൾ അവൾ അതിനെ മന്ദമായി അധോഭാഗത്തേക്കു ഇടുകയും അയാൾ ക്ഷണത്തിൽ കുതിരയെ തിരിച്ച് തന്റെ കുന്തത്തിന്റെ അറ്റംകൊണ്ട് അതിനെ പിടിക്കയും ചെയ്തു. അത് കാശ്മീരത്തിൽ

ഉണ്ടാക്കപ്പെട്ടതും പ്രകാശമാനമായ വർണ്ണത്തോടുകൂടിയതും ഒരു ലൂതാതന്തുപോലെ സൂക്ഷ്മവും ലോകത്തിലുള്ള സകല തന്തുവായന്മാർക്കും നിരാശയെ ജനിപ്പിക്കത്തക്കതും ഉഷ്ണീഷത്തിൽ ബന്ധിക്കുന്നതുപോലെ തന്നെ എളുപ്പത്തിൽ ഒരു അംഗുലീയകത്തിന്റെ മദ്ധ്യത്തിൽ കൂടി ആകർഷിക്കപ്പെടാവുന്നതും ആയിരുന്നു. തനിക്ക് എത്രയും അനർഘമായ ഈ പ്രമാണസമയത്തേ സമ്മാനത്തെ അയാൾ വേഗത്തിൽ ചുംബിച്ച് അതിനെ ഖഡ്ഗത്തിന്റെ മുഷ്ടിയിൽ ബന്ധിച്ച് യാത്ര പറയുന്ന ഭാവത്തിൽ ഹസ്തചലനം ചെയ്തതിന്റെ ശേഷം ഏതാനും ഉൽപതനങ്ങൾക്കുള്ളിൽ തന്റെ സഹയാത്രക്കാരോടുകൂടി ചെന്നുചേർന്നു. സാൽഹണൻ തന്റെ അതിഥികളെ കുറച്ചു ദൂരം അനുയാനം ചെയ്തതിന്റെ ശേഷം താൻ ഏതാനും ദിവസങ്ങൾക്കുള്ളിൽ ആഗ്രയിലേക്കു വരണമെന്നു വിചാരിച്ചിട്ടുള്ളതുകൊണ്ട് താമസിയാതെ സിദ്ധനെ വീണ്ടും കണ്ടുകൊള്ളാം എന്നുപറഞ്ഞ് അവരുമായി പിരിഞ്ഞു. നമ്മുടെ അദ്ധ്വനീനന്മാർ ആ സാദിസേനാഭാഗത്തിന്റെ നായകനോടുകൂടി യാത്രയെ തുടർന്നു. വൃക്ഷച്ഛന്നങ്ങളും മനോഹരങ്ങളും ആയ കുന്നുകൾ ഇടയ്ക്കിടെ ഉണ്ടെങ്കിലും പ്രായേണ വൃക്ഷഹീനങ്ങളും ശിലാബഹുലങ്ങളും ആയ യമുനാതീരങ്ങളിലെ മണൽപ്രദേശങ്ങളിൽ കൂടി അവർ ഒരു ദിവസത്തിലധികം യാത്രചെയ്തു. ഒടുക്കം ആഗ്രയിൽനിന്നും സ്വല്പദൂരത്തുള്ള അവരുടെ അന്ത്യമായ നിവേശസ്ഥലത്ത് സായാഹ്നത്തിൽ ചെന്നുചേർന്നു. അടുത്ത പ്രഭാതത്തിൽ ഒരു സവാരി ചെയ്ത് ചക്രവർത്തിയുടെ രാജധാനിയിൽ എത്തി. അതിന്റെ ദർശനം മാർഗ്ഗക്ലേശങ്ങളെ വിസ്മരിപ്പിക്കുന്നതിനു വേണ്ടുവോളം മതിയായിരുന്നു. ആ കാലത്തിലും പിന്നീട് വളരെക്കാലത്തേക്കും ആഗ്രായേ ലോകത്തിൽ എത്രയും ദർശനീയങ്ങളും വിഭൂതിമത്തുകളും ആയ നഗരങ്ങളിൽ ഒന്നാക്കിത്തീർത്തിട്ടുള്ള പ്രാസാദങ്ങളുടെയും ചൈത്യങ്ങളുടെയും ദീർഘമായ പംക്തി ഉദ്യാനങ്ങളുടെയും പ്രകാരപരിഖാദികളുടെയും മദ്ധ്യേ നദിയുടെ മറുകരയിൽ അർദ്ധവൃത്താകാരമായി കാണപ്പെട്ടു. മദ്ധ്യത്തിൽ സർവ്വാതിശായിയായ ഔന്നത്യത്തോടും ഔർജ്ജല്യത്തോടും കൂടി നിരുപമമായ ചക്രവർത്തിയുടെ സൗധം ശോഭിച്ചു. അരുണവർണ്ണങ്ങളും മസൃണീകൃതങ്ങളും ആയ ശിലാവിശേഷങ്ങളെക്കൊണ്ട് വിചിത്രമായി നിർമ്മിക്കപ്പെട്ടിട്ടുള്ളതിനാൽ ആദിത്യരശ്മിയിൽ പ്രകാശമാനവും ശിലാമയവും ആയ ഒരു മേഘത്തിൽനിന്നും ഖണ്ഡിച്ചെടുക്കപ്പെട്ടിട്ടുള്ളതോ എന്നു തോന്നുമാറ് മദ്ധ്യത്തിൽ നില്ക്കുന്ന കെട്ടിടം ചെറിയ ലീലാഗൃഹങ്ങൾകൊണ്ടും നിബിഡങ്ങളായ തരുഷണ്ഡങ്ങൾകൊണ്ടും എല്ലാഭാഗങ്ങളിലും പരിവൃതമായിരുന്നു. ഈ കെട്ടിടം അതിന്റെ അന്യാദൃശമായ പരിമാണംകൊണ്ടും അനേകം കൂടാഗാരങ്ങൾകൊണ്ടും ചെറിയ ഗോപുരങ്ങൾകൊണ്ടും നീലവർണ്ണമായ ആകാശത്തിൽ ദൃശ്യമാനമായ അവയിലെ ചിത്രപ്പണികൊണ്ടും പ്രേക്ഷകന്മാർക്ക് എത്രയും വിസ്മയാവഹമായിരുന്നു. മദ്ധ്യത്തിലുള്ള രാജഗൃഹത്തിനു ചുറ്റും വലിയ രാജസേവ

കന്മാരുടെയും ധനികന്മാരായ പ്രഭുക്കളുടെയും സമ്പന്നന്മാരായ പൗരന്മാരുടെയും ക്രീഡാഗൃഹങ്ങളും തുംഗങ്ങളായ ശൃംഗങ്ങളോടു കൂടിയ ചൈത്യങ്ങളും, അവിടവിടെ അതീതകാലത്തിൽ പ്രബലമായിരുന്ന ഒരു മതത്തിന്റെ അവശിഷ്ടചിഹ്നങ്ങളായി ഏതാനും വികിക്തങ്ങളായ ദേവാലയങ്ങളും ഉണ്ടായിരുന്നു.

ആ കാഴ്ചയുടെ ഭംഗികൊണ്ട് നമ്മുടെ അദ്ധ്വന്യന്മാർ അശ്വങ്ങളെ സംയമനം ചെയ്ത് സന്തോഷാതിശയത്തോടു കൂടി അതിനെ നിർന്നിമേഷമായി നോക്കിക്കൊണ്ടുനിന്നു. ശക്തിമാനായ ജേതാവും ഗാഢാലാപനയുള്ള പരിഷ്കാരകനും ആയ ഒരാൾ തനിച്ചാണ് ഇന്ദ്രജാലംകൊണ്ടോ എന്ന് തോന്നുമാറ് ആ ശൂന്യപ്രദേശത്തിൽ ഇത്രമാത്രം പ്രൗഢിയെയും ശോഭാതിശയത്തേയും ഉണ്ടാക്കിത്തീർത്തിട്ടുള്ളത്. ആ ആളിനെ അചിരേണ കാൺകയും കേവലം ഉപചാരപൂർവ്വമായിരിക്കുമെങ്കിലും അദ്ദേഹവുമായി അല്പമായ സംഭാഷണം ഉണ്ടാകുകയും ചെയ്യുമെന്നുള്ള വിചാരം സിദ്ധന്റെ മനസ്സിൽ ഒരു ഉൽക്കണ്ഠയെ ജനിപ്പിച്ചു.

നദിയുടെ മറുകരയിൽ എത്തിയതിന്റെ ശേഷം അവർ വഴിയാത്രയിൽ തങ്ങളുടെ കൂട്ടുകാരായിരുന്ന ഉദ്യോഗസ്ഥനോടു യാത്രപറഞ്ഞ് ഭൃത്യനോടുകൂടി കുല്ലുകരുടെ ഒരു സ്നേഹിതൻ അവർക്കായി കൂലിക്കു ഏർപ്പെടുത്തിയിരുന്ന ഒരു ഗൃഹത്തിലേക്കു പോയി. അതു സാധാരണ രീതിയിലെങ്കിലും ചാതുര്യത്തോടു കൂടുംവണ്ണവും സുഖസാമഗ്രീസംപത്തിയുള്ള വിധത്തിലും സജ്ജീകരിക്കപ്പെട്ടിരുന്നു. അതിൽനിന്നും ചുറ്റുമുള്ള ഉദ്യാനങ്ങളുടെയും പ്രഭാതസൂര്യരശ്മികൊണ്ട് പ്രകാശമാനമായ നദിയുടെയും കാഴ്ചകൾ എത്രയും സന്തോഷപ്രദങ്ങളായിരുന്നു. കുല്ലുകർ അകത്തേക്കു കടന്നു ഇപ്രകാരം പറഞ്ഞു: “വരിക ഇതു മതി. നമ്മുടെ സാമാനച്ചുമടോടുകൂടി ഒട്ടകങ്ങളും എത്തീട്ടുണ്ട്. നാം തമ്പ്രാലുക്കളായിരിക്കരുത്. ഉടുപ്പുമാറി ഉടനെ മന്ത്രി അബുൾഫസലെ കാണാൻ പോകണം എന്നാൽ കുളി കഴിക്കാം. വത്സൻ സാമാനങ്ങളെ അഴിച്ചു വയ്ക്കും.”

അരമണിക്കൂറിനിടയ്ക്ക് രണ്ടുപേരും മന്ത്രിയെ കാണാൻ പോകുന്നതിനു സന്നദ്ധരായി. സിദ്ധൻ ജാനുപര്യന്തം എത്തുന്നതും കണ്ഠത്തിൽ ഒരു മുക്താഹാരത്തെ പ്രകാശിപ്പിക്കത്തക്കവണ്ണം തുറന്നിട്ടുള്ളതും ആയ ഒരു നീരാളം ഉടുപ്പിനേയും ശിരസ്സിൽ ഒരു തൂവൽകൊണ്ട് അലംകൃതമായ ഉഷ്ണീഷത്തേയും ധരിച്ചിരുന്നു. കുല്ലുകരും ഭംഗിയുള്ളതും ഇതിനു മുൻപിലത്തെപ്പോലെ അത്യന്ത സാധാരണ രീതിയിലുള്ളതല്ലാത്തതും ആയ ഒരു ഉടുപ്പിട്ടിരുന്നു. അവരുടെ കൈയിലുണ്ടായിരുന്ന ഖഡ്ഗവും ചഹുരികയും വിഭവമാത്രമായിട്ടല്ലാതെ ഉപയോഗത്തിനായിട്ടായിരുന്നില്ല.

മന്ത്രി മന്ദിരം സന്നിഹിതമായിത്തന്നെ ഇരുന്നു. അവർ അങ്കണത്തിൽക്കൂടി കടന്ന് ഒരു സേവകനോട് അവരുടെ പേരുകളെ പറഞ്ഞു. അവൻ ഉടനെ അവരെ കൂട്ടിച്ചുകൊണ്ട് പോയി മന്ത്രി വരുന്നതുവരെ ഇരിക്കുന്നതിനു ഒരു മുറി കാണിച്ചുകൊടുത്തു. അവർ വളരെ നേരം

കാത്തിരിക്കേണ്ടിവന്നില്ല. അവർ ഇരുന്ന മുറിയെ മറ്റു മുറികളിൽനിന്നും വ്യവധാനം ചെയ്തിരുന്ന ജവനിക ഉടനെ നീക്കപ്പെടുകയും അബുൾഫസൽ പ്രവേശിക്കയും ചെയ്തു. അയാൾ സാമാന്യം സ്ഥൂല കായനും അനതിപ്രാംശുവും അനതി വാമനനും ഉദ്ദേശം പഞ്ചാശദ്വയ സ്കനും ആയിരുന്നു. അയാൾ വിചിത്രവേലചെയ്തിട്ടുള്ള വിലയേറിയ മഞ്ഞപ്പട്ടുകൊണ്ടുണ്ടാക്കപ്പെട്ട ഒരു ഉടുപ്പിനെ ധരിച്ചിരുന്നു. ശ്മശ്രു വളർത്തീട്ടില്ലായിരുന്നു. സ്നിഗ്ദ്ധമായ മുഖഭാവത്തിൽ ക്ലാന്തത പ്രകാശിച്ചിരുന്നിട്ടും ബലവത്തായ സ്ഥിരനിശ്ചയവും പൗരുഷശക്തിയും അഭിവഞ്ജിച്ചിരുന്നു. ഇതും കൃഷ്ണവർണ്ണങ്ങളായ നേത്രങ്ങളുടെ ദയാർദ്രമായ ഭാവത്താൽ പാകപ്പെടാത്തപ്പെട്ടിരുന്നു. കുല്ലുകരും സിദ്ധനും എത്രയും വിനയത്തെ കാണിച്ച് ക്രമപ്രകാരമുള്ള അഭിനന്ദനകൾ കഴിഞ്ഞതിന്റെ ശേഷം അബുൾഫസൽ പറഞ്ഞു: "ഇത്ര വേഗത്തിൽ നിങ്ങളെ ഇവിടെ കാണാനിടയായതിനെക്കുറിച്ച് ഞാൻ വളരെ സന്തോഷിക്കുന്നു. നമ്മുടെ യുവാവായ ഈ സ്നേഹിതൻ ചക്രവർത്തിയുടെ സേവകതയെ സ്വീകരിക്കുന്നതിൽ വിളംബരത്തെ കാണിക്കുന്നില്ല. സന്തോഷമായി ബുദ്ധിമാനായ കുല്ലുകരേ! ഇതു നിങ്ങളുടെ പ്രോത്സാഹനത്താലാണെന്നു ഞാൻ വിചാരിക്കുന്നു."

കുല്ലുകർ ഇപ്രകാരം ഉത്തരം പറഞ്ഞു: "നിങ്ങളുടെയും ചക്രവർത്തിയുടെയും കൃപയാൽ സിദ്ധനു ലഭിച്ചിട്ടുള്ള ഉദ്യോഗത്തെ ഏല്ക്കുന്നതിൽ ആവശ്യത്തിലധികം ഒരു ക്ഷണംപോലും അയാൾ താമസിച്ചിരുന്നാൽ അത് ഒട്ടുംതന്നെ നന്നായിരിക്കയില്ലല്ലോ."

കുല്ലുകർ പറഞ്ഞു നിറുത്തുന്നതിനു മുൻപിൽ അബുൾഫസൽ പറഞ്ഞു: "സ്നേഹിതാ! ഇതിൽ കൃപ എന്നു പറയാൻ ഒന്നുമില്ല. യോഗ്യത അറിഞ്ഞു നിശ്ചയിച്ചതാണ്. എല്ലാ ഉദ്യോഗങ്ങളെയും ഞങ്ങളുടെ സജാതീയന്മാരായ പ്രഭുക്കൾക്കു തന്നെ കൊടുക്കുന്നത് ആവശ്യകമെന്നു ഞങ്ങൾ വിചാരിക്കുന്നില്ല. ഞങ്ങളോടു സഖ്യം ചെയ്തിരിക്കുന്ന രാജ്യങ്ങളിലെ അന്യജാതീന്മാരായ പ്രഭുക്കൾക്കും ഉദ്യോഗങ്ങളെ സംഭാവനയായി കൊടുക്കുന്നതാണ്. നമ്മുടെ രജ്പുത്ത് ജനങ്ങൾക്ക് അവരുടെ സേനാനായകന്മാരെ അന്യദേശീയന്മാരിൽനിന്നും തിരഞ്ഞെടുക്കുന്നത് അസന്തോഷകരമായിരിക്കുമെന്നുള്ളത് നിങ്ങൾക്കു അറിയാമല്ലോ. ഒരു പുരാതനനും സുപരീക്ഷിതനും ആയ സ്നേഹിതന്റെ പുത്രനെ അയാളുടെ പിതാവ് ഇച്ഛിച്ചതുപോലെയുള്ള ഒരു ജീവനത്തിനു നിയമിക്കുന്നതിനേക്കാൾ അധികം സന്തോഷകരമായി എന്താണ് എനിക്കുള്ളത്?"

മന്ത്രി പറഞ്ഞുനിറുത്തിയതിന്റെ ശേഷം സിദ്ധൻ പറഞ്ഞു: "പ്രഭോ! അങ്ങനെയാണെങ്കിലും ഞാൻ ഇതിനെ കൃപാസൂചകമാണെന്നു തന്നെ വിചാരിക്കയും, എന്റെ പിതാവിനുവേണ്ടിയും എനിക്കു വേണ്ടിയും ഞാൻ നിങ്ങളോടു എത്രയും ഹൃദയംഗമമായി വന്ദനം പറകയും, നിങ്ങളുടെ കൃപയ്ക്കു അയോഗ്യനായിത്തീരാതിരിക്കാമെന്നു വിശ്വസിക്കയും

ചെയ്യുന്നു."

അബുൾഫസൽ ഗംഭീരഭാവത്തോടുകൂടി പറഞ്ഞു: "സർവ്വോപരിയായി അങ്ങ് വിശ്വസ്തനായിരിക്കണം. പക്ഷേ, ഈ ഉപദേശം അനാവശ്യമെന്നു അങ്ങേക്കു തോന്നുന്നതായിരിക്കാം. എന്നാൽ അങ്ങ് കുറെ ദിവസം ഇവിടെ താമസിക്കുമ്പോൾ എല്ലായിടത്തും വിശ്വാസഘാതികളായ ആളുകൾ പ്രച്ഛന്നന്മാരായി നടക്കുന്നുണ്ടെന്നുള്ളത് മനസ്സിലാകും. ചിലപ്പോൾ ഉത്തമഗുണവിശിഷ്ടന്മാർ കൂടിയും അവരാൽ പ്രതാരിതന്മാരായിട്ട് വിശ്വാസഹീനന്മാരായിത്തീർന്നേക്കാം. നാളെ അങ്ങേ ഉദ്യോഗത്തിനു ആവശ്യകങ്ങളായ അറിവുകളെ അങ്ങേ മേലുദ്യോഗസ്ഥൻ തരുന്നതാണ്. നിങ്ങളുടെ രജ്പുത്തുകളെക്കുറിച്ച് കരുതലോടു കൂടിയിരിക്കണമെന്ന് അയാൾ അങ്ങേ അടുക്കൽ പറയും. എന്തുകൊണ്ടെന്നാൽ അവരുടെ സ്ഥിതി താഴ്ന്നതാണെങ്കിലും അവർ അങ്ങയെപ്പോലെ തന്നെ ജാത്യാ ശ്രേഷ്ഠ്യമുള്ളവരാകുന്നു. അതിനാൽ സാധാരണ ഭടന്മാരെപ്പോലെ അവരെ ഭാവിക്കാൻ പാടില്ലെന്നു അങ്ങേക്കു അറിയാമല്ലോ. എന്നാൽ ഇപ്പോൾ നഗരസന്ദർശനത്തിനു അങ്ങേക്കു താല്പര്യം ഉണ്ടായിരിക്കുന്നത് സഹജമാണല്ലോ. അതുകൊണ്ട് ഞാൻ താമസിപ്പിക്കുന്നില്ല. എന്നാൽ ക്ഷണനേരം നില്ക്കണം." സിദ്ധൻ യാത്രപറയാൻ എഴുന്നേല്ക്കവേ അയാൾ പിന്നെയും പറഞ്ഞു: "അങ്ങേക്കു ഒരു മാർഗ്ഗോപദേശി വേണമെന്നുണ്ടായിരിക്കാം. അതിലേക്ക് ഒരു നല്ല ആളെ തരാം." കൈ കൊട്ടിയ സമയം വന്ന ഭൃത്യനോട് "എന്റെ മരുമകൻ പാർവിസ് ഭവനത്തിലുണ്ടോ?"

ഭൃത്യൻ: "ഇപ്പോൾ തന്നെ അവിടുത്തെ ഞാൻ അങ്കണത്തിൽ കണ്ടു."

അബുൾഫസൽ: "ഞാൻ അയാളെ കാണുന്നതിനു ആവശ്യപ്പെടുന്നു എന്നു പറ."

ഏതാനും ക്ഷണങ്ങൾക്കുള്ളിൽ മുക്താഹാരങ്ങൾകൊണ്ടും മറ്റും രത്നാഭരണങ്ങൾകൊണ്ടും അലങ്കൃതനും വിലയേറിയ ഉടുപ്പ് ധരിച്ചവനും ഏകദേശം സിദ്ധന്റെ സമവയസ്കനും ആയ ഒരു യുവാവ് അവിടെ വന്നു. അയാളുടെ മുഖം പ്രസന്നഭാവത്തോടു കൂടിയതും ഒരു കറുത്ത മേൽമീശ ഉണ്ടെങ്കിലും ഏതാണ്ട് സ്ത്രീച്ഛായ ഉള്ളതും ആയിരുന്നു.

അബുൾഫസൽ അയാളോടു പറഞ്ഞു: "പാർവീസ്! ഇവർ കാശ്മീരത്തിൽനിന്നും നമ്മെ കാണുന്നതിനായി രണ്ടുപേർ വരുമെന്നു ഞാൻ പറഞ്ഞിട്ടുണ്ടായിരുന്നവരാണ്. ശ്രേഷ്ഠനായ സിദ്ധൻ അചിരേണ നിന്റെ സ്നേഹിതനായിത്തീരുമെന്ന് ഞാൻ വിശ്വസിക്കുന്നു. ഇയാൾ നമ്മുടെ നഗരത്തിൽ ആദ്യമായി വന്നിരിക്കുന്നതിനാൽ നീ മാർഗ്ഗോപദേശിയായിരിക്കാമോ?"

പാർവീസ് സ്നേഹഭാവത്തോടു കൂടി സിദ്ധനോടു കുശലപ്രശ്നം ചെയ്തുകൊണ്ട് ഇപ്രകാരം പറഞ്ഞു: "അമ്മാവാ! ഞാൻ അതിനു സന്നദ്ധനായിരിക്കുന്നു. അത് എനിക്ക് ഒരു ബഹുമാനവും സന്തോഷവും

ആയിരിക്കും."

മന്ത്രി പറഞ്ഞു: "എന്നാൽ പോകതന്നെ. പക്ഷേ, കുല്ലുകർ കാശ്മീരത്തിലെ വർത്തമാനങ്ങളെക്കുറിച്ച് സംസാരിക്കുന്നതിനായി കുറെ നേരം കൂടി എന്റെ അടുക്കൽ താമസിക്കും." കുല്ലുകരെക്കാൾ സിദ്ധനെ അഭിമുഖീകരിച്ച് മന്ത്രി ഇപ്രകാരം പറഞ്ഞു: "എന്നാൽ മാന്യന്മാരേ! എന്റെ സഹോദരനായ ഫൈസിയെ ഇന്നു തന്നെ കാണാതിരിക്കരുത്. എന്നെക്കുറിച്ച് പ്രാധാന്യം കാണിക്കുന്നത് അയാൾക്കും സമ്മതമായിരിക്കുമെങ്കിലും നിങ്ങൾ അയാളെ ചെന്നു കാണുന്നത് നാളത്തേക്കു നീക്കി വച്ചാൽ അയാൾ അതിനെ അന്യഥാ വിചാരിച്ചേക്കാം."

സ്നേഹപൂർവ്വമായി യാത്ര പറഞ്ഞുകൊണ്ട് ആ യുവാക്കന്മാർ രണ്ടു പേരും അവിടെനിന്നും പോയി. പാർവിസ് പറഞ്ഞു: "ദൈവഗത്യം ഇന്ന് അത്ര വളരെ ഉഷ്ണമില്ല. ഇന്നത്തെ പ്രഭാതത്തിലെ ദീർഘമായ കുതിരസവാരി കഴിഞ്ഞതിന്റെ ശേഷം ഇനി ഇപ്പോൾ അത്രയും ദൂരം നടക്കാമെങ്കിൽ ആഗ്രയെ സന്ദർശിക്കാൻ വരുന്നവർക്ക് അവശ്യദൃശ്യമായ ചക്രവർത്തിയുടെ പ്രാസാദത്തെ കാണുന്നതിനായി ഇപ്പോൾ തന്നെ പോകാം."

തന്റെ നവീനസ്നേഹിതനുമായി ക്ഷണേന പരിചിതനായിഭവിച്ചുംകൊണ്ട് സിദ്ധൻ ഉത്തരം പറഞ്ഞു: "ഓ! ഉഷ്ണത്തേയും ശീതത്തേയും ഞാൻ അത്ര കൂട്ടാക്കുന്നില്ല. ഞങ്ങൾ അവയെ പർവ്വതപ്രദേശങ്ങളിൽ നല്ലവണ്ണം ശീലിച്ചിട്ടുണ്ട്. ക്ലമത്തെക്കുറിച്ചും ഞങ്ങൾ അത്ര വിചാരിക്കുന്നില്ല. എന്നാൽ നിങ്ങൾ പലപ്പോഴും കണ്ടിട്ടുണ്ടായിരിക്കാവുന്നതിനെ എനിക്കു കാണിച്ചുതരുന്നതിനുള്ള ശ്രമത്തെ നിങ്ങൾക്കു തരുന്നതിനെക്കുറിച്ച് ഞാൻ വ്യസനിക്കുന്നു."

പാർവീസ് ഹാസ്യപൂർവ്വം പറഞ്ഞു: "വന്യസ്ഥലങ്ങളിൽ നിന്നും വരുന്ന നിങ്ങളെപ്പോലെ ശീതോഷ്ണങ്ങളെക്കുറിച്ച് ഞാൻ അത്ര അശ്രദ്ധനല്ലെങ്കിലും കുറച്ചു ദൂരം നടക്കുന്നതിനു എനിക്കു ശ്രമമില്ല. ഉഷ്ണമായിരുന്നാൽ കൂടിയും നിങ്ങളും ഒന്നിച്ചു നടക്കുന്നതിനുള്ള സന്തോഷത്താൽ എല്ലാ അസൗകര്യവും വിസ്മരിക്കപ്പെടും."

അവർ അചിരേണ അധികം പരിചിതന്മാരായിത്തീർന്ന് അവരുടെ വിവിധങ്ങളായ കാര്യങ്ങളേയും വിചാരണങ്ങളേയും കുറിച്ച് വിസ്രംഭസംഭാഷണം തുടങ്ങി. പാർവീസ് മറ്റു സംഗതികളുടെ കൂട്ടത്തിൽ തനിക്കു സൈന്യത്തിൽ പ്രവൃത്തിക്കു അഭിരുചിയില്ലെന്നും താൻ അതിലേക്ക് അയോഗ്യനാണെന്നു അമ്മാവൻ വിചാരിച്ചിരിക്കുന്നു എന്നും തനിക്കു ഒരു സിവിൽ ഉദ്യോഗമാണ് നിശ്ചയിച്ചിട്ടുള്ളതെന്നും സിദ്ധനോടു പറഞ്ഞു. ഇപ്രകാരം സംഭാഷണം ചെയ്തുകൊണ്ട് അവർ രാജമന്ദിരത്തിലേക്കു അടുത്തുള്ളവയിൽ പ്രധാനവും മനോഹരവും വിസ്തീർണ്ണവും ആയ ഒരു രാജപഥത്തിൽ എത്തി. ഈ രാജപഥം ഒരു ഗോപുരദ്വാരത്തിൽ അവസാനിച്ചിരുന്നു. അതിൽ കൂടി കടന്ന് വൃക്ഷവിശേഷങ്ങളെക്കൊണ്ട് സാന്ദ്രച്ഛായമായ ഒരു വലിയ സമഭൂമിയിൽ എത്തി. അവിടെ

മുൻപറഞ്ഞതു പോലെയുള്ള ഗോപുരദ്വാരങ്ങളിൽ അതുപോലെ വിസ്താരമുള്ള വേറെ ആറുരാജപഥങ്ങൾ വന്നു ചേർന്നിരുന്നു. അതിന്റെ മദ്ധ്യത്തിൽ ശുണ്ഡാദണ്ഡത്തിൽനിന്നും വമഥുസദൃശമായി ജലനിർജ്ഝരം പുറപ്പെടുന്നതും ശിലാനിർമ്മിതവും ആയ ഒരു വേതണ്ഡപ്രകാണ്ഡം ഉണ്ടായിരുന്നു. ആ സ്ഥലത്തിന്റെ മൂന്നുവശങ്ങളും മസൃണശിലാവിശേഷഘടിതകളായ സ്തംഭപംക്തികളാൽ ആവൃതങ്ങളായിരുന്നു. ഇവയുടെ പശ്ചാഭാഗത്ത് ആ ഭവനത്തിന്റെ ഭിന്നഭിന്നങ്ങളായി ഭൂമികൾ ക്രമോന്നതകളായി കാണപ്പെട്ടിരുന്നു. ഈ കാഴ്ച നദിയിൽനിന്നുള്ളതുപോലെ അത്ര ആശ്ചര്യകരവും ഭംഗിയുള്ളതും ആയിരുന്നില്ലെങ്കിലും പ്രാസാദത്തിന്റെ അസാധാരണ വിസ്താരവും അതിലെ അനേകവിധങ്ങളായ ഭവനങ്ങളും പ്രാകാരങ്ങളും ഇവിടെ അതിനേക്കാൾ സ്പഷ്ടതരദൃഷ്ടങ്ങളായിരുന്നു.

പാർവീസ് പറഞ്ഞു: "നമ്മുടെ ദൃഷ്ടിഗോചരീഭവിച്ചിട്ടുള്ളതെല്ലാം ഒന്നായി ചെന്നു കാണുന്നത് അസാദ്ധ്യമാണല്ലോ. നമുക്ക് ക്ലമം ഉണ്ടായിരുന്നാലും സമയം മതിയാകയില്ല. നിങ്ങൾക്കു എല്ലാത്തിന്റെയും ആകപ്പാടെ ഒരു സ്വഭാവജ്ഞാനം ഉണ്ടാകുന്നതിനു നമുക്ക് എല്ലായിടവും ഒന്നു ചുറ്റിനോക്കാം. പിന്നീട് എല്ലാം പ്രത്യേകം നോക്കി പരിചയമാക്കാം."

അവർ ഒരു വരാന്തയിൽ എത്തിയപ്പോൾ പാർവീസ് ഗാട്ടുശിപായിയോടു അവരുടെ ഉദ്ദേശ്യത്തെ പറകയും, അവൻ ഉടൻതന്നെ ഒരു ഭൃത്യനെ വിളിച്ച് അവരുടെ അവസ്ഥയിൽ ഉള്ളവർക്കു പ്രവേശയോഗ്യങ്ങളായ പുരമുറികളെ കാണിച്ചുകൊടുക്കുന്നതിനു പറഞ്ഞയക്കയും ചെയ്തു. പുരകളുടെ ദീർഘയായ പംക്തിയിൽ കൂടി അവർ അവനെ അനുഗമിച്ചു. ഓരോ മുറിയും ഉത്തരോത്തരം അധികമായ ആഡംബരത്തോടും കൂടിയതും, എല്ലാം ചാതുര്യമുള്ള ഒരുമാതിരി ശില്പരീതിയിൽ പണിചെയ്യപ്പെട്ടതും, ചുറ്റും ധാരായന്ത്രങ്ങളും സകലവിധപുഷ്പസമൃദ്ധിയും ഉള്ള മനോഹരങ്ങളായ ഉദ്യാനങ്ങളോടു കൂടിയതും ആയിരുന്നു. ഒരെടത്ത് പുഷ്പവേലകൾ ചെയ്യപ്പെട്ടിട്ടുള്ള സൃണ ശീലാ വിശേഷനിർമ്മിതകളായ ഭിത്തികളും മറ്റൊരിടത്ത് എല്ലാ കോണുകളിൽനിന്നും വീണ് വായുവിനെ ശിശിരീകരിക്കുന്ന ചെറിയ ജലധരികളും, എല്ലായിടത്തും സൗവർണ്ണങ്ങളും രാജതകളും ആയ ചിത്രപ്പണികളാൽ അലങ്കരിക്കപ്പെട്ട പട്ടവസനങ്ങളെക്കൊണ്ടുള്ള ജവനികകളും വിതാനങ്ങളും ഘനമുള്ള രത്നകംബളങ്ങളും, മൃദുലങ്ങളായ പട്ടോപബർഹങ്ങളും ഉണ്ടായിരുന്നു.

പാർവീസ് പറഞ്ഞു: "ഇതിന്റെ മറുഭാഗത്ത് ഇതിലും രുചിതരങ്ങളായ സ്ഥലങ്ങൾ ഉണ്ട്. എന്നാൽ അവ അന്തഃപുരങ്ങളാകകൊണ്ട് കാണിക്കപ്പെടാറില്ല. പണിതീർന്ന് ആളുകൾ പാർത്തു തുടങ്ങുന്നതിനു മുൻപിൽ ഒന്നോ രണ്ടോ സ്ഥലങ്ങളെ ഞാൻ ഒന്നു നോക്കീട്ടുണ്ട്." പിന്നെ കൂടെ വന്ന ഭൃത്യനെ നോക്കി. "കൂടിക്കാഴ്ചയ്ക്കുള്ള വലിയ സ്ഥലം തുറന്നിട്ടുണ്ടോ?" എന്ന് പാർവീസ് ചോദിച്ചു.

"ഇല്ല, പ്രഭോ! കുറെദിവസങ്ങൾക്കുള്ളിൽ തുറക്കും" എന്ന് അവൻ

ഉത്തരം പറഞ്ഞു.

അവൻ പറഞ്ഞു നിറുത്തുന്നതിനു മുൻപിൽ പാർവീസ് പറഞ്ഞു: "ആകട്ടെ തരക്കേടില്ല." പിന്നെ സിദ്ധനോടായി പറഞ്ഞു: "താമസിയാതെ ഒരു കൂടിക്കാഴ്ചയുണ്ടാകും; അപ്പോൾ നമുക്ക് ആ സ്ഥലം കാണാം ചക്രവർത്തിയുടെ പുരമുറികളെ നിങ്ങൾക്കു കണ്ടു നല്ല പരിചയമാകുന്നതിനു അചിരേണ സംഗതിയുണ്ടാകുന്നതാണല്ലോ."

പിന്നീട് അവർ ഉന്നതങ്ങളും വിസ്തീർണ്ണങ്ങളും, ഭൃത്യന്മാരേയും ഭടന്മാരേയും കൊണ്ടു പൂർണ്ണങ്ങളും ആയ മഞ്ചങ്ങളിൽ കൂടിയും വിനോദ സ്ഥലങ്ങളിൽ കൂടിയും കടന്നുപോയി. പാർവീസ് ഓരോ സ്ഥലങ്ങളെ തന്റെ കൂട്ടുകാരനു കാണിച്ചുകൊടുത്ത് അവ എന്തിനായിട്ടുണ്ടാക്കപ്പെട്ട വയാണെന്നും മറ്റും പറഞ്ഞു. ഓരോ സ്ഥലങ്ങളിലായിട്ടു വിശേഷമായി കെട്ടപ്പെട്ട ഹസ്തലിഖിതങ്ങളായ പുസ്തകങ്ങളോടു കൂടിയ രാജകീയ പുസ്തകശാലയും, സ്വർണ്ണവേലക്കാരുടെയും രത്നവേലക്കാരുടെയും പണിപ്പുരകളും, ഗന്ധദ്രവ്യങ്ങൾ വാറ്റി എടുക്കുന്ന സ്ഥലങ്ങളും, വ്യഞ്ജനശാലകളും, മഹാനസങ്ങളും, ആയുധാഗാരങ്ങളും, ചക്രവർത്തി യുടെ ഉപയോഗത്തിനായുള്ള അശ്വങ്ങളുടെയും ഗജങ്ങളുടെയും ഉഷ്ട ങ്ങളുടെയും ലായങ്ങളും ഉണ്ടായിരുന്നു.

തനിക്കു രാജമന്ദിരങ്ങൾ കണ്ട് നന്നായി പരിചയമുണ്ടെന്നു സിദ്ധൻ അതുവരെ വിചാരിച്ചിരുന്നു. എന്നാൽ അപ്പോൾ ഏതൽക്ഷണപര്യന്തം താൻ ഒരു രാജമന്ദിരം കണ്ടിട്ടില്ലായിരുന്നു എന്നുള്ള ബോധം അയാൾക്കുണ്ടായി. ഒരു ഗ്രാമം പോലെ ചുറ്റും പണി ചെയ്യപ്പെട്ടിട്ടുള്ള ലായങ്ങളുടെ വിസ്താരത്തെ കണ്ടിട്ട് സിദ്ധനു ആശ്ചര്യം ജനിച്ചു.

അയാൾ പറഞ്ഞു: "ശ്രേഷ്ഠങ്ങളായ എത്ര വാഹനമൃഗങ്ങൾ അതി നകത്ത് ഉണ്ടായിരിക്കണം!."

പാർവീസ് പറഞ്ഞു: "ശരിതന്നെ, കുറഞ്ഞപക്ഷം നൂറു ഗജങ്ങൾ ഇവിടെ ഉണ്ട്. ഇനി മറ്റു സ്ഥലങ്ങളിൽ എത്രയുണ്ടെന്ന് എനിക്കറിഞ്ഞു കൂടാ. എന്നാൽ ഇതുപോലെ വളരെ ഗജങ്ങളും അശ്വങ്ങളും മൃഗയയ്ക്കു പരിചയിപ്പിച്ചിട്ടുള്ള തരക്ഷുക്കളും അദ്ദേഹത്തിനു ഉള്ളതായി കേൾവി യുണ്ട്."

സിദ്ധൻ ചോദിച്ചു: "മഹാനായ അക്ബർ ചക്രവർത്തി തന്നെ ആയാലും ഒരാൾക്ക് ഈദൃശ്യമായ ബാഹുല്യംകൊണ്ട് എന്തുചെയ്യാൻ കഴിയും?"

പാർവീസ് പറഞ്ഞു: അധികവും ചക്രവർത്തിക്കായിട്ടല്ല. നിങ്ങൾ വിചാരിക്കുന്നതിൽ കുറച്ചേ കാണുമായിരിക്കൂ. തന്റെ പിതാവ് രാജ്യഭ്രഷ്ട നായി സഞ്ചരിക്കുന്ന സമയം ഒരു വനാന്തരത്തിൽ ജനിച്ച് സേനാനിവേ ശസ്ഥലത്ത് വളർന്നിട്ടുള്ള ആളാകയാൽ അക്ബർ ഭോഗാധിക്യത്തെ അത്ര അഭിമാനിക്കുന്ന ആളല്ല. എന്നാൽ അദ്ദേഹത്തിനെപ്പോലെയുള്ള ഒരു രാജാവിന് ഈ ദേശങ്ങളിലും താൻ ഭരിക്കുന്നപോലെയുള്ള ജന ങ്ങളുടെ ഇടയിലും ഉൽകൃഷ്ടയായ സേനയ്ക്കും കാര്യപരിചയമുള്ളവ

രായ രാജ്യതന്ത്രജ്ഞന്മാർക്കും ഉള്ള ആവശ്യകതപോലെ തന്നെ അധികമായ ആഡംബരത്തിനും ഉണ്ടെന്നാണ് അദ്ദേഹത്തിന്റെ ബോധം എന്നു ഞാൻ വിശ്വസിക്കുന്നു. പാരസീകന്മാർ, മുകിലന്മാർ, അറബികൾ അഥവാ ഹിന്ദുക്കൾ, ഇങ്ങനെ അസ്മദീയന്മാരും യുഷ്മദീയന്മാരും ആയ എല്ലാവർക്കും ബാഹ്യാഡംബരംകൊണ്ട് ഒരു രാജാവിനെക്കുറിച്ച് അധികം ബഹുമാനമുണ്ടാകുന്നതു സഹജമാണ്. എന്നാൽ ഈ കാഴ്ചകൊണ്ടെല്ലാം അധിക ധാരാളതയും ഉണ്ടെന്നു നിങ്ങൾ വിചാരിക്കരുത്. പ്രത്യുത ദുർവ്യയം യാതൊന്നും തന്നെ ഇല്ല. ഈ വലിയ രാജസ്ഥാനത്തിലെ എത്രയും ലഘുക്കളായ കാര്യങ്ങളിലും ഗവൺമെന്റിന്റെ ഓരോ ഡിപ്പാർട്ടുമെന്റുകളിൽ ഉള്ളതുപോലെ തന്നെ നല്ല വ്യവസ്ഥയുണ്ട്. മഹാനായ മുകിലന്റെ രാജ്യത്തിൽ ഒട്ടുക്കുള്ള ഏർപ്പാടുകളെ ആലോചനാപൂർവ്വകമായ രാജ്യഭരണം എങ്ങനെ ഇരിക്കണം എന്നുള്ളതിനു ദൃഷ്ടാന്തമായി പ്രദർശിപ്പിക്കാവുന്നതാണ്. ചക്രവർത്തിയുടെ രാജ്യഭരണരീതിയെക്കുറിച്ച് എന്റെ അമ്മാമൻ അബുൾഫസൽ എഴുതിയുണ്ടാക്കുന്ന മഹത്തായ പുസ്തകത്തിൽ ഇതിനെ എല്ലാം സൂക്ഷ്മമായി അദ്ദേഹം വിവരിക്കുന്നുണ്ട്. ഇതിൽ ചിലപ്പോൾ അദ്ദേഹത്തിനെ സഹായിക്കുന്നതിന് എന്നെ അനുവദിക്കാറുണ്ട്. എന്നാൽ ചില കാര്യങ്ങളിൽ, വിശിഷ്യ കഷ്ടപ്പാടുള്ളവരെ സഹായിക്കുന്നതിലും ശാസ്ത്രങ്ങൾക്കും ശില്പങ്ങൾക്കും അഭിവൃദ്ധി ഉണ്ടാക്കുന്നതിലും, അക്ബർ അതിവ്യയശീലനാണെന്നു പറയാം. ഈ വക കാര്യങ്ങളിൽ അദ്ദേഹത്തിനെ നിയന്ത്രിക്കുന്നതിനു അദ്ദേഹത്തിന്റെ ധനാദ്ധ്യക്ഷനു അല്പം ശ്രമം ഉണ്ട്." ക്ഷണനേരം മൗനത്തെ ആശ്രയിച്ചതിന്റെ ശേഷം പാർവീസ് പിന്നെയും പറഞ്ഞു: "എന്നാൽ ഇപ്പോൾ തിരിച്ചു പൊയ്ത്തുടങ്ങാറായിരിക്കുന്നു. സൂര്യന്റെ ഊഷ്മാവ് ക്രമേണ അധികമാകുന്നു. വാസ്തവത്തിൽ എനിക്കു അല്പം ക്ലമം തട്ടുന്നും ഉണ്ട്. നാം ഇനി ഇവിടെ അധികം വിളംബിക്കുന്നതായാൽ എനിക്ക് സായംകാലത്തെ ശൈത്യത്തെ പ്രതീക്ഷിച്ച് ഈ വിഷ്ടരങ്ങളിൽ ഒന്നിൽ വിശ്രമിക്കുന്നതിനു ഇച്ഛ ജനിക്കും. എന്നാൽ നമുക്കു ഭക്ഷണം ഉപേക്ഷിക്കേണ്ടിവരും."

സിദ്ധൻ പറഞ്ഞു: "എന്നാൽ നമുക്കു തിരിച്ചുപോകാം. നിങ്ങളുടെ സഹവാസത്തിനു വേണ്ടി ഞാൻ നിങ്ങളോടു എത്രയും കൃതജ്ഞനായിരിക്കുന്നു."

പാർവീസ് ആ ഉദ്യാനത്തിന്റെയും ഭവനത്തിന്റെയും മറുവശത്തുള്ള ഉപമാർഗ്ഗത്തിൽ കൂടി തന്റെ സ്നേഹിതനെ അയാളുടെ വാസസ്ഥലത്തേക്കു തിരിച്ചുകൊണ്ടു ചെന്നാക്കി യാത്ര പറഞ്ഞു പിരിയുന്ന സമയം ഇപ്രകാരം പറഞ്ഞു: "നാളെ നിങ്ങൾക്കുള്ള ജോലി നിമിത്തം അദൃഷ്ടങ്ങളായ നഗരഭാഗങ്ങളെ ദർശിക്കുന്നതിനു ഇടയുണ്ടാകയില്ലായിരിക്കും. എന്നാൽ എന്നെ അറിയിച്ചാൽ മറ്റന്നാളോ അതിനപ്പുറമോ ഞാൻ കൂടെ വരുന്നതിനു സന്തോഷത്തോടുകൂടി സന്നദ്ധനായിരിക്കുന്നു."

ആ യുവാക്കന്മാർ രണ്ടുപേരും യാത്ര പറഞ്ഞു പിരിഞ്ഞതിന്റെ

ശേഷം സിദ്ധൻ ഒരു ശീതളമായ പുരമുറിയിൽ അയാൾക്കു ആവശ്യകമായിരുന്ന മദ്ധ്യാഹ്നകാല വിശ്രമത്തെ അനുഭവിച്ചു. സായാഹ്നം ആയപ്പോൾ സിദ്ധൻ കുല്ലുകരും ഒരുമിച്ച് മന്ത്രിയുടെ സഹോദരനായ ഫൈസിയെ കാണുന്നതിനായി പുറപ്പെട്ടു. അബുൾഫസലിന്റെ കനിഷ്ഠസഹോദരൻ വസിച്ചിരുന്നത് ഒരു സുഖപ്രദവും, മനോഹരമായി പണിചെയ്യപ്പെട്ടതും നിബിഡമായി വളരുന്ന വൃക്ഷങ്ങളാൽ പരിവൃതവും ആയ ബംഗ്ലാവിൽ ആയിരുന്നു. അവർക്കു അവിളംബേന പ്രവേശം കൊടുക്കപ്പെടുകയും ഫൈസി ഇരിക്കുന്ന മുറിയിലേക്കു അവരെ കൂട്ടിച്ചുകൊണ്ടു പോകുന്നതിന് ഉടനെ ഒരു ഭൃത്യൻ വരികയും ചെയ്തു. അവിടെ ആ ഗൃഹത്തിന്റെ അധികഭാഗത്തേയും ചുറ്റീട്ടുള്ള വരാന്തയോടടുത്ത് കടലാസുകൾ നിറച്ചുകിടക്കുന്ന ഒരു മേശയ്ക്കു അഭിമുഖനായി മദ്ധ്യവയസ്കനായ ഒരാൾ ഇരിക്കുന്നുണ്ടായിരുന്നു. അയാളുടെ ചുറ്റും തറയിൽ മറ്റു പല കടലാസുകൾ വികീർണ്ണങ്ങളായി കിടന്നിരുന്നു. അയാൾ തന്റെ ഗൃഹാഗതന്മാരെ എതിരേല്ക്കുന്നതിനായി യാതൊരു ഉപചാരപ്രദർശനവും കൂടാതെ ഇരുന്നെടത്തുനിന്നും എഴുന്നേറ്റ് ഒരു സാധാരണ സ്വാഗതോക്തി പുരസ്സരം അവിടെ വിരിച്ചിരുന്ന ആസ്മരണങ്ങളിൽ തന്നോടുകൂടി ഇരിക്കുന്നതിനു കൈകൊണ്ടു കാണിച്ചു.

ഫൈസിക്കും അയാളുടെ ജ്യേഷ്ഠസഹോദരനും തമ്മിലുള്ള മുഖ്യമായ വ്യത്യാസം അയാളുടെ ലുഞ്ചിതശ്മശ്രുവായും മസൃണമായും ഉള്ള മുഖത്തിലെ സരളവും പ്രസന്നവും ആയ ഭാവവും ലോകപരിജ്ഞാനമുള്ള ഒരു പുരുഷന്റെ രാജസ്ഥാനോചിതങ്ങളായ മാതിരികളോടു സമ്മിശ്രിതയായ ഒരു സവിശേഷസാധാരണതയും ആയിരുന്നു. അയാൾ ഒരു യോദ്ധാവായിട്ട് അനേക ധീരകൃത്യങ്ങൾ പ്രവർത്തിക്കയും രാജപ്രണിധിയായിരുന്ന് ദുർഘടങ്ങളായ അനേകകാര്യങ്ങളെ തീർക്കയും ചെയ്തിട്ടുണ്ടായിരുന്നു, എങ്കിലും അയാളുടെ ശാന്തമായ ദൃഷ്ടി യുദ്ധപരിചിതനായ മനുഷ്യന്റേതിനേക്കാൾ ഒരു സ്വസ്ഥനായ ആലോചനക്കാരനു സഹജമായിട്ടുള്ളതായിരുന്നു.

ഒരു ഭൃത്യൻ പേയഭോജ്യങ്ങളെ എടുത്തുകൊണ്ടു വന്നപ്പോൾ ഫൈസി ഇപ്രകാരം പറഞ്ഞു: "യോഗ്യനായ കുല്ലുകരേ! എനിക്കും എന്റെ സഹോദരനും നിങ്ങളെ കാണുന്നതിനും നിങ്ങളുടെ യുവാവായ സ്നേഹിതന്റെ പരിചയത്തെ സമ്പാദിക്കുന്നതിനും ഉള്ള അവസരത്തെ നിങ്ങൾ ഈ ദിവസം തരാതെയിരിക്കയില്ലെന്നു ഞാൻ നല്ലവണ്ണം അറിഞ്ഞിരുന്നു. ഇദ്ദേഹത്തിനെയും അചിരേണ എന്റെ സ്നേഹിതനെന്നു വിളിക്കുന്നതിനു ഇടയാകുമെന്നു ഞാൻ വിശ്വസിക്കുന്നു." അനന്തരം സിദ്ധനെ നോക്കി അയാൾ ചോദിച്ചു: "ഞങ്ങളുടെ പുത്തനായ നഗരത്തെക്കുറിച്ച് നിങ്ങൾ എന്തുവിചാരിക്കുന്നു? അതിന്റെ ഏതാനും ഭാഗം നിങ്ങൾ ഇതിനു മുമ്പിൽതന്നെ കണ്ടിരിക്കാം."

സിദ്ധൻ ഉത്തരം പറഞ്ഞു: "ശ്രേഷ്ഠനായ പ്രഭോ! നിങ്ങളുടെ ഭാഗിനേയൻ പാർവീസ് ഇന്നു പ്രഭാതത്തിൽ രാജഗൃഹത്തിന്റെ ഒരുഭാഗത്തെ

ദയാപൂർവ്വം എനിക്കു കാണിച്ചുതന്നു. എന്നാൽ വാസ്തവത്തിൽ അതിനെക്കുറിച്ച് തല്ക്കാലം ഒരഭിപ്രായം പറയുന്നതിനു ഞാൻ ശക്തനല്ല. അസാധാരണമായ ഐശ്വര്യവും വിചിത്രങ്ങളായ ശില്പങ്ങളുടെ സമൃദ്ധിയും കണ്ടു ഞാൻ ആശ്ചര്യപരതന്ത്രനായിരിക്കുന്നു. ഞാൻ വളരെ വിചാരിച്ചിരുന്നു; എന്നാൽ എന്റെ വിചാരം യഥാർത്ഥസ്ഥിതിയിൽനിന്നും വളരെ ന്യൂനമായിരിക്കുന്നു."

ഫൈസി പറഞ്ഞു: "അത് വിശ്വാസ്യംതന്നെ. ഇവിടെ ഇദംപ്രഥമമായി വരുന്നവർക്കൊക്കെയും ഇപ്രകാരമാണു സംഭവിക്കുന്നത്. അക്ബറുടെ കൊട്ടാരത്തെക്കുറിച്ച് മുമ്പിൽ എത്രമാത്രം കേൾക്കയോ വായിക്കയോ ചെയ്തിട്ടുള്ളവനും അതിനെ പ്രത്യക്ഷീകരിക്കുന്ന സമയം വിസ്മയാക്രാന്തനായി തീരുന്നതാണ്. എന്നാൽ കുല്ലുകരേ! ഉത്തരദിക്കിലെ കാര്യസ്ഥിതികളെ എന്നോടു പറകതന്നെ. ഞാൻ നിങ്ങളുടെ കാശ്മീരദേശത്തെ വൃത്താന്തങ്ങളെ കേൾക്കുന്നതിനു ഉൽക്കണ്ഠിതനായിരിക്കുന്നു."

കുല്ലുകർ സന്തോഷപൂർവ്വം ഉത്തരം പറഞ്ഞു: എന്നാൽ കാശ്മീരത്ത് ഉത്ഭവിക്കാൻ ആരംഭിച്ചിരുന്ന ഛിദ്രങ്ങളെക്കുറിച്ച് അപ്പോൾ ഒന്നും പ്രസംഗിക്കാതെ സാധാരണകാര്യങ്ങളെക്കുറിച്ചുമാത്രമേ പ്രസ്താവിച്ചുള്ളൂ. സിദ്ധനും അചിരേണ ആ സംഭാഷണത്തിൽ ഉത്സാഹത്തോടുകൂടി ഭാഗിയായിത്തീർന്നു. വളരെ പഠിത്തമുള്ള ആളെന്നു താൻ കേട്ടിട്ടുള്ളവനും, മഹാനായ ചക്രവർത്തിയുടെ ആലോചനക്കാരനും ആയ ഫൈസിയുമായി സിദ്ധൻ എത്രവേഗത്തിൽ പരിചിതനായി തീർന്നോ അത്രവേഗത്തിൽ അദൃഷ്ടചരനായ മറ്റൊരാളുമായി അയാൾക്കു സാധാരണത ഉണ്ടായിട്ടില്ല. അവരുടെ സംഭാഷണം ആ കാലത്തെ കാര്യങ്ങളെ കൂടാതെ പല സംഗതികളെയും വിശിഷ്യാ സാഹിത്യത്തെയും വിഷയീകരിച്ചു.

ഫൈസി സിദ്ധനെ നോക്കി പറഞ്ഞു: "നിങ്ങൾ ഇവിടത്തെ രാജഗൃഹങ്ങളെ കുറിച്ച് വിസ്മയിക്കയും, അവ നിങ്ങളുടെ വിചാരങ്ങളെ തുലോം അതിശയിച്ചിരിക്കുന്നു എന്നുപറയുകയും ചെയ്യുന്നു. എന്നാൽ ഞാൻ ആദ്യമായി നിങ്ങളുടെ നിവേദ്യങ്ങളും ഉൽകൃഷ്ടങ്ങളും പരിശുദ്ധങ്ങളും ആയ ഗ്രന്ഥങ്ങളെ പരിചയിച്ച സമയം എന്റെ അനുഭവം നേരെ വിപരീതമായിരുന്നു. ഞങ്ങളുടെ പൂർവ്വാചാര്യന്മാർ വളരെ പഠിത്തമുള്ളവരായിരുന്നില്ല. അവർ എന്നോടു പറഞ്ഞിരുന്നത് സംസ്കൃതഗ്രന്ഥങ്ങൾ കേവലം ദുർഗ്രഹങ്ങളും നീരസങ്ങളും അസംബന്ധപ്രചുരങ്ങളും ആയിരിക്കുന്നതു കൂടാതെ മഹമ്മദ് മതവിശ്വാസത്തിനു പ്രതികൂലങ്ങളും പരിഷ്കാരത്തിനു ഹാനികരങ്ങളും ആണ് എന്നായിരുന്നു. ഒടുവിലത്തെ ആക്ഷേപത്തെക്കുറിച്ച് ഞാൻ ഒന്നും പറയുന്നില്ല. എന്നാൽ ജ്ഞാനാഭിവൃദ്ധിയേയും രസജനകത്വത്തേയും സംബന്ധിച്ചിടത്തോളം നിങ്ങളുടെ ഗ്രന്ഥങ്ങൾ ഞങ്ങളുടെ ഗ്രന്ഥങ്ങളേക്കാൾ ഉപരിയാണെന്നു ഞാൻ അനുഭവം കൊണ്ടറിയുന്നു. നിങ്ങളുടെ കാവ്യനാടകാദിഗ്രന്ഥങ്ങൾ എത്ര

രമണീയങ്ങളായിരിക്കുന്നു! നിങ്ങളുടെ സ്മൃതികൾ, പുരാണങ്ങൾ, ഇതിഹാസങ്ങൾ, ശാസ്ത്രങ്ങൾ, ഇവയിൽ എത്ര ഉൽകൃഷ്ടങ്ങളും ഗംഭീരങ്ങളും നിഷ്കളങ്കങ്ങളും ആയ തത്ത്വോപദേശങ്ങൾ അടങ്ങിയിരിക്കുന്നു! എന്നാൽ ഞങ്ങളുടെ ഭാഷകളായ പെർഷ്യൻ, അറബിക്ക് ഇവയിൽനിന്നു അത്യന്തം വ്യത്യസ്തമായ സംസ്കൃതത്തെ എത്രയും ശ്രമപ്പെട്ടു പഠിച്ചു മനസ്സിലാക്കീട്ടുള്ള എന്നേക്കാൾ വളരെ അധികം ഈ പ്രമേയങ്ങളെ സഹജമായി അറിയുന്നവരായ നിങ്ങളോട് ഇതിനെ ഞാൻ ഓർമ്മപ്പെടുത്തണമെന്നില്ലല്ലോ."

സിദ്ധൻ പറഞ്ഞു: "സാധാരണയായി ഹിന്ദുസ്ഥാനി സംസാരിക്കുന്ന ഹിന്ദുക്കളായ ഞങ്ങൾക്ക് സംസ്കൃതം അത്ര എളുപ്പത്തിൽ അഭ്യസിക്കാവുന്ന ഒരു ഭാഷയല്ല. എന്നെ അതിനെ അഭ്യസിപ്പിക്കുന്നതിൽ ശ്രമങ്ങൾ ഉണ്ടായിട്ടില്ലയോ എന്ന് കുല്ലുകരോടു ചോദിക്ക തന്നെ."

കുല്ലുകർ പറഞ്ഞു: "സംസ്കൃതം അഭ്യസിക്കുന്നതിൽ ആരംഭത്തിൽ അന്യന്മാരെപ്പോലെ തന്നെ ഫൈസിക്കും ശ്രമങ്ങൾ ഉണ്ടായിട്ടുണ്ടെങ്കിലും കാശ്മീരചരിത്രങ്ങളേയും നളന്റേയും ദമയന്തിയുടേയും കഥകളേയും ഇദ്ദേഹം ഭാഷാന്തരീകരിച്ചിട്ടുള്ളതിനെ നോക്കിയാൽ സംസ്കൃതം ഇദ്ദേഹത്തിന്റെ സ്വഭാഷയല്ലെന്നു നമുക്ക് വിശ്വസിക്കാൻ പ്രയാസമാണ്."

സംഭാഷണം സംസ്കൃതഗ്രന്ഥങ്ങളെ വിഷയീകരിച്ചപ്പോൾ അതിനെ എളുപ്പത്തിൽ വിരമിക്കാതെ ഫൈസി പിന്നെയും പറയാൻ ആരംഭിച്ചു: "നിങ്ങളുടെ കാവ്യങ്ങൾ എത്ര ശ്രേഷ്ഠങ്ങളായിരിക്കുന്നു! അവയുടെ തർജ്ജുമ, സരളങ്ങളും ഉൽകൃഷ്ടങ്ങളും അനതിശയനീയകളായ നായികമാരോടു കൂടിയവയും ആയ മൂലഗ്രന്ഥങ്ങളോടു സദൃശീകരിക്കുമ്പോൾ എത്രമാത്രം ന്യൂനമായിരിക്കുന്നു! എല്ലാ കഷ്ടതകളെയും തന്റെ വ്യാമൂഢനായ ഭർത്താവിന്റെ അവധീരണയേയും ധീരതയോടു കൂടി സഹിച്ച ശ്രേഷ്ഠയായും ശുദ്ധയായും ഉള്ള ദമയന്തിയെ വിചാരിച്ചു നോക്കുക! ഒരു വിദേശീയഭാഷയെ പഠിക്കുന്നതിനു വേണ്ട അവസരമില്ലെങ്കിലും അതിൽ പ്രതിപാദിതങ്ങളായ വിഷയങ്ങളെ എല്ലാം വായിച്ചറിയുന്നതിന് അത്യന്തം ശ്രദ്ധാലുവായ അക്ബറുടെ സന്തോഷത്തിനായിട്ടാണ് ഞാൻ ഈ തർജ്ജുമകളെ ആരംഭിച്ചിരിക്കുന്നത്. ഇപ്പോൾ അദ്ദേഹം *ബൈബിളിനെ* തർജ്ജുമ ചെയ്യുന്ന ജോലിയെ എന്നെ ഏല്പിച്ചിരിക്കുന്നു."

കുല്ലുകർ ചോദിച്ചു: "എന്തിനെ?"

ഫൈസി പറഞ്ഞു: "തങ്ങളുടെ മതസ്ഥാപകന്റെ നാമാനുസാരേണ ക്രിസ്ത്യാന്മാരെന്നു വിളിക്കപ്പെടുന്നവരും, നിങ്ങൾ കേട്ടിരിക്കാവുന്നവരും ആയ പാശ്ചാത്യന്മാരുടെ വേദപുസ്തകത്തെ. അതിൽ പഠനയോഗ്യമായി വളരെ ഉണ്ട്. നിങ്ങളുടെ ഇതിഹാസ പുരാണാദികളിൽ എന്നപോലെ അതിലും സാരം കുറഞ്ഞ സംഗതികളോടു സങ്കീർണ്ണങ്ങളായി ഉൽകൃഷ്ടങ്ങളും ഗംഭീരങ്ങളും ആയ പല അഭിപ്രായങ്ങളെ ഞാൻ കാണുന്നുണ്ട്. പക്ഷേ, ആകപ്പാടെ നോക്കിയാൽ നിങ്ങളുടെ ഗ്രന്ഥങ്ങളെ പരി

ശീലിച്ചിട്ടുള്ളവർക്ക് അതിൽ നവീനമായി അധികം ഒന്നും കാണുകയില്ല. എന്നാൽ എനിക്ക് സവിശേഷമായി വിസ്മയത്തെ ജനിപ്പിക്കുന്നത് നിങ്ങളുടെ നീതിവാക്യങ്ങളാണ്. ഞങ്ങളുടെ നീതിവാക്യങ്ങൾ അവയോടു ഉപമിക്കപ്പെടുമ്പോൾ എത്ര രസഹീനങ്ങളായിരിക്കുന്നു! നിങ്ങളുടെ നീതിവാക്യങ്ങളിൽ ഇതൊന്നു മാത്രമേ ഞാൻ പഠിച്ചിരുന്നൊള്ളൂ എങ്കിലും മേലും പുസ്തകങ്ങൾ എഴുതുന്നതിൽ എന്നെ പ്രോത്സാഹിപ്പിക്കുന്നതിനു ഇതുതന്നെ പര്യാപ്തമായിരിക്കും."

"ന ചോരഹാര്യം ന ച രാജഹാര്യം
ന ഭാതൃരാജ്യം ന കരോതി ഭാരം
വ്യയേ കൃതേ വർദ്ധത ഏവ നിത്യം
വിദ്യാധനം സർവധനാൽ പ്രധാനം"

അയാൾ സിദ്ധനെ അഭിമുഖീകരിച്ച് ചോദിച്ചു. "അത് ശരിയായിരിക്കുന്നോ? അതൊ ഉച്ചാരണത്തിൽ എന്തെങ്കിലും തെറ്റുണ്ടോ?"

ക്ഷണനേരത്തേക്കു സിദ്ധൻ സംശയിച്ചു. പിന്നെ കുല്ലുകരുടെ നേരെ നോക്കി. അദ്ദേഹം മന്ദസ്മിതപൂർവ്വമായി ശിരഃകമ്പനംചെയ്തു. അതിന്റെ ശേഷം സിദ്ധൻ ധൈര്യത്തോടുകൂടി പറഞ്ഞു: "പ്രഭോ! നല്ല ശരിയായില്ല, എന്നാൽ ആ സ്ഖലിതം കേവലം നിസ്സാരമാണ്." അനന്തരം സിദ്ധൻ തെറ്റിയ വാക്കിനെ ശരിയായി ഉച്ചരിച്ചു കാണിച്ചുകൊടുത്തു.

ഫൈസി സന്തോഷത്തോടുകൂടി പറഞ്ഞു: "ഇപ്പോൾ ഞാൻ ധന്യനായി. എന്നാൽ ഭർതൃഹരിയുടെ ശ്ലോകങ്ങളിൽ ഒന്നിനെ ചൊല്ലുകതന്നെ. നിങ്ങൾക്ക് വളരെ അറിയാമെന്നുള്ളതിനെക്കുറിച്ച് ഞാൻ സംശയിക്കുന്നില്ല."

സിദ്ധൻ ക്ഷണനേരം വിചാരിച്ചിട്ട് ഈ ശ്ലോകം ചൊല്ലി:

"സ ജാതൊ യേന ജാതേന
യാതി വംശസ്സമുന്നതിം
പരിവർത്തിനി സംസാരേ
മൃതഃ കൊ വാ ന ജായതേ"

ഫൈസി ചിരിച്ചുകൊണ്ടു പറഞ്ഞു: "ഓഹോ! കാശ്മീരത്തിൽ നിങ്ങൾ സംസ്കൃതമല്ലാതെയും മറ്റു ചിലത് അഭ്യസിച്ചിട്ടുണ്ട്. അല്ലയോ സ്നേഹിതാ! നിങ്ങൾ മുഖസ്തുതിവിദ്യയും പഠിച്ചിരിക്കുന്നല്ലോ."

സിദ്ധൻ ചോദിച്ചു: "മുഖസ്തുതിയോ? പെർഷ്യാ മുതൽ ഹിന്ദുസ്ഥാനിലെ അതിദൂരങ്ങളായ ദേശങ്ങളിലേക്കു വ്യാപിച്ചിട്ടുള്ള നിങ്ങളുടേയും നിങ്ങളുടെ സഹോദരൻ അബുൾഫസലിന്റെയും പേരുകളെ ഇനി ജനിക്കുന്ന സന്താനങ്ങളും ഓർമ്മയിൽ സൂക്ഷിക്കേണ്ടതല്ലെ?"

ഫൈസി ഉത്തരം പറഞ്ഞു: "എന്റെ സഹോദരന്റെ പേര് ലഘുവായി വിസ്മരിക്കപ്പെടുകയില്ല. പക്ഷേ, അദ്ദേഹത്തിന്റെ മറ്റു വ്യാപാരങ്ങളേക്കാൾ മഹാനായ ചക്രവർത്തിയുടെ രാജ്യഭരണചരിത്രത്തെ വിവരിക്കുന്നതായ *അക്ബർനാമാ* എന്ന അദ്ദേഹത്തിന്റെ അവിനാശിനിയായ കൃതി

യാൽ ആയിരിക്കാം അദ്ദേഹത്തിന്റെ പേര് എന്നേക്കും നിലനില്ക്കുന്നത്. എന്റെ കൃതികൾ ഒക്കെയും ഈ പുസ്തകത്തോട് ഉപമിക്കപ്പെടുമ്പോൾ കേവലം നിസ്സാരകളാകുന്നു. എന്നാൽ അദ്ദേഹം അക്ബറെ അതിസ്തുതി ചെയ്യുന്നു എന്നുള്ളത് ഞാൻ അദ്ദേഹത്തിനോടു പറഞ്ഞിട്ടുണ്ട്. എന്തുതന്നെ ആയാലും അക്ബർക്കു മനുഷ്യസാധാരണങ്ങളായ തെറ്റുകൾ ഉണ്ട്. അതിനാൽ അബുൾഫസൽ രാജാക്കന്മാരെ അതിസ്തുതി ചെയ്യുന്നവനും പക്ഷപാതിയും ആണെന്നുള്ള ഒരു ദോഷാരോപം ഭവിഷ്യൽകാലത്തിൽ അദ്ദേഹത്തിന്റെ മേൽ സംഭവിച്ചേക്കാം. എന്നാൽ അദ്ദേഹം ഞാൻ പറയുന്നതിനെ ശ്രദ്ധിക്കയോ ചക്രവർത്തിയുടെ സ്തുതിയെ സ്വല്പം പോലും കുറയ്ക്കയോ ചെയ്കയില്ല. എന്നോടു അദ്ദേഹം ഇപ്രകാരം മറുപടി പറഞ്ഞു: "എന്റെ രാജാവ് എന്നുമാത്രമല്ല, രക്ഷിതാവും ഉത്തമസ്നേഹിതനും ആയ ആളിനെക്കുറിച്ച് ഞാൻ വാസ്തവമായി വിചാരിക്കുന്നതിനെ എല്ലാം പറയാൻ പാടില്ലാത്ത പക്ഷം എന്റെ പുസ്തകത്തെ ഞാൻ ദൂരതഃ ത്യജിച്ചേക്കാം." ഇതിനൊക്കയും എതിരായി യുക്തിവാദം ഒന്നും ചെയ്യാനില്ലെന്നു നിങ്ങൾക്കു അറിയാമല്ലോ. അക്ബർക്കും താൻ ഒന്നും പറയുന്നില്ലെങ്കിലും തന്നാൽ വളരെ ഗൗരവത്തോടു കൂടി ഭാവിക്കപ്പെട്ടിരിക്കുന്ന ഒരു സ്നേഹിതന്റെ സ്തോത്രം വളരെ സന്തോഷകരമായിരിക്കുന്നതാണല്ലോ."

സ്വല്പനേരം തൂഷ്ണീകനായിരുന്നതിന്റെ ശേഷം സിദ്ധൻ പറഞ്ഞു: "ശ്രേഷ്ഠനായ ഫൈസി! ഞാൻ നിങ്ങളോടു ഒരു ചോദ്യം ചോദിക്കട്ടയോ?"

ഫൈസി ഇപ്രകാരം ഉത്തരം പറഞ്ഞു: "അവശ്യം ചോദിക്കാം. നിഷ്കപടമായി മറുപടി പറയാൻ കഴിയുമെന്ന് ഞാൻ വിശ്വസിക്കുന്നു."

സിദ്ധൻ പറഞ്ഞു: "എന്നാൽ അബുൾഫസലിനെക്കുറിച്ച് നാം സംസാരിച്ചപ്പോൾ ഇന്നു പ്രഭാതത്തിൽ അദ്ദേഹം എനിക്കു ഒരു ഉപദേശം ചെയ്തത് എന്റെ മനസ്സിൽ സ്ഫുരിച്ചു. ഇവിടെ ചക്രവർത്തിയുടെ നേർക്കു ദ്രോഹപ്രവൃത്തി നടക്കുന്നതിൽ ഉൾപ്പെടാതെ സൂക്ഷിക്കണമെന്നു എന്നോടു അദ്ദേഹം ഉപദേശിച്ചു. അഭിപ്രായത്തിനു ഏറ്റവും ഗൗരവമുള്ള ആളായ നിങ്ങൾ വളരെ മഹാനും ഉപകാരശീലനും ആയ അക്ബറുടെ നേരെ ദ്രോഹാലോചന ചെയ്യുന്നതിനു മാത്രം മൂഢന്മാരും ദുഷ്ടന്മാരും ആയ ജനങ്ങൾ ഇവിടെ ഉണ്ടെന്നു വിശ്വസിക്കുന്നോ? അത് വാസ്തവമായിരിക്കാൻ പാടുണ്ടോ?"

ഫൈസി പറഞ്ഞു: "ഹാ! എന്റെ സഹോദരൻ സർവ്വത്രദ്രോഹത്തെ ശങ്കിക്കുന്നു. എന്നാൽ അത് മന്ത്രിമാർക്കു സഹജമാണല്ലോ. എന്തായാലും നിങ്ങൾക്കു മനസ്സിന് അസ്വാസ്ഥ്യം വേണ്ട. ഇവിടെ ഉള്ള ജനങ്ങൾ അത്ര ദുഷ്ടന്മാരല്ല. തങ്ങളുടെ ശിരച്ഛേദത്തിനു ഹേതുവാകുന്നതും മിക്കവാറും അസാദ്ധ്യവും ആയ ഒരുകാര്യത്തിൽ ഉദ്യോഗിക്കുന്നതിനു മാത്രം മൂഢന്മാരും അല്ല."

ഗൗരവത്തോടുകൂടിയും കുറഞ്ഞൊന്ന് നിന്ദാഗർഭമായും കുല്ലുകർ

പറഞ്ഞു: "ഫൈസി! നിങ്ങളുടെ സപ്രത്യാശങ്ങളായ ഈ അഭിപ്രായങ്ങൾ നിങ്ങളുടെ മനോഗുണത്തെ പ്രത്യക്ഷീകരിക്കുന്നു. എന്നാൽ അവ യുവാക്കന്മാരായ ആളുകളെ നമ്മുടെ ഈ അപരിചിതനായ സ്നേഹിതന്റെ സംഗതിയിൽ സംഭവിക്കാവുന്നതുപോലെ, ഒരുവേള അവിവേകത്തിലേക്കു നയിച്ചേക്കാമെന്നു നിങ്ങൾ വിചാരിക്കുന്നില്ലയോ?"

ഫൈസി പറഞ്ഞു: "ഇദ്ദേഹം ആലോചനകൂടാതെ നടന്നേക്കാവുന്ന ആളല്ല. ആദ്യം തന്നെ രാജഗൃഹത്തിലും സംസ്ഥാനത്തിലും കൃത്രിമങ്ങൾ നടക്കുന്നു എന്നുള്ള വിചാരംകൊണ്ട് അസ്വസ്ഥചിത്തനാകാതെ വിശ്വാസത്തോടും ധൈര്യത്തോടും കൂടി കാലക്ഷേപം ആരംഭിക്കുന്നതാണ് നന്ന് എന്ന് മാത്രമേ എന്റെ ഉദ്ദേശ്യം ഉള്ളൂ. ഞങ്ങൾ എല്ലാവരും അപ്രകാരമാണ് ആരംഭിച്ചത്. ഞങ്ങൾക്കു ആപത്തുകൾ സംഭവിച്ചിട്ടില്ല. ആരംഭത്തിൽ തന്നെ സിദ്ധൻ വേണ്ടതിലധികം സംശയത്തോടു കൂടിയിരുന്നാൽ അവസാനത്തിൽ ആരെയും തന്നെ വിശ്വസിക്കാതെ ആയിത്തീരും. എന്നിലും എന്റെ സഹോദരനിലും കൂടി വിശ്വാസം ഇല്ലാതെ ആയേക്കാം."

സിദ്ധൻ ഫൈസിയുടെ പ്രസന്നമായ മുഖത്തേക്കു വിശ്വാസത്തോടുകൂടി നോക്കിക്കൊണ്ട് വേഗത്തിൽ ഇപ്രകാരം പറഞ്ഞു: "അത് ഒരിക്കലും ഉണ്ടാകുന്നതല്ല. നിങ്ങളിൽ നിന്ന് ഗൂഢശത്രുത്വത്തെ എനിക്കു ഒരിക്കലും സംശയിപ്പാൻ പാടില്ലാത്തതുപോലെ തന്നെ നിങ്ങളുടെ സ്നേഹത്തേയും നല്ല അഭിപ്രായത്തേയും എന്നെപ്പോലെ അധികമായി വിലമതിക്കുന്ന ഒരുത്തനിൽനിന്ന് വിശ്വാസഭംഗത്തെയും ദ്രോഹത്തെയും നിങ്ങളും സംശയിക്കരുത്."

കുല്ലുകർ ഗൗരവത്തോടു കൂടി പറഞ്ഞു: "നിങ്ങൾ പറഞ്ഞതിനെ ഓർമ്മിച്ചുകൊള്ളണം. മനുഷ്യൻ ദീർഘദർശി അല്ലാത്തതുകൊണ്ട് ഒരുത്തനും തന്റെ സ്വതന്ത്ര്യാഭിപ്രായത്തെ ഭേദപ്പെടുത്തുന്നതിനു ഹേതുഭൂതകളായ സകലസംഗതികളെയും അവസ്ഥകളെയും മുൻകൂട്ടി കാണുന്നതിനു ശക്തി ഇല്ലെന്നുള്ളതും വിചാരിക്കണം."

തന്റെ സഹജമായ പ്രസന്നസ്വരത്തിൽ ഫൈസി പറഞ്ഞു: "നോക്കുക, പിന്നെയും നാം ശാസ്ത്രവാദത്തിൽ ആയിരിക്കുന്നു. എനിക്കു കുല്ലുകരോളം ഈ വിഷയത്തിൽ ജ്ഞാനമില്ലെങ്കിലും ഇത് എന്റെ പ്രേമാസ്പദമായ ഒരുപ്രമേയമാണെന്നു നിങ്ങൾക്ക് നല്ലവണ്ണം അറിയാമല്ലോ. രാത്രി ആരംഭിച്ചു തുടങ്ങിയതിനാൽ നമുക്ക് വിളക്കുകൾ വരുത്താം. എന്നിട്ട് കുല്ലുകർക്കു ഗാഢമായ ജ്ഞാനമുള്ള സാംഖ്യം, വേദാന്തം ഈ വിഷയങ്ങളെക്കുറിച്ച് നമുക്ക് അല്പം വ്യവഹരിക്കാം. അക്ബറെ കൂടി ഇതിൽ ചേർക്കാൻ കഴിയാത്തത് എത്ര ശോചനീയമാണ്! അദ്ദേഹത്തിനു ശ്ലാഘ്യതരങ്ങളായ വിരുന്നുകളേക്കാൾ എത്രയും ശുഷ്കമായ ശാസ്ത്രവാദത്തിലാണ് അധികരസമുള്ളത്."

കുല്ലുകർ പറഞ്ഞു; "മാന്യനായ ഫൈസി! ഗതകാലങ്ങളിൽ എന്നപോലെ ഒരു മണിക്കൂറുനേരം ഇങ്ങനെ ഉള്ള പ്രമേയങ്ങളെക്കുറിച്ചു നിങ്ങ

ളോടു കൂടി ഗാഢാലോചന ചെയ്യുന്നതിലധികമായി എനിക്കു മറ്റൊന്നും സന്തോഷകരമല്ല. എന്നാൽ ഇപ്പോൾ ഞങ്ങൾക്ക് പോകേണ്ടിയിരിക്കുന്നു. നാളെ പ്രഭാതത്തിൽ സിദ്ധനു അയാളുടെ സേനാധിപത്യം വഹിക്കണം. എന്റെ യാത്ര മറ്റന്നാളത്തേക്കു നിശ്ചയിച്ചിരിക്കുന്നതുകൊണ്ട് ഇന്നു രാത്രിയിൽ തന്നെ അതിലേക്കു അനേകം ഒരുക്കങ്ങൾ എനിക്കും ചെയ്യാനുണ്ട്. കഴിഞ്ഞ കാലങ്ങളിലെപ്പോലെ തന്നെ ദയാപൂർവ്വമായും സ്നേഹപുരസ്സരമായും ഉള്ള ഈ സല്ക്കാരത്തിനു വേണ്ടി നിങ്ങളോടു വന്ദനം പറഞ്ഞ് ഇപ്പോൾ യാത്രപറയുന്നതിനു ഞങ്ങളെ അനുവദിക്കണം."

ഫൈസി ഒരു ഭൃത്യനെ വിളിച്ച് അവർക്കു വഴികാണിച്ചുകൊടുക്കാൻ പറഞ്ഞതിന്റെ ശേഷം ഇപ്രകാരം പറഞ്ഞു: "യോഗ്യനായ സ്നേഹിതാ! അങ്ങനെ തന്നെ ഞാൻ അനുവദിക്കുന്നു." പിന്നീട് സിദ്ധൻ യാത്രപറഞ്ഞ സമയം അയാളോടായി പറഞ്ഞു: "സിദ്ധാ! നാം അവിവേകത്തെക്കുറിച്ച് സംസാരിച്ചുകൊണ്ടിരുന്നല്ലോ. അതിൽ അകപ്പെടാതെ സൂക്ഷിച്ചുകൊള്ളണം. എന്നാൽ നിങ്ങളെപ്പോലെ യുവാവായ ഒരാൾ നിങ്ങളുടെ രാജധാനിയിലെപ്പോലെ തന്നെ ഞങ്ങളുടെ രാജധാനിയിലും അവിവേകത്തിൽ ഉൾപ്പെടുന്നതിനു ഇടവന്നേക്കാം. അങ്ങനെ ഏതെങ്കിലും ദുർഘടം സംഭവിച്ചാൽ ഉടൻതന്നെ ഫൈസിയുടെ സമീപത്തിൽ വന്നേക്കണം. എന്നാൽ അയാൾ നിവൃത്തി ഉണ്ടാകാൻ ശക്തനാകുന്നതായിരിക്കും." ഇതിനു മറുപടിക്കോ വന്ദനത്തിനോ വേണ്ടി താമസിച്ചു നില്ക്കാതെ ഫൈസി അയാളുടെ പുരമുറിയിലേക്കു പോയി.

ജീവികാമാർഗ്ഗത്തിൽ പ്രവേശിക്കുന്ന കാലത്തിൽ തന്നെ സിദ്ധനു ലഭിച്ചതിലധികം ആരാലാണ് പ്രാർത്ഥനീയനായിരിക്കാവുന്നത്? ആലോചനക്കാരോ സായാര്യമോ അയാൾക്കു ഇല്ലാതിരുന്നില്ല. ഗൗരവമുള്ള കാര്യങ്ങൾക്ക് ബദരീനാഥത്തിലെ യോഗിയും സാരം കുറഞ്ഞ കാര്യങ്ങൾക്ക് ബുദ്ധിമാനും ജനസ്വാധീനതയുള്ളവനും ആയ ഫൈസിയും ഉണ്ടായിരുന്നു. പ്രധാനമന്ത്രിയുടെ പ്രീതി പ്രാഗേവ ലബ്ധയും ചക്രവർത്തിയുടേത് പ്രതിശ്രുതയും ആയിരുന്നു.

4

അക്ബർ

പിറ്റേ ദിവസം പ്രാതഃകാലത്തിൽ ദുർഗ്ഗത്തിന്റെ പുരോഭാഗത്തുള്ള വിസ്തീർണ്ണയായ സമഭൂമിയിൽവച്ച് നമ്മുടെ യുവാവായ യോദ്ധാവ് രജ്പുത്തുകളുടെ പ്രധാന സുബേദാരുടെ അടുക്കൽനിന്നും തന്റെ സേനാ വിഭാഗത്തിന്റെ ആധിപത്യത്തെ സ്വീകരിച്ചു. തന്റെ മേലുദ്യോഗസ്ഥൻ നിയതമായ ശിക്ഷാക്രമാനുസരണത്തെക്കുറിച്ച് നിഷ്കർഷിച്ചു. എന്നാൽ കുല്ലുകരുടെ ശിഷ്യൻ അതിനു സുതരാം പരിചിതനും അതിന്റെ ആവശ്യകതയെ സ്വയം അറിഞ്ഞവനും ആയിരുന്നു. സിദ്ധന് സ്ഥാനചിഹ്നങ്ങളായ ധവളതൂലികാദികൾ ആ സുബോദാരാൽ കൊടുക്കപ്പെട്ടു. ഇയാൾ പ്രകൃത്യാ നിഷ്ഠുരനായിരുന്നു എങ്കിലും വിദ്യാഭ്യാസം കൊണ്ടുള്ള പരിഷ്കാരവും മര്യാദയും സൗജന്യവും ഉള്ളവൻ ആയിരുന്നു. സിദ്ധൻ തങ്ങളുടെ നേതാക്കന്മാരെപ്പോലെ ഭാസുരങ്ങളായ കഞ്ചുകാദികളെ ധരിച്ചിരുന്ന തന്റെ ഭടന്മാരുടെ ദർശനത്താലും സന്തുഷ്ടനായി. അവർ സമർത്ഥന്മാരായ അശ്വാരോഹന്മാരും, യോദ്ധോചിതങ്ങളായ സംപ്രദായങ്ങളോടും ഓജസ്സും ധൈര്യവും സ്ഫുരിക്കുന്നതായ മുഖഭാവങ്ങളോടും കൂടിയവരും ആയിരുന്നു.

സേനാധിപന്റെ അപേക്ഷാനുസാരേണ സിദ്ധൻ തന്റെ സാദികളെക്കൊണ്ട് ചില അഭ്യാസക്രമങ്ങളെ കാണിപ്പിച്ചു. അത് അയാളുടെ അശ്വാരോഹണസാമർത്ഥ്യത്തെയും അയാളുടെ അശ്വത്തിന്റെ ശിക്ഷാ വിശേഷത്തേയും പ്രദർശിപ്പിക്കുന്നതിന് ഒരു അവസരമായി. ഈ പ്രയോഗങ്ങളെ കാണുന്നതിനു കുല്ലുകർ കൂടെ അവിടെ സന്നിഹിതനായിരുന്നെങ്കിൽ തന്റെ ശിഷ്യനെ അയാളുടെ മേലുദ്യോഗസ്ഥന്മാർ അഭിനന്ദിക്കുന്നതിനെ പ്രത്യക്ഷീകരിച്ച് സന്തോഷിക്കുമായിരുന്നു. സമസ്തസാദികളും സമ്മേളിച്ച് ഏതാനും ചംക്രമണങ്ങൾ നിവർത്തിതങ്ങളായതിന്റെ ശേഷം ഒരു കാഹളശബ്ദം ആ ദിവസത്തെ പ്രയോഗങ്ങൾ വിരമിച്ചു എന്ന് സൂചി

പ്പിക്കയും അപയാനത്തിനു നിയോഗം കൊടുക്കപ്പെടുകയും ചെയ്തു. സിദ്ധൻ തന്റെ അശ്വത്തെ സന്നിഹിതനായിരുന്ന വത്സന്റെ കൈയിൽ ഏല്പിച്ചിട്ട് തന്നോടു സമാനസ്ഥന്മാരായ ഉദ്യോഗസ്ഥന്മാർക്കു പ്രവേ ശാർഹമായ ഒരു രാജ്യഗൃഹോദ്യാനത്തിലേക്കു കാൽനടയായി തിരിച്ചു. എന്നാൽ അയാൾ അവിടെ ചെന്നു ചേരുന്നതിനു മുൻപിൽ വേഷം കൊണ്ടു ഒരുപ്രഭുഗൃഹത്തിലെ പരിചാരികയെന്ന് അനുമാനിക്കപ്പെടാവു ന്നവളായ ഒരു യുവതി പാർശ്വപഥത്തിലൂടെ അടുത്തുവരുന്നത് കണ്ടു. അവൾ സമീപസ്ഥയായപ്പോൾ ക്ഷണനേരം സംശയിച്ചതിന്റെ ശേഷം പറഞ്ഞു: "പ്രഭോ കാശ്മീരത്തിൽനിന്നും എത്തിയിരിക്കുന്ന ശ്രേഷ്ഠ നായ സിദ്ധൻ ഭവാൻ തന്നെ അല്ലേ?"

അയാൾ ഉത്തരം പറഞ്ഞു: "നീ ഊഹിച്ചത് ശരിതന്നെ. നീ എന്നെ അറിയുന്നതായി തോന്നുന്നു."

പരിചാരിക പറഞ്ഞു: "ഞാൻ സ്വയം അറികയില്ല. എന്നാൽ എന്നേ പറഞ്ഞയച്ച പ്രഭുസ്ത്രീ ഭവാനെക്കുറിച്ച് എന്നോടു വിവരിച്ചിട്ടുണ്ട്. ഭവാൻ ദയാപൂർവ്വമായി അനുവദിക്കുന്ന പക്ഷം സ്വല്പനേരം ഭവാനുമായി സംഭാ ഷണം ചെയ്താൽ കൊള്ളാമെന്ന് തത്രഭവതിക്കു അപേക്ഷയുണ്ട്."

സിദ്ധൻ ചോദിച്ചു: "നിന്റെ സ്വാമിനി ആരാണ്?"

അവൾ ഉത്തരം പറഞ്ഞു: "പ്രഭോ! തല്ക്കാലം തത്രഭവതിയുടെ നാമധേയത്തെ ഞാൻ പറയാതിരിക്കുന്നതിനെ ക്ഷമിക്കണം. അഭ്യാഗമ ത്താൽ ഭവാൻ തത്രഭവതിയെ ബഹുമാനിക്കുമെങ്കിൽ തത്രഭവതി തന്നെ ഭവാന്റെ ജിജ്ഞാസയെ പൂരിപ്പിക്കും. ഭവാൻ പ്രസാദിക്കുന്നു എങ്കിൽ ഇന്നു സായാഹ്നത്തിൽ തന്നെ തത്രഭവതി ഭവാനെ പ്രതീക്ഷിക്കുന്നു ഏകദേശം പത്തു മണിക്കു ആ ചൈത്യോപാന്തത്തിൽ വന്നാൽ മതി."

ഇപ്രകാരം പറഞ്ഞ് അവൾ സൂര്യരശ്മികളാൽ പ്രകാശിക്കുന്ന സുവർണ്ണസ്തൂപികകളോടും ശ്വേതശ്ലക്ഷ്ണശിലാമയങ്ങളായ ശൃംഗങ്ങ ളോടും കൂടി ഒരു ഉന്നതപ്രദേശത്തിൽ നില്ക്കുന്ന ഒരു രമ്യമായ ഹർമ്മ്യത്തെ അംഗുലികൊണ്ട് നിർദ്ദേശിച്ചു.

സിദ്ധൻ ശങ്കിച്ച് എന്തുത്തരം പറയണമെന്ന് ആലോചിച്ചു. അപ്പോൾ ഇരാവതിയുടെ വിചാരവും അബുൾഫസൽ ചെയ്തിട്ടുള്ള ഉപദേശ ത്തിന്റെ സ്മരണയും അയാളുടെ മനസ്സിൽ ഉദിച്ചു.

ആ ചേടി സപരിഹാസം ചോദിച്ചു: "എന്താണ്? ഒരുശ്രേഷ്ഠയായ സ്ത്രീ സ്വല്പസംഭാഷണത്തിനു അപേക്ഷിക്കുമ്പോൾ ഭവാദൃശ്യനായ ഒരു യോദ്ധാവ് ഇതികർത്തവ്യതാമൂഢനായിരിക്കുന്നത് ഉചിതമോ? ഭവാനു ഭീതിയില്ലത്രേ?"

മുഖത്തിൽ പ്രകാശിച്ച കോപസ്ഫുർത്തിയോടുകൂടി സിദ്ധൻ പറഞ്ഞു: "ഭീതിയോ! നിനക്കു എന്തവകാശമാണ്.." സ്വയം ക്രോധത്തെ സംയമനം ചെയ്ത് അയാൾ പുനശ്ച പറഞ്ഞു: "എന്റെ അസ്ഥൈര്യം നിനക്കു അസാധാരണമായി തോന്നുന്നുണ്ടായിരിക്കാം. എന്നാൽ അതിന്റെ കാരണങ്ങൾ നിനക്കു അറിഞ്ഞിട്ട് കാര്യമില്ല. പറഞ്ഞ സമ

യത്ത് ആ ചൈതൃത്തിൽ എത്തിക്കൊൾക തന്നെ."

"അങ്ങനെ തന്നെ." എന്നു പറഞ്ഞ് ആ സ്ത്രീ അയാളെ അഭിവന്ദനം ചെയ്ത് വന്ന വഴിയെ തന്നെ തിരിച്ചുപോയി.

അലക്ഷിതനായി അവളെ അനുഗമിച്ച് ആരാണ് തന്നെ കാണ്മാൻ ആവശ്യപ്പെട്ടത് എന്നുള്ള വാസ്തവത്തെ അറിയാൻ ശ്രദ്ധിച്ചാലോ എന്ന് സിദ്ധൻ ക്ഷണനേരം ആലോചിച്ചു. എന്നാൽ അയാൾ വേണ്ട കരുതലോടുകൂടിതന്നെ ഇരിക്കുമെന്ന് സ്വല്പനേരത്തെ ആലോചനകൊണ്ട് അയാൾക്കു ബോദ്ധ്യപ്പെട്ടു. ഈ കഴിഞ്ഞ സംഗതിയെക്കൊണ്ടും തന്നെക്കുറിച്ചും അതൃപ്തനായിട്ട് അയാൾ നടന്ന് അചിരേണ ഉദ്യാനത്തിൽ എത്തി.

അത് വിഭ്രതിമത്തും വിശാലവും ആയിരുന്നു എങ്കിലും നയനങ്ങൾക്ക് തൃപ്തിയേക്കാൾ അധികം ആയാസത്തെ ആണ് ജനിപ്പിച്ചിരുന്നത്. ശ്ലക്ഷ്ണകളായ ശിലകളാൽ ആസ്തൃതങ്ങളായും ഏകരൂപങ്ങളായും ഋജുക്കളായും ഉള്ള പന്ഥാക്കൾ വൃക്ഷച്ഛായാവൃതങ്ങളായിരുന്നു. വിവിധാകാരങ്ങളായ ജലപ്രസ്രവണങ്ങൾ മദ്ധ്യത്തിൽ നിന്നും ഉൽഗമിച്ചുകൊണ്ടിരിക്കുന്നവയും, ശ്വേതോപല കല്പിതങ്ങളായ പര്യന്തങ്ങളോടുകൂടിയവയും ആയ ദീർഘികകളും ഉണ്ടായിരുന്നു. എല്ലായിടത്തും തരുനികരും ഞങ്ങളുടെ നിബീരിസയും, ശീതലയും സഞ്ചരിക്കുന്നവർക്കു വിശ്രമപ്രദയും ആയ ഛായ വ്യാപിച്ചിരിക്കുന്നു. സിദ്ധൻ യാതൊരുത്തരേയും സന്ദർശിക്കാതെ കുറഞ്ഞൊരുനേരം സഞ്ചരിച്ചതിന്റെ ശേഷം മദ്ധ്യവയസ്കനും ബലിഷ്ഠശരീരനും ആയ ഒരാൾ മേൽപറഞ്ഞ വൃക്ഷങ്ങളിൽ ഒന്നിന്റെ ഛായയിൽ ഇരിക്കുന്നത് കണ്ടു. ആ മനുഷ്യന്റെ കാഴ്ചയിൽ കാരണം അനിവാച്യമായിരുന്നു എങ്കിലും, സിദ്ധന്റെ മനസ്സിനെ ഝടുതി ഉന്മുഖീകരിക്കുന്നതായി എന്തോ ഒരു വിശേഷം ഉണ്ടായിരുന്നു. ഈ അപരിചിതപുരുഷൻ അയാൾ കണ്ടിട്ടുണ്ടായിരുന്ന മറ്റുള്ള രാജസ്ഥാനപുരുഷന്മാരിൽ നിന്നു വാക്കുകളാൽ അനദ്ദേശ്യമായ ഏതോ ഒരു വിശേഷം കൊണ്ട് വ്യാവർത്തിതനായിരുന്നു. അയാളുടെ മുണ്ഡിതശ്മശ്രുവും സൗന്ദര്യമോ അസൗന്ദര്യമോ ഉള്ളതായി പറയാൻ പാടില്ലാത്തതും ആയ മുഖത്തിന്റെ ഭാവം ശാന്തതയേയും നിഷ്പടതയേയും വ്യഞ്ജിപ്പിച്ചു. അയാളുടെ വേഷം വിശേഷവിധി ഇല്ലാത്തതെങ്കിലും മഹാഹമായിരുന്നു. അയാൾക്കു വിശേഷവേല ചെയ്തിട്ടുള്ള ഖഡ്ഗമുഷ്ടി ഒഴികെ ഉഷ്ണീഷത്തിൽ ഭാസമാനമായിരുന്ന അസാമാന്യ പരിമാണമുള്ള ഒരു വജ്രരത്നം മാത്രമേ അലങ്കാരമായി ഉണ്ടായിരുന്നൊള്ളൂ. എന്നാൽ അലങ്കാരങ്ങളാലാകട്ടെ ആകൃതിസൗന്ദര്യത്താലാകട്ടെ ജനിപ്പിക്കാൻ അശക്യവും യോഗിയായ ഗുരുപാദരിൽ സിദ്ധൻ നിർദ്ധാരണം ചെയ്തിട്ടുണ്ടായിരുന്നതും ആയ ഒരു അസാധാരണവൈശിഷ്ട്യം ആ പുരുഷന്മാരിൽ സ്പഷ്ടതരമായി സ്ഫുരിക്കയും ആജ്ഞാശക്തിയുടെ അനുമാപകമായിരിക്കയും ചെയ്തു. എന്നിട്ടും അജ്ഞാതപുരുഷനെ അക്ബറുടെ രാജധാനിയിൽ സന്നിഹിതനായിരുന്ന വല്ലരാജനോടും

കൂടിയുള്ള ഒരു പ്രഭുവോ, ഒരു മഹാനായ യോദ്ധാവോ എന്നു മാത്രമല്ലാതെ സിദ്ധൻ തദദികമായി ഒന്നും സംശയിച്ചില്ല. അയാൾ തൂഷ്ണീകനായി അഭിവന്ദനം ചെയ്തു കടന്നുപോകാൻ ഭാവിച്ചപ്പോൾ ആ അപരിചിതപുരുഷൻ അയാളെ നാമാഗ്രാഹം സംബോധനം ചെയ്ത് ആസനത്തിൽനിന്നും ഉത്ഥാനം ചെയ്യാതെയും മറ്റു പ്രസ്താവന ഒന്നും കൂടാതെയും അയാൾ തന്റെ രജ്പുത്തുകളുമായി പരിചയിച്ചോ എന്നുചോദിച്ചു. താൻ ആരെന്ന് എല്ലാവരും അറിയുന്നതിനെക്കുറിച്ച് കുറഞ്ഞൊന്നു വിസ്തൃതനായിട്ടു സിദ്ധൻ അഭ്യുപഗമിച്ച് ഉത്തരം പറഞ്ഞതിന്റെ ശേഷം മറ്റേ ആൾ വിശദീകരണാർഥം പിന്നെയും പറഞ്ഞു തുടങ്ങി:

"നിങ്ങളുടെ ഉഷ്ണീഷത്തിലുള്ള ഹംസതുലചിഹ്നത്താൽ ഞാൻ നിങ്ങളുടെ സ്ഥാനത്തെ അറിഞ്ഞു. നിങ്ങളുടെ സജാതീയസേനാദ്ധ്യക്ഷന്മാരെ എല്ലാവരേയും വ്യക്തിതം അറികയും നിങ്ങൾ നൂതനമായി ഉദ്യോഗത്തിൽ പ്രവേശിക്കുന്നതിനു വന്നുചേരുമെന്നു ഗ്രഹിക്കയും ചെയ്തിരുന്നതിനാൽ നിങ്ങൾ ആരെന്ന് ഊഹിക്കുന്നതിൽ എനിക്ക് പ്രയാസമുണ്ടായില്ല. ഈ ഉദ്യോഗം നിങ്ങൾക്ക് അഭിരുചിതമായിരിക്കുന്നോ? മത്സസമീപനത്തിൽ ഉപവേശിക്കണം."

സിദ്ധൻ, അധികവും ശാസനാരൂപയായി തോന്നപ്പെട്ട അപേക്ഷയെ സ്വീകരിച്ച് ആ അപരിചിതപുരുഷൻ തന്നെ കീഴിലുള്ള ഒരാളായി ഭവിച്ചതിനെ ശ്രദ്ധിക്കാതെ പറഞ്ഞു: "എനിക്കു നൽകപ്പെട്ട ഈ ഉൽകൃഷ്ടാധികാരത്തെ ഞാൻ പൂർണ്ണമായി ബഹുമാനിച്ചില്ലെങ്കിൽ എന്റെ ഉപകർത്താവിനേയും ചക്രവർത്തിയേയും കുറിച്ച് ഞാൻ ഏറ്റവും കൃതഘ്നനായിരിക്കുമല്ലോ?"

മറ്റേ ആൾ പിന്നെയും പറഞ്ഞു: "ചക്രവർത്തിയോ! ആകട്ടെ, കൊള്ളാം. എന്നാൽ അയാളെ സേവിക്കാനോ അതോ അയാളുടെ രാജധാനിയിൽ നിങ്ങളുടെ അധികാരത്തിനുള്ള സ്ഥാനമാനങ്ങളെ അനുഭവിക്കാൻ മാത്രമോ നിങ്ങൾ വന്നിരിക്കുന്നത് എന്ന് എന്നോടു പറയണം."

നിഷ്കപടമായി സിദ്ധൻ ഉത്തരം പറഞ്ഞു: "ശ്രേഷ്ഠനായ പ്രഭോ! ഇത് ഞാൻ തന്നെ വിചാരിച്ചിട്ടില്ലാത്തതും ഗഹനവും ആയ ഒരു പ്രശ്നമാണ്. എങ്കിലും അനായാസേന എനിക്ക് ഉത്തരം പറയാം. മാനവും കൃത്യവും അനുവദിക്കുന്നെടത്തോളം ചക്രവർത്തിയെ വിശ്വാസപൂർവ്വം സേവിക്കണമെന്നാണ് സർവ്വോപരി ഞാൻ ആഗ്രഹിക്കുന്നത്. എന്റെ സ്വതന്ത്രേച്ഛാപ്രകാരം അദ്ദേഹത്തിന്റെ സേവകഭാവത്തെ ഞാൻ അംഗീകരിച്ചതു തന്നെ ഇതിനു സാക്ഷീഭവിക്കുന്നു."

ആ അപരിചിതൻ പറഞ്ഞു: "നിങ്ങളുടെ ഉത്തരം വിവേകപൂർവ്വമായിരിക്കുന്നു. എന്നാലിപ്പോൾ മാനവും കൃത്യവും എന്നതുകൊണ്ട് നിങ്ങൾ എന്തുവിചാരിച്ചിരിക്കുന്നു എന്നാണ് ആശങ്ക. അവ വ്യാഖ്യാനിക്കാൻ പ്രയാസമുള്ള വാക്കുകളാണ്."

സിദ്ധൻ ഉത്തരം പറഞ്ഞു: "ചിലർക്ക് അങ്ങനെ ആയിരിക്കാം. എന്നാൽ എനിക്ക് അങ്ങനെ തോന്നുന്നില്ല. ഞാൻ അവയുടെ ബലവ

ത്തരമായ അർത്ഥത്തിലാണ് അവയെ സ്വീകരിച്ചിരിക്കുന്നത്. അക്ബർ തന്നെ ആജ്ഞാപിക്കുന്നതായാലും, അദ്ദേഹത്തിന്റെ പ്രീതിയാൽ എനിക്കു ലബ്ധങ്ങളായ എല്ലാ സ്ഥാനമാനങ്ങളെയും ഉപേക്ഷിക്കയല്ലാതെ, സ്വദേശത്തിനു പ്രതികൂലമായി എന്തെങ്കിലും പ്രവർത്തിക്കുന്നതിനു മാനവും കൃത്യവും എന്നെ അനുവദിക്കുന്നതല്ല."

മറ്റേ ആൾ അഭിനന്ദിച്ച് ഉത്തരം പറഞ്ഞു: "അങ്ങനെ തന്നെ ആണ് വേണ്ടത്. എന്നാൽ നിങ്ങൾക്കും നിങ്ങളുടെ സ്വദേശീയന്മാർക്കും പ്രതികൂലമായി ചക്രവർത്തി എന്തെങ്കിലും നിങ്ങളോട് ആവശ്യപ്പെടുമെന്ന് ഊഹിക്കാനുള്ള സംഗതികൾ എന്താണ്?"

പിതൃവ്യനോടു കൂടി ഉണ്ടായ സംഭാഷണം തന്റെ മനസ്സിൽ സ്ഫുരിച്ചതിനാൽ സിദ്ധൻ ക്ഷണനേരം സംശയിച്ചു. എന്നാൽ ഝടുതി സംശയത്തിൽനിന്നും നിവർത്തിച്ച് ആ അപരിചിതന്റെ നിർവ്യാജമായ മുഖഭാവത്തെ നോക്കീട്ട് മറ്റൊരു അവതാരികയും കൂടാതെ സിദ്ധൻ ചോദിച്ചു: "അക്ബർ ഉൽക്കർഷേച്ഛു അല്ലയോ?"

സിദ്ധനെ തത്സമീപത്തിൽനിന്നും അനൈച്ഛികമായി സാസംകം സങ്കോചിപ്പിച്ചതായ ഒരു വീക്ഷണത്തോടും സ്വരത്തോടും കൂടി ആ അപരിചിതൻ ഉദ്ഗീരണം ചെയ്തു. "യുവാവേ! നിങ്ങൾ ഇതുവരെയും വിവേകപൂർവ്വങ്ങളായ വചനങ്ങളെക്കൊണ്ട് തൃപ്തിപ്പെട്ടിരുന്നു; എന്നാൽ അക്ബറുടെ രാജധാനിയിൽ വച്ചു തന്നെ അത്യന്തം അപരിചിതനായ ഒരു ആളോട് ഇങ്ങനെ അഭിപ്രായപ്രകടനം ചെയ്യുന്നത് കുറെ അവിവേകം എന്നാണ് എനിക്കു തോന്നുന്നത്."

അവ്യാകുലനായിട്ട് സിദ്ധൻ ഉത്തരംപറഞ്ഞു: "അങ്ങനെ തോന്നാം. നിങ്ങളെ എനിക്കു പരിചയമില്ല എന്നുള്ളത് വാസ്തവം തന്നെ. എന്നാൽ നിങ്ങളുടെ നാമധേയത്തെയാകട്ടെ സ്ഥാനത്തെയാകട്ടെ അറിയുന്നതിൽ ഞാൻ ഉദാസീനനാണ്. നിങ്ങളെ ചാക്ഷുഷമായും ശ്രാവണമായും പ്രത്യക്ഷീകരിച്ചിരിക്കുന്ന എനിക്കു, വിശ്വാസപൂർവം നിങ്ങളോട് നിഷ്കപടമായി സംസാരിച്ച എന്നെപ്പോലെ ലൗകികവ്യവഹാരങ്ങളിൽ അപക്വബുദ്ധിയായ ഒരു യുവാവിനെ നിങ്ങൾ വഞ്ചിക്കയോ ദ്രോഹിക്കയോ ചെയ്യുമെന്നുള്ളത് അസംഭാവ്യമാണെന്നു തോന്നുന്നു."

ഈ അകൈതവകളായ വാക്കുകൾ ആ അപരിചിതന്റെ മുഖഭാവത്തിൽ ഒരു സന്തുഷ്ടിദൃഷ്ടിയെ ജനിപ്പിച്ചു. അത് ആത്മപ്രശംസാജന്യമായ വൃഥാഭിമാനത്താൽ ഉണ്ടായതല്ല; പരന്തു, ശ്രേഷ്ഠതരമായും നിർമ്മലതരമായും ഉള്ള ഒരു ചരിതാർത്ഥതാനുഭാവത്താൽ ഉണ്ടായതായിരുന്നു. മുഖസ്തുതി അയാൾക്കു അജ്ഞാതവും അതിനു അയാൾ കേവലം അനധീനനും ആയിരുന്നില്ല. എന്നാൽ സിദ്ധന്റെ ഈ വാക്കുകൾ നിർവ്യളീകകളും, ആ പുരുഷൻ ആരെന്നുള്ള അറിവോടു കൂടാതെ സകലതിലും ഉപരിയായി അയാൾ അഭിമാനിച്ചിരുന്ന ഗുണത്തെ സ്തുതിച്ച് പറയപ്പെട്ടവയും ആയിരുന്നു.

സിദ്ധന്റെ സ്കന്ധത്തിൽ ഹസ്തത്തെ അർപ്പണം ചെയ്ത് മൃദുല

സ്വരമായി അയാൾ പറഞ്ഞു: "നിങ്ങൾ പറഞ്ഞത് ശരിയാണ്. നിങ്ങൾ എന്നെ അറിയുന്നില്ലെങ്കിലും എന്നെ വിശ്വസിക്കുന്നു എന്നു പറയുന്നു. എന്നെ നല്ലവണ്ണം അറിയാൻ അവസരം വരുമ്പോഴും ഇതുപോലെ ഇരിക്കണം. എന്നാലിപ്പോൾ അക്ബറെക്കുറിച്ചാകട്ടെ, അയാൾ ഉൽകർഷേച്ഛുവാണ്. അത് നിങ്ങൾ പറഞ്ഞത് ശരിതന്നെ. അയാളെ ഞാൻ അറിയും. എല്ലാം എന്റെ ഇച്ഛപോലെ തന്നെ നന്നായിരിക്കുന്നില്ല. അയാൾ ഉൽകർഷേച്ഛുവാണെന്നു ഞാൻ സമ്മതിക്കുന്നു. എന്നാൽ എന്തുവിധത്തിലാണ്? ഇപ്പോൾ തന്നെ വിസ്തീർണ്ണമായിരിക്കുന്ന അയാളുടെ മഹാരാജ്യത്തോടു ഇനിയും അധികം ദേശങ്ങളേയും ജനങ്ങളേയും ചേർക്കുന്നതിനു മാത്രമേ അയാൾക്കു ആഗ്രഹമൊള്ളൂ എന്ന് നിങ്ങൾ വാസ്തവമായി വിശ്വസിക്കുന്നോ? ഇപ്പോൾ ഉള്ളതുകൊണ്ട് അയാൾ തൃപ്തനായിരിക്കരുതോ? ആഗ്ര, ഡൽഹി ഈ രണ്ടു ചെറിയ രാജ്യങ്ങൾ മാത്രമേ അയാൾക്കു പൈതൃകമായി ലഭിച്ചിട്ടുണ്ടായിരുന്നൊള്ളൂ. അയാളുടെ പിതാവും നിർഭാഗ്യനും വളരെ കഷ്ടപ്പെട്ടവനും ആയ ഹുമയൂൺ ഇതുകൂടാതെ ഒന്നും അയാൾക്കു സമ്പാദിച്ചിരുന്നില്ല. ഇപ്പോഴാകട്ടെ അയാളുടെ രാജ്യം പെർഷ്യയുടെ സീമകൾ തുടങ്ങി. ബംഗാളിന്റെ പരമാവധി വരയ്ക്കും ദഖാൻ, ഗോൾഖ്കണ്ഡാ ഈ ദേശങ്ങളിലേക്കും വ്യാപിച്ചിരിക്കുന്നു. പിന്നെ എന്തിനാണ് അയാൾ പുത്തനായി രാജ്യങ്ങളെ വിശിഷ്യാ അത്യന്തദവിഷ്ഠമായ നിങ്ങളുടെ കാശ്മീരത്തെ ജയിക്കാൻ ഉദ്യമിക്കുമെന്ന് നിങ്ങൾ വിചാരിക്കുന്നത്. അതിലേക്കു ആവശ്യങ്ങളായ നാനാവിധശ്രമങ്ങൾക്കു പര്യാപ്തമായ പ്രതിഫലം അയാൾക്കു ലഭിക്കുന്നതല്ലല്ലോ. എങ്കിലും തന്റെ പ്രജകളുടെ സമാധാനത്തിനും ക്ഷേമാഭിവൃദ്ധിക്കും വിരോധികളായി തീരുമെന്നു തോന്നുന്ന സമീപരാജ്യങ്ങളുടെ സ്വാതന്ത്ര്യത്തെ സമ്മതിക്കാതെ ഇരിക്കുന്നത് ഒരു രാജാവിനു ആവശ്യകമായി വന്നേക്കാം. അപ്രകാരമുള്ള സംഗതിയിൽ അയാൾ യുദ്ധം കൂടാതെ ഇരിക്കണമെന്നു എത്രയും ആഗ്രഹമുള്ളവനും തന്റെ ചുറ്റുപാടുമുള്ള രാജ്യവാസികളുടെ ക്ഷേമത്തേയും സ്വാതന്ത്ര്യത്തേയും സ്വപ്രജാനിവിശേഷമായി ഇച്ഛിക്കുന്നവനും ആയിരുന്നാലും അയാൾക്കു ഉദാസീനനായിരിക്കാൻ പാടില്ല. എങ്കിലും ഇതൊന്നും തൈമൂറിന്റെയും ബാബറുടെയും വംശജനെ ഉൽകർഷേച്ഛുവായിരിക്കുന്നതിൽനിന്ന് പ്രതിബന്ധിക്കുന്നില്ല. താരുണ്യാൽ പ്രഭൃതി അയാൾ ആഗ്രഹിക്കുന്നത് ഒരു പ്രബലമായ മഹാരാജ്യത്തെ സ്ഥാപിക്കുന്നതിനു മാത്രമല്ല സർവ്വോപരി സകലനിയന്താവ് തന്നെ ഭാരമേല്പിച്ചിരിക്കുന്ന ജനങ്ങൾക്കു സുഖാഭിവൃദ്ധി, ഐശ്വര്യം, പരിഷ്കാരം ഇവയെ ദൃഢീകരിക്കുന്നതിനും ആണ്. അവരുടെ സ്ഥിതിയെ പരിഷ്കരിക്കുന്നതിനും ഭിന്നജാതിക്കാരുടെ മത്സരങ്ങളെയും വിരോധങ്ങളെയും ശമിപ്പിക്കുന്നതിനും മതഭേദജന്യങ്ങളായ വിവാദങ്ങളെ ഇല്ലാതെ ആക്കുന്നതിനും, പ്രബലന്മാരും സ്വാർത്ഥപരന്മാരും ജനപീഡകന്മാരും ആയ പ്രഭുക്കളെ നിയന്ത്രിക്കുന്നതിനും, ബംഗാളത്തുള്ള വ്യവസായോദ്യതങ്ങളായ ജനവർഗ്ഗങ്ങൾക്കു ഉപകാരം ചെയ്യുന്ന

തിനും എല്ലായിടത്തും ഐശ്വര്യത്തെ വർദ്ധിപ്പിക്കുന്നതിനും കലാശാസ്ത്രങ്ങൾക്കു പ്രചാരം വരുത്തുന്നതിനും, പലർക്കും വാസനയുള്ളതായി കാണുന്ന ജ്ഞാനാഭിവൃദ്ധിയിലേക്ക് തന്റെ പ്രജകളെ ഉയർത്തുന്നതിനും അയാൾ ശ്രമിച്ചിട്ടുണ്ട്. ഇത് ഒരു മനുഷ്യനു സാധിക്കാവുന്നതിൽ വളരെ അധികമാണെന്നു നിങ്ങൾ പറയുമെങ്കിൽ വിസ്രബ്ധമായി പറഞ്ഞു കൊൾക. ഞാൻ അതിനെക്കുറിച്ച് വാദിക്കയില്ല. എന്നാൽ അപ്രാപമായിരുന്നാലും ഒരു പരമോദ്ദേശ്യത്തെ സാധിക്കാൻ ശ്രമിക്കുന്നത് ആക്ഷേപയോഗ്യമല്ല. വാസ്തവത്തിൽ അക്ബറുടെ പരമോദ്ദേശ്യം ഒരിക്കലും സാദ്ധ്യമാവുന്നതുമല്ല. ഈ ഉദ്ദേശ്യസിദ്ധിക്കു എത്രകാലമായി അയാൾ ചിന്തിക്കയും അദ്ധ്വാനിക്കയും ചെയ്തുകൊണ്ടിരിക്കുന്നു! കഷ്ടം! എന്നിട്ടും തല്ലാഭം എത്ര ദവീയസ്സായിരിക്കുന്നു!"

ഭയഭക്തിഭരിതനായി സിദ്ധൻ ശ്രദ്ധാപൂർവം ആകർണ്ണനം ചെയ്തുകൊണ്ടിരിക്കെ ആ അപരിചിതൻ തന്റെ പ്രസംഗപ്രമേയത്താൽ അപഹൃതൻ എന്നപോലെ ഹസ്തത്തെ മേല്പോട്ടെക്കു ഉയർത്തിക്കൊണ്ട് ആസനത്തിൽനിന്നും ഉത്ഥാനം ചെയ്യുന്ന ഭാവത്തിൽ ഇരുന്നു. എന്നാൽ പ്രസംഗാവസാനത്തിൽ അയാൾ ബുദ്ധിക്ഷയത്തോടു കൂടി ആസനത്തിൽ ചാരിക്കിടന്നുകൊണ്ട് ഉത്സാഹിയും ശ്രേഷ്ഠവും ആയ ഒരു ഹൃദയത്തെ അനുഭവിപ്പിച്ചിരിക്കുന്ന വക്ഷസ്സിലേക്കു ശിരസ്സിനെ ആനയിപ്പിച്ചു. ക്ഷണനേരത്തേക്കു സിദ്ധനു സാക്ഷാൽ ചക്രവർത്തിയെത്തന്നെ പുരോഭാഗത്തിനു കാണുന്നു എന്നു വിചാരിച്ച്, അഭ്യുത്ഥാനം ചെയ്യണമെന്നു തോന്നി. എന്നാൽ അത്ര മഹാനായ ഒരു പുരുഷൻ യുവാവും അപരിചിതനും ആയ ഒരുത്തനെ ഇത്രമാത്രം വിശ്വസിക്കുന്നത് സംഭാവ്യമാണോ എന്ന് സംശയിച്ച് സിദ്ധൻ താൻ ആരോടാണ് സംസാരിക്കുന്നത് എന്നറിയാൻ വേണ്ടി ഓരോന്നു ചോദിക്കാൻ ഭാവിച്ചപ്പോഴേക്ക് സമീപിച്ചു വരുന്നതായ പാദശബ്ദം അവരുടെ സംഭാഷണത്തിനു വിഘാതമായി തീർന്നു. ഉടൻതന്നെ കിളരം കുറഞ്ഞതും വളവുള്ളതും ഗൗരവമുള്ള വിധത്തിൽ വസ്ത്രധാരണം ചെയ്തിട്ടുള്ളതും ആ രാജധാനിയിൽ അസാധാരണമായ കറുത്ത നിബിഡശ്മശ്രുവുള്ള മുഖത്തോടു കൂടിയതും ആയ ഒരു ദേഹം പ്രത്യക്ഷീഭവിച്ചു.

"അബ്ദുൾകാദർ" എന്ന് സിദ്ധനോടായിട്ടല്ലാതെ അധികവും തന്നോടായിട്ട് ആ അപരിചിതൻ പറഞ്ഞു. അപ്പോൾ അയാളുടെ മുഖത്തിൽ ഒരു വൈരസ്യസൂചകമായ ഭാവവും ഝടിതി സ്ഫുരിച്ചു. എങ്കിലും അയാൾ ആ പുത്തനായി വന്ന ആളിനെ ഉപചാരപൂർവ്വം അഭിനന്ദിക്കയും താൻ ആരെന്നുള്ളത് അജ്ഞാതമായിരിക്കണമെന്ന് സങ്കേതപൂർവം സൂചിപ്പിക്കയും ചെയ്തു.

ഒരു വശത്തേക്കു മാറി നിന്നിരുന്ന സിദ്ധനെ സാവജ്ഞമായ വീക്ഷണത്തോടെ ആപാദമസ്തകം നോക്കീട്ട് ഒന്നും മിണ്ടാതെ അബ്ദുൾ കാദർ അയാളുടെ നേരെ പൃഷ്ഠം തിരിഞ്ഞുനിന്നു. ഇപ്രകാരമുള്ള ഭാവനയാൽ നമ്മുടെ ക്ഷത്രിയവംശജനായ പ്രഭു കോപാരുണിത

കപോലനായതിനെക്കുറിച്ച് ആശ്ചര്യപ്പെടാനില്ല. എന്നാൽ അബ്ദുൾകാദർ കാണിച്ച അവഹേളനയുടെ കാരണത്തെ ചോദിക്കാൻ സിദ്ധൻ ഭാവിച്ചപ്പോഴേക്ക് ആ അപരിചിതർ അയാളെ നിരോധിച്ച് ഇപ്രകാരം പറഞ്ഞു: "ശ്രേഷ്ഠനായ സിദ്ധാ! എന്റെ ഈ സ്നേഹിതന്റെ അനാദരം നിങ്ങൾക്ക് കോപോദ്ദീപകമായി ഭവിക്കരുത്. അത് പ്രത്യേകം നിങ്ങളെ ഉദ്ദേശിച്ചുള്ളതല്ല എന്ന് എനിക്ക് നിശ്ചയം ഉണ്ട്. എന്നാൽ ഹിന്ദുക്കളായ നിങ്ങൾ ഇയാളുടെ മതവിരോധികളാണെന്ന് ഇയാൾ വിചാരിക്കുന്നതു കൊണ്ട് നിങ്ങളുടെ ദർശനം ഇയാൾക്കു അസഹ്യമാണ്. അങ്ങനെ അല്ലയോ?" എന്ന് അബ്ദുൾ കാദറെ നോക്കി അയാൾ ചോദിച്ചു.

"നിങ്ങൾ പറഞ്ഞത് ശരിയാണ്" എന്ന് അബ്ദുൾ കാദർ ഉത്തരം പറഞ്ഞിട്ട് സിദ്ധനെ നോക്കി ഇപ്രകാരം പറഞ്ഞു: "യുവാവേ! നിങ്ങളോടു പ്രത്യേകമായി എനിക്കു യാതൊരു വൈരവും ഇല്ല. ഞാൻ നിങ്ങളെ അറികയില്ല. എന്നാൽ ഹിന്ദുക്കളായ നിങ്ങളെ സർവ്വാത്മനാ എതിർത്തുപൊരുതുന്നത് എന്റെ ധർമ്മ്യമായ കൃത്യമാണ്. അതിനാൽ ഞാൻ നിങ്ങളെ എതിർക്കയും അശാമ്യമായദ്വേഷത്തോടെ നിങ്ങളെ ദ്വേഷിക്കയും ചെയ്യുന്നു. എന്നാൽ മനുഷ്യരായി നിങ്ങളിൽ ഞാൻ ആദരിക്കയും ബഹുമാനിക്കയും ചെയ്യുന്നവർ പലരും ഉണ്ട്. നിങ്ങൾ ഞങ്ങളുടെ മതത്തെ ദുഷിക്കുന്നു എന്നു മാത്രമല്ല, ചക്രവർത്തിയേ കൂടിയും തത്പരാങ്മുഖനാക്കി തീർക്കുന്നു. നിങ്ങൾ അള്ളാവിനെ നിരാകരിക്കയും അദ്ദേഹത്തിന്റെ തത്ത്വദർശിയെ പരിഹസിക്കയും ഏകമായ വാസ്തവ ദൈവത്തിന്റെ സ്ഥാനത്ത് നിങ്ങളുടെ അയഥാർത്ഥ ദേവന്മാരെ സ്ഥാപിക്കുന്നതിനുവേണ്ടി സത്യമതവിശ്വാസികളായ ഞങ്ങളെ നിഷ്കാസനം ചെയ്ത് എല്ലാ ഉദ്യോഗങ്ങളെയും അധികാരങ്ങളെയും തങ്ങൾക്ക് ആയത്തങ്ങളാക്കുന്നതിൽ ഉദ്യമിക്കയും ചെയ്യുന്നു. ഈ സംഗതിയാൽ മാത്രം ഞാൻ നിങ്ങളേയും നിങ്ങളെ സംബന്ധിച്ചുള്ളവയേയും ദ്വേഷിക്കുന്നു. മരണപര്യന്തം നിങ്ങളെയും നിങ്ങളെ സംബന്ധിച്ചുള്ളവയെയും എതിർക്കയും ചെയ്യും. നിങ്ങൾ നാസ്തികന്മാരോ അഥവാ ബിംബാരാധകന്മാരോ ആകുന്നു. രണ്ടായാലും നിങ്ങൾ ജനങ്ങളെ അപഥത്തിൽ നയിക്കയും രാജാവിനെ വ്യാമോഹിപ്പിക്കയും ചെയ്യുന്നു. കിംബഹുനാ, നിങ്ങൾ മറ്റാരുമല്ല, കേവലം അവിശ്വാസികളായ ശ്വാ.."

അബ്ദുൾ കാദറുടെ മുഖത്തിൽനിന്നും അർദ്ധോൽഗതമായ പദത്തെ ആ അപരിചിതന്റെ നിഷ്ഠുരമായും തീക്ഷ്ണമായും ഉള്ള ഒരു ദൃഷ്ടിപാതം മദ്ധ്യേ നിരോധിച്ചു. അത് ഉച്ചരിക്കപ്പെട്ടിരുന്നു എങ്കിൽ സിദ്ധൻ എത്രതന്നെ ശ്രമിച്ചാലും തന്റെ കോപത്തെ നിയന്ത്രിക്കുന്നതിനു ശക്തനാകയില്ലായിരുന്നു.

അബ്ദുൾ കാദർ തുടർന്ന് പറഞ്ഞു: "നിങ്ങൾ അവിശ്വാസികളാണ്. അതും തത്ത്വദർശിയുടെ മതാനുസാരിക്കു വേണ്ടുവോളം വൈരസ്യജനകമാണ്. എന്നാൽ ഇവിടെ എന്തെങ്കിലും പറയുന്നതിനു അവകാശമോ യാതൊരു പ്രാധാന്യമോ ഇല്ലാത്തവനായ ഞാൻ നിങ്ങളുടെ ജാതിയിൽ

ചേർന്നവനല്ലെന്നുള്ളതുകൊണ്ട് നിങ്ങൾക്കു എന്താണ്? തനിക്ക് എന്ത് ഇഷ്ടതമമോ അതിനെ ചെയ്യാൻ കഴിയുന്നവനും ചെയ്യുന്നവനും ആയ ചക്രവർത്തിയുടെ പ്രീതി നിങ്ങൾക്ക് സിദ്ധിച്ചിരിക്കുന്നു. പരമാർത്ഥമായ മതത്തിന്റെ നിരാകരണം നിമിത്തം സത്യമതവിശ്വാസികളാൽ ചുമത്തപ്പെട്ട ദോഷത്തിൽനിന്നും നിങ്ങളെ അദ്ദേഹം മോചിപ്പിച്ചിരിക്കുന്നു. അദ്ദേഹം നിങ്ങളെ എല്ലാ പ്രവൃത്തികൾക്കും വിളിക്കയും നിങ്ങളെ സൈന്യങ്ങളുടെ ആധിപത്യത്തിൽ സ്ഥാപിക്കയും നിങ്ങളിൽനിന്നും അദ്ദേഹത്തിന്റെ ആലോചനക്കാരേയും ഇഷ്ടന്മാരേയും തെരഞ്ഞെടുക്കയും ചെയ്യുന്നു. ഇതിലധികം എന്താണ് നിങ്ങൾക്ക് വേണ്ടത്? എന്നാൽ എനിക്കും എന്റെ സജാതീയന്മാർക്കും ഞങ്ങളുടെ ന്യായമായ അമർഷം ഇരുന്നുകൊള്ളട്ടെ എന്നു വച്ചേക്കതന്നെ. ഞങ്ങൾ നിങ്ങൾക്കു ഹാനി ചെയ്യുന്നതിന് ശക്തന്മാരല്ല. എന്നാൽ നിങ്ങളെ ശാസിക്കുന്നതിനായി അള്ളാ തന്നെ കൊടുത്തിരിക്കുന്ന ദണ്ഡത്തെയും ഖഡ്ഗത്തെയും തദ്വിഷയമായി ഉപയോഗിക്കാതെ നിങ്ങളെ പ്രീതിക്കു പാത്രീഭവിപ്പിച്ചിരിക്കുന്ന ആളിന്റെയും നിങ്ങളുടെയും മൂർദ്ധാക്കളിൽ ഒരുദിവസം ഈശ്വരന്റെ കോപാഗ്നി പതിക്കുന്നതായിരിക്കും."

ഈ സംരംഭാവിഷ്കാരത്തിന്റെ ശേഷം ആ അപരിചിതൻ ഔദാസീന്യത്തോടു കൂടി പറഞ്ഞു: "ഈ വിധമായ നമ്മുടെ സംഭാഷണം പ്രയോജനമുള്ളതോ സന്തോഷകരമോ ആണെന്നു എനിക്കു തോന്നുന്നില്ല. സ്നേഹിതനായ സിദ്ധാ! അബ്ദുല് കാദറോടു ഉത്തരമായി നിങ്ങൾക്കു പറയാൻ വളരെ ഉണ്ടായിരിക്കും എന്നുള്ളതിനെ സംശയമില്ല. ഞാൻ തന്നെയും ഇയാളുടെ അഭിപ്രായത്തിനോടു തീരെ യോജിക്കുന്നില്ല. എന്നാലിപ്പോൾ ഇങ്ങനെ നിഷ്ഫലമായ വാദത്തിനായിട്ടല്ല. ഏതോ ഒരു ഗൗരവമുള്ള കാര്യത്തെക്കുറിച്ച് സംസാരിക്കുന്നതിനായിട്ടാണ് ഇയാൾ എന്നെ അന്വേഷിച്ചുവന്നത് എന്നു ഞാൻ ഊഹിക്കുന്നു. ഞാൻ അതിനെ സന്തോഷത്തോടെ കേൾക്കാം. അതിനാൽ അചിരേണ ഇനിയും നമ്മൾക്കു സമാഗമം ഉണ്ടാകുമെന്നുള്ള വിശ്വാസത്തോടു കൂടി ഞാൻ നിങ്ങളോടു തല്ക്കാലം യാത്ര പറഞ്ഞുകൊള്ളുന്നു."

സിദ്ധൻ ബഹുമാനപുരസ്സരമായ അഭിവന്ദനത്തോടു കൂടി യാത്ര പറഞ്ഞു പോയശേഷം അയാൾ പറഞ്ഞു: "അബ്ദുൾകാദറെ! തനിക്കു എന്നോടു എന്താണ് പറയാനുള്ളത്?"

സിദ്ധൻ സംസാരിച്ചുകൊണ്ടിരുന്ന ആ അപരിചിതൻ സാക്ഷാൽ അക്ബർ തന്നെയായിരുന്നു. അതിനാൽ അബ്ദുൾ കാദർ അദ്ദേഹത്തോടു ഇപ്രകാരം ഉത്തരം പറഞ്ഞു: "സ്വാമിൻ! തിരുമനസ്സിലെ ഒരു പ്രജയായും ഒരു സ്നേഹിതനായും ഞാൻ ചെയ്യേണ്ടതായ ഒരു കൃത്യം അധികം ഗൗരവമുള്ളതല്ലെങ്കിലും അവിടുത്തെ അന്വേഷിക്കാൻ എന്നെ പ്രേരിപ്പിക്കുന്നു."

അക്ബർ മദ്ധ്യേ തടഞ്ഞ് പറഞ്ഞു: "അത് എനിക്കറിയാം. താൻ സ്വാർത്ഥപരനല്ല. തനിക്കു രക്ഷയേയോ പ്രീതിചിഹ്നങ്ങളെയോക്കുറിച്ച്

ശ്രദ്ധയില്ല. എങ്കിലും തനിക്കു അതുണ്ടായിരുന്നാൽ കൊള്ളാമെന്നു ഞാൻ ഇച്ഛിക്കുന്നു. എന്തെന്നാൽ അങ്ങനെ ആയാൽ പക്ഷേ, തന്നെ തൃപ്തിപ്പെടുത്താൻ എനിക്കു കഴിയുമായിരിക്കും. ഇപ്പോൾ അത് എനിക്ക് അശക്യമായിരിക്കുന്നു. എന്നാൽ മതവിഷയങ്ങളെക്കുറിച്ചാണ് താൻ എന്നോടു സംസാരിക്കാൻ ഇച്ഛിക്കുന്നത് എന്നു ഞാൻ സംശയിക്കുന്നു. ഇപ്പോൾ താൻ ഉപയോഗിച്ച അധികാരോക്തികൾ വക്ഷ്യമാണത്തെ സൂചിപ്പിക്കുന്നുണ്ട്. ഏതായാലും കുറെ ക്ഷമയോടു കൂടി സംസാരിച്ചാൽ കൊള്ളാം."

അബ്ദുൾ കാദർ ഉത്തരം പറഞ്ഞു: "വാസ്തവത്തിൽ ഏകമായും നിർമ്മലമായും സത്യമായും ഉള്ള ആ വിശ്വാസമാണ് എന്നെ ഇവിടെ നയിച്ചിരിക്കുന്നത്." ഒരു ഉഗ്രദൃഷ്ടിയോടു കൂടി അയാൾ പിന്നെയും പറഞ്ഞു: "അതിനു വേണ്ടി കാര്യമായി ക്ഷണനേരത്തെ ഏകാഗ്ര സംഭാഷണത്തിനു ഞാൻ അപേക്ഷിക്കുന്നു."

അക്ബർ ദാക്ഷിണ്യപൂർവ്വം ഉത്തരം പറഞ്ഞു: "താൻ അതിരുവിട്ട് സംസാരിക്കാതിരിക്കുമെങ്കിൽ ഞാൻ അതിനെ കേൾക്കയും ചിരിക്കാതിരിക്കയും ചെയ്യാം."

അബ്ദുൾ കാദർ പറഞ്ഞു: "അവിടുത്തെ മനസ്സുപോലെ ആകട്ടെ. വിവക്ഷിതമായ വിഷയത്തെ ഞാൻ കഴിയുന്നതും സാവധാനമായി പറയാം. എത്രയും ശ്രദ്ധയോടെ അവിടുത്തേക്കു കരുതൽ ഉപദേശിക്കേണ്ടത് അവിടുത്തെ ക്ഷേമേച്ഛുക്കളായ എല്ലാവരുടെയും അവശ്യ കൃത്യമാണ്. എന്റെ ശ്രവണങ്ങളിൽ എത്തീട്ടുള്ളതിനെ ഞാൻ ധരിപ്പിക്കാം. അബുൾഫസലിനെപ്പോലെ ഉദാസീനന്മാരും ഫൈസിയെപ്പോലെ നാസ്തികന്മാരും ആയുള്ളവരെ രാജ്യാധികാരങ്ങൾ ഏല്പിച്ചിരിക്കുന്നതിനാൽ യഥാർത്ഥ മഹമ്മദന്മാർക്കുവളരെക്കാലമായിട്ട് അധികമായി അതൃപ്തിയുണ്ടെന്നുള്ള സംഗതി അവിടെ അറിഞ്ഞിട്ടുണ്ടല്ലോ. എന്നാൽ അവിടെ അറിഞ്ഞിട്ടില്ലാത്ത ഒരു സംഗതി ഉണ്ട്. അതെന്തെന്നാൽ ടൈമൂറിന്റെ കുലത്തിലേക്ക് പുരാതനമായിത്തന്നെ വിശ്വസ്തന്മാരായിരിക്കുന്ന ബന്ധുക്കളുടെ പ്രതിനിധികൾക്കു ന്യായമായി ചോദിക്കാവുന്ന അവകാശങ്ങളെക്കുറിച്ചുള്ള ആവലാതികളെ അവിടുന്ന് കേൾക്കാതിരിക്കുന്നതിനാൽ അവിടുത്തെ അധഃപതനത്തിനും നാശത്തിനും ശപഥപൂർവ്വം ഉദ്യോഗിച്ചിരിക്കുന്ന ഒരു സംഘം അവിടുത്തെ രാജ്യത്തിൽ രാജധാനിയുടെ സമീപസ്ഥലത്തു തന്നെ ഉത്ഭവിച്ചിട്ടുണ്ട്. നമ്മുടെ ആചാര്യന്മാരുടെ സമാജത്തിൽ സന്നിഹിതനാകുവാൻ എനിക്കു ഈയിടെ ഒരു അവസരം ഉണ്ടായി. ആഗ്രയിലെ രാജധാനിയിലും ഹിന്ദുസ്ഥാനിനും ഒടുക്കം കാണപ്പെടാവുന്ന ഉൽകർഷേച്ഛുക്കളായ പ്രഭുക്കന്മാരാലും അസന്തുഷ്ടന്മാരായ സേനാനായകന്മാരാലും സഹായിക്കപ്പെട്ടാൽ മഹമ്മദ് ജനസംഘത്തിൽ ഇത്രമാത്രം പ്രാബല്യമുള്ള ആളുകൾ അക്ബറുടെ നേർക്കു തന്നെയും എന്തെല്ലാം പ്രവർത്തിക്കാൻ കഴിയുമെന്ന് വിചാരിച്ചപ്പോൾ അവിടെ കേട്ടത് എനക്കു വേപഥുവെ ജനിപ്പിക്കാൻ മതിയായിരുന്നു."

അക്ബർ സാവേഗം ചോദിച്ചു: "എന്നാൽ നിങ്ങളുടെ ആചാര്യന്മാർക്കും തദനുചരന്മാർക്കും എന്താണ് വേണ്ടത്? അവർക്കു സ്വേച്ഛപോലെ വിചാരിക്കുന്നതിനും പ്രസംഗിക്കുന്നതിനും കഴിയുന്നെടത്തോളം ആളുകളെ സ്വമതത്തിൽ ചേർത്തുകൊള്ളുന്നതിനും സമ്പൂർണ സ്വാതന്ത്ര്യം ഇല്ലയോ? അവർക്കു ഞാൻ എന്തെങ്കിലും പ്രതിബന്ധം ചെയ്തിട്ടുണ്ടോ?"

അദ്ദേഹത്തിന്റെ സഖാവ് ഉത്തരം പറഞ്ഞു: "യാതൊന്നും ഇല്ല. എന്നാൽ അതുകൊണ്ടു മാത്രമായോ? അവിശ്വാസികളും ഭാഗഭാക്കുകളായിരിക്കുന്ന സ്വാതന്ത്ര്യം അവർക്കു എന്തു വിലയുള്ളതാണ്? അവർ ഇവിടെ അവിടുത്തെ രാജധാനിയിൽ സൈന്യത്തിലും എല്ലാ വക ഉദ്യോഗങ്ങളിലും അവിശ്വാസികളുടെ ദോഷവഹമായ സാന്നിദ്ധ്യത്താൽ ക്രുദ്ധന്മാരായിരിക്കുന്നു. ഭൂമിയിലുള്ള മറ്റെല്ലാവരേക്കാളും ചക്രവർത്തിയെ അള്ളാവിന്റെ പ്രതിനിധിയായി വിചാരിക്കുന്ന വാസ്തവമതത്തിന്റെ രക്ഷ എവിടെ?"

അക്ബർ പറഞ്ഞു: "കൊള്ളാം, ഇത് പിന്നെയും പഴങ്കഥ തന്നെ. നിങ്ങൾ മാത്രമേ തത്ത്വത്തെ ഗ്രഹിച്ചിട്ടൊള്ളൂ. അതിനെ എല്ലാവരും എന്നു മാത്രമല്ല, ഞാൻ കൂടിയും ആദരിക്കണം. വണങ്ങാത്തവൻ പീഡിതനാകണം. ആകട്ടെ എന്നാൽ ആ തത്ത്വം നിങ്ങളുടെ കൈവശത്തിൽനിന്നും ഇരിക്കണം എന്ന് എന്താണ്?"

"സുഗൃഹീതനാമാവായ ആ ദീർഘദർശി തന്നെ നമ്മൾക്കു അതിനെ പ്രഖ്യാപനം ചെയ്തിട്ടുള്ളതുകൊണ്ടും എനിക്കങ്ങനെ...." അബ്ദുൾകാദർ ആരംഭിച്ചപ്പോൾ അക്ബർ തടഞ്ഞ് പറഞ്ഞു. "ഗുണവാനായിട്ട് അദ്ദേഹം ഒരാളല്ലാതെ മറ്റാരും ഇല്ലാത്തതുകൊണ്ടും അല്ലേ? കൊള്ളാം. എന്നാൽ പശ്ചിമദേശത്തിൽനിന്നും നിങ്ങളെപ്പോലെ തന്നെ ധൈര്യവാന്മാരും മാന്യന്മാരും ആയ പാതിരിമാർ വരുന്നുണ്ട്. അവർക്കും ഒരു ദീർഘദർശി ഉണ്ട്. അദ്ദേഹത്തിനെ അവർ ഈശ്വരനായി ബഹുമാനിക്കുന്നു എന്നാണ് ഞാൻ ഗ്രഹിച്ചിട്ടുള്ളത്. അത് എനിക്കു സ്ഫുടമായി മനസ്സിലാകുന്നില്ല. എന്നാൽ ഏതായാലും അവരുടെ മതം മഹമ്മദിന്റെ മതത്തേക്കാൾ പ്രാചീനമാണ്. പിന്നെ ഇതും അതും രണ്ടും കൊണ്ട് തൃപ്തന്മാരാകാതെ മോസസ്സ് തന്നെയാണ് ദൈവം എന്നു വിശ്വസിക്കുന്ന ജൂതന്മാരുണ്ട്. പിന്നെ നമ്മുടെ ബ്രാഹ്മണരെക്കുറിച്ച് താൻ എന്തുപറയുന്നു? അവർക്ക് തങ്ങൾക്കു തന്നെയും ദുർഗ്രഹങ്ങളാകത്തക്കവണ്ണം അത്രഗംഭീരങ്ങളും മോസസ്സ്, ക്രിസ്തു, മഹമ്മദ് ഇവരുടെ വേദങ്ങളെല്ലാം നവീനങ്ങളാകത്തക്കവണ്ണം അത്രപ്രാചീനങ്ങളും അത്യന്തം പൂജ്യതയ്ക്കു അർഹങ്ങളും ആയ പുരാതനഗ്രന്ഥങ്ങൾ ഉണ്ട്. ഇങ്ങനെയിരിക്കെ ഇവയുടെ എല്ലാം ഏതാനും മാത്രമല്ലാതെ സകലതിന്റേയും ശതാംശം പോലും ഗ്രഹിച്ചിട്ടില്ലാത്തവനായി ഒരു കേവലമനുഷ്യനായ ഞാൻ ഇപ്രകാരം ഭിന്നഭിന്നങ്ങളായ മതങ്ങളിൽ വച്ച് സദസദ്വിഭാഗം ചെയ്ത് വാസ്തവമതം ഏതാണെന്നു നിശ്ചയിക്കുന്നത് എങ്ങനെയാണെന്നു പരമാർത്ഥ

മായി നിങ്ങളോടു ഞാൻ ചോദിക്കുന്നു."

"എന്നാൽ മഹമ്മദ് മതത്തിലാണല്ലോ അവിടുന്ന് ജനിച്ചു വളർന്നിരിക്കുന്നത്."

"അത് ഒരാളുടെ വിശ്വാസത്തിനുമതിയായ മൂലകമാകയില്ല. അതിനു സ്വയം അന്വേഷണങ്ങൾ ചെയ്തുണ്ടാകുന്ന നിർണ്ണയമാണ് ആധാരമായിരിക്കേണ്ടത്. അല്ലാതെ അത് ഒരാളുടെ പിതാവിന്റെ ഇച്ഛയേ ആശ്രയിച്ചിരിക്കേണ്ടതല്ല. എന്നാൽ ഞാൻ സ്വന്തമായി ഏതിനെ വിശ്വസിക്കുന്നു എന്നല്ല ഇവിടെ വിചാരിക്കേണ്ടത്. അത് മറ്റൊരുത്തനെയും സംബന്ധിക്കുന്നതുമല്ലല്ലോ. എന്നാൽ ഞാൻ മുകിലന്മാരുടെ രാജ്യത്തിന്റെ പരിപാലകനായും രാജാവായും ഇരുന്നുംകൊണ്ട് എന്റെ ശാസനയ്ക്ക് ഒരുപോലെ കീഴടങ്ങിയിരിക്കുന്നവരും എന്റെ സംരക്ഷണത്തിനു ഒരുപോലെ അവകാശികളും ആയ വിവിധ മതക്കാരോട് ഏതുവിധം വർത്തിക്കണം എന്നാണ് അല്ലയോ ഉത്തമസ്നേഹിതോ! പക്ഷപാതം നിമിത്തം ഇതിന്റെ ഒരു ഭാഗം മാത്രം ആലോചിക്കയും മറ്റേ ഭാഗം നോക്കാതിരിക്കയും ചെയ്യുന്നകാലം മുഴുവനും ഈ ചോദ്യത്തിനു ഉത്തരം പറയാൻ തനിക്കു കഴികയില്ലെന്നു ഞാൻ പറയുന്നതിനേ വിശ്വസിച്ചുകൊൾക."

"എന്നാൽ അവിടത്ത രാജ്യത്തിനും ആധിപത്യത്തിനും ഹാനിവരുത്തുന്നതായി കാണുന്ന ആപത്തുകൾക്കോ?"

പരിഹാസജന്യമായ ഒരു മന്ദഹാസത്തോടുകൂടി ചക്രവർത്തി ഉത്തരം പറഞ്ഞു: "മതഭ്രാന്തുള്ളവരുടെ കോപത്താൽ ഉണ്ടാകാവുന്ന ആപത്തുകളേക്കാൾ മറ്റുള്ളവയേക്കുറിച്ചു എനിക്ക് ആലോചിക്കാനുണ്ട്."

അഭിനിവേശത്തോടെ രാജാവിന്റെ നേരെ നോക്കിക്കൊണ്ട് അബ്ദുൾകാദർ പറഞ്ഞു: "മറ്റുള്ളവ! ശരി, അന്യദേശീയന്മാരിൽനിന്നും ഭവിക്കുന്ന ആപത്തുകളെക്കുറിച്ചായിരിക്കും അവിടുന്ന് പറയുന്നത്. ഇപ്പോൾ നിഗൂഢകളായിരിക്കുന്നവയും എന്നാൽ ഒരിക്കൽ പ്രത്യക്ഷീഭവിക്കാവുന്നവയും അവിടുത്തെ സജാതീയന്മാരുടെ പ്രോത്സാഹനത്താൽ അവിടുത്തെ ഗൃഹത്തിൽ തന്നെ സഹായം ലഭിക്കാവുന്നവയും ആയ ആപത്തുകളെക്കുറിച്ച് എന്താണ് ഭാവം? അവിടുത്തെ പുത്രൻ"

അക്ബർ: "എന്റെ പുത്രൻ സലിം!" എന്ന് സാവേഗം ഉദീരണം ചെയ്തതിന്റെ ശേഷം തുടർന്നു പറഞ്ഞു: "എന്നാലും അത് അസംഭാവ്യമല്ല. നമുക്കു സന്നിഹിതങ്ങളായി രാജ്യഭരണം ചെയ്തിരുന്ന എത്ര രാജഗൃഹങ്ങൾ കുടുംബകലഹത്താൽ നമുക്കു കീഴടക്കപ്പെട്ടു? അതുപോലെ സലിം തന്നെ രാജദ്രോഹോദ്യകന്മാരോടു കൂടിച്ചേർന്ന് എന്നെ എതിർക്കുന്നതിനു സന്നദ്ധനായിരിക്കുന്നു എന്നാണോ താൻ പറയുന്നത്. എന്തെന്നാൽ തന്റെ വാക്കുകൾ അങ്ങനെ സൂചിപ്പിക്കുന്നതായി എനിക്കു തോന്നുന്നു."

അബ്ദുൾകാദർ ഉത്തരം പറഞ്ഞു: "സ്വാമിൻ! അത് അങ്ങനെ തന്നെ; അദ്ദേഹത്തിന്റെ മതത്തിലുള്ള അത്യൌത്സുക്യം അങ്ങനെ പ്രവർത്തിക്കാൻ അദ്ദേഹത്തെ പ്രോത്സാഹിപ്പിച്ചേക്കാം എന്ന് എനിക്കു

തോന്നുന്നു. എന്നാൽ സംഗതി മുൻപിൽ തന്നെ ഇങ്ങനെ ആകുന്നു എന്ന് ഞാൻ പറയുന്നില്ല."

അക്ബർ പ്രതിവചിച്ചു: "ഒന്നു നിശ്ചയം തന്നെ. ഇത് എപ്പോഴെങ്കിലും സംഭവിക്കുമെങ്കിൽ മതൗത്സുക്യമല്ല സലിമിന് പ്രേരകമായി ഭവിക്കുന്നത്. അയാൾക്കു ഖുറാൻ പുസ്തകത്തേയും ദീർഘദർശിയെയും കാൾ നല്ല മദ്യങ്ങളെയും സുന്ദരികളായ സ്ത്രീകളെയും കുറിച്ചാണ് അധികം ആദരമുള്ളത്. താൻ കരുതൽ പറഞ്ഞതിനു തന്നോടു ഞാൻ കൃതജ്ഞനാകാതിരിക്കാൻ ഇത് ഒരു കാരണമല്ല. താൻ ആദ്യമേ ഇത് പറയാൻ ആരംഭിച്ചിരുന്നെങ്കിൽ വളരെ വ്യർത്ഥവാക്കുകൾ കൂടാതെ കഴിക്കാമായിരുന്നു. ഇനി മേലും തനിക്കു ഇപ്രകാരമുള്ള വർത്തമാനങ്ങൾ എന്നോടു പറയാനുണ്ടായിരുന്നാൽ അവയ്ക്കു ഞാൻ കൃതജ്ഞനായിരിക്കുന്നതാണ്. നാം കുറേ അപഹിതന്മാരായിരിക്കേണ്ടതും ഇവിടെയുള്ള നമ്മുടെ ജനങ്ങളുടെ വ്യാപാരങ്ങളെ സൂക്ഷിക്കേണ്ടതും ആണ്. എന്നാൽ ഇപ്പോൾ പോകാം."

ഇത്രയും പറഞ്ഞ് ചക്രവർത്തി തന്റെ വാക്കുകൾ ജനിപ്പിച്ചിരിക്കാവുന്ന മനോവികാരത്തെക്കുറിച്ച് ചിന്തിച്ചുകൊള്ളുന്നതിനു അബ്ദുൾ കാദറെ വിട്ടും വച്ച് ഒരു കപടഹാസത്തോടുകൂടി പോയി.

ആ മഹമ്മദ് മതാനുസാരി തന്നത്താൻ പതുക്കെ പറഞ്ഞു: "ഞാൻ സലിമിനെക്കുറിച്ചു പറഞ്ഞത് നന്നായി! അക്ബർക്കു മനസ്സിനു അസ്വാസ്ഥ്യം ഉണ്ടാകുന്നതിനും അപ്രകാരം നമ്മുടെ അഭിമതത്തെ അനുസരിക്കുന്ന വിധത്തിൽ ആകുന്നതിനും മാത്രമേ ഉദ്ദേശിച്ചിരുന്നൊള്ളൂ. അതിനുപകരം ഞാൻ അദ്ദേഹത്തിനോടു കരുതൽ പറക മാത്രമാണ് ചെയ്തത്. ഇനി അദ്ദേഹം സഹായിക്കുന്നതിനു പകരം കുറെ കൂടി കഠിനനായിത്തീരും. ഇപ്പോൾ ഞങ്ങളിൽ ചിലർ തന്നെ അദ്ദേഹത്തിനു വിരോധികളായി അദ്ദേഹത്തിന്റെ പുത്രനോടു യോജിച്ചിരിക്കുന്നു എന്നാണ് അദ്ദേഹം സംശയിച്ചിരിക്കുന്നത്. അബ്ദുൾകാദർ ഒരു ബുദ്ധിമാനാണെന്നാണ് ഗണിക്കപ്പെട്ടിരിക്കുന്നത്. എന്നിട്ടും നീ ഇപ്രകാരം മൗഢ്യം പ്രവർത്തിച്ചല്ലോ. ഹാ! സ്വമതത്തെക്കുറിച്ച് എനിക്കുള്ള ഔത്സുക്യത്തോടു കൂടി അക്ബർക്കുള്ള ശാന്തതയും എനിക്കുണ്ടായിരുന്നെങ്കിൽ എത്ര നന്നായിരുന്നു! അത് അദ്ദേഹത്തിനു എത്ര പ്രയോജനകരമായിരിക്കുന്നു!"

അക്ബർ കാണിച്ച ശാന്തത അബ്ദുൾകാദർ വിശ്വസിച്ചതുപോലെ തന്നെ വാസ്തവിയായിരുന്നോ എന്നുള്ളത് ചിന്താമഗ്നനായി ക്ഷിതിതലനിക്ഷിപ്തചക്ഷുസ്സായി അദ്ദേഹം രാജഗൃഹത്തിലേക്കു തിരിയെ പോകുമ്പോൾ കണ്ടിരുന്ന ആരാലും സംശയിക്കപ്പെടാമായിരുന്നു.

അദ്ദേഹത്തിന്റെ അന്തർഗ്ഗൃഹങ്ങളിൽ ഒന്നിൽ അദ്ദേഹത്തിനെ കാണാൻ ഒരാൾ കാത്തുനില്ക്കുന്നുണ്ടായിരുന്നു. അയാളുടെ സാന്നിദ്ധ്യത്തെ അബ്ദുൾകാദർ അറിഞ്ഞിരുന്നെങ്കിൽ കുറെക്കൂടി പ്രചണ്ഡമായി കലശൽ കൂട്ടുന്നതിനു ഇടമാകാമായിരുന്നു. അയാൾ നമ്മുടെ

കുല്ലുകഭട്ടർ തന്നെയാണ്. ചുറ്റുമുള്ള ആഢംബരത്തെയാകട്ടേ പ്രകാശമാനങ്ങളായ ഉദ്യാനങ്ങളുടെ സ്പൃഹണീയമായ കാഴ്ചയെയാകട്ടേ ശ്രദ്ധിക്കാതെ അയാൾ ചിന്താമഗ്നനായിരിക്കയായിരുന്നു. എന്നാൽ അയാൾ ഇതെല്ലാം കണ്ടത് ഇദംപ്രഥമമായിട്ടല്ല.

ഉടൻതന്നെ അയാളുടെ വിചാരങ്ങളിൽനിന്ന് അയാളെ ഉണർത്തുന്നതിനും ചക്രവർത്തിയുടെ മുൻപിലേക്കു കൂട്ടിച്ചു കൊണ്ടുപോകുന്നതിനും രാജപുരുഷന്മാരിൽ ഒരാൾ വന്നു.

ആ ബ്രാഹ്മണന്റെ ഉപചാരപൂർവ്വമായ അഭിനന്ദനത്തെ പ്രണയപുരസ്സരം പ്രത്യുർപ്പണം ചെയ്തുകൊണ്ട് അക്ബർ പറഞ്ഞു: "അങ്ങേ പിന്നെയും ഇവിടെ കണ്ടത് എനിക്കു വളരെ സന്തോഷമായി. അങ്ങ് കാശ്മീരത്തിൽനിന്നു നല്ല വർത്തമാനത്തെ കൊണ്ടുവരുന്നു എന്ന് ഞാൻ വിശ്വസിക്കുന്നു."

കുല്ലുകർ ഉത്തരം പറഞ്ഞു: "ഹാ! സ്വാമിൻ ഞാൻ അങ്ങനെ ചെയ്കയോ അല്ലെങ്കിൽ മറ്റുള്ളവരിൽനിന്ന് എന്നപോലെ സന്നിധാനത്തിൽനിന്നും എല്ലാം അസ്വാസ്ഥ്യകരണങ്ങളേയും എനിക്കു മറയ്ക്കാൻ കഴികയോ ചെയ്താൽ കൊള്ളാമായിരുന്നു എന്ന് ഞാൻ ഇച്ഛിക്കുന്നു. എന്നാൽ അവിടന്ന് എന്നിൽ വച്ചിട്ടുള്ള വിശ്വാസവും എന്റെ ദേശത്തിന്റെ ക്ഷേമവും ഞാൻ അറിയുന്ന ഒന്നിനേയും ഗോപനം ചെയ്യുന്നതിന് എന്നെ അനുവദിക്കുന്നില്ല."

അക്ബർ പറഞ്ഞു: "എനിക്കു മനസ്സിലായി. പിന്നെയും ആ പഴയ കഥ തന്നെ. പക്ഷപ്രതിപക്ഷകലഹങ്ങളും വിവാദങ്ങളും; പ്രാചീനകാലങ്ങളിലേപ്പോലെ പുത്രന്മാർ പിതാക്കന്മാരുടെ നേർക്കും ഭ്രാതാക്കന്മാർ പരസ്പരവും കൃത്രിമം ചെയ്ക."

കുല്ലുകർ ഉത്തരം പറഞ്ഞു. "ഏറ്റവും വാസ്തവം തന്നെ. ന്യായപ്രകാരം രാജാവായ നന്ദിഗുപ്തൻ തന്റെ അനുജനായി സകലവും വിട്ടും വച്ച് രാജ്യരംഗത്തിൽനിന്നും തിരോധാനം ചെയ്തതിന്റെ ശേഷം കലഹങ്ങൾ ശമിച്ച് ഒരു വ്യവസ്ഥയുണ്ടാകുമെന്നു ഞങ്ങൾ വിശ്വസിക്കയും കുറേക്കാലത്തേക്ക് അപ്രകാരം ആയിരിക്കയും ചെയ്തു. ജനങ്ങൾ രാജ്യഭരണത്തെക്കുറിച്ച് അത്യുത്സകന്മാരല്ലായിരുന്നു എങ്കിലും അതുകൊണ്ടു തൃപ്തന്മാരായിരുന്നു. ഏതായാലും ഇനിയും ഭേദങ്ങൾ ചെയ്യണമെന്നുള്ള വിചാരം ഇല്ലായിരുന്നു. എന്നാൽ ഇപ്പോഴത്തെ സ്ഥിതി അങ്ങനെ അല്ല, പക്ഷപ്രതിപക്ഷക്കാരുടെ വിപ്രതിപത്തികൾ അതൃപ്തിയെ ജനിപ്പിക്കാൻ ആരംഭിച്ചിരിക്കുന്നു. നൂതനങ്ങളായ ക്ഷോഭങ്ങൾ ഉത്ഭവിക്കാൻ സന്നദ്ധങ്ങളായി കാണപ്പെടുന്നു. എല്ലാത്തിലും കഷ്ടം ഈ കൃത്രിമങ്ങളുടെ ഉത്ഭവത്തെ അറിയാൻ കഴിയുന്നില്ല എന്നുള്ളതാകുന്നു. രാജാവിന്റെ നേർക്കു കലഹോദ്യതന്മാരായിരിക്കുന്ന തൽപുത്രന്മാർ അവരുടെ സ്വമേധയായിട്ടല്ല പ്രവർത്തിക്കുന്നത് എന്നുള്ളതു നിശ്ചയം തന്നെ. എന്നാൽ ആരുടെ പ്രേരണയാലാണ്? അതാണ് ഞങ്ങൾക്ക് അറിയാൻ കഴിയാത്തത്."

ചക്രവർത്തി സ്ഥൈര്യത്തോടെ പറഞ്ഞു: "അത് ഇരിക്കുന്നതു

പോലെ ഇരിക്കും. അവർ സ്വമേധയായി ചെയ്യുന്നതായാലും അല്ലെങ്കിലും പണ്ടത്തെ കഥ പിന്നെയും ആരംഭിക്കാൻ പോകുന്നതായി തോന്നുന്നു. എന്നാൽ യഥാകാലം അതിനെ നിവാരണംചെയ്യാൻ കഴിഞ്ഞില്ലെങ്കിൽ അപരിഹരണീയമായി ഉണ്ടാകുന്ന പരിണാമം എന്തായിരിക്കും? യഥാ പൂർവ്വം പക്ഷപ്രതിപക്ഷക്കാർ യുദ്ധോക്തൃന്മാരായിട്ടു നിങ്ങളുടെ ദേശത്തെ നശിപ്പിക്കും. ചുറ്റം സംഘങ്ങൾ ചേരും. അവർ തങ്ങൾക്കു ണ്ടാകുന്ന നഷ്ടത്തിനു സ്വദേശത്തിനുള്ളിൽ തക്കതായ പരിഹാരം ഉണ്ടാ കാതിരിക്കുന്നെടത്തോളം അതിന്റെ സീമകളെ അതിക്രമിച്ച് എന്റെ പ്രജ കളുടെ ഇടയിൽ അക്രമങ്ങളെ പ്രവർത്തിക്കും. കിംബഹുനാ അതിനെ ഞാൻ ഒരിക്കലും ക്ഷമിക്കയില്ലെന്നു തീർച്ചയായി ഇപ്പോൾ പറഞ്ഞിരി ക്കുന്നു. എന്റെ രാജ്യവും പ്രജകളും നിർബ്ബാധമായിരിക്കണം. ബലാല്ക്കാരം വേണ്ടിവന്നാൽ ഞാൻ എന്തു കഷ്ടനഷ്ടങ്ങളെ സഹിച്ചും ഇനിയും സേനകളെ ശേഖരിച്ച് എന്റെ പ്രജകളുടെ ക്ഷേമത്തിനു അവ ശ്യകമായ സമാധാനത്തെ സ്ഥാപിക്കുന്നതിനുവേണ്ടി ഉത്തര ദേശ ത്തേക്കു പുറപ്പെടും. എന്റെ പ്രജകൾക്ക് ഉപദ്രവകാരികളായ അക്രമിക ളുടെ സംഘത്തെ സമൂലോച്ഛേദം ചെയ്യുന്നത് തന്നെയാണ് നന്ന്."

ചക്രവർത്തിയെക്കുറിച്ചു ബഹുമാനമുണ്ടായിരുന്നെങ്കിലും അദ്ദേഹ ത്തിന്റെ ഉദ്ധതകളായ ഈ വാക്കുകൾ കുല്ലുകരുടെ രോഷത്തെ ഉദ്ദീപി പ്പിക്കാതിരുന്നില്ല. അയാൾ ഉത്തരം ഒന്നും പറഞ്ഞില്ലെങ്കിലും അയാളുടെ മുഖത്തിൽ ഭാവഭേദം ഉണ്ടായി.

അക്ബർ പറഞ്ഞു: "യോഗ്യനായ കുല്ലുകരെ! ഞാൻ പറഞ്ഞത് അങ്ങേക്കു കോപകാരണമാകുന്നെങ്കിൽ ക്ഷമിക്കണം. അത് അങ്ങേയും ഇപ്പോഴത്തെ രാജാവിനേയും അവിടത്തെ മന്ത്രിയേയും പോലെയുള്ള സജ്ജനങ്ങളെ ഉദ്ദേശിച്ചല്ല. നിങ്ങൾക്കു അത്യന്ത കഷ്ടത്തെ ഉണ്ടാക്കി ത്തീർക്കയും തങ്ങളുടെ അക്രമപരിണാമമായി നമുക്കും ഉപദ്രവകാരി കളായിത്തീരുകയും ചെയ്യുന്ന ആഭാസന്മാരായ കൃത്രിമക്കാരേക്കുറിച്ചാണ് ഈ വാസ്തവം എന്നെപ്പോലെ അങ്ങും ഗ്രഹച്ചിരിക്കണം. ഇതിനെ പ്രതി കരിക്കേണ്ടത് എന്റെ കൃത്യമാണ്. അതിനെ ഏതുവിധം നിർവ്വഹിക്കണ മെന്ന് എനിക്കു വേണ്ടുംവണ്ണം അറിയാം. ഞാൻ എടയിൽവന്നു കൂടേ ണ്ടതിനുള്ള ആവശ്യകത ഉണ്ടാകാതിരിക്കാൻ നിങ്ങൾ കഴിയുന്നതെല്ലാം ചെയ്തുകൊള്ളണം. ഞാൻ അതിനായി ഒരിക്കലും നിർബ്ബന്ധിക്കുന്നത ല്ലെന്നു നിങ്ങൾ വിശ്വസിച്ചുകൊള്ളണം."

കുല്ലുകർ പറത്ത: "അവിടുത്തെ വാക്കുകളെ ഞാൻ പൂർണ്ണമായി വിശ്വസിക്കുന്നു. ഞാൻ അടക്കാൻ ശക്തനാകാതിരുന്ന കോപം ഇപ്പോൾ സംഗതിയുള്ള നിർഭത്സനങ്ങളാൽ എന്നപോലേതന്നെ ഞങ്ങളുടെ ദേശ ത്തിനേയും രാജാവിനേയും ഉദ്ദേശിച്ചു ചെയ്യപ്പെടുന്ന കൃത്രിമങ്ങളാലും ജനിപ്പിക്കപ്പെട്ടതായിരുന്നു. എന്നാൽ? ദ്രോഹപ്രവൃത്തി കാശ്മീരത്തിൽ മാത്രമേ ഉണ്ടായിരിക്കുന്നൊള്ളോ? ഇത് അവിടുത്തെ രാജധാനിയിലും ഉണ്ടെന്നുള്ളതും അവിടുത്തെ സേവകന്മാരുടേയും ബന്ധുക്കളുടേയും

ഇടയിൽത്തന്നെ ഞങ്ങൾക്കും അവിടുത്തെ ആധിപത്യത്തിനും വിരോധമായി കൃത്രിമം ചെയ്യുന്നവർ ഉണ്ടായിരിക്കുമെന്നുള്ളതും അത്ര അസംഭാവ്യമാണോ?"

"ഇപ്പോൾ പറഞ്ഞതിന്റെ താല്പര്യം എന്താണ്?"

"പക്ഷേ, ഞാൻ വേണ്ടതിലധികം അവിവേകമായി പറഞ്ഞുപോയിരിക്കാം. എങ്കിലും എനിക്കു സംശയങ്ങൾ ഉണ്ട്. അവ അസ്ഥാനത്തിലായി വന്നേക്കാമെന്നും വിശ്വസിക്കുന്നു എങ്കിലും എനിക്കു അവയെ തിരെ തള്ളാൻ പാടില്ലാ. സലിം-"

"എന്ത്! പിന്നെയും സലിമോ? അയാളും ഇതിൽ ഉൾപ്പെട്ടിട്ടുണ്ടോ?"

"മറ്റെന്തിലാണ് അയാൾ വ്യാപൃതനായിരിക്കുന്നതെന്നു ഞാൻ അറിയുന്നില്ല. എന്നാൽ സ്വല്പമായി ചില ലക്ഷണങ്ങളെക്കൊണ്ടാണ് അവിടുത്തെ സന്നിധാനത്തിൽ കരുതൽ സൂചിപ്പിച്ചത്. അവ നിഷ്കാരങ്ങളാണെങ്കിൽ അത്രയും നന്ന്. എന്നാൽ കരുതുന്നതുകൊണ്ട് ഒരു പ്രകാരത്തിലും ഹാനി ഇല്ലല്ലോ."

"അതു ഞാൻ ചെയ്തുകൊള്ളാം. എന്നാൽ ഇപ്പോൾ എല്ലാം ഊഹം മാത്രമേ ഉള്ളല്ലോ. നാം അവിവേകമായി തീർച്ചപ്പെടുത്തുകയോ പ്രവർത്തികയോ ചെയ്യരുത്. എന്നാൽ അങ്ങു പറഞ്ഞതിൽ ഒന്നെങ്കിലും എന്റെ സൂക്ഷ്മതമായ അന്വേഷണത്തിൽ നിന്നു വിട്ടുപോകയില്ലെന്ന് ഉറച്ചുകൊള്ളണം. ഇനിയും നാം തമ്മിൽ കാണുമ്പോൾ പ്രവൃത്തിക്കുള്ള കാലം ആയി വരാം. എന്നാൽ അങ്ങുപോകുന്നതിനു മുൻപിൽ അങ്ങേക്കു രസാവഹമായ ഒരു കാര്യം എനിക്കു പറയാനുണ്ട് - ഞാൻ ഇപ്പോൾ അങ്ങേ ശിഷ്യനെ കണ്ടു സംസാരിച്ചു."

ആശ്ചര്യത്തോടെ കുല്ലുകർ പറഞ്ഞു: "എന്ത്! സിദ്ധനേയോ? അയാളെ ആരാണ് അവിടുത്തെ സന്നിധാനത്തിൽ പ്രവേശിപ്പിച്ചത്?"

അക്ബർ ഉത്തരം പറഞ്ഞു: "ആരുമല്ല ഞാൻ അയാളെ ഉദ്യാനത്തിൽവച്ചു കണ്ട് ആരാണെന്നൂഹിച്ചറിഞ്ഞു സംസാരിച്ചു. ചിലപ്പോൾ ഇപ്രകാരം സംഭാഷണം ചെയ്യുന്നത് എനിക്ക് ഇഷ്ടമാണെന്ന് അങ്ങേക്ക് അറിയാമല്ലോ."

"എന്നിട്ടു മഹാനായ ചക്രവർത്തിയോടാണ് സംസാരിച്ചതെന്ന് അയാൾക്കു മനസ്സിലായില്ലയോ?"

"അതിനിടയില്ലല്ലോ. അയാൾ അതിനെ ഊഹിച്ചും ഇല്ല. അയാളോടു പറയണ്ടാ. ഞാൻ ഒരു ദിവസം അയാളെ മനസ്സിലാക്കാം. അയാളെക്കുറിച്ചു എന്താണ് എന്റെ അഭിപ്രായമെന്നു അങ്ങേക്കു അറിയാൻ താല്പര്യം ഉണ്ടായിരിക്കും. കൊള്ളാം എന്നാൽ അയാളെക്കുറിച്ചു ഞാൻ തൃപ്തനായിരിക്കുന്നു. അയാൾ എനിക്കു വിശ്വസിക്കത്തക്ക യോഗ്യനായ ഒരു യുവാവാണ്. പക്ഷേ, കുറച്ച് അവിമൃശ്യക്കാരിയാണെന്നു-"

"ചക്രവർത്തിയുടെ അടുക്കൽ പറയാൻ അയോഗ്യമായുള്ളതിനെ ഒന്നും അയാൾ പറഞ്ഞില്ലായിരിക്കുമല്ലോ?"

അക്ബർ ചിരിച്ചുംകൊണ്ടു പറഞ്ഞു: "ആരോടാണ് സംസാരിക്കു

ന്നതെന്ന് അയാൾ അറിഞ്ഞിരുന്നെങ്കിലല്ലേ? എന്നാൽ അതിനെക്കുറിച്ചു വ്യാകുലപ്പെടേണ്ടാ. കുറെ അധികം അനവഹിതനായി അയാൾ സംസാരിച്ചു എന്നു ഞാൻ കാണിച്ചുകൊടുത്തപ്പോൾ എനിക്കു സ്വീകരിക്കാതിരിക്കാൻ പാടില്ലാത്ത വിധത്തിൽ അയാൾ തന്നത്താൻ കുറ്റമേറ്റു. മതി, ഞാൻ അയാളെക്കുറിച്ചു സന്തോഷിച്ചു എന്നു പറഞ്ഞുവല്ലോ. ഇദംപ്രഥമമായി കാണുന്നവരെക്കുറിച്ച് അത്ര അനുകൂലമായ അഭിപ്രായത്തോ ഞാൻ തീർച്ചപ്പെടുത്താറില്ലെന്നു അങ്ങേക്കു അറിയാമല്ലോ. ആദ്യമായി തോന്നിയ നല്ല അഭിപ്രായം ഭേദിക്കാതിരിക്കാൻ മാത്രം അയാൾ സൂക്ഷിച്ചുകൊള്ളട്ടേ. എന്നാൽ ഇപ്പോൾ കാര്യാന്തരങ്ങൾ ഉള്ളതിനാൽ അങ്ങേ ഞാൻ താമസിപ്പിക്കുന്നില്ല."

ബഹുമാനപുരസ്സരമായ ഉപചാരത്തോടുകൂടി കുല്ലുകർ അവിടെ നിന്നുപോയി. അക്ബർ സസ്നേഹം അയാളുടെ പിന്നാലെ നോക്കി. അവസ്ഥകൊണ്ടും സ്ഥിതികൊണ്ടും മതംകൊണ്ടും ജാതികൊണ്ടും എത്രയോ അകന്ന അദ്ദേഹം ആദരത്താലും സ്നേഹത്താലും സ്ഥിരപ്രതിജ്ഞതത്വത്താലും അയാളോടു എത്രയും അടുപ്പമുള്ളവനായിരുന്നു.

ചക്രവർത്തി തന്നത്താൻ പറഞ്ഞു: "ഇയാളിൽ മാത്രമെങ്കിലും വിശ്വസിക്കാം. ഇയാൾക്കു ചതിവില്ലാ." അക്ബർ പറഞ്ഞതു വാസ്തവവും ആയിരുന്നു. ഇതുപോലെയുള്ള അഭിപ്രായത്തിനു അനർഹന്മാരായ എത്ര ആളുകൾ അദ്ദേഹത്തിനു അധികം സന്നിഹിതന്മാരായിട്ടുണ്ടായിരുന്നു!

5

ഒരു നൂതനവും ഒരു പുരാതനവും ആയ പരിചിതജനം

നിർദ്ദിഷ്ട സമയത്തിൽ സിദ്ധൻ ആ ചൈത്യത്തിൽ എത്തി. ഉടൻ തന്നെ ആ ചേടി അടുത്തുവന്ന് അയാളോടു അവളെ അനുഗമിക്കുന്നതിനു സംജ്ഞാപനം ചെയ്തു. ഒരു ഉദ്യാനത്തിന്റെ ചുറ്റുമുള്ള ഉന്നതമായ മതിലിന്റെ സമീപത്ത് എത്തുന്നതുവരെ പല ഭിന്നങ്ങളായ ഉപമാർഗ്ഗങ്ങളിൽ കൂടി അവൾ അയാളെ കൂട്ടിച്ചു കൊണ്ടുപോയി. അവിടെ ഒരു ചെറിയ വാതിൽ ഉണ്ടായിരുന്നു. അവൾ അതു തുറന്ന് ഉള്ളിൽ പ്രവേശിച്ചതിന്റെ ശേഷം അവൾ അതിനെ ഭദ്രമായി പിന്നെയും അടച്ചു. രണ്ടുവശത്തും അനേകം പൂച്ചെടികളെക്കൊണ്ടു നിബിഡമായ ഒരു വഴിയിൽകൂടി അയാൾ നാഗരംഗവൃക്ഷങ്ങളാലും ധാരായന്ത്രങ്ങളാലും പരിശോഭിതമായ ഒരു തറയിൽ എത്തി. അവിടെ ചെറുതാണെങ്കിലും മനോഹരമായ ഒരു ഗൃഹത്തിന്റെ പശ്ചാദ്ഭാഗം ദൃശ്യമായിരുന്നു. അതിന്റെ അവശിഷ്ടഭാഗം നിബിഡമായി വളർന്ന വൃക്ഷങ്ങളാൽ ആച്ഛാദിതമായിരുന്നു. സിദ്ധന്റെ മാർഗ്ഗോപദേശിനിശ്ലക്ഷ്ണ ശിലാനിർമ്മിതയായ ഒരു സോപാന പരമ്പര കയറി ഒരു അളിന്ദത്തിൽ കൂടി ശുദ്ധവായുവിന്റെ സഞ്ചാരമുള്ള ഒരു മുറിയിൽ അയാളെ കൊണ്ടാക്കീട്ട് ജവനികകളുടെ പിൻഭാഗത്തേക്കു മാറിപ്പോന്നു. അവിടെ പേർഷ്യൻ മാതിരിയിൽ വിശേഷവസ്ത്രം ധരിച്ച ഒരു തരുണി ഒരു മഞ്ചത്തിന്മേൽ ഉദാസീനമായി ശയിച്ചിരുന്നു. അവൾ സിദ്ധന്റെ സാന്നിദ്ധ്യത്തെ അറിഞ്ഞ ഉടനെ അയാൾക്കു സ്വാഗതം പറയുന്നതിനായി എഴുന്നേറ്റു മുൻപോട്ടുവന്നു. പ്രഥമക്ഷണത്തിൽ അവൾ സുന്ദരിയോ അല്ലയോ എന്നു സിദ്ധനു തീർച്ച പറയാൻ പ്രയാസമായിരുന്നു. അവളുടെ മുഖരേഖ അത്ര സുഘടിതയായിരുന്നില്ല. എന്നാൽ അവളുടെ പക്ഷ്മളങ്ങളും നീലവർണ്ണങ്ങളും ആയ നയനങ്ങൾ അനിർവചനീയമാകുംവണ്ണം മാധുര്യത്തേയും പ്രേമത്തേയും പ്രദർശി

പ്പിച്ചിരുന്നു. അവളുടെ ദേഹം ദീർഘമല്ലായിരുന്നു എങ്കിലും ഉടുപ്പു മുറു കിയിരുന്നതുകൊണ്ട് വ്യക്തമാകുംവണ്ണം ദൃശ്യമാനമായ അവളുടെ ആകൃതി ക്രമമായ അവയവസംസ്ഥാനത്തെ സ്പഷ്ടമായി കാണിച്ചു. എന്നാൽ സിദ്ധനു വിശേഷമായി തോന്നിയത് ഒരു മുക്താഹാരത്താൽ അലംകൃതമായ അവളുടെ കണ്ഠത്തിന്റെയും അതിനടുത്ത വക്ഷസ് സ്ഥലത്തിന്റെയും ധാവള്യവും അവളുടെ ഗണ്ഡങ്ങളിലുള്ള അനന്യവ നിതാസാധാരണമായ പാടലിമാവും ആയിരുന്നു.

അവൾ പറഞ്ഞു: "ശ്രേഷ്ഠനായ പ്രഭോ!" സിദ്ധന് അവളെക്കുറിച്ച് ആദ്യം തോന്നിയ അഭിപ്രായം അത്ര അനുകൂലമല്ലാതിരുന്നിരിക്കാം; എന്നാൽ അവളുടെ സ്വരമാധുര്യം അയാളെ ക്ഷണേന വശീകരിക്കത്ത ക്കതായിരുന്നു. "എന്റെ അപേക്ഷയെ ഇത്ര വേഗത്തിൽ സാധിപ്പിച്ചതിനു വേണ്ടി ഞാൻ കൃതജ്ഞയായിരിക്കുന്നു. പക്ഷേ, ഇതു ലൗകികത്തിനു കുറച്ചു യുക്തമല്ലെന്നു തോന്നുമായിരിക്കാം. എന്നാൽ സംഗതി കേൾക്കു മ്പോൾ എന്നെക്കുറിച്ചു വിപരീതമായി ഒന്നും അങ്ങു വിചാരിക്കുകയി ല്ലെന്നു ഞാൻ വിശ്വസിക്കുന്നു."

സിദ്ധൻ ഉത്തരം പറഞ്ഞു: "ആര്യേ! ആരെയാണ് ഞാൻ വീക്ഷി ക്കാൻ പോകുന്നത് എന്നറിഞ്ഞിരുന്നു എങ്കിൽ എനിക്കുണ്ടാകുമായിരുന്ന അക്ഷമയോടുകൂടി സമയത്തെ ഞാൻ പ്രതീക്ഷിച്ചില്ല എന്നു സമ്മതി ക്കുന്നു. എങ്കിലും ഇപ്രകാരമുള്ള ഒരു ക്ഷണത്തെ നിരസിക്കുന്നതു നിശ്ച യമായി മര്യാദയ്ക്കു വിരുദ്ധമാകുമായിരുന്നു."

ഈഷന്നമിതമായ ശിരസ്സുകൊണ്ട് ഈ ഉപചാരത്തെ അംഗീകരിച്ച് അവൾ പിന്നെയും പറഞ്ഞു. "എന്റെ സമാധാനം എന്തെന്നാൽ എനിക്കു സ്വന്തമായുള്ള യാതൊരു സംഗതിയും അല്ല എന്നെ ഇങ്ങനെ പ്രവർത്തി പ്പിച്ചത്; ഞാൻ ആത്മാർത്ഥമായി സ്നേഹിക്കുന്ന ഒരു മിത്രത്തിന്റെ കാര്യ മാണ്. ഇവിടെയുള്ള ചില പ്രബലന്മാർ അവളെക്കുറിച്ചുദ്ദേശിച്ച വഞ്ചന കളിൽ അകപ്പെടാതിരിക്കുന്നതിനു വേണ്ടി കുറെക്കാലം മുൻപിൽ ആഗ്ര യിൽനിന്നും അവൾ പലായനം ചെയ്ത് നിങ്ങളുടെ രാജ്യമായ കാശ്മീ രത്തിൽ അഭയം പ്രാപിച്ചിരിക്കുകയാണ്. എത്രയും ഗൗരവമുള്ള ഒരു വർത്തമാനം ഇപ്പോൾ എനിക്കു അവളെ ധരിപ്പിക്കാനുണ്ട്. എന്നാൽ എനിക്കു സ്വാധീനന്മാരായ ഒരു ദൂതന്മാരിലും വിശ്വാസമില്ലാത്തതു കൊണ്ട് അതിനെ ഭദ്രമായി അവൾക്ക് എത്തിക്കുന്നതിനു ഞാൻ വിചാ രിച്ചതിൽ ഇതുവരെ ഒരു മാർഗ്ഗവും കണ്ടില്ല. അപ്പോഴാണ് അങ്ങും അങ്ങേ പൂർവ്വഗുരുവും കൂടി ആഗ്രയിൽ എത്തീട്ടുണ്ടെന്നും ഗുരു താമസിയാതെ തിരിയെ പോകുമെന്നും യദൃച്ഛയാ ഞാൻ കേട്ടത്. എന്നാൽ നല്ലവണ്ണം ശ്രുതപൂർവ്വനായ ഒരു പ്രഭുവിനെ വിശ്വസിക്കുന്നതിനേക്കാൾ മറ്റൊന്നും നന്നല്ലെന്ന് ഉടനെ തോന്നുകയാൽ എന്റെ മിത്രമായ അവൾക്കു മാത്രം ഗൗരവമുള്ള അനേകസംഗതികൾ അടങ്ങിയിരിക്കുന്ന എന്റെ എഴുത്ത് അവൾക്ക് എത്തിച്ചുകൊടുക്കാൻ അങ്ങേ പ്രിയഗുരുവിനോടു പറയുന്ന

തിന് അങ്ങേ അടുക്കൽ അപേക്ഷിക്കണമെന്നു ഞാൻ നിശ്ചയിച്ചു. എന്റെ ഈ അപേക്ഷ അങ്ങയ്ക്കാകട്ടെ, യോഗ്യനായ കുല്ലുകർക്കാകട്ടെ അസൗകര്യത്തെ ഉണ്ടാക്കില്ലെന്നു ഞാൻ വിശ്വസിക്കുന്നു."

ഈ വാക്കുകൾ കേട്ടപ്പോൾ ആകപ്പാടെ കാര്യം തനിക്കു യാതൊരു സംബന്ധവുമില്ലാത്ത ഒരെഴുത്ത് ഏറ്റുവാങ്ങിക്ക മാത്രമേ ഉള്ളല്ലോ എന്നു സിദ്ധന് ആദ്യം ഒരു ആശ്വാസമാണു തോന്നിയത്. എന്നാൽ അതോടുകൂടി അല്പമായ ഒരു ഇച്ഛാഭംഗവും അയാൾക്കുണ്ടായി. ഈ സംഗതിയിൽ സാഹസത്തിനു യാതൊരു പ്രസക്തിയും ഇല്ലായിരുന്നു എന്നുള്ളത് അയാളുടെ ആത്മസംഭാവനയ്ക്ക് അനുരൂപമായിരുന്നില്ല. ഗുരുവിന്റെ അടുക്കൽ എഴുത്ത് ഏല്പിക്കാമെന്നും അദ്ദേഹം സന്തോഷപൂർവ്വം അതിനെ എത്തിച്ചുകൊടുക്കുമെന്നും അവളോട് അയാൾ ഉറപ്പായി പറഞ്ഞു.

ആ സ്ത്രീ ഒരു സംജ്ഞാപനം ചെയ്ത ഉടനെ എഴുത്തിന്റെ മാതിരിയിൽ മടക്കി ഒരു പട്ടുചരടുകൊണ്ട് കെട്ടി മുദ്രവച്ചിരുന്ന ഒരു കടലാസും കൊണ്ട് ആ ചേടി പ്രവേശിച്ചു. ചേടി മുറിയിൽനിന്നും പുറത്തുപോയതിന്റെ ശേഷം ആ സ്ത്രീ പറഞ്ഞു: "മേൽവിലാസം എന്റെ മിത്രത്തിന്റെ പേർക്കല്ല. വേറെ ഒരാൾക്കാണ്. പക്ഷേ, അങ്ങ് അയാളെ അറിയുമായിരിക്കും."

സിദ്ധൻ മേൽവിലാസം നോക്കിയിട്ട് ഉത്തരം പറഞ്ഞു: "ഞങ്ങൾ പലപ്പോഴും ഒരുമിച്ചു മൃഗയാവിനോദത്തിനു പോയിട്ടുണ്ട്."

"അയാൾ എഴുത്തിനെ എത്തിച്ചുകൊടുക്കും. അതിനാൽ കുല്ലുകർ വാസ്തവത്തിൽ ഇതിന്റെ പ്രതിഗ്രാഹികയെ അറികയില്ല. ഈ ഗൂഢസംഗതിയെ അധികം ആളുകൾ അറിയാതിരിക്കുന്നതാണ് നന്നെന്നു ഞാൻ വിചാരിക്കുന്നു." സ്വല്പനേരം മൗനത്തെ അവലംബിച്ചതിന്റെ ശേഷം അവൾ പിന്നെയും പറഞ്ഞു. "ഞാൻ എന്റെ മിത്രത്തെ ഗ്രഹിപ്പിച്ചിരിക്കുന്ന സംഗതികൊണ്ട് അവൾക്കു പ്രയോജനമുണ്ടാകുമെന്നു ഞാൻ വിശ്വസിക്കുന്നു. വിശേഷമായി വർണ്ണിക്കപ്പെട്ടിട്ടുള്ള രമണീയമായ നിങ്ങളുടെ ദേശത്തെക്കണ്ടു സന്തോഷിക്കാൻ അവൾക്ക് ഒരു അവസരം കിട്ടിയതിനെക്കുറിച്ചു ഞാൻ ചിലപ്പോൾ അസൂയപ്പെടാറുണ്ടെങ്കിലും വാസ്തവമായി അവളുടെ വിദേശവാസത്താൽ ഞാൻ അനുതപിക്കുന്നു. എന്നാൽ ഈ വർണ്ണനകൾ കുറേ അതിശയോക്തികളല്ലയോ എന്ന് എന്നോട് നിഷ്കപടമായി പറയണം."

സിദ്ധൻ ഉത്തരം പറഞ്ഞു: "യാഥാർത്ഥ്യത്തിന്റെയും രസാനുഗുണ്യത്തിന്റെയും സീമകളെ അതിക്രമിക്കുന്ന അതിശയോക്തികൾ കൊള്ളരുതെന്ന് എന്റെ ഗുരു പലപ്പോഴും ഉപദേശിച്ചിട്ടുണ്ടെങ്കിലും നിങ്ങൾ പ്രസ്താവിച്ച വർണ്ണനകൾ വാസ്തവസ്ഥിതിയിൽനിന്നും എത്രയും താഴ്ന്നാണ് എന്നുതന്നെ പറയേണ്ടിയിരിക്കുന്നു. ഇവിടെയും കാഴ്ചകൾ നന്നായിരിക്കുന്നു. നിങ്ങളുടെ യമുനാതീരങ്ങൾ സ്പൃഹണീയങ്ങളാണ്.

ഇവിടെയുള്ള രാജഗൃഹങ്ങളുടെ ആഡംബരത്തോടു തുല്യതയ്ക്കു ഞങ്ങളുടെ ഉത്തരദേശത്തിൽ യാതൊന്നും ഇല്ല. എന്നാൽ ഞങ്ങളുടെ പർവ്വതങ്ങളുടെയും ആരണ്യങ്ങളുടെയും താഴ്വരകളുടെയും ഭംഗി മറ്റു ദേശങ്ങളെ കണ്ടു പരിചയമുള്ളവർക്ക് ഊഹിക്കാൻ അശക്യമാണ്."

സ്വദേശസ്മരണകൾക്കും അചരപരിചിതയായി സുന്ദരിയായ തന്റെ ശ്രോത്രിയാൽ പ്രദർശിതമായ അഭിനിവേശത്തിനും വശംവദനായിട്ട് സിദ്ധൻ ഹിന്ദുസ്ഥാനിലെ സ്വർഗ്ഗം എന്നു ലോകവിശ്രുതമായ കാശ്മീരത്തെ അധികമായി വർണ്ണിച്ചുതുടങ്ങി. അയാളുടെ വാക് ചാതുര്യവും രൂപലാവണ്യവും ആ യുവാവിനെക്കുറിച്ച് അവൾക്കു തോന്നിയ വിസ്മയത്തെ വർദ്ധിപ്പിച്ചു.

ഒടുവിൽ ഉത്ഥാനം ചെയ്തുകൊണ്ട് അവൾ പറഞ്ഞു: "അങ്ങേ ഞാൻ വളരെ അധികം താമസിപ്പിക്കുന്നു. അങ്ങേ ദാക്ഷിണ്യം അന്യാദൃശ്യംതന്നെ. എന്നാൽ ഒരപേക്ഷകൂടി ഉണ്ട്. നമ്മുടെ ഈ സമാഗമം എന്റെ മിത്രത്തിനുവേണ്ടി നമ്മളല്ലാതെ മറ്റാരും അറിയണ്ടാ. ഈ സ്വല്പ നേരത്തെ സമ്മേളനം യാതൊരു ഗൗരവവും ഉള്ളതായിരിക്കാൻ പാടില്ലല്ലോ."

സിദ്ധൻ പറഞ്ഞു: "നിങ്ങൾക്ക് ഇല്ല. നിശ്ചയം തന്നെ. എന്നാൽ എനിക്കു നിങ്ങൾ വിചാരിക്കുന്നതിൽ അധികം ഉണ്ട്."

ചിരിച്ചുകൊണ്ട് അവൾ ഉത്തരം പറഞ്ഞു:"ഞങ്ങളുടെ ആളുകളെപ്പോലെ തന്നെ ഹിന്ദുക്കളായ നിങ്ങളും ഉപചാരചാതുരി ഉള്ളവരാണെന്നു ഞാൻ ഗ്രഹിക്കുന്നു. എന്നാൽ അതിരിക്കട്ടെ. ഇനിയും കുറച്ചു പറയേണ്ടതുണ്ട്. അങ്ങ് ആരാണെന്നറിഞ്ഞുകൊണ്ട് എന്റെ വാസ്തവം അറിയാതിരുന്നാൽ അങ്ങേ വിശ്വാസത്തിനു ഞാൻ അനർഹയാണെന്നു വരും, ഗൂഢമായിരിക്കുമെന്നു വാഗ്ദാനം ഉള്ള പക്ഷം നികൃഷ്ടമാണെങ്കിലും എന്റെ സ്ഥാനത്തേയും നാമത്തേയും അങ്ങേ അടുക്കൽ പറയാതിരിക്കുന്നതിനു ഞാൻ യാതൊരു കാരണവും കാണുന്നില്ല. എന്റെ നാമധേയം റസിയ എന്നാണ്. ആർമീനിയാദേശക്കാരനായ എന്റെ പിതാവ് വാണിജ്യത്തിനായി ഇവിടെ വന്ന് ഏതന്നഗരവാസിയും അപ്പോൾ തന്നെ വയോധികനും ആയ ഒരു കച്ചവടക്കാരനു എന്നെ ആദ്യമേ വിവാഹം ചെയ്തുകൊടുത്തു. കുറേകാലം മുൻപിൽ അയാൾ കാര്യവശാൽ പെർഷ്യാരാജ്യത്തേക്കും പക്ഷേ, അതിനപ്പുറത്തേക്കുമായി പോയി. എന്നാൽ കുറേ ദിവസമായിട്ട് അയാളെക്കുറിച്ച് ഒരുവിവരവും കേൾക്കാറില്ല. ഞാനിതാ ഇവിടെ അങ്ങുകാണുന്നപോലെ ഏകാന്തമായി സ്വസ്ഥകാലക്ഷേപസൗഖ്യത്തെ അനുഭവിച്ചുകൊണ്ടു താമസിക്കുന്നു. ആരേ കാണാനാണ് അങ്ങു ശ്രമപ്പെട്ടതെന്ന് ഇപ്പോൾ മനസ്സിലായല്ലോ. ഇനിയും നമുക്കു തമ്മിൽക്കാണാൻ ഇട വരികയില്ലായിരിക്കാം."

സിദ്ധൻ ചോദിച്ചു: "അതെന്താണ്? അതിനു വിരോധമായി യാതൊരു കാരണവും ഞാൻ കാണുന്നില്ല. എന്നു മാത്രമല്ല നിങ്ങളുടെ

മിത്രം ഇപ്പോൾ താമസിക്കുന്ന രാജ്യത്തെക്കുറിച്ചു നിങ്ങൾക്കറിയാൻ രസമുള്ളതായി പലതും എനിക്കു പറയാനും ഉണ്ടായിരിക്കുമല്ലോ."

റസിയ ഉത്തരം പറഞ്ഞു: "കൊള്ളാം, നിങ്ങളുടെ മൈത്രിയെ ഞാൻ നിരസിക്കയില്ല. എപ്പോഴെങ്കിലും സായാഹ്നസമയം അങ്ങേക്കു മറ്റു ജോലി ഇല്ലാതിരുന്നാൽ എന്റെ എഴുത്തിനെക്കുറിച്ചും അതുകൊണ്ടു പോകുന്നതിൽ ബുദ്ധിമുട്ടുകൾ ഒന്നും നേരിട്ടില്ലയോ എന്നും മറ്റും വർത്തമാനങ്ങൾ കേൾക്കുന്നതിന് എനിക്കു സന്തോഷമുണ്ടായിരിക്കും. എന്റെ ചേടിയെ നിശ്ചയമായി നിങ്ങൾ കാണും. എന്റെ ഏകാന്തവാസത്തിൽ നിങ്ങൾ എപ്പോൾ വരുമെന്നു അവളോടു പറഞ്ഞാൽ മതിയാകും."

അയാളെ ഏല്പിച്ച എഴുത്തു ഭദ്രമായി സൂക്ഷിച്ച് തല്ക്കാലം യാത്ര പറയാൻ ഒരുങ്ങി സിദ്ധൻ പറഞ്ഞു: "ഇനിയും നിങ്ങളെ സന്ദർശിക്കുന്നതിനുള്ള അവസരത്തെ തരുന്നതിനു ഞാൻ കൃതജ്ഞനായിരിക്കും."

ഗൃഹത്തിൽ എത്തിയതിന്റെ ശേഷം അധോഭാഗത്തിൽ മന്ദമായി പ്രവഹിക്കുന്ന നദിയേ ഏകാഗ്രതയോടു കൂടി നോക്കിക്കൊണ്ടു ചിന്താമഗ്നനായി അയാൾ വരാന്തയിൽ സ്വല്പനേരം നിന്നു. അലഹബാദിലെ പ്രാകാരഭിത്തികളെ ക്ഷാളനം ചെയ്യുന്നതും ഇരാവതിയുടെ രമണീയങ്ങളായ അംഗങ്ങളെ പ്രതിബിംബിപ്പിക്കുന്നതും ഈ ജലം തന്നെയാണല്ലോ. ഈ തരംഗങ്ങൾ കുശലപ്രശ്നപൂർവ്വം സ്നേഹവിശ്വാസവാചികങ്ങളെ തന്റെ പ്രിയമതയുടെ അടുക്കൽ പ്രാപിപ്പിക്കാമെന്നുവരരുതോ? ഇങ്ങനെ വിചാരിച്ചുകൊണ്ട് അയാൾ ഭിത്തിയിൽ തൂക്കിയിരുന്ന ഇരാവതിയുടെ ചിത്രം എടുത്ത് അവളുടെ ഛായയിൽ ഗാഢമായി ചുംബനം ചെയ്ത് മഞ്ചത്തിൽ ഉപവേശിച്ചു. അയാൾ സൂക്ഷിച്ചു നോക്കിയപ്പോൾ അഭിജാതയും സുന്ദരിയും ആയ ആ ഹിന്ദുയുവതിയുടെ അംഗങ്ങൾ പൂർവ്വാധികമായ സൗന്ദര്യാതിശയമുള്ളവയായി പ്രതിഭാനം ചെയ്തു. എന്നാൽ നദീതീരത്തിലുള്ള രാജമന്ദിരത്തേയും ഉദ്യാനങ്ങളേയും നോക്കിക്കൊണ്ടിരിക്കുമ്പോൾ വേറെ ഒരു രൂപം അയാളുടെ അന്തരംഗത്തിൽ സ്ഫുരിച്ചു. അതു റസിയായുടെ സുഭഗയായ ആകൃതിയും നീലവർണ്ണങ്ങളായ നേത്രങ്ങളും മധുരമായ സ്വരവും ആയിരുന്നു. അവൾക്കും അയാൾക്കും തമ്മിൽ എന്തു സംബന്ധം ആണ്? ഒന്നും ഇല്ല. നിശ്ചയം തന്നെ. എന്നാൽ അയാൾ അവളെ സുന്ദരിയാണെന്നു വിചാരിക്കുന്നതുകൊണ്ട് എന്തു ഹാനിയാണ്? ഇരാവതിക്കുവേണ്ടി മറ്റുള്ള സകല സ്ത്രീകളും അയാളുടെ ദൃഷ്ട്യാവിരൂപകളും അഹൃദ്യകളുമായി തോന്നുമെന്ന് അവളോടു വാഗ്ദാനം ചെയ്തിട്ടില്ലല്ലോ.

പിറ്റേദിവസം പ്രഭാതത്തിൽ സിദ്ധന്റെ ഭവനാങ്കണത്തിൽ "അഹോ! നിന്റെ യജമാനൻ ഉണർന്നോ? എനിക്കു കാണുന്നതിനു അവസരമുണ്ടോ എന്നുപോയി നോക്ക്." എന്നു വിളിച്ചു പറയുന്നതു കേട്ടു.

വത്സൻ ആ ആജ്ഞയേ അനുഷ്ഠിക്കുന്നതിനു മുൻപിൽ വെളിയിൽപോകാനായി സന്നദ്ധനായിക്കൊണ്ടിരുന്ന സിദ്ധൻ

അബുൾഫാസലിന്റെ മരുമകനായ പാർവീസിന്റെ സ്വരത്തെ പ്രത്യഭിജ്ഞ തകൊണ്ടറിഞ്ഞ് അയാളെ കണ്ട് അകത്തുവരാൻ അപേക്ഷിക്കുന്നതിനു സത്വരം ചെന്നു.

അയാൾ ചോദിച്ചു: "ഇപ്പോൾ നിങ്ങൾ ജോലിയിൽ ഇരിക്ക യാണോ?"

"രണ്ടു ദിവസത്തേക്കല്ല."

"അതു കൊള്ളാം. എന്നാൽ ഒരുയാത്രയ്ക്കു എന്റെ ഒരുമിച്ചു വരുന്നോ?"

"എവിടേക്കാണ്."

സമീപദേശത്ത് പ്രഥമമായി ഒരു യാത്ര പോകുന്ന എല്ലാവരും ചെന്ന് കാണാറുള്ളതും നഗരബഹുഭാഗത്തിൽ ചക്രവർത്തിയുടെ വാസസ്ഥ ലവും ആയ ഫത്തപൂർസിക്രിയിലേക്ക്."

സിദ്ധൻ ഉത്തരം പറഞ്ഞു: "ഞാൻ നിങ്ങളുടെ ഇച്ഛയ്ക്കു അധീന നായിരിക്കുന്നു. എന്നാൽ പ്രസ്ഥാനത്തിനു സന്നദ്ധനായിരിക്കുന്ന കുല്ലു കരോടു യാത്രപറയുന്നതിനായി സ്വല്പനേരം നിങ്ങളെ പിരിയുന്നതിനെ ക്ഷമിക്കണം."

ഗുരുവിനെ അയാൾ പ്രസ്ഥാനത്തിനു ത്വരമാണനായി കണ്ടു. യാത്ര പറഞ്ഞപ്പോൾ എഴുത്ത് ഏല്പിക്കുകയും കുല്ലുകർ ഒന്നും ചോദിക്കാതെ അതിനെ വാങ്ങിക്കയും ചെയ്തു. അധികവിളംബം കൂടാതെ സിദ്ധനും പാർവിസും അശ്വങ്ങളെ ആരോഹണം ചെയ്ത് പരിജനാനുഗതന്മാരാ യിട്ട് നഗരബഹിർഭാഗത്തേക്കു പുറപ്പെട്ടു. അവരുടെ യാത്ര പാർശ്വദ്വയ ത്തിൽ രമ്യങ്ങളായ വൃക്ഷങ്ങളോടും നല്ല കാഴ്ചകളോടും കൂടി കേദാര ങ്ങളുടേയും നികുഞ്ജങ്ങളുടേയും മദ്ധ്യേ ഉള്ള വീഥിയിൽ രസമായി ഒരു സവാരി മാത്രമേ ആയിരുന്നൊള്ളൂ.

കുറേ പോയതിന്റെ ശേഷം പാർവിസ് പറഞ്ഞു: "നോക്കുക, ചക്ര വർത്തി ഇങ്ങനെയുള്ള നടക്കാവുകളെ എല്ലാദിക്കിലും ഉണ്ടാക്കിച്ചിട്ടുണ്ട്. മുൻപിൽ ഒരു പച്ചിലയിലപോലും കാണാനില്ലാതിരിക്കയും ഉഷ്ണം കൊണ്ടു ജനങ്ങൾ മരിക്കയും ചെയ്തിരുന്ന സ്ഥലങ്ങളിൽ ഇപ്പോൾ ഇതു പോലെ വൃക്ഷച്ഛായാ നിബിഡങ്ങളായ മാർഗ്ഗങ്ങൾ കാണപ്പെടുന്നു. ഇത് എത്രയും ഉപയോഗമുള്ള ഒരു വലിയ കൃത്യമല്ലയോ? എല്ലാ അദ്ധ്വനീന ന്മാരും നിശ്ചയമായി അക്ബറോടു കൃതജ്ഞന്മാരായിരിക്കാൻ സംഗതി യുണ്ട്."

സിദ്ധൻ ഉത്തരം പറഞ്ഞു: "ശരിതന്നെ, ചക്രവർത്തി മഹത്തുക്ക ളായ കൃത്യങ്ങളെ ചെയ്യുന്നുണ്ട്." അപ്പോൾ അയാൾക്കു തലേദിവസം താൻ കണ്ട അക്ബറെക്കുറിച്ചു സംസാരിച്ച ആ വിശിഷ്ട പുരുഷന്റെ സ്മരണയുണ്ടായി. അയാൾ ആ അസാധാരണ സമ്മേളനത്തെ പാർവി സിനോടു വിവരിച്ച് ആ മാന്യൻ ആരായിരിക്കുമെന്നറിയാമോ എന്നു ചോദിച്ചു.

മന്ദഹാസത്തെ കൃച്ഛ്രേണ അടക്കിക്കൊണ്ട് പാർവിസ് പറഞ്ഞു: “ഇല്ല, അയാളെ എനിക്കു അറിഞ്ഞുകൂടാ. എന്നാൽ ഇനിയും നിങ്ങൾ പക്ഷേ, അയാളെ ദർശിക്കുമായിരിക്കും.”

സിദ്ധൻ ഉത്തരം പറഞ്ഞു: “അത് എത്രയും സംഭാവ്യമാണ്. എന്നാൽ ലുഞ്ഛരിതശ്മശ്രുക്കളായി ഇത്ര വളരെ ആളുകളെ ഇവിടെ കാണുന്നത് എന്താണെന്ന് എന്നോടു പറക. മഹമ്മദീയന്മാരായ നിങ്ങൾക്കു ശ്മശ്രുക്കളെക്കുറിച്ചു വളരെ ആദരം ഉണ്ടെന്നാണല്ലോ ഞാൻ വിചാരിച്ചിരുന്നത്”

“അങ്ങനെ തന്നെയാണ്. എന്നാൽ അക്ബർക്കു അഭിപ്രായഭേദം ഉണ്ട്. നിങ്ങളും ഞാനും ചെയ്യുന്നതുപോലെ മേൽമീശ വയ്ക്കുന്നതിൽ അദ്ദേഹത്തിനു വിരോധമില്ല. എന്നാൽ മുഖം മുണ്ഡിതമായിരിക്കുന്നതാണ് അദ്ദേഹത്തിനു അഭിമതം. അതിബുദ്ധിമാന്മാർക്കും ചില വിലക്ഷണ സ്വഭാവങ്ങൾ ഉള്ളതുപോലെ ഇത് ഒന്നായിരിക്കാം. അഥവാ, മഹമ്മദീയന്മാരെ വ്യഥിപ്പിക്കാനും അവരുടെ അഭിപ്രായങ്ങളേയും ആചാരങ്ങളേയും കുറിച്ച് എത്ര തുച്ഛമായി താൻ വിചാരിക്കുന്നു എന്നു പ്രത്യക്ഷീകരിക്കാനും മനഃപൂർവ്വം അദ്ദേഹം ഇങ്ങനെ ചെയ്യുന്നതായിരിക്കാം. എന്നാൽ കാരണം എന്തായാലും കാര്യം അങ്ങനെയാണ്. ഇത് നിസ്സാരമായ ഒരു ബാലചാപലമാണെങ്കിലും വളരെ സംസാരത്തിനും വൈരസ്യത്തിനും കാരണമായിട്ടുണ്ട്. ഇപ്പോൾ നാം ഈ സ്ഥലത്തെ ഗ്രാമാദ്ധ്യക്ഷന്മാരിൽ ഒരാളുടെ ഗൃഹത്തിന്റെ സമീപത്തിൽ എത്തിയിരിക്കുന്നു. എന്റെ മാതുലന്റെ മുഖേന എനിക്ക് അയാളെ നല്ല പരിചയമുണ്ട്. നമുക്ക് അയാളോടു കൂടി സ്വല്പ നേരം വിശ്രമിക്കാമോ? നമ്മുടെ കുതിരകളെ വെള്ളം കൊടുത്തു കൊണ്ടുവരട്ടെ. എന്റെ പിംഗലനു അത് ആവശ്യമാണ്. ഞാൻ സന്നദ്ധനാകുന്നതിനു വളരെ മുൻപിൽ തന്നെ ഇതിനെ കോപ്പിട്ടു നിറുത്തിയിരുന്നു.”

അപ്രകാരം സമ്മതിച്ച് അവർ നിന്ത്രീണീപ്രഭൃതികളായ വൃക്ഷങ്ങളാൽ പരിവൃതവും ശിലാ ദാരു സമ്മിതവും ആയ ഒരു കൃഷി വാടത്തിന്റെ ആഭ്യന്തരചത്വരത്തിൽ തങ്ങളുടെ വാഹനങ്ങളിൽനിന്നു അവരോഹണം ചെയ്തു. ഉടമസ്ഥൻ തന്നെ ഉടനെ വെളിയിൽ വന്നു. അയാൾ ഒരു ന്യായാധിപതിയുടെ ഭാവത്തോടു കൂടി മദ്ധ്യവയസ്കനും ദർശനത്തിൽ മാന്യനും ആയ ഒരു ഹിന്ദു ആയിരുന്നു. കുശലപ്രശ്നാനന്തരം ശ്രമഹരഭക്ഷണാർത്ഥം മധുരഫലങ്ങളും ഹിമശിശിരമായ ജലവും ആനയിക്കപ്പെടുകയും കേവലം ആയിടയ്ക്കു കൃഷി ചെയ്യപ്പെട്ടിട്ടുള്ളതാണെങ്കിലും ആ സ്ഥലത്തെ കൃഷിയേയും അതിലെ സുഭിക്ഷത്തേയും കുറിച്ചു സംഭാഷണം സഹജമായി പ്രവർത്തിക്കയും ചെയ്തു.

ഗ്രാമാദ്ധ്യക്ഷൻ പറഞ്ഞു: “ഞങ്ങളുടെ ഈ ക്ഷേമാവസ്ഥയ്ക്കു കാരണം ഏതാനും ഞങ്ങളുടെ സ്വന്തപരിശ്രമം തന്നെയാണ്. എന്നാൽ ഞങ്ങൾ ചക്രവർത്തിയെക്കുറിച്ചും എത്രയും കൃതജ്ഞന്മാരായിരിക്കുന്നു.

അദ്ദേഹത്തിന്റെ നീതിയോടും ദയയോടും കൂടിയ സംരക്ഷണക്രമമാണ് ഞങ്ങൾക്കു ഇപ്രകാരം പരിശ്രമിക്കുന്നതിന് ആദ്യമായി അവസരത്തെ തന്നത്."

സിദ്ധൻ പറഞ്ഞു: "ഞാൻ അദ്ദേഹത്തിന്റെ ഏർപ്പാടിനെക്കുറിച്ചു കേട്ടിട്ടുണ്ട്. എങ്കിലും വാസ്തവം പറയുന്നതായാൽ എനിക്ക് അതിന്റെ സൂക്ഷ്മജ്ഞാനമില്ല."

ആ ഹിന്ദു ഉത്തരം പറഞ്ഞു: "എങ്കിലും അതു വളരെ ലഘുവും യുഷ്മാദൃശന്മാർക്കു സുഗമവും ആണ്. യഥാക്രമം സ്ഥലവിഭാഗവും കരത്തിന്റെ ന്യായമായ വ്യവസ്ഥയും സർവ്വോപരി ജന്മിക്കും കുടിയാനും ഒരുപോലെ ക്ഷേമകരങ്ങളായ നിയമങ്ങളും ആണ് മുഖ്യമായി ഈ ഏർപ്പാടിന്റെ മൂലമായിരിക്കുന്നത്. മുൻപിൽ എല്ലാം സ്വതന്ത്രമായ തീരുമാനത്തെ അവലംബിച്ചിരുന്നു. തന്റെ അവകാശം എന്തുണ്ടെന്നും താൻ എന്തു കരം കൊടുക്കണമെന്നും ആർക്കും അറിയാൻ വഹിയാതെ ഇരുന്നു. ഗ്രാമാദ്ധ്യക്ഷന്മാരായ ഞങ്ങൾ ഒരു നിലത്തിന്റെ വാർഷികമായ കരത്തെ നിശ്ചയിക്കേണ്ടിയിരുന്നു. ഇപ്പോൾ അതൊക്കയും ഭേദിച്ചിരിക്കുന്നു. നിലങ്ങളെ ശരിയായി അളന്ന് അതിർത്തികളെ നിശ്ചയിച്ച് വിളവനുസരിച്ച് തരംതിരിച്ച് കരം തീർച്ചപ്പെടുത്തി കാലാവധിവച്ച് പാട്ടത്തിനു കൊടുത്തിരിക്കുന്നു. എന്നാൽ എല്ലാത്തിലും മുഖ്യമായിട്ടുള്ളത് എന്തെന്നാൽ കരം പണമായിട്ടോ സാമാനങ്ങളുമായിട്ടോ തീർക്കാം. തർക്കങ്ങളുണ്ടായാൽ യാതൊരു ഗവൺമെന്റ് ഉദ്യോഗസ്ഥനും ന്യായംപോലെ അല്ലാതെ സ്വച്ഛയായി തീർച്ചചെയ്യാൻ പാടില്ല. ഇതിന്റെ ഒക്കെയും പരിണാമം എന്തെന്നാൽ തന്റെ നിലത്തിനു എന്തു വിലയുണ്ടെന്നും താൻ എന്തുകരം കൊടുക്കണമെന്നും തന്റെ ആദായം എന്തായിരിക്കുമെന്നും കൃഷിക്കാരനോ ജന്മിക്കോ കുടിയാനോ മുൻപിൽ കൂട്ടിത്തന്നെ പറയാൻ കഴിയും. അവൻ മുൻപിൽ നിതൃമായി ഉദരപൂർത്തിക്കു വേണ്ടതുമാത്രം കിട്ടിയാൽ തൃപ്തനായിരുന്നതു പോയിട്ടു ഇപ്പോൾ അവന്റെ കാര്യങ്ങൾ മനസ്സിലായി കഴിയുന്ന വ്യവസായം ചെയ്ത് ക്ഷേമവാനാകുന്നത് അത്ഭുതമാണോ? ഈ ഏർപ്പാടിന്റെ ഫലം നിങ്ങൾ ചുറ്റും കാണുന്നുണ്ടല്ലോ. അതിനെക്കുറിച്ചു സ്വയമായി ഒരഭിപ്രായം നിങ്ങൾക്കുതന്നെ ഉണ്ടാക്കാം. എന്നാൽ എന്നെപ്പോലെ നിങ്ങളും ഈ ദേശത്തിന്റെ പൂർവ്വസ്ഥിതി അറിഞ്ഞിരുന്നു എങ്കിൽ അതിനെ വളരെ അധികം എളുപ്പമുണ്ടായിരുന്നു."

സിദ്ധൻ ഉത്തരം പറഞ്ഞു: "ഏതു രാജ്യത്തിലും ഇങ്ങനെയുള്ള ഏർപ്പാട് ഇങ്ങനെയുള്ള ഫലങ്ങളെ ജനിപ്പിക്കുന്നതാണ്. ഒരു രാജ്യത്തിനു അക്ബറെപ്പോലെ ഒരു രാജാവുണ്ടായിരിക്കുന്നത് അത്ര വലിയ അനുഗ്രഹമാണ്!"

ഗ്രാമാദ്ധ്യക്ഷൻ പറഞ്ഞു: "ഞങ്ങൾ അദ്ദേഹത്തിന്റെ ആലോചന സഭക്കാരോടും വിശിഷ്യ ഈ ഏർപ്പാടിനെ ആലോചിച്ചുണ്ടാക്കിയ കോശാദ്ധ്യക്ഷനായ ടോഡർമാളിനോടും ഇതിനെ നടപ്പാക്കിയ ഗവൺമെന്റ്

ഉദ്യോഗസ്ഥന്മാരുടെ അക്രമങ്ങൾക്കു അമർച്ച വരുത്തിയ മന്ത്രിയായ അബുൾഫാസലിനോടും കൃതജ്ഞന്മാരായിരിക്കേണ്ടതാണ്. ആരംഭത്തിൽ ഈ വ്യവസ്ഥകൾ രാജ്യത്തെ മുതലെടുപ്പിനു കുറവു വരുത്തുന്നതായി തോന്നി എങ്കിലും കാലക്രമേണ അനുഭവം തദ്വിപരീതമായിരിക്കുന്നു. അഥവാ മുതലെടുപ്പു കുറഞ്ഞാൽ തന്നെയും കരം നിശ്ചിതമായും നിയതകാലത്തിലും പിരിഞ്ഞു പോരുന്നതുകൊണ്ട് അധികം പ്രയോജനമുണ്ട്."

സിദ്ധൻ ചോദിച്ചു: "എന്നാൽ ഇത്രയും ധീമാനല്ലാത്ത ഒരു രാജാവ് സിംഹാസനാരൂഢനായാൽ ശ്രേഷ്ഠങ്ങളായിരിക്കുന്ന ഈ ഏർപ്പാടുകൾ ഭേദിച്ചു പോകയില്ലയോ?"

"ഇല്ലെന്നാണ് എന്റെ വിശ്വാസം. ഒരിക്കൽ ഞങ്ങൾക്കു ലബ്ധമായ അവകാശത്തെ ഒരു ജനദ്രോഹിയായ രാജാവിനും ഞങ്ങളുടെ സമുദായത്തിൽനിന്നു എളുപ്പത്തിൽ അപഹരിക്കാൻ കഴികയില്ല. ഞങ്ങളുടെ ജനങ്ങൾ തങ്ങളുടെ ന്യായാധിപതികളെക്കൊണ്ടു പ്രായേണ സ്വയംഭരണം ചെയ്യുന്നവരാകയാൽ ഏറക്കുറേ രാജാവിനു അനധീനന്മാരാണ്. അദ്ദേഹം അവർക്കുള്ള അവകാശങ്ങളുടെ ഹാനിക്കു ഉദ്യമിച്ചാൽ അനേകം ചെറിയ രാജ്യങ്ങളുമായി യുദ്ധം ചെയ്യേണ്ടിവരികയും അവയെ എല്ലാം, കീഴടക്കുന്നതിനു പര്യാപ്തമായ സേനയെ കിട്ടാതിരിക്കയും ചെയ്യും അഥവാ അദ്ദേഹം യുദ്ധം ചെയ്യുന്ന പക്ഷവും ജനങ്ങൾ തങ്ങളുടെ ഗ്രാമങ്ങളെ ഉപേക്ഷിച്ച് ദുഷ്പ്രവേശകളായ അടവികളിൽ അഭയം പ്രാപിക്കും. രാജാവ് അദ്ദേഹത്തിന്റെ ഇച്ഛപോലെ പ്രവർത്തിച്ചുകൊള്ളട്ടേ. അദ്ദേഹത്തിനു മനസ്സുള്ളേടത്തോളവും അദ്ദേഹത്തിന്റെ ധനം അനുവദിക്കുന്നെടത്തോളവും മറ്റു രാജ്യങ്ങളുമായി യുദ്ധം ചെയ്യാം. ഞങ്ങൾ രാജധാനിയിലെ കൃത്രിമങ്ങളിലും തർക്കങ്ങളിലും ഉൾപ്പെടുകയില്ല."

സിദ്ധൻ പറഞ്ഞു: "ഇരുഭാഗക്കാർക്കും എത്ര സുഖമുള്ള ഒരു അവസ്ഥയാണ്!"

മദ്ധ്യേ പാർവീസ് പറഞ്ഞു: "എന്നാൽ അതുകൊണ്ടു രാജ്യത്തിനും ജനങ്ങൾക്കും തമ്മിലുള്ള ചേർച്ചയ്ക്കു അധികം അഭിവൃദ്ധി ഇല്ല?"

ന്യായാധിപതി ഉത്തരം പറഞ്ഞു: "ഇല്ല അതുശരിതന്നെ. എന്നാൽ ഭിന്നജാതീയന്മാരായ അനേകം ജനങ്ങളെ ഏകശാസനയിൽ അടക്കിയിരിക്കുന്ന ആദ്യതനമായ ഹിന്ദുസ്ഥാനത്തിൽ വാസ്തവമായ ഐക്യ മത്യം ഉണ്ടായിരിക്കുമെന്നു നിങ്ങൾ വിശ്വസിക്കുന്നോ?"

"അതു വളരെ പ്രയാസമാണെന്നു ഞാൻ സമ്മതിക്കുന്നു. എങ്കിലും അതിനു ശ്രമിക്കുന്നത് യുക്തമായിരിക്കും."

സിദ്ധന് രസജനകമായ സംഭാഷണം കുറേനേരം തുടർന്നതിന്റെ ശേഷം അയാളും പാർവീസും യാത്രപറഞ്ഞ് അശ്വാരൂഢന്മാരായി പുറപ്പെട്ടു. മദ്ധ്യേ ഒന്നിലധികം തവണ നിന്നു വിശ്രമിച്ചു ദീർഘമായ മാർഗ്ഗത്തെ ത്വരിതമായി അതിലംഘിച്ചതിന്റെ ശേഷം ഫത്തേപൂറിലെ

രാജഗൃഹം നില്ക്കുന്ന ഉന്നതപ്രദേശങ്ങൾ കാണാറായി. ആഗ്രയിലെ രാജമന്ദിരങ്ങളുടെ പ്രഥമദർശനത്തിൽ ഉണ്ടായ അത്ഭുതത്തേക്കാൾ ഒട്ടും കുറവല്ലാത്ത അത്ഭുതത്തെ ഇത് ജനിപ്പിച്ചു. ക്രമോന്നതകളായ സൌധ പരമ്പരകൾ ആകാശമാർഗ്ഗത്തെ അതിലംഘിച്ചു കാണപ്പെട്ടു. വിസ്തീർണ്ണ കളായി ശ്ലക്ഷണശിലാനിർമ്മിതകളായ സോപാന പരമ്പരകൾ തിന്ത്രിണീ പ്രഭൃതികളായ വൃക്ഷങ്ങളാൽ അവിടവിടെ സാന്ദ്രാച്ഛായകളായി സൂര്യ കിരണത്തിൽ ശോഭിച്ചു.

സിദ്ധനും അയാളുടെ സഖാവും അശ്വങ്ങളെ ഭൃത്യന്മാരെ ഏല്പിച്ചും വച്ച് രാജമന്ദിരത്തിന്റെ പരിസരങ്ങളെ പ്രവേശിച്ചപ്പോൾ സിദ്ധൻ ആഗ്ര യുടെ പ്രഥമദർശനത്തിൽ എന്നപോലെ വിസ്മയിച്ചില്ലെങ്കിലും വളരെ അധികം ആനന്ദിതനായി. ഉപവനങ്ങൾ അയാൾക്കു അധികം സന്തോ ഷത്തെ ജനിപ്പിക്കയും അധികം നേത്രാനന്ദകരങ്ങളായിരിക്കയും ചെയ്തു; എന്തെന്നാൽ സ്വഭാവസ്ഥിതിക്കു യാതൊരു ഹാനിയും ചെയ്യ പ്പെട്ടിരുന്നില്ല. പന്ഥാക്കൾ ഏകരിത്യാ നിർമ്മിക്കപ്പെടാതെ സ്ഥലത്തിന്റെ നിമ്നോന്നതത്വത്തെ അനുസരിച്ചുള്ളവയും അതി സമൃദ്ധങ്ങളായ തരു ഗുല്മലതാദികളെക്കൊണ്ടു സാന്ദ്രച്ഛായങ്ങളും ആയിരുന്നു. സമീപ ത്തുള്ള മലകളുടേയും പക്വങ്ങളായ ധാന്യങ്ങളെക്കൊണ്ടു സ്വർണ്ണവർണ്ണ ങ്ങളായ നിലങ്ങളുടേയും രജതച്ഛായയായ നദിയുടെയും കാഴ്ച എത്ര ശ്രേഷ്ഠവും നയനാനന്ദവും ആയിരുന്നു! വിജനങ്ങളായ നികുഞ്ജങ്ങ ളിലും രക്ഷാവർഗ്ഗങ്ങളാൽ പൂർണ്ണങ്ങളായ അളിന്ദങ്ങളിലുമായി അവർ കുറേനേരം സഞ്ചരിച്ചു. ഒടുവിൽ നഗരത്തിന്റെ കീഴ്ഭാഗത്തു ചെന്നു വസതി അന്വേഷിക്കുന്നതിനും മദ്ധ്യേമാർഗ്ഗം ലഭ്യകരമായിരുന്നതിലധികം നന്നായ ശ്രമഹരഭക്ഷണത്തെ സമ്പാദിക്കുന്നതിനുമായി പോകണമെന്നു പാർവിസ് പറഞ്ഞു. അഭിപ്രായം അനുമോദിക്കപ്പെട്ടതിന്റെ ശേഷം അവർ ആവശ്യമായ വിശ്രമത്തെ അനുഭവിച്ച് ആ പട്ടണത്തിൽ ദർശനീയമായു ള്ളതിനെ കാണുന്നതിനു പിന്നെയും പുറപ്പെട്ടു.

പാർവീസ് പറഞ്ഞു: “സ്വല്പനേരം നിങ്ങളെവിട്ടേച്ചു ഞാൻ പോകു ന്നതിനെ ക്ഷമിക്കണം. എന്റെ അമ്മാവൻ തന്നയച്ചിട്ടുള്ള ചില കടലാ സുകൾ ഇവിടെ അദ്ദേഹത്തിന്റെ ഉദ്യോഗസ്ഥന്മാരിൽ ഒരാൾക്കു കൊടു ക്കാനും നിങ്ങൾക്കു ശ്രദ്ധാവഹമല്ലാത്ത ചില കാര്യങ്ങൾ അയാളോടു സംസാരിക്കാനും ഉണ്ട്. അയാൾ സമീപത്തിലാണ് വസിക്കുന്നത്. ഞാൻ ഉടനെ തിരിച്ചുവരാം. അതിനിടയിൽ നിങ്ങൾക്കു അഗ്രേ കാണുന്ന ആ ജീർണ്ണ ദേവാലയത്തെ ചെന്നു ദർശിക്കയും സന്തോഷമുണ്ടെങ്കിൽ വന്ദി ക്കയും ചെയ്യാം.”

ചിരിച്ചുംകൊണ്ടു അയാൾ ഉത്തരം പറഞ്ഞു: “വളരെ സന്തോഷം ഞാൻ ആ ദേവാലയത്തെ ചെന്നു നോക്കി നിങ്ങളെ പ്രതീക്ഷിച്ചും കൊണ്ട് സമീപത്തുതന്നെ നില്ക്കാം. വന്ദിക്കുന്നതിൽ എനിക്കു അത്ര ശ്രദ്ധയില്ല.”

സിദ്ധൻ മങ്ങിയ വെളിച്ചത്തോടുകൂടിയ ആ ദേവാലയത്തിനുള്ളിൽ പ്രവേശിച്ച ഉടൻതന്നെ സ്തംഭങ്ങളിൽ കൊത്തീട്ടുള്ള അനേക ചിഹ്നങ്ങളെക്കൊണ്ട് അത് ഒരു ശിവാലയമാണെന്നു അയാൾക്കു മനസ്സിലായി. അയാൾ കുറേ മുൻപെട്ടു പോയപ്പോൾ അങ്ങേ അറ്റത്തായിട്ടു മുകളിൽ വിളക്കുകൾ കത്തിച്ചിരിക്കുന്ന ഒരു മുറിയിൽ കൈയിലും കാലിലും കങ്കണാലംകൃതവും നേത്രത്രയത്തോടു കൂടിയതും മുണ്ഡമാലാമണ്ഡിതവും വ്യത്യയാകലിതപാദമായി പത്മാസനത്തിൽ ഉപവിഷ്ടവും ആയ ഒരു വലിയ ശൈവവിഗ്രഹത്തെ കണ്ടു. സിദ്ധൻ ശൈവതത്ത്വത്തെ യഥാർത്ഥമായി അറിഞ്ഞിരുന്നതുകൊണ്ടു ആ ദേവാലയത്തിലെ വിരൂപകളായ പ്രതികൃതികൾ അയാൾക്കു ജുഗുപ്സാവഹകളായിരുന്നു. ഭിത്തികളിലുള്ള വിലക്ഷണ പ്രതിമകളെക്കൊണ്ടു വികൃതമായിരുന്നെങ്കിലും ആ ദേവാലയം ഭംഗിക്കുറവുള്ളതായിരുന്നില്ല.

അയാൾ വളരെ നേരം ഏകാകിയായി നില്ക്കേണ്ടി വന്നില്ല. ഏകാന്തമായ ആ സ്ഥലത്തു യാതൊരു പാദന്യാസശബ്ദവും കൂടാതെ പൃഷ്ഠഭാഗത്തിൽനിന്നും ഒരു ശബ്ദത്തെ അയാൾ ശ്രവിച്ചു. “ഓം. ഓം അനർഹനായ ഭവാനീഭക്തൻ നിന്നെ അഭിനന്ദിക്കുന്നു.”

സിദ്ധൻ തിരിഞ്ഞു നോക്കിയപ്പോൾ അലഹബാദിൽവച്ച് തന്റെ പിതൃവ്യന്റെ ഒരുമിച്ചുകണ്ട ദുർഗ്ഗാചര്യനായ ഗോരക്ഷനെ പ്രത്യഭിജ്ഞകൊണ്ടറിഞ്ഞ്, “പരിശുദ്ധനായ ഭവാനെ ഞാൻ വന്ദിക്കുന്നു” എന്നു പറഞ്ഞ് മറ്റേ ആൾ എന്തു പറയുമെന്നു പ്രതീക്ഷിച്ചു നിന്നു.

ആചാര്യൻ പറഞ്ഞു: “നാം അന്യോന്യം മറന്നുപോയില്ല. വാസ്തവത്തിൽ ഞാൻ ബദരീനാഥ സമീപത്തിൽ നിന്നെ കണ്ടതുമുതൽ നീ എന്റെ നയനപഥത്തിൽ തന്നെ ഉണ്ട്.”

കുറച്ചു അക്ഷമയോടുകൂടി സിദ്ധൻ പറഞ്ഞു: “അതിരിക്കട്ടെ എന്നെക്കൊണ്ടു അങ്ങേക്ക് എന്തുകാര്യമാണെന്നു എനിക്കു തീരെ മനസ്സിലാകുന്നില്ല.”

ഗോരക്ഷൻ ചോദിച്ചു: “എന്റെ പുരാതനമിത്രവും ശിഷ്യനും ആയ ആളിന്റെ മരുമകനെക്കുറിച്ച് എനിക്കു താല്പര്യം തോന്നുന്നതല്ലയോ? ആ കാരണത്താൽ നീ കേൾക്കുമെങ്കിൽ ഞാൻ ഒരു ഗുണദോഷം പറയാം. യോഗിയായ ഗുരുപാദർ ആരാണെന്നു നീ അറിയുന്നില്ലയോ?”

സിദ്ധൻ ചോദിച്ചു: “ഗുരുപാദരോ? എനിക്കറിയാം. അദ്ദേഹം വനവാസം ചെയ്യുന്ന ഒരു യോഗിയാണ്.”

“ശരി എന്നാൽ ഇപ്പോഴത്തെ പേരിനെ എടുക്കുന്നതിനു മുൻപിൽ അദ്ദേഹം ആരായിരുന്നു എന്നാണ് ഞാൻ ചോദിച്ചതിന്റെ താല്പര്യം.”

“അതിനെക്കുറിച്ച് എനിക്കൊന്നും അറിഞ്ഞുകൂടാ. അദ്ദേഹം അതിനെക്കുറിച്ചു യാതൊന്നും പ്രസ്താവിച്ചില്ല.”

“നിന്റെ ഗുരുവായ കുല്ലുകർ നിന്നോടു പറഞ്ഞിരിക്കണമല്ലോ.”

“ഞാൻ അദ്ദേഹത്തിനോടു ചോദിച്ചില്ല. എനിക്കു അതറിഞ്ഞിട്ടു

കാര്യമില്ല."

ഗോരക്ഷൻ സിദ്ധന്റെ നേരേ ഒന്നു സൂക്ഷിച്ചുനോക്കി. എന്നാൽ സിദ്ധന്റെ മുഖഭാവം കേവലം ഉദാസീനമായി തന്നെ ഇരുന്നു. ഏതെങ്കിലും പ്രഷ്ടാവിന്റെ നിർബ്ബന്ധത്താൽ അസഹ്യപ്പെട്ട് അല്പം ആലോചനക്കുറവോടെ സിദ്ധൻ പറയാൻ തുടങ്ങി: "ഗുരുപാദർ ആരാണെന്നും അദ്ദേഹത്തിന്റെ പൂർവ്വസ്ഥിതി എന്തായിരുന്നു എന്നും ഞാൻ അറിഞ്ഞെങ്കിലും നിങ്ങളോടു പറകയില്ലെന്നു അറിഞ്ഞുകൂടയോ?"

ഗോരക്ഷൻ ക്ഷോഭിച്ചു പറഞ്ഞു: "ആഹാ! ഇതിനാൽ നീ എന്നെ വിശ്വസിക്കുന്നില്ലെന്ന് അർത്ഥമാകുന്നു. നീ എന്നെ ധിക്കരിക്കുന്നോ? ഞാൻ അലഹാബാദിലെ ഗവർണ്ണറുടെ സ്നേഹിതനാണെന്നു നീ ഓർമ്മിക്കുന്നോ?"

അസഹ്യതയെ പ്രകാശിപ്പിച്ചു സിദ്ധൻ പറഞ്ഞു: "ഉവ്വ്. എനിക്കു അതറിയാം."

"നീ എന്തോന്നറിയുന്നു!"

"ഞാൻ അറിയുന്നതിനെ ഞാൻ അറിയുന്നു. അതുമതി താനും."

ആചാര്യൻ മനോവ്യഥാസമ്മിശ്രമായ രോഷത്തോടുകൂടി സിദ്ധനെ നോക്കിക്കൊണ്ടു വിചാരിച്ചു. ഈ സ്വരത്തിന്റെ താല്പര്യം എന്തായിരിക്കാം? ഇവൻ വാസ്തവമായി എന്തറിഞ്ഞിരിക്കും? എങ്കിലും തല്ക്കാലം ആ സംഭാഷണത്തിന്റെ വിഷയത്തെ മാറ്റുകയാണ് ഉത്തമോപായമെന്നും തോന്നീട്ട് അദ്ദേഹം പറഞ്ഞു: "എന്നാലിപ്പോൾ ഇതിനെക്കുറിച്ചു സംസാരിച്ചതു മതി. എന്റെ മൈത്രിക്കു നിനക്കു തീരെ അപേക്ഷയില്ല. ഞാൻ അതിനു നിർബ്ബന്ധിക്കുന്നും ഇല്ല. എങ്കിലും യുവാവായ സ്നേഹിതാ! നീ ഓർത്തുകൊള്ളുക. ഞാൻ സർവാത്മനാ ഉപാസിക്കുന്ന ആ സർവ്വശക്തയായ ദേവി അനുഗ്രഹത്തെ എന്നപോലെ നിഗ്രഹത്തെയും ചെയ്യും. അവൾ തന്റെ ആചാര്യന്മാർ മുഖേന തന്റെ പരിചർച്ചയ്ക്കായി തെരഞ്ഞെടുത്തതിന്റെ ശേഷം അതിൽ വിമുഖന്മാരായി പോകുന്നവരെക്കുറിച്ച് അവൾക്കു ഒരിക്കലും കാരുണ്യമുണ്ടാകുന്നതല്ല." ഇപ്രകാരം പറഞ്ഞുകൊണ്ട് ഈ ഗഹനാർത്ഥയായ ഭീഷണിക്കു സിദ്ധൻ എന്തുത്തരം പറയുന്നു എന്നു കേൾക്കാൻ കാത്തുനില്ക്കാതെ അദ്ദേഹം ആ ദേവാലയത്തിന്റെ ഒരുവശത്തേക്കു ഇറങ്ങി അന്തർഹിതനായി. സിദ്ധൻ അനൈച്ഛികമായി ഉണ്ടായ ഉൽക്കണ്ഠയോടെ അദ്ദേഹത്തിന്റെ പിന്നാലെ നോക്കി. വാസ്തവത്തിൽ ആ ദുർഗ്ഗാചാര്യൻ ഏകാകിയായിരുന്നു എങ്കിലും നൈശമായ തമസ്സിൽ അലഹബാദിലെ പ്രാകാരഭിത്തിയിൽ കൂടി കടന്ന് ആരണ്യത്തിൽ അന്തർദ്ധാനം ചെയ്തതായി താൻ കണ്ടിരുന്നതുപോലെ നഗ്നങ്ങളായും താമ്രവർണ്ണങ്ങളായും ധവളപാശ വേഷ്ടിതകണ്ഠങ്ങളായും ഉള്ള സ്വരൂപങ്ങളുടെ ഒരു ദീർഘമായ പംക്തി അദ്ദേഹത്തിനെ അനുഗമിക്കുന്നു എന്നുതന്നെ മിക്കവാറും സിദ്ധനു തോന്നി. അന്നുരാത്രിയിൽ വിശ്രമിക്കാൻ പോയപ്പോൾ തന്റെ ആജ്ഞാപ്രതീക്ഷി

യായി നിന്ന വിശ്വസ്തഭൃത്യനോടു ചോദിക്കുന്നതു നന്നെന്ന് അയാൾ വിചാരിച്ചു പറഞ്ഞു.

"വത്സ! നീയാകട്ടെ കുല്ലുകരുടെ ഭൃത്യനാകട്ടെ ആചാര്യനോ തപസ്വിയോ ആയ ഒരാളോടു സംസാരിച്ചിട്ടില്ലെന്നു അലഹബാദിൽവച്ചു നീ എന്നോടു പറഞ്ഞല്ലോ. എന്നാൽ പർവ്വതത്തിൽ കൂടി നമ്മുടെ യാത്രയേയും അപ്പോൾ സംഭവിച്ച ചില സംഗതികളേയും കുറിച്ചു നീ മറ്റ് അപരിചിതനായ ആരോടെങ്കിലും സംസാരിച്ചതായി ഓർമ്മിക്കുന്നോ?"

വത്സൻ ഉത്തരം പറഞ്ഞു: "സ്വാമിൻ! അങ്ങു സ്മരിച്ചിരുന്നെങ്കിൽ ഞാൻ പിന്നെ അതിനെക്കുറിച്ചു വിചാരിക്കയില്ലായിരുന്നു. എന്നാൽ ഇപ്പോൾ ഞാൻ ഓർമ്മിക്കുന്നു ആ മന്ദുരാസമീപത്തിൽവച്ച് അർദ്ധനഗ്നനും താമ്രവർണ്ണനുമായ ഒരാൾ ഞങ്ങളോട് ഒരിക്കൽ സംസാരിക്കയും പട്ടണത്തേയും പ്രാകാരത്തേയും കുറിച്ചു വിവരിക്കയും ചെയ്തതിന്റെ ശേഷം നമ്മുടെ യാത്രയെക്കുറിച്ചു ചോദിച്ചു."

"ഗുരുപാദരുടെ വ്യാഘ്രവുമായി എനിക്കുണ്ടായ സംഗതി നിങ്ങൾ അയാളോടു പറഞ്ഞോ?"

"ഞങ്ങൾ പറഞ്ഞു എന്നു എനിക്കു തോന്നുന്നു."

"ഗുരുപാദരേയും അദ്ദേഹത്തിന്റെ ആകൃതിയേയും കുറിച്ചു എന്തെങ്കിലും പറഞ്ഞോ!"

"പറഞ്ഞു. അദ്ദേഹത്തിന്റെ പൂജ്യമായും രാജ്യയോഗ്യമായും ഉള്ള ഭാവം ഞങ്ങളുടെ അന്തഃകരണത്തിൽ ഗാഢമായി പതിഞ്ഞിരിക്കയും അതിനെ പറയുന്നതുകൊണ്ടു ഹാനിയൊന്നും ഇല്ലായിരിക്കുമെന്നു വിചാരിക്കയും ചെയ്തതിനാൽ അദ്ദേഹവുമായുള്ള സമാഗമത്തെ ആ അപരിചിതനായ ആളിനോടു ഞങ്ങൾ മറച്ചില്ല."

"ഗുരുപാദരുടെ ആകൃതിയെ ശരിയായി നിങ്ങൾ വിവരിച്ചോ?"

"ഞങ്ങൾ പറഞ്ഞതെല്ലാം ഞാൻ വ്യക്തമായി ഓർമ്മിക്കുന്നില്ല. എന്നാൽ അതിനെക്കുറിച്ചും പറഞ്ഞു എന്നാണ് എനിക്ക് തോന്നുന്നത്."

സിദ്ധൻ വിചാരിച്ചു: അബദ്ധമായി. ആ ആചാര്യൻ ഞങ്ങളുടെ യാത്രയുടെ വിവരം അയാളുടെ ചാരപുരുഷനിൽനിന്നും മനസ്സിലാക്കീട്ടുണ്ട്. ഗുരുപാദരെക്കുറിച്ച് അയാൾക്കു സംശയങ്ങൾ ഉത്ഭവിച്ചിട്ടുണ്ടെന്നു തോന്നുന്നു. അയാൾ എന്റെ അടുക്കൽനിന്നും അധികം വിവരം മനസ്സിലാക്കാൻ ശ്രമിച്ചു എന്നു സ്പഷ്ടമാണ്. എന്നാൽ ഗുരുപാദരുമായോ അഥവാ നന്ദിഗുപ്തനുമായോ അയാൾക്കു എന്തു കാര്യമുണ്ടായിരിക്കാം? എന്റെ പിതൃവ്യയനായ സാൽഹണനും ഇതിൽ ഉൾപ്പെട്ടിരിക്കുമോ?'

തന്റെ സ്വാമി ചിന്താമഗ്നനായിരിക്കുന്നതുകണ്ട് വത്സൻ പറഞ്ഞു: "ആ അപരിചിതനുമായി ഞങ്ങൾ സംഭാഷണം ചെയ്തതു നിമിത്തം ഹാനി ഒന്നും ഇല്ലെന്നത്രേ ഞാൻ വിശ്വസിക്കുന്നു."

സിദ്ധൻ പറഞ്ഞു: "ഇല്ല. ഇല്ല. നല്ലവാക്ക് ഉണ്ടെങ്കിലും അതു മനഃപൂർവ്വം അല്ലല്ലോ. നിങ്ങൾ അപരാധികളല്ല. ഞാൻ മുൻപിൽ കുട്ടി

നിങ്ങളോടു കരുതൽ പറയേണ്ടിയിരുന്നു. എന്നാൽ ഇനിമേൽ ഗുരുപാദരെക്കുറിച്ചു ആരും തന്നെ ചോദിച്ചാലും യാതൊന്നും പറഞ്ഞു പോകരുത്. മനസ്സിലായോ?"

വത്സൻ ഉത്തരം പറഞ്ഞു: "സ്വാമിൻ! നല്ലവണ്ണം മനസ്സിലായി. ഇനിമേൽ ഞാൻ ഗുരുപാദരെ കണ്ടിട്ടുമില്ല; അഥവാ ഉണ്ടെങ്കിൽ അദ്ദേഹം എങ്ങനെ ഇരുന്നു എന്നു ഞാൻ അശേഷം വിസ്മരിക്കയും ചെയ്തിരിക്കുന്നു."

സിദ്ധൻ വിചാരിച്ചു: "എങ്കിലും ഇതിനെക്കുറിച്ചു കുല്ലുകർക്കും നന്ദഗുപ്തനും തന്നെയും അറിവുകൊടുത്തു കരുതൽ ചെയ്യുന്നതു യുക്തമായിരിക്കും. സാൽഹണനു ഇതിൽ എന്തെങ്കിലും സംബന്ധം ഉണ്ടോ ഇല്ലയോ എന്നറിയാൻ ശ്രമിക്കണം."

6

സലിം

രജ്പുത്ത് സേനയുടെ നേതാവ് സാദികൾ നിരക്കുമ്പോൾ പ്രാകാരാങ്കണത്തിൽ നിന്നു പറഞ്ഞു: "വേഗത്തിൽ അണിചേർന്നു ചക്രവർത്തി ഇന്നു സേനകളെ ദർശിക്കുന്നിടേത്തക്കു പ്രസ്ഥാനം ചെയ്യിൻ."

ഈ ആജ്ഞ താമസം കൂടാതെ അനുഷ്ഠിക്കപ്പെട്ടു. അവർ കോട്ടയ്ക്കുവെളിയിൽ ആയതിന്റെശേഷം പട്ടണത്തിൽനിന്നു കുറേ അകലേയുള്ള സൈന്യസന്ദർശനസ്ഥലത്ത് എത്തുന്നതുവരെ ധൗരിതകഗതിയായി ഗമിച്ചു. തന്റെ സേനാഭാഗത്തിന്റെ നാസീരത്തിൽ സിദ്ധൻ ഒരു ചെറിയ കുന്നിൽക്കയറിയപ്പോൾ അയാളുടെ അഗ്രഭാഗത്തെ കാഴ്ച അതിശോഭനമായിരുന്നു. ദക്ഷിണഭാഗം ഒരു നഗരപ്രായമായി പടകുടീരങ്ങളാൽ വ്യാപ്തമായിരുന്നു. മദ്ധ്യേ ദീർഘകളും വിസ്തീർണ്ണകളും ആയ വീഥികൾ എത്രയും ക്രമമായി കാണപ്പെട്ടു. മദ്ധ്യത്തിൽ രക്തവസ്ത്രനിർമ്മിതമായ രാജകീയപടകുടീരം സ്വർണ്ണവർണ്ണവും സ്തൂപികാകാരവും ആയ ഉപരിഭാഗത്തോടു കൂടി ശോഭിച്ചു. അതു കേവലം ഒരു പടകുടീരമെന്നു നിർദ്ദേശിക്കാൻ യോഗ്യമായിരുന്നില്ല. എന്തെന്നാൽ അത് തുണിയും മരവും കൊണ്ട് ഉണ്ടാക്കപ്പെട്ട ഒരു കൊട്ടാരംതന്നെയായിരുന്നു. വാമഭാഗത്തിൽ അനേക പതാകകളെക്കൊണ്ടു പ്രകാശകമാനങ്ങളായ നാനാസേനകൾ നിരന്നിരുന്നു. ചില സാദികൾ കഞ്ചുകിതന്മാരും ചിലർ കഞ്ചുകം കൂടാത്തവരും ചിലർ തോക്കുകളെയും ചിലർ കുന്തങ്ങളെയും ധരിച്ചവരും ആയിരുന്നു. പീരങ്കികളും യുദ്ധഗജങ്ങളും സന്നദ്ധങ്ങളായിരുന്നു. കുറേ ദൂരത്തിൽ മറ്റു ഗജങ്ങളുടെ മുകളിൽ ശോഭനങ്ങളായ അമ്പാരികളിലുള്ള ഉപബഹങ്ങളിൽ ഉപവിഷ്ടകളായി സ്ത്രീകൾ മിക്കവരും മുഖസംവരണത്തോടുകൂടി കാഴ്ച കാണാൻ എത്തീട്ടുണ്ടായിരുന്നു.

രജ്പുത്തുകൾ വന്നെത്തിയ ഉടനെ വാദിത്രസഹിതങ്ങളായ സൈന്യങ്ങൾ മുൻപോട്ടു നടന്നുചെന്ന് സപരിവാരനായ ചക്രവർത്തിയുടെ മുൻപിൽ പംക്തികളായി നിരന്നു. സുവർണ്ണമണി ഗണദിവ്യമാനങ്ങളായ ആയുധങ്ങളോടും അശ്വാസ്മരണങ്ങളോടും കൂടിയ ഉദ്യോഗസ്ഥന്മാരുടെ കൂട്ടത്തിൽ ചക്രവർത്തിയെ തിരിച്ചറിയുന്നതിന് സിദ്ധനു അധികനേരം സംശയിക്കേണ്ടിവന്നില്ല. ഛത്ര പതാകാവാഹികളാൽ അനുഗതനായി സേനാധിപത്യസൂചകമായ ദണ്ഡത്തെ ധരിച്ചുകൊണ്ടു സ്വേതാശ്വാരൂഢനായി ഇതരന്മാരേക്കാൾ അല്പം മുൻപെട്ടുനിന്ന ദൃഢഗാത്രനായ അദ്ദേഹത്തിന്റെ രൂപം എളുപ്പത്തിൽ വ്യാവർത്തിച്ചറിയാവുന്നതായിരുന്നു. മഹാനായ ചക്രവർത്തിയെ കണ്ടപ്പോൾ സിദ്ധന് രാജകീയോദ്യാനത്തിൽവെച്ചു താൻ സംഭാഷണം ചെയ്യുകയും അന്നുതന്നെ അദ്ദേഹത്തിന്റെ യഥാർത്ഥ സ്ഥിതിയെക്കുറിച്ചു സംശയം ജനിക്കയും ചെയ്തിട്ടുണ്ടായിരുന്ന ആളാണെന്നു ഉടനെ പ്രത്യഭിജ്ഞയുണ്ടായി. സിദ്ധനു തന്റെ സ്വാദിഭടന്മാരെ നയിച്ചുകൊണ്ടു ചക്രവർത്തിയുടെ പുരോഭാഗത്തിൽ കൂടി കടന്നു പോകുന്നതിനുള്ള മുറ വന്നപ്പോൾ അയാൾ മറ്റുള്ളവർ ചെയ്യുന്നത് കണ്ടതുപോലെ ശിരസ്സിനെ നമിപ്പിച്ച് കുന്തത്തെ അധോമുഖമാക്കി ആചാരം ചെയ്തു. അപ്പോൾ അയാൾ ചക്രവർത്തിയെ ഒളിവിൽ ഒന്നു നോക്കുകയും അദ്ദേഹത്തിന്റെ ഗംഭീരഭാവമുള്ള മുഖത്തിൽ ഒരു മന്ദസ്മിതത്തെ കാണുകയും ചെയ്തതിനാൽ തന്റെ ധൃഷ്ടവചനങ്ങളെക്കൊണ്ട് അദ്ദേഹത്തിനു അപ്രീതിയുണ്ടായിട്ടില്ലെന്നു ഊഹിക്കയും ക്ഷണനേരം ഉണ്ടായ ക്ഷോഭമല്ലാതെ ആ സമാഗമസമയം മുഴുവനും അദ്ദേഹത്തിന്റെ മുഖഭാവം നിഷ്കപടവും സ്നേഹസൂചകവും ആയി തന്നെ ഇരുന്നു എന്നുള്ളതിനെ സ്മരിക്കയും ചെയ്തു. സേനാസന്ദർശനാനന്തരം സംഭവിക്കാമെന്നു ഫൈസി മുൻകൂട്ടി അറിവു കൊടുത്തിരുന്നതുപോലെ ചക്രവർത്തിയുടെ അടുക്കൽ ഉണ്ടാകുന്ന തന്റെ പ്രതിപാദനത്തെക്കുറിച്ചു ഭയപ്പെടാനൊന്നുമില്ലെന്നു സിദ്ധൻ ഉറച്ചു. സിദ്ധന്റെ പ്രതീക്ഷ ഉടൻതന്നെ ഫലിച്ചു. സേനാവിശ്രമാർത്ഥമായ കാഹളഘോഷണത്തിന്റെ ശേഷം ഫൈസി തന്നെ ആംഗികംകൊണ്ട് ആഹ്വാനം ചെയ്യുന്നത് സിദ്ധൻ കണ്ടു. ഉടനെ അയാളോടു ചെന്നു ചേർന്ന് രാജമന്ദിരപ്രായങ്ങളായ പടകുടീരങ്ങളുടെ മദ്ധ്യേ കൂടി ചക്രവർത്തിയുടെ സന്നിധിയിൽ നയിക്കപ്പെട്ടു. ആചാരാനുരോധേനയുള്ള പ്രതിപാദനത്തിനു കാത്തുനില്ക്കാതെ അക്ബർ സിദ്ധനു അഭിമുഖമായി മുൻപെട്ടു ചെന്ന് അയാളുടെ സബഹുമിനമായ വന്ദനത്തെ ഒരു സാദരമായ ഹസ്തചലനത്താൽ അഭിനന്ദിക്കുന്നത് കണ്ടപ്പോൾ ഫൈസിക്കു അനല്പമായ വിസ്മയം ഉണ്ടായി.

അക്ബർ സിദ്ധനോടു ഇപ്രകാരം പറഞ്ഞു: “കൊള്ളാം, നിങ്ങളുടെ ഭടന്മാരുടെ അഗ്രത്തിൽ ഞാൻ നിങ്ങളെ കണ്ടു. നിങ്ങൾ ഒരു നല്ല ഉദ്യോഗസ്ഥനായി വരുമെന്ന് എനിക്കു തോന്നുന്നു. എന്റെ പ്രതീക്ഷകളെ സഫലീകരിക്കാൻ സൂക്ഷിച്ചുകൊൾക.” അനന്തരം ഫൈസിയോടായി

പറഞ്ഞു. "ഞാൻ മുൻപിൽ തന്നെ തന്റെ സ്നേഹിതനുമായി പരിചിതനായിരിക്കുന്നു. കുറച്ചുദിവസം മുൻപെ ഞാൻ ഇയാളെ കണ്ടു. ഞാൻ ആരാണെന്നുള്ള അറിവ് അന്ന് ഇയാൾക്കില്ലായിരുന്നു."

സിദ്ധൻ സവിനയമായി പറഞ്ഞു: "സ്വാമിൻ, ഞാൻ അത് അറിഞ്ഞിരുന്നെങ്കിൽ തന്നെയും എനിക്കു ആ അപരിചിതനെക്കുറിച്ചുണ്ടായതിലധികമായി ഭക്തിബഹുമാനങ്ങൾ തിരുമേനിയെക്കുറിച്ചുണ്ടാകാൻ പാടില്ലായിരുന്നു."

മന്ദഹാസത്തോടു കൂടി അക്ബർ പറഞ്ഞു: "പക്ഷേ, കുറേക്കൂടെ കരുതി സംസാരിക്കാമായിരുന്നു. ഏതെങ്കിലും തരക്കേടൊന്നുമില്ല. എന്റെ ആ സന്നിധാനത്തിൽ എന്നെക്കുറിച്ചു ജനങ്ങൾ എന്തു പറയുന്നു എന്നൂഹിക്കുന്നതിനേക്കാൾ അവർക്കു എന്നെക്കുറിച്ചുള്ള അഭിപ്രായത്തെ സാക്ഷാൽ കേൾക്കുന്നതാണ് എനിക്കു അധികം സന്തോഷമുള്ളത്. ഞാൻ അജ്ഞനായിരുന്നപ്പോൾ എന്നെ നിങ്ങൾ എങ്ങനെ വിശ്വസിച്ചോ അതുപോലെ ഇനിയും വിശ്വസിക്കണമെന്നു ആജ്ഞാപിക്കാൻ അഥവാ എന്റെ ആഗ്രഹത്തെക്കുറിച്ച് അന്യനെ നിർബ്ബന്ധിക്കാൻ പാടില്ലാത്തതുകൊണ്ട് അപേക്ഷിക്കാൻ നമ്മുടെ അതീതസമാഗമത്താൽ ഞാൻ പ്രേരിതനായിരിക്കുന്നു. നിങ്ങളുടെ വിശ്വാസം അസ്ഥാനത്തിലല്ലെന്നു ഇന്നു നിങ്ങൾക്കു മനസ്സിലായല്ലോ. എന്നെയോ എന്റെ ആളുകളെയോ കുറിച്ച് നിങ്ങൾക്ക് എന്തെങ്കിലും ആവലാതിയുണ്ടായിരുന്നാൽ എന്റെ അടുക്കൽ അല്ലാതെ അന്യന്മാരുടെ അടുക്കൽ പോകണ്ടാ. ഞാൻ ഒരിക്കലും സങ്കടങ്ങളെ കേൾക്കാതിരിക്കയില്ല. അവ അഹേതുകങ്ങളാണെങ്കിൽ അവയെ നിരാകരിക്കാനും വാസ്തവങ്ങളാണെങ്കിൽ പ്രതികരിക്കാനുമാണ് ഞാൻ ശ്രമിക്കുന്നത്. അപഹനവവും കപടവും എന്റെ രോഷത്തെ എത്രമാത്രം ഉത്തേജിപ്പിച്ചാലും ധൈര്യത്തോടുകൂടി നിഷ്കപടമായി സംസാരിക്കുന്നത് ഒരിക്കലും എന്നെ കോപിക്കയില്ല എന്നുള്ളതിനു എന്റെ സ്നേഹിതനായ ഫൈസി സാക്ഷിയാണ്."

സിദ്ധന്റെ ഉദ്യോഗത്തെ സംബന്ധിച്ച വിവരങ്ങളെക്കുറിച്ചു ചില ചോദ്യോത്തരങ്ങൾ കഴിഞ്ഞതിന്റെ ശേഷം ആ സമാഗമത്തിന്റെ അവസാനത്തെ ചക്രവർത്തി സൂചിപ്പിക്കയും അവർ യാത്രപറഞ്ഞു പിരികയും ചെയ്തു. സിദ്ധൻ ചക്രവർത്തിയുമായി തനിക്കുണ്ടായ പ്രഥമ സമാഗമത്തിന്റെ വിവരമെല്ലാം പറഞ്ഞപ്പോൾ ഫൈസി അനല്പമായി വ്യാകുലീഭവിച്ചു.

ഫൈസി പറഞ്ഞു: "നിങ്ങളുടെ ഭാഗ്യം അന്യാദൃശം തന്നെ. അക്ബർ എത്രതന്നെ അഭിഗമ്യനും സംഭാഷണപ്രിയനും ആണെങ്കിലും ഇങ്ങനെ എല്ലാവർക്കും സംഭവിക്കുന്നതല്ല. അദ്ദേഹത്തിനു നിങ്ങളെക്കുറിച്ചു ഒരു നല്ല അഭിപ്രായം ജനിച്ചിട്ടുള്ളതായി തോന്നുന്നു. അത് എന്നെ ആന്തരമായി സന്തോഷിപ്പിക്കുന്നു. എന്നാൽ പാർവീസ് അല്ലയോ ഇങ്ങോട്ടു വരുന്നത്? അതെ അയാൾ തന്നെ. എന്നാൽ അയാൾ ഇവിടെ എന്തായിരിക്കാം ചെയ്തുകൊണ്ടിരിക്കുന്നത്?" അനന്തരം മരുമകനോ

ടായി അയാൾ പറഞ്ഞു: "തങ്ങളുടെ പടകുടീരങ്ങളിലുള്ള യോധന്മാരുടെ ഇടയിൽ ഇനിയത്തെ ആലോചനക്കാരനായ താൻ എന്താണ് ചെയ്യുന്നത്?"

പാർവീസ് ഉത്തരം പറഞ്ഞു: "ശാസ്ത്രജ്ഞനായ അമ്മാവനെപ്പോലെതന്നെ എന്നാൽ പഠിത്തത്തിലും രാജ്യതന്ത്രത്തിലും എന്ന പോലെ തന്നെ യുദ്ധകർമ്മങ്ങളിലും ഞാൻ അദ്ദേഹത്തിനോടു ശരിയാകുന്നതല്ലെന്നു ഞാൻതന്നെ മനഃപൂർവ്വമായി സമ്മതിക്കുന്നു."

ഫൈസി ചിരിച്ചുകൊണ്ട് പറഞ്ഞു: "ഉപചാരങ്ങൾ മതി. അവ നമ്മൾ തമ്മിൽ ആവശ്യങ്ങളല്ല. എന്നാൽ എന്റെ സംശയങ്ങളെ പറയട്ടയോ? മനോഹരമാകുംവണ്ണം അലങ്കൃതങ്ങളായ ആ ഗജങ്ങളെ വീക്ഷിക്കാനല്ലയോ താൻ ഇവിടെ വന്നിരിക്കുന്നത്? ടോഡർമാളിന്റെ സുന്ദരിയായ പുത്രിയെ താൻ ഒരിക്കലും കണ്ടിട്ടില്ലെന്നാണ് വച്ചിരിക്കുന്നത്. എങ്കിലും അവൾ തന്റെ ആകൃതിക്കു അപരിചിതയല്ലായിരിക്കാം."

പാർവീസ് സൽസ്വഭാവത്തോടെ പറഞ്ഞു. "അമ്മാവാ! ഞാനും പറയാം. എന്റെ രഹസ്യങ്ങൾ ഉദ്ഘാടനം ചെയ്യണ്ട. എന്നാൽ എന്റെ മിത്രമായ സിദ്ധന്റെ അടുക്കൽനിന്നും മറയ്ക്കാൻ എനിക്കു യാതൊന്നും ഇല്ല. വിശേഷിച്ചും അയാളെക്കാൾ ഞാൻ ഭാഗ്യഹീനനാണെങ്കിലും അയാളുടെ പ്രതിശ്രുതയായ പ്രിയതമയെക്കുറിച്ച് അയാൾ ചിന്തിക്കുമ്പോൾ എന്നിൽ അയാൾക്കു അനുകമ്പ തോന്നുമെന്നു എനിക്കു നിശ്ചയമുണ്ട്. പുത്രിയുടെ ദൃഷ്ട്യാ ഞാൻ പ്രിയനായിരിക്കാമെന്നു എനിക്കു വിശ്വാസം ഉണ്ടെങ്കിലും പിതാവിന്റെ ദൃഷ്ട്യാ അങ്ങനെ ആയിരിക്കണമെന്നുള്ളത് എനിക്കു നിശ്ചയമില്ല."

സൽസ്വഭാവത്തോടെ ഫൈസി പറഞ്ഞു: "യഥാകാലം അതൊക്കയും നേരേവരും. എന്നാൽ നമ്മുടെ ഗൂഢവൃത്താന്തങ്ങൾ ഇപ്പോൾ മതിയാക്കാം. അവയെ കേൾക്കണമെന്നു നമുക്കു ഉദ്ദേശ്യമില്ലാത്ത മറ്റു ചിലർ ഇതാ വരുന്നു, നോക്കുക."

സമീപത്തേക്കു വരുന്ന അശ്വാരൂഢന്മാരുടെ ഒരു സംഘത്തിന്റെ മദ്ധ്യത്തിലായി അനേക കാരണങ്ങളാൽ തന്റെ ശ്രദ്ധയെ ആകർഷിച്ചവനും തന്നേക്കാൾ ഏതാനും വർഷം ജ്യായാനും ആയ ഒരു യുവാവിനെ കണ്ടിട്ടു "അതാരാണ്?" എന്നു സിദ്ധൻ ചോദിച്ചു. അയാളുടെ വസ്ത്രധാരണരീതി എത്രയും ആഡംബരത്തോടു കൂടിയതായിരുന്നു. നീരാളം കൊണ്ടുള്ള ഉടുപ്പിനു മീതെ അസാധാരണമായ വലിപ്പമുള്ള മൗക്തികങ്ങളോടു കൂടിയ കണ്ഠാഭരണങ്ങൾ നാലിൽ കുറയാതെ ഉണ്ടായിരുന്നു. ഉഷ്ണീർഷം ഒരു തൂലികയാലും അനർഘങ്ങളായ മൂന്നു രത്നങ്ങളാലും അലംകൃതമായിരുന്നു. അനല്പമൂല്യങ്ങളായ രത്നങ്ങളോടു കൂടിയ അനേകം കങ്കണങ്ങൾ കൈയിന്റെ മുട്ടുവരെ ഇട്ടിരുന്നു. ഓരോ വിരലിൽ ഓരോ അംഗുലീയകവും ഉണ്ടായിരുന്നു. ആയുധങ്ങളും അശ്വാസ്തരണങ്ങളും മൗക്തികങ്ങളെക്കൊണ്ടും വജ്രരത്നങ്ങളെക്കൊണ്ടും നിബിഡങ്ങളായിരുന്നു. എന്നാൽ ഒരു ആഡംബരത്തിനു നേരെ വിരുദ്ധമായിരുന്നു അയാളുടെ മ്ലാനമായി പാണ്ഡരമായ മുഖം, അതിന്റെ

വൈവർണ്ണ്യം കൃഷ്ണവർണ്ണങ്ങളായ നേത്രങ്ങളാലും പുരികങ്ങളാലും ചെറിയ മേൽമീശയാലും സ്പഷ്ടീകരിക്കപ്പെട്ടിരുന്നു. സ്വാഭാവികമായി അയാളുടെ മുഖരേഖ ശ്രേഷ്ഠവും സൗന്ദര്യമുള്ളതും ആയിരുന്നിരിക്കണം. എന്നാൽ അതിഭോഗം നിമിത്തം അതിനു വാർദ്ധക്യച്ഛായ തട്ടിയിരുന്നു.

ഫൈസി ഉത്തരം പറഞ്ഞു: "എന്ത്; നിങ്ങൾ അദ്ദേഹത്തിനെ അറികയില്ലയോ? അദ്ദേഹം ചക്രവർത്തിയുടെ പുത്രനും യുവരാജാവുമായ സലിം ആണ്."

സലിം മൗനത്തോടു കൂടി ഒരു അഭിവന്ദനംചെയ്തു കടന്നുപോകാൻ ഭാവിച്ചപ്പോൾ തൽക്ഷണം ഒരുവിചാരം മനസ്സിൽ ഉദിച്ചിട്ട് ഫൈസിയുടെ അടുക്കൽ അശ്വത്തെ നിറുത്തി പറഞ്ഞു: "നിങ്ങളെ ഇവിടെ കണ്ടതിനാൽ എനിക്കു സന്തോഷമായി. ഇന്നു രാത്രിയിൽ എന്റെ ഗൃഹത്തിൽ ഒരു വിരുന്നിനു ചില സ്നേഹിതന്മാരെ ഞാൻ പ്രതീക്ഷിക്കുന്നുണ്ട്. നിങ്ങളുടെ സാന്നിദ്ധ്യംകൊണ്ടുള്ള സന്തോഷം എനിക്കു ലഭിക്കുമോ?"

ഫൈസി ഉത്തരം പറഞ്ഞു: "ഈ ആമന്ത്രണം എനിക്കു ഒരാജ്ഞയായിരിക്കും. എന്നാൽ അധികഗൗരവമുള്ള മറ്റൊന്നിനാൽ ഇതിനെ അനുസരിക്കുന്നതിൽനിന്നും ഞാൻ വാരിതനായിരിക്കുന്നു. എനിക്കു ഇന്നു രാത്രിയിൽ ചക്രവർത്തിയുടെ ക്ഷണനം ഉണ്ട്."

ഈ നിരാസം അത്ര രസിക്കാതെ കുറഞ്ഞോന്നു സർവജ്ഞമായ സ്മിതത്തോടു കൂടി സലിം പറഞ്ഞു: "എന്നാൽ നിങ്ങളുടെ അവിശ്വാസികളായ ശാസ്ത്രജ്ഞന്മാരിൽനിന്നും മറ്റൊരു പാഠം എന്റെ പിതാവിനു നിങ്ങൾ കൊടുക്കും. അങ്ങനെ അല്ലയോ?"

ഫൈസി ഉത്തരം പറഞ്ഞു: "എനിക്കു സ്വയമായി ചെയ്യാവുന്നതു തിരുമനസ്സിലെ ഇച്ഛാധീനമായിരിക്കാൻ കഴിയുന്നതാണ്. എന്നാൽ എന്താണ് ചക്രവർത്തി ചെയ്യാൻ നന്നെന്നു വിചാരിക്കുന്നു എന്നുള്ളത് തിരുമനസ്സിലേയും എന്റെയും അഭിപ്രായത്തിനു അഗോചരമാണെന്നു എനിക്കു തോന്നുന്നു. എന്നു മാത്രമല്ല, ഏതു ക്ഷണനത്തെ സ്വീകരിച്ചാലാണ് ഇന്നത്തെ രാത്രി പ്രയോജനകരമായി യാപനം ചെയ്യപ്പെടുന്നതെന്നും ഒരു ശങ്കയുണ്ട്."

സലിം സൽസ്വഭാവത്തോടെ പറഞ്ഞു: "ശ്രേഷ്ഠനായ ഫൈസി! കോപം തോന്നണ്ട. ഞാൻ ദോഷബുദ്ധ്യാ പറയുന്നതല്ല. നിങ്ങൾ നിങ്ങളുടെ ഇച്ഛപോലെ രാത്രിയെ യാപനം ചെയ്തുകൊൾവിൻ. ഞാൻ എന്റെ ഇഷ്ടംപോലെ ആയിക്കൊള്ളാം." അനന്തരം പാർവീസിനോടായി പറഞ്ഞു: "കുറച്ചു നിർദ്ദോഷമായ വിനോദത്തെ അനുഭവിക്കാൻ നിങ്ങളെയും ഏതെങ്കിലും ഗൗരവമുള്ള കൃത്യം പ്രതിബന്ധിക്കുന്നുണ്ടോ?"

പാർവിസ് ഉത്തരം പറഞ്ഞു: "യാതൊന്നുമില്ല. ഉണ്ടായിരുന്നാൽ തന്നെയും അതിനെ നിരസിച്ചു തിരുമനസ്സിലെ ഒരു വിരുന്നിനെ സ്വീകരിക്കുന്നതിലധികമായി എനിക്കു മറ്റു സന്തോഷം ഇല്ല. എന്നാൽ അവിവേകമായിരിക്കയില്ലെങ്കിൽ, എന്റെ ഒരു നൂതനമിത്രത്തെ തിരുമനസ്സി

ലേക്കു പ്രതിപാദനം ചെയ്യുന്നതിനു അനുവാദം തരണം." ഇത്രയും പറഞ്ഞു സിദ്ധനെ അടുത്തു വരുന്നതിനു സംജ്ഞാപനം ചെയ്കയും അയാളുടെ പേരിനെയും സ്ഥാനത്തേയും ഗ്രഹിപ്പിക്കയും ചെയ്തു.

സലിം പറഞ്ഞു: "അങ്ങനെതന്നെ. അയാൾ ഇവിടെ എത്തീട്ടുണ്ടെന്നു കേട്ടതായി ഞാൻ ഓർമ്മിക്കുന്നു." അനന്തരം സിദ്ധനോടായി തുടർന്നു പറഞ്ഞു: "നിങ്ങളും കൂടി ഇന്നു രാത്രിയിൽ നിങ്ങളുടെ സ്നേഹിതനോടൊരുമിച്ചു വരുമെങ്കിൽ എനിക്കു സന്തോഷം ഉണ്ട്."

സബഹുമാനം വന്ദനം ചെയ്ത സിദ്ധൻ പറഞ്ഞു: "അത് എനിക്കു സന്തോഷവും ബഹുമാനവും ആയിരിക്കും."

സലിം പറഞ്ഞു: "അതിൽ ബഹുമാനം അധികം ഇല്ല. ഈ രാജധാനിയിൽ എന്നെ ആരും ഗണിച്ചിട്ടില്ല. എങ്കിലും നമ്മുടെ സമാഗമം നിങ്ങൾക്കു സന്തുഷ്ടികരമായിരിക്കുമെന്നു ഞാൻ വിശ്വസിക്കുന്നു. എന്നാൽ രാത്രിയിൽ കാണാം." അനന്തരം അദ്ദേഹം കുതിരയെ തിരിച്ച് അനുയായികളോടുകൂടി പോയി.

സിദ്ധൻ പറഞ്ഞു: "മാന്യസ്നേഹിതാ! എന്നെയും യാത്ര പറഞ്ഞു പോകാൻ അനുവദിക്കണം. എനിക്കു എന്റെ സാദിസേനയോടു ചെന്നു ചേരുന്നതിനു സമയമായി."

പാർവിസ് പറഞ്ഞു: "നിങ്ങൾക്കു ഹിതമാണെങ്കിൽ രാത്രി എന്നെയും വന്നു കൂട്ടിക്കൊണ്ടു പോകുമല്ലോ. എന്റെ ഗൃഹം വഴിയിലാണ്. നമുക്കു ഒരുമിച്ചു പോകാം."

സിദ്ധൻ പുറപ്പെട്ടുകൊണ്ടു പറഞ്ഞു: "അങ്ങനെ തന്നെ."

സലിമിന്റെ ഗൃഹം ഏറ്റവും വിശേഷമായിരിക്കുമെന്നു തന്നെയാണ് സിദ്ധൻ പ്രതീക്ഷിച്ചിരുന്നത്. എന്നാൽ അദ്ദേഹം തന്റെ സ്നേഹിതന്മാരുടെ സല്ക്കാരത്തിനായി സജ്ജീകരിച്ചിരുന്നതും ദീപങ്ങളാൽ ജാജ്ജ്വല്യമാനവും ആയ തളത്തിൽ അയാൾ എത്തുന്നതിനു മുൻപിൽ ഭൃത്യന്മാർ നിറഞ്ഞിരുന്ന ഉപഗൃഹപംക്തികളിൽ കൂടി കടന്നുപോയപ്പോൾ ചുറ്റും കണ്ട അശ്രുതപൂർവ്വമായ ആഡംബരം അയാളുടെ പ്രതീക്ഷകളെ അതിശയിച്ചിരുന്നു. ചക്രവർത്തിയുടെ കൊട്ടാരം സമ്പൽ സമൃദ്ധമായിരുന്നു എങ്കിലും അവിടെ ഒരു ഗൗരവം പ്രകാശിച്ചിരുന്നു. എന്നാൽ പ്രത്യുത സലിമിന്റെ ഗൃഹത്തിൽ വിവിധങ്ങളായ വിചിത്രശില്പങ്ങളുടെയും ദീപങ്ങളായ അലങ്കാരങ്ങളുടെയും മദ്ധ്യേ എല്ലാം ഉത്സാഹമയമായും അമിതഭോഗസൂചകമായും കാണപ്പെട്ടു. നീരാളംകൊണ്ടും പട്ടുകൊണ്ടും ഉള്ള ജവനികകൾ ഏറ്റവും ഭംഗിയുള്ള ദ്വാരോപരിഭാവങ്ങളിൽ തൂക്കിയിരുന്നു. ശ്ലക്ഷ്ണശിലാനിർമ്മിതകളായ ഭിത്തികൾ അനേകവിധകളായ വിചിത്രശില്പരചനകളാലും സുവർണ്ണരേഖകളാലും ശോഭിച്ചിരുന്നു. കുസുമസമൂഹങ്ങളുടെ സൗരഭ്യം സർവ്വത്ര വിസ്മൃമരമായിരുന്നു. വിശാലങ്ങളായ മുകാരങ്ങളിൽ ദീപങ്ങളുടെ പ്രകാശം പ്രതിഫലിച്ചിരുന്നു. അധോഭാഗം നാനാവിധ രക്നകംബളങ്ങളെക്കൊണ്ടു ആസ്തൃതമായിരുന്നു. മനോഹരങ്ങളായ മഞ്ചങ്ങൾ സമീപത്തു കൂടി പോകുന്ന

വരെ വിശ്രമിക്കുന്നതിനു ആമന്ത്രിക്കുന്നതു പോലെ ശോഭിച്ചിരുന്നു. തൽസന്നിഹിതങ്ങളായി സൗവർണ്ണങ്ങളും സ്ഫടികങ്ങളും ആയ പാനപാത്രങ്ങളും ഉണ്ടായിരുന്നു. ആ തളത്തിന്റെ ഒരു വശത്തു പലനിറമുള്ള വിളക്കുകളാൽ പരിശോഭിതമായ ഒരു രംഗസ്ഥലവും ഉണ്ടായിരുന്നു. ഇതെല്ലാം ഹിന്ദുരാജാക്കന്മാരുടെ മന്ദിരങ്ങളെ കണ്ട് എത്രതന്നെ പരിചയിച്ചിട്ടുള്ളവനും പ്രഥമ ദർശനത്തിൽ അത്യന്തം ആശ്ചര്യജനകമായ ഒരു കാഴ്ചയായിരുന്നു.

ചിലർ സംഘങ്ങളായി ചേർന്ന് സല്ലാപം ചെയ്കയും ചിലർ മഞ്ചങ്ങളിൽ വിശ്രമിക്കയും ചെയ്തുകൊണ്ടിരുന്ന മറ്റ് അതിഥികളുടെ ഇടയിൽ അപ്പോൾ വന്നവരെ കണ്ട ഉടൻ തന്നെ അടുക്കൽ ചെന്നു സലിം പറഞ്ഞു: "എന്റെ ഈ നികൃഷ്ടമായ ഗൃഹത്തിൽ നിങ്ങൾക്കു സ്വാഗതം. ഈ രാത്രി നിങ്ങൾക്കു സന്തുഷ്ടിയെ ചെയ്യുമെന്നു ഞാൻ വിശ്വസിക്കുന്നു. എന്നാൽ ഈ സന്തോഷത്തിനിടയിൽ ആചാരോപചാരങ്ങൾ ഒന്നും ആവശ്യകങ്ങളല്ല. ഇവിടെ നാം എല്ലാവരും സ്നേഹിതന്മാരാണ്."

സലിം ഇത്രയും പറഞ്ഞു പിൻവാങ്ങി. ഉടൻതന്നെ സിദ്ധൻ അതിപരിചിതനും എന്നാൽ തല്ക്കാലം അപ്രതീക്ഷിതനും ആയ ഒരാൾ തന്റെ അടുക്കലേക്കു വരുന്നതുകണ്ടു. അത് അലഹബാദിലെ ഗവർണ്ണറായ സാൽഹണൻ ആയിരുന്നു.

കൈകൊടുത്തുകൊണ്ട് അയാൾ പറഞ്ഞു: "മരുമകനേ! നിന്നെ ഇവിടെ കണ്ടതിനാൽ എനിക്കു വളരെ സന്തോഷമായി. ഞാൻ ഇപ്പോൾ വന്നുചേർന്നേ ഒള്ളൂ. രാജകുമാരന്റെ ക്ഷണനം അതിനു മുൻപിൽ തന്നെ എന്റെ സ്ഥലത്ത് എത്തിയിരുന്നു."

സിദ്ധൻ ചോദിച്ചു: "അവിടെ എന്തെല്ലാമാണ് സ്ഥിതി? സൗഖ്യം തന്നെ അല്ലേ എന്റെ..."

സാൽഹണൻ മദ്ധ്യേ പറഞ്ഞു: "ഇരാവതിക്കു നല്ല സൗഖ്യംതന്നെ. അവൾ നിനക്കു കുശലപ്രശ്നങ്ങളെ പറഞ്ഞയച്ചിട്ടുണ്ട്. എന്നാൽ നോക്കുക, നീ അറിഞ്ഞിരിക്കേണ്ട ഒരാൾ ഇതാ വരുന്നു. അയാൾ അധികം രാജധാനിയിൽ വരികയില്ല, എങ്കിലും അറിയേണ്ടതിൽ ഒരാളാണ്."

അയാൾ രാജകീയോദ്യാനത്തിൽ വച്ച് അക്ബറോടു കൂടി സിദ്ധൻ കണ്ടിരുന്നവനും മഹമ്മദ് മതത്തിൽ അതിശ്രദ്ധാലുവും ആയ അബ്ദുൾകാദർ ആയിരുന്നതിനാൽ സിദ്ധനു പരിചിതചരനായിരുന്നു. സിദ്ധൻ തന്നെപ്പോലെ ആ മതത്തിൽ അവിശ്വാസിയായിരുന്ന തന്റെ പിതൃവ്യനെ അയാൾ അഭിനന്ദിക്കുന്നതുകണ്ട് ആശ്ചര്യപ്പെട്ടു. ഉപചാരഹിതം എന്നു വിചാരിക്കാൻ പാടില്ലാത്തവിധത്തിൽ അയാൾ സിദ്ധനേയും അറിഞ്ഞതായി ഭാവിച്ചു.

സാൽഹണൻ സിദ്ധനെ പരിചയിപ്പിക്കാൻ ഭാവിച്ചപ്പോൾ അബ്ദുൾകാദർ പറഞ്ഞു: "യദൃച്ഛയാ നിങ്ങളുടെ മരുമകനെ ഞാൻ കണ്ടു കഴിഞ്ഞിരിക്കുന്നു." പിന്നെ അയാൾ സിദ്ധനോടായി തുടർന്നു പറഞ്ഞു. "വിരു

ദ്ധമതക്കാരുടെ വിശ്വാസങ്ങളെക്കുറിച്ചു ഞാൻ തർക്കിക്കുമെങ്കിലും ഞാൻ അവരെ ദ്വേഷിക്കുന്നില്ലെന്നു നിങ്ങൾ ഇപ്പോൾ കാണുന്നതു കൊണ്ട് എന്റെ അന്നത്തെ വാക്കുകളെ ഞാൻ ഉദ്ദേശിച്ച അർത്ഥത്തിൽ തന്നെ നിങ്ങൾ ഗ്രഹിക്കുമെന്നു ഞാൻ വിശ്വസിക്കുന്നു."

സിദ്ധൻ പറഞ്ഞു: "യോഗ്യനായ നിങ്ങളുടെ അഭിപ്രായങ്ങളെ ഞാൻ അഭിനന്ദിക്കുന്നു. എന്നാൽ നിങ്ങളുടെ മതം ഞങ്ങളുടെ മതത്തിനു വിരുദ്ധമാണല്ലോ എന്നുവ്യസനിക്കുന്നു. പക്ഷേ..."

അബ്ദുൾകാദർ കോപത്തോടുകൂടി പറയാൻ തുടങ്ങി. "പക്ഷേ, എന്താണ്?"

സാൽഹണൻ മദ്ധ്യേ പറഞ്ഞു: "എന്റെ സ്നേഹിതന്മാരേ! നിങ്ങളുടെ ഭിന്നങ്ങളായ മതങ്ങളെക്കുറിച്ചു തർക്കിക്കരുതെന്നു ഞാൻ പ്രാർത്ഥിക്കുന്നു. ഇങ്ങനെ തർക്കുന്നതിനേക്കാൾ മേലാവിലുള്ളവർ ഇപ്പോൾ ചിന്തിച്ചു വരുന്ന ഉപായങ്ങൾ വാസ്തവത്തിൽ നടത്തപ്പെടുന്നതായാൽ ഹിന്ദുക്കളായ ഞങ്ങൾക്കും മഹമ്മദന്മാരായ നിങ്ങൾക്കും എത്രമാത്രം ആപത്തുകൾ നേരിടും എന്ന് ആലോചിച്ചു നോക്കുക തന്നെ."

സാൽഹണന്റെയും അബ്ദുല്കാദറുടെയും വിശ്വസ്തന്മാരെന്നു തോന്നപ്പെട്ടവരായി വേറേ ചിലരും ഇവരോടുചേർന്ന് ഒരു വളയമായി ചുറ്റിക്കൂടി. പാർവീസും ചില യുവാക്കളായ സ്നേഹിതന്മാരും ആ തളത്തിന്റെ മറ്റേ അറ്റത്തു പോയിരിക്കയായിരുന്നു.

പതുക്കെ എങ്കിലും കേൾക്കാവുന്നതായ ഒച്ചയോടുകൂടി സാൽഹണൻ പറഞ്ഞു: "അന്യഥാ സർവ്വപ്രകാരേണയും മാന്യനായ ചക്രവർത്തി നമ്മുടെ വിശ്വാസങ്ങൾക്കും ആചാരങ്ങൾക്കും ധർമ്മങ്ങൾക്കും ഒരുപോലെ വിരുദ്ധമായ ഒരു മതത്തിൽ ചേരണമെന്നു നിർബ്ബന്ധിക്കയാണെങ്കിൽ നാം ഏതുവിധത്തിൽ ആചരിക്കണമെന്നു ആലോചിക്കാം." ഇപ്പോൾ രാജ്യം ഭരിക്കുന്ന മഹമ്മദന്മാരായ നിങ്ങൾ അള്ളാവിലുള്ള വിശ്വാസത്തെ നിരസിച്ചു സൂര്യനെയും നക്ഷത്രങ്ങളെയും പക്ഷേ..."

ഖഡ്ഗമുഷ്ടിയിൽ പിടിച്ചുകൊണ്ട് അബ്ദുൾ കാദർ ആരംഭിച്ചു: "ദീർഘദർശിയുടെ ശ്മശ്രുകൊണ്ടു ശപഥപൂർവ്വം നാം..."

സാൽഹണൻ പ്രതിബന്ധിച്ചു പറഞ്ഞു: "അത് എങ്ങനെ എങ്കിലും ആകട്ടെ. ഇതിലും കഷ്ടമായ കാര്യം ഉണ്ട്. നമ്മുടെ നാണയങ്ങളിലും കല്പനകളിലും ഇപ്പോൾ നാം കാണുന്ന "അള്ളാഹു അക്ബർ" എന്ന വാക്കുകളെ ആലോചിക്കാം. ഈശ്വരൻ മഹാനാണ് എന്നുള്ള അർത്ഥത്തിൽ അവയെ നിങ്ങൾ ഗ്രഹിക്കുന്നു എങ്കിൽ ദോഷമില്ല. എന്നാൽ 'അക്ബർ ഈശ്വരനാണ്.' എന്നർത്ഥമാക്കുന്നു എങ്കിൽ വളരെ ദോഷം ഉണ്ട്."

അബ്ദുൾകാദർ കോപത്താൽ അത്യന്തം ക്ഷോഭിച്ചു പറഞ്ഞു: 'ഇതു വലിയ അതിക്രമം തന്നെ."

സാൽഹണൻ പിന്നെയും മാദ്ധ്യസ്ഥ്യം അവലംബിച്ചു പറഞ്ഞു: "നാം ക്ഷോഭിക്കണ്ട. ഇപ്പോൾ നമുക്കു ഊഹം മാത്രമേ ഉള്ളൂ. ഇത്

അയഥാർത്ഥമായി വന്നേക്കാമെന്നാണ് എന്റെ വിശ്വാസം. എന്നാൽ തദ്വിപരീതമായി വരുന്നപക്ഷം നിങ്ങൾക്കു അനുസരിക്കാൻ പാടുണ്ടോ? നിങ്ങൾ അനുസരിക്കുമോ?"

ഈ ചോദ്യം അബ്ദുൾകാദറോട് എന്നപോലെ ചുറ്റും നിന്നവരോടും കൂടി ആയിരിക്കയും സിദ്ധന്റെ ഹൃദയത്തിൽ അവഗാഢമായി പതികയും ചെയ്തു. അക്ബർ നൂതനമായ ഒരു മതത്തെ സ്ഥാപിക്കാൻ ആലോചിച്ചിരുന്നു എന്നുള്ളത് അയാളും കേട്ടിട്ടുണ്ടായിരുന്നു. എന്നാൽ ആ മതത്തിൽ ചേരുന്നതിനു ബലാൽക്കാരം ഉപയോഗിക്കാൻ അദ്ദേഹം വിചാരിച്ചിരിക്കുമോ? ഇതു ശക്യമാണോ?

സാൽഹണൻ ഇപ്രകാരം ഉപസംഹരിച്ചു: "അതിനാൽ നമ്മളിൽ തന്നെ അഭിപ്രായഭേദം ഉണ്ടാകരുത്. നമുക്കു യോജിച്ചു ആലോചിക്കാം. മതത്തിനു അതിശ്രദ്ധയുള്ളവരുടെയും കൃത്രിമക്കാരുടെയും ഉപദേശത്താൽ വ്യാമോഹിതനും അന്യഥാ സർവ്വോത്തമനും ആയ ചക്രവർത്തി നിമിത്തം സംഭവിക്കാവുന്ന ആപത്തുകളെ നമുക്കു ഐകമത്യത്താലും ന്യായമാർഗ്ഗങ്ങളാലും നിവാരണം ചെയ്യാം. എന്നാൽ വിരുന്നുകാലമായി എന്നു രാജകുമാരൻ സംജ്ഞാപനം ചെയ്യുന്നു എന്നു തോന്നുന്നു. തല്ക്കാലത്തേക്കു നമ്മുടെ സംഭാഷണത്തെ നിറുത്താം. എന്റെ പ്രഭുക്കളേ! ഞാൻ നിങ്ങളുടെ ആജ്ഞയ്ക്ക് അധീനനായിരുന്നു കൊള്ളാം. പക്ഷേ, എന്റെ ശങ്ക അവാസ്തവിയായിരിക്കാം. അങ്ങനെ തന്നെ വന്നാൽ കൊള്ളാമെന്നു ഞാൻ മനഃപൂർവ്വമായി ആഗ്രഹിക്കുന്നു."

അതിഥികൾ മഞ്ചങ്ങളിൽ ഉപവേശിച്ചുകൊണ്ടിരുന്ന സമയം ചേർന്നു സംസാരിച്ചുകൊണ്ടിരുന്ന സംഘങ്ങളിൽ ഒന്നിന്റെ അടുക്കൽ കൂടി കടന്നുപോയപ്പോൾ തന്റെ ശ്രദ്ധയെ ആകർഷിച്ചതായി താഴെ പറയുന്ന സംഭാഷണത്തെ സിദ്ധൻ കേട്ടു.

"കാശ്മീരത്തേക്കും അറിവു കൊടുത്തിട്ടുണ്ടോ?"

"വേണ്ടുംവണ്ണം ഉണ്ട്."

"ആ എഴുത്തോ?"

"അത് എത്രയും ഭദ്രം തന്നെ."

സിദ്ധൻ യാദൃച്ഛികമായി കേട്ട ഈ സംഭാഷണത്തെ ചെയ്തുകൊണ്ടിരുന്ന രണ്ടുപേരുടെയും തന്റെയും മദ്ധ്യേ മറ്റതിഥികൾ വന്നുകൂടി. സിദ്ധൻ സാൽഹണന്റെ അടുക്കൽനിന്നും അധികദൂരത്തല്ലാതെ ഉപവേശിച്ചു. എന്നാൽ അയാളുടെയും സാൽഹണന്റെയും മദ്ധ്യേ അനേകം യുവാക്കന്മാർ ഇരുന്നിരുന്നു. അചിരേണ അയാൾ അവരുടെ സംഭാഷണത്തിൽ കൂടി ചേർന്നു. ഭൃത്യന്മാർ വിവിധങ്ങളായ ഭക്ഷണസാധനങ്ങളേയും സുവർണ്ണചഷകങ്ങളിൽ വിശിഷ്ടങ്ങളായ മധുക്കളേയും ചുറ്റും കൊണ്ടു ചെന്നു കൊടുത്തുകൊണ്ടിരുന്നു. സിദ്ധൻ ശ്രവിച്ച സംഭാഷണം ഇടയ്ക്കിടെ അയാളുടെ മനസ്സിൽ സ്ഫുരിച്ചുകൊണ്ടിരുന്നു. എന്നാൽ അതിന്റെ താല്പര്യം അയാൾക്കു അവ്യക്തമായിരുന്നു. അതു സാൽഹണൻ പറഞ്ഞതുപോലെ അക്ബറാൽ പ്രേരിതങ്ങളായ സ്വദേശത്തെ

അന്തച്ഛിദ്രങ്ങളെ കുറിച്ചായിരിക്കുമോ? പിന്നെ ആ എഴുത്തോ? അസ്വതന്ത്രമായി സിദ്ധന്റെ വിചാരം താൻ കുല്ലുകരെ ഏല്പിച്ച റസിയായുടെ എഴുത്തിലേക്കു തിരിഞ്ഞു. എന്നാൽ അതിനു രാജ്യകാര്യങ്ങളുമായി എന്തു സംബന്ധം ഉണ്ടായിരിക്കാം? ഉടൻതന്നെ ആ തളത്തിന്റെ അറ്റത്തുള്ള രംഗത്തിൽ പാട്ടുകാരോടുകൂടി പ്രവേശിച്ച ആട്ടക്കാരാൽ അയാളുടെ ശ്രദ്ധ ആകർഷിക്കപ്പെട്ടു. അവരുടെ താമ്രവർണ്ണങ്ങളായ ഭുജങ്ങളും കണ്ഠങ്ങളും അനാവൃതങ്ങളായിരുന്നു. വലിയ ഉടുപ്പു കാലുവരെ താണു കിടന്നിരുന്നു. തന്ത്രീവാദ്യങ്ങളും ഝല്ലരികളും കൂടിയുള്ള സംഗീതമേളത്തോടു ചേർന്ന് ഇന്ത്യാദേശക്കാർക്കും മഹമ്മദന്മാർക്കും എത്രയും പ്രിയവും എത്രനേരം കണ്ടാലും മുഷിയാത്തതും ആയ ഒരു ആട്ടം അവർ ആരംഭിച്ചു. ഇടയ്ക്കിടെ ഒരു മാറ്റത്തിനു വേണ്ടി പാട്ടുകാർ ആട്ടക്കാരുടെ സ്ഥാനത്തു വന്നു പാരസീകകവികളുടെ കതികളിലെ ഭാഗങ്ങളെ ഗാനം ചെയ്തു രംഗസ്ഥന്മാരെ സന്തോഷിപ്പിച്ചു. അവയെ സലിമും അദ്ദേഹത്തിന്റെ സ്നേഹിതന്മാരും വളരെ ആനന്ദത്തോടെ ശ്രവിച്ചു. എന്നാൽ സിദ്ധനു അവ അത്ര രസമുള്ളവയായി തോന്നിയില്ല.

സലിം ഒടുവിൽ പറഞ്ഞു: “രംഭ എവിടെ? അഷ്ടപദിയിൽനിന്നും ഭാഷാന്തരീകരിക്കപ്പെട്ടിട്ടുള്ള ഏതാനും പാട്ടുകളെ എന്താണ് അവൾ വന്നു പാടാത്തത്? സിദ്ധൻ അത് അറിയാതിരിക്കയില്ലല്ലോ.”

സിദ്ധൻ ഉത്തരം പറഞ്ഞു: “കൃഷ്ണനും ഗോപസ്ത്രീകളുമായുള്ള കഥകളെയും സുന്ദരിയായ രാധയുടെ പ്രണയകലഹശാന്തിയെയും വർണ്ണിക്കുന്ന ജയദേവരുടെ കാവ്യം എനിക്കു നല്ലവണ്ണം അറിയാം. ഞാൻ തന്നെ അതിനെ ഒരിക്കൽ ഭാഷാന്തരീകരിക്കാൻ ശ്രമിച്ചിട്ടുണ്ട്.”

സലിം പറഞ്ഞു: “നമുക്കു കേൾക്കാം രംഭ ഇതാ വരുന്നു.” വളരെ വിലപിടിച്ചു വസ്ത്രങ്ങളെ ധരിച്ചവളും നിറം കറുപ്പാണെങ്കിലും സുന്ദരിയും ആയ ഒരു യുവതി രംഗത്തിൽ പ്രവേശിച്ചു. അവൾ ശ്രുതിയോടു ചേർന്ന് താഴെ ചേർത്തിരിക്കുന്നതിനെ ഏതാനും പാടുകയും ഏതാനും ചൊല്ലുകയും ചെയ്യാൻ തുടങ്ങി.

“വസന്താഖ്യേ കാലേ വളരുമൊരു മാരന്റെ മഹസാ
സസന്താപം പങ്കേരുഹനയനനാം കൃഷ്ണനെ വനേ!
തിരഞ്ഞീടും നേരത്തതിവിവശയാം രാധയോടസൌ
കരഞ്ഞീടായ്വാനിങ്ങനെ സഖി പറഞ്ഞു പടുതരം
ചന്ദനപർവ്വതമന്ദമരുത്തും
ചഞ്ചലവണ്ടുകളുടെ ഝംകൃതിയും
സുന്ദരി! കുയിലുകളുടെസൂക്തികളും
സുഖമേകമിഹ വസന്തേ!
ശൃണു സഖി കൃഷ്ണൻ ക്രീഡിക്കുന്നൂ തൃഷ്ണതങ്കം
സഖിമാരൊടു സാകം കൃപയുള്ളൊരു മുകുന്ദൻ!
മന്മഥമഥനംകൊണ്ടു കരഞ്ഞും.
മരണമതിൽ സുഖമെന്നു പറഞ്ഞും.

കല്മഷമോർക്കും വിരഹിണി മാരേ
കരയിക്കുന്നൂ കാലം (ശൃണു സഖി)
പ്ലാശുംപൂക്കളഹോ യുവഹൃദയം
ക്ലേശം കൂടാതെ ഭേദിപ്പാൻ
ആശമുഴുത്തൊരു കാമന്റെ നഖ
രാശി കണക്കെ വിളങ്ങീടുന്നു (ശൃണു സഖി)
പുന്നപ്പൂവു വിടർന്നിതു മനസിജ
മന്നവവീരൻ തന്നുടെ
പൊന്നുങ്കാലുള്ളൊരു വെള്ളക്കുട
മിന്നുന്നതുപോലെ മിന്നുന്നു (ശൃണു സഖി)
ഫുല്ലമല്ലിക കുറുമൊഴി പിച്ചകം
എല്ലാമലരുകളുടേയും
നല്ല സുഗന്ധം നാസികമുറ്റം
ചൊല്ലാവല്ലൊരു ശോദയുമേറ്റം" (ശൃണു സഖി)

രംഭ പാട്ടു നിറുത്തിയപ്പോൾ സലിം പറഞ്ഞു: "ശബ്ദസൗഷ്ഠവവും അർത്ഥഭംഗിയും ഇതിലധികം വരാനില്ല. എന്നാൽ ഭാഷാന്തരീകരണത്തെക്കുറിച്ചു സിദ്ധൻ എന്തു വിചാരിക്കുന്നു?"

സിദ്ധൻ ഉത്തരം പറഞ്ഞു: "തരക്കേടില്ല. പ്രതിപദം ഭാഷാന്തരീകരിച്ചിട്ടില്ലെങ്കിലും താല്പര്യം ശരിയായി വരുത്തീട്ടുണ്ട്. എന്നാൽ ആധുനിക കവിതാ സമ്പ്രദായത്തിൽ പ്രതിപദം ഭാഷാന്തരീകരിക്കുന്നത് അസാദ്ധ്യമല്ലെങ്കിലും പ്രയാസമാണെന്നാണ് ഞാൻ വിശ്വസിക്കുന്നത്. ഈ ഭാഷാന്തരം ആരുടെ ആണെന്ന് അറിഞ്ഞിട്ടില്ലയോ."

സലിം പറഞ്ഞു: "ഇന്നു രാവിലെ നിങ്ങളോടു സംസാരിച്ചുകൊണ്ടിരുന്ന ഫൈസിയുടെ തന്നെ ആണ്." ഈ വാക്കുകൾ കേട്ടപ്പോൾ താൻ ആ ഭാഷാന്തരത്തെക്കുറിച്ച് അഭിപ്രായം പറഞ്ഞതിനെക്കുറിച്ചു സിദ്ധനുണ്ടായ വ്യാകുലതയെ കണ്ടു സലിം പിന്നെയും പറഞ്ഞു: "വ്യാകുലപ്പെടേണ്ട. നിങ്ങൾ ഫൈസിയുടെ ഈ കൃതിയെ നിർദ്ദോഷയല്ലെന്നു വിചാരിക്കുന്നതിനെ അയാൾ ഒരിക്കലും അന്യഥാ ഗ്രഹിക്കയില്ലെന്നു മാത്രമല്ല, തിരുത്തേണ്ട ഭാഗം പറഞ്ഞാൽ അതിനെക്കുറിച്ചു കൃതജ്ഞനായിരിക്കയും ചെയ്യും. രംഭേ! എന്നാലിനി ഒരു ഭാഗം കൂടി പാടിക്കേൾക്കട്ടെ. പിന്നെ ഇന്നു നാം നിന്നെ ക്ലേശിപ്പിക്കയില്ല."

രംഭ പറഞ്ഞു: "ഉപേക്ഷിതയായ രാധ അവളുടെ സഖിയോടു വിലപിച്ചു പറയുന്ന ഭാഗമാണിത്."

അന്യാശക്തി മുഴുത്തു തന്നെയുമുപേക്ഷിച്ചിട്ടു വൃന്ദാവനേ
വന്യാനാം പ്രവരേ കളിക്കുമജനെക്കണ്ടിട്ടൊഴിഞ്ഞാള സൌ!
ധന്യാ രാധ വനാന്തരം ഗതവതീ കുഞ്ജേ നിലീനം കടൽ
കന്യാകാമുകാംക്ഷകൊണ്ടു കരവൂതും ചെയ്തവോചൽ സഖീം
വണ്ടൊളിവർണ്ണന്റെ പുതുവോറുമുടലും
ചുണ്ടിന്നിണങ്ങിന കുഴലും

കണ്ടിട്ടു കണ്ണന്റെ കുഴൽവിളികേട്ടിട്ടും
ഉണ്ടായ രോമാഞ്ചം മാഞ്ഞില്ലിപ്പൊഴും
രാമാനുജനിലെൻരതി വളരുന്നു
രാസോത്സവരസം നിരൂപിക്കുന്തോറും
നീലിമാവേറിയ കേശവകേശത്തിൽ
പീലിമാലാവതി ചാർത്തിയതും
കാലിണതൊട്ടു മുടിയോളം കോപ്പിട്ട
കോലവുമോർത്തിട്ടു കൊതി പെരുകുന്നു (രാമാനുജ)
ഗോപികമാരുടെ മുഖം തോറും നുകർന്നിട്ടു
ലോഭം വർദ്ധിപ്പിക്കും തിരുമുഖവും
കോപമൊഴിക്കും പുഞ്ചിരി വെണ്ണിലാവിന്റെ
ശോഭയുമോർക്കുമ്പോൾ പോന്നതു പിഴച്ചു (രാമാനുജ)
രൂപഗുണം കാണ്മാൻ ചുറ്റും നിറഞ്ഞൊരു
രൂപവതി മാർക്കില്ലെണ്ണം
ശ്രീപതിയുടെ ദിവ്യാഭരണാഭകൊണ്ടു
രാപകലായിട്ടു കണ്ടതും തോന്നുന്നു (രാമാനുജ)
പൂർണ്ണചന്ദ്രനെ നിന്ദിക്കുന്ന തിലകവും
പൂമകളുടെ മുലത്തടം മുട്ടുമുരസ്സും
തൂർണ്ണമരയും തുടകളും കിട്ടുവാൻ
തുണയാമോ ദൈവം തുകിലഴിയുന്നു" (രാമാനുജ)

രംഭ സ്വല്പനേരം വിരമിച്ചതിന്റെ ശേഷം താൻ യഥാർത്ഥമായി രാധയായി തീർന്നോ എന്നു തോന്നിക്കത്തക്ക വിധത്തിൽ മൃദുതരമായും കരുണരസമായും ഉള്ള മധുരസ്വരത്തോടെ സ്വല്പം ഗതിഭേദത്തോടു കൂടി പിന്നെയും ഗാനം ചെയ്തു.

"എന്നോടു കൂടാതെ രമിക്കകൊണ്ടും
എന്നേ! മനസ്സാമധുസൂദനന്റെ
കുറ്റം നിനയ്ക്കാതെ പാദാരവിന്ദേ
പറ്റുന്നൂ ചെന്നിന്നിതിനെന്തു ചെയ്വൂ
ഇവിടെ ലതാഗൃഹത്തിങ്കലീരാത്രിയിൽ
ഇരുന്നു കരഞ്ഞു പറഞ്ഞു പീഡിക്കും
ഇവിടെ സമീപം നയിക്ക കൃഷ്ണനെ ദുഃഖം
ഹിതമൊടു കേൾപ്പിച്ചാലനുകമ്പയുണ്ടാം!
സഖി സന്താപം നിശമയ നീ മേ സദയം
സഹ വിഹരിച്ചൊരുഹരിയെ വരുത്തുക
ഹാ വിരഹം സഹിയാമേ!
മുമ്പിലുണ്ടായ സമാഗമേ ലജ്ജയാ
കുമ്പിട്ടൊരെന്നെ മുകുന്ദൻ
തമ്പുരാൻ പടുതയാ വശത്താക്കീട്ടിവണ്ണം
പിരിഞ്ഞല്ലൽ പൊറാതയുമാക്കീട്ടൊഴിഞ്ഞു (സഖി)

കല്പകവൃക്ഷത്തിന്റെ തളിരുകളാകുന്ന
തല്പത്തിങ്കൽ കിടത്തീട്ടു മാം സുചിരം
മൽപയോധരമദ്ധ്യേ ശയിച്ചുകൊണ്ടധരം
കെല്പോടു പാനം ചെയ്തവനെ കിട്ടിയാവൂ (സഖി)
സുരതതളർച്ച കൊണ്ടക്ഷികളടച്ചു ഞാൻ
സുധയിൽ കുളിച്ചോണം വിയർത്തതും കൃഷ്ണൻ
മരതകവർണ്ണൻ പുളകമണിഞ്ഞതും
മദനമദംപൂണ്ടുചമഞ്ഞതും മറക്കുമോ" (സഖി)

അവൾ പാട്ട് അവസാനിപ്പിച്ചപ്പോൾ എല്ലാവരും അവളെ അഭിനന്ദിച്ചു. പദങ്ങളുടെ ഭംഗി അവളുടെ സ്വരത്താലും ഭാവത്താലും എല്ലാവർക്കും ഹൃദയംഗമയാക്കി ചെയ്യപ്പെട്ടു.

സലിം പറഞ്ഞു: "ഇനി രാധാകൃഷ്ണന്മാരുടെ പ്രണയകലഹശാന്തിയാണ്, അല്ലേ? എന്നാൽ അത് ഇനി ഒരു ദിവസമാകാം." അനന്തരം അനുദ്ദേശ്യകമല്ലാതെ ആയിരിക്കാം, അദ്ദേഹം പറഞ്ഞു. "യോഗ്യനായ അബ്ദുൾകാദരേ! നമ്മളുടേതുപോലെ തന്നെ ഹിന്ദുക്കളുടെ സാഹിത്യം നിങ്ങൾക്കു ഹൃദയംഗമമായിരിക്കുന്നോ? അതോ ഹിന്ദുക്കൾ പ്രഖ്യാപനം ചെയ്യുന്ന തെറ്റായ അഭിപ്രായങ്ങളെ മറ്റുള്ള മഹമ്മദന്മാരെപ്പോലെ നിങ്ങൾ ഗർഹിക്കുന്നോ?"

കോപത്തെ കൃച്ഛ്രേണ അടക്കിക്കൊണ്ട് അബ്ദുൾകാദർ ഉത്തരം പറഞ്ഞു: "കവികളുമായി എനിക്ക് കാര്യം ഒന്നും ഇല്ല. അമ്റൂൾകൈസിന്റെ സാഹിത്യങ്ങളെ മറ്റുള്ളവർ എത്രയും ശ്ലാഘിച്ചിട്ടുണ്ടെങ്കിലും നല്ല കാരണത്തിന്മേൽ നാസ്തികനായ അയാളെ നമ്മുടെ ദീർഘദർശി ശപിച്ചു. എന്നാൽ ഈ ഹിന്ദുക്കൾ ഈ മാതിരി നിർമ്മര്യാദകളായ കവിതകളെ രചിക്കുന്നതുകൊണ്ടു തൃപ്തരാകാതെ രാധയേയും കൃഷ്ണനേയും പോലെയുള്ള വ്യക്തികളെ ആരാധിക്ക കൂടി ചെയ്യുന്നത് വളരെ കുത്സിതമെന്നു തന്നെ എനിക്കു തോന്നുന്നു."

പൗരാണികവൃത്താന്തങ്ങൾക്കും വാസ്തവമതസിദ്ധാന്തങ്ങൾക്കും തമ്മിൽ ഭേദമുണ്ടെന്നു ആ മതഭ്രാന്തനോടു സിദ്ധൻ പറയാൻ ആരംഭിച്ചപ്പോൾ സലിം ഇങ്ങനെ പറഞ്ഞ് മേൽവാഗ്വാദത്തെ പ്രതിബന്ധിച്ചു. "യോഗ്യരേ! ഈ വിധം തർക്കം ഇവിടെ വേണ്ടെന്നു ഞാൻ അപേക്ഷിക്കുന്നു. അതൊക്കെ എന്റെ മാന്യനായ പിതാവിനിരിക്കട്ടെ. അദ്ദേഹം ഈ ക്ഷണത്തിൽ പണ്ഡിതനായ ഫൈസിയോടും പക്ഷേ, മറ്റു ശാസ്ത്രജ്ഞന്മാരോടും കൂടി ഈ വക പ്രസംഗങ്ങളിൽ വ്യാപൃതനായിരിക്കയാണെന്നു ഞാൻ വിശ്വസിക്കുന്നു. എന്നാൽ ചെറുപ്പക്കാരായ നമ്മൾ ഒരു രാത്രിയെ വിനോദത്താൽ കഴിക്കാനാണ് ഇവിടെ കൂടിയിരിക്കുന്നത്. ആരവിടെ! ഗായികമാരും വാദ്യവാദികമാരും എവിടേ! അവർ ആനന്ദകരമായ ഒരു പാനഗാനം കേൾപ്പിച്ചു ഉത്സാഹത്തെ വർദ്ധിപ്പിക്കട്ടെ. മധുവും നമ്മുടെ ഹൃദയത്തെ ആഹ്ലാദിപ്പിക്കാനായി പ്രവഹിക്കട്ടെ. യോഗ്യനായ അബ്ദുൾകാദരേ! നിങ്ങൾ കോപിക്കരുത്. നമ്മളാൽ ബഹുമാനിക്കപ്പെ

ട്ടവനും നമ്മുടെ ദീർഘദർശിയാൽ ശപിക്കപ്പെടാത്തവനും ആയ താരഫ്ാ, എന്ന കവി കൂടിയും ഇങ്ങനെ ഗാനം ചെയ്തിരിക്കുന്നു എന്നോർക്കുക.

അദ്യനീ സരസമായ് ദിനമെല്ലാം
മദ്യശാലയിൽ നയിച്ചിടുമെങ്കിൽ
ഹൃദ്യഗാനമൊടു കൂടി രമിപ്പാ-
നുദ്യതോസ്മി കുതുകേന സഖാ ഞാൻ
മേശതന്മുകളിലങ്ങു നാളയും
പേശലം തരള കാപിശായനം
ക്ലേശമെന്യെ ചഷകങ്ങളിൽ നിറ-
ച്ചാശപൂർത്തിവരയും കുടിച്ചിടാം.

പിന്നെ എന്താണ് നമുക്ക് ആ സദുപദേശത്തെ അനുഷ്ഠിക്കാൻ വഹിയാത്തത്?"

അക്ബർ മതത്തെ ഉപേക്ഷിക്കുന്നു എങ്കിൽ ഉണ്ടാകാവുന്ന ഉപദ്ര വങ്ങളിൽ സലിമിന്റെ സഹായം ആവശ്യമായിരുന്നതുകൊണ്ട് ആ അന്തഃ കുപിതനായ മഹമ്മദൻ ശ്മശ്രുക്കളുടെ അന്തരാളത്തിൽ എന്തോ അവ്യ ക്തമായി ഉച്ചരിക്ക മാത്രം ചെയ്ത് ഒന്നും പറയാൻ തുനിയാതെ പക്ഷേ, ദീർഘദർശിയുടെ ഉപദേശത്തെ ലംഘിച്ചായിരിക്കാം. മറ്റുള്ളവരെപ്പോലെ ഗാഢമായി പാനംചെയ്തു തന്നത്താൻ സമാധാനപ്പെട്ടു.

മറ്റുള്ള അതിഥികൾ അവരുടെ സമയത്തെ വൃഥാ കളഞ്ഞില്ല. ചഷ കങ്ങൾ രിക്തീഭവിച്ച ഉടൻ തന്നെ പുനഃപൂർണ്ണങ്ങളാക്കി ചെയ്യപ്പെട്ടു. അനന്തരം സലിം സംജ്ഞാപനം ചെയ്ത ഉടനെ ഗായികമാരും ലാസി കമാരും സോല്ലാസമായ ആ സംഘത്തിൽ കൂടി ചേർന്നു മഞ്ചങ്ങളിൽ ഉപവേശിച്ചു.

സുന്ദരിയായ രംഭ സിദ്ധന്റെ സമീപത്തിൽ ഇരുന്നു. അചിരേണ അവൻ സംഭാഷണം തുടങ്ങി. വാസ്തവത്തിൽ അടിമകളല്ലെങ്കിലും ബാല്യകാലത്തിൽ തന്നെ മാതാപിതാക്കന്മാർ കൂടുതൽ വിലയ്ക്കു വില്ക്കുകയും വാങ്ങുന്നവർ കച്ചവടസാമാനം പോലെ കൈമാറുകയും ചെയ്യുന്ന ഭാഗ്യഹീനകളായ ദാസിമാരെക്കുറിച്ചു രംഭ അനുശോചിച്ചു. പറഞ്ഞതിൽനിന്നും അവൾ രൂപാദിഗുണമുള്ളവളായിരിക്കുന്നതു കൂടാതെ മനോഗുണവും ഉള്ളവളാണെന്നു സിദ്ധൻ ഗ്രഹിച്ചു.

അവൾ നിഷ്കപടമായി പറഞ്ഞു: "ആരംഭത്തിൽ എന്റെ സ്ഥിതിയും ഇങ്ങനെ തന്നെ ആയിരുന്നു എങ്കിലും ഭാഗ്യവശാൽ എനിക്കു സംഗീത ത്തിനു വാസനയുണ്ടായിരുന്നു. എന്റെ രക്ഷിതാവ് അതിൽ എന്നെ നല്ല വണ്ണം അഭ്യസിപ്പിച്ചു. ഇപ്പോൾ ഈ വിദ്യകൊണ്ട് എന്റെ കാലക്ഷേപം കഴിച്ചുകൂട്ടാം." പിന്നെ അവൾ ചിരിച്ചുകൊണ്ടു പറഞ്ഞു: "ഞാൻ വൃദ്ധ യായി വിരൂപയാകുമ്പോൾ-"

അവൾ പറഞ്ഞതിനെ എല്ലാം സാനുകമ്പം കേട്ടുകൊണ്ടിരുന്ന സിദ്ധൻ ചോദിച്ചു: "അപ്പോൾ എന്താണ്?"

രംഭ ഉത്തരം പറഞ്ഞു: "ഒന്നുമില്ല. നിങ്ങൾ വിചാരിക്കുന്നത് എനിക്കു

മനസ്സിലായി. ഇങ്ങനെ വിചാരിക്കുന്നതിൽ നിങ്ങൾ നിങ്ങളെതന്നെ വിസ്മരിക്കുന്നു. ഞാൻ വൃദ്ധയായി വിരൂപയാകുമ്പോൾ സാഹസമായ കാലക്ഷേപത്തിനൊന്നും പോകണ്ടാ. ഞാൻ ഒരു ഉയർന്ന ജാതി ഹിന്ദുവാകകൊണ്ടു ദേവാലയങ്ങളിൽ അടിയന്തരങ്ങൾക്കു നിയമിക്കപ്പെട്ടിട്ടുള്ള ദാസിമാരുടെ മേൽവിചാരം എനിക്കു കിട്ടുന്നതിനു അധികം പ്രയാസമില്ലല്ലോ."

രംഭയുടെ വാക്കുകൾക്കു ഉൽഭ്രാന്തതരമായും താരതരമായും ഉള്ള ഒരു സംഗീത ഘോഷത്താൽ വിഘ്നം ഉണ്ടാകയും അത് അവസാനിച്ചപ്പോൾ വേറെ അതിഥികളും സ്ത്രീകളും വന്നു സംഭാഷണത്തിൽ കൂടിചേരുകയും ചെയ്തു. എന്നാൽ സംഭാഷണം ക്രമേണ കരുതൽ കൂടാതെ ആയിത്തുടങ്ങി. സിദ്ധനു അജ്ഞാത ചരങ്ങളായ പല വചനങ്ങളും അയാളുടെ ശ്രവണപഥത്തിൽ എത്തി. എന്നാൽ അയാൾ അവയുടെ അർത്ഥങ്ങളെ എളുപ്പത്തിൽ ഗ്രഹിച്ചു. ക്രമേണ അയാളും മര്യാദയെ അത്ര ശ്രദ്ധിക്കാതെ ആയിത്തുടങ്ങി. ശൂന്യമായ ചഷകത്തെ ഗ്രഹിച്ചുകൊണ്ടു തീരെ സ്വബുദ്ധിയില്ലാതെ ഓരോരുത്തർ അവിടവിടെ കിടപ്പായി. യുവരാജാവിന്റെ സന്നിധിയിലാണ് തങ്ങൾ ഇരിക്കുന്നു എന്നുള്ളതിനെ തീരെ വിസ്മരിച്ചിട്ട് മഞ്ചങ്ങളിൽ സ്ത്രീ പുംസസംഘങ്ങൾ കൂടിയിരുന്ന് അഹംകരിച്ചുതുടങ്ങി.

എന്നാൽ യുവരാജാവ് തന്റെ ചുറ്റും നടക്കുന്നതിനെ അറിയാതെയായിട്ടു വളരെ നേരം കഴിഞ്ഞിരിക്കുന്നു. അദ്ദേഹം രണ്ടു ദാസിമാരുടെ മദ്ധ്യത്തിൽ അശ്രദ്ധമായി കിടക്കയായിരുന്നു. ഒരുത്തി അദ്ദേഹത്തിന്റെ ഖഡ്ഗമുഷ്ടിയെ പിടിച്ചു കളിച്ചുകൊണ്ടിരുന്നു. മറ്റൊരുത്തി അദ്ദേഹത്തിന്റെ കങ്കണങ്ങളെ സൂക്ഷിച്ചു നോക്കിക്കൊണ്ടിരുന്നു. സലിം അവയിൽ ഒന്നിനെ അവൾക്കും ഉടുപ്പിൽനിന്നു പറിച്ചെടുത്തു രണ്ടു വിലയേറിയ മൗക്തികങ്ങളെ മറ്റവൾക്കും ഇട്ടു കൊടുത്തു. അനന്തരം ചഷകത്തെ മധുകൊണ്ടു സമ്പൂർണ്ണമാക്കീട്ട് അതിൽ ഒരു ബിന്ദുപോലും ശേഷിപ്പിക്കാതെ പാനം ചെയ്തു ബോധഹീനനായി ഉപബർഹത്തിൽ പുറകോട്ടു ചാരിക്കിടന്നു. ആ സമയം സംഭാഷണം സംഭ്രാന്തതരമായും ശബ്ദം ഉച്ചതരവും ആകയും, പാട്ടും കൂത്തും നടക്കയും മദ്യം പ്രവഹിക്കയും ചെയ്തുകൊണ്ടിരിക്കുമ്പോൾ നമ്മുടെ സിദ്ധനും ആ ശബ്ദത്താലും പുഷ്പങ്ങളുടെ നിർഭരമായ സൗരഭ്യത്താലും പക്ഷേ, അതിലും അധികം മധുമദത്താലും അഭിഭൂതനായിട്ടു ചുറ്റും നടക്കുന്നതിനെ ക്രമേണ ശ്രദ്ധിക്കാതെ ആയിത്തുടങ്ങി. എന്നാൽ അയാളുടെ സ്കന്ധത്തിൽ അപ്രതീക്ഷിതമായി ന്യസ്തവും ഗുരുവും ആയ ഒരു ഹസ്തം അയാളെ മോഹത്തിൽനിന്നും ഉണർത്തി. അതു സിദ്ധനാൽ അനവധാരിതനായിട്ടു സമീപത്തു വന്ന സാൽഹണന്റേതായിരുന്നു.

അയാൾ പറഞ്ഞു: "വാ. നമുക്കു ഇനി പോകണം. ഇങ്ങനെയുള്ള അവസരങ്ങളിൽ എന്തു കലഹങ്ങളും തർക്കങ്ങളും ഉണ്ടായേക്കാമെന്ന് ആർക്കറിയാം."

സന്ദിഗ്ദദ്ധവാക്കായി സിദ്ധൻ ഉത്തരം പറഞ്ഞു: "ശരി. എന്നാൽ രാജകുമാരൻ അനുവദിക്കുന്നതിനു മുൻപിൽ നമുക്കു പോകാമോ?"

സഗർഹമായി സാൽഹണൻ ഉത്തരം പറഞ്ഞു: "രാജകുമാരനോ! നോക്ക് നാം പോയാലും ഇവിടെ ഇരുന്നാലും അദ്ദേഹം അറിയുമോ? ശ്രദ്ധിക്കുമോ?"

സലിം ഉപബർഹത്തിന്റെ മുകളിൽനിന്നു കൈ തൂങ്ങിക്കൊണ്ടും കണ്ണുകളടഞ്ഞും ഒരു മഞ്ചത്തിന്മേൽ കിടക്കയായിരുന്നു. സമീപത്തായിട്ട് അപ്പോൾ നിറച്ച ചഷകം കൈയിൽനിന്നുവീണ് രത്നകംബളത്തിൽ ഉരുണ്ടു കിടന്നിരുന്നു. സിദ്ധൻ നന്നായി ശ്രമിച്ചിട്ടും സലിമിനെ കാണാൻ കഴിഞ്ഞില്ല. അഥവാ കണ്ടിരുന്നാൽ തന്നെയും രണ്ടു സലിം ഉണ്ടെന്നും അയാൾക്കു തോന്നി. അയാൾ വിരോധിക്കാതെ തന്റെ പിതൃവ്യനാൽ വെളിയിൽ നീതനായിട്ട് അവിടെ തയ്യാറായിരുന്ന ഒരു മേനാവിൽ കയറ്റപ്പെട്ടു. സാൽഹണൻ മേനാക്കാരോടു ഇന്ന ദിക്കിൽ കൊണ്ടുപോകണമെന്നും മറ്റും പറഞ്ഞതിന്റെ ശേഷം, പാനം ചെയ്തതിൽ മരുമകനെക്കാൾ ഒട്ടും കുറവല്ലായിരുന്നു എങ്കിലും സ്ഥിരമായ പദക്രമത്തോടു കൂടി തന്റെ വസതിയിലേക്കായി തിരിച്ചു. അയാൾ വിസ്താരം കുറഞ്ഞ തെരുവുകളിൽ ഒന്നിൽക്കൂടി കടന്നപ്പോൾ ഒരു ഗൃഹത്തിന്റെ മറവിൽനിന്നും ദീർഘവും കൃശവും ആയ ഒരു സ്വരൂപം ചുറ്റും സൂക്ഷിച്ചുനോക്കിയതിന്റെ ശേഷം ഒളിച്ചിരുന്ന സ്ഥലം വിട്ട് അടുത്തുവരുന്നത് അയാൾ കണ്ടു. അതു ഗോരക്ഷൻ ആയിരുന്നു.

അയാൾ ചോദിച്ചു; "എല്ലാം നന്നായി നടക്കുന്നോ?"

സാൽഹണൻ ഉത്തരം പറഞ്ഞു: "ഇതിലധികം നന്നാവാൻ പാടില്ല. നമ്മുടെ കാര്യം ഗുണപ്പെട്ടുവരുന്നു. എനിക്കു ഇനിയും കുറേക്കൂടി വിവരങ്ങൾ കിട്ടാനുണ്ട്. അതു കിട്ടിക്കഴിഞ്ഞാൽ നിങ്ങളെയും നിങ്ങളുടെ അനുചരന്മാരെയുംകൊണ്ട് ആവശ്യമുള്ളപക്ഷം നിശ്ചയമായി ഞാൻ അറിവു തരുന്നതാണ്."

"നമ്മുടെ യുവാവായ ആ സാധുവോ? അയാളെ സൂക്ഷിച്ചു കൊള്ളണം. എന്തെന്നാൽ നമ്മുടെ ആലോചനയെക്കുറിച്ച് അയാൾക്കു ശങ്ക ജനിച്ചിട്ടുണ്ടെന്നു തോന്നുന്നു. അയാളും ഒരിക്കൽ നമ്മുടെ കൂട്ടത്തിൽ ചേർന്നാൽ പിന്നെ വേണ്ടതില്ല. എന്നാൽ ആ പക്ഷി വലയിൽ അകപ്പെട്ടോ?"

സാൽഹണൻ ഉത്തരം പറഞ്ഞു: "ഇതുവരയും ഇല്ല. എന്നാൽ അതിനു അധികം താമസമില്ല."

ഗോരക്ഷൻ ചിരിക്കയും അവർ പിരിഞ്ഞ് അവരവരുടെ വഴിക്കു പോകയും ചെയ്തു.

7

ഗൂഢസമാഗമങ്ങൾ

യുവരാജാവിന്റെ നിമന്ത്രണത്തെ നിരസിക്കുന്നതിന് ഫൈസി പറഞ്ഞ ഹേതു അവാസ്തവമല്ലായിരുന്നു. എന്തെന്നാൽ സലിമിന്റെ അതിഥികൾ വന്നു കൂടിക്കൊണ്ടിരുന്ന സമയം ഫൈസി അത്യന്തഭിന്നമായ ഒരു സമ്മേളനത്തെ പ്രതീക്ഷിച്ചു ചക്രവർത്തിയുടെ അന്തർഗൃഹത്തിൽ നില്ക്കയായിരുന്നു. ഒരാൾ ഒരു ഭൃത്യനാൽ പുരോഗതനായിട്ടു പ്രവേശിച്ചു. അയാളുടെ ഉടുപ്പുകൊണ്ടു പശ്ചിമദേശീയനായ ഏതൊരുത്തനും അയാളെ ഒരു കാത്തോലിക്ക് പാതിരിയാണെന്ന് നിശ്ചയിക്കുമായിരുന്നു. അയാൾ പ്രൊവിൻഷിയാൽ ബിഷപ്പിനാൽ ആഗ്രയിലെ രാജധാനിയിലേക്കു അയക്കപ്പെട്ടവനായ റുഡാൾഫ് അക്വാവീവാ എന്ന പ്രധാന പാതിരിയായിരുന്നു.

അക്ബർ അയാളെ പ്രത്യഭിനന്ദിച്ചു പറഞ്ഞു: "യോഗ്യനായ പാതിരി, ഭിന്നരീതിയായിട്ടാണെങ്കിലും നാം രണ്ടുപേരും ആരാധിക്കുന്ന ദൈവത്തിന്റെ പേരിൽ നിങ്ങൾക്കു ഞാൻ സ്വാഗതം പറയുന്നു. ഈ യാത്ര നിങ്ങൾക്കു ശ്രമഹേതുവായി തീർന്നിട്ടില്ലെന്നു ഞാൻ വിശ്വസിക്കുന്നു."

അക്വാവീവാ ഉത്തരം പറഞ്ഞു: "എന്നിലുള്ള അവിടത്തെ പ്രതിപത്തിക്കു വേണ്ടി ഞാൻ തിരുമനസ്സിനെക്കുറിച്ചു കൃതജ്ഞനായിരിക്കുന്നു. ഞാൻ ദുർബ്ബലകായനാണെങ്കിലും ഈ വഴിയാത്രയിൽ ഭാഗ്യവശാൽ യാതൊരു ഉപദ്രവവും ഉണ്ടായില്ല. നിസ്സാരനായ മനുഷ്യൻ ദൈവകല്പിതത്തെ വൈമനസ്യം കൂടാതെ അനുസരിക്കേണ്ടതാണല്ലോ."

അക്ബർ പറഞ്ഞു: "ഈ അഭിപ്രായത്തിൽ ഞാൻ നിങ്ങളോടു യോജിക്കുന്നു. നിങ്ങൾ ഇവിടെ വരുന്നതിനു മുൻപിൽ എനിക്കു ദയാപൂർവ്വം അയച്ചു തന്ന നിങ്ങളുടെ വേദപുസ്തകങ്ങൾക്കു മറ്റും വേണ്ടി ഞാൻ കൃതജ്ഞനായിരിക്കുന്നു. നിങ്ങൾക്കു പരിചിതനായിരിക്കുന്ന എന്റെ ഇഷ്ടനായ ഈ ഫൈസി അവയിൽ ഏറിയ ഭാഗവും തർജ്ജിമ

ചെയ്തു തരികയും അബുൾഫസലോടു കൂടി അവയെ സൂക്ഷ്മമായി ഞാൻ വായിക്കയും ചെയ്തിരിക്കുന്നു."

ചക്രവർത്തിയുടെ മുഖത്തു സശ്രദ്ധം നോക്കിക്കൊണ്ടു പാതിരി ചോദിച്ചു: "ബീജം സുക്ഷേത്രത്തിൽ പതിതമായി എന്നു ഞങ്ങൾ വിശ്വസിക്കട്ടെയോ?"

അക്ബർ പറഞ്ഞു: "ആവാം എന്നുത്തരം പറയാമെന്നാണ് എന്റെ ബോധം. ഞാൻ നിങ്ങളുടെ മതഗ്രന്ഥങ്ങളെ ഇപ്പോൾ സൂക്ഷ്മതരമായി മനസ്സിലാക്കിയതുകൊണ്ട് അവയിൽ ചിലതിനെ ഞാൻ വളരെ അഭിനന്ദിക്കുന്നു. നമ്മളുടെ മനസ്സിൽ അഗോചരങ്ങളായ എത്രയോ ശ്രേഷ്ഠങ്ങളായ തത്ത്വങ്ങളും അഭിപ്രായങ്ങളും അവയിൽ അടങ്ങിയിട്ടുണ്ട്. എന്നാൽ അവ മഹമ്മദ് വേദത്തിലും തീരെ ഇല്ലെന്നു പറയാൻ പാടില്ല. എത്രയോ ശ്ലാഘ്യമായും നിർമ്മലമായും ഉള്ള സ്വാർത്ഥത്യാഗവും സർവ്വോപരി കരുണയും ധർമ്മവും നിങ്ങളുടെ പുസ്തകങ്ങളിൽ പ്രതിപാദിക്കപ്പെട്ടിട്ടുണ്ട്. ഇതാണ് മഹമ്മദ് വേദത്തിൽ തീരെ ഇല്ലാത്തത്. മഹമ്മദ് മതത്തേക്കാൾ ക്രിസ്തുമതത്തെ എത്ര ഉപരിയായി ഞാൻ ഗണിച്ചിരിക്കുന്നു എന്നു കാണിക്കുന്നതിനു ഇതിലധികം ഞാൻ എന്താണ് പറയേണ്ടത്?"

പാതിരി അഞ്ജലിബന്ധം ചെയ്ത് ഊർദ്ധ്വഭാഗത്തേക്കു നോക്കിക്കൊണ്ടു പറഞ്ഞു: "ഈശ്വരൻ സർവ്വോൽക്കർഷേണ വർത്തിക്കട്ടെ. ഇതാണ് ശരിയായ മാർഗ്ഗം. ആദിയിൽ തഥ്യജ്ഞാനംകൊണ്ട് മിഥ്യ ഇന്നതെന്നറിഞ്ഞാൽ ചിത്തം സ്ഥിരമായിത്തീരുന്നു. മഹാപ്രഭു എന്നു മാത്രമല്ല ബുദ്ധിമാനും പണ്ഡിതനും ആയ അക്ബർക്ക് അവാസ്തവത്തിൽ നിന്നും വാസ്തവത്തെ തിരിച്ചറിയാൻ ശേഷിയില്ലെന്നുള്ളതു സംഭാവ്യമാണോ?"

അക്ബർ പറഞ്ഞു: "നിങ്ങളുടെ ഈ നല്ല അഭിപ്രായത്തെ ഞാൻ അഭിനന്ദിക്കുന്നു. എന്നാൽ മുൻപിൽ പറഞ്ഞതിന്റെ ശേഷമായി എനിക്കു പറയാനുള്ളതു കേൾക്കുമ്പോൾ എന്നെക്കുറിച്ചുള്ള നിങ്ങളുടെ ഈ നല്ല അഭിപ്രായത്തിനു സ്വല്പം കുറവു വരികയില്ലയോ എന്നു ഞാൻ ശങ്കിക്കുന്നു. എങ്കിലും എനിക്കു അതു പറയാതെ ഇരിക്കാൻപാടില്ല. എന്തെന്നാൽ നിങ്ങളോടുള്ള എന്റെ പ്രവൃത്തി നിർവ്യാജയായിരിക്കണമെന്നാണ് എന്റെ ഇച്ഛ. നിങ്ങളുടെ മതഗ്രന്ഥങ്ങളിൽ പ്രതിപാദിച്ചിട്ടുള്ളതിനെ ഞാൻ ഹൃദയംഗമമായി അഭിനന്ദിക്കുന്നു എന്നു പറഞ്ഞതുകൊണ്ട് ഇപ്പോഴും നടപ്പുള്ളവയായ ഹിന്ദുവേദങ്ങളിലെ ഏതാനും അഭിപ്രായങ്ങളെപ്പോലെ ഇതരമതങ്ങളിലും നന്നായിട്ടുള്ളതിനെ സ്വീകരിക്കുന്നതിനു ഞാൻ സന്നദ്ധനാകാതിരിക്കുന്നതല്ല."

അനിയന്ത്ര്യയായ വ്യാകുലതയോടു കൂടി പാതിരി പറഞ്ഞു: "എന്ത്! ആ പാപികളായ വിഗ്രഹാരാധകന്മാരുടെ വേദമോ?"

അക്ബർ സാവധാനമായി പറഞ്ഞു: "ഹിന്ദുക്കളിൽ ഈ നാമധേയത്തിനു അർഹന്മാരായവർ പലരും ഉണ്ടായിരിക്കാമെന്നു ഞാൻ സമ്മ

തിക്കുന്നു. എന്നാൽ എല്ലാവരും അങ്ങനെ ഉള്ളവരല്ല. എന്താണ് ഫൈസി! ഞാൻ പറഞ്ഞത് ശരിയല്ലയോ?"

ഫൈസി ഉത്തരം പറഞ്ഞു: "എത്രയും ശരിതന്നെ. അത് ശരിയായി അറിയാൻ ചക്രവർത്തിയേക്കാൾ അധിക യോഗ്യതയുള്ളവർ ആരും ഇല്ല. അല്ലയോ യോഗ്യനായ പാതിരി! ഈ സംഗതികളെക്കുറിച്ചു നിങ്ങളുടെ ക്രിസ്തുമതത്തിനു ഒട്ടും താഴെയല്ലാത്ത ഈ മതഗ്രന്ഥങ്ങളിലും അനേക ഭാഗങ്ങൾ ഉണ്ടെന്നുള്ളതിനു അദ്ദേഹവും ഞാനും സാക്ഷീഭവിക്കുന്നു."

അക്വാവീവാ സ്ഥൈര്യത്തോടെ പറഞ്ഞു: "അത് അസംഭാവ്യമാണ്."

ഫൈസി മന്ദഹാസത്തോടു കൂടി ചോദിച്ചു; "എന്തുകൊണ്ടാണ് അസംഭാവ്യം? എല്ലാ മതരീതികളിലും നിങ്ങൾക്കു സമീചീനമായ പരിചയം ഉണ്ടോ?"

പാതിരി പറഞ്ഞു: "അവയെക്കുറിച്ച് അവിടവിടെ കണ്ടിട്ടുള്ള അറിവേ എനിക്കൊള്ളൂ. അതിലും അധികമായ ഒരു ജ്ഞാനത്തെ ഞാൻ ഇച്ഛിക്കുന്നില്ല. അത് എനിക്ക് ആവശ്യകവും അല്ല. അതുകൊണ്ടു എന്തു സാദ്ധ്യമാണ്? തത്ത്വം ഒന്നിലധികം ഉണ്ടാകാവുന്നതാണോ?"

അക്ബർ പറഞ്ഞു: "അതു ശരിതന്നെ, എന്നാൽ ഇതാണ് ചോദ്യം, എന്താണ് തത്ത്വം? അത് എവിടെ ഉപലഭ്യമാണ്? അത് ഒരു മതത്തിൽ മാത്രമേ ഒള്ളോ? അതോ പലതിലും കൂടി കിടക്കുന്നോ? നിങ്ങൾക്കു മാത്രമേ തത്ത്വം അറിയാവൂ എന്നു സഹജമായി നിങ്ങൾ ഉത്തരം പറയും. എന്നാൽ അങ്ങനെ പറയുന്നതിനു എന്താണ് കാരണം? എന്നാണ് ഞാൻ ചോദിക്കുന്നത്."

അക്വാവീവാ ഉത്തരം പറഞ്ഞു: "ദൈവത്തിന്റെ പുത്രനായ യേശുക്രിസ്തു തത്ത്വത്തെ ഞങ്ങൾക്കു ഉപദേശിച്ചിട്ടുണ്ട്."

അക്ബർ ഉത്തരം പറഞ്ഞു: "എന്നു നിങ്ങൾ പറയുന്നു. എന്നാൽ എന്റെ സ്നേഹിതനായ അബ്ദുൾകാദർ മഹമ്മദ് മുഖേന തത്ത്വം അയാൾക്കു പ്രദർശിതമായിട്ടുണ്ടെന്നു പറയുന്നു. നിങ്ങളുടെ ക്രിസ്തു വാസ്തവത്തിൽ ദൈവത്തിന്റെ പുത്രനാണെങ്കിൽ നിങ്ങൾ അതിനെ തെളിയിച്ചാൽ നന്നായിരിക്കും."

ഫൈസി പറഞ്ഞു: "ഈ തത്ത്വം യോഗ്യന്മാരായ ഋഷികളാൽ മാത്രമല്ല ദൈവത്തിന്റെ പല അവതാരങ്ങളാലും അവർക്ക് ഉപദിഷ്ടമായിരിക്കുന്നു എന്നു നമ്മുടെ വൈഷ്ണവന്മാർ പറയുന്നു."

അക്വാവീവാ പറഞ്ഞു: "സത്യമായ ഞങ്ങളുടെ മതത്തിന്റെ പ്രാമാണ്യം *ബൈബിളി*നെ അവലംബിച്ചിരിക്കുന്നു."

അക്ബർ ഉത്തരം പറഞ്ഞു: "അത് പുനശ്ച കാലിഫാസ്, ഉലാമാസ് ഇവരുടെയും ഖുറാനിന്റെയും പ്രാമാണ്യത്തെയും ഫൈസി ഇപ്പോൾ പറഞ്ഞ വൈഷ്ണവമതത്തിന്റെയും ഹിന്ദു പുരാണങ്ങളുടെയും പ്രാമാണ്യത്തെയും അനുകരിക്കുന്നു."

"എന്നാൽ സ്ഥിരമായി നില്ക്കുന്ന മതത്തിനല്ലയോ നിശ്ചയമായി ഗൗരവമുള്ളത്?"

"തുല്യബലമുള്ളവ എല്ലാം ഗൗരവമുള്ളവതന്നെ."

"മഹമ്മദ് മതത്തിനേക്കാൾ ക്രിസ്തുമതം വളരെ പ്രാചീനമാണെന്നുള്ളതിലേക്കു യാതൊരു സംശയവും ഇല്ല."

"ശരി. എന്നാൽ ഇപ്പോൾ നാം പ്രസ്താവിച്ചുകൊണ്ടിരുന്ന മതത്തിനു പ്രമാണഭൂതങ്ങളായ വേദങ്ങളോളം പ്രാചീനമല്ല. ബുദ്ധമതവും ക്രിസ്തുമതത്തേക്കാൾ എത്രയോ പുരാതനമാണ്. അതും മറ്റു മതങ്ങളും നിങ്ങളുടെ മതത്തെപ്പോലെ ദയയെ ഉപദേശിക്കുന്നതിലും ആരാധനകളിലും സാമ്യമുള്ളവയായിരിക്കുന്നതു കൂടാതെ അവരവരുടെ വിശ്വാസാനുസാരേണ അനുഷ്ഠിക്കുന്നതിനു അനുവദിക്കുന്ന വിഷയത്തിൽ നിങ്ങളുടെ മതത്തെ അതിശയിക്കുന്നു."

പുരസ്ഥിതനായ ചക്രവർത്തിയെക്കുറിച്ചു ബഹുമാനം ഉണ്ടായിരുന്നിട്ടും പാതിരി കോപിച്ചു പറഞ്ഞു: "ഇങ്ങനെ ആയാൽ അഭിവൃദ്ധി ഉണ്ടാകാൻ പ്രയാസം."

മന്ദഹാസത്തോടെ അക്ബർ പറഞ്ഞു: "യോഗ്യനായ പാതിരി! അതു ശരിതന്നെ. എന്നാൽ പക്ഷേ, നിങ്ങൾ ഞങ്ങളുടെ വിവിധ മതങ്ങളെ പഠിക്കയും ഈ ദേശത്തിലെ മതത്തെ ഗ്രഹിക്കുന്നതിനു ഞങ്ങൾ ശ്രമിക്കുന്നതു പോലെ തന്നെ ശ്രമിക്കയും ചെയ്താൽ എല്ലാം നന്നായിരിക്കും. അപ്പോൾ ഭിന്നമതങ്ങളുടെ താരതമ്യവിവേചനം ചെയ്യുന്നതിനും അവയ്ക്കു പരസ്പരം ഉള്ള ഗുണത്തെ തീർച്ചപ്പെടുത്തുന്നതിനും നമുക്കു കഴിയുന്നതായിരിക്കും."

പാതിരി ഉത്തരം പറഞ്ഞു: "ആ ഉദ്ദേശ്യത്തോടു കൂടിയല്ല ഞാൻ ഇവിടെ വന്നത്. തത്ത്വോപദേശം ചെയ്ത് ആത്മാക്കളെ നാശത്തിൽ നിന്നും മോചിപ്പിക്കുന്നതിനാണ് ഞാൻ പ്രേഷിതനായിരിക്കുന്നത്."

സ്വാഭാവികമായ ശാന്തസ്വരത്തിൽ അക്ബർ പറഞ്ഞു: "അതിൽ നിങ്ങൾക്കു ഞാൻ സർവ്വഥാ ജയത്തെ ആശംസിക്കുന്നു. എന്നാൽ മറ്റുള്ളവർ എന്താണ് തത്ത്വമെന്നു വിചാരിക്കുന്നു എന്നുള്ളതിനെ അറിയാൻ ശ്രമിക്കാതെ നിങ്ങൾ തത്ത്വമെന്നു വിശ്വസിക്കുന്നതിനെ മറ്റുള്ളവരും സ്വീകരിക്കണമെന്ന് നിർബ്ബന്ധിക്ക മാത്രം ചെയ്കയാണെങ്കിൽ നിങ്ങളുടെ ശ്രമത്തിനു അധികമായ സാഫല്യം ഉണ്ടാകുമോ എന്നു ഞാൻ സംശയിക്കുന്നു."

തനിക്കു നേരിടുന്ന പ്രതിബന്ധങ്ങളെക്കുറിച്ചു വ്യാകുലീഭവിക്കാതെ പാതിരി പറഞ്ഞു: "നാസ്തികന്മാരുടെയോ വിഗ്രഹാരാധകന്മാരുടെയോ കഠിന നിഷ്ഠയോടു കൂടിയ ഹൃദയങ്ങൾക്കു സൗമ്യത ഉണ്ടാക്കാൻ തക്ക വിധം ഞങ്ങളുടെ മതത്തിനു മാത്രമുള്ള അനിയന്ത്രണീയയായ ബോധനശക്തിയിൽ എനിക്കു വിശ്വാസം ഉണ്ട്."

"നിങ്ങളുടെ മത സിദ്ധാന്തങ്ങളെ ഉപദേശിക്കുന്നതുകൊണ്ട് എന്നല്ലേ നിങ്ങൾ പറയുന്നതിന്റെ അർത്ഥം?"

"അങ്ങനെ തന്നെ."

"കൊള്ളാം, എന്നാൽ നാം പറഞ്ഞ് ഇതരമതങ്ങളുടെ സിദ്ധാന്തങ്ങ

ളിൽ നിന്നും നിങ്ങളുടെ ഉപദേശങ്ങൾക്കു എത്രമാത്രം ഭേദമുണ്ടെങ്കിലും നിങ്ങൾക്കു അതിലുള്ള അവിതർക്കിതമായ വിശ്വാസത്തിൽ ഭാഗിയായി തീരുന്നതിനു എനിക്കു മനസ്സില്ല. എനിക്ക് എല്ലാത്തിനേയുംകുറിച്ചു ബഹുമാനം ഉണ്ട്. മറ്റുള്ള മതങ്ങൾ നിങ്ങളുടെ മതത്തോടു യോജിക്കുന്ന അംശങ്ങളിൽ വിവാദത്തിനു അവകാശം ഇല്ലല്ലോ. അതിനാൽ മതഭേദം ചെയ്യുന്നതിനുള്ള നിങ്ങളുടെ ശ്രമം അനാവശ്യകമാണ്. പ്രിയനായ ഫൈസി! നിങ്ങൾ എന്താണ് വിചാരിക്കുന്നത്? അങ്ങനെ തന്നെ അല്ലയോ? നിങ്ങൾ ശാന്തമായി ആലോചിച്ചു തീർച്ചപറയുന്ന ആളാണ്. എന്നെയോ നമ്മുടെ യോഗ്യനായ ഈ അക്വാവീവാവിനേയോ പോലെ മനകല്പനയെ മാത്രം വിശ്വസിക്കുന്ന ആളല്ല. അതുകൊണ്ടു നിങ്ങളുടെ അഭിപ്രായം വളരെ ഗൗരവമുള്ളതാണ്."

അക്വാവീവാ ഇതിനു സമ്മതിച്ചോ എന്നുള്ളതു വളരെ സംശയമാണ്. ഏതായാലും ഫൈസി പറയുന്നതിനെ കേൾക്കുന്നതല്ലെന്നു അയാൾക്കു പറയാൻ പാടില്ലായിരുന്നു. ഫൈസി ഇപ്രകാരം പറയാൻ ആരംഭിച്ചു.

"സ്വാമിൻ! തിരുമനസ്സുകൊണ്ടു കല്പിച്ചതിനെ സ്ഥിരീകരിക്കുന്നതിനു എന്റെ അഭിപ്രായം ആവശ്യകമാണെന്നു ഞാൻ വിചാരിക്കുന്നില്ല. ഞാൻ ഇനി പറയാൻ പോകുന്ന വാക്കുകളാൽ പാതിരിയുടെ പ്രിയതമങ്ങളായ മനോരാജ്യങ്ങൾ ഒക്കെയും നഷ്ടങ്ങളായേക്കാമെങ്കിലും എനിക്കു ഇതു പറയാതെ ഇരിക്കാൻ പാടില്ല. അങ്ങുമിങ്ങും ഒരുത്തനു മതഭേദം വരുത്തുന്നതിനു ഇയാൾ ശക്തനാകാമെങ്കിലും മഹമ്മദന്മാരുടെ ഇടയിലാകട്ടേ ഇയാൾ വിഗ്രഹാരാധകന്മാർ എന്നു പറയുന്നവരുടെ ഇടയിലാകട്ടേ ഇയാളുടെ ഉപദേശം ഒരിക്കലും രൂഢമൂലമാകുന്നതല്ല. ഈശ്വരനിൽ ത്രിത്വം ഉണ്ടെന്നും മറ്റും ഇയാൾ ഉപദേശിക്കുന്നത് അദ്വൈതസിദ്ധാന്തവാദികൾ ഒരിക്കലും വിശ്വസിക്കയില്ല. ഈശ്വരനെ അനേകമൂർത്തികളായി ഉപാസിക്കുന്ന ചിലർക്കു ഇയാളുടെ സിദ്ധാന്തം സ്വീകാര്യമായി വരാം; എന്നാൽ അവർക്കും സ്വീകാര്യങ്ങളല്ലാത്ത മറ്റു ഭാഗങ്ങൾ ഇയാളുടെ ഉപദേശത്തിൽ ഉണ്ട്. എങ്ങനെ എന്നാൽ, ഈശ്വരൻ മനുഷ്യനെ അധഃപതനത്തിനായി സൃഷ്ടിച്ചു എന്നും പിന്നീടു മനുഷ്യനെ രക്ഷിക്കാനായി ആത്മാവിനെ തന്നെയോ പുത്രനെയോ ബലിയായി കല്പിച്ചു എന്നും ഉള്ളതിനെയോ മനുഷ്യനു അധഃപതനം ഉണ്ടാകും എന്നുള്ളത് അറിയാതെ ഈശ്വരൻ മനുഷ്യനെ സൃഷ്ടിച്ചു എന്നും ഒരു അസാധാരണമായ മോക്ഷപ്രദാനമാർഗ്ഗം കൊണ്ടു മാത്രമേ ഈശ്വരന്റെ നീതിയും കരുണയും യോജിപ്പിക്കപ്പെടാൻ പാടൊള്ളൂ എന്നും ഉള്ളതിനെയോ സംഭാവ്യമായി അവർ ഒരിക്കലും സമ്മതിക്കയില്ല. അവർ ഈ വക ഉപദേശങ്ങളെ തീരെ നിരർത്ഥകങ്ങളായി വിചാരിക്കയും ഇവയ്ക്കുവേണ്ടി പരമ്പരാപ്രാപ്തമായും ലഘുതരമായും ന്യായതരമായും ഉള്ള മതത്തെ ഉപേക്ഷിക്കുന്നതിനു അനിച്ഛുക്കളായിരിക്കയും ചെയ്യും. നേരെ മറിച്ച് പാപശാന്തിയേയും സദാചാരത്തേയും ഭൂതദയയേയും സ്വാർത്ഥപരിത്യാഗ

ത്തേയും മറ്റും കുറിച്ചുള്ള ശ്ലാഘ്യങ്ങളായ ക്രിസ്തു മതതത്ത്വങ്ങളെ മാത്രം ഇയാൾ ഉപദേശിക്കയാണെങ്കിൽ അവയൊന്നും ഇവിടെ നൂതനങ്ങളല്ല. അതിനാൽ ഇയാളുടെ ഉപദേശം കേവലം പുനരുക്തിയായിരിക്കയേ ഒള്ളൂ."

അക്വാവീവാ പറഞ്ഞു: "അവസാനമില്ലാത്ത നരകശിക്ഷയിൽ നിന്നും ആത്മാക്കളെ രക്ഷിക്കുന്നതിനു കഴിയുന്നതായി ഞങ്ങൾ വിശ്വസിക്കുന്ന ആ ഒരു തത്ത്വത്തെ പ്രഖ്യാപനം ചെയ്യുന്നതു ഞങ്ങളുടെ ധർമ്മമാണ്. അതിനായി ക്രിസ്തുവിന്റെ കുരിശിനെ എടുത്തുകൊണ്ട് ഇവിടെ എന്നല്ല, എല്ലാദിക്കിലും പോയി അധിക്ഷേപത്തെ സഹിക്കുന്നതിനും അദ്ദേഹവും അതിൽ പിന്നീട് അനേകപുണ്യ ജനങ്ങളും അനുഭവിച്ചതുപോലെ സ്വമതാർത്ഥം മരിക്കുന്നതിനു കൂടിയും ഞങ്ങൾ സന്നദ്ധന്മാരാണ്."

ക്രുദ്ധനായ ആ മതഭ്രാന്തന്റെ ഹസ്തത്തെ ഗ്രഹിച്ചുകൊണ്ട് അക്ബർ പറഞ്ഞു: "ഹിന്ദുസ്ഥാനത്തെ ഞാൻ ഭരിക്കുന്നേടത്തോളം കാലം നിങ്ങൾക്കു യാതൊരു ശങ്കയും വേണ്ട. എനിക്കു അധീനമായി യാതൊരു ദേശത്തിലും നിങ്ങൾ അധിക്ഷേപിക്കപ്പെടുന്നുണ്ടെന്നു ഞാൻ വിചാരിക്കുന്നില്ല. നേരേമറിച്ചു നിങ്ങൾക്കു ചെയ്യപ്പെടുന്ന ബഹുമാനം അനേകം ആളുകൾക്കു അസൂയാജനകമായിട്ടാണ് തീർന്നിരിക്കുന്നത്. നിങ്ങളുടെ മതത്തെ ഏതുകാലത്തും ഏതു ദിക്കിലും പ്രഖ്യാപനം ചെയ്യുന്നതിൽ നിങ്ങൾക്കു പൂർണ്ണസ്വാതന്ത്ര്യം ഉണ്ട്. എന്നാൽ നിങ്ങളുടെ മതത്തിനു ഈ ദേശത്തിൽ പ്രചാരം ഉണ്ടാകാൻ യോഗമുണ്ടോ എന്നുള്ളതിനെക്കുറിച്ചു മാത്രമാണ് ഞങ്ങൾ പറഞ്ഞത്. അതു ഫൈസി പറഞ്ഞതുപോലെ എത്രയും സന്ദിഗ്ദ്ധം തന്നെ ആണെന്നു ഞാനും സമ്മതിക്കുന്നു."

അക്വാവീവാ പിന്നെയും പറഞ്ഞു: "എങ്കിലും മറ്റുള്ളവർക്കു ദൃഷ്ടാന്തമായി തിരുമനസ്സുകൊണ്ട് അതിൽ പ്രവർത്തിക്കുന്നതായിരുന്നാലോ?"

അക്ബർ പറഞ്ഞു: "അത് എനിക്കു ബോധപ്പെട്ടതിന്റെ ശേഷമല്ലേ, വേണ്ടത്, അതോ എന്റെ മനസ്സിനു ബോധിക്കാത്തതിനെ വാങ്മാത്രം കൊണ്ടു സമ്മതിക്കണം എന്നോ നിങ്ങൾ ഇച്ഛിക്കുന്നത്?"

മറ്റേ ആൾ ഉത്തരം പറഞ്ഞു: "അതേ, അങ്ങനെ തന്നെ. എന്റെ ഈ ഇച്ഛ ഉച്ഛ്രംഖലയായും അനുപപന്നയായും തോന്നപ്പെടുമായിരിക്കും. എന്നാൽ തിരുമനസ്സുകൊണ്ട് അതിനെ അനുസരിച്ചു നടക്കണമെന്ന് എനിക്കു നിർബ്ബന്ധിക്കാൻ പാടില്ലല്ലോ. എന്റെ ആഗ്രഹം മറിച്ചായിരുന്നു. ഞങ്ങളുടെ പരിശുദ്ധമായ വേദഗ്രന്ഥത്തെ വായിക്കുന്നതുകൊണ്ടു ബുദ്ധിമാനായ ഹിന്ദുസ്ഥാനചക്രവർത്തിയുടെ ശ്രേഷ്ഠമായ ആത്മാവ്, തന്നേയും അന്യന്മാരേയും ശാശ്വതമായ നാശത്തിൽനിന്നു ഉദ്ധാരണം ചെയ്യാൻ കഴിയുന്നതായ ഒരു പരമാർത്ഥവിശ്വാസത്തിൽ നിഷ്ഠയുള്ളതായി തീരുമെന്നും ഞാൻ പൂർണ്ണമായി വിശ്വസിച്ചിരുന്നു. എന്നാൽ ഇപ്പോൾ എന്റെ മനോരഥം വിഫലപ്രായമാണെന്നു എനിക്ക് അറിയാൻ

ഇടയായി. അതിനാൽ ഞാൻ അധികമായി വല്ലതും പറഞ്ഞു പോയിട്ടുണ്ടെങ്കിൽ അതു ക്ഷന്തവ്യമല്ലയോ?"

അക്ബർ പറഞ്ഞു: "എന്റെ മാന്യസുഹൃത്തേ! ഇതിൽ ക്ഷമാപണത്തിനുള്ള ആവശ്യകത ഒന്നും ഇല്ല. നിങ്ങളുടെ വിചാരങ്ങളെ എനിക്കു നല്ലവണ്ണം അറിയാം. എന്നാൽ നിങ്ങൾ പറയുന്നതിനെ ഒന്നും കേൾക്കില്ലെന്നു ഞാൻ ഒരിക്കലും പറഞ്ഞില്ല. നേരെ മറിച്ചു നിങ്ങൾക്കു കഴിയുമെങ്കിൽ എന്നെ പറഞ്ഞു ബോധപ്പെടുത്തുന്നതിനുള്ള അവസരത്തെ സന്തോഷത്തോടെ ഞാൻ തരാം. തല്ക്കാലത്തേക്കു നമ്മുടെ സംഭാഷണം ഇവിടെ നിറുത്തേണ്ടിയിരിക്കുന്നു. എന്നാൽ ഇന്നത്തെ സായാഹ്നം ആഗാമികളായ ഇതുപോലെ ഉള്ളവയുടെ അഗ്രഗാമിയായിരിക്കട്ടെ. ഈ തവണ നാം പല വിഷയങ്ങളേയും കുറിച്ചു സംസാരിച്ചിരിക്കുന്നു. നമ്മുടെ ഇനിയത്തെ സമാഗമത്തിൽ ഒരു വിഷയത്തെക്കുറിച്ചു മാത്രം നമുക്കു സംസാരിക്കാം. അപ്പോൾ നിങ്ങളുടെ ജ്ഞാനത്താലും വാക് സാമർത്ഥ്യത്താലും എന്റെ ബുദ്ധി ഏതുവഴിക്കു നയിക്കപ്പെടാം എന്നും ആർ അറിയുന്നു."

ചക്രവർത്തിയുടെ വാക്കുകളിൽ വിപരീതാർത്ഥം ഉണ്ടായിരുന്നെങ്കിൽ അദ്ദേഹത്തിന്റെ സ്വരത്തിലും ഭാവത്തിലും അത് ഒട്ടും സ്ഫുരിച്ചില്ല. ആ സമാഗമം അവസാനിച്ചു എന്നു മാത്രമേ ആ പാതിരി ധരിച്ചൊള്ളൂ. തന്റെ വാക്കുകളെ കേൾക്കുന്നതിൽ ചക്രവർത്തി തനിക്കു ചെയ്ത ബഹുമാനത്തിനു അദ്ദേഹത്തിനെ സവിനയം വന്ദിച്ചുംകൊണ്ടും അയാൾ യാത്രപറഞ്ഞു പിരിഞ്ഞു.

അവർ തനിച്ചായപ്പൾ അക്ബർ ഫൈസിയോടു പറഞ്ഞു: "അബ്ദുൾകാദറും അക്വാവീവാവും പറയുന്നതെല്ലാം ഏകരീത്യാ തന്നെ. അവർ എപ്പോഴും പ്രാമാണ്യത്തേയും വിശ്വാസത്തേയും ദൈവബോധനത്തേയും കുറിച്ചല്ലാതെ ജ്ഞാനത്തിലും അനുഭവത്തിലും പ്രതിഷ്ഠിതങ്ങളായി ഊഹാപോഹക്ഷമകളായ യുക്തികളെക്കുറിച്ച് ഒരു വാക്കു പോലും പറയാറില്ല. എങ്കിലും ഞാൻ ഈ മതഭ്രാന്തന്മാരോട് എപ്പോഴും സന്തോഷപൂർവ്വം സംസാരിക്കുന്നു. മനുഷ്യനെ അപരിമേയനായ ഈശ്വരനോടു സംബന്ധിപ്പിച്ച് അനേകമതങ്ങൾ ഉള്ളവയെ പുസ്തകങ്ങളിൽനിന്നു നമുക്കു പഠിക്കാൻ കഴിയും. എന്നാൽ അവയെ പ്രഖ്യാപനം ചെയ്യുന്നവരുടെ സാക്ഷാൽ വാക്കുകളിൽനിന്നു നമുക്ക് അതിലും അധികം ഗ്രഹിക്കാം."

ഫൈസി ഉത്തരം പറഞ്ഞു: "അത് അങ്ങനെ തന്നെ. എന്നാൽ അനുഭവത്തേയും യുക്തിയേയും അനുസരിച്ചുള്ള അറിവുകൊണ്ടു തൃപ്തന്മാരാകാതെ മനഃകല്പനകൊണ്ടു മനുഷ്യജീവിതത്തിന്റെ രഹസ്യത്തെ വിശദീകരിക്കാൻ ശ്രമിക്കുന്നവർ പ്രാമാണ്യത്തേയും ദൈവ ബോധനത്തേയും അനവരതം ആശ്രയിക്കുന്നത് സ്വാഭാവികവും അപരിഹാര്യവും അല്ലയോ? അവരുടെ സിദ്ധാന്തങ്ങൾ യുക്തിഹീനങ്ങളോ നിരർത്ഥകങ്ങളോ ആണെന്നു അവർക്കു കാണിച്ചുകൊടുത്താൽ പിന്നെ പൂർവ്വക

ന്മാരിൽനിന്നും പരമ്പരയാലബ്ധമായ ദൈവബോധനത്തിന്റെ പ്രാമാണ്യത്തെ ശരണീകരിക്ക അല്ലാതെ അവർക്കു മറ്റെന്താണ് ഗതിയുള്ളത്? എന്നാൽ വിപക്ഷവാദം അവരെ തങ്ങളുടെ സിദ്ധാന്തങ്ങളെക്കുറിച്ചു ഗുണദോഷ വിവേചനം ചെയ്യുന്നതിനു പ്രേരിപ്പിക്കാത്തത് ആശ്ചര്യംതന്നെ. അവർ അങ്ങനെ ചെയ്യുന്നതായാൽ സ്വസിദ്ധാന്തങ്ങളുടെ നിരർത്ഥകത അവർക്ക് എളുപ്പം ബോധപ്പെടുമായിരുന്നു. അവരുടെ പ്രാസാദത്തിന്റെ ശൃംഗങ്ങൾ അഭ്രംകഷങ്ങളായി ഉയർന്നു കാണപ്പെടുന്നു; എന്നാൽ സൂക്ഷ്മമായി പരീക്ഷിച്ചാൽ അതിന്റെ അടിസ്ഥാനങ്ങൾ കല്പനാമയികളായ ചപല വാലൂകകളിലാണ് സ്ഥാപിതങ്ങളായിരിക്കുന്നത് എന്നു പ്രത്യക്ഷമാകും."

ഫൈസി പറഞ്ഞു നിറുത്തിയതിന്റെ ശേഷം അക്ബർ സ്വല്പനേരം മൗനത്തെ അവലംബിച്ചിട്ടു പുനശ്ച സംഭാഷണത്തെ ആരംഭിച്ച് ഇപ്രകാരം പറഞ്ഞു: "ഫൈസി! നിങ്ങൾ പറഞ്ഞതു ശരിയാണ്. എങ്കിലും നിങ്ങൾ ആക്ഷേപിക്കുന്ന ജനങ്ങളിൽ എനിക്കു ഒരു അനുകമ്പയുണ്ട്. നാം അത്യുൽക്കണ്ഠിതമായ മനസ്സോടു കൂടി ആലോചിക്കുന്ന ചില സമയത്ത് തത്ത്വത്തെ ഗ്രഹിക്കാൻ നമുക്കു കഴിഞ്ഞു എന്നുവരാം. പിന്നീട് അതു യുക്തിക്കും ജ്ഞാനത്തിനും അനുസരിച്ചതാണെന്നും നമുക്ക് അറിയാം. എന്നാൽ ഈ സംഗതിയെക്കുറിച്ച് ഇപ്പോൾ അധികം പ്രസംഗിക്കേണ്ട. എനിക്കു വേറെ കാര്യങ്ങളെ ആലോചിക്കാനുണ്ട്. ഇപ്പോൾ അബുൾഫസൽ വരും. അയാൾക്കു ചില ഗൗരവമുള്ള സംഗതികളെ എന്നോടു പറയാനുണ്ട്."

അനന്തരം ഒരു സായാഹ്നത്തിൽ ആഗ്രയിൽ മറ്റൊരു സമാഗമം ഉണ്ടായി. അതിനു ഇപ്പോൾ വിവരിച്ചുകൊണ്ടിരുന്നതുമായി യാതൊരു സാമ്യവും ഇല്ലായിരുന്നു. എന്നാൽ ഇതുപോലെതന്നെ അതിലും അയോഗ്യന്മാരായ ആരും സന്നിഹിതന്മാരായിരുന്നില്ല.

സിദ്ധൻ പ്രഥമം റസിയായുമായി കണ്ടതിന്റെ ശേഷം അവളുടെ ഗൃഹത്തിലേക്കു അയാൾക്കു വഴികാണിച്ചുകൊടുത്ത ആ ചേടിയെ പലപ്പോഴും അന്വേഷിച്ചു. ഒടുക്കം അയാൾ രാജകീയോദ്യാനങ്ങൾക്കു സമീപത്തിൽ വച്ച് അവളെ കാണുകയും പുനശ്ച അവളുടെ സ്വാമിനിയെ ദർശിക്കുന്നതിനു അവൾ അയാളെ ക്ഷണിക്കയും ആ ക്ഷണനത്തെ അയാൾ ത്വരയോടു കൂടി അംഗീകരിക്കയും ചെയ്തു. അതിൽ പിന്നെ അയാൾ കൂടെക്കൂടെ റസിയായെ ചെന്നുകണ്ടുകൊണ്ടിരുന്നു. ഒടുക്കം റസിയായെ കാണാത്ത ദിവസം സിദ്ധനു ശൂന്യമായി തോന്നിത്തുടങ്ങി. സിദ്ധൻ അബുൾഫസലിന്റെയും അതിൽ പിന്നീടു ചക്രവർത്തിയുടെയും പ്രീതിക്കു വിഷയീഭവിച്ചതിലും തന്നെ ഒരു വിശ്വസ്ത മിത്രമായി ഗണിക്കയും സ്വഗൃഹത്തിൽ തന്റെ ഇച്ഛപോലെ സഞ്ചരിക്കുന്നതിനു അനുവദിക്കയും ചെയ്ത ഫൈസിയുടെ സംഭാഷണത്തിലും പാർവിസിന്റെയും അയാളുടെ ഉത്സാഹപ്രിയന്മാരായ വയസ്യന്മാരുടെയും സഹവാസത്താൽ തനിക്കു ലഭിച്ച വിനോദങ്ങളിലും എത്ര തന്നെ സന്തോഷിച്ചിരുന്നാലും

ആഗ്രായിൽ രമണീയമായും ആനന്ദകരമായും ഉണ്ടായിരുന്നതെല്ലാം റസിയായുമായുള്ള സന്ദർശനത്തോടു ഉപമിക്കപ്പെടുമ്പോൾ അയാൾക്കു നിസ്സാരമായി തോന്നി. ഇരാവതിയുടെ രൂപം അയാളുടെ മനസ്സിൽനിന്നും ക്രമേണ പിൻവാങ്ങിത്തുടങ്ങിയതും റസിയായെക്കുറിച്ചുള്ള പ്രതിപത്തി അയാൾക്കു വേഗത്തിൽ വർദ്ധിച്ചതും ആശ്ചര്യമല്ല. റസിയായും ഈ യുവാവായ പ്രഭുവിന്റെ അനിഗൂഹിതമായ ആദരത്തിനു വശംവദയാകാതിരുന്നില്ല. അവളെ ഒരുപ്രിയമിത്രമായി സ്നേഹിക്കുന്നതിനു പകരം അവളെക്കുറിച്ചുള്ള വിചാരങ്ങളിൽ സിദ്ധനു തൽക്ഷണം വരെ താൻ അറിയാതിരുന്ന ഒരു ആസക്തി വിശേഷം ജനിച്ചു എന്നുള്ളതു ആദ്യമായി അയാൾക്കു മനസ്സിലായപ്പോൾ അയാളുടെ മനസ്സിൽ ഒരു ഭയം ഉണ്ടായി. എന്നാൽ അതുക്രമേണ ശാന്തമായി. അനന്തരം അവളെ തന്റെ പ്രിയതമ എന്നു വിളിക്കയും അവൾ തന്നെക്കുറിച്ചും അനുരാഗിണിയാണെന്നു അറികയും ചെയ്യുന്നതിനുള്ള ആഗ്രഹം ഒന്നു മാത്രമേ അയാളുടെ മനസ്സിൽ ബലവത്തായി ഉണ്ടായിരുന്നൊള്ളൂ.

ഒരു സായാഹ്നത്തിൽ സിദ്ധൻ തന്റെ ഹൃദയമോഹിനിയായ റസിയായുടെ ഗൃഹത്തിൽ അവളോടു കൂടി നൂതനഫലങ്ങളും സുവർണ്ണചഷകങ്ങളിൽ സംഭ്രതമായ മധുവും വച്ചിരുന്ന ഒര താഴ്ന്നമേശയുടെ പിൻപിലായി മഞ്ചത്തിൽ ഉപവേശിക്കയായിരുന്നു. പ്രേമത്തോടും അനിവർണ്ണനീയായ ഒരു ഉൽക്കണ്ഠയോടും കൂടി അയാളെ സൂക്ഷിച്ചു നോക്കുകയും പിന്നീട് ദീർഘങ്ങളായും അരാളങ്ങളായും മസൃണങ്ങളായും ഉള്ള പക്ഷ്മാക്കളുടെ ഛായയിൽ ലീനങ്ങളായിരിക്കയും ചെയ്ത നീലോല്പലനിഭങ്ങളായ അവളുടെ നേത്രങ്ങളിൽ പ്രകാശിച്ച രാമണീയകം അയാളുടെ ഹൃദയത്തെ അധികമായി വ്യാമോഹിപ്പിച്ചു. സുരഭികളായ പുഷ്പങ്ങളുടെ സുഗന്ധത്തോടു കൂടി മന്ദമാരുതം പ്രസരിക്കയും ചന്ദ്രിക സുപ്രസന്നയായി പ്രകാശിക്കയും ചെയ്തു.

അവരുടെ വിനോദത്തോടുകൂടിയ സരസസല്ലാപത്തെ മുടക്കീട്ടു ഝടിതി സ്വീകൃതമായ ഗൗരവത്തോടു കൂടി റസിയാ പറഞ്ഞു: "സിദ്ധാ! എന്റെ എഴുത്തിനെ ഭദ്രമായി കാശ്മീരത്ത് എത്തിക്കുന്ന കാര്യത്തിൽ എനിക്കു നിങ്ങൾ ഒരിക്കൽ ഒരു വലിയ ഉപകാരം ചെയ്തു. ഇപ്പോൾ രണ്ടാമതും ഒന്നു ഞാൻ അപേക്ഷിക്കട്ടയോ? അതു നിങ്ങളെ കുറേക്കൂടെ സംബന്ധിക്കുന്നതാണെന്നു ഞാൻ മുൻപിൽ കൂട്ടി പറഞ്ഞുകൊള്ളുന്നു."

നിർവിശങ്കം സിദ്ധൻ ഉത്തരം പറഞ്ഞു: "ആജ്ഞാപിക്കണം. ഞാൻ ചെയ്യാൻ സന്നദ്ധനായിരിക്കുന്നു. നിങ്ങൾ എന്ത് ആഗ്രഹിക്കുന്നോ അതിനെ സാധിക്കുന്നതിനു ഞാൻ സർവ്വഥാ ശ്രമിക്കും എന്നുള്ളതിനെക്കുറിച്ചു സംശയിക്കേണ്ട."

റസിയാ സലീലമായി തർജ്ജനിയെ ഉന്നമിപ്പിച്ചുംകൊണ്ടും പറഞ്ഞു: "സ്നേഹിതാ! ആലോചിച്ചു പറയണം. ഞാൻ ആവശ്യപ്പെടുന്നത് എന്തെന്നറിയുന്നതിനു മുൻപിൽ നിങ്ങൾ പ്രതിജ്ഞ ചെയ്യുന്നു. അതു നിങ്ങളുടെ പ്രഭുത്വവും രാജസ്ഥാനത്തിൽ നിങ്ങൾക്കുള്ള പ്രാബ

ല്യവും നിമിത്തം എന്നെപ്പോലെ ഉള്ള ഒരു സാധുസ്ത്രീയുടെ ആഗ്രഹത്തെ നിങ്ങൾക്കു നിസ്സാരമായി വിചാരിക്കാൻ കഴികയും എന്റെ ചാപല്യങ്ങളിൽ ഒന്നിനെ ഏതുപ്രകാരത്തിൽ സാധിക്കാം എന്നുള്ള ഭാഗം മാത്രമേ ചിന്തിക്കേണ്ടതായി ഒള്ളൂ എന്നു നിങ്ങൾ വിചാരിക്കയും ചെയ്യുന്നതുകൊണ്ടാണ്. എന്നാൽ ഇതിൽ നിങ്ങൾ ഭ്രമിച്ചുപോയിരിക്കാം."

അവിമർശമായി സിദ്ധൻ ഉത്തരം പറഞ്ഞു: "അങ്ങനെ യാതൊരു വിചാരവും എന്റെ മനസ്സിൽ കടന്നില്ലെന്നു ഞാൻ സത്യം ചെയ്യുന്നു. എന്നാൽ ഇപ്പോൾ നിങ്ങളുടെ അപേക്ഷ എന്താണെന്നു പറക തന്നെ. നിങ്ങളുടെ ആജ്ഞയെ ആചരിക്കാൻ ഞാൻ സന്നദ്ധനായിരിക്കുന്നു."

കുറേക്കൂടി സിദ്ധനോടടുത്തിരുന്നു റസിയാ പറഞ്ഞു: "കൊള്ളാം. എന്റെ അപേക്ഷ എന്നെക്കാളും അധികം നിങ്ങളെ ആണ് സംബന്ധിക്കുന്നത്. ഞാൻ ഇങ്ങനെ ഏകാന്തത്തിൽ വസിക്കുന്നതുകൊണ്ട് ആഗ്രയിലെ രാജമന്ദിരങ്ങളിലും ചക്രവർത്തിയുടെ ആലോചനസഭയിലും നടക്കുന്നതൊന്നും അറിയുന്നില്ലായിരിക്കാം എന്നാണ് നിങ്ങൾ വിചാരിക്കുന്നത്. എന്നാൽ വലിയ സ്ഥിതിയിലുള്ള ആളുകളുടെ യാദൃച്ഛിക സംഗമം കൊണ്ടു നിങ്ങളെ തന്നെ സംബന്ധിക്കുന്ന കാര്യങ്ങളേയും നിങ്ങളുടെ രാജ്യവാസികളായ ജനങ്ങൾ അറിയേണ്ടുന്ന സംഗതികളേയും കുറിച്ചു നിങ്ങൾ അറിയുന്നതിലും അധികം എനിക്ക് അറിയുന്നതിന് അവസരം ഉണ്ടാകുന്നു."

സിദ്ധൻ പറഞ്ഞു: "നിങ്ങൾ എന്തിനെക്കുറിച്ചാണ് പറയുന്നത് എന്നു ഞാൻ അറിയുന്നു എന്നാണ് എന്റെ വിശ്വാസം. കാശ്മീരത്തിന്റെ സ്വാതന്ത്ര്യത്തെ നശിപ്പിക്കുന്നതിനായി പ്രവർത്തിക്കപ്പെടാവുന്നവയും അവിടെ ഉള്ള പക്ഷപ്രതിപക്ഷക്കാർക്കു ഫലിച്ചേക്കാമെന്ന് ഊഹമുള്ളവയും ആയ മാർഗ്ഗങ്ങളെക്കുറിച്ചല്ലയോ നിങ്ങൾ പറയുന്നത്?"

റസിയാ ഉത്തരം പറഞ്ഞു: "നിങ്ങൾ വിചാരിച്ചതു ശരിതന്നെ എന്നാൽ ഇതു നിങ്ങൾ അറിഞ്ഞിട്ടില്ലെന്നു തോന്നുന്നു: ഈ മാർഗ്ഗങ്ങൾ ഫലോന്മുഖങ്ങളായി കഴിഞ്ഞിരിക്കുന്നു. ചക്രവർത്തിയുടെ സേന കാശ്മീരത്തെ ആക്രമിക്കുന്നതിനു സന്നദ്ധയായിരിക്കുന്നു. നിങ്ങളുടെ രാജ്യത്തിനും ജനങ്ങൾക്കും പ്രതികൂലമായി പ്രവർത്തിക്കുന്നതിനു നിങ്ങൾ തന്നെ ആണ് നിയമിക്കപ്പെടുന്നത്. എന്തെന്നാൽ നിങ്ങൾ അക്ബറുടെ ആജ്ഞകളെ നിർവിശങ്കമായി അനുസരിക്കുന്ന പക്ഷം വിശ്വസ്തരായ രജ്പുത്തുകളുടെ ഇടയിൽ നിങ്ങൾക്കുള്ള പ്രാബല്യവും നിങ്ങളുടെ വിശ്രുതമായ നാമധേയവും വളരെ പ്രയോജനമുള്ളതായിരിക്കും."

സിദ്ധൻ തന്റെ അന്തരംഗങ്ങളിൽ ഉണ്ടായ അസ്വാസ്ഥ്യത്തെ മറയ്ക്കുന്നതിനു ശ്രമിച്ചും കൊണ്ടു പറഞ്ഞു: "പ്രിയയായ റസിയായേ! ഇത് ഇങ്ങനെ ആയിരുന്നാലും നിങ്ങൾക്കെന്താണ്? ഇതിനെക്കുറിച്ച് എന്നോടു പറയാൻ നിങ്ങളെ പ്രേരിപ്പിക്കുന്നത് എന്തോന്നാണ്?"

"എനിക്കു സ്വയമായുള്ളതും സ്നേഹിതനായ നിങ്ങളെക്കുറിച്ചുള്ളതും ആയ താല്പര്യംതന്നെ. ഇവിടെ ചില ഉപദ്രവങ്ങൾക്കു പാത്രീഭ

വിച്ച എന്റെ ഒരു മിത്രത്തെക്കുറിച്ചു ഞാൻ പറഞ്ഞിട്ടുള്ളതു നിങ്ങൾക്ക് ഓർമ്മയുണ്ടായിരിക്കുമല്ലോ. എന്നാൽ ഇപ്പോൾ ഞാൻ പരമാർത്ഥം പറയാം. അന്നു നിങ്ങളെ ഞാൻ വഞ്ചിച്ചു. അത് ഒരു മിത്രമല്ല. ഞാൻ തന്നെ ആണ്. എന്റെ പിതാവിന്റെ ക്രൂരമായ നിയോഗത്താൽ എന്നാൽ പരിണീതനും പ്രകൃതിയുടെ നിഷ്ഠുരത നിമിത്തം എന്നാൽ ജുഗുപ്സി തനും ആയ ഭർത്താവ് അചിരേണ പ്രത്യാഗമിക്കും. അയാളെ ഉപേക്ഷിച്ചു പലായനം ചെയ്ത് സ്വതന്ത്രയായി ഉപദ്രവം കൂടാതെ ഇരുന്ന് എനിക്കു പ്രിയനായ ഒരാളെ എന്നെങ്കിലും സ്വീകരിക്കണം എന്നാണ് എന്റെ ആഗ്രഹം. ഇതിനെ സാധിക്കുന്നതിനായി ഞാൻ കാശ്മീരത്തെ എന്റെ അഭയസ്ഥലമായി നിശ്ചയിച്ച് അവിടെ ചില സ്നേഹിതന്മാരുമായി എഴു ത്തുകുത്ത് ആരംഭിച്ചു. ആ രാജ്യവും അക്ബർക്ക് അധീനമാകുന്നപക്ഷം എന്റെ ആശ നഷ്ടയാകുന്നു എന്നു മാത്രമല്ല, പിന്നെ എവിടെയാണ് പോകേണ്ടതെന്നു ഞാൻ അറിയുന്നും ഇല്ല. ക്ഷണേന ഞാൻ ആ ക്രൂര നായ മനുഷ്യന്റെ കൈയിൽ പിന്നെയും അകപ്പെടും. നമ്മുടെ സന്തോ ഷങ്ങളായ സമ്മേളനങ്ങൾ വിരമിക്കും. റസിയാ നിങ്ങൾക്കു നഷ്ടയാകും." അനന്തരം സ്വല്പമായ നെടുവീർപ്പോടെ അവൾ പറഞ്ഞു: "നിങ്ങൾ അവൾക്കും അങ്ങനെ തന്നെ."

സിദ്ധൻ ചിത്തവികാരത്തോടെ ഒറച്ചു പറഞ്ഞു: "ഒരിക്കലും ഇല്ല. അത് ഒരിക്കലും സംഭവിക്കയില്ല. എന്നാൽ നിങ്ങൾക്കു അറിവുള്ള ഉപായം എന്താണ്? എന്നെക്കൊണ്ട് എന്താണ് വേണ്ടത്?"

റസിയാ അവ്യാകലയായി ഉത്തരം പറഞ്ഞു: "ഇത്രമാത്രം മതി. നിങ്ങളുടെ ദേശത്തിനും നിങ്ങൾക്കും എനിക്കും പ്രതികൂലമായി അന്യന്റെ ആജ്ഞാപ്രകാരം നിങ്ങൾ പ്രവർത്തിക്കരുത്. നിങ്ങളുടെ ധീര ന്മാരായ അനുയായികളോടു ചേർന്നു തന്നെ നില്ക്കണം. എന്നാൽ ജയാ പജയങ്ങൾ തീർച്ചപ്പെടുന്ന ദിവസം അവരെ ഞങ്ങളോടു യുദ്ധത്തിനായി നയിക്കാതെ ചക്രവർത്തിയെക്കുറിച്ചു പുറമേ വണക്കം ഭാവിച്ചുകൊണ്ടി രിക്കുന്നു എങ്കിലും ഗൂഢമായി ഒരു യോഗം ചേർന്നിട്ടുള്ള ഞങ്ങളുടെ കൂട്ടത്തിൽ വന്നുചേരാനുള്ള മാർഗ്ഗം നോക്കണം. അപ്പോൾ കാശ്മീര ത്തിലെ ഒരു പ്രബലമായ സംഘം നിങ്ങളോടു ചേരുകയും നിങ്ങളുടെ അധികാരത്തെ പ്രബലപ്പെടുത്തുകയും ഏറ്റവും ഉന്നതമായ ബഹുമാന ത്തിനു നിങ്ങളെ പാത്രമാക്കുകയും ചെയ്യും. ഒടുക്കം, അത്ര സാരമുള്ള തല്ലെങ്കിലും നിങ്ങളാൽ സിദ്ധിക്കുന്ന രക്ഷയ്ക്കുവേണ്ടി എന്നെന്നേക്കും കൃതജ്ഞയായിരിക്കുന്ന എന്റെ ബാഹുക്കളിൽ നിങ്ങൾക്കു വിശ്രമിക്കയും ചെയ്യാം."

ഈ ഉപായങ്ങളുടെയും ആലോചനകളുടെയും ഇടയിൽ തന്റെ വിചാ രത്തിന്റെ തുടർച്ചയ്ക്കു ഭംഗം കൂടാതെ സിദ്ധൻ പറഞ്ഞു: "എന്നാൽ അത് എന്നെ വിശ്വസിച്ചിരിക്കുന്ന ചക്രവർത്തിയുടെ നേർക്ക് ഏറ്റവും നികൃഷ്ടയായ ഒരു വഞ്ചനയല്ലയോ?"

സാവജ്ഞമായ ഒരു ഹാസത്തോടു കൂടി റസിയാ ഉത്തരം പറഞ്ഞു:

"അതെ വഞ്ചന തന്നെ. ചക്രവർത്തി നിങ്ങളുടെ പേരിൽ കുറെ പ്രീതി കാണിച്ചിട്ടുള്ളതിനാൽ അദ്ദേഹത്തിന്റെ ആജ്ഞാനുസാരേണ നിങ്ങളെക്കൊണ്ടു നിങ്ങളുടെ രാജ്യത്തിനും ജനങ്ങൾക്കും വിരോധമായി പ്രവർത്തിപ്പിക്കുന്നതിന് അദ്ദേഹത്തിനു അവകാശം ഉണ്ട്. പക്ഷേ, നിങ്ങൾ അതിനെ അനുസരിക്കണം എന്നില്ല. എന്നാൽ നിങ്ങൾക്കു ബോധിച്ചതുപോലെ പ്രജയായൊ അല്ലെങ്കിൽ അടിമയായൊ ഇരുന്നു കൊൾക. ഞാൻ അപേക്ഷിക്കുന്നതെല്ലാം ചെയ്യാം എന്നുള്ള നിങ്ങളുടെ ശപഥങ്ങൾ സാധുസ്ത്രീകളോടു പുരുഷന്മാർ ചെയ്യാറുള്ള വ്യഥാപ്രതിജ്ഞകൾ മാത്രമേ ആയിരുന്നൊള്ളൂ. എന്നാൽ ഇനി നമ്മുടെ സമ്മേളനത്തെ അവസാനിപ്പിക്കാം. എന്തെന്നാൽ നമ്മുടെ സമാഗമം തുടർന്നുകൊണ്ടിരുന്നിട്ട് ഏതാനും ദിവസം കഴിഞ്ഞ് അപരിഹാര്യമായി വിച്ഛിന്നമായതിന്റെ ശേഷം രണ്ടാളും മനസ്താപപ്പെടുന്നതിനേക്കാൾ ഇപ്പോൾ തന്നെ മനസ്സിനെ സ്ഥിരമാക്കിക്കൊണ്ടു തമ്മിൽ പിരിയുന്നതാണല്ലോ അധികം നന്ന്."

റസിയാ തന്റെ വ്യസനത്തെ മറയ്ക്കുന്നതിന് എന്നപോലെ പരാങ്മുഖിയായപ്പോൾ സിദ്ധൻ പറഞ്ഞു: "അതു ഒരിക്കലുംപാടില്ല. യാതൊന്നും നമ്മെ വിയോജിപ്പിക്കുന്നതല്ല. ഞാൻ ക്ഷണനേരം സംശയിച്ചു എങ്കിലും നിങ്ങൾ എന്തപേക്ഷിച്ചാലും ഞാൻ ചെയ്യാമെന്നു വാഗ്ദാനം ചെയ്തതു വഞ്ചനയല്ലാ. ഞാൻ ഇനിയും പ്രതിജ്ഞചെയ്യുന്നു. നിങ്ങൾ ആജ്ഞാപിച്ചാൽ ഞാൻ അപ്രകാരം ചെയ്യാം."

"വാക്കു തരണം."

"ഒരു രജ്പുത്തായി ഞാൻ വാക്കു തന്നിരിക്കുന്നു. എന്നാൽ നിങ്ങൾ അതു ചോദിച്ചത് എന്തിനാണ്? നിങ്ങളുടെ ഇച്ഛപോലെ അല്ലാതെ എനിക്ക് ഒന്നും ചെയ്യാൻ വഹിയാ എന്നു നിങ്ങൾക്കു തന്നെ നല്ലവണ്ണം അറിയാമല്ലോ. നിങ്ങൾ വളരെ നാളായി അറിഞ്ഞിരിക്കുന്നതിനെക്കുറിച്ചു ഞാൻ എന്തിനു മൗനം അവലംബിക്കുന്നു? ഞാൻ നിർവ്വിശങ്കമായി പറഞ്ഞേക്കാം. എന്റെ ജീവിതത്തേയും മാനത്തേയും എന്നല്ല സകലത്തേയും കാൾ നിങ്ങൾ എനിക്കു പ്രിയതരാണ്. ഇതുവരയും സംഭാവ്യമാണെന്നു ഞാൻ വിചാരിച്ചിട്ടില്ലാത്ത അനുരാഗത്തോടും പ്രതിപത്തിയോടും കൂടി നിങ്ങളെ ഞാൻ സ്നേഹിക്കുന്നു. പ്രണയം എന്നുവച്ചാൽ എന്താണെന്നു എനിക്കറിയാമെന്നാണ് ഞാൻ വിശ്വസിച്ചിരുന്നത്. എന്നാൽ, അതിനെ ഒരു ബാലസ്വഭാവസുലഭമായ ആ സംഗം മാത്രമായിട്ടേ ഞാൻ ഗ്രഹിച്ചിരുന്നൊള്ളൂ. അങ്ങനെ അല്ലെന്നു നിങ്ങൾ എന്നെ പഠിപ്പിച്ചിരിക്കുന്നു. കുറേക്കൂടെ എന്നെ പഠിപ്പിക്കണം. എനിക്കുള്ളതുപോലെ പ്രണയം നിങ്ങൾക്ക് ഇങ്ങോട്ടും ഉണ്ടാകുമ്പോൾ അതിന്റെ വിധം എന്താണെന്നുകൂടി എന്നെ പഠിപ്പിക്കണം. ഞാൻ നിങ്ങൾക്കു അധീനനായിരിക്കുന്നതിലധികം ഒരു അടിമ അവന്റെ സ്വാമിക്കു വശംവദനായിരിക്കയില്ല. നിങ്ങൾ ഒരാളുടെ മാത്രമല്ലാതെ ഞാൻ അക്ബറുടെയോ മറ്റാരുടെയോ അടിമയല്ല. മേലാൽ എനിക്കു ലഭിക്കാവുന്ന സ്ഥാനം, മാനം, ധനം എല്ലാം നിങ്ങളുടെ

മാത്രമാണ്. നിങ്ങൾക്ക് എന്റെ മേലുള്ള അധികാരത്തെ ഇച്ഛപോലെ നന്നായോ ചീത്തയായോ ഉപയോഗിക്കാം. എന്നാൽ റസിയായേ! നിങ്ങൾ എന്റെ ആയിരിക്കണം. ആജീവനാന്തം എന്റെ തന്നെ ആയിരിക്കണം."

റസിയാ തന്റെ ഹസ്തത്തെ അയാളിൽനിന്നു മന്ദമായി പിൻവലിച്ചു കൊണ്ടു പറഞ്ഞു: "സിദ്ധാ! അതുപാടില്ല. ഇപ്രകാരമുള്ള വാക്കുകളെ നിങ്ങൾ പറയുന്നതും ഞാൻ കേൾക്കുന്നതും യോഗ്യമല്ല. ഞാൻ ഇപ്പോഴും സ്വതന്ത്രയല്ലെന്നും നിങ്ങൾക്കു വേറെ ബന്ധങ്ങൾ ഉണ്ടെന്നും ഓർമ്മിക്കണം."

സിദ്ധൻ ചിത്തവികാരത്തോടെ ഒറച്ചു പറഞ്ഞു: "വേറെ ബന്ധങ്ങളോ! ഞാൻ അവയെ ഖണ്ഡിച്ചിരിക്കുന്നു; അഥവാ വളരെ മുൻപെ തന്നെ ഖണ്ഡിച്ചു കഴിഞ്ഞു. എനിക്ക് അപ്രകാരം ചെയ്യാൻ കഴിയാതിരുന്നെങ്കിൽ അവ എനിക്കു സംഭവിച്ച ആ ഹതദിനത്തെ ഞാൻ ശപിക്കുന്നു. നിങ്ങൾ സ്വതന്ത്രയല്ലെങ്കിൽ ഞാൻ എളുപ്പത്തിൽ അങ്ങനെ ആക്കാം. നിങ്ങൾ പറഞ്ഞതുപോലെ സിദ്ധരാമന്റെ നാമധേയവും പ്രാബല്യവും പ്രഖ്യാതിയെ പ്രാപിച്ചിട്ടുള്ളതും, എന്റെ രക്ഷയിൽ ഇരിക്കുന്ന നിങ്ങളെ ദ്രോഹിക്കുന്നതിനു യാതൊരുത്തരും - സുതരാം നിങ്ങളുടെ ഭർത്താവും - തുനിയാത്തതും, അതിദൂരവും രമണീയവും ആയ കാശ്മീരത്തേക്കു നമുക്കു പൊയ്ക്കളയാം."

റസിയാ ചോദിച്ചു: "നിങ്ങളിൽ നിന്നുണ്ടാകുന്ന രക്ഷ അക്ബറുടേയും അദ്ദേഹത്തിന്റെ സേവകന്മാരുടേയും ഉപദ്രവങ്ങളെ പരിഹരിക്കുന്നതിനു പര്യാപ്തമാകുമോ?"

സാർവ്വലേപമായി സിദ്ധൻ ഉത്തരം പറഞ്ഞു: "ധാരാളം മതിയാകും. നിങ്ങൾക്കും എനിക്കും ഒരു അഭയസ്ഥാനമാകുന്നതിനു മാത്രം വേണ്ടി കാശ്മീരത്തെ അക്ബറുടെ അക്രമത്തിൽനിന്നും രക്ഷിക്കുന്നതിനു നമുക്കു മാർഗ്ഗം ഉണ്ടാകും."

റസിയാ മദ്ധ്യേ തടുത്തു പറഞ്ഞു: "എന്നാൽ എനിക്കു നിങ്ങളുടെ ആയിരിക്കാൻ പാടില്ല. നിങ്ങൾ ഇപ്പോൾ ഇങ്ങനെ പറഞ്ഞതിനെക്കുറിച്ചു വാസ്തവമായി ഞാൻ വ്യസനിക്കുന്നു. നിങ്ങൾ ഇതെല്ലാം പറയാതിരുന്നെങ്കിൽ നമ്മുടെ പ്രേമപൂർവ്വമായ സമാഗമം തുടർന്നു കൊണ്ടിരിക്കയും പക്ഷേ, കാലക്രമേണ കുറേക്കൂടി അടുത്തതായി ഒരു സംബന്ധത്തിൽ പര്യവസാനിക്കുകയും ചെയ്യുമായിരുന്നു. എന്നാൽ എനിക്ക് എത്ര വ്യസനകരമായിരുന്നാലും നമ്മുടെ സംസർഗ്ഗം ഇവിടെ അവസാനിക്കണം. ഇപ്പോൾ പൊയ്ക്കൊൾക. എന്നേക്കുമായി യാത്ര പറഞ്ഞുകൊൾക. എന്നെ മറന്നുകൊൾക. അതാണ് നിങ്ങൾക്കും നിങ്ങൾ സ്നേഹിക്കുന്നു എന്നു പറയുന്ന എനിക്കും നല്ലത്."

സിദ്ധൻ എഴുന്നേറ്റു നമ്രമുഖനായി ഏതാനും അടികൾ പിന്മാറി നിന്നു പറഞ്ഞു: "ഇപ്പോൾ തന്നെ തമ്മിൽ പിരിയുന്നതാണ് വാസ്തവത്തിൽ ഏറ്റവും ഉത്തമമായുള്ള മാർഗ്ഗം. എന്റെ അനുരാഗം തിരസ്കൃതമായിരിക്കുന്നു എന്നു ഞാൻ സ്പഷ്ടമായി കാണുന്നു. നിങ്ങളെ കൂടാതെ

എന്റെ ജീവിതം നിരർത്ഥകവും എനിക്കു സുഖമായിരിക്കുന്നത് അശക്യവും ആണെന്നുള്ളതു വാസ്തവമാണ്. എങ്കിലും ദിവസംപ്രതി നിങ്ങളെക്കണ്ട് അനുരാഗം ക്രമേണ വർദ്ധിച്ചുവരികയും നിങ്ങൾ പരകീയയാണെന്നു വിചാരിക്കേണ്ടിയിരിക്കുകയും ചെയ്യുന്നത് എനിക്കു വലിയ സങ്കടം തന്നെ. ദക്ഷിണദേശത്തു നൂതനമായി ലഹളകൾ ആരംഭിച്ചിരിക്കുന്നതിനാൽ അവിടെ യുദ്ധത്തിനായി സൈന്യങ്ങൾ പോകുന്നതിനു ചക്രവർത്തി ആജ്ഞാപിച്ചിട്ടുണ്ട്. എന്നെക്കൂടെ അയക്കുന്നതിനു ഞാൻ അപേക്ഷിക്കും. അവിടെ വന്യജാതികളുമായുള്ള യുദ്ധത്തിൽ - നിങ്ങളെ വിസ്മരിക്കാൻ കഴിയും എന്നല്ല, അതു ജീവനുള്ളപ്പോൾ അസാദ്ധ്യമാണ്. - അപ്രാപ്തകാലമൃതിയെ എനിക്ക് എളുപ്പത്തിൽ ലഭിക്കാൻ കഴിയും."

സാനുരാഗമായും സശോകമായും അയാളുടെ ധൈര്യഹരമായും ഉള്ള മധുരസ്വരത്തോടെ അവൾ പറഞ്ഞു. "ഹാ! സിദ്ധാ! താനും തന്റെ ഹൃദയവും തമ്മിലുള്ള കലഹത്തെ തന്നെ സഹിക്കാൻ ശേഷിയില്ലാത്ത ഒരു ചപലസ്ത്രീ നിങ്ങളോടു സ്വല്പമായി വിരോധം പറഞ്ഞതിൽവച്ച് ഇപ്രകാരം കാഠിന്യത്തിനു ആരംഭിക്കുന്നത് എന്താണ്? നിങ്ങൾ പറഞ്ഞതുപോലെ നമ്മൾ തമ്മിൽ പിരിയുകയാണ് നല്ലത്. എങ്കിലും നിങ്ങളെ വിട്ടയക്കാൻ ഞാൻ ശക്തയല്ല. കുറച്ചുനേരം താമസിക്കണം. എന്റെ സമീപത്തിൽ ഉപവേശിക്കണം. ഇത് ഒടുക്കലത്തെ തവണ ആണെങ്കിലും ഇതുവരെ നാം ആനന്ദിച്ച് അനുഭവിച്ചുകൊണ്ടിരുന്ന സൈ്വരസല്ലാപസുഖത്തെ ഞാൻ ഒന്നുകൂടി അനുഭവിക്കട്ടെ."

താൻ എന്താണ് പ്രവർത്തിക്കുന്നത് എന്നറിയാതെ തന്നെ സിദ്ധൻ തന്റെ മനസ്സിനേയും ബുദ്ധിയേയും അത്യന്തം വശീകരിച്ചിരുന്നവളുടെ സമീപത്തിൽ പിന്നെയും ഇരുന്നു. അവളുടെ അപേക്ഷപ്രകാരം അയാൾ സമീപത്തിരുന്ന വീണയെ എടുത്ത് അവൾ കേൾക്കുന്നതിനു താല്പര്യപ്പെട്ടതായ സ്വദേശത്തെ ഗാനങ്ങളിൽ ഒന്നിനെ ഓർമ്മിച്ചു വായിക്കുന്നതിനു ശ്രമിച്ചു. എന്നാൽ ചിലപ്പോൾ ആരംഭിക്കുകയും ഓർമ്മയില്ലാതെ നിർത്തുകയും ചെയ്തതിന്റെ ശേഷം ബുദ്ധിക്ഷയത്തോടെ അയാൾ വീണയെ താഴെവച്ചിട്ടു പറഞ്ഞു: "മേൽ എനിക്കറിഞ്ഞുകൂടാ. എനിക്കു വിചാരിക്കാനും ഓർമ്മിക്കാനും ശക്തിയില്ല."

ചിരിച്ചുകൊണ്ടു റസിയാ പറഞ്ഞു: "എന്താണ് എന്റെ ഗായക! ഞാൻ കാട്ടിത്തരണോ? എന്നാൽ ആദ്യം നമുക്ക് ഒരുമിച്ച് പാനംചെയ്യാം." എന്നുപറഞ്ഞ് ഒരു സുവർണ്ണചഷകത്തിൽ അവർ പാനം ചെയ്തതിന്റെ ശേഷം റസിയാ ശ്രവണരസായനമായ സ്വരത്തിൽ പെർഷ്യൻ ഭാഷയിലുള്ള ഒരു ശൃംഗാര പദത്തെ പാടാൻ തുടങ്ങുകയും അതു സിദ്ധനെ സ്വഭാവസ്ഥിതിയിൽ ആക്കുകയും ചെയ്തു.

റസിയാ പാടിക്കഴിഞ്ഞ ഉടനെ അയാൾ കാളിദാസന്മാരുടെ "ഋതുസംഹാര" ത്തിൽ നിന്നു ഗ്രീഷ്മാഗമത്തിൽ നായിക പ്രിയതമനെ എതിരേല്ക്കുന്ന അവസ്ഥയെ വർണ്ണിക്കുന്നതായ ഒരു ശ്ലോകത്തെ രാഗത്തിൽ

പാടാൻ തുടങ്ങി.

അയാൾ ഗാനം നിർത്തി. അതിനിടയ്ക്ക് അവൾ അസാധാരണമായ അനുരാഗത്തെ പ്രകാശിപ്പിക്കുന്നതും ഹൃദയത്തെ അപഹരിക്കുന്നതും ആയ ദൃഷ്ടിപാദത്താൽ അയാളെ സൂക്ഷിച്ചു നോക്കിക്കൊണ്ട് കുറേ ക്കൂടി അടുത്തുവന്നു ചേർന്നിരുന്നിരുന്നു. ഉടൻതന്നെ അയാൾ അവളുടെ രണ്ടു കൈകളേയും പിടിച്ച് അവളെ തന്റെ അടുക്കലേക്ക് ബലാൽക്കാരേണ ആകർഷിച്ചു.

അയാൾ പറഞ്ഞു: "റസിയായേ! കാളിദാസൻ വർണ്ണിച്ചിരിക്കുന്ന നായികയെപ്പോലെ നിങ്ങൾ ഇപ്പോഴും എപ്പോഴും മദീയയായിരിക്കണേ!"

അവൾ സിദ്ധന്റെ നാമത്തെ മന്ദമായി ഉച്ചരിക്കുകയും തന്റെ ബാഹുക്കളെക്കൊണ്ട് അയാളുടെ കണ്ഠത്തെ ആശ്ലേഷിക്കയും ചെയ്തു.

ആ സായാഹ്നം മുതൽ നൈശമായ തമസ്സിൽ ചുറ്റും സൂക്ഷിച്ചു നോക്കിക്കൊണ്ട് ഒരു പുരുഷരൂപം റസിയായുടെ ഗൃഹത്തിലേക്കുള്ള മാർഗ്ഗത്തിൽക്കൂടി പോകുന്നതു കാണാമായിരുന്നു. ഇരാവതി വൃക്ഷപത്രത്തിൽ കയറ്റി ജലത്തിൽ ഒഴുക്കിയ നീലോല്പലം വാത്യയാൽ മറിക്കപ്പെട്ട് അദൃശ്യമായി ഭവിച്ച സംഗതി യഥാർത്ഥമായി ഭവിച്ചു.

8

ഒരു പ്രലോഭയിതാവ്

തന്നാൽ അത്യന്തം ഔത്സുക്യത്തോടുകൂടി പ്രതീക്ഷിതനായ പ്രിയതമൻ വളരേനാൾ മുൻപിൽ വന്ന വഴിയെ ലക്ഷീകരിച്ച് അതിദൂരത്തിൽ ദൃശ്യമാനയായ പർവ്വതപംക്തിയിലേക്ക് വീക്ഷിച്ചുകൊണ്ട് പിന്നേയും ഒരുദിവസം അലഹബാദ്ദിലെ ആ രമണീയയായ തരുണി തന്റെ പ്രാസാദത്തിന്റെ ശിരോഗൃഹത്തിൽ ആസ്ഥിതയായിരുന്നു. അന്നത്തേതിൽ പിന്നീടു യാതൊരു ഭേദഗതിയും ഉണ്ടായിട്ടില്ലായിരുന്നു. അന്നത്തെപ്പോലെ അക്ഷുബ്ധമായും നിർമ്മലമായും ഉള്ള നദീജലവും വൃക്ഷങ്ങളുടെ നീരന്ധ്രയായ ഛായയും അതിദൂരത്തിൽ ഉള്ള പർവ്വതശൃംഗങ്ങളും സൂര്യകിരണങ്ങളാൽ പ്രകാശമാനമായ ആ പ്രദേശവും ദൃശ്യമാനങ്ങളായിരുന്നു. ഹാ! രാജസ്ഥാനത്തിലെ ഉച്ഛൃംഖല പ്രവൃത്തികളിലും ആ മഹത്തായ നഗരത്തിലെ അനേക സുഖാനുഭവങ്ങളിലും ഇപ്പോൾ ഭാഗഭാക്കായിരിക്കുന്ന ആ പുരുഷനും ഇതുപോലെതന്നെ ഭേദം കൂടാതെ ഇരിക്കുന്നോ? അയാൾ ഇപ്പോഴും അവളെ സ്മരിക്കുകയും അവൾ അയാളുടെ ഛായയെ ആദരിച്ചുവരുന്നതുപോലെ അവളുടെ ഛായയെ പ്രതിദിനം ആദരിക്കുകയും ചെയ്യുന്നുണ്ടോ? അസ്വതന്ത്രമായി അവളുടെ മനസ്സിൽ ഉദിച്ച വിതർക്കങ്ങൾ തന്നെ തന്റെ അനുരാഗത്തിനു അനുരൂപമായി തന്നാൽ ബഹുമാനിക്കപ്പെട്ടവനും അതീത സമാഗമത്തിൽ സ്നേഹസ്ഥൈര്യത്തെക്കുറിച്ചു ശപഥം ചെയ്തവനും ആ ശപഥങ്ങളെ തന്നെ പിന്നീട് എഴുത്തുകളിൽ ആവർത്തിച്ചിരുന്നവനും ആയ ആ പുരുഷനു അപരാധരൂപങ്ങളാണെന്നു ഇരാവതിക്കു തോന്നി. എന്നാൽ ഇപ്പോൾ കുറേദിവസമായി അയാളുടെ എഴുത്തുകൾ വരാറില്ലായിരുന്നു. പിന്നെ അയാൾ എന്തുകൊണ്ടാണ് അവളുടെ അടുക്കലേക്ക് പ്രത്യാഗമിക്കാത്തത്? ഒരു ദിവസത്തേക്കെങ്കിലും അവളെ വന്നു കാണാൻ ശ്രമിക്കാതെ ഇത്ര വളരെക്കാലം അയാൾക്ക് വിരഹിതനായിരിക്കാൻ കഴിയുമോ?

നിസ്സംശയമായി അയാളുടെ കൃത്യം പ്രതിബന്ധിക്കുന്നതായിക്കാം. അവധി വാങ്ങുന്നതിനും അയാൾക്ക് നിർവ്വാഹമില്ലായിരിക്കാം. എങ്കിലും ഹാ! ഏകാകിനിയായി പ്രിയതമനെ പ്രതീക്ഷിച്ചുകൊണ്ടിരിക്കുന്ന അവൾക്ക് കാലം എത്ര ദീർഘമായും ദിവസങ്ങളും മണിക്കൂറുകളും എത്ര മന്ദമായി കഴിഞ്ഞുപോകുന്നവയായും തോന്നിയിരിക്കണം?

വളരെനാൾ മുമ്പിൽ ഒരുദിവസം പ്രഭാതത്തിൽ സംഭവിച്ചതുപോലെ അപ്പോൾ പിതാവായ ഗവർണ്ണറുടെ പ്രവേശത്താൽ അവളുടെ വിചാരങ്ങൾ വിഘ്നിതങ്ങളായി.

അയാളുടെ സഹജമായ ശാന്തസ്വരത്തിൽ അയാൾ പറഞ്ഞു: "ഇരാവതി! ഒരതിഥി വന്നുചേർന്നിട്ടുണ്ട്." തന്റെ പ്രിയതമൻ വന്ന് തന്നെ കാണാൻ കാത്തിരിക്കയാണെന്നും വിചാരിച്ച് അവളുടെ അന്തരംഗം അപരിചിതമായ സന്തോഷംകൊണ്ട് സംഭൃതമായി എങ്കിലും അതിന്റെ ഛായയെ അവൾ ഒട്ടും വെളിയിൽ പ്രദർശിപ്പിച്ചില്ല.

സാൽഹണൻ പിന്നെയും പറഞ്ഞു: "അദ്ദേഹത്തിനെ എതിരേല്ക്കുന്നതു നിനക്ക് ഒരു മഹത്തായ ബഹുമാനവും സന്തോഷവും ആയിരിക്കും. അദ്ദേഹം തന്റെ പിതാവിന്റെ ഇച്ഛാനുസാരേണ അലഹബാദ്ദിൽ കുറേദിവസം പാർക്കാനായി വന്നിരിക്കുന്ന യുവരാജാവായ സലിം ആണ്."

വളരെ പ്രയാസപ്പെട്ട് ഇരാവതി തനിക്കുണ്ടായ കഠിനമായ ഇച്ഛാഭംഗത്തെ ഗോപനംചെയ്തു. എന്നാൽ സംസാരിക്കുന്നതിനു അവൾ ശക്തയായില്ല.

സാൽഹണൻ ചോദിച്ചു: "എന്താണ്, ഈ വർത്തമാനം നിനക്ക് അത്ര സന്തോഷകരമായിരിക്കുന്നില്ലയോ? നിനക്കു സുലഭമായി വന്നിരിക്കുന്ന ഈ ബഹുമാനത്തെ അനുഭവിക്കുന്നതിനുവേണ്ടി തങ്ങളുടെ സർവ്വസ്വത്തേയും കൊടുക്കാൻ ഒരുങ്ങുന്നവർ വളരെയുണ്ട്. രാജകുമാരന്റെ അനുയായികളിൽ ഒരുത്തരും നിന്നെ കാണണമെന്നു എനിക്കു താല്പര്യമില്ല. എന്നാൽ ഭാവിയായ ചക്രവർത്തിയുടെ സംഗതി വ്യത്യസ്തമാണല്ലോ. നീ അദ്ദേഹത്തിന്റെ പ്രീതിയെ സമ്പാദിക്കുന്നത് എനിക്കും സിദ്ധനും വളരെ പ്രയോജനകരമായിവരാം. എന്നെ അനുഗമിച്ചാലും."

ഇരാവതിയും അവളുടെ പിതാവുംകൂടി സലിം നിന്നിരുന്ന തളത്തിലേക്കു പ്രവേശിച്ചപ്പോൾ അദ്ദേഹം തന്റെ സഹജമായ വിനോദശീലത്തിനു അനുരൂപമായ വിനയത്തോടെ അവളെ അഭിനന്ദിക്കുന്നതിനു മുൻപെട്ടു വന്നു. എന്നാൽ തൽക്ഷണത്തിൽ അദ്ദേഹത്തിന്റെ ധൃഷ്ടതയെല്ലാം നഷ്ടമായിട്ടു അദ്ദേഹം സ്തബ്ധനായി മിണ്ടാതെനിന്നു. തത്താദൃശ്യമായ ശ്രൈഷ്ഠ്യമുള്ള ആകൃതിയും വിനയമധുരമായ ഭാവവും ഗാംഭീരത്തോടുകൂടിയ സൗന്ദര്യം മനസ്സിനെ ഹഠാൽ അപഹരിക്കുന്നതായ മുഖകാന്തിയും മറ്റു യാതൊരു സ്ത്രീയിലും കണ്ടിട്ടുള്ളതായി അദ്ദേഹത്തിനു തോന്നിയില്ല. അദ്ദേഹം തരുണികളെ ആദ്യം കണ്ടാൽ താൻ

തന്നെ പ്രഥമമായി സംഭാഷണം ചെയ്യാറുള്ള പതിവിനെവിട്ട്, സാൽഹണൻ ഇരാവതിയെ പ്രതിപാദനം ചെയ്തതു വരെ മൗനിയായി നിന്നു.

അദ്ദേഹം പറഞ്ഞു: "ശ്രേഷ്ഠതരുണി! നിങ്ങളുടെ അതിഥിയെ സല്ക്കരിക്കുന്നതിനായി വരുന്നതിൽ നിങ്ങൾക്കുണ്ടായിട്ടുള്ള ശ്രമത്തിനുവേണ്ടി ഞാൻ എത്രയും കൃതജ്ഞനായിരിക്കുന്നു. ഞാൻ നിങ്ങളെക്കുറിച്ച് പലപ്പോഴും കേട്ടിട്ടുണ്ട്. പിന്നെ-" അദ്ദേഹം പറയാൻ ഭാവിച്ച ഉപചാരവാക്യം മതിയാകുന്നതല്ലെന്നു തോന്നീട്ടു മദ്ധ്യേ വിരമിക്കുകയും അനന്തരം ഉചിതതരമായി വേറെ ഒന്നും തോന്നായ്കയാൽ ഇപ്രകാരം തുടർന്നു പറയുകയും ചെയ്തു. "നിങ്ങളെ അഭിമുഖമായി കണ്ടറിയുന്നത് ഒരു വലുതായ സന്തോഷം തന്നെ."

ഇരാവതി ഉത്തരം പറഞ്ഞു: "തിരുമനസ്സുകൊണ്ട് എന്റെ പിതാവിനോടും എന്നോടും കാണിച്ച ബഹുമാനത്തെ ഞാൻ അത്യന്തം അഭിനന്ദിക്കുന്നു. അനേകവിധങ്ങളായ സുഖാനുഭോഗങ്ങൾക്കും വിനോദങ്ങൾക്കും സൗകര്യമുള്ള രാജധാനിയോട് ഉപമിക്കുമ്പോൾ ഞങ്ങളുടെ ഈ ഉപശാന്തമായ അലഹബാദ് നഗരം തിരുമനസ്സിലേക്ക് നീരസമായി തോന്നുകയില്ലയോ എന്നു ഞാൻ ശങ്കിക്കുന്നു."

സലിം പറഞ്ഞു: "ഗവർണ്ണറുടെ ശ്രേഷ്ഠയായ പുത്രി ചിലപ്പോൾ അവളുടെ സഹവാസസൗഖ്യത്തെ എനിക്കു തരുമെങ്കിൽ അലഹബാദിലുള്ള എന്റെ സ്വല്പതാമസം വിരസമാകുമെന്നു വിചാരിക്കാൻ ഇടയില്ല. എന്നാൽ രാജധാനിയെക്കുറിച്ചു പറഞ്ഞല്ലോ. നിങ്ങൾക്ക് ആ സ്ഥലം പരിചിതമാണെന്നു ഞാൻ വിശ്വസിക്കുന്നു."

അവൾ ഉത്തരം പറഞ്ഞു: "ഞാൻ ഒരിക്കലും ആഗ്രയിൽ പോയിട്ടില്ല."

സലിം പറഞ്ഞു: "ഒരിക്കലും പോയിട്ടില്ലയോ? യോഗ്യനായ സാൽഹണാ! ഈ ദൂരസ്ഥലത്തിരുന്നിട്ടുണ്ടാകുന്നതിൽ അധികമായ ലോകപരിചയം സമ്പാദിക്കുന്നതിനു നിങ്ങളുടെ ബുദ്ധിമതിയായ പുത്രിക്കു അവശ്യം കാലമായിരിക്കുന്നു."

ഗവർണ്ണർ ഉത്തരം പറഞ്ഞു: "എന്റെ പുത്രി അവിടുന്ന് എത്രയും ദയാപുരസ്സരം പ്രീതിഭാവന ചെയ്ത എന്റെ ഭാവിയായ ജാമാതാവിന്റെ സംരക്ഷണയിൽ ആയി വരുമ്പോൾ അതിനുള്ള കാലമാകും."

ഈ അനുബോധനം യുവരാജാവിനു രസിച്ചോ എന്നറിയുന്നത് പ്രയാസമായിരുന്നു. എന്നാൽ ക്ഷണേന അദ്ദേഹം മൗനത്തെ അവലംബിച്ച് തന്റെ കറുത്തപുരികങ്ങളെ ചുളുക്കി. അദ്ദേഹം പുനശ്ച സംസാരിക്കാൻ ആരംഭിച്ചപ്പോൾ അത് വിഷയാന്തരത്തെക്കുറിച്ചായിരുന്നു. ആ സംഭാഷണം കുറേനേരം കൂടി നടന്നതിന്റെ ശേഷം സാൽഹണൻ തന്റെ പുത്രിയെ അവളുടെ മുറിയിലേക്ക് പ്രതിനിവർത്തിച്ചു കൊള്ളുന്നതിനു അനുവദിക്കുകയും ഇരാവതി ഈ സമാഗമം അവസാനിച്ചല്ലോ എന്നു സന്തോഷിച്ചു ഏറ്റവും വണക്കത്തോടെ യാത്രപറഞ്ഞു പിരിയുകയും ചെയ്തു. ചക്രവർത്തിയുടെ പുത്രനെ കണ്ടിട്ട് അവൾക്കു അദ്ദേഹത്തിന്റെ വേഷത്തിന്റെ ആഡംബരം ഒന്നു മാത്രമേ മനസ്സിൽ പതിഞ്ഞുള്ളൂ.

എന്നാൽ സലിം തന്റെ അപ്പോഴത്തെ വേഷത്തെ കേവലം യാത്രാനുരൂപമായുള്ളതായിട്ടേ കരുതിയിരുന്നുള്ളു.

കുറച്ചുനേരം കഴിഞ്ഞപ്പോൾ സലിമും ഗവർണ്ണറും ഒരു തൃതീയ പുരുഷനും കൂടി കോട്ടയുടെ അന്തർഭാഗത്തിലുള്ള ഒരു മുറിയിൽ ഇരുന്നു ചില ഗൗരവമുള്ള സംഗതികളെക്കുറിച്ച് ഗൂഢമായി ആലോചിക്കയായിരുന്നു. ആ തൃതീയ പുരുഷൻ ദുർഗ്ഗാചാര്യനായ ഗോരക്ഷൻ ആയിരുന്നു.

രാജകുമാരൻ പറയാൻ ആരംഭിച്ചു: "സ്നേഹിതന്മാരേ! നാം ശ്രമിക്കുന്ന കാര്യത്തിന്റെ സിദ്ധി ആസന്നയായതുപോലെ തോന്നുന്നു. കാര്യങ്ങളുടെ തല്ക്കാലസ്ഥിതിയെ ആലോചിച്ചതിന്റെ ശേഷം മേൽ എന്തൊരുക്കങ്ങളാണ് വേണ്ടത് എന്നുള്ളതിനെക്കുറിച്ച് വിചാരിക്കുന്നതു നന്നായിരിക്കുമെന്നാണ് എന്റെ അഭിപ്രായം. സാൽഹണാ! നമ്മൾ മൂന്നു പേരിൽ വച്ച് നിങ്ങളാണ് അധികകാര്യജ്ഞാനമുള്ള ആളെന്നു ഞാൻ വിശ്വസിക്കുന്നു. എന്നെക്കുറിച്ച് രാജധാനിയിൽ വളരെ ദുശ്ശങ്കകൾ ഉണ്ട്. ഞാൻ ഇവിടെ വന്നിരിക്കുന്നത് എന്റെ പിതാവിന്റെ ഇച്ഛയെ, അഥവാ ആജ്ഞയെ അനുസരിച്ചാണ്. ഇതിനൊക്കെ കാരണം അബുൾഫസൽ ആണെന്ന് എനിക്കറിയാം. ദൈവം അവനെ ശപിക്കട്ടെ. എന്നാൽ ഒരു ദിവസം അയാളോട് ഇതിനു പ്രതികാരം ചെയ്യാൻ അവസരം ഉണ്ടാകുമെന്നു ഞാൻ വിശ്വസിക്കുന്നു. സാൽഹണാ! ഇനി നിങ്ങൾക്കു പറയാനുള്ളതു കേൾക്കട്ടെ."

അയാൾ പറയാൻ തുടങ്ങി: "ഇപ്പോൾ എല്ലാം നമ്മുടെ ഇച്ഛയ്ക്കു അനുകൂലമായി നടക്കുന്നു എന്നു പറയേണ്ടിയിരിക്കുന്നു. ആഗ്രയിലും ഡൽഹിയിലും ലാഹൂറിലും മറ്റു സ്ഥലങ്ങളിലും മതവിശ്വാസികളായ മഹമ്മദന്മാരും മറ്റു പ്രഭുക്കന്മാരും അവരുടെ മതത്തെക്കുറിച്ച് ചക്രവർത്തി പ്രദർശിപ്പിക്കുന്ന അവഹേളനത്താലും അവർക്കുള്ള അനേക വിശേഷാധികാരങ്ങളെ ഇല്ലാതാക്കുന്നതിനാലും അദ്ദേഹത്തിനോട് ഏറ്റവും ദ്വേഷമുള്ളവരായി തീർന്നിട്ടുണ്ട്. ഈ അവസരത്തിൽ ഒരു ക്ഷോഭം ഉണ്ടാകുന്നത് നന്നായിരിക്കും. അതിൽ പ്രബലന്മാരായ അനേകം ആളുകൾ ചേരുന്നതാണ്. ഇതിനൊക്കെയും അബ്ദുൾകാദർ വളരെ ഉപയോഗപ്പെട്ടിട്ടുണ്ട്. എന്നാൽ അയാളിൽനിന്നും അധികമായ ഗുണത്തെ പ്രതീക്ഷിക്കാൻ പാടില്ല. പ്രത്യക്ഷമായി പ്രവർത്തിക്കണം എന്നാണ് അയാളുടെ ആഗ്രഹം. ദ്രോഹം എന്ന് അയാൾ നിർദ്ദേശിക്കുന്നതിനെക്കുറിച്ച് അയാൾക്ക് കൂടെക്കൂടെ സംശയങ്ങൾ ജനിക്കുന്നു."

സലിം ചോദിച്ചു: "നിങ്ങളുടെ മരുമകനോ?"

"അയാൾ നമ്മളിൽ ഒരാൾത്തന്നെ. അയാളെ എങ്ങനെയാണ് സ്വാധീനപ്പെടുത്തിയതെന്നും പറഞ്ഞിട്ടാവശ്യമില്ല. അയാൾ നമ്മുടെ പക്ഷത്തിലാണ് എന്നു പറഞ്ഞാൽ മതിയല്ലോ. അക്ബറുടെ അടുക്കലുള്ള വർത്തമാനങ്ങളൊക്കെ അറിയുന്നതിനു ഒരു ചാരനായിട്ടാണ് അയാളെ ഞാൻ നിശ്ചയിച്ചിരുന്നത്. എന്നാൽ അതിനു അയാളെക്കൊണ്ടു കൊള്ളുകയില്ലെന്ന് എനിക്ക് ഉടനെ മനസ്സിലായി. അയാൾ അങ്ങനെയുള്ള പ്രവൃ

ത്തിക്കു കൊള്ളാതിരിക്കത്തക്കവണ്ണം ശുദ്ധനും കുല്ലുകരുടെ അഭിപ്രായങ്ങളെ അതിനിഷ്ഠയോടെ അനുഷ്ഠിക്കുന്നവനുമാണ്. എന്നു മാത്രമല്ല, പ്രഥമസമാഗമത്തിൽ തന്നെ ചക്രവർത്തി അദ്ദേഹത്തിന്റെ സഹജമായ സമ്പ്രദായത്താൽ അയാളെ വശീകരിക്കുകയും ചെയ്തിരിക്കുന്നു. എന്നാൽ മറ്റൊരു മാർഗ്ഗത്തിൽ അയാൾ നമുക്കു അധികം ഉപകരിക്കും. അയാൾക്ക് ഒരു ഉന്നതസ്ഥാനം ലഭിച്ചിട്ടുണ്ട്. താമസിയാതെ ഇനിയും ഉല്ക്കർഷം ഉണ്ടാകുന്നതിനും ഇടയുണ്ട്. നിശ്ചയിക്കപ്പെട്ട കാലം വരുമ്പോൾ അയാൾ രജ്പുത്ത്കളുടെ ഒരു പ്രധാന ഭാഗത്തിന്റെ നേതാവായി തീരും. പിന്നെ, കാശ്മീരത്തിൽ അയാളുടെ പേരിനു വളരെ പ്രാബല്യവും ഉണ്ട്. നമ്മുടെ ആലോചനകൾ ഫലിച്ചുകഴിഞ്ഞാൽ അയാളുടെ സഹായം ഏറ്റവും ഗൗരവമുള്ളതായിരിക്കും. അയാൾ യഥാവസരം തന്റെ സേനകളെക്കൊണ്ട് ചക്രവർത്തിയുടെ സൈന്യങ്ങളെ എതിർക്കയും രജ്പുത്തുകളിലും പട്ടാണികളിലും അധികം പേരും നിശ്ചയമായി അയാളുടെ ദൃഷ്ടാന്തത്തെ അനുവർത്തിക്കുകയും ചെയ്യും."

സലിം പിന്നെയും ചോദിച്ചു: " എന്നാൽ കാശ്മീരത്തെ സംബന്ധിച്ചിടത്തോളം നമ്മുടെ ഉപായം എങ്ങനെ ആയിരിക്കുന്നു?"

സാൽഹണൻ ഉത്തരം പറഞ്ഞു: " ഇതിലധികം നന്നാകാൻ ഒന്നുമില്ല. നമ്മളാൽ ജനിപ്പിക്കപ്പെട്ട ആഭ്യന്തര കലഹങ്ങൾ മിക്കവാറും മൂർച്ഛിച്ചുകഴിഞ്ഞിരിക്കുന്നു. രണ്ടുപക്ഷക്കാരും തമ്മിൽ യുദ്ധമെന്നുള്ള സ്ഥിതിയിൽ ആയിരിക്കുന്നു. കള്ളന്മാർ നാടുമുഴുക്കെ കൊള്ളയടിക്കുന്നു. ഇതിലും ഉപരിയായി അക്ബറുടെ വകയായ സമീപദേശങ്ങളും ക്ഷോഭിച്ചു വശമായിട്ടുണ്ട്. ഇതിനെ ഒരു നിമിത്തമാക്കി അദ്ദേഹം ഉത്തരദേശത്തേക്കു സേനാസമേതനായി പുറപ്പെടുന്നതിനും കാശ്മീരത്തെ കീഴടക്കി സമാധാനത്തെ സ്ഥാപിക്കുന്നതിനും ഉദ്യോഗിക്കയാണ്. അദ്ദേഹത്തിന്റെ സേനകൾ സന്നദ്ധകളായിരിക്കുന്നു. അദ്ദേഹം തന്റെ വാർഷിക ജന്മ ദിനോത്സവത്തെ ആഘോഷിച്ചു കഴിഞ്ഞിട്ടു സ്വയം സേനകളെ നയിക്കാൻ ഭാവിച്ചിരിക്കുന്നു എന്നാണ് തോന്നുന്നത്. യുദ്ധം ആരംഭിക്കുമ്പോൾ നമ്മുടെ സിദ്ധനും മറ്റ് അനുയായികളും തൽക്ഷണത്തിൽ അദ്ദേഹത്തിന്റെ പക്ഷത്തെവിട്ടു കാശ്മീരസേനയോടുചേരും. പിന്നെ അക്ബർക്ക് അവിടെനിന്നും പ്രതി നിവർത്തിക്കുന്നതിൽ വേണ്ടിടത്തോളം ശ്രമം ഉണ്ടാകും. അതിനിടയ്ക്കു ആഗ്രായിലുള്ള നമ്മുടെ പക്ഷക്കാർ സലിമിനെ ചക്രവർത്തിയായി പ്രഖ്യാപനം ചെയ്ത് കോട്ടയേയും ഖജനാവിനേയും സ്വാധീനമാക്കി കഴിഞ്ഞിരിക്കും. അതിനാൽ അക്ബർ പ്രതി നിവർത്തിക്കുന്നതിനു ശക്തനായാലും തിരിച്ചു രാജധാനിയിൽ എത്തുമ്പോൾ അധികമായി യുദ്ധം വേണ്ടിവരും. പര്യവസാനം അദ്ദേഹം തന്റെ ചക്രവർത്തി പദത്തെ യുവരാജാവിനു വിട്ടുകൊടുക്കുന്നതായി സംഭവിക്കുന്നെന്നു ഞാൻ വിചാരിക്കുന്നു."

സലിം പറഞ്ഞു: "എല്ലാം നമ്മുടെ ആദ്യാലോചനയ്ക്കു ശരിയായിരിക്കുന്നു. അത് ഇപ്പോൾ ഫലോന്മുഖിയായിരിക്കുന്നു എന്നറിഞ്ഞ്

ഞാൻ സന്തോഷിക്കുന്നു. എന്നാൽ ഒരു ശങ്കയുണ്ട്. നമ്മുടെ ഉപായ പ്രയോഗങ്ങളിൽ ഏതെങ്കിലും വെളിപ്പെട്ടുപോയേക്കുമോ? എല്ലാത്തിലും വേണ്ട കരുതൽ ചെയ്തിട്ടുണ്ടോ? കാശ്മീരത്തേക്കു അയക്കപ്പെട്ടിട്ടുള്ള ആ എഴുത്ത് മറുകൈയിൽ അകപ്പെട്ടെങ്കിലോ?

സാൽഹണൻ ഉത്തരം പറഞ്ഞു: "ആ എഴുത്ത് നിർബ്ബാധമായി ഉദ്ദിഷ്ടസ്ഥലത്ത് എത്തിയിട്ടുണ്ട്. അതിനെ ആരു കൊണ്ടുപോയി എന്നാണ് വിചാരിച്ചിരിക്കുന്നത്? മറ്റാരും അല്ല കുല്ലുകർ തന്നെയാണ്."

സലിം ഉച്ചത്തിൽ പറഞ്ഞു: "അതെന്തു സാഹസമായിപ്പോയി?"

സാൽഹണൻ ശാന്തതയോടെ ഉത്തരം പറഞ്ഞു: "ഒട്ടും ഇല്ല, ആ യോഗ്യപുരുഷനു താൻ ഏറ്റ പ്രവൃത്തിയെക്കുറിച്ചു യാതൊരു അറിവും ഇല്ലായിരുന്നു. സിദ്ധൻ തന്നെയാണ് കുല്ലുകരുടെ കൈയിൽ ആ എഴുത്തിനെ കൊടുത്തത്. അയാൾക്കും അതിലെ സംഗതികളെക്കുറിച്ചും യാതൊരു അറിവും ഇല്ലായിരുന്നു. അതിനെ നിർബ്ബാധമായി എത്തിച്ചു കൊടുക്കുന്നതിനു അയാളെ ഒരു കൗശലത്താൽ ചുമതലപ്പെടുത്തുകയാണ് ചെയ്തത്. ഒരുവേള അയാൾ അതിനെ നോക്കുന്ന പക്ഷവും നമ്മുടെ പേർ അതിൽ ഇല്ലാത്തതിനാൽ നമ്മെക്കുറിച്ച് അയാൾക്ക് യാതൊരു സംശയവും ഉണ്ടാകാനിടയില്ല."

സലിം അഭിനന്ദിച്ചു ചിരിച്ചുകൊണ്ടു പറഞ്ഞു: "നന്നായി സാൽഹണാ! നിങ്ങൾ തന്ന അറിവിനുവേണ്ടി ഞാൻ കൃതജ്ഞനായിരിക്കുന്നു. എന്നാൽ നമ്മുടെ യോഗ്യനായ ഗോരക്ഷൻ അദ്ദേഹത്തിന്റെ വകയായി നമുക്ക് അറിവൊന്നും തരാനില്ലയോ?"

ഇതുവരെ മൗനിയായി കേട്ടുംകൊണ്ടിരുന്ന യോഗി ഉത്തരം പറഞ്ഞു: "ഉണ്ട്. ഞാനും അലസനായിരുന്നില്ല. ഞാൻ ചക്രവർത്തിയുടെ കൊട്ടാരത്തിൽ മാത്രമല്ല, അന്തർഗൃഹത്തിൽ കൂടിയും പ്രവേശിക്കയുണ്ടായി എന്നു പറഞ്ഞതിനെ അവിടുന്ന് അസംഭവ്യമാണെന്ന് വിചാരിച്ചല്ലോ. തന്റെ നാട്ടിലുള്ള വിവിധമതങ്ങളെയും ശാസ്ത്രങ്ങളേയും ഗ്രഹിക്കുന്നതിനു അദ്ദേഹം ഉത്സുകനാണെന്ന് അവിടുത്തേക്ക് അറിയാമല്ലോ. അദ്ദേഹത്തിനു പുരാതനമായ യോഗശാസ്ത്രം അഭ്യസിക്കുന്നതിനു ആഗ്രഹം ജനിച്ചു. അതിനെക്കുറിച്ച് അദ്ദേഹം വളരെ കേട്ടിട്ടുണ്ടെങ്കിലും അദ്ദേഹത്തിനു യാതൊരറിവും ഇല്ല. ഈ വിഷയത്തെ വേണ്ടുംവണ്ണം അദ്ദേഹത്തിനോട് പ്രതിപാദിക്കുന്നതിനു ഫൈസിയും കുല്ലുകരും ശക്തന്മാരല്ല. ചില വിശ്വസ്തന്മാരായ സ്നേഹിതന്മാർ മുഖാന്തരം യോഗശാസ്ത്രത്തിൽ എനിക്കു നല്ല അഭിജ്ഞത ഉണ്ടെന്ന് അദ്ദേഹത്തിനെ മനസ്സിലാക്കാൻ എനിക്കു മാർഗ്ഗം ഉണ്ടായി. അചിരേണ ഞാൻ രാജധാനിയിലേക്കു ക്ഷണിക്കപ്പെടുകയും അണിമാടികളായ അഷ്ടസിദ്ധികളെ സാധിക്കുന്നതിനുള്ള മാർഗ്ഗമായ യോഗ ശാസ്ത്രത്തിന്റെ മൂലതത്ത്വങ്ങളെ ഗൂഢമായി അദ്ദേഹത്തിനോടു പ്രതിപാദിക്കുകയും ചെയ്തു. ഇതിന്റെ വാസ്തവത്തെ വാങ്മാത്രത്താലല്ലാതെ പ്രത്യക്ഷത്താലും തെളിയിക്കുന്നതിനുവേണ്ടി ഇന്ദ്രജാലത്തിൽ അതിനിപുണനായി ഞങ്ങളുടെ കൂട്ട

ത്തിൽ ഉള്ള ഒരാളെക്കൊണ്ട് ഒരു പ്രയോഗം കാണിച്ച് ചക്രവർത്തിയെ ഞാൻ വിസ്മയിപ്പിച്ചു. ആയാൾ പൊക്കം കുറഞ്ഞ ഒരു പീഠത്തിൽ ഇരുന്നു. വളഞ്ഞ പിടിയോടുകൂടിയ ഒരു മുളങ്കമ്പ് അതിനോടുചേർത്തു വയ്ക്കപ്പെട്ടിരുന്നു. ഒരു വെളുത്ത വസ്ത്രംകൊണ്ട് അയാളുടെ ദേഹം മുഴുവനും മൂടപ്പെട്ടു. അതു നീക്കപ്പെട്ടപ്പോൾ അയാൾ ആ കമ്പിന്റെ പിടിയിൽ കൈ നീട്ടിവച്ചുക്കൊണ്ടു പീഠത്തിൽനിന്നു ഏകദേശം രണ്ടടിപൊക്കത്തിൽ നിരവലംബനായി ഇരിക്കുന്നതു കാണപ്പെട്ടു. ഈ അത്ഭുത വിദ്യയെ സൗകര്യം ഉള്ളപ്പോൾ അവിടന്നും ഒരു ദിവസം കാണേണ്ടതാണ്. എന്നാൽ ഇപ്പോൾ ഇത്രയും പറഞ്ഞാൽ മതി. അക്ബർ അത്ഭുതപ്പെട്ടു എന്നു മാത്രമല്ല. ഈ രഹസ്യങ്ങളെ അറിയുന്നതിനു അധിക താല്പര്യം ഉള്ളവനും ആയിത്തീർന്നു. എന്നാൽ അദ്ദേഹത്തിനു ഇനിയും ജിജ്ഞാസ വർദ്ധിക്കത്തക്കവിധത്തിൽ മാത്രമല്ലാതെ അധികം ഒന്നും ഞാൻ പറഞ്ഞില്ല അതുകൊണ്ട് ഇപ്പോൾ അദ്ദേഹത്തിന്റെ സന്നിധിയിൽ എല്ലാപ്പോഴും പോകുവാനുള്ള അവസരം എനിക്കു ലഭിച്ചിട്ടുണ്ട്. എന്നാൽ അതിനെ ഞാൻ ചുരുക്കുമേ ഉപയോഗിക്കാറൊള്ളു. അതുകൊണ്ടു നമുക്ക് വളരെ പ്രയോജനം ഉണ്ടാകും. എന്റെ ആളുകൾ മുഖാന്തരം നമ്മുടെ കാര്യത്തിനു വേണ്ട സംഗതികൾ എല്ലാം ഞാൻ അറിയാനുണ്ട്. അക്ബരുടെ കൊട്ടാരത്തിലും അന്തഃപുരങ്ങളിലും നടക്കുന്നതൊക്കയും അറിയാൻ ശ്രമിക്കുന്ന ആളുകൾ അവിടെ ധാരാളം ഉണ്ട്. എന്നാൽ അദ്ദേഹം ഇവരെ ഒരു യോഗിയുടെ മതാനുസാരികൾ എന്നല്ലാതെ മറ്റൊന്നും ശങ്കിക്കുന്നില്ല. ഇപ്രകാരം അന്യഥാ അറിയാൻ അശക്യങ്ങളായ അനേക വൃത്താന്തങ്ങളെ അവിടുത്തേയും നമ്മുടെ മിത്രമായ സാൽഹണനേയും അറിയിക്കുന്നതിനു എനിക്കു കഴിയും."

സലിം പറഞ്ഞു: "നിങ്ങൾ ഒരു ഐന്ദ്രജാലികനാണെന്നു ഞങ്ങൾ സമ്മതിക്കേണ്ടിയിരിക്കുന്നു. ഞങ്ങൾക്കു ചെയ്യുന്ന ഉപകാരങ്ങൾക്കു പ്രതിഫലമായി നിങ്ങൾ എന്താണ് ആവശ്യപ്പെടുന്നത്? എന്റെ ആധിപത്യം സ്ഥാപിതമായാൽ കാശ്മീരത്തിലെ രാജപ്രതിനിധിയുടെ സ്ഥാനം കിട്ടണം എന്നാണ് സാൽഹണന്റെ ആഗ്രഹം എന്ന് എനിക്കറിയാം. എല്ലാം ശരിയായി വരുന്ന പക്ഷം ആ ആഗ്രഹത്തെ നിശ്ചയമായി സാധിപ്പിക്കാം. ഒന്നും വൃഥാ ലഭിക്കയില്ലെന്നുള്ള അയാളുടെ അഭിപ്രായത്തിൽ ഞാനും ചേരുന്നു എന്നാൽ നിങ്ങൾക്ക് എന്താണ് ആഗ്രഹം? ഉടമ്പടികൾ എല്ലാ മുൻപിൽ കൂട്ടി തീർച്ചപ്പെടുത്തുന്നതാണ് ഉത്തമം."

ഗോരക്ഷൻ ഉത്തരം പറഞ്ഞു: "മഹാനായ രാജാവേ! മുൻപിൽ കൂട്ടി തന്നെ ഞാൻ ഇപ്രകാരം സംബോധനം ചെയ്തുകൊള്ളുന്നു. എനിക്കു യാതൊരു പ്രതിഫലവും വേണ്ട എന്നു ഞാൻ പറയുന്നതിനെക്കുറിച്ച് അവിടുത്തേക്കു ആശ്ചര്യം തോന്നുമായിരിക്കും. എന്നാൽ ഞാൻ അതിനെ വിശദീകരിക്കാം. അവിടുത്തേക്ക് എന്താണ് വേണ്ടത് എന്നു ഞാൻ അങ്ങോട്ടു ചോദിക്കുന്നു. ഒരു മനുഷ്യനു ഇച്ഛിക്കാവുന്നതെല്ലാം. അവിടുത്തേക്ക് ഇപ്പോൾ തന്നെ ഉണ്ടെന്നുള്ളതു നിസ്സംശയമാണല്ലോ

അവിടുത്തേക്ക് വേണ്ട ധനവും കൊട്ടാരങ്ങളും ഇഷ്ടാനുവർത്തനത്തിനു സൗന്ദര്യമുള്ള സ്ത്രീകളും സന്തുഷ്ടന്മാരായ ഇഷ്ടന്മാരും അത്യുത്തമങ്ങളായ മധുക്കളും ഉണ്ട്. അവിടുന്ന് ഈ സമൃദ്ധമായ മഹാരാജ്യത്തിൽ ചക്രവർത്തിയുടെ സ്ഥാനത്തെ നിശ്ചയമായി ആരോഹണം ചെയ്യുന്ന അനന്തരാവകാശിയാണ്. എങ്കിലും അവിടുത്തേക്ക് ഗൂഢങ്ങളും ദുർഘടങ്ങളും ആപല്ക്കരങ്ങൾ തന്നെയും ആയ ഈ ഉപായപ്രയോഗങ്ങളെ ഫലിപ്പിക്കുന്നതിനു ഞങ്ങളുടെയും അവിടുത്തേക്കാൾ നികൃഷ്ടന്മാരായ മറ്റുള്ളവരുടെയും സഹായം ആവശ്യകമായിരിക്കുന്നു. ഇതെന്തുകൊണ്ടാണ്? അവിടുത്തെ പിതാവിന്റെ മരണാനന്തരം ആ സ്ഥാനം ഒഴിവാകുന്നതു വരെ അവിടുത്തേക്കു കാത്തിരിക്കാൻ ക്ഷമയില്ലാതെ ഇപ്പോൾ തന്നെ അധികാരത്തെ വഹിക്കുന്നതിനുള്ള ആഗ്രഹം നിമിത്തം ആണ്. എന്നാൽ അവിടുന്ന് അവിടത്തേക്കു കിട്ടണമെന്ന, വിചാരിക്കുന്നതായ അധികാരത്തെ തന്നെയാണ് ഞാനും ആഗ്രഹിക്കുന്നത്. അവിടുത്തേക്കു ഇപ്പോൾ ഒന്നിനും പൂർണ്ണമായ അധികാരം ഇല്ലാത്ത സ്ഥിതിയായിരിക്കുമ്പോൾ ഞാൻ അദ്യാപി അധികാരത്തെ വഹിക്കുന്നു. എന്നാൽ ഇതിലും അധികമായ അധികാരത്തിനായിട്ടാണ് ഞാൻ സർവ്വദാ ശ്രമിക്കുന്നത്. ആവശ്യപ്പെട്ടാൽ ഭൂമിയിലുള്ള മഹാന്മാരെ എതിർക്കുന്നതിനു സംഘമായി ചേരുന്ന അസംഖ്യംപേർ എന്റെ സ്വല്പമായ സംജ്ഞാപനത്തെ നിശ്ശങ്കമായി അനുവർത്തിക്കുന്നതിന് സന്നദ്ധന്മാരായിട്ടുണ്ട്. സാധുവും അപ്രസിദ്ധനും പലരാലും അവകേളിതനും ആയ കേവലം ഒരു ആചാര്യനായ എനിക്കു സകലപ്രഭാവങ്ങളോടു കൂടിയ അവിടുത്തേ അതിശയിക്കുന്നതായ ഒരു അധികാരം ഉണ്ട്. എന്റെ ആജ്ഞാകരന്മാർ എന്തുകൊണ്ടാണ് എന്റെ അധികാരത്തിനു കീഴടങ്ങിയിരിക്കുന്നത്? ദുർന്നിരോധമായും, മനുഷ്യൻ ജീവച്ഛവപ്രായനായിതീരത്തക്കവിധത്തിൽ വിവേകത്തേയും ഇച്ഛാശക്തിയേയും നശിപ്പിക്കുന്നതായും ഉള്ള മതഭ്രാന്തിനാൽ തന്നെ ഒരിക്കലും തൃപ്തയല്ലാത്ത ദുർഗ്ഗയ്ക്കു നൂതനമായി എന്തു ബലിയാണ് അത്യന്തം സ്വീകാര്യമായിരിക്കുന്നത് എന്ന് എന്റെ അനുചരന്മാരെ കാണിക്കുന്നതിന് അവിടുത്തേയോ മറ്റൊരുത്തനേയോ എനിക്കു മനസ്സുള്ളവരെ ഞാൻ അംഗുലികൊണ്ട് ഒന്നു നിർദ്ദേശിച്ചാൽ മതി. ബലിയായി വരുന്ന ആൾ എത്ര ഉന്നതപദവിയിൽ ഇരിക്കുന്നോ അത്രയും ദേവിക്കു പ്രിയമാണ്. ബലിക്കു നിർണ്ണീതനായിരിക്കുന്നവൻ ആരെങ്കിലും മുൻകൂട്ടി അറിവു കൊടുക്കയും അവൻ എന്തെല്ലാം കരുതലുകൾ ചെയ്തതും എത്ര ഭൃത്യന്മാരേയും രക്ഷിജനങ്ങളേയും ചുറ്റും നിർത്തിക്കൊള്ളുകയും ചെയ്താലും അവൻ രക്ഷപ്പെടുന്നതു പ്രായേണ അശക്യം തന്നെയാണ്. അവന്റെ അനുചരന്മാരുടെ ഇടയിൽത്തന്നെ എന്റെ വിശ്വസ്തന്മാർ അവന്റെ അടുക്കൽ ഉണ്ടാകും. ശരിയായ കാലം വരുമ്പോൾ അർദ്ധരാത്രിയിൽ സംശയത്തെ ജനിപ്പിക്കുന്നതിനു യാതൊരു ശബ്ദവും ഇല്ലാതെ ഝടുതിപാശം അവന്റെ കഴുത്തിൽ വീണ് നിലവിളിക്കും മറ്റും ഇടയുണ്ടാകാതെ അവന്റെ കഥ കഴിയും. അപൂർവ്വ

മായി ചിലപ്പോൾ ഈ കൃത്യം ചെയ്യുന്നവൻ പിടിക്കപ്പെട്ടിട്ടുണ്ട്. എന്നാൽ അവൻ പിടിക്കുന്നവന്റെ കൈയിൽനിന്നും തെറ്റി ഉടനെ കാണാതെ ആകും. ഒരു വേള അവനെ പിടികിട്ടിയാലും സാരമില്ല. അവൻ അനന്ത മായ ശ്രേയസ്സു കിട്ടുമെന്നുള്ള വിശ്വാസത്തോടു കൂടി മരിക്കുന്നു. അവനു സാധിക്കാൻ കഴിയാത്ത കാര്യത്തെ നടത്തുന്നതിനു അനേകംപേർ ഒരുമ്പെട്ടിരിക്കുകയും താമസിയാതെ അവരുടെ യത്നം സഫലമാകു കയും ചെയ്യും.

യോഗി സ്വല്പനേരം മൗനത്തെ അവലംബിച്ചു. എന്നാൽ അദ്ദേഹ ത്തിന്റെ ശ്രോതാക്കൾ രണ്ടുപേരും ഒന്നും പറഞ്ഞില്ല. ഈ അത്ഭുത സംഗതികളെ കേട്ടു നല്ല പരിചയമുള്ള സാൽഹണൻ ശാന്തതയോടെ കേട്ടുകൊണ്ടിരിക്കുകയായിരുന്നു. സലിം ആകട്ടെ സ്വതഃധൈര്യവാ നായിരുന്നെങ്കിലും ആചാര്യന്റെ ഈ വാക്കുകൾ കേട്ടിട്ടു വിവർണ്ണനായി അദ്ദേഹത്തെ സൂക്ഷിച്ചു നോക്കിക്കൊണ്ടു വിചാരമഗ്നനായി ഇരുന്നു.

ഗോരക്ഷൻ പിന്നെയും പറഞ്ഞു: "ഇപ്രകാരം ഞാനും എന്റെ രീത്യാ അധികാരത്തെ വഹിക്കുന്നു. എന്നെ എതിർക്കുന്നവരുടെ സംശയത്തിനു ഇടകൊടുക്കാതെ ഞാൻ എന്റെ മാർഗ്ഗത്തിൽനിന്നും നിഷ്കാസനം ചെയ്തുകളയുന്നു. എന്റെ ശക്തിയെ അറിയുന്നവർ എന്നെ ഭയപ്പെടുന്നു. അവർ ഉൽകൃഷ്ടന്മാരായാലും നികൃഷ്ടന്മാരായാലും എന്റെ നിയോ ഗത്തെ അനുവർത്തിക്കുന്നു. ഇപ്രകാരമുള്ള അധികാരത്തെ നടത്തുന്ന വന് അവിടത്തെ സന്തോഷങ്ങൾ ഇല്ലെന്നു വിചാരിക്കുന്നോ? ജനങ്ങൾ അവിടുത്തെ ബഹുമാനിക്കാതെ അനാദരിക്കുകയും അവരുടെ സകല പ്രവൃത്തികളും എന്നുവേണ്ട അവരുടെ ജീവൻകൂടെ അവിടുത്തെ സ്വേച്ഛാധീനങ്ങളാണെന്നു അവിടുത്തേക്കു ബോധം ഉണ്ടായിരിക്കുകയും ചെയ്യുമ്പോൾ അവിടുത്തേക്ക് അഹങ്കാരം തോന്നുകയില്ലയോ. ഇപ്രകാരം ചിന്തിക്കുന്നതു ഞാൻ ഒരാൾ മാത്രമല്ല, ജനങ്ങളുടെ ദൃഷ്ട്യാ പ്രബല ന്മാരായ അധിപതികളാണെന്നു വിചാരിക്കപ്പെടുന്നവരെ കൂടിയും കീഴ ടക്കുന്നതിനു ആരും അറിയാതെ ഗൂഢമായി ശ്രമിക്കുന്നവർ ദൂരദേശങ്ങ ളിൽ ഉണ്ടെന്നു ഞാൻ അറിയുന്നു. സ്വമതത്തിലേക്കു ജനങ്ങളെ ചേർക്ക ണമെന്നുള്ള ഉദ്ദേശ്യത്തോടുകൂടി പശ്ചിമദിക്കിലുള്ള ദൂരദേശങ്ങളിൽനിന്നു വന്നിട്ടുള്ളവരെ ആഗ്രയിലും മറ്റുള്ള സ്ഥലങ്ങളിലും ഞാൻ പലപ്പോഴും കണ്ടു സംസാരിച്ചിട്ടുണ്ട്. അവരുടെ സിദ്ധാന്തങ്ങളെ ശ്രദ്ധയോടെ കേൾക്ക എന്നുള്ള വ്യാജേന ഞാൻ അവരുടെ ഉദ്ദേശ്യങ്ങളെ ക്രമേണ മനസ്സിലാക്കീട്ടുണ്ട്. അവരുടെ ഏർപ്പാടുകളേയും നടപടികളേയും കുറിച്ച് അവർ പറഞ്ഞു ഞാൻ അറിഞ്ഞിട്ടുള്ളതിൽനിന്നും അവരും അവരുടെ നേതാക്കന്മാരും എന്നെപ്പോലെ പക്ഷേ, ഭിന്നമാർഗ്ഗമായി ഒരേ ദൈവത്തെ തന്നെ വിശ്വസിക്കുന്നു എന്നു ഞാൻ ഗ്രഹിച്ചിരിക്കുന്നു. അവരുടെ ഉപ കരണങ്ങൾ ഭിന്നങ്ങളാണ്. എന്നാൽ അവയും നിർദ്ദയങ്ങൾ തന്നെയാ ണ്. മനുഷ്യരെ ഞങ്ങൾ ശ്വാസം മുട്ടിച്ചു കൊല്ലുന്നു. എന്നാൽ അവർ പലപ്പോഴും നിരോധിക്കപ്പെടുകയും ഉപദ്രവിക്കപ്പെടുകയും ചെയ്യുന്നുണ്ടെ

ങ്കിലും തങ്ങളുടെ മതപ്രതിപത്തിയെ അവലംബിച്ചു രാജാക്കന്മാരെയും ബാഹ്യമായി വിധേയതയെ ഭാവിച്ചുകൊണ്ട് തങ്ങളുടെ മതാദ്ധ്യക്ഷ നേയും നിയന്ത്രിക്കുന്നതിനു ശക്തന്മാരാകുന്നു. അതിനാൽ ബാഹ്യപ്ര കടനങ്ങളിലോ മറ്റുള്ളവർ സമ്മതിക്കുന്നതിലോ അല്ല ഒരുത്തന്റെ അധി കാരശക്തി പ്രതിഷ്ഠിതമായിരിക്കുന്നത് എന്ന് അവിടുത്തേക്കു മനസ്സിലാ യല്ലോ. ഇത് അവിടുത്തെ അസാധാരണമായി തോന്നുന്നതായിരിക്കാം."

ഗോരക്ഷൻ വിരമിച്ചു. സലിം പിന്നെയും തൂഷ്ണികനായിരുന്നു. എന്നാൽ സലിം ആ ദുർഗ്ഗാചാര്യന്റെ നേരെ നോക്കിയ നോട്ടം വാക്കുക ളെക്കാൾ അധികം അർത്ഥവത്തായിരുന്നു.

ആ ആചാര്യൻ ഒന്നു ചിരിച്ചിട്ട് സാവധാനമായി പറഞ്ഞു: "ഈ ക്ഷണത്തിൽ അവിടുത്തെ മനസ്സിൽ തോന്നുന്ന വിചാരങ്ങൾ എന്താ ണെന്ന് എനിക്കു മനസ്സിലായി. എന്നെപ്പോലുള്ള ഒരു ബന്ധു അനർത്ഥ ഹേതുവായി തീർന്നേക്കാവുന്നതുകൊണ്ട് ഇപ്പോൾ തന്നെ അങ്ങനെ ഉള്ളവന്റെ കഥ കഴിച്ചേക്കയല്ലയോ നല്ലത് എന്ന് അവിടുന്ന് ആലോചി ക്കുന്നതായിരിക്കാം. എന്നാൽ നിർബ്ബാധമായി തിരിച്ചു പോരാമെന്നുള്ള നിശ്ചമില്ലാതെ വ്യാഘ്രത്തിന്റെ ഗുഹയിൽ കടന്നു ചെല്ലത്തക്കവണ്ണം ഞാൻ മന്ദബുദ്ധിയല്ല. പർവ്വതത്തിന്മേൽ കാണുന്ന ആ ദേവാലയത്തിൽ എന്റെ അനുചരന്മാർ എന്നെ പ്രതീക്ഷിച്ചു നില്ക്കുന്നുണ്ട്. പ്രഭാതത്തോടു കൂടി ഞാൻ അവരുടെ കൂട്ടത്തിൽ ചെന്നു ചേർന്നില്ലെങ്കിൽ ദേവിയുടെ പ്രത്യേകാരാധകനായ എന്റെ മരണത്തിനു പ്രായശ്ചിത്തമായി ആരെ യാണ് ദേവിക്കു ബലിയായി കൊടുക്കേണ്ടതെന്ന് അവർക്കു നല്ലവണ്ണം അറിയാം.

സലിം പറഞ്ഞു: "നിങ്ങളുടെ സഹജമായ കരുതലോടുകൂടി നിങ്ങൾ വേണ്ട ഏർപ്പാടു ചെയ്തിരിക്കുന്നു. എന്നാൽ യോഗ്യരായ ഗോരക്ഷരെ! നിങ്ങളുടെ ഈ കരുതൽ വേണ്ടതിലധികമാണ്. ഞങ്ങൾക്കു വളരെ കാര്യ ങ്ങളിൽ നിങ്ങളുടെ സഹായം ആവശ്യമായിരിക്കുന്നുണ്ട്. കാരണം കൂടാതെ അതിനെ ഞാൻ ഇല്ലാതാക്കുമോ? എന്നാൽ നമ്മുടെ ആലോ ചനയുടെ പ്രകൃതത്തെ നാം വിട്ടിരിക്കുന്നു. ഒരു സംഗതിയെക്കുറിച്ച് എന്റെ മനസ്സിനു അസ്വാസ്ഥ്യം ഉണ്ട്. സാൽഹണാ! നിങ്ങളുടെ ഭ്രാതാ വായ കാശ്മീരത്തിലെ മന്ത്രിയുടെ അടുക്കൽനിന്നും നാം എന്താണ് പ്രതീക്ഷിക്കേണ്ടത്? അയാൾ നമ്മുടെ പക്ഷത്തിൽ ചേരുമോ? ഇല്ലെന്നു വരികിൽ നമുക്ക് ഉപദ്രവം ചെയ്യാൻ അയാൾക്കു ശക്തിയുണ്ടോ?

ഗവർണ്ണർ ഉത്തരം പറഞ്ഞു: "ഉണ്ടെന്ന് എനിക്കു വളരെ ശങ്കയുണ്ട്. അദ്യുതനായിരിക്കുന്ന രാജാവിന്റെ പക്ഷത്തെ അയാൾ ഒരിക്കലും ഉപേ ക്ഷിക്കയില്ല. അദ്ദേഹം പരാജിതനാകുന്ന പക്ഷം അയാൾ നമ്മേക്കാൾ അക്ബർക്കു സഹായമായിട്ടേ നില്ക്കൂ. എന്തെന്നാൽ ആ ദേശത്തിനും ജനങ്ങൾക്കും നമ്മെക്കൊണ്ടു അനർത്ഥമല്ലാതെ ഒന്നും ഉണ്ടാകുകയി ല്ല എന്നാണ് അയാളുടെ വിചാരം.

ഗോരക്ഷൻ പറഞ്ഞു: "അങ്ങനെയാണെങ്കിൽ അയാളെ എന്റെ അടുക്കൽ ഏല്പിച്ചേക്കണം."

"എന്താണ് നിങ്ങൾ പറഞ്ഞതിന്റെ താല്പര്യം?"

"ചോദ്യങ്ങൾ ഒന്നും ചോദിക്കണ്ട. അയാളെ എന്റെ അടുക്കൽ ഏല്പിച്ചാൽ പിന്നെ അയാളെക്കൊണ്ടു നിങ്ങൾക്കു തടസ്സം ഒന്നും ഉണ്ടാകയില്ല എന്നാണ് ഞാൻ പറയുന്നത്. ഇതിനേക്കാൾ അധികഗൗരവമുള്ള മറ്റൊരു സംഗതിയുണ്ട്. വളരെക്കാലമായി മൃതനെന്നു വിചാരിക്കപ്പെട്ടവൻ തിരികെ സ്വദേശത്തേക്കു വരികയാണെങ്കിൽ നമ്മുടെ ആലോചനകളെ എല്ലാം വിഫലീകരിക്കുന്നവനും ആയ കാശ്മീരത്തിലെ ഒരു മുഖ്യപുരുഷൻ ജീവിച്ചിരിക്കുന്നുണ്ടെന്നു വിശ്വസിക്കുന്നതിനു സംഗതിയുണ്ട്.

വളരെ അസ്വാസ്ഥ്യത്തോടെ സലിം ചോദിച്ചു: "എങ്ങനെ? എന്ത്? നിങ്ങൾ പറയുന്നത്.?"

"അവിടുന്ന് ഊഹിച്ച ആളെക്കുറിച്ച് തന്നെയാണ് ഞാൻ പറയുന്നത് - നന്ദി ഗുപ്തൻ."

"നന്ദിഗുപ്തനോ? അത് അസംഭവ്യമാണ്."

"അതെന്തുകൊണ്ടാണ്? അദ്ദേഹം മരിച്ചു എന്നുള്ളതിനു നിശ്ചയമുണ്ടോ? ആകസ്മികമായി അദ്ദേഹത്തിനെ കാണാതായി എന്നും പിന്നെ അദ്ദേഹത്തെക്കുറിച്ച് ഒന്നും കേട്ടിട്ടില്ലെന്നും മാത്രമല്ലാതെ നമുക്ക് അറിവൊന്നും ഇല്ലല്ലോ. കുറേ മുമ്പിൽ ഹിമവാന്റെ പ്രാന്തത്തിലുള്ള ബദരീനാഥത്തിന്റെ സമീപത്തിൽ ഒരു യോഗി പാർക്കുന്നുണ്ടെന്നു ഞാൻ അറിഞ്ഞു. അദ്ദേഹത്തിന്റെ സ്വരൂപവിവരണവും കേട്ടതിൽ മുമ്പിലത്തെ രാജാവിനോടു ശരിയായിരിക്കുന്നു. കുല്ലുകരും സിദ്ധരാമനും ഇങ്ങോട്ടു വരുന്ന വഴിക്ക് അദ്ദേഹത്തിനെ ചെന്നു കണ്ടിട്ടുണ്ട്."

സലിം പറഞ്ഞു: "അതു ഭയകാരണമായിരിക്കുന്നല്ലോ."

ഗോരക്ഷൻ പിന്നെയും പറഞ്ഞു: "ഇതിനിടയ്ക്കു വാസ്തവത്തെ അറിഞ്ഞു വരുന്നതിനു എന്റെ ആളുകളിൽ ചിലരെ അയച്ചിട്ടുണ്ട്. എന്റെ സംശയം വാസ്തവമായി വരുന്ന പക്ഷം അയാൾ നിശ്ചയമായി ദുർഗ്ഗയ്ക്കു സ്വീകാര്യന്മാരായുള്ളവരുടെ കൂട്ടത്തിൽ ആകും. "ഇപ്രകാരം പറഞ്ഞ് തന്റെ ശ്രോതാക്കൾക്ക് രണ്ടുപേർക്കും മനസ്സിലായതായ ഒരു ആംഗികത്തെ അദ്ദേഹം കാണിച്ചു." എന്നാൽ ഇപ്പോൾ എനിക്ക് എന്റെ അനുചരന്മാരോടു ചെന്നു ചേരുന്നതിന് സമയമായി. അതുകൊണ്ടു ഞാൻ യാത്രപറയുന്നതിനു അവിടുന്ന് അനുവദിക്കണം."

ആ യോഗിയെ തന്റെ അധീനതയിൽനിന്നും വിടാതിരുന്നാൽ കൊള്ളാമായിരുന്നു. എന്നു മനഃപൂർവ്വം ആഗ്രഹിച്ചുകൊണ്ടു ശിരഃകമ്പനത്താൽ സലിം അനുമതിയെ കൊടുക്കുകയും തല്ക്കാലം അവർ മൂന്നു പേരും പിരിയുകയും ചെയ്തു.

പ്രഥമദിവസം മുതൽ പ്രതിസായം ആ ദുർഗ്ഗത്തിന്റെ ദീപദീപങ്ങളായ പ്രാകാരങ്ങളിൽനിന്നും വിരുന്നിന്റെയും നാനാവിധ വിനോദങ്ങളുടേയും ആഘോഷം ഏകാകിനിയായി ഉദ്യാനത്തിൽ നടക്കുന്ന ഇരാ

വതിയുടേ ശ്രവണഗോചരമായി തീരാറുണ്ടായിരുന്നു. തന്റെ അത്യാഗ്രഹം നിമിത്തം ഉണ്ടായിട്ടുള്ള മനക്ലേശങ്ങളെ തല്ക്കാലത്തേക്കു വിസ്മരിക്കുന്നതിനും പകൽ ഉണ്ടായ ശ്രമത്തെ പരിഹരിക്കുന്നതിനുമായി ഹിന്ദുസ്ഥാനത്തിന്റെ ഭാവിയായ ചക്രവർത്തി തന്റെ പ്രിയസ്നേഹിതന്മാരോടും നർത്തകവർഗ്ഗങ്ങളോടും കൂടി അവടെ ഉത്സാഹമായി രാത്രികളെ കഴിച്ചുകൂട്ടുകയായിരുന്നു. ചിലപ്പോൾ ഇരാവതിയുടെ വിശ്വസ്തസഖിയായ നിപുണിക മറ്റു ഭൃത്യജനങ്ങളോടു കൂടിച്ചേർന്ന് ഈ വിരുന്നുകളെ ചെന്നുകണ്ട് തദ്വത്താന്തങ്ങളെ തന്റെ സ്വാമിനിയോടു വിസ്തരിച്ചു പറയുകയും അപ്പോൾ ആ മുഗ്ദ്ധയായ തരുണിക്കു ജുഗുപ്സ തോന്നുകയും അവൾ തന്റെ സഖിയോട് ഈ കഥകളെ പ്രസ്താവിക്കാതിരിക്കാൻ പറകയും ചെയ്യാറുണ്ടായിരുന്നു. ആഗ്രയിൽ വച്ച് ഇപ്രകാരമുള്ള ആഘോഷങ്ങൾ ഉണ്ടാകുമ്പോൾ സിദ്ധനും അവയിൽ ചേരാറുണ്ടായിരിക്കുമോ? പ്രബലമായ ഒരു മഹാരാജ്യത്തിന്റെ അധിപതിയും അസംഖ്യ ജനങ്ങളുടെ നേതാവും ആകാൻ പോകുന്ന സലിം ഇങ്ങനെയുള്ള ദുരാചാരത്തിൽ മഗ്നനായിരിക്കുന്നല്ലോ!

എന്നിട്ടും ഇരാവതി പലപ്പോഴും തന്റെ പിതാവിനോടു കൂടി യുവരാജാവിനെ ദർശിക്കാറുള്ളപ്പോൾ അദ്ദേഹത്തെ നിന്ദിക്കുന്നതിനുള്ള കാരണം ഒന്നും കണ്ടില്ല. അദ്ദേഹം അവളോടു സംസാരിക്കുമ്പോഴത്തെ മാതിരി ഒരു നല്ല പരിഷ്കൃതനായ പ്രഭുവിന്റെ പോലെ തന്നെ ആയിരുന്നു. സ്വല്പം പോലും സ്വാതന്ത്ര്യത്തെ കാണിക്കാതെ ഒരു രാജകന്യകയ്ക്കു കൂടിയും ആക്ഷേപിക്കാൻ പാടില്ലാത്ത വിധത്തിൽ അദ്ദേഹം അവളെക്കുറിച്ചു ബഹുമാനാദാരങ്ങളെ ഭാവിച്ചിരുന്നു. അദ്ദേഹം അവളോടു സംസാരിക്കുമ്പോൾ ഒരു മുഖസ്തുതിയുടെയോ അർത്ഥമില്ലാത്ത ഉപചാരത്തിന്റെയോ ഛായപോലും ഇല്ലാതെ എല്ലാം സാധാരണവും നിഷ്കപടവും സ്വാഭാവികവും ആയിരുന്നു. അദ്ദേഹത്തിന്റെ സംഭാഷണം വളരെ രസജനകവും അസാധാരണമായ പഠിത്തത്തിന്റെയും വിശാലമായ ജ്ഞാനത്തിന്റെയും സൂചകവും ആയിരുന്നു. ഇരാവതി പലപ്പോഴും ഇപ്രകാരം വിചാരിച്ചു. ഹാ! ഇദ്ദേഹം തന്റെ അനേക യോഗ്യതകളെ കുറേക്കൂടി നന്നായി ഉപയോഗിക്കയും തന്റെ ശ്രേഷ്ഠനായ പിതാവിനെ പോലെ നടക്കുന്നതു തന്റെ മുഖ്യമായ കൃത്യമാണെന്നു വിചാരിക്കയും ചെയ്തെങ്കിൽ എത്ര നന്നായിരുന്നു!

ഒരു സായാഹ്നത്തിൽ ഇരാവതി ചിന്താമഗ്നയായി ഉദ്യാനത്തിൽ ഉള്ള പീഠങ്ങളിൽ ഒന്നിൽ ഉപവിഷ്ടയായിരുന്നപ്പോൾ തന്റെ ചുറ്റുമുള്ള നിശ്ശബ്ദത പ്രാകാരത്തിൽ നിന്നുള്ള വിനോദാഘോഷങ്ങളാൽ അബാധിതയായിരുന്നു എന്നും വാതായനങ്ങളിൽനിന്നും വെളിച്ചം കാണാനില്ലായിരുന്നു എന്നും അറിഞ്ഞ് അവൾ ആശ്ചര്യപ്പെട്ടു. ഒരു ഉഷ്ണമായ വായു വൃക്ഷങ്ങളുടെ ശാഖകളെ ചലിപ്പിച്ച് പർണ്ണങ്ങളിൽ മർമ്മരശബ്ദത്തെ ജനിപ്പിക്കയും കൂടെക്കൂടെ മുരളികളുടെയോ മണികളുടെയോ ക്വണിതം ദൂരെ ഉള്ള ഗ്രാമങ്ങളിലെ കൃഷീവലന്മാരുടെ വല്ല ഉത്സവത്തേയും സൂചിപ്പി

ക്കയും മാത്രം ചെയ്തുകൊണ്ടിരുന്നു. ഉടൻതന്നെ ഒരു പാദശബ്ദത്താൽ ആ നിശ്ശബ്ദത ഭഗ്നയാകയും ഇരാവതി ഇരുന്ന ദിക്കിലേക്കു അടുത്തു വരുന്നതായി ഒരു പുരുഷരൂപം ആ സന്ധ്യാപ്രകാശത്തിൽ കാണപ്പെടുകയും ചെയ്തു. അവൾ ഭയാക്രാന്തയായി എഴുന്നേല്ക്കയും ആ കടന്നുവന്ന ആൾ യുവരാജാവാണെന്നറിഞ്ഞ് ആശ്ചര്യപ്പെടുകയും ചെയ്തു. അദ്ദേഹം അടുത്തുവന്നു പതിവുപോലുള്ള വിനയഭാവനയോടു കൂടി ഇപ്രകാരം പറഞ്ഞു:

"ശ്രേഷ്ഠയായ തരുണി! നിങ്ങൾ ഇവിടെ ഉണ്ടെന്നറിയാതെ ഞാൻ വന്നത് നിങ്ങൾക്കു ബുദ്ധിമുട്ടാണെങ്കിൽ ഞാൻ മാപ്പുചോദിക്കുന്നു. നിങ്ങൾ എന്റെ സായാഹ്നാഭിനന്ദനത്തെ സ്വീകരിക്കുമല്ലോ. ഞാൻ നിങ്ങളെ ശ്രമപ്പെടുത്തുന്നില്ല."

ഉപചാരത്തോടു കൂടി ഇരാവതി ഉത്തരം പറഞ്ഞു: "ഈ ശ്രമം എനിക്കു സന്തോഷാവഹമല്ലാതെ വരാൻ പാടില്ലല്ലോ. എങ്കിലും ഞാൻ അല്പം അത്ഭുതപ്പെട്ടു എന്നു സമ്മതിക്കാതെ കഴികയില്ല. ഇങ്ങനെ ഏകാകിയാലും സ്വസ്ഥമായും നടക്കുന്നതിനേക്കാൾ വളരെ ഉത്സാഹമായിട്ടുള്ള ഒരു മാതിരിയിലാണ് അവിടുന്നു സായാഹ്നങ്ങളെ യാപനം ചെയ്യാറുള്ളത് എന്നാണ് ഞാൻ വിശ്വസിച്ചിരുന്നത്."

സലിം ഉത്തരം പറഞ്ഞു: "അത് അങ്ങനെ ആയിരുന്നു അതിനെക്കുറിച്ചു നിങ്ങൾക്ക് ആക്ഷേപിക്കാൻ അവകാശമുണ്ട്. നിങ്ങൾ വസിക്കുന്ന ഈ സ്ഥലത്തെ ഞാൻ കുറേ കൂടി മാനിക്കേണ്ടതായിരുന്നു. കഴിഞ്ഞതു കഴിയട്ടെ. മേലാൽ അയോഗ്യങ്ങളായ വിനോദാഘോഷങ്ങൾ നിങ്ങളുടെ മന്ദിരത്തേയും രാത്രിയുടെ നിശ്ശബ്ദതയേയും ബാധിക്കയില്ല."

ഇരാവതി അദ്ദേഹം പറഞ്ഞതിനെ ആശ്ചര്യത്തോടെ കേട്ടു. എന്തിനായിട്ട് അദ്ദേഹം ഇപ്രകാരം പറഞ്ഞു: "ആകസ്മികമായി ഈ ബുദ്ധിഭേദം ഉണ്ടാകാൻ എന്തു കാരണം?"

സലിം പിന്നെയും പറഞ്ഞു: "സ്വല്പകാലത്തിനിടയിൽ എന്റെ സ്വഭാവത്തിനു അനല്പമായ ഒരു ഭേദം വന്നിരിക്കുന്നു. ഇന്നുവരെ ഞാൻ സുഖാനുഭവത്തെ മാത്രമേ ശ്രദ്ധിച്ചൊള്ളൂ. നിങ്ങൾ പിന്മാറാതെ ഞാൻ പറയുന്നതിനെ കേൾക്കണം. ഞാൻ പരമാർത്ഥം ഒക്കയും പറയാം. ഞാൻ ഒരു ദുരാചാരവർത്തിയും മദ്യപാനിയും ആയിരുന്നു; ഞാൻ ഒന്നും മറയ്ക്കുന്നില്ല. എന്നാൽ ആ സ്വഭാവത്തെ എല്ലാം ഞാൻ വിട്ടു എന്റെ മുൻപിലത്തെ കാലക്ഷേപരീതി അവസാനിച്ചിരിക്കുന്നു. ഇന്നത്തെ സലിം ഇന്നലത്തേതിൽനിന്ന് അത്യന്തം വ്യത്യസ്തനായ ഒരാളായിരിക്കുന്നു. ഈ ക്ഷണം മുതൽ ഞാൻ എന്റെ കൃത്യത്തേയും മാനത്തേയും സൂക്ഷിച്ചും ഒരു കാലത്ത് എന്റെ സംരക്ഷണയിൽ ഏല്പിക്കപ്പെടുന്ന ജനങ്ങളുടെ ക്ഷേമത്തിനു വേണ്ടി ദീക്ഷിച്ചും കാലക്ഷേപം ചെയ്യും. ഞാൻ അത്യാഗ്രജന്യങ്ങളായും അന്യായങ്ങളായും ഉള്ള എല്ലാ ഉദ്യമങ്ങളേയും സർവ്വോപരിവാസ്തവമായ സുഖാനുഭവം ഇല്ലാതെ ക്ലേശവിസ്മൃതയ്ക്കു മാത്രമായി ഏതൽക്ഷണപര്യന്തം ആചരിച്ചു വന്ന നികർഷാ

വഹങ്ങളായ അകൃത്യങ്ങളെയും ഉപേക്ഷിക്കാം. എന്റെയും എന്റെ രാജ്യത്തിന്റെയും ഭവിഷ്യത്തായ ക്ഷേമത്തിന് അവലംബമായ ഒരു ആഗ്രഹം സാധിക്കുമെങ്കിൽ ഞാൻ ഇതൊക്കെയും ചെയ്യാം. അതു സാധിക്കുന്നതു നിങ്ങളുടെ ഇച്ഛാധീനമാണ്."

ഇരാവതിക്ക് പരിഭ്രമം ഉണ്ടായി. എന്നാൽ അവൾ സലിം പറഞ്ഞതിന്റെ താല്പര്യത്തെ ഊഹിച്ചറിഞ്ഞില്ലെങ്കിൽ ഒരു സ്ത്രീയല്ലായിരിക്കുമായിരുന്നു. എങ്കിലും അവൾ ഇപ്രകാരം പറഞ്ഞു. "അവിടുന്ന് കല്പിക്കുന്നതിന്റെ താല്പര്യം എനിക്കു മനസ്സിലാകുന്നില്ല."

സലിം ഉത്തരം പറഞ്ഞു: "എന്റെ ആകപ്പാടെ ഉള്ള സ്ഥിതിക്ക് ഈ ആകസ്മികമായ ഭേദം എന്തുനിമിത്തമാണ് വന്നത് എന്നു ഞാൻ പറയുമ്പോൾ നിങ്ങൾക്ക് എളുപ്പം മനസ്സിലാകും. എന്നാൽ അതിനു നിങ്ങളല്ലാതെ മറ്റാരുമല്ല നിമിത്തം എന്ന് എന്റെ വാക്കുകളാൽ ഇതിനു മുൻപിൽ തന്നെ നിങ്ങൾക്ക് മനസ്സിലായില്ലെങ്കിൽ അതിനെ നിങ്ങൾ തന്നെ ഊഹിച്ചുകൊള്ളുന്നതല്ലയോ നല്ലത്? മര്യാദയുടെ സീമയെ ഒട്ടും ലംഘിക്കാതെ പ്രതിക്ഷണം വർദ്ധിക്കുന്ന ഔത്സുക്യത്തോടു കൂടി അദ്ദേഹം പിന്നെയും പറഞ്ഞു. ഞാൻ നിങ്ങളെ കണ്ട പ്രഥമക്ഷണം മുതൽ എന്റെ മേൽ നിങ്ങൾക്കു ഒരു അചിന്ത്യയായ ശക്തി ഉണ്ടെന്ന് എനിക്കു തോന്നി. യാതൊരുത്തരുടെ സന്നിധിയിലും പരുങ്ങലുണ്ടാകാത്ത എനിക്കു നിങ്ങളെ കണ്ട ഉടൻതന്നെ എന്തോ ഒരു വ്യാകുലത ഉണ്ടാകയും നിങ്ങളുടെ മുമ്പിൽ ഞാൻ അല്പനാണെന്നും നിസ്സാരനാണെന്നും എനിക്കു തോന്നുകയും ചെയ്തു. പിന്നെ നിങ്ങളുമായി കണ്ടു സംസാരിച്ചു പരിചയം അധികമായെടത്തോളം എന്റെ ഭവിഷ്യത്ത് നിങ്ങൾക്കധീനമാണെന്നു സ്പഷ്ടതരമായ എനിക്കു തോന്നി. രാത്രികളെ എത്രയും അയോഗ്യമായവിധത്തിൽ യാപനം ചെയ്യുന്നതിനു എന്നെ സഹായിച്ച സ്നേഹിതന്മാർ എന്നു പറയുന്നവരെയും എന്റെ കാലക്ഷേപരീതിയേയും എന്നെത്തന്നെയും കുറിച്ച് എനിക്കു ജുഗുപ്സ തോന്നിത്തുടങ്ങി. എന്നാൽ ഞാൻ ഉടനെ അതിനു അനുരൂപമായി പ്രവർത്തിച്ചില്ല. വിരുന്നുകളുടെ മദ്ധ്യേ മദാന്ധനായ എന്റെ മനസ്സിൽ നിന്നും നിങ്ങളുടെ രൂപം പലപ്പോഴും അപഗതമായിട്ടുണ്ടെന്നു ഞാൻ സമ്മതിക്കുന്നു. എന്നാൽ പ്രഭാതത്തിൽ എനിക്ക് എന്നെക്കുറിച്ച് എത്ര ലജ്ജയും കോപവും തോന്നാറുണ്ട്! ഇന്നു ഞാൻ നിശ്ചയത്തെ ദൃഢമായി ഗ്രഹിക്കുകയും അതിനെ നടത്തുകയും ചെയ്തു നിങ്ങൾ കാണുന്നല്ലോ. എല്ലാം ശാന്തമായിരിക്കുന്നു. ആ വിനോദകോലാഹലങ്ങൾ ഒന്നും ഇല്ല. എന്റെ നർത്തകവർഗ്ഗങ്ങളെല്ലാം പിരിച്ചയക്കപ്പെട്ടു. എന്റെ അതിഥികളിൽ മിക്കവരും അലഹബാദ്ദിൽനിന്നും ഇതിനുമുൻപിൽ തന്നെ പൊയ്ക്കഴിഞ്ഞിരിക്കുന്നു. നാളെ ഒരുത്തരും ഇവിടെ ഉണ്ടാകയില്ല. ഇതൊക്കയും നിങ്ങളുടെ വേലയാണ്. ഇതുനിങ്ങളാൽ ഇനിയും പൂർത്തിയാക്കപ്പെടട്ടെ. അതിനു ഒരു കാര്യം അത്യാവശ്യകമാണ്. മേൽ നാം പരിചിതന്മാരുടെ നിലയിൽ വല്ലപ്പോഴും തമ്മിൽ കണ്ടാൽ പോരാ. നമ്മൾ

തമ്മിൽ ദൃഢതരമായ ഒരു ബന്ധം ഉണ്ടാകണം. ഇരാവതി! എന്റെ മനസ്സിൽ തോന്നുന്നതിനെ ഇതിലധികം സ്പഷ്ടമായി എനിക്കു പറയാൻ കഴിയുമോ? എന്നാൽ ഞാൻ...."

ഇരാവതി അഞ്ജലീബന്ധം ചെയ്തുക്കൊണ്ടു പറഞ്ഞു: "അയ്യോ! പ്രഭോ! അവിടുത്തെ മുഖത്തിൽ നിന്നും പുറപ്പെടാൻ ഭാവിക്കുന്ന വാക്കുകളെ നിരോധിക്കണേ! എനിക്ക് അവയെ കേൾക്കാൻ പാടില്ല."

സലിം പറഞ്ഞു: "കേൾക്കാൻ പാടില്ലെന്നോ, അതോ കേൾക്കാൻ മനസ്സില്ലെന്നോ? ഞാൻ നിങ്ങളോട് ഒരപേക്ഷ ചെയ്യുമ്പോൾ നിങ്ങൾക്ക് അതിനെ കേൾക്കാൻ പാടുണ്ടോ എന്നുള്ളതിനെ കുറിച്ചു ആശങ്കയില്ലല്ലോ."

സ്ഥൈര്യത്തോടെ ഇരാവതി ഉത്തരം പറഞ്ഞു: "എന്നാൽ കേൾക്കാൻ പാടുംഇല്ല, കേൾക്കാൻ മനസ്സുമില്ല. എന്തെന്നാൽ എന്റെ വാക്കാലും വിശ്വാസത്താലും എന്റെ ഹൃദയവും ജീവനും മറ്റൊരാൾക്ക് അർപ്പിതമായിപ്പോയതിനാൽ എനിക്ക് അവിടുത്തെ അപേക്ഷയെ സാധിക്കുന്നത് അശക്യമാണ്."

ഇപ്രകാരം നിഷ്കപടമായും നിശ്ശങ്കമായും അവൾ പറഞ്ഞതിനെ കേട്ടിട്ട് രാജകുമാരന്റെ മുഖത്തുണ്ടായ കോപവികാരം ആ സമയത്തു ക്രമേണ വർദ്ധിച്ചു വന്നുംകൊണ്ടിരുന്ന അന്ധകാരത്താൽ സ്പഷ്ടമായി കാണപ്പെടാതിരുന്നത് അവളുടെ ഭാഗ്യം തന്നെ. അവൾ അതിനെ കണ്ടിരുന്നെങ്കിൽ ഇപ്രകാരമുള്ള ഒരു പ്രതിപക്ഷിയിൽനിന്ന് അവളുടെ പ്രിയതമനു എന്തു സംഭവിച്ചേക്കുമോ എന്നു വിചാരിച്ച് ഭയമൂർച്ഛനയെ പ്രാപിക്കുമായിരുന്നു.

ക്ഷണനേരം മിണ്ടാതിരുന്നതിന്റെ ശേഷം സലിം പറഞ്ഞു: "നല്ലവണ്ണം ആലോചിക്കതന്നെ. ഒരിക്കൽ നിങ്ങൾക്കു പ്രിയനായിരുന്നവനും, ഇപ്പോഴും അപ്രകാരം വിചാരിക്കപ്പെടുന്നവനും, നിങ്ങളോടു വാസ്തവമായി സ്നേഹമുള്ളവനായിരുന്നാൽ തന്നെയും മുകിലമഹാരാജ്യത്തിന്റെ ഭാവിയായ ചക്രവർത്തിയോടു ഒരുവിധത്തിലും സദൃശനാകാത്തവനും ആയ ഒരു യുവാവിനുവേണ്ടി നിങ്ങൾ അവിവേകമായി എന്തു സാഹസമാണ് പ്രവർത്തിക്കുന്നത് എന്ന് വിചാരിച്ചുനോക്കുക. എന്റെ പ്രിയതമയായിരുന്നുംകൊണ്ട് ഹിന്ദുസ്ഥാനത്തുള്ള അനവധി രാജ്യങ്ങളേയും രാജാക്കന്മാരെയും ഭരിക്കുമ്പോൾ നിങ്ങൾക്കു സുലഭമായി ഭവിക്കുന്ന സമ്പത്സൗഖ്യസമൃദ്ധിയെക്കുറിച്ചു ഞാൻ പറയുന്നില്ല. എന്തെന്നാൽ നിങ്ങളെപ്പോലെ മഹാമനസ്കയായ ഒരു സ്ത്രീക്കു അതിൽ എത്ര കുറച്ചേ താല്പര്യം ഉണ്ടാക്കൂ എന്ന് എനിക്കറിയാം. എങ്കിലും അതു നിന്ദ്യമല്ല. സമ്പത്തും സൗഖ്യവും എന്താണെന്നു നിങ്ങൾക്കറിയാമെന്നു നിങ്ങൾ വിചാരിക്കുന്നു. എന്നാൽ ആഗ്രയിലേയും ഡൽഹിയിലേയും രാജമന്ദിരങ്ങളുടേയും ഉദ്യാനങ്ങളുടേയും ആഡംബരത്തോടു ഉപമിച്ചു നോക്കുമ്പോൾ നിങ്ങൾ ഇതുവരെ കണ്ടിട്ടുള്ളത് എത്രയും തുച്ഛമാണ്. അതിരിക്കട്ടെ. അതിപ്രബലന്മാരായ മഹാ

രാജാക്കന്മാരുടെ പ്രവൃത്തികൾക്കു നിയന്ത്രിയായും സകലമഹാജനങ്ങളാലും വന്ദിക്കപ്പെട്ടവളായും അനവധി ലക്ഷം ജനങ്ങളുടെ ക്ഷേമത്തിന് അവലംബഭൂതയായും ഇരിക്കുന്നതിനു പകരം കേവലം അപ്രസിദ്ധനായ ഒരു പ്രഭുവിന്റെ ഭാര്യയായിരിക്കാൻ നിങ്ങൾ വിചാരിക്കുന്നതുകൊണ്ട് എത്ര ശ്രേഷ്ഠയായ ഭവിഷ്യദവസ്ഥയെയാണ് ഉപേക്ഷിക്കുന്നത് എന്നു വിചാരിച്ചുനോക്കുക. എന്റെ ജീവിതത്തെ എന്നപോലെ ഇന്നുമുതൽ എന്റെ ഭാവിയായ ചക്രവർത്തിപദത്തേയും ഞാൻ നിങ്ങൾക്കധീനമാക്കി ചെയ്യുമെന്നു സത്യം ചെയ്യുന്നു. നിങ്ങളുടെ വാക്ക് എന്റെ രാജ്യത്തിലെ ചട്ടമായിരിക്കും. എന്തെന്നാൽ നിങ്ങൾ ശ്രേഷ്ഠമായും ന്യായമായും ഉള്ളതല്ലാതെ യാതൊന്നും ആജ്ഞാപിക്കയില്ലെന്നും എന്റെ രാജ്യത്തിൽ അനീതിനടക്കുന്നതിനു നിങ്ങൾ ഒരിക്കലും സമ്മതിക്കയില്ലെന്നും എനിക്കു നല്ലവണ്ണം അറിയാം."

ഭാവിയായ ചക്രവർത്തി ഒരു മറുപടി കേൾക്കാൻ വൃഥാ കാത്തിരുന്നു. ഇരാവതി ഒന്നും പറഞ്ഞില്ല. എന്നാൽ ആ മൗനം അനുവാദരൂപമല്ലായിരുന്നു. അവളുടെ വ്യസനത്തെ മറയ്ക്കുന്നതിനായിട്ടെന്നപോലെ അവൾ അദ്ദേഹത്തിന്റെ നേരേനിന്നും തിരിഞ്ഞു പാണിതലങ്ങളെക്കൊണ്ടു മുഖത്തെ ആച്ഛാദനം ചെയ്തു. ഭാവയായ പരമോല്കർഷത്തെ കുറിച്ചു സലിം പറഞ്ഞതൊന്നും അവളുടെ മനസ്സിൽ അശേഷം പതിഞ്ഞില്ല.

വ്യസനത്തോടെ സലിം പറഞ്ഞു: "ഇരാവതി! നിങ്ങളുടെ ദർശനത്താൽ എന്റെ ആത്മാവിനുണ്ടായ നിഭരമായ സന്തോഷസമാധാനത്തെ ഒന്നായി നശിപ്പിക്കരുതേ. നിങ്ങൾ നിമിത്തം ഞാൻ മുൻപിലത്തേതിൽ നിന്നും എത്രയോ ഭേദപ്പെട്ട മനുഷ്യനായി. എന്നെ ഇനിയും പൂർവ്വാവസ്ഥയിൽ ആക്കിത്തീർക്കരുതേ. എന്റെ പേരിലും, നിങ്ങൾ എന്റെ പ്രിയയായിട്ട് അടുക്കൽ ഉണ്ടായാൽ എന്നെക്കൊണ്ട് അനേക ഗുണങ്ങൾ സിദ്ധിക്കുന്നവരും ഇല്ലെങ്കിൽ ഞാൻ നിമിത്തം കഷ്ടപ്പെടാൻ ഇടവരുന്നവരും ആയ അസംഖ്യജനങ്ങളിലും, കരുണയുണ്ടാകണേ. ഞാൻ അശക്തനാണെന്ന് എനിക്കറിയാം. എന്നാൽ നിങ്ങളുടെ വാക്കുകളും സാന്നിദ്ധ്യവും കൊണ്ടുള്ള കരുത്ത് എനിക്കു ലഭിക്കുന്ന പക്ഷം ഞാൻ ഒരു വീരപുരുഷനെപ്പോലെ ശക്തനായി തീരുന്നതാണ്. അതിന് എനിക്കു സംഗതി വരുത്താതിരിക്കുന്നത് എന്തിന്? നിങ്ങൾ ഒരു വാക്കു പറഞ്ഞാൽ മതി. ഇൻഡ്യാസാമ്രാജ്യത്തിന്റെ കീരിടം നിങ്ങളുടെ കാല്ക്കൽ അർപ്പിക്കപ്പെടും. പിന്നെ നിങ്ങൾ അതിനെ എടുത്തു ശിരസ്സിൽ ധരിക്കാനുള്ളതേ ഉള്ളു. "ശോകാവേശത്തോടെ പിന്നെയും അദ്ദേഹം പറഞ്ഞു." എന്നാൽ എന്റെ ഈ ആദരത്തേയും ബഹുമാനത്തേയും സ്നേഹത്തേയും നിങ്ങൾ ഗണിക്കുന്നില്ലെന്നു ഞാൻ അറിയുന്നു. നിങ്ങൾ ആലോചനകൂടാതെ പ്രേമവിഷയമാക്കി ചെയ്തിരിക്കുന്ന ഒരു കേവലപുരുഷനെ വിചാരിച്ചു യുവരാജാവിനെ തിരസ്കരിക്കുന്നു. എന്നാൽ നിങ്ങൾ എന്തു ചെയ്യുന്നു എന്നും എന്തിനു ഉദ്യമിക്കുന്നു എന്നും എന്നെപ്പോലെ പ്രബലനായ ഒരാ

ളുടെ പ്രേമം കോപവും ദ്വേഷവുമായി പരിണമിച്ചാൽ നിങ്ങളുടെയും അയാളുടെയും ഗതി എന്തായിത്തീരുമെന്നും നല്ലതിൽവണ്ണം ആലോചിച്ചുകൊള്ളണം. "അദ്ദേഹം വിഷാദത്താൽ നമ്രമൂർദ്ധാവായിട്ടു തുടർന്നു പറഞ്ഞു." എന്നാൽ ഞാൻ ഉൽഭ്രാന്തചിത്തനായിട്ടു മൂഢവാക്കുകളെ പറകയാണ്. നിങ്ങളുടെ പ്രേമത്തിന് എനിക്കെന്തവകാശമാണുള്ളത്? എന്റെ സ്ഥാനം എത്ര ഉന്നതമായിരുന്നാലും ഞാൻ നിങ്ങൾക്ക് അർഹനല്ല. എനിക്കു പ്രായമാകുന്നതിനു മുൻപിൽ തന്നെ വാർദ്ധക്യം ഭവിച്ചിരിക്കുന്നു. മറ്റെ ആൾ യുവാവും സുന്ദരനും ലോകത്തിലുള്ള ദോഷങ്ങളാൽ മലിനീകൃതമല്ലാത്ത ഹൃദയത്തോടു കൂടിയവനും ആണ്. പിന്നെ ഞാൻ എന്തിനു സങ്കടം പറയുന്നു? ഞാൻ അനുഭവിക്കുന്നതൊക്കെ എന്റെ പ്രവൃത്തിയുടെയും എനിക്കർഹതയില്ലാത്ത സ്ഥിതിയിൽ എന്നെ വച്ചിരിക്കുന്ന ദൈവഗതിയുടെയും ഫലമാണ്. എന്നാൽ ഹാ! കുറേക്കൂടി മുൻപിൽ ദൈവം നിങ്ങളുടെ പരിചയത്തെ എനിക്കുണ്ടാക്കിത്തന്നിരുന്നെങ്കിൽ എത്ര വളരെ ഭേദം ഉണ്ടാകുമായിരുന്നു! ഇപ്പോൾ കാലം അതിക്രമിച്ചുപോയി."

ഇരാവതി മൃദുലമായി പറഞ്ഞു: "എന്റെ യുവരാജാവേ! അവിടുന്നു തന്നത്താനെ അന്യായമായി ദോഷാരോപം ചെയ്യുന്നു. അവിടുത്തേക്കു ആത്മാവിനെ ഉപാലംഭിക്കുന്നതിനു മാത്രമല്ലാതെ അവഹേളനം ചെയ്യുന്നതിനു കാരണമില്ല. എനിക്ക് അവിടുത്തെ കളത്രമായിരിക്കാൻ ഒരിക്കലും കഴിയുകയില്ലെങ്കിലും ഞാൻ അവിടുത്തേ നിന്ദിക്കുന്നില്ലെന്നു അവിടുന്ന് ഉറപ്പായി വിശ്വസിച്ചു കൊള്ളണം. മറ്റൊരാൾ എന്റെ സ്നേഹവിശ്വാസിങ്ങൾക്കു പാത്രീഭവിക്കുന്നതിനു മുൻപിൽ ഇപ്പോഴത്തെപ്പോലെ ഉള്ള സ്ഥിതിയിൽ തന്നെയും എനിക്കു അവിടുത്തേ പരിചയമാകാൻ ഇടവന്നിരുന്നെങ്കിൽ അവിടുത്തെക്കുറിച്ച് എനിക്കു പ്രേമമുണ്ടാകുമായിരുന്നു. എന്റെ സത്യത്തിനു ഭംഗം വരുത്തണമെന്ന് അവിടുന്നു ഇച്ഛിക്കുന്നതല്ലല്ലോ. ഞാൻ അങ്ങനെ ചെയ്തെങ്കിൽ അവിടുത്തേക്ക് എന്നെക്കുറിച്ചുള്ള സ്നേഹത്തിനു കാരണമായ ഗൗരവബുദ്ധി എന്നിൽ ഇല്ലാതെയാകും. അവിടുത്തേ ഉന്നതസ്ഥാനം ഒന്നുകൊണ്ടും എനിക്കു പ്രലോഭനഹേതുവായിരിക്കുന്നില്ല. അവിടുത്തെ കാലക്ഷേപരീതിയെ സംബന്ധിച്ചുള്ള സുഖാനുഭോഗവും ആഡംബരവും എനിക്ക് ഒരിക്കലും യോജിക്കുന്നതല്ല. എന്റെ ശിരസ്സിൽ അർപ്പിക്കാമെന്നു അവിടുന്നു കല്പിച്ച ഭാരത്തെ വഹിക്കാൻ ഞാൻ ഒരിക്കലും ശക്തയും അല്ല. എന്നാൽ സംഭവിക്കാമായിരുന്നതും ഇനി സംഭവിക്കാൻ പാടില്ലാത്തതും ആയതിനെക്കുറിച്ചു വിചാരിച്ചിട്ടു ഫലമില്ലല്ലോ ദൈവസങ്കല്പം മറിച്ചാണ്. അതിനെ അനുവർത്തിക്കുന്നതാണ് അവിടുത്തേക്കും എനിക്കും നന്ന്. അതുകൊണ്ടു ദയാലുവായ പ്രഭോ! എന്റെ ഈ താണസ്ഥിതിയിൽ എന്നെ വിട്ടേക്കുക തന്നെ. ഇനിമേൽ എന്നെ സ്മരിക്കയേ വേണ്ട. എന്റെ ഓർമ്മ ഉണ്ടാകുന്നു എങ്കിൽ അപ്പോൾ അവിടുത്തെ വിചാരങ്ങൾ ശ്രേഷ്ഠതരകളും ഉൽകൃഷ്ടതരകളും ആയ ചിന്തകൾ അവിടുത്തെ ആത്മാവിൽ

തോന്നുമ്പോഴത്തെ പോലെ ഉള്ളവ ആയിരിക്കട്ടെ. എന്റെ വിചാരങ്ങൾ മേലും അവിടുത്തെ അനുഗമിക്കും. അവിടുന്നു ചക്രവർത്തിയുടെ സിംഹാസനത്തെ ആരോഹണം ചെയ്യുമ്പോൾ ശ്ലാഘ്യങ്ങളായ കൃത്യങ്ങളാൽ അവിടുത്തെ ഭാവിയായ ചരിത്രം പൂർണ്ണമായിരിക്കുമെന്നു ഞാൻ വിശ്വസിക്കുന്നു. ഇപ്പോൾ എന്നെ വിട്ടു പോകുന്നതിനും അവിടുത്തെ ഇച്ഛകളുടെ അനുവർത്തനമാകുന്ന കഠിന കൃത്യത്തിൽനിന്നും എന്നെ മോചിപ്പിക്കുന്നതിനും അപേക്ഷിക്കുന്ന ഈ സ്ത്രീയെക്കാൾ അധികമായി അവിടുത്തെ പ്രജകളിൽ ആരും അവിടുത്തെ നടപടിയെക്കുറിച്ചു ശ്രദ്ധയുള്ളവരായിരിക്കയില്ലെന്നു ഉറപ്പായി ധരിച്ചുകൊൾക."

തന്റെ ഇഷ്ടത്തിനു വിരോധമായി ഇതുവരെ തന്നോട് ആരും എതിർത്തു യാതൊന്നും പറഞ്ഞു കേട്ടിട്ടില്ലാത്തവനും സ്വേച്ഛാനുസാരിയും ആയ രാജകുമാരൻ യുക്തമായും സംശയച്ഛേദിയായും ഉള്ള ഒരുത്തരം പറയാൻ ആലോചിക്കയും, ഒരു ക്ഷണത്തിൽ സംസാരിക്കാൻ ഭാവിക്കയും പിന്നീടു വാക്കിനെ നിയന്ത്രിക്കയും തന്റെ ഹൃദയത്തിൽ തിങ്ങി വന്ന നാനാപ്രകാരങ്ങളായ വിചാരങ്ങളെ വെളിയിൽ പ്രകാശിപ്പിക്കുന്നതിനുള്ള വാക്കുകളെ നിഷ്ഫലമായി തേടുകയും ചെയ്തുകൊണ്ട് ആ യുവതിയുടെ മുൻപിൽ ഒന്നും മിണ്ടാതെ നിന്നു. ഒടുവിൽ അദ്ദേഹം ഇരാവതിയുടെ അടുക്കൽ ചെന്ന് അവളുടെ കൈ പിടിച്ചു ചുംബനം ചെയ്തുംവച്ചു തിരിഞ്ഞ് ഒരു വാക്കുപോലും പറയാതെ ഇരുട്ടിൽ മറഞ്ഞു.

രാജകുമാരൻ ഒരു ഭൃത്യനാൽമാത്രം അനുഗതനായിട്ട് അലഹബാദിലെ കോട്ടയെ വിട്ടുപോയിരിക്കുന്നു എന്നു പിറ്റേദിവസം പ്രഭാതത്തിൽ സാൽഹണൻ കേട്ടിട്ടു വളരെ പരിഭ്രമിച്ചു. എന്നാൽ അദ്ദേഹം എങ്ങോട്ടേക്കാണ് പോയതെന്ന് ആരും അറിഞ്ഞില്ല.

9

ചക്രവർത്തിയുടെ തുലാഭാരം

ഏറ്റവും സ്പൃഹണീയങ്ങളായ ക്രയ്യപദാർത്ഥങ്ങളെ കൊണ്ടു സംഭൂതകളായ ആപണപംക്തികളിൽ കൂടി സിദ്ധൻ പ്രാതകാലത്തിൽ സഞ്ചരിച്ചപ്പോൾ ജനസമ്മർദ്ദത്താൽ നീരന്ധ്രയായ ആ വിപണിയിൽ എന്തു കോലാഹലമായിരുന്നു! നാനാജാതീയ ജനങ്ങൾ കൂടിച്ചേർന്നു തങ്ങളുടെ മതഭേദത്തിന്റെയും മറ്റും വിചാരം ഇല്ലാതെ വഴികളിൽ പരസ്പരം ഘട്ടനം ചെയ്തുംകൊണ്ടും ഗതാഗതം ചെയ്യുന്നത് എത്ര വിസ്മയകരമായിരുന്നു! ഒരു ദിക്കിൽ ഏതദ്ദേശീയന്മാരായ ഹിന്ദുക്കളും, മറ്റൊരു ദിക്കിൽ പാശ്ചാത്യന്മാരായ പെർഷ്യന്മാരും അറബികളും ആർമീനിയന്മാരും ജൂതന്മാരും പിന്നെ ഒരിടത്തു ചക്രവർത്തിയുടെ സജാതീയന്മാരായ മഹമ്മദന്മാരും മറ്റൊരിടത്തു സിദ്ധൻ ഇദംപ്രഥമമായി കണ്ടവരും അയാളുടെ ദൃഷ്ട്യാ വിലക്ഷണമായി വസ്ത്രധാരണം ചെയ്തിരുന്നവരും കുറച്ചുദിവസം മുൻപിൽ ചക്രവർത്തിയുടെ അടുക്കൽ വന്നിട്ടുണ്ടായിരുന്ന ഒരാളെപ്പോലുള്ള പുരോഹിതന്മാരോടു കൂടിയവവരും ആയ ആളുകളും കൂടിയിരുന്നു.

ഈ ആൾക്കൂട്ടത്തിൽ പലരും തങ്ങൾക്കാവശ്യമുള്ള സാമാനങ്ങളെ വാങ്ങാനായിട്ടും പലരും ചുറ്റിനടന്ന് ആ ജനസമ്മർദ്ദത്തെ നിരൂപണം ചെയ്യുന്നതിനു മാത്രമായിട്ടും ആണ് വന്നിരുന്നത്. പലജാതിയിലും സ്ഥിതിയിലും ഉള്ള അനവധി സ്ത്രീകളും ആ കൂട്ടത്തിൽ ഉണ്ടായിരുന്നു. അവരുടെ വേഷങ്ങൾ ജാതിയുടെയും സ്ഥിതിയുടെയും ഭേദത്തെ അനുസരിച്ച് നാനാ പ്രകാരങ്ങളായിരുന്നു. സ്ത്രീകളിൽ ചിലർ ഗൃഹോപകരണങ്ങളെയും ചിലർ തങ്ങൾക്ക് ഉപയോഗമുള്ള ക്രീഡാദ്രവ്യങ്ങളെയും വാങ്ങിക്കുന്നതിൽ വ്യാപൃതകളായിരുന്നു.

സിദ്ധൻ തന്റെ അടുക്കൽ കൂടി കടന്നുപോകുന്ന ചിലരോട് ആ വിലക്ഷണവേഷന്മാരായ വൈദേശികന്മാർ ആരാണെന്നു ചോദിക്കാൻ

ഭാവിച്ചപ്പോൾ തന്റെ മിത്രവും ഉപകർത്താവും ആയ ഫൈസി അടുത്തു വരുന്നതു കണ്ട് അയാളോടു ചോദിച്ചു:

ഫൈസി ഉത്തരം പറഞ്ഞു: "അവർ പോർട്ടുഗീസ്കാർ എന്നുവിളിക്കുന്നവരും വാണിജ്യത്തിനായി ദൂരതരങ്ങളായ പശ്ചിമദേശങ്ങളിൽ നിന്നു വന്നിട്ടുള്ളവരും ആയ പറങ്കികൾ ആണ്. അവരുടെ കൂടെ ഉള്ളവർ മനുഷ്യനു മുക്തിയെ കൊടുക്കുന്ന ഏകമായ മതമെന്ന് അവർ പറയുന്ന അവരുടെ മതത്തിലേക്കു നമ്മെ സംക്രമിപ്പിക്കുന്നതിനു ശ്രമിക്കാനായിട്ടുവന്നിരിക്കയാണ്."

സിദ്ധൻ ചോദിച്ചു: "അപ്പുറത്തുനിന്നും വരുന്ന ആ രണ്ടുപേരുമോ? അവരും ഇവരോടു ചേർന്നവരാണോ? അവരുടെ വസ്ത്രധാരണരീതി ഏകദേശം ശരിയായിരിക്കുന്നു. എന്നാൽ അവരുടെ കൂട്ടുകാർ കുറേക്കൂടി വെളുത്ത നിറമുള്ളവരായി കാണപ്പെടുന്നു. അവരുടെ മീശ എങ്ങനെ ചുകന്നിരിക്കുന്നു."

ഫൈസി ഉത്തരം പറഞ്ഞു: "അവരും പറങ്കികൾ തന്നെ. എന്നാൽ മറ്റവരെപ്പോലെ ഉള്ളവരല്ല. അവർ പോർട്ടുഗീസുകാരേ നിഷ്കാസനം ചെയ്യാൻ ഉദ്യമിക്കുന്ന ഇംഗ്ലീഷുകാരാണ്. അവരുടെ ഉദ്യമം ഇതുവരെ ഫലിച്ചു തുടങ്ങിയിട്ടില്ല. എങ്കിലും ചക്രവർത്തിയാലും നമ്മുടെ മഹാജനങ്ങളാലും അവർ നല്ലവണ്ണം ആദരിക്കപ്പെട്ടിരിക്കുന്നു."

ഏതാനും സംവത്സരങ്ങൾ കൂടി കഴിഞ്ഞിരുന്നെങ്കിൽ ഫൈസി ഈ പാശ്ചാത്യന്മാരുടെ ഇടയിൽ പറങ്കികൾ എന്ന് സംജ്ഞയിൽ ഉൾപ്പെട്ടവരാണെങ്കിലും അവരിൽ നിന്ന് അത്യന്തവ്യത്യാസം ഉള്ളവരായി വേറെ ചിലരെയും കൂടി കാണിച്ചുകൊടുക്കുമായിരുന്നു. സ്വാർത്ഥമായും തങ്ങളുടെ യജമാനന്മാരായ ഈസ്റ്റിന്ത്യാകമ്പനിയുടെ നേതാക്കന്മാർക്കു വേണ്ടിയും പീറ്റർ വാൻഡർ ബ്രോക്കയുടെ കീഴിൽ ഇൻഡ്യയിൽ വന്നവരും ബലിഷ്ഠന്മാരും കുറഞ്ഞൊന്നു മാംസളദേഹന്മാരും സുമുഖന്മാരും ആയ ഹാളണ്ട്കാരേയും സീലണ്ട്കാരേയും ഫൈസിക്കു നിർദ്ദേശിക്കാൻ കഴിയുമായിരുന്നു. അവർ ഇംഗ്ലീഷുകാരാലും പോർട്ടുഗീസുകാരാലും വളരെക്കാലത്തേക്കു ഹിന്ദുസ്ഥാനിലെ വാണിജ്യത്തിൽ തങ്ങളുടെ എത്രയും ഭയങ്കരന്മാരായ പ്രതിദ്വന്ദ്വികളായും സ്വരാജ്യമായ നെദർലാണ്ട്സിന്റെ യശസ്സിനെ സംരക്ഷിക്കുന്നതിനു ശക്തന്മാരായും വിചാരിക്കപ്പെട്ടിരുന്നു. എന്നാൽ അപ്പോൾ അവരുടെ കാലം പ്രാപ്തമായിട്ടില്ലായിരുന്നു.

രണ്ട് ഇംഗ്ലീഷുകാർ സമീപത്തിൽ കൂടി കടന്നുപോയപ്പോൾ ആ വൈദേശികന്മാരുടെ പ്രഥമദർശനത്തിൽ സ്വാഭാവികമായി തോന്നിയതാണെങ്കിലും ഒട്ടും ഉപചാരം ഇല്ലാത്തതായ ഒരു അത്ഭുതഭാവത്തോടെ സിദ്ധൻ അവരെ നോക്കി. ആ മനുഷ്യരെക്കുറിച്ച് ഒന്നും കേട്ടിട്ടുണ്ടായിരുന്നില്ലെങ്കിലും സിദ്ധനു അവരിൽ തീരെ ബഹുമാനം തോന്നിയില്ല. ഫൈസിയും അവർ തന്റെ വീക്ഷണത്തിനു പോലും യോഗ്യന്മാരല്ലെന്നു വിചാരിച്ചതു പോലെ തോന്നി. ആ ഇംഗ്ലീഷുകാരിൽ ഒരുത്തൻ സ്വഭാഷ

യിൽ "ഗർവ്വിഷ്ഠന്മാരായ ദുഷ്ടമഹമ്മദന്മാർ!" എന്നു പതുക്കെ പറഞ്ഞു. ആ ഉദ്ധതന്മാരായ ഇൻഡ്യന്മാർക്കു ഭവിഷ്യൽ കാലാവസ്ഥയെ നോക്കി ഇംഗ്ലീഷുകാരുടെ വംശജന്മാർ ഒരു കാലത്തു തങ്ങളുടെ രാജ്യത്തെ ഭരിക്കുമെന്നു ഊഹിക്കാൻ കഴിഞ്ഞിരുന്നെങ്കിൽ അവർ തങ്ങളാൽ ഗർഹിതന്മാരായ ഇംഗ്ലീഷുകാരെ അധികശ്രദ്ധയോടു കൂടി നോക്കുമായിരുന്നു.

ഫൈസി പറഞ്ഞു: "ഈ വൈദേശികന്മാർ നമ്മുടെ ദേശത്തിൽ വരുന്നതുകൊണ്ടു നമുക്കു യാതൊരു ഹാനിയും ഇല്ല. അവർ നമുക്കു കച്ചവടങ്ങളിലും മറ്റു വ്യവസായങ്ങളിലും നൂതനമായ ഉത്സാഹത്തെ ജനിപ്പിക്കുന്നു. അവരിൽ പലരും ചിത്രമെഴുത്തു മുതലായ ശില്പങ്ങളിൽ സമർത്ഥന്മാരായിട്ടുള്ളതും നമുക്കു പ്രയോജനകരമാണ്. പിന്നെ അവരുടെ ദേശങ്ങളെക്കുറിച്ചും മറ്റും പല അറിവുകളും നമുക്കു കിട്ടുന്നുണ്ട്. എങ്കിലും ഇവിടെ അവർ ആധിപത്യത്തെ നടിക്കാൻ തുനിയരുത്. എന്നാൽ അതാണ് അവർക്കുദ്ദേശ്യം എന്നു തോന്നുന്നു."

സിദ്ധൻ പറഞ്ഞു; "എന്നാൽ നിശ്ചയമായി അവർക്കു നിർഗ്ഗമനദ്വാരത്തെ നാം കാണിച്ചുകൊടുക്കണം."

"അത് അചിരേണ സംഭവിക്കുമെന്നാണ് എന്റെ വിശ്വാസം. ആ പ്രസംഗം ഇപ്പോൾ ഇരിക്കട്ടെ. അന്നു നമ്മൾ പറഞ്ഞ എന്റെ പിംഗലനെ നിങ്ങൾ പരീക്ഷിച്ചുനോക്കിയോ?"

സിദ്ധൻ ഉത്തരം പറഞ്ഞു: "ഉവ്വ്, എനിക്ക് അതിനെ വളരെ ബോധിച്ചു. അത് ഒരു ശ്രേഷ്ഠമായ അശ്വമാണ്." അനന്തരം അതിനെ അയാൾ വളരെ പ്രശംസിച്ചു.

ഫൈസി ഉത്തരം പറഞ്ഞു: "എന്നാൽ നിങ്ങൾക്കതു രസിച്ചു, അല്ലേ? അതിനെ നിങ്ങളുടെ ലായത്തിലേക്ക് അയച്ചേക്കാം. മനസ്സാണെങ്കിൽ അതിനെ അവിടെ നിറുത്തിക്കൊള്ളണം. വരുന്ന യുദ്ധത്തിൽ നിങ്ങൾക്ക് അത് ഉപയോഗമുള്ളതായിരിക്കും. നിങ്ങളുടെ ധവളൻ ഭംഗിയും പഴക്കവും ഉള്ളവനാണ്. എന്നാൽ അതിനു ബലം പോരാ. പിംഗലൻ അത്യന്തം ബലിഷ്ഠനാണ്. ഞാൻ ചിലപ്പോഴേ അതിൽ സവാരി ചെയ്യാറുള്ളൂ. എന്തെന്നാൽ എനിക്കു മുൻപിലത്തെപ്പോലെ ഉത്സാഹം ഇല്ല. ഇപ്പോൾ ഒരു സാധുവായ കുതിരയിൽ കയറുന്നതാണ് ഇഷ്ടം."

അപ്രകാരം ഉള്ള ദാക്ഷിണ്യത്താൽ അതിമാത്രം സന്തുഷ്ടനായിട്ടു സിദ്ധൻ പറഞ്ഞു: "ഇതു വളരെ വിലയുള്ള ഒരു സമ്മാനമാണ്. ഇതിനു ഞാൻ അർഹനായിരിക്കുന്നില്ല. നിങ്ങളുടെ പിംഗലൻ ഒരു ഉത്തമനായ അറബി ആണ്. ഇതിനു മുൻപിൽ ഇതുപോലെ ഒരശ്വത്തിൽ ഞാൻ കയറിയിട്ടില്ല."

ഫൈസി പറഞ്ഞു: "ഞാൻ എന്റെ ഇഷ്ടന്മാർക്കു വല്ലതും കൊടുക്കയാണെങ്കിൽ അത് അതിനുതക്കവണ്ണം നന്നായിരിക്കണം. എന്നാലിപ്പോൾ എനിക്കു രാജഗൃഹത്തിൽവച്ച് ഇന്നലെ ഉണ്ടായ ഒരു സമാജത്തെ കുറിച്ചു നിങ്ങളോടു പറയാനുണ്ട്. അതിൽ നിങ്ങളും കൂടി ചേർന്നിരുന്നെങ്കിൽ കൊള്ളാമായിരുന്നു. രാജ്യകാര്യങ്ങളെ സംബന്ധിച്ചു ചക്ര

വർത്തിക്കു പിന്നെയും ക്ലേശങ്ങൾ ഉണ്ടായിരുന്നിട്ടും ശാസ്ത്രസംബന്ധമായും മതസംബന്ധമായും ഉള്ള വാദത്തിനായി ഒരു സഭ കൂടുന്നതിനു സന്തോഷവും സമയവും ഉണ്ടായി. അതിന് ഇത് ഒരവസരവുമാണ്. എന്തെന്നാൽ ക്രിസ്തുമതപ്രചാരകന്മാരായ പാതിരിമാർ ഗോവയിൽ നിന്നു പിന്നെയും ഇവിടെ വന്നിട്ടുണ്ട്. ഇന്നലെ രാജമന്ദിരത്തിലെ ഒരു വലിയ തളത്തിൽ അനവധി മഹമ്മദന്മാർ കൂടിയിരുന്നു. അവരുടെ ഇടയിൽ പതിവുപോലെ അബ്ദുൾകാദർ സന്നിഹിതനായിരുന്നു. പിന്നെ പാതിരിമാരും ഒരു ജൂദനും ഒരു പാർസിയും ഇവിടെ തിരിയെ എത്തീട്ടുള്ള കുല്ലുകരും എന്റെ ഭ്രാതാവായ അബുൾഫസൽ ഞാനും ഉണ്ടായിരുന്നു. അവിടെ നടന്ന വാദത്തിൽ ഞാൻ നാസ്തികസിദ്ധാന്തത്തെയാണ് അവലംബിച്ചു വ്യവഹരിച്ചത്. അക്ബറും ഏകദേശം എന്റെ അഭിപ്രായത്തോടു യോജിച്ചായിരുന്നു. കുല്ലുകർ നിങ്ങളുടെ വേദാന്തത്തേയും അബുൾഫസൽ സാധാരണയുക്തിവാദത്തെയും സ്ഥാപിച്ചാണ് വ്യവഹരിച്ചത്. കുല്ലുകർ ഇടയ്ക്കിടെ അബുൾഫസലിന്റെ ബുദ്ധമതസിദ്ധാന്തപ്രഖ്യാപനങ്ങളെ കണ്ടുപിടിച്ച് ആക്ഷേപിക്കയും ആ മതത്തെക്കുറിച്ചു വാദിക്കുന്നതിനു ആരും അവിടെ സന്നിഹിതന്മാരായിട്ടില്ലെന്നുവച്ച് ആ തർക്കങ്ങളെ വിട്ടുകളകയും ചെയ്തു. ഇവിടെ ചില ബുദ്ധമതക്കാറുണ്ടെന്നു നിങ്ങൾക്കറിയാമല്ലോ. എന്നാൽ ഈ വകവാദങ്ങളിൽ ചേരുന്നതിനുമാത്രം യോഗ്യതയുള്ളവരായി ആരും ഇല്ല. ചക്രവർത്തി ഈ തർക്കങ്ങളിൽ ചേർന്നുവാദിക്കാതെ കേവലം ശ്രോതാവായിട്ടിരുന്നതതേയുള്ളൂ. ഈ തർക്കങ്ങളുടെ അവസാനത്തിലെ കഥയാണ് എത്രയും വിശേഷമായത്. പ്രാരംഭത്തിൽ എല്ലാം ഉപചാരപൂർവ്വമായും ഭംഗിയായും ഇരുന്നു. നമ്മുടെ മഹമ്മദന്മാർ സാവധാനമായും ഗൗരവത്തോടുകൂടിയും അധികം ഒന്നും പറയാതെയും ഇരുന്നു. പാതിരിമാർ എത്രയും സൗമ്യതയോടുകൂടിയാണ് വാദിച്ചത്. ആ ജൂദനും ക്ഷോഭം കൂടാതെ മൗനിയായും, എന്നാൽ മനസ്സിനു സ്വാസ്ഥ്യമില്ലാത്തതു പോലെയും ഇരുന്നു. ആ പാർസികവികളുടെ രീതിയെ അനുസരിച്ചാണ് വ്യവഹരിച്ചത്. എന്നാൽ അത് അത്ര സുഗമമായിരുന്നില്ല. ഞങ്ങൾ ഇടയ്ക്കിടെ പുരാണഗ്രന്ഥങ്ങളിൽനിന്നും അറബികളുടെയും പെർഷ്യന്മാരുടെയും പുസ്തകങ്ങളിൽ നിന്നും ഗ്രഹിച്ചിട്ടുള്ള പ്രമാണങ്ങളേയും യുക്തികളേയും പ്രതിപാദിച്ചു. അത് ആ വാദികളുടെ രുചിക്ക് അത്ര അനുരൂപമായിരുന്നില്ല. ക്രമേണ വാദം കലശലാകയും യുക്തിവിട്ടു ശപഥങ്ങളും പിന്നീട് കയർത്ത വാക്കുകളും ആരംഭിക്കയും ചെയ്തു. അതു മുഖ്യമായി മഹമ്മദന്മാരും പാതിരിമാരും തമ്മിൽ ആയിരുന്നു. എന്നാൽ ഞങ്ങളും ആക്ഷേപിക്കപ്പെടാതിരുന്നില്ല. അവസാനത്തിൽ ചക്രവർത്തി സന്നിഹിതനായിരുന്നിട്ടും ഉച്ചൈർഘോഷങ്ങളാലും ആക്രോശവചനങ്ങളാലും ഞങ്ങൾ ബധിരതന്മാരായി. ഇതിലെല്ലാം മുൻപെട്ടിരുന്നതു തങ്ങൾക്കു അധികദോഷം സിദ്ധിച്ചതായി വിചാരിക്കുന്ന മഹമ്മദന്മാരിൽ ഒരു കൂട്ടക്കാർ ആയിരുന്നു. അക്ബർ ഗൂഢതൃപ്തിയോടെ ഈ കാഴ്ചയെ കണ്ടുംകൊണ്ടിരുന്നു. അദ്ദേഹം കൂടെ

ക്കൂടെ മന്ദഹാസപൂർവ്വം എന്റെ നേരെ നോക്കി. എന്നാൽ ഒടുവിൽ വലിയ കലശലായപ്പോൾ അതു തന്റെ സന്നിധിയിൽ യോഗ്യമല്ലെന്നു തോന്നീട്ടു അദ്ദേഹം എന്നോടു സംജ്ഞാപനം ചെയ്തുപറഞ്ഞു: "ഫൈസി! ഇവർക്കു മര്യാദ അറിയാൻ വഹിയാത്തതുകൊണ്ട് ഇവരെ വെളിയിൽ അയയ്ക്കുന്നതാണ് നന്ന്. ആരുടെ അഭിപ്രായങ്ങളാണ് അധികം യുക്തി യുക്തങ്ങളായിരിക്കുന്നത് എന്നു തീർച്ചപ്പെടുത്താനായിട്ടാണ് ഞാൻ ഇവർക്കു അവസരം കൊടുത്തത്. എന്നിട്ട് അവർ എന്താണ് ചെയ്തത്? ഓരോരുത്തനും തന്റെ സമീപസ്ഥനെക്കാൾ അധികമായി ഉൽഘോഷി ക്കയും അധിക്ഷേപിക്കയും ചെയ്യുന്നതിനാണ് ശ്രമിച്ചത്. മറ്റൊന്നുമില്ല. ഇത് ഇപ്പോൾ മതി. "ഞാൻ ഉത്തരം പറഞ്ഞു: "പ്രഭോ! ഇവരെ എല്ലാവ രേയും അയച്ചുകളയുന്നതുതന്നെ കൊള്ളാം. രണ്ടുപേർ ഉണ്ടെങ്കിൽ ഈ കലഹം അവസാനിക്കയില്ല." അക്ബർ ചിരിച്ചു. എന്നാൽ ഈ കലഹ ത്തിനിടയിൽ താൻ ശാന്തമായിരുന്നിരുന്ന ആസനത്തിൽ നിന്ന് ഉത്ഥാനം ചെയ്ത് എല്ലാവരേയും ഉടനെ നിശ്ശബ്ദന്മാരാക്കിത്തീർത്ത തന്റെ ഗംഭീര ശബ്ദത്തോടു കൂടി അദ്ദേഹം പറഞ്ഞു: "നിങ്ങൾ നടത്തിയ ഈ സജന കങ്ങളായ വാദങ്ങളെ കൊണ്ട് ഈ സായാഹ്നം സന്തോഷമായി കഴി ഞ്ഞുകൂടിയതിനു വേണ്ടി ഞാൻ കൃതഞ്ജനായിരിക്കുന്നു. താമസിയാതെ ഇതുപോലെ ഒരു സമാഗമമുണ്ടാകുമെന്നു ഞാൻ വിശ്വസിക്കുന്നു. എന്നാൽ ഇപ്പോൾ ഇതവസാനിക്കട്ടെ. അനന്തരം അദ്ദേഹം ഒരു ഹസ്ത സംജ്ഞാപനം ചെയ്ത് അവരെ അയച്ചു. മിക്കവരും അസന്തുഷ്ടന്മാരാ യിട്ടാണ് പോയത്. തങ്ങൾക്കു യാതൊരറിവും ഇല്ലാത്തവയും, അറിവു ണ്ടായിരുന്നാൽ തന്നെയും മാനത്തിനും കൃത്യത്തിനും അനുരൂപയായ പ്രവൃത്തിയിൽ ഒരടിപോലും തങ്ങൾ മുൻപെട്ടു കയറ്റാത്തവയും ആയ ഓരോ ദുർജ്ഞേയങ്ങളായുള്ള വിവാദവിഷയങ്ങൾക്കുവേണ്ടി തമ്മിൽ അധിക്ഷേപിക്കയും ദ്വേഷിക്കുകയും ചെയ്യുന്നവർ എത്ര മൂഢന്മാരാണ്!"

സിദ്ധൻ പറഞ്ഞു: "നിങ്ങൾ പറഞ്ഞതുശരിതന്നെ എന്നു ഞാൻ സമ്മതിക്കുന്നു. മാനത്തിനും കൃത്യത്തിനും അനുരൂപയായ പ്രവൃത്തി പലപ്പോഴും പ്രയാസമുള്ളതുതന്നെ." ഫൈസി ശങ്കിച്ചതിലും അധികം സിദ്ധനു ഈ പ്രയാസത്തിന്റെ അനുഭവം ഉണ്ടായിരുന്നതിനാൽ ഇതു പറഞ്ഞപ്പോൾ അയാൾ ഒരു ദീർഘശ്വാസം വിട്ടു.

ഫൈസി പറഞ്ഞു: "ആകട്ടെ നിങ്ങൾ ഇവിടെ താമസിക്കുന്നതെ ന്തെന്നാണെന്നു കേൾക്കട്ടെ. നിങ്ങൾ ഇതിനു മുൻപിൽ തന്നെ നിങ്ങ ളുടെ സേനാഭാഗത്തോടു കൂടി പാളയസ്ഥലത്തേക്കു പുറപ്പെട്ടു എന്നാ ണല്ലോ ഞാൻ വിചാരിച്ചത്."

സിദ്ധൻ പറഞ്ഞു: "ഞങ്ങൾ പുറപ്പെട്ടിരുന്നു. എന്നാൽ മദ്ധ്യേമാർഗ്ഗം തിരിച്ചുവരുന്നതിനു ആജ്ഞ കിട്ടി. ഇനി കുറേ ദിവസം കൂടി ആഗ്രയിൽ തന്നെ താമസിക്കണം. അത് എനിക്കു വളരെ സന്തോഷം തന്നെ. എന്തെ ന്നാൽ ഞാൻ വളരെ കേട്ടിട്ടുള്ള ചക്രവർത്തിയുടെ ജന്മവർഷമഹോത്സ വത്തെ കാണാൻ ഇന്ന് എനിക്ക് അവസരം ഉണ്ടല്ലോ."

സിദ്ധനു ആഗ്രയിൽ ഉള്ള അധികതാമസം വേറെ ഒരു കാരണത്താലും സന്തോഷകരമായിരുന്നതിനെ ഫൈസിയോടു പറയുന്നത് ആവശ്യകമായി അയാൾ വിചാരിച്ചില്ല.

ഫൈസി പറഞ്ഞു: "നിങ്ങളുടെ വാക്കിനാൽ കൂടിക്കാഴ്ചയ്ക്കു മുൻപിൽ രാജമന്ദിരത്തിലേക്കു പോകാനുള്ള സമയമായി എന്നു ഞാൻ ഓർമ്മിക്കുന്നു. ഇന്ന് ഇതര രാജാക്കന്മാരുടെ അടുക്കൽനിന്നും വന്നിട്ടുള്ള ദൂതന്മാരെ ചക്രവർത്തി കാണുന്നു എന്നു നിങ്ങൾക്കറിയാമല്ലോ. എന്റെ ഒരുമിച്ചുവന്നു കൊൾക. നിങ്ങളുടെ സമാനസ്ഥാനന്മാരായ ഉദ്യോഗസ്ഥന്മാരുടെ കൂട്ടത്തിൽ നിങ്ങൾക്കു നില്ക്കാം."

ഇതിനു മുൻപിൽ പലതവണയും സിദ്ധൻ കൂടിക്കാഴ്ചയ്ക്കു പോയിട്ടുണ്ടായിരുന്നെങ്കിലും ചക്രവർത്തിയാൽ മുൻപിൽ തന്നെ അലംകൃതയായിരുന്ന ആ ആസ്ഥാനസഭയിൽ ഫൈസിയോടൊരുമിച്ചു പ്രവേശിച്ചപ്പോൾ ആദ്യസന്ദർഭത്തിൽ ഉണ്ടായതുപോലെ തന്നെ ഉള്ള ഒരു ആശ്ചര്യം അയാൾക്കു തോന്നി. ശ്വേതവർണ്ണങ്ങളായ ശ്ലക്ഷ്ണശിലകളാൽ നിർമ്മിതങ്ങളും മഹത്തുകളും ആയ സ്തംഭങ്ങളേയും അവയുടെ അന്തരാളങ്ങളിൽ പട്ടും സൂര്യപടവും കൊണ്ടുള്ള ജവനികകളാൽ അലംകൃതങ്ങളായ തോരണങ്ങളെയും വിചിത്ര ശില്പങ്ങളോടു കൂടിയ ഭിത്തികളെയും അയാൾ വിസ്മയഭരിതനായി നോക്കി. ഇതുവരെ കണ്ടിട്ടുള്ളതിനെ ഒക്കെയും അതിശയിച്ചതായ ആ മഹാസദസ്സിനെ കണ്ട് അയാൾ വളരെ അത്ഭുതപ്പെട്ടു. ഉപരിഭാഗത്തുനിന്നും ഒരു മൃദുവായ ദീപപ്രകാശം പതിച്ചിരുന്ന ആ താളത്തിന്റെ ഒരറ്റത്ത് ചക്രവർത്തി അനർഘരത്നങ്ങളെ കൊണ്ടു ജാജ്വല്യമാനമായ ഒരു സിംഹാസനത്തിൽ ആസ്ഥിതനായിരുന്നു. ഉഭയഭാഗങ്ങളിലും മന്ത്രിമാരും സേനാധിപന്മാരും വലിയ പ്രഭുക്കന്മാരും പംക്തികളായി നിന്നിരുന്നു. പിന്നെ അടുത്ത രാജ്യങ്ങളിൽ നിന്നും വന്നിരുന്ന വിവിധ വസ്ത്രധാരികളായ ദൂതന്മാരും അവരുടെ ഇടയിൽ ആ രണ്ടു പാതിരിമാരും ഉണ്ടായിരുന്നു. ഒടുവിൽ സാധാരണ ഉദ്യോഗസ്ഥന്മാരും മറ്റും നിന്നു. അവരുടെ കൂട്ടത്തിൽ സിദ്ധനും തന്റെ സ്ഥാനാനുരൂപമായി നിന്നിരുന്നു.

ഈ കൂടിക്കാഴ്ചയുടെ മുഖ്യഭാവം ചക്രവർത്തി ഉപഹാരങ്ങളെ സ്വീകരിക്കയും സമ്മാനങ്ങളെ കൊടുക്കയും ആയിരുന്നു. ദൂതന്മാരും മറ്റുള്ളവരും മുറയ്ക്ക് ഓരോരുത്തരായി ചക്രവർത്തിയുടെ സമീപത്തിലേക്കുചെന്നു. സിംഹാസനത്തിനു സമീപത്ത് എത്തിയ ഉടനെ അവർ തങ്ങളുടെ ദക്ഷിണഹസ്തങ്ങളെ ലലാടത്തിലേക്ക് ഉയർത്തി നതശിരസ്കന്മാരായിട്ടു വിലയേറിയ വിചിത്രപദാർത്ഥങ്ങളെ ചക്രവർത്തിയുടെ പുരോഭാഗത്തിൽ ഉപഹാരങ്ങളായി വയ്ക്കയും പകരം സമ്മാനങ്ങളെ വാങ്ങിക്കയും ചെയ്തു. അക്വാവീവാവും വിശേഷമായി കെട്ടപ്പെട്ടിരുന്ന ഒരു ലാറ്റിൻ *ബൈബിൾ* പുസ്തകവും കൊണ്ട് അക്ബറുടെ സമീപത്തു ചെന്നു. സാധാരണക്രമം അനുസരിച്ചു അതിനെ താഴെ വയ്ക്കാൻ ഭാവിച്ചു. എന്നാൽ ചക്രവർത്തി സിംഹാസനത്തിൽ നിന്നെഴുന്നേറ്റ് ഒന്നു

രണ്ടടി മുൻപെട്ടു വന്ന് ആ പാതിരിയുടെ കൈയിൽനിന്നും പുസ്തകത്തെ തന്നത്താൻ വാങ്ങിച്ച് ഇപ്രകാരം പറഞ്ഞു: "യോഗ്യനായ പാതിരി! നിങ്ങളുടെ ഈ ദയാപൂർവ്വമായ ഉപഹാരത്തെ ഞാൻ അഭിനന്ദിക്കുന്നു. അതുപോലെ ഞാൻ തരുന്നതും നിങ്ങൾക്കു സ്വീകാര്യമായിരിക്കുമെന്നു ഞാൻ വിശ്വസിക്കുന്നു" അനന്തരം തന്റെ സമീപത്തു നിന്നിരുന്ന ഒരു ബ്രാഹ്മണന്റെ കൈയിൽനിന്നു നല്ല ഭംഗിയുള്ളതായ ഒരു വലിയ കൈയെഴുത്തുപുസ്തകത്തെ വാങ്ങിച്ചു ഇപ്രകാരം പറഞ്ഞ് അയാൾക്കു കൊടുത്തു; "ഇത് ഇൻഡ്യയിലെ മതഗ്രന്ഥങ്ങളിൽ ഏറ്റവും പ്രാചീനമായിട്ടുള്ളവയിൽ ഒന്നായ *അഥർവ്വവേദ*ത്തിന്റെ ഒരു പ്രതിയാണ്. ഇതിൽ പെർഷ്യൻ ഭാഷയിൽ ഒരു തർജ്ജിമയും ഉണ്ട്."

അക്വാവീവാ ഏറ്റവും വിനയത്തോടെ ആ രാജകീയസമ്മാനത്തെ വാങ്ങിച്ചു. എന്നാൽ വാസ്തവത്തിൽ അതുകൊണ്ട് അയാൾ അത്ര സന്തോഷിച്ചോ എന്നുള്ളതു സംശയ വിഷയമായിരുന്നു. എന്തെന്നാൽ അതിനു സായാഹ്നത്തിൽ കൂടിയ സദസ്സിൽ നടന്നതിനെക്കുറിച്ച് ഇതു സൂചിപ്പിച്ചു എന്നുള്ളത് അസംഭാവ്യമല്ലായിരുന്ന എന്നു തന്നെയുമല്ല, ചക്രവർത്തി കൊടുക്കുന്ന സമ്മാനങ്ങൾ അനുരൂപങ്ങളായിരിക്കുന്നതിനു വേണ്ടി അദ്ദേഹത്തിനായി കൊണ്ടുവരപ്പെടുന്ന ഉപഹാരങ്ങൾ ഇന്നതാണെന്നു മുൻപിൽ കൂടി അറിയിക്ക പതിവായിരുന്നു. എന്നാൽ ആ പാതിരി എന്തുതന്നെ വിചാരിച്ചാലും ഇതിൽ വൈദിക ബ്രാഹ്മണരുടെ അഭിപ്രായം എന്തായിരുന്നു എന്നൂഹിക്കുന്നതിനു പ്രയാസമില്ലായിരുന്നു. അവരുടെ കൂട്ടത്തിൽ മിക്കവരുടെയും മുഖത്തിൽ ഒരു ഭൂഭംഗം കാണപ്പെട്ടു. അബ്ദുൾകാദർക്കും കോപത്തെ അടക്കാൻ കഴിഞ്ഞില്ല. പകരം കൊടുത്ത സമ്മാനത്തിന്റെ താല്പര്യം എന്തെന്നും അതുകൊണ്ട് അക്ബർ ക്രിസ്ത്യന്മാരുടെ പക്ഷത്തിൽ ചേർന്നിട്ടില്ലെന്നു കാണിക്കാൻ ഇച്ഛിച്ചത് എങ്ങനെ എന്നും അവർക്ക് ഗ്രഹിക്കാൻ കഴിഞ്ഞില്ല. ഒരു ക്രിസ്ത്യനു വിശേഷബഹുമാനത്തെ ചെയ്തു എന്നു മാത്രമേ അവർ ധരിച്ചൊള്ളൂ. അബുൾഫസൽ ഇതിന്റെ താല്പര്യത്തെ കുറേക്കൂടി സ്പഷ്ടമായി ഗ്രഹിച്ചു എങ്കിലും ഇതരവിഷയങ്ങളിൽ ബുദ്ധിമാനും ദയാലുവും ആയ അക്ബർ നിഷ്പ്രയോജനമായി മഹമ്മദന്മാരെ അവമാനിച്ചതിൽ വ്യർത്ഥിതനായിട്ടു ശിരഃകമ്പം ചെയ്തു. എങ്കിലും കഴിഞ്ഞ സായാഹ്നത്തിലെ അവരുടെ മര്യാദയില്ലാത്ത നടത്തയ്ക്ക് അവർ ഇതിന് അർഹന്മാർ തന്നെ എന്ന് അയാൾ സമാധാനപ്പെട്ടു.

ചക്രവർത്തി ഉപഹാരങ്ങളെ സ്വീകരിക്കയും സമ്മാനങ്ങളെ കൊടുക്കയും കഴിഞ്ഞതിന്റെ ശേഷം ചിലരെ കണ്ടു സംസാരിക്കയും ഉദ്യോഗങ്ങൾ കൊടുക്കയും ചെയ്ത കൂട്ടത്തിൽ സിദ്ധനെയും വിളിച്ച് ഇപ്രകാരം പറഞ്ഞു: "സിദ്ധരാമാ! നിങ്ങളെക്കുറിച്ച് എനിക്കുള്ള തൃപ്തിയെ പ്രകാശിപ്പിക്കുന്നതിനായി ഇന്നുമുതൽ നിങ്ങളെ സഹസ്രം ഭടന്മാരുടെ നേതാവായി നിയമിച്ചിരിക്കുന്നു. നിങ്ങളുടെ മേൽ എനിക്കുള്ള വിശ്വാസത്തിനും പ്രീതിക്കും അനുരൂപമായി നിങ്ങൾ എപ്പോഴും നടന്നുകൊള്ളുമല്ലോ."

ഈ നൂതനമായ പ്രീതി ചിഹ്നത്തിനു വേണ്ടി ഏറ്റവും നന്ദിയോടെ ചക്രവർത്തിയുടെ മുൻപിൽ നടപ്പനുസരിച്ചു സിദ്ധൻ മൗനിയായി ശിരസ്സിനെ നമിച്ചപ്പോൾ അയാൾക്ക് ഒരു വ്യാകുലത ഉണ്ടായി. അയാൾ അക്ബറുടെ വിശ്വാസത്തിനു അർഹനോ? അതിന് അയാളേക്കാൾ അർഹത കുറഞ്ഞ ഒരാൾ ആ സേനയിൽ ഉണ്ടോ? എങ്കിലും കാശ്മീരത്തിൽ അയാളുടെ സഹായം ചക്രവർത്തിക്ക് ആവശ്യകമായിരുന്നു. അതുകൊണ്ട് അയാൾക്ക് അപ്പോൾ കൊടുക്കപ്പെട്ട ഉന്നതസ്ഥാനത്തിനു ചക്രവർത്തിയുടെ ദയയും ഔദാര്യവും മാത്രമല്ല കാരണമായത്. ആ യുവാവായ യോദ്ധാവിന്റെ താല്ക്കാലിക വ്യാകുലത താൻ പ്രത്യക്ഷമായി ഇപ്രകാരം ബഹുമാനിച്ചതു നിമിത്തം ഉണ്ടായതുമാത്രമാണെന്നു സമാധാനപ്പെട്ട് ചക്രവർത്തി അയാളോടു പൊയ്ക്കൊള്ളുന്നതിനു സദയമായി ശിരസ്സുകൊണ്ടു സംജ്ഞാപനം ചെയ്തു.

ജനങ്ങൾക്കുവേണ്ടിയുള്ള വിനോദങ്ങൾ ആരംഭിക്കാനുള്ള സമയമായി. നഗരത്തിൽനിന്നു അധിക ദൂരമല്ലാത്ത ഒരു സ്ഥലമാണ് അതിനു നിശ്ചയിക്കപ്പെട്ടിരുന്നത്. അവിടേക്കു ചിലർ പാദചാരികളായും ചിലർ അശ്വങ്ങളിലോ അലംകൃതങ്ങളായ ഗജങ്ങളിലോ ആരൂഢന്മാരായും ചിലർ അന്നത്തെ വിനോദങ്ങളിൽ ചേരാൻ താല്പര്യം ഉള്ളവർക്ക് ആവശ്യകങ്ങളായ ഭോജി പേയാദികളുടെ ചുമടുകൾ കയറ്റീട്ടുള്ള ഒട്ടകങ്ങളിൽ കയറിയും, നാനാവർണ്ണങ്ങളായ വസ്ത്രങ്ങളും ധരിച്ചുകൊണ്ടു പുറപ്പെട്ടു തുടങ്ങി. ഈ പ്രഹർഷോത്തരംഗമായ ജനസംഘത്തിൽ സിദ്ധനും, അയാൾ രാജഗൃഹത്തിൽ വെളിയിൽ വന്നപ്പോൾ സന്ദർശിക്കയും അയാൾക്കു നൂതനമായി കിട്ടിയ സ്ഥാനത്തെക്കുറിച്ച് ഹൃദയംഗമമായി അയാളെ അഭിനന്ദിക്കുകയും ചെയ്തു മിത്രമായ പാർവീസും ചേർന്നു.

സിദ്ധൻ പറഞ്ഞു: "നിങ്ങളുടെ കാര്യങ്ങൾ ഏതുവിധത്തിൽ ഇരിക്കുന്നു?"

പാർവീസ് ചിരിച്ചുകൊണ്ട് പറഞ്ഞു: "എന്റെ രഹസ്യകാര്യങ്ങളെക്കുറിച്ചല്ലയോ നിങ്ങൾ ചോദിക്കുന്നത്? ആകപ്പാടെ നന്നായിത്തന്നെ ഇരിക്കുന്നു. എന്റെ പ്രിയതമയെ ഈയിടെ പലതവണയും ഞാൻ കണ്ടു. അതു ഗൂഢമായിട്ടായിരുന്നു എങ്കിലും അവളുടെ പിതാവായ ടോഡർമാൾ അതിനെക്കുറിച്ചെല്ലാം അറിഞ്ഞില്ലയോ എന്ന് എനിക്കു സംശയമുണ്ട്. എന്നാൽ ഒന്നും അറിഞ്ഞിട്ടില്ലെന്നാണ് അദ്ദേഹം ഭാവിക്കുന്നത്. ഈ ആനുകൂല്യത്തിനു എന്റെ അമ്മാവനായ ഫൈസി കൂടെ കാരണമായിരിക്കുമെന്നു ഞാൻ വിചാരിക്കുന്നു. അദ്ദേഹത്തിനു ഈശ്വരൻ പ്രസാദിക്കട്ടെ." അതിന്റെ ശേഷം പാർവീസ് തന്റെ പ്രേയസിയുടെ സൗന്ദര്യത്തെയും ഗുണങ്ങളെയും അനർഗ്ഗളമായി പ്രശംസിക്കാൻ തുടങ്ങി. അത് അയാൾക്കു വളരെ സന്തോഷമായിരുന്നു എങ്കിലും ശ്രോതാവിന് അത്ര രസാവഹമായിരുന്നില്ല. അതെങ്ങനെ എങ്കിലും ഇരിക്കട്ടെ. വിനോദസ്ഥലത്ത് എത്തുന്നതുവരെ പ്രസംഗം ഇതുതന്നെ ആയിരുന്നു. അവിടത്തെ കോലാഹലം രാജധാനിയിലെ പോലെ തന്നെ ആയിരുന്നു. എന്നാൽ

ഉത്സാഹവും വിനോദവും വളരെ കൂടുതലായിരുന്നു. ചെറുതും വലുതുമായി അനവധി കൂടാരങ്ങൾ അടിച്ചിരുന്നതും ഉന്നതാനതവും ആയ ആ വിസ്തീർണ്ണപ്രദേശത്തിൽ വളരെ ജനങ്ങൾ ഓരോ സംഘമായി സഞ്ചരിച്ചു. ദീപ്രവർണ്ണങ്ങളായ പരിസ്തോമങ്ങളോടും അലംകൃതങ്ങളായ അമ്പാരികളോടും കൂടിയ ഗജങ്ങൾ അശ്വാരൂഢന്മാരിൽനിന്നും പാദചാരികളിൽനിന്നും വ്യത്യസ്തങ്ങളായി ഉയർന്നു ശോഭിച്ചു രാജകീയഗജങ്ങൾ തലയിലും കഴുത്തിന്റെ കീഴ്ഭാഗത്തിലും വലിയ കല്ലുകൾ പതിച്ച് സ്വർണ്ണത്തകിടുകളാൽ ശോഭിതങ്ങളായിരുന്നു. ഒരു സാധാരണ ഗൃഹസ്ഥൻ നല്ല ധനവാനായി തീരുന്നതിനു മതിയായ വിലയുള്ള സാധനങ്ങൾ അവയുടെ മഹത്തുക്കളായ ദേഹങ്ങളിൽ ഉണ്ടായിരുന്നു. അവയിൽ ഒന്നായിരുന്നു ചക്രവർത്തി ആരോഹണം ചെയ്തിരുന്നത്. അദ്ദേഹം തന്റെ സേവകന്മാരുടെ മദ്ധ്യത്തിൽ അവരോഹണം ചെയ്ത് അവരാൽ അനുഗതനായിട്ട് അന്നത്തെ വലുതായ അടിയന്തരം നടത്താനായി ഉണ്ടാക്കപ്പെട്ടിട്ടുള്ള സ്ഥലത്തേക്കു നടന്നു.

കുറേ പൊക്കത്തിലായിട്ട് ഒരാൾക്കു പ്രയാസം കൂടാതെ ഇരിക്കത്തക്കവണ്ണം വലിപ്പവും ഉറപ്പും ഉള്ളതായ ഒരു ത്രാസ് തൂക്കപ്പെട്ടിരുന്നു. അതിന്റെ ഒരു തട്ടിൽ സ്വർണ്ണവും വെള്ളിയും രത്നങ്ങളും കൂട്ടിയിരുന്നു. മറ്റേതു ശൂന്യമായി ഉയർന്നു നിന്നിരുന്നു. നാനാദിഗന്തങ്ങളിൽ നിന്നും വന്നിട്ടുള്ള അസംഖ്യം ജനങ്ങൾ നോക്കിക്കൊണ്ടിരിക്കവേ ചക്രവർത്തി അതിൽ കയറി ഇരുന്നു. അദ്ദേഹത്തിന്റെ തൂക്കം ശരിയായതുവരെ മറ്റേത്തട്ടിൽ മേല്പറഞ്ഞ സാധനങ്ങൾ ഇടുകയോ അതിൽനിന്ന് എടുക്കുകയോ ചെയ്തുകൊണ്ടിരുന്നു. അവയ്ക്കു പകരം കൃത്യം മാനം, വിശ്വാസം നല്ലതിലെല്ലാം അത്യാസക്തി ഇത്യാദികളെ ഇടാൻ കഴിയുമായിരുന്നെങ്കിൽ നിശ്ചയമായി അക്ബർക്കു തൂക്കം പോരാതെ വരികയില്ലായിരുന്നു. തൂക്കം ശരിയായതിന്റെ ശേഷം ചക്രവർത്തി ത്രാസിൽ നിന്നും സാവധാനമായി താഴെ ഇറങ്ങുകയും സ്വർണ്ണവും വെള്ളിയും ജനങ്ങൾക്കു കൊടുക്കപ്പെടുകയും ചെയ്തു. ഒടുവിൽ ചക്രവർത്തി തന്റെ ചുറ്റും ഉള്ളവരുടെ ഇടയിൽ ചേർന്ന് കരുണയോടും പ്രേമത്തോടും കൂടി ഓരോ വാക്കുപറഞ്ഞുകൊണ്ട് പുഷ്പഫലരൂപങ്ങളായ ചെറിയ സ്വർണ്ണസാധനങ്ങളെ സമീപസ്ഥന്മാർക്ക് എറിഞ്ഞുകൊടുത്തു. ഈ പ്രവൃത്തിയാൽ അക്ബർ മഹാനും പ്രബലനും മാത്രമല്ല ഏറ്റവും ദയാലുവും ഉദാരനും, തന്റെ മഹത്വത്തേക്കാൾ ജനങ്ങളുടെ ക്ഷേമത്തിൽ അധികതല്പരനും ആയ ഒരു രാജാവാണെന്നുള്ള ബോധം പലരുടേയും മനസ്സിൽ നൂതനമായി സ്ഥിരീകരിക്കപ്പെട്ടു.

അനന്തരം നാനാപ്രകാരങ്ങളായ വിനോദങ്ങൾ ആരംഭിക്കപ്പെട്ടു. ഇരുദിക്കിൽ ഐന്ദ്രജാലികന്മാർ അവരുടെ കൗശലങ്ങളെയും മറ്റൊരു ദിക്കിൽ അഭ്യാസികൾ അനേകവിധങ്ങളായ അഭ്യാസങ്ങളെയും പ്രദർശിപ്പിച്ചു. ഒരെടത്തു നർത്തകന്മാർ ഏകരൂപമായ സംഗീതത്തെ അനുസരിച്ചു നർത്തനം ചെയ്തു. മറ്റൊരെടത്ത് അശ്വാരോഹന്മാർ കുതിരകളെ അതി

വേഗത്തിൽ ഓടിച്ചുകൊണ്ടു തങ്ങളുടെ കൈക്കലുള്ള കുന്തങ്ങളുടെ അഗ്രംകൊണ്ടു തറയിൽനിന്നും ചെറിയ വളയങ്ങളെ കുത്തി എടുത്തു. ഒരു സ്ഥലത്തു ദേഹപീഡ ചെയ്യുന്നതു സുകൃതകാരണമെന്നു വിചാരിക്കുന്ന വൈരാഗികളിൽ രണ്ടുപേർ അത്ഭുതമായും ഭയങ്കരമായും ഉള്ള ഒരു കാഴ്ചയെക്കാണിച്ചു. അവർ ഉപരിഭാഗത്തു തിര്യർക്കായി വയ്ക്കപ്പെട്ടിരുന്ന ഒരുത്തരത്തിൽനിന്നും കയറിൽ കെട്ടി താഴത്തേക്കു തൂക്കപ്പെട്ടിട്ടുള്ള ഒരുവളഞ്ഞ ആണി തങ്ങളുടെ ദേഹപൃഷ്ഠഭാഗത്തിൽ കോർത്തു തറയിൽനിന്നും ഇരുപതടി പൊക്കത്തിൽ തൂങ്ങിനിന്നു. ഇപ്രകാരമുള്ള ഒരു കാഴ്ച അവിടെ അപൂർവ്വമായിരുന്നതുകൊണ്ട് എല്ലാവരും അതിനെ വളരെ ശ്രദ്ധയോടു കൂടി നോക്കി. പാർവീസ് അതിനെ ആശ്ചര്യത്തോടെ സൂക്ഷിച്ചു നോക്കിക്കൊണ്ടു നിന്നു. എന്നാൽ സിദ്ധന് അതു കണ്ടു നല്ല പരിചയമുണ്ടായിരുന്നതിനാൽ അയാൾ ഉദാസീനനായിരുന്നു.

പാർവീസ് തന്റെ സ്നേഹിതനോടു പറഞ്ഞു: "ഇവരുടെ വിചാരം എന്തായിരിക്കും? ഇവർ മതസക്തയാ പ്രേരിതന്മാരായിട്ടാണ് ഇപ്രകാരം പ്രവർത്തിക്കുന്നത് എന്നു പറയപ്പെടുന്നു. എന്നാൽ ഇത് ഉത്സവദിവസത്തിൽ ജനസമക്ഷമായി ഇവർ ഇങ്ങനെ ചെയ്യുന്നത് എന്തിന്? ഈ ഒരു സന്തോഷകരമായ കാഴ്ചയല്ല. എന്നാൽ ഇവർ ഇത്ര ലക്ഷ്യമില്ലാതെയും വേദനയില്ലാത്തതുംപോലെയും ഈ സാഹസം പ്രവർത്തിക്കുന്നത് എങ്ങനെ എന്ന് എനിക്കു മനസ്സിലാകുന്നില്ല.

സിദ്ധൻ പറഞ്ഞു: "ഞാൻ അതിനെ പ്രതിപാദിക്കാം. ഈ വൈരാഗികൾ ഇങ്ങനെ ഉള്ള ദേഹദണ്ഡങ്ങളെ സ്വർഗ്ഗസാധകങ്ങളായ ശ്ലാഘ്യവ്യാപാരങ്ങളായി വിചാരിക്കുന്നു എന്നു നിങ്ങൾക്കറിയാമല്ലോ. ഇങ്ങനെ പ്രവർത്തിക്കുന്നവരെ നോക്കിക്കൊണ്ടു നില്ക്കയും അവർക്കു പണം കൊടുക്കയും ചെയ്യുന്നവർക്കും ഫലത്തിൽ ഒരു ഭാഗം ഉണ്ട്. ജനങ്ങളുടെ അന്ധവിശ്വാസത്തിന്റെ അവസ്ഥയ്ക്കു തക്കവണ്ണം ഇവർക്കു അധികലാഭം ഉണ്ടാകും. എന്നാൽ ഈ വിദ്യയുടെ രഹസ്യം നിശ്ചലമായി അറിയപ്പെട്ടിട്ടില്ല. എങ്കിലും ശങ്കയ്ക്കും ആസ്പദങ്ങൾ ഉണ്ട്. ഇവരെ ഒരിക്കലും സ്ത്രീകളോടു കൂടിക്കാണാറില്ലെങ്കിലും അവർ ഇവരുടെ കൂടെ എപ്പോഴും ഉണ്ടായിരിക്കും. അവർ ഈ വിദ്യകാണിക്കുന്നതിനു മുൻപായി ഏകദേശം പതിനഞ്ചു നാഴിക നേരത്തോളം ഈ വൈരാഗികളുടെ തോളെല്ലുകളുടെ മദ്ധ്യഭാഗത്തെ മർദ്ദനം ചെയ്ത് സ്പർശം അറിയാതെ ആക്കുന്നു. പിന്നെ അവിടെ ആണി കുത്തിക്കോർത്താൽ വേദനയുണ്ടാകയില്ല."

പാർവീസ് പറഞ്ഞു: "ഒരത്ഭുതകരമായ നേരമ്പോക്കു തന്നെ!"

"അതെ കഷ്ടമായിട്ടുള്ളതും ആണ്. മൂഢന്മാർക്ക് ഇതിൽ എത്ര തന്നെ വിശ്വാസം ഉണ്ടായിരുന്നാലും മാന്യന്മാരായ ബ്രാഹ്മണർ ഇതിനെ നിന്ദിക്കുന്നു. ആകട്ടെ, ഗജങ്ങളും വന്യമൃഗങ്ങളും തമ്മിൽ യുദ്ധങ്ങൾ ഉണ്ടെന്നു നിങ്ങൾ പറഞ്ഞില്ലയോ?"

“നിശ്ചമായിട്ടുണ്ട്. ആ കാണുന്ന കോടിയാൽ അവ ആരംഭിക്കാറായി എന്നു സൂചിതമായിരിക്കുന്നു. നമുക്കു അങ്ങോട്ടു പോയി ഒരു സ്ഥലം പിടിക്കാം.”

യുദ്ധങ്ങൾ നടക്കുന്ന സ്ഥലത്തിനു ചുറ്റും അഴി അടിച്ച് ആസനങ്ങളും ഇട്ടിരുന്ന സ്ഥലത്തേക്ക് അവരുടെ സ്ഥാനത്താൽ അവർക്ക് പ്രവേശം നിഷ്പ്രയാസമായി ലഭിച്ചു. നടുവിൽ ചക്രവർത്തി തന്റെ സേവകന്മാരാൽ പരിവൃതനായി ഉപവേശിച്ചിരുന്നു. അധികതാമസം കൂടാതെ ശ്രേഷ്ഠങ്ങളായ വസ്ത്രങ്ങളാൽ ആവൃതങ്ങളും ഉജ്ജ്വലങ്ങളായ കഞ്ചുകങ്ങളെ ധരിച്ചു നഷാദികളാൽ ആരൂഢങ്ങളും ആയ ഗജങ്ങൾ രണ്ടു ഭാഗങ്ങളിൽനിന്നും രംഗഭൂമിയിൽ പ്രവേശിച്ചു. അധികമായി സജ്ജീകരണം ഒന്നും ആവശ്യകമായിരുന്നില്ല. മഹാദേഹങ്ങളായ ആ ജന്തുക്കൾ അന്യോന്യം അടുത്ത് ഉടൻ തന്നെ ഒരു ഭയങ്കരമായ ഫീട്കാരത്തോടുകൂടി മുൻകാലുകളെ ഉയർത്തി ശുണ്ഡാദണ്ഡങ്ങൾകൊണ്ട് തങ്ങളാൽ പിടിച്ച് ദീർഘങ്ങളായ ദന്തകുന്തങ്ങളെക്കൊണ്ട് ഓരോന്നും തന്റെ പ്രതിപക്ഷിയെ കുത്തുന്നതിനു ശ്രമിച്ചു. നിഷാദികളാകട്ടെ ചിലപ്പോൾ അവയുടെ കർണ്ണങ്ങളുടെ പിൻഭാഗത്തിൽ ജാനുക്കളെക്കൊണ്ടു പറ്റിപ്പിടിച്ചും, ചിലപ്പോൾ അവയുടെ വസ്ത്രബന്ധങ്ങളെ കൈകൊണ്ടു ഗ്രഹിച്ചും വീഴാതെ ഇരുന്നു. കുറെ നേരത്തേക്കു ജയം സന്ദിഗ്ദ്ധമാകത്തക്കവിധത്തിൽ ഈ യുദ്ധം നടന്നു. ഒരിക്കൽ ഒരു ഗജവും പിന്നെ മറ്റേതും പുറകോട്ട് ഓടിക്കപ്പെട്ടു. ഒടുവിൽ ഒന്നു മറ്റേതിനാൽ താഴേ തള്ളിയിടപ്പെട്ടു. അതിന്റെ നിഷാദി ലാഘവത്തോടെ ചാടി താഴെ ഇറങ്ങി. ജേതാവായ ഗജത്തിന്റെ നിഷാദി അതിനെ അങ്കുശം കൊണ്ട് നിയന്ത്രിച്ച് പരാജിതമായ പ്രതിപക്ഷിയെ ഉപദ്രവിക്കാതെ പുറകോട്ടുമാറി. ചക്രവർത്തി ഒറക്കെ ശ്ലാഘിക്കയും, സേവകന്മാരും പ്രേക്ഷകന്മാരും അദ്ദേഹത്തിനെ അനുകരിക്കയും ചെയ്തു. പിന്നെ അവർ ആസനങ്ങളിൽനിന്നും പതുക്കെ എഴുന്നേറ്റു പോയി.

സിദ്ധൻ തന്റെ സ്നേഹിതനോടു പറഞ്ഞു: “ഈവക യുദ്ധങ്ങളിൽ അക്ബർക്കു വളരെ കൗതുകം ഉണ്ടെന്നു തോന്നുന്നു.”

പാർവീസ് ഉത്തരം പറഞ്ഞു: “ഉള്ളതു തന്നെ. മനുഷ്യരിലായാലും മൃഗങ്ങളിലായാലും ധൈര്യത്തെയും സാമർത്ഥ്യത്തെയും പ്രകാശിപ്പിക്കുന്നതായുള്ളതെല്ലാം അക്ബർക്ക് ഇഷ്ടമാണ്. അദ്ദേഹം തന്നെ അസാധാരണമായ ബലമുള്ളവനും ആയുധാഭ്യാസത്തിൽ അദ്വിതീയനും ആണെന്നു നിങ്ങൾക്കറിയാമല്ലോ. യുദ്ധത്തിലും മൃഗയാവിനോദത്തിലും അദ്ദേഹത്തിന്റെ ധൈര്യം വിചാരിച്ചാൽ സാഹസം എന്നു പറയത്തക്ക വിധത്തിലുള്ളതാണ്. അദ്ദേഹം ആപത്തിനെ ഒഴിഞ്ഞു കളയുന്നതിനു പകരം അതിനെ തേടുകയാണ് ചെയ്യുന്നത്. അദ്ദേഹത്തിന്റെ സേനാധിപന്മാർക്കും മൃഗയാസഖന്മാർക്കും അദ്ദേഹത്തിന്റെ അത്യുത്സാഹത്തെ നിരോധിക്കുന്നതിൽ വളരെ ശ്രമം ഉണ്ടാകാറുണ്ട്. അദ്ദേഹത്തിന്റെ ഓരോ അപദാനങ്ങളെക്കുറിച്ചു നിങ്ങൾ കേട്ടിരിക്കാം. അവയിൽ ചിലതിൽ അതി

ശയോക്തി ഇല്ലെന്നില്ല. എന്നാൽ ഫൈസി പറയുന്നതിനെ വിശ്വസിക്കാം. എന്തെന്നാൽ അദ്ദേഹം അനേക സന്ദർഭങ്ങളിൽ കൂടെ ഉണ്ടായിരുന്നിട്ടുണ്ട്. നിങ്ങൾ ഒരുദിവസം ചോദിച്ചാൽ പറയും."

ഇപ്രകാരം സംസാരിച്ചുകൊണ്ട് അവർ ചുറ്റി നടന്ന് കാണാൻ താല്പര്യമുള്ളതെല്ലാം കണ്ടുകഴിഞ്ഞതിന്റെ ശേഷം പട്ടണത്തിലേക്ക് തിരിച്ചു. അപ്പോൾ സിദ്ധൻ അത്ഭുതപരവശനായിട്ട് അകസ്മാൽ സ്തബ്ധനായി നിന്നു. ഏറ്റവും ശ്രേഷ്ഠമായി അലംകൃതമായ ഒരു ഗജത്തിന്മേലുള്ള അമ്പാരിയിൽ അയാളുടെ നേത്രം യദൃച്ഛയാ പതിച്ചു. അതിൽ ഒന്നോ രണ്ടോ സ്ത്രീകളോടു കൂടി പട്ടോപബർഹങ്ങളിൽ ചാടിയിരിക്കുന്നവളായി അയാൾ കണ്ട ആ തരുണി റസിയാ അല്ലാതെ മറ്റാരും അല്ലായിരുന്നു! വജ്രരത്നങ്ങളാൽ ഉറപ്പിക്കപ്പെട്ട തനുവായ മുഖപടം ഒരു വശത്തേക്കു നീക്കപ്പെട്ടിരുന്നതിനാൽ സംശയത്തിനു അവകാശം ഇല്ലായിരുന്നു. അതിപരിചിതയായ ആ പരിചാരികയും അവളുടെ അടുക്കൽ ഉണ്ടായിരുന്നു. എന്നാൽ ആരും കാണാതെ ഏകാന്തത്തിൽ വസിച്ചവൾ അവിടെ എന്തിനായിട്ടു വന്നിരുന്നു? വിശിഷ്യ സിദ്ധൻ സേനയോടു കൂടി പോയിരിക്കുന്നു എന്നു വിശ്വസിച്ചിരിക്കുമ്പോൾ അവൾക്ക് അവിടെ എന്തുകാര്യം? അവൾ അയാളെ ചതിച്ചിരിക്കുമോ? അവൾ അയാളോടു പറഞ്ഞ ആളല്ലാതെ വേറെ ഒരുത്തി ആയിരിക്കുമോ?

പാദചാരികളായ ജനങ്ങളുടെ കൂട്ടത്തിൽ സിദ്ധനെ കണ്ടിട്ടില്ലായിരുന്ന റസിയായെ ചൂണ്ടിക്കാണിച്ച് കഴിയുന്നേടത്തോളം ശാന്തതയോടും ഉദാസീനതയോടും കൂടി അയാൾ പാർവീസിനോടു ചോദിച്ചു. "ആ സ്ത്രീയെ നിങ്ങൾ അറിയുമോ?"

പാർവീസ് ചോദിച്ചു: "മുഖപടത്തെ നീക്കിക്കൊണ്ടു പിഞ്ഛവ്യജനത്തെ പിടിച്ചിരിക്കുന്ന പരിചാരികയോടു കൂടി ഇരിക്കുന്ന സ്ത്രീയാണോ? ഞാൻ അവരെ അറിയും. നിങ്ങൾ അറിയാത്തതിനെ കുറിച്ചു ഞാൻ ആശ്ചര്യപ്പെടുന്നു. എന്നാൽ ഈയിടെ അവർ അധികം വെളിയിൽ പുറപ്പെടാറില്ല. അവരെക്കുറിച്ചു നിങ്ങൾ സർവ്വഥാ കേട്ടിരിക്കണം. അവർ?" പാർവീസ് പറഞ്ഞ പേരുകേട്ടപ്പോൾ സിദ്ധനു അയാളുടെ ജന്മത്തിൽ അഭൂതപൂർവ്വമായ ഒരു ഉദ്വേഗം ഉണ്ടാകയും, സ്വദേശത്തുള്ള ഒരു തൂക്കായ ഉയർന്ന മലയുടെ മുകളിൽ വക്കിലായി നില്ക്കുമ്പോൾ ആകസ്മികമായി ഒരു തലചുറ്റൽ വന്ന് അധോഭാഗത്തുള്ള അഗാധഗുഹയിൽ വീണതുപോലെ തോന്നുകയും ചെയ്തു. പാർവീസ് പറഞ്ഞു: "അവർ ഫൈസിയുടെ ഭാര്യയായ ഗുല്ബദൻ ആണ്."

10

ആശ്ചര്യങ്ങൾ

സിദ്ധന്റെ അസാധാരണമായ ഭാവം കണ്ട് അത്ഭുതപ്പെട്ട് പാർവീസ് ചോദിച്ചു: "ആ സ്ത്രീയുടെ പേർ നിങ്ങളുടെ മനസ്സിനെ വ്യാകുലീകരിക്കുന്നതിനു കാരണമെന്ത്? പ്രഥമദർശനത്തിൽ നിങ്ങൾക്കു ഗുല്ബ്ദനിൽ അനുരാഗം ജനിച്ചിട്ടില്ലത്രെ? അതു കൂടാതിരിക്കതന്നെയാണ് നന്ന്. ഫൈസി സൗജന്യനിധി തന്നെ എങ്കിലും തന്റെ ഭാര്യയെ സംബന്ധിക്കുന്ന കാര്യത്തിൽ അത്ര ശാന്തനല്ല. എന്തെന്നാൽ അദ്ദേഹത്തിനു അവരിൽ അത്ര കഠിനമായ അനുരാഗം ഉണ്ട്."

കഴിയുന്നെടത്തോളം സ്വസ്ഥചിത്തതയെ ഭാവിച്ചുകൊണ്ടു സിദ്ധൻ ഉത്തരം പറഞ്ഞു: "ആ പേരിനാൽ തല്ക്കാലം ഒരോർമ്മ ഉണ്ടായതേയുള്ളൂ. അതിനു ഫൈസിയുടെ ഭാര്യയുമായി യാതൊരു സംബന്ധവും ഇല്ല."

പാർവീസ് പറഞ്ഞു: "എന്നാൽ തരക്കേടൊന്നും ഇല്ല." പിന്നെ അവർ മിണ്ടാതെ നടന്നു.

കഴിയുന്നതും വേഗത്തിൽ പാർവീസിനെ പിരിഞ്ഞ് ഏകാകിയായിരിക്കണം എന്നൊരു വിചാരം മാത്രമേ അയാളുടെ കൂട്ടുകാരനു ഉണ്ടായിരുന്നുള്ളൂ. അപ്പോൾ സിദ്ധൻ തന്റെ ഭടജനങ്ങളിൽ ഒരാളെ കണ്ട് പാർവീസിനോടു പറഞ്ഞു: "ക്ഷമിക്കണേ, എനിക്ക് ആ മനുഷ്യനോടു പറയേണ്ടതുണ്ട്. ഇത്രനേരം നിങ്ങളുടെ സഹവാസം ഉണ്ടായതിനാൽ സന്തോഷമായി. തല്ക്കാലം ഞാൻ യാത്രപറഞ്ഞുകൊള്ളുന്നു." അനന്തരം അയാൾ ആ സാദിയെ അടുത്തുവരാൻ സംജ്ഞാപനം ചെയ്ത് തന്റെ ഉദ്യോഗത്തെ സംബന്ധിച്ച കാര്യങ്ങളെക്കുറിച്ചു സംസാരിച്ചുതുടങ്ങി. എന്നാൽ പാർവീസ് ദൃഷ്ടിഗോചരമല്ലാതെ ആയപ്പോൾ അതും നിറുത്തി ഇന്നദിക്കിലേക്കു പോകുന്നു എന്നു ശ്രദ്ധിക്കാതെ ഭ്രാന്തനോ സുപ്തനോ മത്തനോ എന്നപോലെ മുൻപോട്ടേക്കു ബദ്ധപ്പെട്ടു നടന്നു.

"ഗുല്ബ്ദൻ, ഫൈസിയുടെ ഭാര്യ!" പുനശ്ചവിശ്വാസഭംഗം! എന്നാൽ ഇപ്പോൾ സ്വമേധയായിട്ടല്ലെങ്കിലും താൻ അന്യരാജ്യത്തിൽ നിന്നു വന്ന സമയം ഏറ്റവും കരുണയെ കാണിച്ചവനും എത്രയും അവ്യാജമായ സ്നേഹമുള്ളവനും, ഏതാദൃശമായ ആനുകൂല്യം കൂടാതെ തന്റെ സ്ഥിതിയിൽ ഉള്ള ഒരുത്തനു അലഭ്യങ്ങളായ ബഹുമാനങ്ങൾ തനിക്കു ലഭിക്കുന്നതിനു കാരണഭൂതനും ആയ ആളിന്റെ നേരെ എത്രയും ഹിതമായ വിശ്വാസഭംഗം! തന്നാൽ അചിന്തിതങ്ങളും തനിക്ക് അർഹതയില്ലാത്തവയും ആയ പ്രസാദങ്ങൾക്കു തന്നെ പാത്രമാക്കി ചെയ്ത ചക്രവർത്തിയുടെ നേരെയും വിശ്വാസഭംഗം! തന്റെ ഹൃദയത്തേയും വാക്കിനേയും ഒരിക്കൽ സമർപ്പിച്ച ഇരാവതിയുടെ നേരെയും വിശ്വാസഭംഗം! ഇതെല്ലാം തന്നെ ചതിച്ചവളും താൻ നിന്ദിക്കേണ്ടവളും, എങ്കിലും സർവ്വോപരി എന്നും താൻ സ്നേഹിക്കുന്നവളും ആയ ഒരുത്തിക്കു വേണ്ടിയാണ്. എന്താണ് പ്രവർത്തിക്കേണ്ടത്? മാനവും കൃത്യവും ക്ഷണത്തിൽ പലായനം തന്നെയാണ് ശരണികരണീയമായിട്ടുള്ളതെന്നു അയാൾക്കു തോന്നിച്ചു. വിളംബം ഇനിയും അനർത്ഥകാരണമാണെന്ന് അയാൾക്കു ബോധമുണ്ടായി. എന്നാൽ അവളോടു യാതൊരു വിവരവും പറയാതെ ഝടിതിയായി അവളെ വിട്ടു പോകുന്നത് എങ്ങനെ? അവൾ ചപലയാണെങ്കിലും തന്നെ സ്നേഹിച്ചല്ലോ? അവൾ തന്നെ ദുർമ്മാർഗ്ഗത്തിൽ പ്രവർത്തിപ്പിച്ചു എങ്കിലും അവളും മാനത്തേയും കൃത്യത്തേയും ഉപേക്ഷിച്ചല്ലോ? അങ്ങനെ ഉള്ളവളെ ഉപേക്ഷിച്ചുപോകുന്നതു ന്യായമാണോ? അതു യുക്തമായിരിക്കുമോ? അതു തനിക്കു ശക്യമാണോ?

വളരെ നേരത്തേക്ക് എങ്ങോട്ടാണ് പോകുന്നത് എന്നറിയാതെ സിദ്ധൻ നടന്നു. ഒടുവിൽ അയാൾ ചുറ്റും നോക്കിയപ്പോൾ നഗരത്തിൽ നിന്നും അകലെ അല്ലായിരുന്നു എന്നും, തന്റെ ഹൃദയഹാരിണിയായ റസിയായുടെ വസതിക്കു സമീപമായി എന്നും അയാൾക്കു മനസ്സിലായി. റസിയായുടെ വാസസ്ഥലം ഫൈസിയുടെ ഗൃഹത്തിനു സമീപത്തിലായിരുന്നു എന്നുള്ള വാസ്തവത്തെ അയാൾ അപ്പോൾ സ്മരിച്ചു. നേരം സന്ധ്യയായി തുടങ്ങി. ആ സമയത്താണ് അയാൾ ഉദ്യാനദ്വാരത്തിങ്കൽ ചെല്ലുകയും ഒരു സങ്കേതത്താൽ പരിചാരിക അയാളെ അകത്തേക്കു പ്രവേശിപ്പിക്കുകയും ചെയ്യാറ് പതിവുള്ളത്. അപ്രകാരം അയാൾ അന്നും അവിടെ ചെന്നു ചേരുകയും സങ്കേതത്താൽ വാതിൽ തുറക്കപ്പെട്ടപ്പോൾ ത്വരയോടുകൂടി അകത്തേക്കു കടക്കയും ചെയ്തു.

സിദ്ധൻ സേനയോടു കൂടി ചേരുന്നതിനു പുറപ്പെട്ടു കഴിഞ്ഞതായി വിചാരിച്ചിരുന്നതിനാൽ അയാൾ അപ്പോൾ അവിടെ വരുമെന്ന് ഒട്ടും ശങ്കിക്കാതെ റസിയാ, അല്ലെങ്കിൽ ഗുല്ബ്ദൻ, അളിന്ദത്തിൽ ഒരു മഞ്ചത്തിന്മേൽ ചാരികിടക്കയായിരുന്നു. അപ്പോൾ വളരെ ദൂരത്തിലാണെന്നു വിചാരിച്ചിരുന്ന ആ ആൾ ഝടിതിയായി അവളുടെ മുമ്പിൽ കടന്നു ചെന്നു.

അവൾ ഭയപ്പെട്ട് എഴുന്നേറ്റു നിന്നുകൊണ്ടു സസംഭ്രമമായി പറഞ്ഞു: "എന്ത്! സിദ്ധനോ! നിങ്ങൾ പോയി എന്നാണല്ലോ ഞാൻ

വിചാരിച്ചിരുന്നത്?"

ശാന്തതയെ നടിച്ചുംകൊണ്ടു സിദ്ധൻ പറഞ്ഞു: റസിയാ, ഗുല്ബ്ദൻ! നിങ്ങളെ എനിക്ക് ഇപ്പോൾ മനസ്സിലായി. നിങ്ങൾ എന്നെയും എനിക്കു സകല ഗുണത്തിനും കാരണഭൂതനായ അദ്ദേഹത്തിനേയും ചതിച്ചുകളഞ്ഞല്ലോ. ഞാൻ യാത്രപറയാൻ വന്നിരിക്കയാണ്. ഇവിടം വിട്ടു പോകാൻ മാനം എന്നെ പ്രേരിപ്പിക്കുന്നു. പലായനം അല്ലാതെ അതിനു വേറെ മാർഗ്ഗം ഇല്ലെന്നു എനിക്കറിയാം. ഇന്നോ നാളെയോ ഞാൻ ഈ നഗരം വിട്ടു പോകുന്നു. പിന്നെ ഇതിനെയോ നിങ്ങളെയോ ഈ ജന്മത്തിൽ കാണുകയില്ല."

സിദ്ധൻ പറഞ്ഞു നിറുത്തുന്നതിനു മുൻപിൽ തന്നെ ഒരു ക്ഷണത്തിൽ ഫൈസിയുടെ ഭാര്യക്കു സ്ഥിതി എല്ലാം മനസ്സിലായിരുന്നു. അവളുടെ കാമുകൻ അയാളുടെ സേനാഭാഗത്തിന്റെ നേതൃത്വം വഹിക്കാനായി പൊയ്ക്കഴിഞ്ഞു എന്ന് അവൾ നിശ്ചയിച്ചിരുന്നതിനാൽ ചക്രവർത്തിയുടെ ജന്മർക്ഷമഹോത്സവം കാണാൻ പോകാതിരിക്കുന്നതും മുഖത്തെ ആച്ഛാദനം ചെയ്യുന്നതും അനാവശ്യകമെന്നു അവൾ വിചാരിച്ചു. അപ്പോൾ അയാൾ അവളെ കാണുകയും മനസ്സിലാകയും അവളുടെ യഥാർത്ഥനാമത്തെ കേൾക്കയും ചെയ്തിരിക്കണം. കാര്യം എല്ലാം സ്പഷ്ടമായിരുന്നു. അവൾ ചോദ്യം ചോദിക്കാനും സമാധാനം പറയാനും തുനിയാതെ അഞ്ജലിബന്ധം ചെയ്ത് നീലോല്പലദളോപമങ്ങളായ നേത്രങ്ങളെ കൊണ്ടു സാംഭ്യർത്ഥനമായി അയാളെ നോക്കുകയും അനന്തരം സഞ്ജാതവേപഥുവായി ഒന്നും പറയാതെ മഞ്ചത്തിൽ ഉപവേശിച്ച് ഉപബർഹങ്ങളിൽ മുഖത്തെ മറയ്ക്കയും ചെയ്തു.

കുറെ നേരത്തേക്കു സിദ്ധൻ മിണ്ടാതെ അവളെ നോക്കിക്കൊണ്ടു നിന്നു. ഇനി ഒരിക്കലും അവളെ കാണുകയില്ലെന്നു നിശ്ചയിച്ച തൽക്ഷണത്തിലെപ്പോലെ അത്ര സുന്ദരിയായും മനോഹാരിണിയായും അവൾ ഇതിനു മുൻപിൽ ഒരിക്കലും അയാൾക്കു പ്രതിദാനം ചെയ്തിട്ടില്ലായിരുന്നു. ഈ അന്ത്യമായ വീക്ഷണം തന്റെ മനസ്സിൽ ശാശ്വതമായി പതിഞ്ഞിരിക്കുമെന്ന് അയാൾക്കു തോന്നി.

അയാളുടെ അന്തഃകരണം ഇപ്രകാരം പറഞ്ഞു: "പൊയ്ക്കൊൾക! ഉടനെ പൊയ്ക്കൊൾക! ഇനി ഒന്നും പറകയും യാത്ര ചോദിക്കയും വേണ്ട. അല്ലെങ്കിൽ ഇപ്പോൾ തന്നെ തോന്നിത്തുടങ്ങിയിരിക്കുന്ന വ്യാമോഹത്തിൽ നിന്നു നിവർത്തിക്കാനുള്ള കാലം അതിക്രമിച്ചു പോകും."

പിന്നെ അവൾ പതുക്കെ തല പൊക്കി അഴിഞ്ഞു വീണുകിടന്ന തലമുടിയെ പുറകോട്ടു നീക്കിക്കൊണ്ടു ഗാഢനിദ്രയിൽനിന്നോ മോഹാലസ്യത്തിൽനിന്നോ ഉണരുന്ന ഒരാളെ പോലെ കൈകൊണ്ടു മുഖം തുടച്ചു.

സിദ്ധൻ പറഞ്ഞു: "റസിയായേ! ഞാൻ ഒരിക്കൽ കൂടി നിങ്ങളെ ഇങ്ങനെ വിളിക്കട്ടെ. നിങ്ങളോടു ഒന്നും പറയാതെ പോകുന്നതു മര്യാദയായിരിക്കയില്ലെന്നു ഞാൻ വിചാരിച്ചു. എന്നാൽ ഇപ്പോൾ പിരിഞ്ഞു പോകുന്ന ഈ സന്ദർഭത്തെ കുറേക്കൂടി അസഹ്യമാക്കരുതേ, ഈ വിപ്ര

യോഗം അപരിഹാര്യമാണെന്നു നിങ്ങൾക്കും അറിയാമെന്നു ഞാൻ വിശ്വസിക്കുന്നു. അതിബുദ്ധിപൂർവ്വമായി ഞാൻ ആതിഥ്യത്തിനു വിപരീതമായി ആചരിക്കയും ഉത്തമ ബന്ധുവിന്റെ നേരെ അത്യന്തം കൃതഘ്നത കാണിക്കയും ചെയ്തുപോയി. ഇനിയും ഈ വിധം പ്രവർത്തിക്കുന്നത് മഹാപാപമായിരിക്കും."

റസിയാ സാവധാനമായി പറഞ്ഞു: "എന്റെ സ്നേഹിതാ! നിങ്ങൾ പറഞ്ഞതു ശരിയാണ്. വേർപിരിയുന്നത് അപരിഹാര്യമായി നിങ്ങൾക്കു തോന്നുമെന്ന് എനിക്കറിയാം. എനിക്ക് കുറേനാളായി ഈ ശങ്ക ഉണ്ടായിരുന്നതിനാലാണ് ഞാൻ പേരിനെ മാറ്റിപറഞ്ഞത്. എന്നാൽ നിങ്ങൾ എന്നെന്നേക്കും എന്നെ വിട്ടുപിരിയുന്നതിനു മുൻപിൽ ഞാൻ പറയുന്നതിനെ ക്ഷണനേരത്തേക്കു കേൾക്കണം. എന്തെന്നാൽ നിങ്ങൾക്ക് എന്നെക്കുറിച്ചു നിന്ദ തോന്നരുത് എന്നു എനിക്ക് ആഗ്രഹം ഉണ്ട്. ഞാൻ പറയുന്നതിനെ സശ്രദ്ധമായി കേൾക്കണം. എന്റെ നടത്തയെ സാധുവാക്കാം എന്നുവച്ചല്ല പറയുന്നത്. അത് ക്ഷന്തവ്യമെന്നുകാണിക്കാൻ മാത്രമാണ്. വളരെ തവണ നിങ്ങളെ ഞാൻ വഞ്ചിച്ചു എന്നുള്ളതു വാസ്തവമാണ്. ഇദംപ്രഥമമായി നാം തമ്മിൽ കണ്ടപ്പോൾത്തന്നെ ഞാൻ നിങ്ങളെ വഞ്ചിക്കാൻ തുടങ്ങി. നിങ്ങൾ ആഗ്രയിൽ എത്തിയതിന്റെ ശേഷം താമസിയാതെ ഞാൻ നിങ്ങളെ കണ്ടു. എന്നാൽ നിങ്ങൾ എന്നെ കണ്ടില്ല. ആ പ്രഥമദർശനത്തിൽ തന്നെ എനിക്കു നിങ്ങളെ കുറിച്ചു ഒരു താല്പര്യം ജനിച്ചു. അത് എന്റെ അന്വേഷണങ്ങളിൽ ഞാൻ കേട്ട വർത്തമാനത്താൽ വർദ്ധിച്ചു. പിന്നെ കാശ്മീരത്തേക്ക് ആ എഴുത്തയക്ക എന്നുള്ള വ്യാജേന നിങ്ങളുടെ പരിചയം സമ്പാദിക്കുന്നതിനു ഞാൻ സാഹസമായി നിശ്ചയിച്ചു. ഹാ! കഷ്ടം എന്റെ ചാപല്യത്താലും പ്രേമത്താലും ആ പരിചയം ഏതു വിധമായി പരിണമിച്ചു എന്നു നിങ്ങൾക്കു നല്ലവണ്ണം അറിയാമല്ലോ. എന്നാൽ ഫൈസിയും നിങ്ങളുമായി ഏതെങ്കിലും സ്നേഹബന്ധം ഉണ്ടായിരുന്നു എന്നുള്ളതു സത്യമായി ഞാൻ അപ്പോൾ അറിഞ്ഞില്ല. കുറച്ചു ദിവസം കഴിഞ്ഞ് എനിക്കു ഖേദകാരണമായ ആ വിവരം അറിഞ്ഞപ്പോൾ ഞാൻ ആരാണെന്നു പരമാർത്ഥം പറഞ്ഞ് നമ്മൾ തമ്മിൽ ഉണ്ടായിരുന്ന ബന്ധത്തെ വേർപെടുത്താൻ എനിക്ക് ധൈര്യം ഉണ്ടാകേണ്ടതായിരുന്നു. എന്നാൽ ഹാ! എന്റെ സിദ്ധാ! കാമാതുരയായ ഒരു സ്ത്രീക്ക് സഹജമായിട്ടുണ്ടാകുന്ന ചാപല്യം അതിനു എന്നെ സമ്മതിച്ചില്ല. നിങ്ങൾ മാനത്തെ വിചാരിച്ച് നിശ്ചയമായി എന്നെ വിട്ടുപിരിയും എന്നുള്ള ഭയത്താൽ ഞാൻ മിണ്ടാതിരുന്നു. അല്ലയോ സിദ്ധാ! നാം ഇപ്പോൾ യാത്രപറഞ്ഞ് എന്നെന്നേക്കും തമ്മിൽ പിരിയുന്നതിനു മുൻപിൽ എന്റെ അപരാധത്തെ നിങ്ങൾ ക്ഷമിക്കുമോ?" അയാൾ കോപിക്കുമോ എന്നുള്ള ഭയത്താൽ എന്നപ്പോലെ ശങ്കയോടുകൂടി അയാളുടെ നേരെ കൈനീട്ടിക്കൊണ്ട് അവൾ അശ്രുപൂർണ്ണനയനയായി പാരവശ്യത്തോടു കൂടി പതുക്കെ മഞ്ചത്തിൽ ഉപവേശിച്ചു.

സ്വല്പനേരത്തേക്കു സിദ്ധൻ തന്റെ ആത്മാവുമായി കഠിനയുദ്ധം

ചെയ്തു. പിന്നെ അയാൾ തന്നെ അധീനനാക്കിചെയ്ക മാത്രമല്ല, മാനത്തേയും കൃത്യത്തേയും എല്ലാം വിസ്മരിക്കുന്നതിനു പ്രസഹ്യപ്രേരിക്കയും ചെയ്തു. ആ സ്ത്രീയെ ബാഹുക്കളെ കൊണ്ട് ആലിംഗനം ചെയ്ത് പറഞ്ഞു: "റസിയായെ! നിങ്ങളോടു കൂടാതെ എനിക്കു ജീവധാരണം അശക്യമാണ്. നിങ്ങളോടുകൂടി ഇരുന്നാൽ ഒന്നും കുറവും കുറച്ചിലും അല്ല."

അയാൾ പറഞ്ഞത് വാസ്തവം തന്നെ ആയിരുന്നു. ജീവിതത്തെക്കാളും മാനത്തേക്കാളും അവൾ പ്രിയതരയാണെന്ന് അയാൾ പറഞ്ഞത് ഒട്ടും അതിശയോക്തി അല്ലായിരുന്നു. അപ്രകാരം ആ സായാഹ്നം കഴിഞ്ഞു സിദ്ധൻ കുറഞ്ഞൊന്നു അസ്വസ്ഥനും കുറഞ്ഞൊന്നു ആനന്ദപരവശനും ആയിരുന്നു. ചിലപ്പോൾ അയാൾ തന്നെത്താൻ നിന്ദിക്കയും പിന്നെ ഈ ആപല്ക്കരമായ പ്രേമത്തെ ആലോചിച്ച് സന്തോഷിക്കയും ചെയ്തു. അയാൾ പതിവായി പോകുന്ന വഴിയിൽ കൂടി പോയപ്പോൾ നേരം കുറേ അധികമായി. ഉദ്യാനത്തിലുള്ള ചെറിയ വാതിൽ തുറക്കാൻ ഭാവിച്ചപ്പോൾ അതു തുറന്ന് ഒരു മനുഷ്യൻ അകത്തേക്കു കടന്ന് സിദ്ധൻ അവിടെ നില്ക്കുന്നതു കാണാതെ വാതിൽ അടയ്ക്കാൻ ഭാവിച്ചു. അപ്പോൾ വിസ്മയാഭിഭൂതനായ സിദ്ധന്റെ മുഖത്തുനിന്നു ഉത്ഭവിച്ച ശബ്ദത്തെ കേട്ട് അയാൾ തിരിഞ്ഞുനിന്നു. അതാരായിരിക്കാം? പക്ഷേ, ഫൈസി തന്നെയോ? സാമാന്യത്തിലധികം പരുങ്ങലോടു കൂടി നിന്ന സിദ്ധനോട് ആ മനുഷ്യൻ ചോദിച്ചു: "താൻ എന്തിനാണ് ഇവിടെ വന്നത്?" ഇരുട്ടത്ത് അയാളുടെ ആകൃതി തിരിച്ചറിയാൻ പാടില്ലായിരുന്നു. എങ്കിലും ഒച്ചകേട്ട് അത് സലിം ആയിരുന്നു എന്ന് ഉടൻ തന്നെ സിദ്ധനു മനസ്സിലായി.

സിദ്ധൻ ധൈര്യത്തോടെ ഉത്തരം പറഞ്ഞു: "അതുപോലെ എനിക്കു തന്നോടു ചോദിക്കുന്നതിനും തുല്യമായോ അധികമായോ അവകാശം ഉണ്ട്." യുവരാജാവ് ഖഡ്ഗമുഷ്ടിയിൽ കൈവച്ചതായി ശബ്ദം കൊണ്ടറിഞ്ഞ് സിദ്ധനും അപ്രകാരം ചെയ്തു. സലിം ഒന്നുരണ്ടടി അടുത്തുവന്നപ്പോൾ തന്റെ എതിരാളിയെ മനസ്സിലാകയും ഖഡ്ഗത്തെ ഒറയിലേക്കു തന്നെ ഇടുകയും ചെയ്തു.

ഏറ്റവും ആശ്ചര്യത്തോടെ അദ്ദേഹം പറഞ്ഞു: "ഹാ! എന്റെ സ്നേഹിതനായ സിദ്ധരാമാ! നിങ്ങളുടെ രാത്രിസഞ്ചാരങ്ങളിൽ ഒന്നിൽ ഞാൻ കണ്ടുകൂടി. എങ്കിലും നിങ്ങളെപ്പോലുള്ള ഒരു യുവാവിനെ ഇതിൽ അധിക ഹാനി ഇല്ല. ഇതിനെ ഞാൻ വെളിപ്പെടുത്തുമോ എന്നു ഭയപ്പെടുകയും മറിച്ചൊന്നും ശങ്കിക്കയും വേണ്ട. നിങ്ങളുടെ പ്രിയതമ നമ്മുടെ ഉപായപ്രയോഗങ്ങളിൽ ഉൾപ്പെട്ടിട്ടുണ്ടെന്നും രാത്രിയിൽ ഗൂഢമായി അവളോട് അവയെക്കുറിച്ചു സംസാരിക്കുന്നതിനു ചിലപ്പോൾ ഞാൻ വരാറുണ്ടെന്നും നിങ്ങൾ അറിയണം. എന്നാൽ ഈ ക്ഷണത്തിൽ അവൾക്ക് അപ്രകാരമുള്ള നീരസവിഷയങ്ങളെ കുറിച്ചു സംസാരിക്കുന്നതിനു പക്ഷേ, രസമില്ലായിരിക്കും. അതുകൊണ്ട് ഞാൻ ഇപ്പോൾ അവളെ

കാണാതിരിക്കുന്നതാണ് നന്ന്."

അനന്തരം സലിം വാതിലിലേക്കു തിരിഞ്ഞ് സിദ്ധനെ അതിൽ കൂടി പുറത്തേക്കയച്ചിട്ട് താനും വെളിയിൽ ഇറങ്ങി അതിനെ ഭദ്രമായി അടച്ചു. അദ്ദേഹം പറഞ്ഞു: "നിങ്ങൾ ഇപ്പോൾ ഗൃഹത്തിലേക്കു തിരിച്ചു പോകയായിരിക്കും അല്ലേ? ഞാൻ മറ്റൊരുവഴിക്കാണ് പോകുന്നത്." എന്താണ് പറയേണ്ടത് എന്നറിയാതെ തൂഷ്ണീകനായി കേട്ടുകൊണ്ടു നിന്ന സിദ്ധനോട് അദ്ദേഹം പിന്നെയും പറഞ്ഞു: "എന്നാൽ ഈ സമാഗമം ഗൂഢമായിരിക്കട്ടെ. അതാണ് നമുക്ക് ഏറ്റവും നന്നായിട്ടുള്ളത്." ഇങ്ങനെ പറഞ്ഞുകൊണ്ട് സലിം അന്ധകാരത്താൽ അന്തർഹിതനായി ഭവിച്ചു.

ബദ്ധപ്പെട്ടു നടന്നുംകൊണ്ട് യുവരാജാവ് ഇപ്രകാരം വിചാരിച്ചു: "യദൃച്ഛയാ അയാൾ എനിക്ക് ഒരുപകാരം ചെയ്തു. എനിക്ക് ഏറ്റവും ഉപയുക്തമായി തീരുന്ന ഒരു ഗൂഢവർത്തമാനം കിട്ടി. ഇതിലൊക്കെയും ആ കള്ളന്റെ തന്ത്രം ഉണ്ടായിരിക്കണം."

പിറ്റെ ദിവസം സലിമിന്റെ അത്യന്തവിശ്വസ്തന്മാരായ ഭൃത്യന്മാരിൽ ഒരുത്തൻ ആ ഗൃഹത്തിനു ചുറ്റും നടന്നുംകൊണ്ടിരുന്നു. അചിരേണ ഗുല്ബ്ദന്റെ പരിചാരികയോടു സംസാരിക്കുന്നതിനു അവനു അവസരം കിട്ടി. അവൻ അവളുമായി ഉടമ്പടി എളുപ്പത്തിൽ പറഞ്ഞുതീർക്കയും, അവൾ മനസ്സാലെ തന്റെ സ്വാമിനിയുടെ രഹസ്യങ്ങളെ ഉദ്ഘാടനം ചെയ്കയും ചെയ്തു. എന്തെന്നാൽ സിദ്ധനും അവളും കൂടി കൊടുക്കാൻ കഴിയുന്നതിലും അധികസംഖ്യ കൊടുക്കാൻ യുവരാജാവിനു ശക്യമാണല്ലോ. അന്നു തന്നെ വയ്യിട്ട് ആ പരിചാരിക കൊട്ടാരത്തിൽ വരികയും, സലിമിന്റെ വിശ്വസ്തഭൃത്യൻ അവളെ കാണുകയും, എഴുത്തുകളുടെ മാതിരിയിൽ മടക്കപ്പെട്ടിട്ടുള്ള രണ്ടു കടലാസുകൾ അവൾ അവന്റെ കൈയിൽ കൊടുക്കയും തന്റെ പ്രതിഫലവും വാങ്ങിക്കൊണ്ട് തിരിയെ തന്റെ സ്വാമിനിയുടെ ഗൃഹത്തിലേക്കു ബദ്ധപ്പെട്ടു പോകയും ചെയ്തു. പിറ്റേദിവസം സലിം ഒരു പരിമിതമായ അനുയായിവർഗ്ഗത്തോടു കൂടി അലഹബാദിലേക്കു പുറപ്പെട്ടു.

അവിടെ ഏകാകിനിയായി വ്യസനിച്ചുംകൊണ്ട് ഒരുത്തി താമസിച്ചു വന്നു. വളരെക്കാലമായി ഇരാവതി തന്റെ ഭാവിയായ ഭർത്താവിനെക്കുറിച്ചു യാതൊന്നും കേൾക്കാറില്ലായിരുന്നു. ആരംഭത്തിൽ, അയാൾ ആഗ്രയിൽ എത്തിയതിന്റെ ശേഷം താമസിക്കാതെ, എപ്പോഴും അയാൾ എഴുതാറുള്ള എഴുത്തുകളിലെ പോലെ തന്റെ പ്രേമസ്ഥൈര്യത്തെ പ്രതിപാദിക്കുന്നവയായ രണ്ടെഴുത്തുകൾ അയച്ചതായി അവൾക്ക് ഓർമ്മയുണ്ടായിരുന്നു. അതിൽ പിന്നീട് അയാളുടെ എഴുത്തുകൾ ഒന്നും കിട്ടീട്ടില്ലായിരുന്നു. എന്നാൽ അയാൾ സൗഖ്യമായിരിക്കുന്നു എന്നും ചക്രവർത്തിക്ക് അയാളുടെ പേരിൽ പ്രീതി വർദ്ധിച്ചുവരുന്നു എന്നും അവൾ അന്യന്മാരിൽനിന്നും കേട്ടിരുന്നു. ഇപ്രകാരം വളരെ ദിവസമായി എഴുത്തയക്കാതിരിക്കുന്നതിന്റെ കാരണം എന്തായിരിക്കും? ദാരുണമായ ഒരു

സംശയം അവളെ അധികമധികം വ്യാകുലയാക്കിച്ചെയ്തു. എന്നാൽ തന്റെ പ്രിയതമന്റെ വാക്കിലും മാനത്തിലും തനിക്കുള്ള വിശ്വാസത്തെ അവലംബിച്ച് അവൾ ആ സംശയത്തെ നിരാകരിക്കാൻ ശ്രമിച്ചു. ഒരിക്കൽ അവൾ ചിന്താക്രാന്തയായി കാശ്മീരത്തുവച്ച് താനും തന്റെ പ്രിയതമനും കൂടി ആദ്യകാലങ്ങളിൽ വായിച്ചിട്ടുണ്ടായിരുന്ന ഒരു പുസ്തകത്തിന്റെ കടലാസുകൾ മറിച്ചു നോക്കിക്കൊണ്ടിരുന്നപ്പോൾ വിശ്വസ്തയായ നിപുണിക അവിടെ പ്രവേശിച്ചു. ആദ്യം ബദ്ധപ്പെട്ടും പിന്നെ സംസാരിക്കണോ വേണ്ടയോ എന്നുള്ള സംശയത്താൽ എന്നപോലെ ശങ്കിച്ചും വ്യാകുലമായ മുഖഭാവത്തോടുകൂടി അവൾ അടുത്തു വന്നു. ഇരാവതി ചോദിച്ചു: "നിനക്കെന്തോന്നാണ് എന്നോട് പറയാനുള്ളത്? നീ എന്തോ അശുഭമായ വർത്തമാനത്തെ കൊണ്ടുവരുന്നു എന്നു തോന്നുന്നല്ലോ."

പരിചാരിക ഉത്തരം പറഞ്ഞു: "കഷ്ടം! എനിക്കു നാക്കെടുക്കാൻ വഹിയാതെ ആയെങ്കിൽ കൊള്ളായിരുന്നു! എങ്കിലും ഞാൻ കേട്ടതിനെ നിങ്ങളെ ധരിപ്പിക്കാതിരിക്കാൻ എനിക്കു പാടില്ല. നിങ്ങളുടെ അടുക്കൽ പറയാതിരിക്കാൻ പാടില്ലാത്തവിധത്തിൽ അത് നിങ്ങളെ സംബന്ധിച്ചിരിക്കുന്നു."

ഇരാവതി പറഞ്ഞു: "പീഠിക ഒന്നും കൂടാതെ പറയാനുള്ളതിനെ ഉടനെ പറകതന്നെ. അതിനെ കേൾക്കാൻ ഞാൻ സന്നദ്ധയായിരിക്കുന്നു."

പിന്നെ അവൾ ആഗ്രയിൽ നിന്നു വന്ന ഒരു ശിപായിയെ കണ്ടതും സിദ്ധനെക്കുറിച്ച് അവൻ പറഞ്ഞതും വിവരിച്ചു പറഞ്ഞു. ആദ്യം അവൾ കരുതി സംസാരിച്ചു. എന്നാൽ ഒടുവിൽ ഫൈസിയുടെ ഭാര്യയെക്കുറിച്ച് സലിം കണ്ടുപിടിച്ചതൊക്കെ പറഞ്ഞു.

ഈ വർത്തമാനം കേട്ടിട്ടുണ്ടായ ഫലം നിപുണിക ശങ്കിച്ചതുപോലെ തന്നെ ആയിരുന്നു. ഇരാവതി നിർജ്ജീവയെന്നപോലെ മുൻപെട്ടു നോക്കിക്കൊണ്ടു അവിടെ ഇരുന്നു. കുറെ നേരം മിണ്ടാതിരുന്നതിന്റെശേഷം അവൾ സഹസാ ഉത്ഥാനം ചെയ്ത് തനിക്കു പതിവില്ലാത്തതായ ക്ഷോഭത്തോടുകൂടി ചോദിച്ചു: "ആരാണ് ഇതെല്ലാം നിന്നോടു പറഞ്ഞത്? ഒരു ശിപായിയോ? പരമാർത്ഥം പറയണം."

നിപുണിക ഉത്തരം പറഞ്ഞു: "എന്റെ സ്വാമിനി! ഞാൻ നിങ്ങളെ ചതിക്കാൻ എങ്ങനെ തുനിയും? എനിക്ക് അങ്ങനെ ചെയ്യുന്നതിൽ എന്താണ് കാരണം? ഞാൻ നിങ്ങളോടു പറഞ്ഞ വർത്തമാനം എന്നോടു പറഞ്ഞ ആൾ യുവരാജാവിന്റെ ഒരു ഭൃത്യനാണ്."

ഇരാവതി പറഞ്ഞു: "എന്നാൽ ഈ കഥയൊക്കെ വ്യാജമാണ്. എനിക്ക് ഇപ്പോൾ മനസ്സിലായി." എത്ര നിന്ദ്യമായ കൃത്രിമമാണിത് എന്നു മനസ്സിൽ വിചാരിച്ചതിന്റെ ശേഷം അവൾ പരിചാരികയെ നോക്കി പറഞ്ഞു: "എന്റെ നിപുണികേ! നന്നായി. നീ ഈ വർത്തമാനം എന്നോടു പറഞ്ഞതിനു വേണ്ടി ഞാൻ കൃതജ്ഞയായിരിക്കുന്നു. എന്റെ ക്ഷേമത്തെ

കുറിച്ചു നിനക്കു വാസ്തവമായുള്ള താല്പര്യത്താലാണ് നീ ഇത് എന്നെ ധരിപ്പിച്ചത് എന്നുള്ളതിൽ എനിക്കു സംശയമില്ല. എന്നാൽ ഇത് എവിടെ നിന്നു പുറപ്പെട്ടതാണെന്നു ഇപ്പോൾ എനിക്കു മനസ്സിലായതിനാൽ ഇതിനെ ഞാൻ കൂട്ടാക്കുന്നില്ല. സ്വല്പനേരത്തേക്കു എന്നെ വിട്ടു പൊയ്ക്കൊൾക. ഇനിമേൽ ഈ കഥ പറഞ്ഞവനെ നീ കാണേണ്ട."

എങ്കിലും ഇരാവതി തന്നെത്താനേയോ പരിചാരികയോടോ സമ്മതിച്ചതിൽ അധികം നല്ലവണ്ണം ആ ശരം ലക്ഷ്യത്തിൽ കൊണ്ടു. അവൾ ഏകാകിനിയായതിന്റെ ശേഷം വളരെനേരം ഹസ്തന്യസ്തമസ്തകയായിട്ട് താൻ കേട്ടതിന്റെ സംഭാവ്യതയെക്കുറിച്ച് ചിന്തിച്ചുംകൊണ്ടിരുന്നു. പിന്നെ കുറച്ചുനേരം കഴിഞ്ഞു അവൾ തന്റെ മുറിയിൽനിന്നു വെളിയിൽ വന്ന സമയം, അവിടെ സലിമിനെ കണ്ടപ്പോൾ അവൾക്കു പിന്നെയും ധൈര്യം ജനിച്ചു. അദ്ദേഹം തിരിയെ വന്നു എന്നുള്ള വിവരം അവൾ അറിഞ്ഞിട്ടില്ലായിരുന്നു. അവൾക്കു സിദ്ധനോടു വിരോധം തോന്നുന്നതിനു ഈ അപവാദത്തെ ഉണ്ടാക്കിത്തീർത്തത് മറ്റാരും അല്ലായിരുന്നു എന്നു അവൾക്കു വിശദമായി മനസ്സിലായി. സലിം ചെയ്ത സബഹുമാനമായ അഭിനന്ദനത്തിന്റെ സ്വീകാരസൂചകമായി ഉദാസീനമായും കുറഞ്ഞൊന്നു സാവജ്ഞമായും അവൾ ശിരസ്സിനെ നമിപ്പിച്ചു.

സലിം പറഞ്ഞു: "ഇരാവതി! എന്നെ ഭഗ്നാശനാക്കിചെയ്ത നമ്മുടെ അതീത സമാഗമം കഴിഞ്ഞതിന്റെ ശേഷം ഇപ്പോൾ ഞാൻ തിരിയെ വന്നിരിക്കുന്നതിനെക്കുറിച്ച് നിങ്ങൾക്ക് ആശ്ചര്യപ്പെടാൻ കാരണമുണ്ടായിരിക്കാം. എന്നാൽ എനിക്കു നിങ്ങളോടു സ്വയം പറയാൻ കഴിയാഞ്ഞതും നിങ്ങളുടെ പരിചാരികമുഖേന നിങ്ങൾ കേട്ടിരിക്കുന്നതുമായ ആ സംഗതി നിങ്ങൾ അറിഞ്ഞിരിക്കുന്നതിനാൽ ഇപ്പോൾ അതിനിടയില്ലല്ലോ."

ഇരാവതി കോപം കൂടാതെ സ്പഷ്ടമായി പറഞ്ഞു: "എനിക്കു മനസ്സിലായി. ഉപദ്രവത്താൽ സാധിക്കാൻ കഴിയാഞ്ഞതിനെ അപവാദം കൊണ്ടു സാധിക്കാം എന്ന് അവിടുന്നു വിചാരിക്കയാണ്. എന്നാൽ അവിടുത്തെ അടുക്കൽനിന്നു ഇതിനെ ഞാൻ തീരെ പ്രതീക്ഷിച്ചിരുന്നില്ല."

സലിം പിന്നെയും പറഞ്ഞു: "അപവാദമോ! എനിക്ക് എത്രയും താല്പര്യം ഉള്ളതും നിങ്ങൾക്കു ഹാനികരമല്ലാത്തതും ആയ എന്റെ ഉദ്ദേശ്യത്തെ സാധിക്കുന്നതിനു അതു നിശ്ചയമായി ഗർഹിതവും അത്യന്തം നിഷ്ഫലവും ആയ ഒരു മാർഗ്ഗമാണല്ലോ. എന്നാൽ വാസ്തവം തെളിയിക്കുന്നതിനു വേണ്ട തെളിവുകൾ ഉണ്ടെങ്കിലോ?"

"എന്ത്? തെളിവുകളോ! എന്താണ് അവിടുന്ന് പറയുന്നതിന്റെ താല്പര്യം?"

"എത്രയും നിഷ്പക്ഷപാതനായ ഒരു ന്യായാധിപനു ആക്ഷേപിക്കാൻ പാടില്ലാത്ത തെളിവുകൾ ഉണ്ടെന്നാണ് ഞാൻ പറയുന്നത്. സിദ്ധന്റെ കൈയക്ഷരം നിങ്ങൾക്കറിയാമല്ലോ?"

"നല്ലവണ്ണം അറിയാം."

"എന്നാൽ ഈ എഴുത്തുകൾ നോക്കുക തന്നെ" എന്നു പറഞ്ഞ്

സലിം ഗുല്ബ്ദന്റെ വിശ്വസ്ത പരിചാരിക തന്റെ സ്വാമിനിയുടെ അടുക്കൽനിന്നും മോഷ്ടിച്ച് പ്രതിഫലം വാങ്ങിക്കൊണ്ട് അദ്ദേഹത്തിനു കൊടുത്ത എഴുത്തുകളെ ഇരാവതിയുടെ കൈയിൽ കൊടുത്തു. അവ പ്രേമസൂചകങ്ങളായ എല്ലാ പദങ്ങളെ കൊണ്ടും സംപൂർണ്ണങ്ങളും, ത്വരയോടുകൂടിയും സോൽക്കണ്ഠമായും ലിഖിതങ്ങളും ആയിരുന്നു. അവയിൽ റസിയായുടെ നാമം പലതവണയും ആവർത്തിക്കപ്പെട്ടിട്ടുള്ള ഒന്നോ രണ്ടോ ശ്ലോകങ്ങളെ സിദ്ധൻ എഴുതീട്ടുണ്ടായിരുന്നു.

ഇരാവതി അവയെ ആദ്യം ബദ്ധപ്പെട്ടു വായിച്ചുനോക്കുകയും പിന്നെ തിരിച്ചും മറിച്ചും എല്ലാവശവും സൂക്ഷിച്ചു നോക്കി ആവർത്തിച്ചു വായിക്കയും ചെയ്തതിന്റെ ശേഷം അവയെ കൈയിൽനിന്നും ഝടിതി താഴെ ഇട്ടു. സലിം അവളെ താങ്ങി ഒരാസനത്തിൽ ഉപവേശിപ്പിച്ചില്ലെങ്കിൽ അവൾ മൂർച്ഛിതയായി താഴെ വീഴുമായിരുന്നു.

ഇരാവതിക്കു സിദ്ധനെക്കുറിച്ചുള്ള അനുരാഗം എത്രതന്നെ ഗാഢമായിരുന്നാലും അവൾ അത്ര ധൈര്യഹീനയായ ഒരു സ്ത്രീയല്ലായിരുന്നു. അവൾ പുരാതനമായ ഒരുവീരവംശത്തിൽ ജനിച്ചവളായിരുന്നതിനാൽ ക്ഷണത്തിൽ ധൈര്യത്തെ അവലംബിച്ച് യുവരാജാവിന്റെ മുഖത്തേക്കു സ്ഥിരമായി നോക്കിക്കൊണ്ട് സ്വല്പനേരം നിന്നതിന്റെ ശേഷം ഇപ്രകാരം പറഞ്ഞു: “എന്റെ വിധി തീർച്ചയായി. എന്തെന്നാൽ ഞാൻ കേട്ടതു വാസ്തവം തന്നെ എന്നു എനിക്കു ബോദ്ധ്യപ്പെട്ടു. ഇതുവരെ മദീയനായിരുന്ന ആൾ മറ്റൊരുത്തിക്കു അധീനനായി പോയി. എന്നാൽ ഒരു സ്ത്രീയുടെ ഹൃദയത്തെ ഒഴിച്ചു മറ്റെല്ലാത്തിനേയും അധീനമാക്കാൻ ശക്തനായ അവിടുന്നു അവിടുത്തെ നേരെ വിമുഖമായിരുന്ന അതിനെ ഈ രഹസ്യാവിഷ്കരണത്താൽ ഇപ്പോൾ അധീനമാക്കി എന്നു വിചാരിക്കേണ്ട. എന്നോട് ഒരാൾ പറഞ്ഞവാക്കിനു അയാൾ ഭംഗം ചെയ്ത് എന്നു വച്ച് എന്റെ വാക്കിനു ഞാൻ ഭംഗം ചെയ്യുമെന്നു അവിടുന്നു വിചാരിക്കരുത്.”

അത്ഭുതത്തോടെ സലിം പറഞ്ഞു: “എന്ത്? മറ്റൊരുത്തിക്കുവേണ്ടി നിങ്ങളെ ഉപേക്ഷിച്ച കാമുകന്റെ വിശ്വാസഭംഗത്തെ അറിഞ്ഞതിന്റെ ശേഷവും നിങ്ങൾ സ്വതന്ത്രയായിരിക്കുന്നില്ലെന്നോ? ഉടനെ അല്ലെങ്കിലും കുറേക്കാലം കഴിഞ്ഞ് മറ്റുള്ള സ്മരണകൾ നശിച്ചു കഴിഞ്ഞതിന്റെ ശേഷം മറ്റൊരുത്തരാലും തരാൻ അശക്യമായ അധികാരത്തേയും ബഹുമാനത്തേയും നിങ്ങളുടെ പാദങ്ങളിൽ സമർപ്പിക്കുന്നതിനു ശക്തനും സർവ്വോപരി നിങ്ങളെ സ്നേഹിക്കുന്നവനും ആയ ആളിന്റെ വാക്കിനെ കേൾക്കാൻ പാടില്ലെന്നോ?”

ഇരാവതി തന്റെ മനസ്സിനെ സമാധാനപ്പെടുത്തുന്നതിന് ശ്രമിച്ചും കൊണ്ടു സാവധാനമായി പറഞ്ഞു: “യുവരാജാവേ! ഞാൻ പറഞ്ഞത് അവിടുത്തേക്ക് മനസ്സിലായില്ല. പക്ഷേ, മനസ്സിലാകുന്നതിനു പ്രയാസവുമായിരിക്കും. അവിടുന്നു പരിചയിച്ചിട്ടുള്ള സ്ത്രീകളിൽ നിന്ന് എത്രയോ ഭേദമുള്ള ഹിന്ദുസ്ത്രീകളായ ഞങ്ങളുടെ മാതിരി അവിടു

ത്തേക്ക് അറിഞ്ഞുകൂടാ. ഒരു പ്രബലനായ രാജാവിന്റെ പ്രീതിപാത്രമായ കളത്രമായിരിക്കുന്നതാണ് ഒരു സ്ത്രീയുടെ ഭാഗ്യത്തിന്റെ പരമകാഷ്ഠ യെന്ന് അവിടുന്ന് വിചാരിക്കുന്നു. പലർക്കും അങ്ങനെ തോന്നുകയും ചെയ്യും. ഒരു ഹിന്ദു സ്ത്രീയെ അവളുടെ പ്രിയന്റെ വിശ്വാസഭംഗത്തെ ബോധ്യപ്പെടുത്തിയാൽ അവൾ അയോഗ്യനായ അയാളെക്കുറിച്ചുള്ള വിചാരങ്ങളെ എല്ലാം ത്യജിക്കുന്നതിനു അതുകൊണ്ടു മതിയാകുമെന്നും അവിടുന്നു വിചാരിക്കുന്നു."

"അതങ്ങനെ തന്നെ അല്ലയോ?"

ഇരാവതി ഉത്തരം പറഞ്ഞു: "ഹിന്ദുസ്ത്രീകൾ കൃത്യമോ മാനമോ വിട്ട് ഒരിക്കലും ഉൽക്കർഷത്തിനു ഇച്ഛിക്കുന്നവരല്ല. അവരുടെ ഭർത്താക്കന്മാരോ ഭർത്താക്കന്മാരായി അവരാൽ മനസ്സുകൊണ്ടു വരിക്കപ്പെട്ട വരോ ഏതെങ്കിലും വിശ്വാസഭംഗം പ്രവർത്തിച്ചാലും അവർ പതിവ്രത കളായിത്തന്നെ ഇരിക്കും. ഒരു സ്ത്രീക്കു തന്റെ ഭർത്താവിനെക്കുറിച്ചുള്ള ഭക്തിക്ക് അതിരില്ല. കേവലം മൂഢവിശ്വാസത്തിന്റെ ഫലമാണെന്ന് അവി ടുന്നു വിചാരിക്കുന്നതായിരിക്കാമെങ്കിലും എത്ര മനഃപൂർവമായ ശുഷ്കാ ന്തിയോടു കൂടി അവർ തങ്ങളുടെ മൃതന്മാരായ ഭർത്താക്കന്മാരെ ദഹി പ്പിക്കുന്ന ചിതയിൽ ചെന്നു ചാടുന്നു എന്ന് അവിടുത്തേക്കറിയാമല്ലോ. അയോഗ്യന്മാരായ ഭർത്താക്കന്മാരെക്കുറിച്ചും ഭാര്യമാർ ദൃഢഭക്തിയോടു കൂടിയിരുന്നിട്ടുള്ളതിനെ വിവരിക്കുന്ന ഞങ്ങളുടെ പുരാണകഥകളെ അവി ടുന്നു കേട്ടിരിക്കാം. വ്യസനകരമായ ദമയന്തിയുടെ വൃത്താന്തം കേട്ടിട്ടി ല്ലയോ? എനിക്കു കഴിയുന്നെടത്തോളം ഞാനും ഒരു ദമയന്തിയായി രിക്കും. സിദ്ധൻ എന്നെ ഉപേക്ഷിച്ചു. എന്നാൽ അത് ദുഷ്ടനായ കലി യുടെ പ്രേരണയാലാണ്. അല്ലാതെ അയാൾ സ്വമേധയായി എന്നെ ഇങ്ങനെ വ്യസനിപ്പിക്കുന്നതല്ല. ആ കലിബാധ തീരുമ്പോൾ അയാൾ നളനെ പോലെ തിരിച്ചുവന്ന് നിർദ്ദോഷിയായി എന്നെ കാണുകയും അയാ ളുടെ മാനത്തെ രക്ഷിക്കുന്നതിനു അയാളേക്കാളധികം എനിക്കറിയാ മെന്നു സമ്മതിക്കയും ചെയ്യും."

കുറച്ചുനേരം മിണ്ടാതിരുന്നതിന്റെ ശേഷം സലിം പറഞ്ഞു: "എനിക്കു എത്രതന്നെ വ്യസനം ഉണ്ടെങ്കിലും അയാൾ തിരിയെ വരുമെന്നുള്ള ആന ന്ദകരമായ ആഗ്രഹത്തോടു കൂടി നിങ്ങൾ ഇരുന്നുകൊള്ളുന്നതിനു ഞാൻ മനസ്സാലെ സമ്മതിക്കുന്നു. എന്നാൽ ആ ആഗ്രഹം ഫലിക്കുമെന്നു വിശ്വ സിച്ച് നിങ്ങൾ അത്ര സന്തോഷിക്കേണ്ട. അയാളെ അകപ്പെടുത്തിയിരി ക്കുന്ന സ്ത്രീയെ ഞാൻ നല്ലവണ്ണം അറിയും. നിങ്ങളെ കാണുന്നതിനു മുൻപിൽ ഞാൻ അവളെ കാമിച്ചു. അവളിൽ ഒരുത്തനു തോന്നുന്ന കാമം ഒരു നിർമ്മലതരമായ പ്രേമത്താൽ ജിതമാകുന്നതുവരെ അവളുടെ വശീ കരണശക്തി ദുർന്നിരോധയാണെന്ന് എനിക്കറിയാം. അവളേക്കാളധികം മോഹിപ്പിക്കുന്നതിനു സാമർത്ഥ്യവും, നിങ്ങളെക്കാളധികം ശ്രൈഷ്ഠ്യവും നൈർമ്മല്യവും ഉള്ള ഒരു സ്ത്രീയെ ഞാൻ അറിയുന്നില്ല."

ഈ ഉപന്യാസത്തിനുത്തരമായി ഇരാവതി പറഞ്ഞു: "യുവരാജാവേ!

ഉപചാരത്തിനു വിരുദ്ധമായിരിക്കാമെങ്കിലും ഞാൻ ഒരുകാര്യം അപേക്ഷിക്കുന്നു. തല്ക്കാലത്തേക്ക് എന്നെ വിട്ടു പൊയ്ക്കൊള്ളുന്നതിനു തിരുമനസ്സുണ്ടാകണം. ഇപ്പോൾ എനിക്ക് ഏകാകിനിയായിരിക്കുന്നത് ആവശ്യകമാണെന്നു തോന്നുന്നു. അവിടുന്ന് ഈ അപേക്ഷയെ നിരസിക്കയില്ലെന്നു ഞാൻ വിശ്വസിക്കുന്നു."

സലിം ഉത്തരംപറഞ്ഞു: "നിങ്ങളുടെ ഈ അപേക്ഷയെ സാധിപ്പിക്കുന്നതിനു ക്ഷണനേരം പോലും താമസിക്കുന്നത് എന്റെ സ്ഥിതിക്ക് അയോഗ്യമായിരിക്കും. ഇനിയും നിർബ്ബന്ധിക്കുന്നത് നിഷ്ഫലമെന്നു മാത്രമല്ല, എന്റെ കാര്യത്തിനു ദോഷമായും ഇരിക്കുമെന്നു ഞാൻ നല്ല വണ്ണം അറിയുന്നതിനാൽ നിങ്ങളുടെ അപേക്ഷയെ കൈക്കൊള്ളുന്നു." എന്നു പറഞ്ഞ് അദ്ദേഹം തിരിഞ്ഞ് പതുക്കെ ആ മുറിയിൽനിന്നും ഇറങ്ങിപ്പോയി.

അദ്ദേഹം പോയ ഉടൻ തന്നെ ഇരാവതിയുടെ ധൈര്യമെല്ലാം ക്ഷയിക്കയും, അവൾ ക്ഷീണിച്ച് അടുക്കലുണ്ടായിരുന്ന ഒരാസനത്തിൽ ഇരുന്ന് കൈകൾകൊണ്ടു മുഖം മറച്ച് ഏറ്റവും വ്യസനത്തോടെ കരയുകയും ചെയ്തു. കുറച്ചുനേരം കഴിഞ്ഞപ്പോൾ അടുത്തുവരുന്ന പാദശബ്ദത്തെ കേട്ട് ശങ്കിച്ച് അവൾ നോക്കിയ സമയം സാൽഹണനെ തന്റെ പുരോഭാഗത്തു കണ്ടു.

ഇരാവതിക്ക് ഇതിനു മുൻപിൽ എപ്പോഴെങ്കിലും തന്റെ പിതാവിന്റെ അടുക്കൽ നിന്നു കേട്ടിട്ടുള്ളതായി ഓർമ്മയുണ്ടായിരുന്നതിനേക്കാളൊക്കെയും അധികം സൗമ്യസ്വരത്തോടെ അയാൾ പറഞ്ഞു: "എന്റെ പുത്രീ! നീ ഇങ്ങനെ വിചാരപ്പെട്ടു ദുഃഖിച്ച് തലതാഴ്ത്തിയിരിക്കുന്നതിന്റെ കാരണം എനിക്കു മനസ്സിലായി. ഇന്നു നീ കേട്ട വർത്തമാനം ഞാൻ കുറേനാളായി അറിഞ്ഞിരിക്കുന്നു. കുറച്ചുകാലം മുമ്പിൽ ആഗ്രയിൽ വച്ചു സിദ്ധന്റെ വിശ്വാസഭംഗത്തെ ഞാൻ കണ്ടുപിടിച്ചു. എന്നാൽ നീ അതറിയേണ്ടത് ആവശ്യകമാകുന്ന കാലം വരുന്നതുവരെ ഞാൻ അതിനെ മറച്ചു. ഇപ്പോൾ എല്ലാം നിനക്കും മനസ്സിലായല്ലോ. നമ്മോട് ഇപ്രകാരം വിശ്വാസഭംഗംചെയ്ത് ആ മനുഷ്യനെക്കുറിച്ചുള്ള വിചാരത്തെ എല്ലാം ഉപേക്ഷിക്കുന്നതിനു നിന്റെ മാത്രമല്ല, എന്റെയും എന്റെ കുലത്തിന്റെയും മാനം നിന്നെ പ്രേരിപ്പിക്കുമെന്നു ഞാൻ വിശ്വസിക്കുന്നു." ഇരാവതി ഉത്തരം പറയാൻ ഭാവിച്ചപ്പോൾ അയാൾ പിന്നെയും പറഞ്ഞു. "വരട്ടെ, കേൾക്ക്, ഈ സമയത്തു ഞാൻ നിന്നെക്കുറിച്ച് ഏറ്റവും അനുതപിക്കുന്നുണ്ടെന്ന് നീ വിശ്വസിച്ചുകൊൾക. എങ്കിലും നമ്മുടെ ശ്രേഷ്ഠകുലത്തിലുള്ള ഒരു സ്ത്രീ അവളുടെ മാനത്തിനും നല്ലപേരിനും അനുരൂപമായി എന്താണ് ചെയ്യേണ്ടതെന്നു നിന്നെ ഓർമ്മപ്പെടുത്തുന്നത് എന്റെ കൃത്യമാണ്. നിന്റെ താല്ക്കാലികമായ ഹൃദയവ്രണത്തിന് ഉടനെ രോപണം ചെയ്യാൻ കഴിയുന്നതല്ലായിരിക്കാമെങ്കിലും ഒടുവിൽ നിനക്ക് ആശ്വാസജനകമായി തീരുന്ന ഒരുകാര്യം ഞാൻ കണ്ടുപിടിച്ചിട്ടുള്ളതിനെ ഗൂഢമായി ഇപ്പോൾ തന്നെ നിന്നോടു പറയാം. ഇരാവതീ! നിനക്കൊരു

മഹാഭാഗ്യം വരാൻ പോകുന്നു. ഹിന്ദുസ്ഥാനത്തിലുള്ള എല്ലാ സ്ത്രീകൾക്കും അത്യന്തം സ്പൃഹണീയമായ ഒരവസ്ഥ നിനക്കു സുല ഭമായി വന്നിരിക്കുന്നു. എനിക്ക് കുറച്ചു മുൻപിൽ അതിനെക്കുറിച്ചു ഊഹ മുണ്ടായി. ഞാൻ ഒരവസരം കൊടുത്തപ്പോൾ യുവരാജാവായ സലിം എന്നോടു എല്ലാം വിട്ടുപറഞ്ഞു. അദ്ദേഹം നിന്നിൽ അനുരക്തനായിരി ക്കയും നിന്നെ ഭാര്യയായി വരിക്കയും ചെയ്യുന്നു."

ഇരാവതി പറഞ്ഞു: "അത് എനിക്കറിയാം."

"നിനക്കറിയാമോ? അതെങ്ങനെ?"

"ഇന്നു യുവരാജാവ് തന്നെ എന്നോടു പറഞ്ഞു."

"എന്നിട്ടു നിന്റെ മറുപടി എന്തായിരുന്നു?"

"അദ്ദേഹത്തിന്റെ അപേക്ഷയെ ഞാൻ നിരസിച്ചു."

ഏറ്റവും ആശ്ചര്യത്തോടും കോപത്തോടും കൂടി സാൽഹണൻ ഉച്ച ത്തിൽ പറഞ്ഞു: "എന്ത്! നിരസിച്ചോ! നിനക്കു ബുദ്ധിഭ്രമം ഉണ്ടോ?" "ഇല്ലെന്നാണ് എന്റെ വിശ്വാസം എന്നാൽ ഞാൻ സിദ്ധനു വാക്കുകൊടു ത്തുപോയിട്ടുണ്ട്."

"അതുകൊണ്ടെന്താണ്? അയാൾ നിന്നെ വിവാഹം ചെയ്തില്ലല്ലോ? അതിനാൽ നിനക്കു ഇഷ്ടഭർത്താവിനെ വരിക്കുന്നതിനു സ്വാതന്ത്ര്യം ഉണ്ട്."

"ഇല്ല. അയാൾ എന്നെ വിവാഹം ചെയ്തില്ലെങ്കിലും ഞാൻ അയാൾക്കു വാക്കു കൊടുത്തിട്ടുണ്ട്. അതിൽനിന്നും അയാൾ എന്നെ മോചിപ്പിച്ചിട്ടില്ല."

"അതിരിക്കട്ടെ. മുൻപിൽ അതിനു ഗൗരവം ഉണ്ടായിരിക്കുമായി രുന്നു. എന്നാലിപ്പോൾ അയാൾ തന്നെ വിശ്വാസഭംഗം ചെയ്തതിനാൽ ഇനി അതിനെ ഗണിക്കാനില്ല."

"ഭിന്നാഭിപ്രായങ്ങളോടു കൂടി വളർന്നിട്ടുള്ള മറ്റുള്ളവർ പക്ഷേ, അപ്ര കാരം വിചാരിക്കുമായിരിക്കാം. എന്നാൽ എന്റെ അഭിപ്രായപ്രകാരം എനിക്ക് അച്ഛന്റെ താല്പര്യം പോലെ ചെയ്യാൻ പാടില്ല. എന്റെ ഈ അഭിപ്രായങ്ങൾ അച്ഛന്റെ ഉദ്ദേശ്യത്തിനു പ്രതിബന്ധകങ്ങളായിരിക്കുന്നെ ങ്കിൽ അത് എന്നെ ഇപ്രകാരം വളർത്തിയ അച്ഛന്റെ അപരാധം തന്നെ ആണ്. ഞാൻ സ്പഷ്ടമായി പറഞ്ഞേക്കാം. എന്തു തന്നെ ആയിരുന്നാലും ഞാൻ ഇനിയും സിദ്ധനെ സ്നേഹിക്കുന്നു. തദനന്തരം മറ്റൊരാളെ എനിക്കു സ്നേഹിക്കാനും പാടില്ല."

"സ്നേഹത്തെക്കുറിച്ചു സംസാരിച്ചിട്ടു കാര്യമില്ല. സലിം നിന്നെ സ്നേഹിക്കുന്നു എന്നും അദ്ദേഹത്തിന്റെ സ്നേഹത്തെ നിനക്കു പ്രയോ ജനകരമാക്കിത്തീർക്കുമെന്നും ഉള്ളതു വിചാരിച്ചാൽ മതി. എന്നാൽ പുരാതനാഭിപ്രായങ്ങളിലുള്ള നിഷ്ഠയാലും അയോഗ്യനായ ഒരുത്തനെ ക്കുറിച്ചുള്ള അന്ധപ്രതിപത്തിയാലും നീ അതിനു സമ്മതിക്കുന്നില്ല. മൂഢ യായി ഇങ്ങനെ ശാഠ്യം പിടിക്കുന്നതുകൊണ്ടു നീ എന്തെല്ലാം പ്രയോജ നത്തെ തള്ളിക്കളയുന്നു എന്നു വിചാരിച്ചു നോക്ക്. ഈ ലോകത്തിൽ

എതിരില്ലാത്തതായ ഒരു പദവി നിനക്കു സുലഭമായിരിക്കുന്നു. അതിനെ നീ കേവലം ഒരു ചാപല്യത്താൽ സാവജ്ഞമായി തിരസ്കരിക്കുന്നു."

സാൽഹണനു കോപം ക്രമേണ വർദ്ധിക്കുന്നതുകണ്ട് ഇരാവതി ശാന്തതയെ നടിച്ചുംകൊണ്ടു പറഞ്ഞു. "ഞാൻ ചെയ്യുന്നതു തെറ്റായിരിക്കാം. എന്നാൽ അച്ഛൻ പറയുന്നതു എനിക്കു ബോദ്ധ്യമാകുന്നില്ല. ഇതൊക്കെയും കുറേക്കൂടി ബലമായി യുവരാജാവു തന്നെ എന്നോടു പറഞ്ഞിട്ടും എന്റെ നിശ്ചയം ചലിച്ചില്ല."

"നിന്റെ നിശ്ചയം അച്ഛനെ കൂട്ടാക്കയില്ല എന്നാണ്. എന്നാൽ അത് നീ അത്ര നിഷ്ഠയോടു കൂടി ഗ്രഹിച്ചിരിക്കുന്ന അഭിപ്രായങ്ങൾക്ക് അനുരൂപമായിരിക്കുന്നില്ലെന്നു എനിക്കു തോന്നുന്നു. എന്തെന്നാൽ ആ കൂട്ടത്തിൽ മക്കൾ അച്ഛന്റെ ആജ്ഞയെ അനുവർത്തിക്കണമെന്നുള്ളതും ഒരു മുഖ്യകൃത്യമായി പറഞ്ഞിട്ടില്ലയോ?"

"എന്തു സംശയമാണ്? പക്ഷേ, ഉൽകൃഷ്ടതരമായ ഒരു കൃത്യത്തോട് അതു വിരുദ്ധമായി വരുമ്പോൾ അതിനെ അപ്രധാനമായി വിചാരിക്കയേ പാടൊള്ളൂ. അച്ഛന്റെ നിയോഗത്തെ അനുവർത്തിക്കാതിരിക്കുന്നത് എനിക്ക് എത്രതന്നെ വ്യസനകരമാണെങ്കിലും ഈ കാര്യത്തിൽ എനിക്കു അച്ഛന്റെ നിയോഗത്തെ അനുവർത്തിക്കാൻ പാടില്ല, കഴികയും ഇല്ല."

"ഒരു പിതാവിനു തന്റെ പുത്രിയുടെ മേൽ അധികാരമുണ്ടെന്നും ആവശ്യപ്പെട്ടാൽ അവളെ തന്റെ ഇച്ഛയെ അനുസരിക്കുന്നതിനു നിർബ്ബന്ധിക്കാമെന്നും നിനക്ക് അറിഞ്ഞുകൂടയോ?"

"അത് എനിക്ക് നല്ലവണ്ണം അറിയാം. എന്നാൽ ഈ കാര്യത്തിൽ നിർബ്ബന്ധം കൊണ്ട് ഒരു ഫലവും ഉണ്ടാകയില്ലെന്നും എനിക്കറിയാം. എന്നെ നിർബ്ബന്ധിച്ച് സലിമിനെകൊണ്ടു വിവാഹം കഴിപ്പിച്ചാൽ അദ്ദേഹത്തിനു എന്നിലുള്ള പ്രതിപത്തിയെല്ലാം ഇല്ലാതെ ആകും. അപ്പോൾ അദ്ദേഹം എനിക്കധീനനായിരിക്കയും ഇല്ല. അത് അദ്ദേഹത്തിനു തന്നെ അറിയാം. അദ്ദേഹം എന്റെ മനസ്സില്ലാതെ എന്നെ വിവാഹം ചെയ്കയില്ല. അല്ലെങ്കിൽ അച്ഛന്റെ മാധ്യസ്ഥത്തെ അദ്ദേഹം ആവശ്യപ്പെടേണ്ടിയിരുന്നല്ലോ. അക്ബറുടെ അനന്തരാവകാശിക്കു മനസ്സാണെങ്കിൽ അച്ഛന്റെയും എന്റെയും അഭിപ്രായത്തെ ഗണിക്കാതിരിക്കുന്നതിനും മാത്രം ശക്തിയില്ലയോ?"

സാൽഹണൻ മുഷ്ടിമുറുക്കിപ്പിടിക്കയും അക്ഷമയോടെ മേൽമീശ കടിക്കയും ചെയ്തു. അയാൾ അതുവരെ എത്രയും സൗമ്യശീലനും വിനീതയും ആയ ഒരു കുമാരിയെന്നു വിചാരിച്ചിരുന്ന തന്റെ പുത്രിയാൽ യുക്തികൊണ്ടു പരാജിതനായി ഈ താന്തോന്നിയായ പെണ്ണിന്റെ ശാഠ്യം നിമിത്തം അയാളുടെ മനോരാജ്യങ്ങളെല്ലാം നശിച്ചുപോയി. അയാൾ ഒരു രാജപ്രതിനിധിയുടെ അധികാരത്തെ മാത്രമല്ല, ചക്രവർത്തിക്കടുത്തുള്ള അത്യുൽകൃഷ്ടമായ ഒരു സ്ഥാനത്തേയും ആഗ്രഹിച്ചിരുന്നു. അയാൾ ആഗ്രയിൽ പ്രധാന സചിവനായി തന്റെ പുത്രിയുടെ മുഖേന സലിമിനെ

വശപ്പെടുത്തിക്കൊണ്ട് നാമത്തിൽ ചക്രവർത്തിയല്ലെങ്കിലും വാസ്തവത്തിൽ ആ അധികാരമെല്ലാം ഭരിക്കാമെന്നു അപ്പോൾ തന്നെ കരുതിയിരുന്നു.

ഒടുവിൽ അയാൾ ഇരാവതിയുടെ നേരെ ഭയപ്പെടുത്തുന്ന ഭാവത്തോടുകൂടി നിന്നുംകൊണ്ടു പറഞ്ഞു: “നീ ന്യായം കേൾക്കയില്ല. നിർബ്ബന്ധത്തെ ഭയപ്പെടുന്നും ഇല്ല. എന്നാൽ പിതാവിന്റെ ശാപത്തെക്കുറിച്ച് നിനക്കു ഭയമില്ലയോ?”

അവൾ ഉത്തരം പറഞ്ഞു: “എന്നെ ശപിക്കയാണെങ്കിൽ ഇപ്പോൾ തന്നെ ഞാൻ അനുഭവിക്കുന്ന ദുഃഖം ദ്വിഗുണീകൃതമാകും. എന്നാൽ ധൈര്യത്തെ അവലംബിച്ച് അതിനെ സഹിക്കാൻ ഞാൻ ശ്രമിക്കും. വിധിലിഖിതം അനുഭവിക്കാതിരിക്കാൻ പാടില്ലല്ലോ.”

ആക്ഷേപത്തോടെ സാൽഹണൻ പറഞ്ഞു: “നീ ധൈര്യവതിയാണ്. അഥവാ നീ അങ്ങനെ നടിക്കുന്നു. എന്നാൽ നിന്റെ ഈ ശാഠ്യം നീ സ്നേഹിക്കുന്നു എന്നു പറയുന്ന സിദ്ധനു ഹാനികരമാകയില്ലെന്നും രാജകുമാരൻ നീ അദ്ദേഹത്തിന്റെ അപേക്ഷയെ നിരസിച്ചതിനു അയാളെ ദ്രോഹിക്കയില്ലെന്നും നിനക്കു നിശ്ചയമുണ്ടോ?”

ഈ വാക്ക് ഇരാവതിയുടെ ഹൃദയത്തിൽ നല്ലവണ്ണം തട്ടി. അവൾ നിരാശയായി കൈകളെ മേല്പോട്ടുയർത്തി പിന്നെ അവശയായി കീഴ്പ്പെട്ട് ഇടുകയും തല താഴ്ത്തിക്കൊണ്ട് വ്യാകുലയായി നില്ക്കയും ചെയ്തു. ജയസൂചകമായ ഒരു മന്ദഹാസത്തോടെ സാൽഹണൻ അവളെ നോക്കിക്കൊണ്ടു നിന്നു. ഒടുവിൽ അയാൾക്കു ജയം ലഭിക്കയും അജയ്യയായ അവളുടെ ബലം ക്ഷയിക്കയും ചെയ്തു.

എന്നാൽ ഉദ്ധതയായ ആ കന്യക പിന്നെയും ശിരസ്സിനെ ഉന്നമിപ്പിച്ച് സാൽഹണന്റെ മുഖത്തു നോക്കിക്കൊണ്ട് ആദ്യം സ്ഖലിതമായിരുന്നിട്ട് പിന്നെ ഉടൻതന്നെ സ്ഥിരമായിത്തീർന്ന സ്വരത്തോടു കൂടി പറഞ്ഞു: “അച്ഛൻ പറഞ്ഞതു വളരെ ക്രൂരമായിരിക്കുന്നു. വാസ്തവമായി അച്ഛൻ അപ്രകാരം വിചാരിക്കുന്നു എന്ന് എനിക്ക് വിശ്വസിക്കാൻ വയ്യ. എന്നാൽ അത് ഒരു യഥാർത്ഥയായ ഭീഷണി തന്നെ ആയിരുന്നാലും എന്റെ കൃത്യത്തെ ഉപേക്ഷിക്കാൻ എന്നെ പ്രേരിപ്പിക്കുന്നതിനു മതിയാകുന്നതില്ല. സിദ്ധൻ നമ്മുടെ മുൻപിൽ നിന്ന് ഞാൻ സംശയിക്കുന്നതും അയാളെ ആപത്തിൽനിന്നും രക്ഷിക്കുന്നതിനായി എന്റെ വാക്കിനു ഭംഗത്തെ ചെയ്യുന്നതും കണ്ടാൽ അയാൾ എന്നെ നിന്ദിക്കയും ഉപേക്ഷിക്കയും ചെയ്യും. എന്റെ ജീവിതത്തെ അയാൾക്കുവേണ്ടി ഞാൻ ഉപേക്ഷിക്കും. എങ്കിലും എന്റെ മാനത്തെ ഞാൻ ഉപേക്ഷിക്കുന്നതല്ല. അയാൾ മരിച്ചാൽ ഞാനും മരിക്കും. ഭവിതവ്യത അനതി ലംഘ്യയാണല്ലോ. നിരപരാധനായ അയാൾ ഹിംസിക്കപ്പെടട്ടെ. എന്നാൽ അതുകൊണ്ടു സലിമിനോ അച്ഛനോ ഒരു പ്രയോജനവും സിദ്ധിക്കയില്ല. അച്ഛനു ഒരു പുത്രിയും അച്ഛന്റെ ഭ്രാത്രാവിനു ഒരു പുത്രനും ഇല്ലാതെയാകും, അത്രേ ഒള്ളൂ. അല്ലാതെ അച്ഛന്റെ ഉല്കർഷേച്ഛ ഒരുപ്രകാരത്തിലും ഫലിക്കയില്ല.

എന്നാൽ എനിക്കു അച്ഛനെക്കുറിച്ചുള്ള ബഹുമാനത്തെ നശിപ്പിക്കുന്നതായി പരിണമിക്കാവുന്ന ഈ സംഭാഷണത്തെ നമുക്ക് മതിയാക്കാം. ഞാൻ അച്ഛന്റെ പുത്രിയാണെന്നും, പുരാതനമായ ഒരു ശ്രേഷ്ഠവംശത്തിൽ ജനിച്ചവളാണെന്നും, കൃത്യത്തിനോ മാനത്തിനോ അഥവാ എന്റെ പ്രിയനോ ഹാനി വരുന്നതിനെക്കുറിച്ചു ഭയമുള്ളവളാണെന്നും വിചാരിക്കണം."

ഉദ്ധതയായും ഏകദേശം ഭർത്സിക്കുന്ന ഭാവത്തോടുകൂടിയും നിന്ന ഇരാവതിയെ നോക്കിക്കൊണ്ടു സാൽഹണൻ ക്ഷണനേരം മിണ്ടാതെ നിന്നു.

അവരുടെ സ്ഥിതികൾ ഭേദിച്ച് അതുവരെ വിധേയയായിരുന്ന പുത്രി അപ്പോൾ ആജ്ഞാപിക്കയും അവലിപ്തനായ പിതാവിനെ പ്രസഹ്യ വശംവദനാക്കയും ചെയ്തു. വിഫലീകൃതമായ കോപത്താൽ ഭീഷണമായ മുഖഭാവത്തോടെ അയാൾ ഒന്നും പറയാതെ തിരിഞ്ഞു ബദ്ധപ്പെട്ട് ഇറങ്ങിപ്പോയി.

11

ദൈവൈക്യം

പതിവുപോലെ നിശാരംഭത്തിൽ വിചിത്ര വസ്ത്രധാരികളും ഉത്സാഹികളും ആയ ജനങ്ങളുടെ ഒരു സംഘം ആഗ്രയിൽ നദീതിരത്തുള്ള ഒരു ചെറിയ ആപണപംക്തിയിലെ ഗൃഹങ്ങൾക്കു ചുറ്റും വന്നുകൂടി. അവിടവിടെ വരാന്തകളിൽ ചൂതുകളിക്കാർ ചേർന്നിരുന്നു. ഒരെടത്തു വിവിധായുധപാണികളായ യോധന്മാർ മത്തന്മാരായി കടന്നു പൊയ്ക്കൊണ്ടിരുന്നു. ആ ജനസംബാധത്തെ ഒഴിച്ചു അല്പം അകലെയായി കറുപ്പു തിന്നുന്നവർ ആനന്ദകരങ്ങളായ സ്വപ്നങ്ങളെ അനുഭവിച്ചുകൊണ്ടു കിടന്നിരുന്നു. മറ്റൊരിടത്തു ഗൗരവഭാവത്തോടു കൂടിയ മഹമ്മദന്മാർ ഏകാഗ്രതയോടു കൂടി തങ്ങളിൽ സംസാരിച്ചുംകൊണ്ടും ഗർഹിതന്മാരും വിനോദങ്ങളിൽ വ്യാപൃതന്മാരുമായ ഹിന്ദുക്കളുടെ ഇടയിൽ ഒന്നു സഞ്ചരിക്കാമെന്നുവച്ച് പുറപ്പെട്ടിരുന്നു.

ആ മഹമ്മദന്മാരിൽ ഒരുത്തൻ തന്റെ കൂട്ടുകാരനോടു പറഞ്ഞു: "ശരി തന്നെ ആലി! അക്ബറുടേയും രാജധാനിയിലുള്ളവരുടേയും കാര്യം ക്രമേണ അധികമധികം ചീത്തയായി വരുന്നു. ദിവസംപ്രതി രാത്രിയിൽ ഈ മാതിരി ദൈവനിന്ദകങ്ങളായ സമാജങ്ങൾ കൂടാറുണ്ടെന്നു ഞാൻ അറിയുന്നു. ഇന്നലെ ഏകദേശം അർദ്ധരാത്രി സമയത്തു ഞാൻ രാജമന്ദിരത്തിനു സമീപത്തുകൂടി കടന്നുപോയപ്പോൾ കണ്ടതെന്താണെന്നു കേൾക്കണോ? വളരെ വിളക്കുകളും മെഴുകുതിരികളും കത്തിച്ചുള്ള മഹത്തായ പ്രകാശം ജനലുകളിൽകൂടി കണ്ടു. എന്നാൽ അതെന്തിനായിരുന്നു? രാജാക്കന്മാർക്കു കഴിക്കാവുന്ന വിരുന്നിനും മറ്റുമല്ല. അവിടെ എല്ലാം നിശ്ശബ്ദമായിരുന്നു. ഒരു ഭക്തിപൂർവ്വമായ സംഗീതമല്ലാതെ ഒന്നും കേട്ടില്ല. അക്ബർ തന്നെ അനേക കീർത്തനങ്ങൾ ഉണ്ടാക്കീട്ടുണ്ടെന്നു ഞാൻ കേട്ടിട്ടുണ്ട്. അവ കേൾക്കാൻ എത്ര നന്നായിരുന്നാലും ദീർഘദർശിയുടെ സ്തുതിരൂപമായ നമ്മുടെ മതാനുഷ്ഠാനത്തോട് അവയ്ക്കു

യാതൊരു സംബന്ധവും ഇല്ല."

ആലി ചോദിച്ചു: "എന്നാൽ പിന്നെ അവയുടെ താല്പര്യം എന്താണ്?"

മറ്റെ ആൾ ഉത്തരം പറഞ്ഞു: "അവയുടെ താല്പര്യം എന്താണെന്ന് എനിക്കു ശരിയായി പറയാൻ പ്രയാസം ഉണ്ട്. എന്നാൽ പുരാതന പാർസികളുടെയും ഇവിടെയുള്ള നാസ്തികന്മാരുടെയും അടുക്കൽ നിന്നു കഷ്ടകാലത്തിനു അക്ബർ ഗ്രഹിച്ചുവശമായതും, തന്റെ വിശ്വസ്തന്മാരെ ഗ്രഹിപ്പിക്കുന്നതും, മഹമ്മദ് മതത്തിനു പകരമായി സ്ഥാപിക്കാൻ ശ്രമിക്കുന്നതും ആയ ഒരു മാതിരി അഗ്നിസൂര്യാരാധനമാകുന്ന ഒരു നൂതന മതത്തെ സംബന്ധിച്ചായിരുന്നു ആ സംഗീതം കേട്ടതും വെളിച്ചം കണ്ടതും എന്നുള്ളതിനു സംശയമില്ല. ഈശ്വരോരക്ഷതു!"

ആലി ചോദിച്ചു: "അത് എന്തൊരുമാതിരി മതമാണ്? ഞാൻ അതിനേക്കുറിച്ചു പലതവണയും കേട്ടിട്ടുണ്ടെങ്കിലും അതെന്താണെന്നു ഇതുവരെയും ശരിയായി എനിക്കു മനസ്സിലായിട്ടില്ല."

യൂസഫ് ഉത്തരം പറഞ്ഞു: "എനിക്കും അത്ര ശരിയായി അറിഞ്ഞുകൂടാ. എന്നാൽ അതു വളരെ ചീത്തയാണെന്നുള്ളത് ആസ്തികന്മാരായ എല്ലാവരും വിശിഷ്യ നല്ല അറിവുള്ളവനും അക്ബറാൽ തന്നെ ബഹുമാനിക്കപ്പെട്ടവനും ആയ അബ്ദുൾകാദറും അതിനു വിരോധികളായിരിക്കുന്നതുകൊണ്ടുതന്നെ സ്പഷ്ടമാകുന്നു. ഞാൻ നിന്നോടു മുൻപിൽ പറഞ്ഞിട്ടുള്ളതിനെക്കാളധികം അസ്വാസ്ഥ്യത്തെ ജനിപ്പിക്കുന്ന കാര്യങ്ങൾ ഞാൻ ഈയിടെ പ്രത്യക്ഷമായി അറിഞ്ഞിട്ടുണ്ട്. ഇന്നാളൊരു ദിവസം ഒരാൾ ആരെങ്കിലും കണ്ടേക്കുമോ എന്നു ഭയപ്പെട്ടിട്ടെന്നപോലെ രാജമന്ദിരത്തിൽനിന്നും ഒളിച്ചിറങ്ങി പതുങ്ങിപ്പോകുന്നതു ഞാൻ കണ്ടു. അതാരാണെന്നു നീയും അറിഞ്ഞിരിക്കണം. എന്നാൽ അയാളെ കണ്ടാൽ ആരും ഭയപ്പെടാതിരിക്കയില്ല." സ്വരത്തെ കുറേക്കൂടി താഴ്ത്തിക്കൊണ്ടു അയാൾ പിന്നെയും പറഞ്ഞു: "യോഗി എന്നു വിളിക്കപ്പെടുന്ന സാക്ഷാൽ രാക്ഷസനോ അല്ലെങ്കിൽ രാക്ഷസാവതാരമോ ആയ ആ ഗോരക്ഷനുമായി അക്ബർ ഒരുടമ്പടി ചെയ്തിട്ടുണ്ടുപോൽ."

യൂസഫ് തന്റെ കൂട്ടുകാരനെ ഭയഭാവത്തോടെ നോക്കിക്കൊണ്ടു മിണ്ടാതെ നിന്നു. പിന്നെ ഉടൻതന്നെ അയാൾ നദീതീരത്തിൽ കൂടി അടുത്തുവരുന്ന ഒരു സ്വരൂപത്തെ ചൂണ്ടിക്കാണിച്ചുംകൊണ്ടു പറഞ്ഞു. "ഈശ്വരാ ഞങ്ങളെ രക്ഷിക്കണെ! അതാ അയാൾത്തന്നെ വരുന്നു! ഈ കാളിന്ദി അയാളെ കബളീകരിക്കട്ടെ."

വാസ്തവത്തിൽ അത് ആ ദുർഗ്ഗാചാര്യൻ തന്നെ ആയിരുന്നു. അയാൾ ഹിന്ദുക്കളും പെർഷ്യന്മാരും ഒരു സംഘമായി ചേർന്നു സരസസല്ലാപം ചെയ്തുകൊണ്ടിരിക്കുന്നേടത്തേക്കു ചെല്ലുകയായിരുന്നു.

അവരിൽ ഒരു പെർഷ്യൻ പറഞ്ഞു: "എന്റെ അഭിപ്രായം അബുൾഫാസലും ഫൈസിയും (അതിലും വലിയ ഒരു പേർ പറയണ്ട) ഞങ്ങളുടെ ശ്രേഷ്ഠമായ മതത്തെക്കുറിച്ചു പ്രത്യക്ഷമായും അനവരതമായും

കാണിക്കുന്ന നിന്ദയേയും പരിഹാസത്തേയും ഇനി നാം സഹിച്ചുകൂടാ എന്നാണ്. നിങ്ങളുടെ മതം ഭിന്നമാണെങ്കിലും നിങ്ങളും ഞങ്ങളും ഒരു പോലെ പരിശുദ്ധമായി വിചാരിക്കേണ്ടതായിട്ടുള്ളതിന്റെ ധ്വംസനത്തെ നിങ്ങളുടെ ആളുകൾ കണ്ടുംകൊണ്ടു സ്വസ്ഥമായിരിക്കുന്നത് എന്തെന്ന് എനിക്കു മനസ്സിലാകുന്നില്ല."

ഹിന്ദുക്കളിൽ ഒരുത്തൻ പറഞ്ഞു: "അത്രത്തോളം ആയിട്ടില്ല. ചക്രവർത്തിയും അദ്ദേഹത്തിന്റെ അനുഗാമികളും നിങ്ങളുടെ *ഖുറാനേയും* മതത്തേയും അധികം ആദരിക്കുന്നില്ലെന്നുള്ളതു പ്രസിദ്ധമാണ്. എന്നാൽ ഞാൻ അറിഞ്ഞേടത്തോളം ഒന്നിന്റേയും ധ്വംസനത്തിനു അദ്ദേഹം ഉദ്യോഗിക്കുന്നതായി ഞാൻ കേട്ടിട്ടില്ല. ഞങ്ങളുടെ ക്ഷേത്രങ്ങൾക്കു ഹാനിയോ മതാനുഷ്ഠാനങ്ങൾക്കു വിഘ്നമോ ഒന്നും ചെയ്യപ്പെടുന്നില്ല. എന്നാൽ പണ്ട് മഹമ്മദന്മാരായ നിങ്ങൾ ഞങ്ങളെ ദ്രോഹിക്കയും ഉപദ്രവിക്കയും അല്ലാതെ ചെയ്തിട്ടില്ല."

"അത് നിങ്ങളുടെ വിഷയത്തിൽ ഉചിതം തന്നെ ആയിരുന്നു നിങ്ങൾ-"

മദ്ധ്യേ തടഞ്ഞ് ഒരു പെർഷ്യൻ യോധൻ പറഞ്ഞു: "നോക്കിൻ, വിവാദങ്ങൾ വേണ്ട. ശണ്ഠ കൊണ്ടു നമുക്കു പ്രയോജനം ഒന്നും ഉണ്ടാകയില്ല." അനന്തരം അവൻ ക്രുദ്ധനായ ആ മഹമ്മദനോടു ഒരു സംജ്ഞ കാണിച്ചു.

"അങ്ങനെയാകട്ടെ." എന്നുത്തരം പറഞ്ഞു അവൻ ആ ഹിന്ദുവിന്റെ നേർക്കു പൃഷ്ഠം തിരിച്ച് രണ്ടു സ്നേഹിതന്മാരാൽ അനുഗതനായി കടന്നുപോയി.

അപ്പോൾ ഗോരക്ഷനും അവരോടു കൂടി സംഭാഷണത്തിൽ ചേർന്ന് പറഞ്ഞു: "മുബാറക്ക്! നിങ്ങൾ ഇവിടെ ഉണ്ടായിരുന്നതു നന്നായി, എന്തെന്നാൽ ഇങ്ങനെയുള്ള വാദങ്ങൾ അനർത്ഥവഹങ്ങളാണ്. ഹിന്ദുക്കൾ മിക്കവരും ചക്രവർത്തിയുടെ പക്ഷത്തിൽ ചേർന്നിരിക്കുന്നു. എന്നാൽ തല്ക്കാലം അവരെ സ്വാധീനപ്പെടുത്താൻ കഴിഞ്ഞില്ലെങ്കിലും നമ്മുടെ പക്ഷത്തിൽ ദൈവാനുകൂല്യം ഉണ്ടാകുമ്പോൾ അവർ നമ്മോടു ചേരും. ആകട്ടെ. നമ്മുടെ കാര്യനടപ്പിലേക്കു നിങ്ങൾ എന്തെല്ലാം ചെയ്തു തീർന്നു?"

മുബാറക്ക് ഉത്തരം പറഞ്ഞു: "സേനാനായകന്മാരിൽ അധികം പേരെയും സ്വാധീനപ്പെടുത്തിക്കഴിഞ്ഞു. അവർ യഥാവസരം നമ്മോടു വന്നുചേരും. സേനയോടു കൂടി പോകുന്നവർ വേണ്ടസമയത്ത് തിരിഞ്ഞു കൊള്ളും. ഇവിടെ ആഗ്രയിൽ താമസിക്കുന്നവരും അപ്രകാരം തന്നെ ചെയ്യും."

ഈ സംഭാഷണം അവിടെ സംസാരിച്ചുകൊണ്ടിരുന്നവരുടെ കൂട്ടത്തിൽ വന്നുചേർന്നവരും, അവരാൽ അഭിനന്ദിക്കപ്പെട്ടതുകൊണ്ട് അവരുടെ കൂട്ടത്തിലുള്ളവരെന്നു ഊഹിക്കപ്പെട്ടവരും ആയ രണ്ടാളുകളാൽ സശ്രദ്ധമായി ശ്രവിക്കപ്പെട്ടിരുന്നു. എന്നാൽ ഗോരക്ഷൻ താഴ്ന്ന സ്വര

ത്തിൽ താഴെ കാണുന്നപ്രകാരം ഉത്തരം പറഞ്ഞപ്പോൾ അവർ കുറേക്കൂടി അധികം ശ്രദ്ധിച്ചു കേട്ടു.

"ഈ കഴിഞ്ഞ ഏതാനും ദിവസത്തിനിടയിൽ നമ്മുടെ ആലോചനകളെ അല്പം മാറ്റേണ്ടതായി വന്നിട്ടുണ്ട്. അക്ബർ ഉത്തരദേശത്ത് എത്തുന്നതുവരെ നാം താമസിച്ചിരിക്കേണ്ട, എന്തെന്നാൽ അദ്ദേഹത്തിന്റെ സേനകളുടെ ഭാഗം നമ്മുടെ പക്ഷത്തിൽ ചേർന്നാലും അദ്ദേഹത്തിനു ജയം ലഭിച്ചു എന്നു വന്നേക്കാം. ആ വർത്തമാനം കാശ്മീരത്തുനിന്നും ഇവിടെ എത്തിയാൽ എല്ലാവരും സംഭ്രാന്തന്മാരാകും. പിന്നെ നമ്മൾ വിചാരിച്ചാൽ ഇവിടെ യാതൊന്നും കഴികയില്ല. അതുകൊണ്ടു സലിമിനെ ചക്രവർത്തിയായി പ്രഖ്യാപനം ചെയ്ത് അദ്ദേഹം കോട്ടയിൽ വേണ്ട ഒറപ്പുകൾ ചെയ്തു എന്നു കേട്ടുകഴിഞ്ഞാൽ കുറച്ചുദിവസത്തെ വഴിയാത്ര ചെയ്തല്ലാതെ ആഗ്രയിൽ തിരിച്ചെത്തുകയില്ലെന്നുള്ളെടത്തോളം ദൂരം വഴിയിൽ അക്ബർ ആയിരിക്കുമ്പോൾ തന്നെ നാം ആലോചിച്ചിട്ടുള്ളത് നടത്തണം. അപ്പോൾ സേനയിൽ അതൃപ്തന്മാരായുള്ളവർ അക്ബർക്കു വിരോധമായി നില്ക്കുമെന്നുള്ളതിനു സംശയമില്ല. അതുകൊണ്ട് ഇപ്പോൾ തന്നെ കാലം അതിക്രമിച്ചിരിക്കുന്നു എങ്കിലും മുബാറക്കും നിങ്ങളും പോയി നമ്മുടെ ആളുകളോടു സന്നദ്ധനായിരിക്കുന്നതിന് യഥാവസരം കരുതൽ കൊടുക്കണം."

കുറച്ചുനേരം കൂടി സംസാരിച്ചതിന്റെ ശേഷം ഈ ദ്രോഹപ്രവൃത്തന്മാർ ഒടുവിൽ വന്നവരെ ഒരുമിച്ചു വിട്ടുംവച്ചു ഓരോരുത്തരും അവരവരുടെ വഴിക്കുപോയി.

അവരിൽ ഒരുത്തൻ പറഞ്ഞു: "ഇത് ഗൗരവമുള്ള വർത്തമാനമാണ്."

മറ്റേ ആൾ ഉത്തരം പറഞ്ഞു: "അതെ, സംശയമില്ല. എന്നാൽ അത് അക്ബർക്കു കാര്യം കുറേക്കൂടി ലഘുവാക്കിത്തീർക്കുമെന്നാണ് എനിക്ക് തോന്നുന്നത്. നമുക്ക് ഇപ്പോൾ ഈ വർത്തമാനം ഉടൻതന്നെ അബുൾഫാസലിനെ ധരിപ്പിക്കുന്നതിനു നിർവ്വാഹമില്ലാത്തത് ശോചനീയം തന്നെ. എന്നാൽ രാത്രി കുറേക്കൂടി അതിക്രമിക്കട്ടെ. അതിനു മുൻപിൽ അദ്ദേഹത്തിന്റെ ഗൃഹത്തിൽ ചെല്ലുന്നത് ആപല്ക്കരമായേക്കാം എന്നു മാത്രമല്ല, അദ്ദേഹം ഇപ്പോൾ ചക്രവർത്തിയുടെ അടുക്കൽ ആയിരിക്കും. അതുകൊണ്ട് നമുക്ക് അദ്ദേഹത്തിനെ കാണാനും കഴികയില്ല."

ആദ്യത്തെ ആൾ പറഞ്ഞു: "ഇപ്പോൾ നമ്മൾ പിരിയുന്നതു നന്നായിരിക്കുമെന്നു എനിക്കു തോന്നുന്നു. അർദ്ധരാത്രിക്കു പ്രധാനമന്ത്രിയുടെ ഗൃഹത്തിൽ നമുക്ക് ഒരുമിച്ചു കാണാം." അനന്തരം അവൻ തന്റെ കൂട്ടുകാരനോടു യാത്ര പറഞ്ഞ് ഒരു വശത്തെ തെരുവിൽ കൂടിയും മറ്റേ ആൾ നദീതീരത്തിൽ കൂടിയും പോയി.

ചക്രവർത്തി തന്റെ കൊട്ടാരത്തിൽവച്ച് അധാർമ്മികങ്ങളായ എന്തെല്ലാമോ കൃത്യങ്ങൾ നടത്തുന്നതായി യൂസഫും അയാളുടെ അനുഗാമികളും വിചാരിച്ചിരുന്നാലും, അന്നു സായാഹ്നത്തിൽ അവിടെ നടന്ന സംഗതികളിൽ ഒരു ശരിയായ വിചാരത്തോടു കൂടിയ മഹമ്മദനു അസാധാര

ണമായി ഒന്നും കാണാൻ കഴിയുകയില്ലായിരുന്നു. എങ്കിലും അവിടെ ഉണ്ടായ സംഭാഷണത്തെ നല്ലവണ്ണം മനസ്സിലാക്കാൻ കഴിഞ്ഞിരുന്നെങ്കിൽ അവനു അക്ബറോടു നൂതനമായി ദ്വേഷം തോന്നുമായിരുന്നു.

ചക്രവർത്തിയോടു കൂടി ആ സദസ്സിൽ ഫൈസിയും അബുൾഫാസലും ഉത്തരദേശത്തിൽനിന്നും ആയിടയ്ക്കു തിരിച്ചു വന്നിരുന്ന കുല്ലുകരും ഉണ്ടായിരുന്നു.

അക്ബർ മന്ത്രിമാരോടു ചോദിച്ചു: "നിങ്ങളുടെ ചാരന്മാരിൽനിന്നും പിന്നെ വർത്തമാനം ഒന്നും കേട്ടില്ലയോ?"

അബുൾഫാസൽ ഉത്തരം പറഞ്ഞു: "ഇന്നലത്തേതിൽ പിന്നെ ഒന്നും ഇല്ല. എന്നാൽ ഇന്ന് അർദ്ധരാത്രിക്ക് രണ്ടുപേർ എന്റെ അടുക്കൽ വരും. അവർക്ക് എന്നോടു പറയാൻ വർത്തമാനം ഉണ്ടെന്നു ഞാൻ അറിയുന്നു."

അക്ബർ പറഞ്ഞു: "ഇങ്ങനെ ഉള്ള ആളുകളെ ഉപയോഗിക്കേണ്ടിവരുന്നത് ശോചനീയമല്ലയോ? ഹാ! എന്തിനാണ് ആളുകൾ അതിനു നമുക്കിടയാക്കിത്തീർക്കുന്നത്?"

മന്ത്രി ഉത്തരം പറഞ്ഞു: "അത് ഭേദപ്പെടുത്താൻ പാടില്ലാത്തതായ നമ്മുടെ ഇപ്പോഴത്തെ രാജ്യഭരണക്രമത്തിൽ നിന്ന് അപരിഹാര്യമായി ഉണ്ടാകുന്ന ഫലമാണ്. എല്ലാ അധികാരവും ഒരാളിൽ സ്ഥാപിക്കപ്പെട്ടിരിക്കയും അയാൾ ന്യായമായോ അന്യായമായോ അതൃപ്തിയുള്ളവരുടെ സങ്കടങ്ങളെ നിഷ്കാരണങ്ങളെന്നും പറകയും ചെയ്യുമ്പോൾ അവർക്കു തങ്ങളുടെ ദോഷനിവൃത്തിക്കു മാർഗ്ഗമില്ലാതെ ആകുന്നു. അങ്ങനെ ഉള്ളവരെ ദുരാഗ്രഹികളായ ഉല്ക്കർഷേച്ഛുക്കൾ തങ്ങളുടെ കാര്യസാദ്ധ്യത്തിനായി ഉപയോഗിക്കയും അവർ അവർക്കു വശപ്പെടുകയും ചെയ്യുന്നു."

അക്ബർ പറഞ്ഞു: "എന്നാൽ എന്റെ പ്രജകളുടെ സങ്കടങ്ങളെ ഞാൻ കേൾക്കാതെയും അവ ന്യായങ്ങളാണെങ്കിൽ യഥാശക്തി നിവൃത്തി ചെയ്യാതേയും ഒരിക്കലും ഇരിക്കാറില്ലല്ലോ."

അബുൾഫാസൽ ആവർത്തിച്ചു പറഞ്ഞു: "അവ ന്യായങ്ങളാണെങ്കിൽ ശരി. എന്നാൽ അത് ആരാണ് നിശ്ചയിക്കാൻ? ചക്രവർത്തിയും അദ്ദേഹത്തിന്റെ മന്ത്രിമാരും അല്ലേ?"

"പിന്നെ ആരുവേണമെന്നാണ്? പ്രകാരാന്തരേണ കാര്യങ്ങൾ നടത്തപ്പെട്ടുവരുന്ന രാജ്യങ്ങളും ജനങ്ങളും അന്യദേശങ്ങളിൽ ഉണ്ടെന്നു നാം കേട്ടിട്ടുണ്ട്. എന്നാൽ അവിടെയുള്ള ജനങ്ങളുടെ സ്ഥിതി നമ്മുടെ ജനങ്ങളുടേതിൽനിന്നും വ്യത്യസ്തമാണ്. നമ്മുടെ ഭരണത്തിൽ ഉൾപ്പെട്ടിരിക്കുന്ന നാനാരാജ്യങ്ങളുടെയും നാനാജാതികളുടെയും ഇടയിൽ ജനങ്ങൾക്കു രാജ്യഭരണത്തിൽ ഒരവകാശം കൊടുക്കുന്നത് അവരുടെ സ്വഭാവവും നടത്തയും ആചാരവും മറ്റും കൊണ്ട് ശക്യമായിരുന്നാൽ തന്നെയും എങ്ങനെയാണ്?"

അബുൾഫാസൽ പറഞ്ഞു: "അതെത്രയും ശരിയാണ്. ഇതിലും അധികമായി ഭേദങ്ങൾ ആവശ്യങ്ങളോ അഥവാ ശക്യങ്ങളോ അല്ലെന്നു ഞാൻ മുൻപിൽ തന്നെ അറിയിച്ചിട്ടുണ്ടല്ലോ. കാര്യങ്ങളുടെ ഇപ്പോഴത്തെ

സ്ഥിതിയെക്കുറിച്ചു ഞാൻ പ്രസ്താവിച്ചത് ഇതിലും അധികമായ ദോഷത്തെ പരിഹരിക്കുന്നതിനായി നമുക്ക് ഇപ്പോൾ അനുവർത്തിക്കേണ്ടി വന്നിരിക്കുന്ന മാർഗ്ഗം എത്രമാത്രം ദുസ്ത്യജമാണെന്നു കാണിക്കാൻ മാത്രമായിട്ടാണ്. ചാരന്മാരെന്നു സാവജ്ഞരായി നാം വിളിക്കുന്ന ഈ ആളുകൾ വാസ്തവത്തിൽ അത്ര നിന്ദ്യന്മാരല്ല. ഞാൻ പറഞ്ഞ രണ്ടു പേരും മര്യാദക്കാരും നമുക്ക് അത്യന്തം ആപ്തന്മാരും ആണ്. അവർക്കു തക്കതായ പ്രതിഫലം കൊടുക്കുന്നുണ്ട്, ശരിതന്നെ. എന്നാൽ അതു വേണമെന്നില്ല. അതുകൂടാതെയും അവർ നമ്മോടു വിശ്വസ്തന്മാരായി രിക്കും. അവർ നിസ്സംശയമായി നമുക്കു നല്ലവണ്ണം ഉപകരിച്ചിട്ടും ഉണ്ടല്ലോ. അവരല്ലേ സാൽഹണന്റെ കപടതന്ത്രത്തെയും അതിലുമധികം ഗൗരവമുള്ളതായ ഗോരക്ഷന്റെ കൃത്രിമത്തേയും കണ്ടുപിടിച്ചത്?"

ഫൈസി സാകൂതമായി പറഞ്ഞു: "ആ യോഗിതന്നെയല്ലേ ചക്ര വർത്തിക്ക് അയാളുടെ പേരിൽ തിരുവുള്ളമുണ്ടെന്നു കുറേനാൾ വലിപ്പം ഭാവിച്ചും കൊണ്ടിരുന്നത്? അയാൾ തിരുമനസ്സിലെ അടുക്കൽ പ്രയോ ഗിപ്പിച്ചുകാണിച്ച യോഗ്യാഭ്യാസരഹസ്യങ്ങൾ കൊണ്ടു വിശേഷിച്ച് ഒരറിവും സിദ്ധിച്ചതായി ഞാൻ അറിയുന്നില്ല."

അക്ബർ, താൻ എത്ര ബുദ്ധിമാനായിരുന്നിട്ടും ക്ഷണനേരമെങ്കിലും ആ വഞ്ചകനാൽ ഭ്രമിപ്പിക്കപ്പെട്ടുപോയതിന്റെ സ്മരണ ഉണ്ടായപ്പോൾ മുഖത്ത് അല്പം ഭാവം മാറി. എന്നാൽ തല്ക്കാലോചിതമായി കുല്ലുകർ മദ്ധ്യസ്ഥ്യത്തെ സ്വീകരിച്ചു ആ സംഭാഷണത്തെ തുടർന്നു പറഞ്ഞു: "ആ ഗോരക്ഷനുമായി കഴിയുന്നെടത്തോളം എടപെടാതിരിക്കുന്നതാണ് നന്ന്. അയാളെക്കുറിച്ചു നാം കരുതിയിരിക്കേണ്ടത് ആവശ്യകമാണെന്നു കാണിക്കുന്ന ചില സംഗതികൾ എന്റെ പൂർവ്വശിഷ്യനായ സിദ്ധൻ എന്നോടു പറഞ്ഞിട്ടുണ്ട്. എങ്കിലും പുരാതനമായും ഇപ്പോൾ വിസ്മൃത പ്രായമായും ഉള്ള യോഗശാസ്ത്രത്തിൽ നമുക്കു സമ്പാദിക്കാൻ കഴി യുന്നതിലധികം ജ്ഞാനം അയാൾക്കു പരമ്പരയാ ലഭിച്ചിട്ടുണ്ട്."

അക്ബർ ജയഭാവത്തോടെ ഫൈസിയോടു പറഞ്ഞു: "അതാ കണ്ടി ല്ലയോ! ബ്രാഹ്മണരുടെ വേദശാസ്ത്രാദികളിൽ നല്ല പരിചയമുള്ള നമ്മുടെ സ്നേഹിതനായ കുല്ലുകർ യോഗശാസ്ത്രത്തെ അത്ര നിസ്സാര മാണെന്നു വിചാരിക്കുന്നില്ല."

ഫൈസി പറഞ്ഞു: "ഗ്രാഹ്യങ്ങളായ അനേകവിഷയങ്ങളെ നമുക്കു പഠിപ്പിച്ചു തന്നിരിക്കുന്ന ബുദ്ധിമാനായ നമ്മുടെ സ്നേഹിതൻ അങ്ങനെ പറകയാണെങ്കിൽ അതിൽ സാരമായി വല്ലതും ഉണ്ടെന്നു ഞാൻ മനസ്സോടെ സമ്മതിക്കാം. എന്നാൽ കുല്ലുകരേ! പ്രാചീനമായ ഈ ശാസ്ത്രത്തിൽ നിന്ന് എന്തു പ്രയോജനമുണ്ടാകുമെന്നാണ് നിങ്ങൾ വിചാ രിക്കുന്നതെന്നു ഞാൻ ചോദിക്കുന്നതിനെ നിങ്ങൾ ക്ഷമിക്കണം. ഞാൻ അറിഞ്ഞെടത്തോളം ഇത് മോക്ഷസാധകമാണെന്നു പറഞ്ഞുകൊണ്ട് ഓരോ കൗശലപ്രയോഗങ്ങളെ പ്രതിപാദിച്ച് മൂഢന്മാരെ ഭ്രമിപ്പിക്കുന്ന ഒരു ഗൂഢതന്ത്രമല്ലാതെ മറ്റൊന്നും അല്ല."

കുല്ലുകർ ഉത്തരം പറഞ്ഞു: "പതഞ്ജലിപ്രണീതമായ ഈ ശാസ്ത്രത്തെക്കുറിച്ച് എന്റെ അഭിപ്രായം അത്ര പ്രതികൂലമായിട്ടല്ല. എന്നാൽ ഇതിൽ പരമമായ തത്ത്വം അടങ്ങീട്ടുണ്ടെന്നു എനിക്കു വിശ്വാസമില്ല. ജീവാത്മാവിനു പരമാത്മാവിൽ ലയമുണ്ടാകും എന്നുള്ള യോഗശാസ്ത്രസിദ്ധാന്തം അത്ര തെറ്റാണെന്നു ഞാൻ വിചാരിക്കുന്നില്ല. ഒരാനന്ദാവസ്ഥയിൽ ജീവാത്മാവിനു പരമാത്മാവിൽ ലയം ഉണ്ടാക്കുന്നതായ മനുഷ്യഹൃദയത്തിന്റെ ഗൂഢതത്ത്വത്തെ വിശദീകരിക്കാൻ യോഗ്യാഭ്യാസം പര്യാപ്തമാകുമോ എന്ന് എനിക്ക് സംശയമാണ്. ചിത്തവൃത്തിനിരോധം പരിണാമത്തിൽ മോക്ഷസാധനമായി തീരാമെന്നുള്ള സിദ്ധാന്തം അത്ര ത്യാജ്യമല്ല."

അക്ബർ പറഞ്ഞു: "ഇത് എന്റെ അഭിപ്രായത്തിനു യോജിച്ചിരിക്കുന്നു. ഈ ചിത്തവൃത്തിനിരോധത്തിനു ആവശ്യകമായ ആത്മസംയനം തന്നെയാണ് നമ്മുടെയും സ്വമതത്തെ പ്രചരിപ്പിക്കാനായി പശ്ചിമദേശങ്ങളിൽനിന്നും വന്നിട്ടുള്ള പാതിരിമാരുടെയും ദർശനങ്ങളിൽ സാരമായി പ്രതിപാദിക്കപ്പെട്ടിട്ടുള്ളത്. എന്നാൽ എല്ലാവർക്കും വിശിഷ്യ തത്ത്വജ്ഞാനികൾക്കും ശ്രദ്ധാർഹമായ മറ്റൊരു വിഷയം ഇല്ലയോ? ഈ ആത്മസംയമനം എത്രതന്നെ ശ്രേഷ്ഠമായിരുന്നാലും ഇതുകൊണ്ട് ഈ പ്രപഞ്ചത്തിൽ കാണുന്ന സ്ഥൂലസൂക്ഷ്മങ്ങളുടെ ശാശ്വതമായ സംയോജനത്തെക്കുറിച്ചു നമുക്ക് എന്തറിയാൻ കഴിയും?"

കുല്ലുകർ ഉത്തരം പറഞ്ഞു: "ശരിതന്നെ. ദേഹത്തിന്റെയും ദേഹിയുടെയും ധർമ്മങ്ങളെക്കുറിച്ചു ഗാഢമായി പര്യാലോചിക്കാതെ ഒരു തത്ത്വജ്ഞാനി ആ പേരിൽ അർഹനായിരിക്കയില്ല. എന്നാൽ അവയ്ക്കു തങ്ങളിൽ ഉള്ള സംബന്ധത്തിന്റെ ദുർജ്ഞേയമായ തത്ത്വത്തെ വിശദീകരിക്കാൻ ആർക്കു കഴിയും?"

ഫൈസി ഉത്തരം പറഞ്ഞു: "ആർക്കും കഴികയില്ല. ആരാലും അത് ഇതുവരയും വിശദീകരിക്കപ്പെട്ടിട്ടില്ല. ഇനിമേൽ വളരെക്കാലം കൊണ്ട് സിദ്ധിക്കാവുന്ന ജ്ഞാനം ഈ വിഷയത്തെ വിശദീകരിക്കുമോ എന്നുള്ളത് ഇപ്പോൾ നമുക്ക് ഊഹിക്കാൻ അശക്യമാണ്. എന്നാൽ തല്ക്കാലത്തേക്കു പ്രാചീനന്മാരും അദ്യതനന്മാരുമായ എല്ലാ അഭിജ്ഞന്മാരും വിശ്വസിക്കയും അവരിൽ പലരും ഏറക്കുറെ വിശദമായി പ്രതിപാദിക്കയും ചെയ്തിട്ടുള്ളതിൻവണ്ണം ഈ പ്രപഞ്ചത്തിൽ അനാദിയായും അനന്തമായും ഒരു ശാശ്വതമായ ജീവൻ ഉണ്ടെന്നും നികൃഷ്ടാവസ്ഥയിൽ നിന്നും ക്രമേണ ഉൽകൃഷ്ടാവസ്ഥയെ പ്രാപിക്കുന്നതായ ഒരുവികാസം അതിന്റെ ധർമ്മമാണെന്നും ഉള്ള അറിവുകൊണ്ട് നാം തൃപ്തിപ്പെടേണ്ടതല്ലയോ? മനുഷ്യരായ നമ്മളും അവരവരുടെ ശക്തിക്കു തക്കവണ്ണം ക്രമേണ ആ വികാസത്തെ പ്രാപിക്കാൻ ഈശ്വരനാൽ കല്പിക്കപ്പെട്ടിട്ടുള്ളവരാണ്. നമ്മുടെ ഉദ്ദേശ്യങ്ങൾ ഉല്കൃഷ്ടങ്ങളാകുന്തോറും നികൃഷ്ടങ്ങളായ വിചാരങ്ങൾ പ്രതിനിവർത്തിക്കയും സമസൃഷ്ടന്മാരുടെയും ജനസമുദായത്തിന്റെയും രാജ്യത്തിന്റെയും ഗുണത്തിനു നിരഭിസന്ധിയായ ഐദംപര്യം

നമുക്കു ജനിക്കയും ചെയ്യും."

അക്ബർ പറഞ്ഞു: "യോഗ്യനായ ഫൈസി! നിങ്ങൾ പറഞ്ഞത് വളരെ നന്നായി. എന്നാൽ അതെല്ലാം ശരിയായിരിക്കാമെങ്കിലും അതു കൊണ്ടു നിങ്ങൾക്ക് അലംഭാവം ഉണ്ടാകുന്നുണ്ടോ? അതല്ലാതെയും അതിലധികമായും ചിലതിനു നിങ്ങൾക്കു ആഗ്രഹം തോന്നുന്നില്ലയോ?"

ഫൈസി ഉത്തരം പറഞ്ഞു: "നിശ്ചയമായി ഉണ്ട്. കേവലം അതിന്റെ ഒരു സാമാന്യജ്ഞാനത്താൽ നമുക്ക് തൃപ്തിയുണ്ടാകുന്നില്ല. അതിനെ വിശദതരമായി മനസ്സിലാക്കയും ഉപയോഗിക്കയും, പരമാത്മാവിനും ജീവാത്മാവിനും തമ്മിലുള്ള സംബന്ധത്തെ അറികയും ചെയ്യുന്നതിനു നമുക്കു താല്പര്യം തോന്നുന്നു. തത്ത്വശാസ്ത്രത്തെ അഭ്യസിക്കുന്ന എല്ലാവരും ഇതിനായിത്തന്നെയാണ് ശ്രമിക്കുന്നത്."

ചക്രവർത്തി പറഞ്ഞു: "ഞാൻ പറഞ്ഞത് നിങ്ങൾക്കു നല്ലവണ്ണം മനസ്സിലായില്ല. എന്നാൽ നിങ്ങൾ പറഞ്ഞതെല്ലാം ഞാൻ സമ്മതിക്കാം. ഞാൻ ചോദിച്ചതിന്റെ താല്പര്യം മറ്റൊന്നും അല്ല. നിങ്ങൾ പറയുന്ന ഈ ആത്മാവിന്റെ ഉത്ഭവം അതിൽനിന്നു തന്നെയോ അതിലും ഉല്കൃഷ്ടതരമായ ഒരു ചൈതന്യത്തിൽ നിന്നോ? എന്നാണ്."

ഫൈസി ഉത്തരം പറഞ്ഞു: "ചൈതന്യം ഈ ആത്മാവിന്റെ ധർമ്മമാണ്. അത് ഈ പ്രപഞ്ചത്തിൽ അനേകപ്രകാരേണ പ്രകടീഭവിക്കുന്നുണ്ട്. അതുകൊണ്ട് ഒരു വസ്തുവിന്റെ ധർമ്മം അതിന്റെ കാരണമായിട്ടും വരുന്നത് സംഭാവ്യമാണോ?"

കുറേനേരത്തേക്ക് എല്ലാവരും മൗനികളായിരുന്നു. ചക്രവർത്തി എന്താണ് ഉത്തരം പറയേണ്ടത് എന്നാലോചിച്ചു. എന്നാൽ ശിരഃകമ്പം ചെയ്തതല്ലാതെ ഒന്നും പറഞ്ഞില്ല.

ഒടുവിൽ അബുൾഫാസൽ ഫൈസിയോടു പറഞ്ഞു: "എന്റെ അനുജാ! തന്റെ വാദം എത്രയും യുക്തിയുക്തമായിരിക്കുന്നു. എങ്കിലും നമ്മുടെ പൂജിതനായ ചക്രവർത്തിയെപ്പോലെ തന്നെ ഞാനും ഇതു കൊണ്ടു തൃപ്തിപ്പെടുന്നില്ല. ഈ ആത്മാവിനെക്കുറിച്ചുള്ള വിചാരം കൊണ്ടു നമുക്ക് എന്തു പ്രയോജനമാണ് സിദ്ധിക്കുന്നത്?"

ഫൈസി സസ്മിതമായി പറഞ്ഞു: "ഇതുകൊണ്ടു നമുക്ക് ഒരു പ്രയോജനവും വേണ്ട. ഇത് വാസ്തവമാണെങ്കിൽ നാം ഇതിനെ അംഗീകരിക്കണം. അതുകൊണ്ടു നമുക്കു തൃപ്തിയോ സന്തോഷമോ ഉണ്ടാകുമോ എന്നുള്ള ഭാഗം നോക്കേണ്ട. വാസ്തവമായും നന്നായും ഉള്ള എല്ലാത്തിനേയും കുറിച്ച് ഒരു ശ്രദ്ധയെ ജനിപ്പിക്കാൻ കഴിയുന്നേടത്തോളം മാത്രം എന്റെ അഭിപ്രായം ഈ ലോകത്തിൽ ഒരു വിലയുള്ളതാണെന്നു ഞാൻ ഉപപാദിക്കാം. അതിലധികമായി എന്താണ് നമുക്ക് അപേക്ഷിക്കാവുന്നത്?"

അബുൾഫാസൽ ഉത്തരം പറഞ്ഞു: "താൻ പറഞ്ഞത് ശരിയാണ്. എന്നാൽ നമ്മെക്കുറിച്ചല്ല മുഖ്യമായി ഞാൻ പറഞ്ഞത്. വിദ്യാഭ്യാസവും ജ്ഞാനവും കുറഞ്ഞവരാണെങ്കിലും നിത്യമായി പ്രത്യക്ഷാനുഭവമുള്ള

തിൽ ഉപരിയായി ഒന്നിനെ അറിയുന്നതിനു താല്പര്യമുള്ളവരായ ജനങ്ങളെക്കുറിച്ചാണ്. ഈ തത്ത്വങ്ങളെ ജനങ്ങൾക്കെല്ലാവർക്കും സുഗ്രഹങ്ങളാക്കത്തക്കതായ ഒരു സമ്പ്രദായത്തിൽ പ്രതിപാദിക്കുന്നത് ശക്യമല്ലയോ?"

അക്ബർ പറഞ്ഞു: "ഇത് ഞാൻ പലതവണയും വിചാരിച്ചിട്ടുള്ളതാണ്. ഠരം തത്ത്വങ്ങളെ പ്രതിപാദിക്കുന്നതിനു നൂതനമായി പ്രതിമകളെയോ ചിഹ്നങ്ങളെയോ കണ്ടുപിടിക്കുന്നത് അശക്യമാണെങ്കിൽ ജനങ്ങളുടെ മതവിശ്വാസത്തിൽ നിന്നും സാഹിത്യാഭിരുചിയിൽ നിന്നും ഉത്ഭവിച്ചിട്ടുള്ള പുരാതനകാലങ്ങളിലെ രീതിയെ നമുക്കു സ്വീകരിക്കാൻ പാടില്ലയോ?"

അക്ബർ മിണ്ടാതിരുന്നപ്പോൾ ഫൈസി പറഞ്ഞു: "തിരുമനസ്സുകൊണ്ട് ഇപ്പോൾ കല്പിച്ചതിന്റെ താല്പര്യം എനിക്കു മനസ്സിലായി. അവിടുന്നു സ്ഥാപിക്കാൻ ഇച്ഛിക്കുന്നതും, അവിടുത്തെ വിശ്വസ്ത മിത്രങ്ങളിൽ ചിലരെ ഇതിനു മുൻപിൽ തന്നെ ധരിപ്പിച്ചിട്ടുള്ളതും ആയ നൂതന മതത്തെ ആണ് അവിടുന്നു സൂചിപ്പിക്കുന്നത്. അങ്ങനെ അല്ലയോ?"

അക്ബർ ഉത്തരം പറഞ്ഞു: "നിങ്ങൾ വിചാരിച്ചത് ശരിതന്നെ. എന്നാൽ ഈ അവസരത്തിൽ ഞാൻ അതിനെക്കുറിച്ചു കുറേക്കൂടി പറയാം. അനേക ദുർഗ്രഹവിഷയങ്ങളെ വിശദീകരിച്ചിട്ടുള്ളതിനു വേണ്ടി ഞാൻ ഫൈസിയോടും കുല്ലുകരോടും കൃതജ്ഞനായിരിക്കുന്നു. എന്റെ അഭിപ്രായത്തെ പ്രതിപാദിക്കുന്നതിനു അനുഗുണമായി നമ്മുടെ സംഭാഷണം ഈ പ്രകൃതത്തെക്കുറിച്ചായത് എനിക്കു സന്തോഷകരമാണ്. എന്നാൽ കേട്ടുകൊണ്ടാലും. തത്ത്വശാസ്ത്രജ്ഞന്മാർക്കും അവരേക്കാൾ അറിവു കുറഞ്ഞവർക്കും ഒരുപോലെ തൃപ്തികരമായും യുക്തിയുക്തമായും ഉള്ള ഒരു മതത്തെ ഏതുവിധത്തിലാണ് പ്രവർത്തിപ്പിക്കേണ്ടത് എന്നു വളരെ നാളായി ഞാൻ ആലോചിച്ചുവന്നു. ഒടുവിൽ പ്രാചീനന്മാരായ പെർഷ്യന്മാരാലും വിശിഷ്യ ഹിന്ദുക്കളുടെ വേദങ്ങളിൽ പറയപ്പെട്ടിട്ടുള്ള ഋഷികളാലും സ്വീകൃതങ്ങളായ പ്രതിമകളെക്കുറിച്ച് എനിക്കു അറിവു കിട്ടിയപ്പോൾ എന്റെ ഉദ്ദേശ്യം ഏകദേശം സിദ്ധമായി. ആ പ്രതിമകൾ നിങ്ങൾക്കു നല്ലവണ്ണം അറിവുള്ള സൂര്യനും അഗ്നിയും ആണ്. പ്രകാശത്തേയും ഊഷ്മാവിനേയും എത്രയും ആശ്ചര്യകരമായി പ്രത്യക്ഷീകരിക്കുന്ന ചിത്രഭാനുക്കളെക്കുറിച്ചു ചിന്തിക്കുന്നത് പ്രഥമദൃഷ്ടിയിൽ നിസ്സാരവും നിരർത്ഥകവുമായി തോന്നുമായിരിക്കാം. എന്നാൽ സൂക്ഷ്മമായി ആലോചിക്കുമ്പോൾ ഇവരിൽ ഒരു ഉല്കൃഷ്ടമായ തത്ത്വം അന്തർഭവിച്ചിരിക്കുന്നു. അത് ഭാവികളായ അനേകവർഷശതങ്ങളിൽ ഉണ്ടാകാവുന്ന ജ്ഞാനം നിമിത്തം എത്രയും ഉന്നതമായ ഒരു പദത്തെ പ്രാപിക്കുന്നതായിരിക്കാം." രാജഗൃഹത്തിന്റെ അനാവൃതമായ അളിന്ദത്തിലേക്കു തിരിഞ്ഞു മന്ദമന്ദമായി അസ്തമിക്കുന്ന ലോകബാന്ധവനെ

* സൂര്യനും അഗ്നിയും "സൂര്യവഹ്നീ ചിത്രഭാനൂ" അമരം.

അംഗുലികൊണ്ടു നിർദ്ദേശിച്ച് അദ്ദേഹം തുടർന്നു പറഞ്ഞു: "അതാ, കണ്ടാലും! ഈ ലോകത്തിലുള്ള പ്രകാശത്തിന്റെയും ജീവന്റെയും ആ ശ്രേഷ്ഠമായ പ്രതിരൂപം നാളെ ഏറ്റവും ശോഭയോടെ പ്രത്യാഗമിക്കുന്ന തിനായി നമ്മെ വിട്ടുപിരിയുന്നു. ആദ്യകാലത്തിൽ മനുഷ്യർ ആദിത്യനെ ഈശ്വരനായി ആദരിക്കയും സ്തോത്രങ്ങളെക്കൊണ്ട് ആരാധിക്കയും ചെയ്തിരുന്നു. പ്രാചീന പണ്ഡിതന്മാർ അദ്ദേഹത്തിനു ലോകത്തിൽ കാണുന്ന ശക്തികൾക്കൊക്കയും നിദാനമായിട്ടാണ് വിചാരിച്ചിട്ടുള്ളത്. എന്തെന്നാൽ സകലത്തിനും ജീവനെകൊടുക്കുന്നത് പ്രകാശവും ഊഷ്മാവുമല്ലയോ? ആദിത്യന്റെയും ചന്ദ്രന്റെയും നക്ഷത്രങ്ങളുടെയും വിദ്യുത്തിന്റെയും നാം പാകാദികൾക്കുപയോഗിക്കുന്ന അഗ്നിയുടെയും പ്രകാശത്തിൽ ചിലപ്പോൾ ഹിതകരമായും ചിലപ്പോൾ ഭയങ്കരമായും നാശകരമായും ഉള്ള വിധത്തിൽ തേജസ്സിന്റെ അത്യന്തസാധാരണങ്ങ ളായ ആവിർഭാവങ്ങൾ നമുക്കു പ്രത്യക്ഷീഭവിക്കുന്നുണ്ട്. നാം എപ്പോഴും അവധാരണം ചെയ്യുന്നില്ലായിരിക്കാമെങ്കിലും ഭൂമിയിലും ഇതരഗോളങ്ങ ളിലും മനുഷ്യരിലും മൃഗങ്ങളിലും ജലത്തിലും സർവ്വത്ര ഇതിന്റെ ശക്തി സന്നിഹിതയായിരിക്കുന്നു. ഇത് വാസ്തവത്തിൽ ഇപ്രകാരമാണെങ്കിൽ ഫൈസി ഇപ്പോൾ പറഞ്ഞ ചൈതന്യത്തിന്റെ ചിഹ്നമായി ഈ ശക്തിയെ ഗ്രഹിക്കുന്നത് കേവലം ഒരു കവികല്പനയാണെന്നു വിചാരിക്കപ്പെ ടുമോ? നമ്മുടെ സ്നേഹിതനായ അബുൾഫാസൽ എന്റെ അഭിപ്രായ ത്തോടു യോജിച്ചിരിക്കുന്നു എന്നു മാത്രമല്ല, ഈ നൂതനമതത്തെ ജന ങ്ങളുടെ ഇടയിൽ നടപ്പാക്കുന്നതിനു ശ്രമിക്കയും അവർ ഇപ്പോഴുള്ള അനേക മിഥ്യാജ്ഞാനങ്ങൾക്കു പകരം അതിനെ സ്വീകരിക്കയില്ലയോ എന്നു പരീക്ഷിക്കയും ചെയ്യുന്നതിനു അയാൾ ഉൽക്കണ്ഠിതനായും ഇരി ക്കുന്നു. മറ്റുള്ള മതങ്ങളിൽനിന്നും ഇതിനെ തിരിച്ചറിയുന്നതിനു ഒരു പേർ ആവശ്യപ്പെട്ടു. എന്നാൽ ഒരു പേരു കൊണ്ടു പൂർണ്ണമായ അർത്ഥം വെളി പ്പെടുകയില്ലെങ്കിലും 'ദൈവൈക്യം' എന്നത് അയുക്തമായി തോന്നിയി ല്ല. പകൽ സമയത്തിലും പ്രഭാതത്തിലും സൂര്യനേയും രാത്രിയിൽ അഗ്നി യേയും ഉചിതങ്ങളായ സ്തോത്രങ്ങളെക്കൊണ്ടു വന്ദിക്കമാത്രമല്ലാതെ ഇതിൽ മറ്റു കർമ്മങ്ങളൊന്നും ആവശ്യകങ്ങളല്ല." അനന്തരം ചക്ര വർത്തി ഇപ്രകാരം പറഞ്ഞ് ഉപസംഹരിച്ചു. "ഇതിനെക്കുറിച്ച് ഏതാ നും ചിലത് മുൻപിൽ തന്നെ ഞാൻ നിങ്ങളോടു പ്രസ്താവിച്ചിട്ടുള്ളത ല്ലാതെ എല്ലാം പൂർണ്ണമായി വിവരിച്ചിട്ടില്ല. ഇപ്പോൾ അതിനു അവസരം ഉണ്ടായി. നിങ്ങളുടെ അഭിപ്രായം എന്താണെന്നു നിർവ്യാജമായി എന്നോടു പറയണം."

അദ്ദേഹത്തിന്റെ അപേക്ഷപ്രകാരം അവരാരും ഉടനെ ഒരഭിപ്രായം പറയുന്നതിനു മനസ്സുള്ളവരായി കാണപ്പെട്ടില്ല. ഒടുവിൽ കുല്ലുകർ പറഞ്ഞു:

"ബുദ്ധിമാനായ ചക്രവർത്തി! ഞങ്ങൾ ഉടനെ ഉത്തരം പറയാൻ

സന്നദ്ധന്മാരല്ലാത്തതിനെ ക്ഷമിക്കണം. തിരുമനസ്സുകൊണ്ടു കല്പിച്ചു സാരമേറിയ സംഗതിയെക്കുറിച്ചു കുറേ ആലോചിക്കേണ്ടിയിരിക്കുന്നു. ഇപ്പോൾ കല്പിച്ചതിൽ പ്രലോഭിപ്പിക്കുന്നതായി വളരെ ഉണ്ട്. എന്നാൽ എന്റെ സവിനയമായ അഭിപ്രായത്തിൽ ഗൗരവമായി ആലോചിക്കേണ്ട ഭാഗവും വളരെ ഉണ്ട്. പ്രാചീനന്മാരായ കവികളിൽനിന്നും തത്ത്വജ്ഞാനികളിൽനിന്നും അവിടുന്ന് എടുത്തിട്ടുള്ള പ്രതിമകളുടെ മാഹാത്മ്യത്തെ സമ്മതിക്കുന്നതിൽ എനിക്ക് അശേഷം സംശയമില്ല. എന്നാൽ അവയെ ദൈവത്വേന കല്പിക്കുന്നതിൽ അബദ്ധമില്ലയോ? ഈ പ്രതിമകളിലാണ് ദൈവൈക്യം എന്നു ജനങ്ങളെ ധരിപ്പിച്ച് അവർ അതിനെ സ്വീകരിച്ചു കഴിഞ്ഞാൽ ഇവ നിത്യമായി പ്രത്യക്ഷീഭവിക്കുന്നവ ആകക്കൊണ്ട് ഇവയെക്കുറിച്ചുള്ള ഗൗരവം ക്രമേണ ലുപ്തമാകയും ഒടുവിൽ കേവലം ഒരു ബാഹ്യതന്ത്രം മാത്രമല്ലാതെ ദൈവാരാധനത്തിന്റെ സാരമൊന്നും ഇല്ലാതെയായി തീരുകയും ചെയ്യും. ഇപ്പോൾ കല്പിച്ച് സ്ഥാപിക്കാൻ ആലോചിക്കുന്ന ഈ മതം തന്നെ ഒരുകാലത്ത് വളരെ ജനങ്ങളാൽ വിശ്വസിക്കപ്പെട്ടതായിരുന്നു എന്ന് നാം നല്ലവണ്ണം ആലോചിക്കണം. പിന്നെ അത് എങ്ങനെയായിത്തീർന്നു? ഇദനീന്തനകാലങ്ങളിൽ മാത്രമല്ല, പ്രാചീന കാലങ്ങളിലും ആരാദ്ധ്യവസ്തുവിനെക്കുറിച്ചു സംശയം ജനിച്ച് ഭക്തിമാന്മാരായ അനേകം ആളുകൾ ഇങ്ങനെ ചോദിച്ചിട്ടുള്ളതായി *ഋഗ്വേദ*ത്തിൽ തന്നെ കാണുന്നുണ്ട്: യാതൊരുത്തൻ ജീവനേയും ബലത്തേയും തരുന്നുവോ, യാതൊരുത്തന്റെ ആജ്ഞയെ ദേവന്മാർ എല്ലാവരും ബഹുമാനിക്കുന്നുവോ, മർത്ത്യതയും അമർത്ത്യതയും യാതൊരുത്തന്റെ ഛായയാകുന്നുവോ, നമ്മാൽ ആരാദ്ധ്യനായ ആ ഈശ്വരൻ ആരാണ്? ആ കാലത്തും ജീവന്റെയും ശക്തിയുടെയും പ്രതിമകളായി സൂര്യനേയും അഗ്നിയേയും കൊണ്ട് മനുഷ്യർ തൃപ്തന്മാരായില്ല. പിന്നെ ഇപ്പോൾ ഈ "ദൈവൈക്യം" പൂർവ്വകാലത്തെ അഗ്നിസൂര്യാരാധനത്തെക്കാൾ അധികമായ ഒരു ഫലത്തെ ജനിപ്പിക്കുമോ?"

അക്ബർ ഒന്നും ഉത്തരം പറയാതെ ഫൈസിയോടു "നിങ്ങളുടെ അഭിപ്രായം എന്താണ്?" എന്നു ചോദിച്ചു.

അയാൾ ഉത്തരം പറഞ്ഞു: "എന്റെ യോഗ്യനായ സ്നേഹിതൻ പറഞ്ഞതിലധികം ഒന്നും എനിക്കു പറയാനില്ല. പൂർവ്വകാലത്തിലുണ്ടായിരുന്ന സംശയത്തെക്കുറിച്ച് പ്രസ്താവിക്കുന്നതായി അദ്ദേഹം എടുത്തു പറഞ്ഞ വേദവാക്യത്തിലേക്കാളധികം സ്പഷ്ടമായി വേദത്തിൽ തന്നെ മറ്റൊരു വാക്യം ഉണ്ട്. 'ഈ ഗൂഢതത്ത്വത്തെ ആരറിയുന്നു? എവിടെനിന്നാണ് ഈ പ്രപഞ്ചമെല്ലാം ഉത്ഭവിച്ചത്? ഇതെല്ലാം ഈശ്വരന്റെ സങ്കല്പംകൊണ്ടു കല്പിച്ചതാണോ? എന്നാർക്കറിയാം. ഈശ്വരനു തന്നെ അറിയാം. അഥവാ അദ്ദേഹത്തിനു തന്നെ അറിയാൻ വഹിയായിരിക്കാം. അതുകൊണ്ട് ഈ സംശയം മതം ഉണ്ടായ കാലത്തിൽ തന്നെ ജനിച്ചിട്ടുണ്ട്. എന്നാൽ ഈ സംശയവും നൂതനമായി ഒരു മതത്തെ

സ്ഥാപിക്കാൻ പോകുമ്പോൾ നിയമേന ഉണ്ടാകുന്നതും 'ദൈവൈക്യം' എന്ന ഈ നൂതനമതത്തെ ഗ്രഹിപ്പിച്ചിട്ടുള്ളവരിൽ ചിലർക്കു തന്നെ ഇപ്പോൾ ഉള്ളതും ആയ വിരോധവും ഇരിക്കട്ടെ. അക്ബറെപ്പോലെ ഉള്ള ഒരാൾ ഇതിനെ ഗണിക്കയില്ല. എന്നാൽ നിസ്സാരമെന്നു തള്ളിക്കളയാൻ പാടില്ലാത്തതും ഇപ്പോൾ കുല്ലുകർ സൂചിപ്പിച്ചതുമായ മറ്റൊരു ദോഷമുണ്ട്. അള്ളാ എന്നോ ദൈവം എന്നോ ഒരു സംജ്ഞയെ നാം കല്പിച്ചാൽ അത് അനാദിനിധനമായ ഒരു ചൈതന്യത്തിനു പകരം അജ്ഞാനികൾക്കു കേവലം സൂര്യനെയോ അഗ്നിയെയോ പോലുള്ള ഒരു വ്യക്തിയെ നിർദ്ദേശിക്കുന്നതായി പരിണമിക്കും. അപ്പോൾ 'ദൈവൈക്യം' എന്നതിന്റെ ഉദ്ദേശ്യം നഷ്ടമാകും. പിന്നെ തിരുമനസ്സുകൊണ്ട് ഏർപ്പെടുത്തുന്ന മതത്തിനാൽ എന്തു ഫലം സിദ്ധിക്കും?"

അബുൾഫാസൽ ചോദിച്ചു: "എന്നാൽ ഫൈസി! ജനങ്ങൾക്കു ജ്ഞാനം വർദ്ധിപ്പിക്കുന്നതിനു എന്തു ചെയ്യണമെന്നാണ് തന്റെ അഭിപ്രായം? ചക്രവർത്തി ഇച്ഛിക്കുന്ന പരിഷ്കാരത്തെ ഏർപ്പെടുത്തുന്നതിനുള്ള മാർഗ്ഗം എന്താണ്?"

ഫൈസി ഉത്തരം പറഞ്ഞു: "ചൈനാരാജ്യത്തുള്ള തത്ത്വജ്ഞാനികളും പരിഷ്കാരപ്രവർത്തകന്മാരായ എല്ലാ മഹാന്മാരും ഒരു മതത്തേയും അഭ്യുപഗമിക്കാതെ ആയിട്ട് വളരക്കാലമായിരിക്കുന്നു. എന്നാൽ ജനങ്ങൾക്കു ജ്ഞാനം വർദ്ധിപ്പിക്കുന്നതിനുള്ള മാർഗ്ഗം അവർ ആരംഭിച്ചിട്ടുണ്ട്. നാം ആ വിഷയത്തിൽ ശ്രമിച്ചിട്ടില്ല. അത് സർവ്വോപരി ജനങ്ങളുടെ വിദ്യാഭ്യാസമാണ്. ഇതൊന്നുമാത്രമേ ജനസമുദായത്തിന്റെ പരിഷ്കാരത്തിനു നിശ്ചിതമായി ഉപയോഗപ്പെടുകയൊള്ളൂ. അതിന്റെ ഫലങ്ങൾ ഉടനെ പ്രത്യക്ഷീഭവിക്കയില്ല എന്നുള്ളതു വാസ്തവം തന്നെ. ഒരു മഹത്തായ കാര്യത്തെ ആരംഭിക്കുന്നവർ അതിനു പരിണാമത്തിൽ നിശ്ചിതമായി ഉണ്ടാകുന്ന ഫലത്തെ കാണാനിടവരുന്നത് അപൂർവ്വമായിട്ടേ ഒള്ളൂ. എന്നാൽ എന്തു പ്രമാണത്തെ അനുസരിച്ചെങ്കിലും ഒരു നൂതനമതത്തെ പ്രചരിപ്പിച്ചാൽ അത് കുറച്ചു കാലത്തേക്കു നിലനില്ക്കുമെങ്കിലും അവസാനത്തിൽ ദുഷിച്ചുപോകുന്നതു നിശ്ചയമാണ്."

അക്ബർ ഉത്തരം പറഞ്ഞു: "നിങ്ങൾ പറഞ്ഞത് വാസ്തവം തന്നെ. അതിനെക്കുറിച്ചു ഞാൻ നല്ലവണ്ണം ആലോചിക്കുന്നതാണ്. നമ്മുടെ നൂതനമതത്തെ ജനങ്ങളുടെ ഇടയിൽ പ്രവർത്തിപ്പിക്കുന്നതിന് ഏതെങ്കിലും ബലമായ തടസ്സം നേരിടുന്ന പക്ഷം അതിനെ നമ്മുടെ മിത്രവർഗ്ഗത്തിനുള്ളിൽ മാത്രം വച്ചുകൊള്ളുന്നത് പക്ഷേ, നന്നായിരിക്കും. എങ്കിലും എന്റെ പ്രിയമായ ഈ ഉദ്യമത്തെ ഞാൻ ഉടനെ ഉപേക്ഷിക്കുമെന്നു നിങ്ങൾ വിചാരിക്കരുത്. നമുക്ക് ഇതിനെക്കുറിച്ചു ഇനിയും സംസാരിക്കാം. എന്നാൽ ഇപ്പോൾ ഇങ്ങനെ ഇരിക്കട്ടെ. രാജ്യകാര്യങ്ങളെക്കുറിച്ചു നമുക്കു ശ്രദ്ധിക്കേണ്ടതുണ്ടല്ലോ. എന്റെ സ്നേഹിതന്മാരെ! നിങ്ങൾ സ്വാഭിപ്രായങ്ങളെ എല്ലാം പറഞ്ഞതിനു വേണ്ടി ഞാൻ നിങ്ങ

ളോടു കൃതജ്ഞനായിരിക്കുന്നു."

അബുൾഫാസൽ ചക്രവർത്തിയോടു യാത്രപറഞ്ഞ് തന്റെ സ്നേഹിതന്മാരാൽ അനുഗതനായിട്ട് മുൻപിൽ പറഞ്ഞിട്ടുള്ള രണ്ടു ചാരന്മാരുടെ അടുക്കൽനിന്നും വർത്തമാനത്തെ കേൾക്കുവാനായി തന്റെ ഗൃഹത്തിലേക്കു തിരിച്ചുപോയി.

12

നിഗൂഢവധം

ഒരു നിർമ്മലമായി സ്പൃഹണീയമായുള്ള പ്രഭാതത്തിൽ സിദ്ധൻ രണ്ടു സാദികളാൽ അനുഗതനായിട്ട് ഒരു സാധാരണ ദൂതനെ ഏല്പിക്കാൻ പാടില്ലാത്ത ഗൗരവമുള്ള ചില എഴുത്തുകളെ കൊടുക്കുന്നതിനു ഫാത്തേപൂരിലേക്കു പുറപ്പെട്ടു. സൂര്യൻ നല്ലവണ്ണം പ്രകാശിച്ചു എങ്കിലും ആതപം ഉഷ്മളമായിരുന്നില്ല. വൃക്ഷങ്ങൾ വിചിത്രവർണ്ണങ്ങളായ പതത്രിവർഗ്ഗങ്ങളുടെ കളമധുരസ്വരങ്ങളാൽ മുഖരിതങ്ങളും, ശാഖയിൽ നിന്നും ശാഖയിലേക്കു പ്ലവനം ചെയ്യുന്ന ചെറിയ ശാഖാമൃഗങ്ങളാൽ ശോഭിതങ്ങളും ആയിരുന്നു. ചരാചരങ്ങളെല്ലാം ഉല്ബുദ്ധങ്ങളായും ആനന്ദപൂർണ്ണങ്ങളായും കാണപ്പെട്ടു. മാർഗ്ഗത്തിൽ കാണപ്പെട്ട കൃഷീവലന്മാർ കൂടിയും തങ്ങൾക്കു സഹജമായുള്ള അലസഗതിയെ വിട്ട് സാർവ്വത്രികമായ സന്തോഷത്തിൽ ഭാഗികളായി തീർന്നതുപോലെ ഉത്സാഹത്തോടുകൂടി നടന്നിരുന്നു.

എന്നാൽ ഒരിക്കൽ ഉല്ലാസങ്ങളേയും മനോരഥങ്ങളേയും കൊണ്ടു പൂർണ്ണഹൃദയനായിരുന്ന സിദ്ധനു ഇപ്പോൾ അവയൊന്നും ഇല്ലായിരുന്നു. അയാൾ നിരുത്സാഹനും ചിന്താക്രാന്തനും തൂഷ്ണീകനുമായി തന്റെ അനുചരന്മാരോടു കൂടി അശ്വാരൂഢനായി ഗമിച്ചു. ആദ്യം ആഗ്രയിൽ എത്തി പാർവീസിനോടും അയാളുടെ സ്നേഹിതന്മാരോടും കൂടി സരസസല്ലാപം ചെയ്തുകൊണ്ടും, കോശാദ്ധ്യക്ഷന്റെ ശ്രേഷ്ഠയായ പുത്രിയെക്കുറിച്ചു പാർവീസിന്റെ വിസ്രംഭസംഭാഷണങ്ങളെ സാനുകമ്പം ശ്രവിച്ചുകൊണ്ടും ഇരുന്ന സ്ഥിതിയിൽനിന്നും ഭേദിച്ച് സിദ്ധൻ വേറെ ഒരാളായിത്തീർന്നതുപോലെ കാണപ്പെട്ടു. പാർവീസ് ഈ ഭേദത്തെ നിർദ്ധാരണം ചെയ്ത് ആശ്ചര്യപ്പെട്ടിരുന്നു എങ്കിലും വിവേകിയായിരുന്നതുകൊണ്ട് അതിന്റെ കാരണത്തെ ചോദിച്ചില്ല. സിദ്ധനുതന്നെയും തന്റെ സ്ഥിതി എത്ര ഭേദിച്ചു പോയി എന്നുള്ള ബോധം ഗാഢമായിട്ടുണ്ടായിരു

ന്നു. അയാൾ തന്റെ പ്രിയതമയുടെ നാമത്തെ ഉദ്ഘോഷിച്ചുകൊണ്ട് പ്രപഞ്ചമെല്ലാം ജയിക്കാമെന്നുള്ള ഭാവത്തോടെന്നപോലെ അശ്വത്തിൽ ഭംഗിയോടുകൂടിയിരുന്ന് മുൻപോട്ടോടിക്കുന്നതു കുല്ലുകർ കണ്ട ദിവസത്തിൽ നിന്നും അയാളുടെ സ്ഥിതി എത്ര ഭേദിച്ചുപോയി! റസിയായുടെ സാനുരാഗങ്ങളായ ആലിംഗനങ്ങൾക്ക് ആഗ്രഹിക്കാൻ തോന്നിത്തുടങ്ങിയതിനു മുൻപിൽ ഇരാവതിയുടെ ഒരു ചുംബനം അയാൾക്കു പരമാനന്ദമായിരിക്കയും, ദ്രോഹവും വിശ്വാസഭംഗവും കൃതഘ്നതയും കൊണ്ടു താൻ അപരാധിയാണെന്നുള്ള ബോധം ജനിക്കുന്നതിനു മുൻപിൽ തന്റെ അന്തഃകരണം പരിശുദ്ധമായിരിക്കയും ചെയ്തിരുന്നപ്പോഴത്തേതിൽനിന്നും വിധം എത്ര മാറിയിരുന്നു! അയാളുടെ വിചാരങ്ങൾ അയാൾക്ക് അത്യന്തം അസ്വാസ്ഥ്യകാരണങ്ങളായിരുന്നു. എന്തെന്നാൽ ഇപ്പോൾ പൂർവ്വാധികമായി അയാൾക്കു സംശയങ്ങൾ ജനിച്ചു. റസിയാ അയാളോടു വാസ്തവമായി വിശ്വാസമുള്ളവളായിരുന്നോ? അതോ, അയാളേക്കാളധികം അവളുടെ സ്നേഹത്തിനു അർഹനായിരുന്ന അവളുടെ ഭർത്താവിനെ ഭാവിച്ചതുപോലെ തന്നെയാണോ അയാളേയും ഭാവിച്ചിരുന്നത്? സത്യമായി സലിം കാര്യങ്ങളെക്കുറിച്ചു വല്ലതും ആലോചിക്കാനായിട്ടു മാത്രമാണോ അവിടെ വന്നത്? അതോ വേറെ ഉദ്ദേശ്യങ്ങൾ ഉണ്ടായിരുന്നോ? ഇതുകൂടാതെ സിദ്ധൻ ക്രമേണ അധികമധികമായി ഉൾപ്പെട്ടുപോയ രാജദ്രോഹകൃത്യത്തിനായുള്ള ഉദ്യമത്തെക്കുറിച്ചു വിചാരിച്ചപ്പോൾ അയാൾക്ക് അതിന്റെ സ്വഭാവം വളരെ ഭേദപ്പെട്ടു തോന്നിത്തുടങ്ങി. അത് അയാളുടെ ജന്മഭൂമിയുടെ രക്ഷയ്ക്കായിട്ടു മാത്രമല്ലായിരുന്നു എന്നും, വേറെ ചില ഉദ്ദേശ്യങ്ങളോടു കൂടിയായിരുന്നു എന്നും തോന്നി. റസിയാ താൻ തന്നെ ഏറ്റുപറഞ്ഞപ്രകാരം പലതവണയും അയാളെ വഞ്ചിച്ചിട്ടില്ലായിരുന്നോ? പിന്നെ ഇപ്പോൾ അവൾ പറഞ്ഞത് പരമാർത്ഥമാണെന്നു വിശ്വസിക്കുന്നതിനു എന്താണ് കാരണം? നൂതനമായ എന്തപകടത്തിലാണ് അയാൾ ഇപ്പോൾ അകപ്പെട്ടിരുന്നത്? എന്തൊരു കുറ്റത്തെ ചെയ്യാനാണ് അയാൾ ഇപ്പോൾ പ്രയോജ്യനായി തീർന്നിരിക്കുന്നത്?

അയാളുടെ സാദികളിൽ ഒരുത്തൻ വിളിച്ചു പറഞ്ഞതുകേട്ട് അയാൾ ചിന്താനിദ്രയിൽനിന്നും ഉണർന്ന് അവൻ കുന്തം കൊണ്ടു ചൂണ്ടിക്കാണിച്ച ദിക്കിലേക്കു നോക്കിയപ്പോൾ ദൂരത്തായിട്ടു ഒരു സാദിസംഘം യുദ്ധത്തിൽ ഏർപ്പെട്ടിരിക്കുന്നതു കണ്ടു.

സിദ്ധൻ അശ്വത്തെ പ്രേരണം ചെയ്ത് വേഗത്തിൽ ഓടിച്ചുംകൊണ്ടു തന്റെ അനുചരന്മാരോടു കൂടി യുദ്ധം ചെയ്യുന്നവരുടെ അടുക്കൽ എത്തിയപ്പോൾ അബുൾഫാസലിനേയും അദ്ദേഹത്തിനെ വെട്ടുന്നതിനായി ഉദ്യോഗിക്കുന്നവനും സലിമിന്റെ കൂടെ താൻ പലപ്പോഴും കണ്ടിട്ടുണ്ടായിരുന്നവനും ആയ ബീർസിങ് എന്ന രാജാവിനേയും തിരിച്ചറിഞ്ഞ് അയാൾ അത്ഭുതപ്പെടുകയും പരിഭ്രമിക്കയും ചെയ്തു. ആ രാജാവിന്റെ അനുചരന്മാർ സിദ്ധൻ മുതൽപേരെ കണ്ട ഉടനെ അവരിൽ ഏതാനും

പേർ അവരെ എതിർക്കാനായി വന്നു. അവരിൽ പ്രധാനിയെ സിദ്ധൻ ക്ഷണത്തിൽ ആക്രമിച്ച് കുന്തം കൊണ്ടു കുത്തി കുതിരയോടുകൂടി താഴെ തള്ളിയിട്ടു. പിന്നെ സിദ്ധൻ വാൾ ഊരി ഒരു വെട്ടുകൊണ്ടു മറ്റൊരു സാദിയെ താഴത്താക്കി. മൂന്നാമത് എതിർക്കുന്നവൻ ഖഡ്ഗാഭ്യാസത്തിൽ സമർത്ഥനായ ഒരു ഭടനായിരുന്നതിനാൽ അവനെ ജയിക്കുന്നതിൽ സിദ്ധനു കുറെ അധികം ശ്രമമുണ്ടായി. അയാളുടെ കൂടെ വന്നിരുന്ന സാദികൾ തങ്ങളെ എതിർത്തവരോടു നേരിട്ടിരിക്കുമ്പോൾ ബീർസിങ്ങിന്റെ അനുചരന്മാരിൽ പിന്നെയും ചിലർ അവരുടെ കൂട്ടുകാരെ സഹായിക്കാൻ വന്നുചേർന്നു. സിദ്ധനും അയാളുടെ അനുചരന്മാരും പരാജിതന്മാരായിപ്പോകുമോ എന്നു ശങ്കിക്കത്തക്കവിധത്തിലായപ്പോൾ സിദ്ധൻ സുപ്രയുക്തമായ ഒരു ഖഡ്ഗഘാതം കൊണ്ടു തന്റെ പ്രതിപക്ഷിയെ ഭൂതലത്തിൽ പതിപ്പിച്ച് മറ്റൊരുത്തനോടു എതിർത്തു. എന്നാൽ തൽക്ഷണത്തിൽ പ്രതിനിവർത്തിക്കുന്നതിനുള്ള കാഹളശബ്ദം കേട്ട് രാജാവിന്റെ അനുചരന്മാർ തിരിച്ചുപോയി. സിദ്ധൻ തന്നെ എതിർത്തവനെ വധിക്കയും മറ്റവർ തിരിഞ്ഞു പലായനം ചെയ്യുന്നതു കാണുകയും ചെയ്തു. ക്ഷണത്തിൽ തന്നെ അബൂല്ഫാസലിന്റെ കൈയിൽനിന്നും ഖഡ്ഗവും അശ്വത്തിൽ നിന്ന് അദ്ദേഹവും താഴെ വീഴുന്നത് അയാൾ കണ്ടു. ഉടൻ തന്നെ ബീർസിങ് തന്റെ ഭടന്മാരെ തിരിച്ചുവിളിച്ചുകൊണ്ട് വേഗത്തിൽ പ്രതിനിവർത്തിച്ചു. സിദ്ധനു തൽക്ഷണത്തിൽ തോന്നിയത് ആ ഘാതകന്മാരെ അനുധാവനം ചെയ്യണമെന്നായിരുന്നു. എന്നാൽ പിന്നീട് തന്റെ അനുചരന്മാരിൽ ഒരുത്തൻ മുറിവേറ്റ് സഹായത്തിനു ഉപയോഗപ്പെടാത്തവനായിരുന്നതിനാൽ ശേഷിച്ച ഒരുത്തനെ കൊണ്ട് അവരെ എതിർക്കുന്നത് അശക്യമാണെന്നുള്ളതും മന്ത്രിയുടെ കൂടെ ഉണ്ടായിരുന്ന നാല്പേരും അവിടെ മരിച്ചു താഴെ വീണുകിടക്കുന്നതും ഓർത്ത് സർവ്വോപരി അബൂല്ഫാസലിനെ സഹായിക്കുന്നതാണ് തല്ക്കാലം അത്യാവശ്യമെന്ന് അയാൾ നിശ്ചയിച്ചു.

അയാൾ കുതിരയിൽനിന്നും ചാടി താഴെ ഇറങ്ങി അബുൾഫാസലിന്റെ അടുക്കൽചെന്നിരുന്ന് അദ്ദേഹത്തിന്റെ ഉടുപ്പിനെ അഴിച്ച് നെഞ്ചത്ത് ഏറ്റിരുന്ന ഒരു വലിയ മുറിവിൽ നിന്ന് ഒലിക്കുന്ന ചോരയെ നിറുത്താൻ ശ്രമിച്ചു. അബുൾഫാസൽ കണ്ണുതുറന്നു നോക്കി സിദ്ധനെ തിരിച്ചറിഞ്ഞു എന്ന് അയാൾക്കു മനസ്സിലായപ്പോൾ കുറേ ആശ്വാസം തോന്നി. എന്നാൽ അത് ക്ഷണികമേ ആയിരുന്നൊള്ളൂ.

ക്ഷീണസ്വരത്തോടെ അബുൾഫാസൽ പറഞ്ഞു: "എന്റെ ധീരനായ സിദ്ധാ! നിങ്ങളുടെ സഹായം കുറേ താമസിച്ചായിപ്പോയി. ചക്രവർത്തിക്കും അവിടുത്തെ രാജ്യത്തിനും വേണ്ടിയുള്ള എന്റെ വേല അവസാനിച്ചു കഴിഞ്ഞു. ഞാൻ ഒരു അന്ത്യമായ നിയോഗത്തെ നിങ്ങൾക്കുതരുന്നു. എന്നോടു ഇപ്രകാരം പ്രവർത്തിച്ചവൻ ആരാണെന്നു നിങ്ങൾക്കു ഊഹമുണ്ടെങ്കിൽ അയാളുടെ നാമത്തെ അക്ബറോടു പറയണം."

സിദ്ധൻ ഉത്തരം പറഞ്ഞു: "ബീർസിങ് കേവലം ഒരു പ്രയോജ്യനെ ആയിരുന്നൊള്ളൂ എന്ന് എനിക്കു നിശ്ചയമായി അറിയാം. വാസ്തവത്തിൽ ഈ കൃത്യത്തിന്റെ പ്രയോജകൻ " ഇവിടെ സിദ്ധൻ പേർ പറയുന്നതിനു സംശയിച്ചു.

അബുൾഫാസൽ തുടർന്നുപറഞ്ഞു: "സലിം ആണ്. അദ്ദേഹത്തിൽ നിന്നും ആപത്തുണ്ടാകുമെന്ന് ഇതിനു മുൻപിൽ തന്നെ എനിക്ക് അറിവു കിട്ടിയിരുന്നു."

ആസന്നമൃത്യുവായ അദ്ദേഹം ക്ഷീണിച്ച് സിദ്ധന്റെ മേൽ ചാരിക്കിടന്നു. എന്നാൽ കുറച്ചുകഴിഞ്ഞപ്പോൾ അദ്ദേഹത്തിനു പിന്നെയും ബോധം വന്ന് തന്റെ ജീവിതകാലം മുഴുവൻ വിശ്വാസപൂർവ്വം സേവിച്ചിട്ടുള്ള സ്നേഹിതനായ ചക്രവർത്തിയുടെ അടുക്കൽ തന്റെ അന്ത്യമായ സന്ദേശത്തെ പറഞ്ഞയയ്ക്കുന്നതിനു വേണ്ടുന്ന ബലം ഉണ്ടെന്നു തോന്നി. അസ്ഫുടാക്ഷരമായി ഇപ്രകാരം പറഞ്ഞു: "എന്റെ അവസാനകാലത്തിലെ വിചാരം അക്ബറെക്കുറിച്ചായിരുന്നു എന്നും, പലപ്പോഴും ഇന്നലെക്കൂടെയും ഞങ്ങൾ സംസാരിച്ചിട്ടുള്ള തത്ത്വങ്ങളുടെ യാഥാർത്ഥ്യത്തെ ദൃഢമായി വിശ്വസിച്ചുകൊണ്ടാണ് ഞാൻ മരിക്കുന്നത് എന്നും അദ്ദേഹത്തിനോടു പറയണം. സൂര്യന്റെ മാഹാത്മ്യത്തെ ഇനി എനിക്കു കാണാൻ കഴിയില്ല. എങ്കിലും ആ പ്രകാശം ഇപ്പോഴും എന്റെ ഹൃദയത്തിൽ സ്ഫുരിക്കുന്നതായി എനിക്കു തോന്നുന്നു. എന്നാൽ അതും ഉടനെ നിർവ്വാണമാകും. ഞാൻ പരിദേവനം ചെയ്യുന്നില്ല. എന്റെ സമസൃഷ്ടന്മാർക്കു ഞാൻ ഇച്ഛിച്ചതുപോലെ തന്നെ ഇല്ലെങ്കിലും ഏതാനും ചില ഗുണം ചെയ്യുന്നതിനു ഞാൻ ശക്തനായിട്ടുണ്ടെന്നു വിശ്വസിക്കുന്നു. അതുകൊണ്ടു ഞാൻ കൃതകൃത്യനായി മരിക്കുന്നു. എന്റെ യുവാവായ സ്നേഹിതാ! നിങ്ങളും ഒരുകാലത്ത് ഇതുപോലെ പറയാൻ കഴിയാത്ത വിധത്തിൽ കാലക്ഷേപം ചെയ്യുന്നതിനു ശ്രമിക്കണം." അനന്തരം അദ്ദേഹം സിദ്ധന്റെ പാണിയെ ആമർദ്ദനം ചെയ്തുംകൊണ്ട് കുറേനേരം മിണ്ടാതെ ഇരുന്നതിന്റെ ശേഷം "ഇപ്പോൾ ഞാൻ യാത്രപറഞ്ഞുകൊള്ളുന്നു" എന്നു പതുക്കെപറഞ്ഞു, ഉടനെ അദ്ദേഹത്തിന്റെ ശിരസ്സ് വക്ഷസ്സിലേക്ക് അവനമിക്കയും സിദ്ധനു ഒരു മൃതശരീരത്തെ ആണ് താൻ അവലംബിക്കുന്നത് എന്നു തോന്നുകയും ചെയ്തു.

ഏകദേശം ഈ സമയത്തുതന്നെ മന്ത്രിയുടെ വധത്തിൽനിന്നു ചില അംശങ്ങളിൽ ഭേദമുള്ളതായിരുന്നു എങ്കിലും മറ്റു ചിലതിൽ അതിനോട് അത്യന്തം സാദൃശ്യമുള്ളതായ വേറെ ഒരു സംഗതി അവിടെനിന്നും വളരെ ദൂരത്തായി നടന്നുകൊണ്ടിരുന്നു. ഹിമവൽപർവ്വതത്തിൽ വിശിഷ്യ ബദരീനാഥത്തിനു സമീപത്തിൽ, കുറേദിവസമായി ഉഷ്ണം വളരെ കലശലായിരുന്നു. പുണ്യമായ സായന്തനസന്ധ്യാസമയത്ത് നീലച്ഛായങ്ങളായ വാർഷികമേഘങ്ങൾ ആകാശത്തിൽ കാണപ്പെടുകയും അവ തപ്തയായ ഭൂമിയുടെ തർഷത്തെ വർഷം കൊണ്ടു ശമിപ്പിക്കുമെന്നു തോന്നുകയും ചെയ്തു. എന്നാൽ അപ്പോൾ ഉണ്ടായ ഒരു വാതൃയാൽ അവ

വിച്ഛിന്നങ്ങളാക്കി ചെയ്യപ്പെട്ടു. പിറ്റേദിവസം സൂര്യൻ തരുഗുല്മലതാദികളെ എല്ലാം ശോഷിപ്പിച്ചു ദഹിപ്പിച്ചു കളയത്തക്കവണ്ണം അത്യുഷ്ണങ്ങളായ കിരണങ്ങളോടുകൂടി പിന്നെയും പ്രകാശിച്ചു. ഒടുവിൽ ഇന്ദ്രൻ യുദ്ധത്തിനു സന്നദ്ധനായി പുറപ്പെട്ടു. പിന്നെയും സന്ധ്യയായപ്പോൾ മേഘങ്ങൾ നഭോമദ്ധ്യത്തിൽ പുഞ്ജീഭവിക്കയും, പുനശ്ച വാത്യ അവയെ വിച്ഛിന്നങ്ങളാക്കാൻ ശ്രമിക്കയും ചെയ്തു. അപ്പോൾ ഇന്ദ്രൻ വജ്രായുധത്തെ ഗ്രഹിച്ച് ഗംഭീരമായി നിർഘോഷത്താൽ ആ പർവ്വതങ്ങളെല്ലാം മുഖരിതങ്ങളാകത്തക്കവിധത്തിൽ ഏറ്റവും ശക്തിയോടെ പ്രയോഗിച്ചു. എന്നാൽ പിന്നെയും ഏതാനും വലിയ വർഷബിന്ദുങ്ങൾ അവിടവിടെ വീണതല്ലാതെ ഭൂമിയെ ശിശിരീകരിക്കത്തക്കവണ്ണം ധാരാളമായ വർഷം ഉണ്ടായില്ല. പിന്നെയും തൽക്ഷണം ഇന്ദ്രനാൽ പ്രയോഗിക്കപ്പെട്ട വജ്രായുധത്താൽ പർവ്വതങ്ങളുടെ ശിഖരങ്ങളും സാനുക്കളും അന്ധകരണമായ ഒരുതേജസ്സ് കൊണ്ട് ഉദ്ദീപിതങ്ങളും, ഭയങ്കരമായ ശബ്ദം കൊണ്ട് ദിങ്മുഖങ്ങളെല്ലാം കമ്പിതങ്ങളും, അതി മഹത്തുകളായ വൃക്ഷങ്ങൾ നിർഭിന്നങ്ങളും അധിത്യകകളിൽനിന്നും സ്ഥൂലോപലങ്ങൾ ഉപത്യകകളിലേക്കു പാതിതങ്ങളും ആക്കിചെയ്യപ്പെട്ടു. അപ്പോൾ വൃഷ്ടി ധാരാളമായി പതിക്കയും കുല്യകളും നദികളും ജലസമൃദ്ധിയുള്ളവയായിത്തീർന്ന് അധോഭാഗത്തേക്കു പ്രവഹിക്കയും ചെയ്തുതുടങ്ങി. ഒടുവിൽ ആ അതിവൃഷ്ടി വിമരിക്കയും, തടിൽപ്രകാശം കാദാചിൽകമായി സ്ഫുരിക്കയും ജലപ്രവാഹത്തിന്റെ മാത്രമല്ലാതെ മറ്റു ശബ്ദമൊന്നും ഇല്ലാതാകയും ചെയ്തു.

അപ്പോൾ ഗുരുപാദർ സുഗന്ധിയായ നവമാരുതനെ അനുഭവിക്കുന്നതിനായി തന്റെ വാസസ്ഥലത്തിൽനിന്നും വെളിയിലിറങ്ങി സമൃദ്ധങ്ങളായ സ്ഥലകമലങ്ങളേയും മാലതീപുഷ്പങ്ങളേയും കൊണ്ടു പരിവേഷ്ടിതമായ അളിന്ദത്തിൽ ഉപവേശിച്ച് ശാന്തമായും ഏകാന്തമായും നൂതനവൃഷ്ടികൊണ്ടു പുനരുജ്ജീവിതമെന്നു പോലിരിക്കുന്നതായും ഉള്ള ആ പ്രദേശത്തെ നോക്കി ആനന്ദിച്ചുംകൊണ്ടിരുന്നു. ക്രമേണ അസ്വാസ്ഥ്യകാരണങ്ങളായ ഓരോ വിചാരങ്ങൾ അദ്ദേഹത്തിന്റെ മനസ്സിൽ ഹഠാൽ തോന്നിത്തുടങ്ങി. ആയിടയ്ക്കു കുല്ലുകരുടെ അടുക്കൽനിന്നും കേട്ട കാശ്മീരത്തിലേയും ആഗ്രയിലേയും വർത്തമാനങ്ങൾ തന്റെ പ്രിയതമയായ രാജ്യത്തിന്റെ ഭാവിനിയായ അവസ്ഥയെക്കുറിച്ച് അദ്ദേഹത്തിനു അധികമായി ഉല്ക്കണ്ഠയെ ജനിപ്പിച്ചു. അദ്ദേഹം ഇപ്രകാരം വിചാരിച്ചു. ഞാൻ വളരെക്കാലമായി ശങ്കിച്ചിരുന്നതും, സ്വയമേ അനേകവർഷം രാജ്യഭ്രഷ്ടനായി പോന്നതുകൊണ്ടു പരിഹരിക്കപ്പെട്ടതായി വിചാരിച്ചിരുന്നതും ആയ വിപത്തു തന്നെ ഒടുവിൽ വരാൻ ഭാവിക്കുന്നല്ലോ! ഒരു വൈദേശികനായ രാജാവ് എന്റെ ഭാഗ്യഹീനമായ രാജ്യത്തെ ആക്രമിക്കാൻ ഭാവിക്കുന്നു. അവിടത്തെ അന്തഃഛിദ്രങ്ങൾ തന്നെ അദ്ദേഹത്തിനു അനുകൂലങ്ങളായിരിക്കുന്നു. അദ്ദേഹത്തിന്റെ ദൃഷ്ട്യാ അദ്ദേഹം പ്രവർത്തിക്കുന്നത് ശരിയാണ്. സമീപരാജ്യത്തിലെ

അരാജകത നിമിത്തം സ്വരാജ്യത്തിൽ സദാ ഉപദ്രവങ്ങൾ ഉണ്ടായിക്കൊണ്ടിരിക്കുമ്പോൾ ആ രാജ്യത്തിൽ സമാധാനമുണ്ടാക്കേണ്ടത് അദ്ദേഹത്തിന്റെ കൃത്യമാണല്ലൊ. ആ രാജ്യം സ്വതന്ത്രമായിരിക്കുന്ന കാലം അത് അശക്യമായി വന്നാൽ ഇതിനെ ബലാൽക്കാരേണ അധീനപ്പെടുത്തണം. എന്നാൽ അതിനെ പരിഹരിക്കുന്നതിനു മാർഗ്ഗമൊന്നും ഇല്ലയോ? കുല്ലുകർ പറയുന്നതുപോലെ ഞാൻ തിരിച്ചു രാജ്യത്തിൽ ചെന്ന് അക്ബറുടെ സഹായത്തോടു കൂടി എന്റെ അശക്തനായ അനുജന്റെ കൈയിൽനിന്നും രാജ്യഭാരത്തെ ഏല്ക്കുന്നത് മതിയാകുന്നതല്ല. അതുകൊണ്ട് ഒരുവേള തല്ക്കാലത്തേക്കു വല്ലതും ഒരു സമാധാനം ഉണ്ടാകുമായിരിക്കാം. അത്രേ ഒള്ളൂ. ഇനിയും രാജ്യം ഭരിക്കാൻ ശേഷിയില്ലാത്ത വിധത്തിൽ ഞാൻ വയോധികനായി തീർന്നിരിക്കുന്നു. വിശിഷ്യ ഈ സന്ദർഭത്തിൽ കാശ്മീരത്തെ ഭരിക്കുന്നതിനു നല്ല ഊർജ്ജിതമുള്ള ഒരാളാലേ കഴിയൂ. ഞാൻ ശാന്തനായും വിശ്രമകാമിയായും ഇരിക്കുന്നു. ഞാൻ അധികകാലം ജീവിച്ചിരിക്കയില്ല. ഞാൻ വളരെ നാളായി ബ്രഹ്മസായൂജ്യത്തിനാണ് ഇച്ഛിക്കുന്നത്.' ഏതാദൃശങ്ങളായ വിചാരങ്ങളോടു കൂടി ഗുരുപാദർ തന്റെ മൃദുവായ തൃണകടത്തിൽ ശയിച്ച് നേത്രങ്ങളെ നിമീലനം ചെയ്തു. ആ പർവ്വതപ്രദേശത്തെ എല്ലാം ക്ഷണനേരത്തേക്ക് ഉജ്ജ്വലിപ്പിച്ച ഒരു വിദ്യുത്ത് അദ്ദേഹത്തിനെ ഉണർത്തി. അപ്പോൾ അദ്ദേഹം പിന്നെയും ഇപ്രകാരം ആലോചിച്ചുതുടങ്ങി: "ദൈവസങ്കല്പം പോലെ എല്ലാം സംഭവിക്കട്ടെ. എങ്ങനെ അവസാനിക്കുമെന്നറിയാൻ പാടില്ലാത്തതായ ഒരു കലഹം നൂതനമായി ആരംഭിക്കപ്പെട്ടാൽ ജനങ്ങൾക്കു ദാരിദ്ര്യവും രാജ്യത്തിൽ അസമാധാനവും ഉണ്ടായിത്തീരും. എന്നാൽ വിവേകപൂർവ്വമായും ന്യായമായും ഉള്ളവിധത്തിൽ അത് ഭരിക്കപ്പെട്ടാൽ അതിലെ വ്യവസായങ്ങളും വാണിജ്യവും പിന്നെയും വർദ്ധിച്ച് മുൻപിലത്തെ ഐശ്വര്യം പ്രതിഷ്ഠാപിതമാകും. അക്ബർ തന്റെ പ്രജകൾക്കു ക്ഷേമത്തെ ഉണ്ടാക്കുന്നതെങ്ങനെ എന്നറിയുന്ന ഒരു രാജാവാണ്. മുൻപിൽ അദ്ദേഹത്തിന്റെ ഭരണത്തെക്കുറിച്ച് അതൃപ്തന്മാരായിരുന്ന അനേകജനങ്ങൾ ഇപ്പോൾ അദ്ദേഹത്തിനെ അനുഗ്രഹിക്കുന്നുണ്ട്. എങ്കിലും അനേകവർഷശതങ്ങളിൽ അനുഭവിച്ചുകൊണ്ടുവന്ന സ്വാതന്ത്ര്യം നഷ്ടമാകുന്നത് ഒരു രാജ്യത്തിനു വളരെ കഷ്ടം തന്നെ. ഈശ്വരാ! എന്റെ രാജ്യത്തിനു ഇങ്ങനെ സംഭവിക്കുന്നതു കാണാൻ എനിക്കിടവരരുതേ.' ഇപ്രകാരമുള്ള വിചാരത്തോടു കൂടി സമീപത്തുള്ള കുല്യാപ്രവാഹത്തിന്റെ ശബ്ദത്തെ കേട്ടും കൊണ്ട് അദ്ദേഹം നിദ്രോന്മുഖനായി പിന്നെയും ശയിച്ചു. ദൂരത്തും സമീപത്തും എല്ലാം നിശ്ശബ്ദമായിരുന്നു. അദ്ദേഹത്തിനു കൂടെക്കൂടെ ഒരു മശകം കർണ്ണസമീപത്തിൽ ഭ്രമിച്ചു കൂജിച്ചുകൊണ്ട് ഗണ്ഡത്തിൽ വന്ന് പതുക്കെ പറ്റുന്നതു മാത്രമല്ലാതെ നിദ്രാഭംഗഹേതുവായി ഒന്നും ഇല്ലായിരുന്നു. അപ്പോൾ തന്റെ അടുക്കൽ വേറെ ആരോ കൂടെ ഉണ്ടെന്ന് അകാരണമായും അസാധാരണമായും ഒരു വിചാരം അദ്ദേഹത്തിനുണ്ടായി. പിന്നെയും അദ്ദേഹം തല

പൊക്കി നോക്കി. എന്നാൽ ഒന്നും കാണാൻ കഴിഞ്ഞില്ല. അദ്ദേഹത്തിന്റെ ഈ ചലനത്താൽ ആ മശകം കൂടിയും അകന്നു പോയിരുന്നു. ക്ഷണ നേരം കഴിഞ്ഞപ്പോൾ അത് പിന്നെയും തിരിച്ചുവരികയും പോകയും ചെയ്യാൻ തുടങ്ങി. ഒടുവിൽ ആ യോഗി അതിനെ ശ്രദ്ധിക്കാതെ നിദ്രയെ പ്രാപിച്ചു. എന്നാൽ ആ നിദ്ര സ്വല്പമായ കാരണത്താൽ അദ്ദേഹം ഉണരത്തക്ക വിധത്തിലെ ആയിരുന്നൊള്ളൂ. ഝടിതിയായി അദ്ദേഹം ഒരു കൈകൊണ്ടു തന്റെ കഴുത്തിനു ചുറ്റും ഇടപെട്ട പാശത്തെ പിടിക്കയും, മറ്റേകൈ കൊണ്ടും ചുറ്റും തപ്പി തൈലലേപനത്താൽ മസൃണവും ശീതവും ആയ ഒരു ദേഹത്തെ സ്പർശിക്കയും ചെയ്തു. ഉടനെ തന്നെ അദ്ദേഹം പാശത്തിൽനിന്നും തന്നെ മോചിപ്പിച്ചുംവച്ച് തന്നെ ദ്രോഹിക്കാൻ വന്നവനെ രണ്ടു കൈകളും കൊണ്ടുപിടിച്ചു. എന്നാൽ അവൻ പിടികിട്ടാതെ അദ്ദേഹത്തിന്റെ കൈയിൽനിന്നും സ്ഖലിച്ച് ഓടാൻ ഭാവിക്കുന്നതായി തോന്നി. അപ്പോൾ ആ രാത്രിയുടെ നിശ്ശബ്ദത ഒറക്കെ ഒരു നിലവിളിയായും തദനന്തരം ഉണ്ടായ ഒരു വ്യാഘ്രഗർജ്ജിതത്താലും ഭഗ്നാകയും ഗുരുപാദർ സമീപത്ത് അഗ്നികണങ്ങൾ പോലെ ജ്വലിക്കുന്ന രണ്ടു നേത്രങ്ങളെ കാണുകയും ചെയ്തു. ഉത്തരക്ഷണത്തിൽ അദ്ദേഹത്തിന്റെ ഹരൻ എന്ന വ്യാഘ്രം അതിന്റെ ഖരങ്ങളായ നഖരങ്ങളെ താഴെ വീണു കിടക്കുന്ന ഒരു ശരീരത്തിൽ പതിപ്പിച്ചുകൊണ്ടിരിക്കുന്നത് ഒരു തടിൽപ്രകാശം കൊണ്ട് അദ്ദേഹം കണ്ടു.

ആ നിലവിളിയുടെ ശബ്ദം കേട്ട് ഗുരുപാദരുടെ ഭൃത്യൻ ഒരു ചൂട്ടു കത്തിച്ചുകൊണ്ടു ബദ്ധപ്പെട്ട് അവിടെ വന്നു. അപ്പോൾ അതിന്റെ വെളിച്ചത്താൽ മുൻപിൽ ഗുരുപാദർ ക്ഷണികമായ തടിൽപ്രകാശം കൊണ്ടു കണ്ട കാഴ്ച അവാസ്തവമല്ലായിരുന്നു എന്ന് അദ്ദേഹത്തിനു മനസ്സിലായി. നടന്നതെല്ലാം ഉടനെ സ്പഷ്ടമായി. ആ താഴെ കിടന്നവൻ അദ്ദേഹത്തിനെ കഴുത്തിൽ കയറിട്ട് ശ്വാസം മുട്ടിച്ചു കൊല്ലാൻ ശ്രമിക്കയും എന്നാൽ അതിനിടയാകാതെ അദ്ദേഹം ആ പാശത്തെ കൈകൊണ്ടു പിടിക്കയും ആ ഘാതകൻ അലക്ഷിതനായി ആ യോഗിയുടെ സമീപത്തിൽ എത്തിയപോലെ തന്നെ ആ വ്യാഘ്രവും എന്തോ ഒരു സഹജജ്ഞാനശക്തിയാൽ അവനെ അനുഗമിക്കയും ചെയ്കയാണ് ഉണ്ടായത്.

എഴുന്നേറ്റു മുൻപെട്ടു ചാടി വ്യാഘ്രത്തിന്റെ കഴുത്തിൽ പിടിച്ചുകൊണ്ട് ഗുരുപാദർ ഉച്ചത്തിൽ പറഞ്ഞു: "മാറ് ഹരാ! മാറിനില്ക്ക്. ഞാനാണ് പറയുന്നത്."

എന്നാൽ ആദ്യം അത് അനങ്ങിയില്ല. പിന്നെ തന്റെ സ്വാമിയുടെ നിയോഗത്തെ അനുസരിച്ച് വൈമനസ്യത്തോടെ അവനെ വിട്ടുംവച്ച് മന്ദ്രമായി മുറുമുറുത്തും കൊണ്ട് പതുക്കെ ഏതാനും അടി പിന്മാറി അവിടെ കിടന്നു.

ആ താഴെക്കിടന്ന മനുഷ്യനെ ഗുരുപാദർ തന്റെ ഭൃത്യന്റെ സഹായത്തോടുകൂടി അവിടെനിന്നും എടുക്കുന്നതിന്റെ ശേഷം ജീവൻ പോയിട്ടില്ലെന്നും കണ്ട് ഒരുപായിൽ പതുക്കെ കിടത്തി.

അവനെ സൂക്ഷിച്ചു നോക്കിയതിന്റെ ശേഷം ഗുരുപാദർ പറഞ്ഞു: "ഇവനെ ഞാൻ അറിയും. എന്റെ ആധിപത്യകാലത്ത് ഇവനു ഞാൻ വളരെ ഗുണങ്ങൾ ചെയ്തിട്ടുണ്ട്. ഈ ദ്രോഹപ്രവൃത്തിക്ക് ഇവൻ ഉദ്യോഗിക്കാൻ കാരണം എന്തായിരിക്കാം?"

ഈ വാക്കുകൾ കേട്ടപ്പോൾ ആ മനുഷ്യൻ ആ യോഗിയെ കുറേ നേരം സൂക്ഷിച്ചുനോക്കി. എന്നിട്ട് ആശ്ചര്യത്തോടെ പതുക്കെ പറഞ്ഞു: "നന്ദിഗുപ്തനോ! അത് സംഭാവ്യമാണോ?"

യോഗി ഉത്തരം പറഞ്ഞു: "അതെ, നന്ദിഗുപ്തൻതന്നെ. എന്റെ പ്രാണാപായം വരുത്തുന്നതിനു നീ എന്തിനായിട്ടാണ് ഉദ്യോഗിച്ചത്?"

ആ ഘാതകൻ ഒരു സ്ഥിരമായ സ്വരത്തോടു പറഞ്ഞു: "എന്റെ സ്വാമി! ശിവനേയും അദ്ദേഹത്തിന്റെ പരിശുദ്ധമായ കളത്രത്തേയും കൊണ്ടു ഞാൻ സത്യം ചെയ്യുന്നു. അവിടുന്ന് ആരാണെന്നു ഞാൻ അറിഞ്ഞിരുന്നില്ല. അവിടുന്ന് മരിച്ചു എന്നാണ് ഞാൻ വളരെ നാളായി വിശ്വസിച്ചിരുന്നത്. അവിടുത്തെ വാസ്തവം ഞാൻ അറിഞ്ഞിരുന്നെങ്കിൽ ദുർഗ്ഗയ്ക്ക് എന്റെ മേൽ കോപമുണ്ടായി എന്തു ശിക്ഷ ചെയ്യുന്നതായിരുന്നാലും തദാജ്ഞയെ അനുസരിക്കുന്നതിനു എനിക്കു ശക്തിയും ധൈര്യവും ഉണ്ടാകയില്ലായിരുന്നു. എന്നാൽ ഭാഗ്യവശാൽ ദുർഗ്ഗയ്ക്കു തന്നെഅവിടുന്നു മരിക്കണമെന്നു താല്പര്യമില്ലായിരുന്നു. അതുകൊണ്ടാണ് ഈ വ്യാഘ്രത്തെ അയച്ച് അവിടത്തേക്കു പകരം എന്നെ ഹിംസിപ്പിച്ചത്. ആ ദേവി സർവ്വോല്ക്കർഷേണ വർത്തിക്കട്ടെ!"

ക്ഷീണതകൊണ്ട് അവൻ മേൽപറയാൻ ശക്തനായില്ല. ഗുരുപാദർ തന്റെ ഭൃത്യന്റെ സഹായത്തോടുകൂടി വ്യാഘ്രത്തിന്റെ നഖങ്ങൾ പതിച്ചുണ്ടായിട്ടുള്ള ആ ഭയങ്കരമായ വ്രണത്തെ കഴിയുന്ന പോലെ ക്ഷാളനം ചെയ്ത് ബന്ധിച്ച് കുറേ വെള്ളം കൊടുത്തതിന്റെ ശേഷം അവനു കുറച്ചാശ്വാസമുണ്ടെന്നു കണ്ട് പിന്നെയും ചോദിച്ചു. "നിന്നെ ആരാണ് ഈ കൃത്യത്തിനു പ്രേരിപ്പിച്ചത്? ഞാൻ ആരാണെന്നു നീ അറിഞ്ഞിരുന്നില്ലെങ്കിൽ ദുർഗ്ഗ എന്റെ മരണത്തെ ഇച്ഛിച്ചു എന്ന് നിന്നോട് ആരു പറഞ്ഞു?"

അവൻ ഉത്തരം പറഞ്ഞു: "യോഗിയായ ഗോരക്ഷൻ."

ഗുരുപാദർ പതുക്കെ പറഞ്ഞു: "ഹാ! ദുഷ്ടൻ! എന്നാൽ ഇനിയും അയാളുടെ തന്ത്രം ചിലതു കൂടെ ഉണ്ടായിരിക്കണം." അദ്ദേഹം പിന്നെ അവനോടു തുടർന്നു പറഞ്ഞു: "നീ ഗോരക്ഷന്റെ ശിഷ്യവർഗ്ഗത്തിൽ കൂടി അല്ലേ? നീ ഇങ്ങനെ ഭ്രമിപ്പിക്കപ്പെട്ടു പോയല്ലോ എന്നുവച്ച് ഞാൻ വ്യസനിക്കുന്നു. ഗോരക്ഷൻ എന്നെ മാത്രമേ ദുർഗ്ഗയ്ക്കു ബലിയായി നിന്നോടു നിർദ്ദേശിച്ചിട്ടുള്ളോ?"

വ്യാഘ്രനഖങ്ങളെകൊണ്ടു മുറിവുപെട്ടു കിടന്ന അവൻ അപ്പോൾ ഉണ്ടായിരുന്ന വേദനയെ ലേശം പോലും വെളിയിൽ പ്രകാശിപ്പിച്ചില്ലെങ്കിലും അതുനിമിത്തം കുറേനേരത്തേക്ക് ഉത്തരം പറയാൻ ശക്തനായില്ല. ഒടുവിൽ മദ്ധ്യേ വിരാമത്തോടു കൂടി ആണെങ്കിലും സ്ഥൈര്യ

ത്തോടുകൂടി അവൻ ഉത്തരം പറഞ്ഞു: "സാൽഹണന്റെ ഭ്രാതാവായ കാശ്മീരത്തെ പ്രധാനമന്ത്രിയേയും നിർദ്ദേശിച്ചിട്ടുണ്ട്. എന്നാൽ അദ്ദേഹത്തിന്റെ വധത്തിനു തിരുമനസ്സിലേക്കു നല്ല പരിചയമുള്ള എന്റെ സഹോദരനെ ആണ് നിയമിച്ചിരുന്നത്. അവന്റെ യത്നം ഫലിക്കാത്ത പക്ഷം ഞാനാണ് അതു നടത്തേണ്ടത്."

"നിന്റെ സഹോദരൻ കാശ്മീരത്തേക്കു പുറപ്പെട്ടു കഴിഞ്ഞോ?"

"ഇവിടെനിന്നും കുറേ ദൂരത്തുവച്ച് അവൻ ഇന്നലെ എന്നെ വിട്ടു പിരിഞ്ഞു വടക്കോട്ടേക്കുപോയി."

"കാൽനടയായിട്ടോ?"

"അതെ."

"മന്ത്രിയേയും എന്നേയും കുറിച്ചുള്ള ഈ നിയോഗങ്ങൾ വേറെ ആരെയെങ്കിലും അറിയിച്ചിട്ടുണ്ടോ?"

"മറ്റാരെയും അറിയിച്ചിട്ടില്ല. ഞങ്ങളുടെ ഉദ്യമം വിഫലമായി എന്നറിഞ്ഞതിന്റെ ശേഷമേ മറ്റുള്ളവരെ ഇതിൽ ചുമതലപ്പെടുത്തുകയൊള്ളൂ."

ഗുരുപാദർ തന്റെ ഭൃത്യനെ വിളിച്ചുകൊണ്ട് ഒരു വശത്തേക്കു മാറിപ്പോയി.

അദ്ദേഹം പറഞ്ഞു: "നീ പോയി ക്ഷണത്തിൽ കുതിരയ്ക്കു കോപ്പിട്. ഉടനെ ഒരു യാത്ര പുറപ്പെടണം."

മുറിവുപെട്ടു കിടന്നവന്റെ ഒരു ആർത്തസ്വരം കേട്ട് അദ്ദേഹം പിന്നെയും അവന്റെ സമീപത്തു ചെന്നു.

അവൻ ദീനസ്വരത്തോടു പറഞ്ഞു: "സ്വാമിൻ! ഞാൻ ഏതാനും ക്ഷണമേ ജീവിച്ചിരിക്കയൊള്ളൂ. അവിടുന്ന് എനിക്ക് അനേകഗുണങ്ങൾ ചെയ്തിട്ടുള്ളതിന്റെ കൂട്ടത്തിൽ ഇപ്പോൾ ഒന്നുകൂടി ചെയ്യുന്നതിനു ഞാൻ അപേക്ഷിക്കുന്നു. തിരുമനസ്സുകൊണ്ട് എന്റെ അപരാധത്തെ ക്ഷമിച്ചിരിക്കുന്നു എന്നു കല്പിക്കണം."

ഗുരുപാദർ ഉത്തരം പറഞ്ഞു: "നിന്റെ അപരാധത്തെ ഞാൻ ക്ഷമിച്ചിരിക്കുന്നു. നീ സ്വമേധയായിട്ടല്ല ഈ കൃത്യത്തിനുദ്യോഗിച്ചത് എന്ന് എനിക്കറിയാം."

"എന്നാൽ ഞാൻ സമാധാനത്തോടെ മരിക്കയും, തിരുമനസ്സിലേക്കു പകരം എന്നെ ബലിയായി സ്വീകരിച്ചതിനാൽ അവിടുത്തേയും എന്നേയും കുറിച്ചു ദുർഗ്ഗയ്ക്കു കാരുണ്യമുണ്ടെന്നുള്ള ഉറപ്പോടുകൂടി മോഷം പ്രാപിക്കയും ചെയ്യുന്നു." അനന്തരം അവൻ തനിക്കു നൂതനമായി ബലം ഉണ്ടായതു പോലെ കൈകളെ നീട്ടിക്കൊണ്ട് ഉച്ച സ്വരത്തിൽ പറഞ്ഞു: "സർവ്വേശ്വരി! നിന്തുരുവടിയുടെ സന്നിധിയിൽ എന്നെ സ്വീകരിച്ചുകൊള്ളണേ. ഞാൻ ഇതാവരുന്നു." ഇങ്ങനെ പറഞ്ഞുംകൊണ്ട് ദുർഗ്ഗയുടെ വിശ്വസ്താരാധകനായ അവൻ പുറകോട്ടുവീണ് ചരമഗതിയെ പ്രാപിച്ചു.

കുറേനേരത്തേക്ക് ഗുരുപാദർ അല്പമായ വെളിച്ചത്തിൽ കാണാവുന്നതായ ബീഭത്സതയോടു കൂടിയ ആ മൃതശരീരത്തെ സൂക്ഷിച്ചു നോക്കിക്കൊണ്ടു നിന്നു.

അദ്ദേഹം വിചാരിച്ചു: "മതഭ്രാന്ത് എന്തിനെല്ലാമാണ് കാരണമായി തീരാത്തത്! അത് അന്യഥാ ഗുണവാന്മാരും ശാന്തന്മാരുമായ ജനങ്ങളെ ദണ്ഡ്യന്മാരും ഘാതകന്മാരും ഉന്മത്തന്മാരുമാക്കി തീർക്കുന്നു. എങ്കിലും ഇവൻ ഒരു പ്രകാരത്തിലും ദയനീയനല്ല. ഇവൻ നിശ്ചയമായി മോക്ഷം കിട്ടുമെന്നുള്ള ദൃഢവിശ്വാസത്തോടു കൂടി സ്വധർമ്മാർത്ഥം പ്രാണത്യാഗം ചെയ്തവനാണ്. എന്നാൽ ഇങ്ങനെയുള്ള സാധുക്കളെക്കൊണ്ടു തങ്ങളുടെ ദുരുദ്ദേശ്യങ്ങളെ സാധിക്കാൻ ഉദ്യോഗിക്കുന്ന വഞ്ചകന്മാരും ദുഷ്ടന്മാരുമായ ഗോരക്ഷനെപ്പോലെ ഉള്ളവരോ? അവർ സമൂലഘാതം വധത്തിനല്ലാതെ മറ്റെന്തിനാണ് അർഹന്മാരായിരിക്കുന്നത്?' അദ്ദേഹം ശിരഃകമ്പനം ചെയ്ത് തുടർന്നുവിചാരിച്ചു: 'എങ്കിലും അങ്ങനെയല്ല. അത് ന്യായമായിരിക്കയില്ല. ഒരു കുറ്റം ചെയ്തകയോ അതിനുദ്യമിക്കയോ ചെയ്യുന്നരോടു ദയ വിചാരിക്കാനില്ല. എന്നാൽ അങ്ങനെ കുറ്റം ചെയ്യുമെന്നുള്ള ശങ്ക കൊണ്ടുമാത്രം പരപീഡനം യുക്തമല്ലല്ലോ. എവിടെയാണ് ഒരു മതം അർത്ഥഹേതുവായി തീരുന്നതെന്നും എവിടെയാണ് അത് അപ്രകാരം അല്ലാതെ ഇരിക്കുന്നതെന്നും ആർക്കും പരിച്ഛേദിക്കാൻ കഴിയും?" അപ്പോൾ ഭൃത്യന്റെ പ്രത്യാഗമനം അദ്ദേഹത്തിന്റെ വിചാരങ്ങൾക്കു പ്രതിബന്ധകമായിത്തീർന്നു.

അദ്ദേഹം പറഞ്ഞു: "ഇവിടെ കിടക്കുന്ന ഈ മനുഷ്യനെ എടുത്തുകൊണ്ടുപോകുന്നതിനു എന്നെ സഹായിക്ക്. ഇവൻ മരിച്ചിരിക്കുന്നു. നാം ഇവനെ എടുത്തു കൊണ്ടുപോയില്ലെങ്കിൽ ഹരൻ നിശ്ചയമായി തിന്നുകളയും. അത് എനിക്കഭിമതമല്ല. ഇവനെ മറവുചെയ്ത് കഴിഞ്ഞാലുടനെ നീ കുതിരയിൽ കയറി എത്രയും വേഗത്തിൽ കാശ്മീരത്തെത്തി നാം അറിഞ്ഞ വർത്തമാനത്തെ മന്ത്രിയെ ധരിപ്പിക്കയും നിനക്കു നല്ല പരിചയമുള്ള ഇവന്റെ സഹോദരനെ കണ്ടുപിടിക്കുന്നതിനും അവന്റെ ഉദ്യമത്തെ തടുക്കുന്നതിനും അവന്റെ കൂട്ടുകാരോടു സംഭാഷണത്തിനു ഇടകൊടുക്കാതിരിക്കുന്നതിനും ശ്രമിക്കയും ചെയ്യണം. കഴിയുമെങ്കിൽ ഗോരക്ഷൻ എവിടെയാണെന്നു കണ്ടുപിടിച്ചു ക്ഷണത്തിൽ അവന്റെ കഥ കഴിക്കണം. മറ്റുള്ളവരുടെ കഴുത്തിലിടാൻ അവൻ സജ്ജീകരിക്കുന്ന പാശത്തിനു ആ പാപദി ദ്വിഗുണമായി അർഹനാണ്."

ഭൃത്യൻ ശങ്കയോടുകൂടി ചോദിച്ചു: "മാന്യനായ സ്വാമിൻ! ഞാൻ അവിടുത്തെ ഈ വനത്തിൽ ഏകാകിയായി വിട്ടേച്ചു പോകണോ? അവിടുത്തെ ഗൂഢവാസസ്ഥലം ഇപ്പോൾ വെളിപ്പെട്ടതായി തോന്നുന്നല്ലോ. അതിനാൽ അവിടുത്തെ ഹിംസിക്കാൻ ഇനിയും ഉദ്യമങ്ങൾ ഉണ്ടായേക്കാം. എന്നെക്കൊണ്ട് ഉപകാരമുണ്ടാകാവുന്ന ഈ സമയത്ത് ഞാൻ അവിടുത്തെ വിട്ടേച്ചു പോകണോ?"

ഗുരുപാദർ മന്ദഹാസത്തോടുകൂടി ഉത്തരം പറഞ്ഞു: "എന്റെ ഉത്തമ സ്നേഹിതാ! എന്നെക്കുറിച്ചു നീ വിചാരപ്പെടെണ്ട. നിന്റെ ദൂത്യത്തെ വേഗത്തിൽ നടത്തുന്നതുകൊണ്ടു സിദ്ധിക്കുന്ന ഗുണങ്ങളോട് ഉപമിക്കുമ്പോൾ എന്റെ ജീവൻ എന്താകുന്നു? നീ എന്റെ രക്ഷകനായിരിക്കുമ്പോ

ഴത്തെ പോലെ തന്നെ ഹരൻ ജീവിച്ചിരിക്കുന്ന കാലത്തോളം നിശ്ചയമായി ഞാൻ ഇവിടെ നിർബ്ബാധനായിരിക്കും. അവൻ എത്ര ധൈര്യമുള്ള ഒരു രക്ഷകനാണെന്നു നീ ഇപ്പോൾ കണ്ടല്ലോ. ഈ സമീപത്തെങ്ങും ഈ മാതിരി ഘാതകന്മാർ വരാതിരിക്കുന്നതാണ് നന്ന്. ഹരന് ഇപ്പോൾ അവരെ മനസ്സിലായിരിക്കുന്നു. അവൻ അവരെ ഇനി സ്വസ്ഥമായി വിട്ടേക്കയില്ല. നിന്റെ കുതിര തയ്യാറായോ?"

"ഉവ്വ്."

"എന്നാൽ വേഗത്തിൽ പുറപ്പെടുകതന്നെ. ആദ്യം നമ്മുടെ ഈ ജോലിയിൽ എന്നെ സഹായിക്ക്."

13

ഇഷ്ടവിയോഗം

അബുൾഫാസലിന്റെ മരണവൃത്താന്തം ചക്രവർത്തിക്കു ദുസ്സഹമായ വ്യസനത്തെ ജനിപ്പിച്ചു. അദ്ദേഹത്തിന് അതുവരെയും അവലംബമായിട്ടുണ്ടായിരുന്നതൊക്കയും ക്ഷണത്തിൽ ക്ഷയിച്ചുതുടങ്ങിയതായി തോന്നി. എത്രയും ഊർജ്ജസ്വലനും വലിയ ആപത്തുകളിൽ കൂടിയും ഭയത്തെ തീരെ അറിഞ്ഞിട്ടില്ലാത്തവനും ഏതു ദുർഘടങ്ങളെയും എതിർത്തിട്ടുള്ളവനും എപ്പോഴും ജയവാനായി പ്രതിനിവർത്തിച്ചിട്ടുള്ളവനും ആയ അദ്ദേഹത്തിനു അപ്പോൾ തന്റെ ബലം ക്ഷയിച്ചതായും തന്റെ മഹാരാജ്യത്തിൽ പിന്നെയും ഉത്ഭവിച്ചുകൊണ്ടിരുന്ന അനേക കലഹങ്ങളെ ശമിപ്പിക്കുന്നതിനു താൻ പ്രായേണ അശക്തനായതുപോലെ തോന്നി. ഘാതകനായ ബീർസിങ്ങിനെ പിടിക്കുന്നതിനു കല്പനകൊടുക്കാൻ മാത്രമേ അദ്ദേഹത്തിനു ആദ്യം കഴിഞ്ഞൊള്ളൂ. എന്നാൽ ഈ കല്പനയെ നടത്തുന്നത് അശക്യമായിരുന്നു. എന്തെന്നാൽ ആ രാജാവ് പലായനം ചെയ്ത് സലിം ചക്രവർത്തിയായി തീർന്ന് തന്നെ പ്രീതിപാത്രമാക്കിചെയ്യുന്ന കാലത്തെ പ്രതീക്ഷിച്ചുകൊണ്ട് ബഹുദൂരത്തു പോയി അഭയം പ്രാപിച്ചു. എന്നാൽ അക്ബറെപ്പോലെ ധീരനായ ഒരാൾ എത്ര തന്നെ ദുർഭരമായ വ്യസനത്താലും അഭിഭുതനായി തീരുന്നത് സംഭാവ്യമല്ലായിരുന്നു. കുറച്ചു ദിവസത്തേക്ക് അദ്ദേഹം വെളിയിൽ ഇറങ്ങാതേയും ഫൈസിയേയും അത്യന്തവിശ്വസ്തന്മാരായ സ്നേഹിതന്മാരിൽ ചിലരേയും ഒഴികെ മറ്റാരെയും കാണാതെയും ഇരുന്നു. എന്നാൽ അവരവരുടെ കാര്യങ്ങളെയോ രാജ്യകാര്യങ്ങളെയോ പറയുന്നതിനു വന്ന മറ്റുള്ളവരേയും കാണുന്നതിനു കാലക്രമേണ അദ്ദേഹത്തിനു ധൈര്യമുണ്ടായി. അവരുടെ കൂട്ടത്തിൽ വന്ന ഒരാൾ ചക്രവർത്തിയോടു യാത്ര പറഞ്ഞു പോകുന്നതിനു താല്പര്യപ്പെട്ട അകാവീവ ആയിരുന്നു.

പാതിരി തന്റെ മുൻപിൽ പ്രവേശിക്കപ്പെട്ടപ്പോൾ അക്ബർ അയാളോടു പറഞ്ഞു: "യോഗ്യനായ പാതിരി! നിങ്ങൾ ഇനിയും നമ്മെവിട്ടുപിരിയാൻ പോകയാണ് അല്ലെ?"

അകാവീവാ ഉത്തരം പറഞ്ഞു: "പ്രഭോ! എനിക്ക് അങ്ങനെ ചെയ്യേണ്ടിയിരിക്കുന്നു. ഞങ്ങളുടെ മേലുദ്യോഗസ്ഥൻ എന്നെ ഗോവയിലേക്കു തിരിയെ വിളിച്ചിരിക്കുന്നു. എന്നാൽ ഇപ്പോൾ തിരുമനസ്സിലേക്കു വന്നിട്ടുള്ള വ്യസനകാലത്ത് കാണമെന്ന് അപേക്ഷിക്കുന്നതിനു ഞാൻ ശങ്കിച്ചു എങ്കിലും അവിടുന്നു ചെയ്തിട്ടുള്ള ബഹുമാനങ്ങൾക്കും പ്രീതിചിഹ്നങ്ങൾക്കും വേണ്ടി എന്റെ നിർവ്യാജകൃതജ്ഞതയെ അറിയിക്കാതെ എനിക്കു പോകാൻ പാടില്ല. അബുൾഫസൽ യോഗ്യപുരുഷനും വാസ്തവമിത്രവും വിശ്വസ്തസേവകനും ആയിരുന്നു. അദ്ദേഹത്തിന്റെ മരണത്താലുണ്ടായിട്ടുള്ള വ്യസനത്തിന്റെ മദ്ധ്യേ അങ്ങനെ ഉള്ള ഒരാളുടെ സ്മരണ നിശ്ചയമായി ഒരു ആശ്വാസഹേതുവാണ്." ക്ഷണനേരം കഴിഞ്ഞിട്ട് അയാൾ തുടർന്നു പറഞ്ഞു: "എന്നാൽ ഇത് എനിക്ക് ഒരു മതിയായ ആശ്വാസമാകയില്ല."

അക്ബർ ആശ്ചര്യപ്പെട്ടു ചോദിച്ചു: "ഇതിലധികം എന്താണ് നിങ്ങൾ ആശംസിക്കുന്നത്?"

"അദ്ദേഹം ഒരു പരിശുദ്ധതരമായ ആത്മാവോടും അധിക ശ്രേയപ്രതീക്ഷയോടും കൂടിയാണ് മരിച്ചത് എന്നുള്ള നിശ്ചയം ഉണ്ടായാൽ കൊള്ളാമായിരുന്നു എന്നു ഞാൻ ആഗ്രഹിക്കുന്നു."

ഔത്സുക്യത്തോടുകൂടിയാണെങ്കിലും ശാന്തമായി ചക്രവർത്തി ഉത്തരം പറഞ്ഞു: 'നമ്മുടെ ആരുടെയും പോലെ തന്നെ അബുൾഫസസലിന്റെ ആത്മാവ് പരിശുദ്ധമായിരുന്നു. അയാൾ മരിച്ചത് ഞാൻ മരിക്കുന്നതിനു ഇച്ഛിക്കുന്നതുപോലെതന്നെ ആയിരുന്നു."

അക്ബർ പിന്നെയും ചിലതു പറയുമെന്നു വിചാരിച്ച് ആ പാതിരി കാത്തു നിന്നു. എന്നാൽ അദ്ദേഹം ഒന്നും പറഞ്ഞില്ല. അദ്ദേഹം മറുപടി പറഞ്ഞ സ്വരംകൊണ്ട് ഇനിയും ആ പ്രകൃതത്തെക്കുറിച്ചു ചോദിക്കുന്നത് നന്നായിരിക്കയില്ലെന്നു അയാൾക്കു തോന്നി.

കുറച്ചുനേരം മിണ്ടാതിരുന്നതിന്റെ ശേഷം അക്ബർ ചോദിച്ചു; "നിങ്ങൾ ഉടനെ തിരിച്ചുവരുന്നതിനു വിചാരിക്കുന്നുണ്ടോ?"

അകാവീവാ ഉത്തരം പറഞ്ഞു: "അത് എന്റെ മേലുദ്യോഗസ്ഥന്റെ ആജ്ഞയെ അനുസരിച്ചിരിക്കും. എന്നെ സംബന്ധിച്ചിടത്തോളം എന്റെ ദൗത്യം ഇവിടെ വിഫലീഭവിച്ചു എന്ന് വ്യസനപൂർവ്വം ഞാൻ സമ്മതിക്കേണ്ടിയിരിക്കുന്നു."

"വിഫലീകരിച്ചോ? നിങ്ങൾക്ക് ഇവിടെ പൂർണ്ണസംരക്ഷണ ലഭിക്കയും നിങ്ങളെ വേണ്ടതുപോലെ ബഹുമാനിക്കയും ചെയ്തില്ലയോ? നിങ്ങളുടെ മതത്തെ ഇച്ഛപോലെ പ്രസംഗിക്കുന്നതിനും കഴിയുന്നവരെ അതിൽ ചേർത്തുകൊള്ളുന്നതിനും നിങ്ങൾക്കു പൂർണ്ണസ്വാതന്ത്ര്യം തന്നിട്ടില്ലായിരുന്നോ? അതിനെ നിങ്ങൾ നിസ്സാരമായി ഗണിക്കുന്നോ? എന്റെ

പൂർവ്വന്മാരുടെ കാലത്ത് ഇവിടെ നിങ്ങളുടെ മതത്തെക്കുറിച്ച് എന്തെങ്കിലും പ്രസംഗിക്കുന്നവനു മരണശിക്ഷയല്ലയോ കൊടുക്കപ്പെട്ടിരുന്നത്?"

പാതിരി ഉത്തരം പറഞ്ഞു: "പ്രഭോ! ഗൗരവമേറിയ ഈ അവകാശങ്ങളെ ഞങ്ങൾ നിസ്സാരങ്ങളായി ഗണിക്കുന്നു എങ്കിൽ ഞങ്ങൾ അത്യന്തം കൃതഘ്നതന്മാരാണല്ലോ. എങ്കിലും ഞങ്ങളുടെ ദൗത്യം അതിന്റെ മുഖ്യോദ്ദേശ്യത്തെക്കുറിച്ചു നോക്കുമ്പോൾ വിഫലീഭവിച്ചു എന്നുതന്നെ ഞാൻ പിന്നെയും പറയേണ്ടിയിരിക്കുന്നു. ഞങ്ങൾ എത്ര ശ്രേഷ്ഠകളായ ആശകളോടും കൂടിയാണ് ആഗ്രയിൽ വന്നത് എന്നു തിരുമനസ്സിൽ അറിയാമല്ലോ. ഞങ്ങളുടെ വേദത്തിലും വൈദികകർമ്മങ്ങളിലും അവിടുത്തേക്കുണ്ടായിരുന്ന ഭക്തിപൂർവ്വമായ താല്പര്യത്താൽ ഒടുവിൽ അവിടുത്തെ ഉദാരമായ ഹൃദയത്തിൽ തത്ത്വജ്ഞാനം ജനിക്കുമെന്നും ചക്രവർത്തിയായ അക്ബർ ക്രിസ്തുമതത്തെ അവലംബിക്കുമെന്നും ഞങ്ങൾ ദൃഢമായി വിശ്വസിച്ചിരുന്നു. ഈ ആഗ്രഹങ്ങൾ വ്യഥാഭവിച്ചു. അതുകൊണ്ടും ഞങ്ങളുടെ ദൂത്യത്തിന്റെ മുഖ്യോദ്ദേശ്യം വിഫലമായി എന്നു പറയുന്നത് വാസ്തവമല്ലയോ? എന്നാൽ ഞങ്ങളുടെ മതത്തിൽ നിങ്ങളുടെ തത്ത്വജ്ഞാനികൾ ഇപ്പോൾ തീർക്കാൻ വഹിയാത്തവയും കുറേക്കൂടി സൂക്ഷ്മമായി ആലോചിച്ചാൽ തീർക്കാവുന്നവയും ആയ ദുർഘടങ്ങൾ അവിടവിടെ ഉണ്ടായിരിക്കാം. ക്രിസ്തുമതപ്രചാരണത്താൽ പശ്ചിദേശങ്ങളിൽ ഉണ്ടായിട്ടുള്ളവയും അതിനാൽ ഇവിടയും ഉണ്ടാകാതിരിക്കാൻ പാടില്ലാത്തവയും ആയ അനേകഗുണങ്ങളെ വിചാരിച്ചാണ് ഞാൻ പറയുന്നത്."

അക്ബർ പറഞ്ഞു; "നിങ്ങളുടെ മതസിദ്ധാന്തങ്ങളെക്കുറിച്ച് ഇപ്പോൾ നിങ്ങൾ പ്രസംഗിക്കാതിരിക്കുന്നത് യുക്തംതന്നെ. എന്തെന്നാൽ അവയെക്കുറിച്ചുള്ള നമ്മുടെ അഭിപ്രായങ്ങൾ ഒരിക്കലും യോജിക്കയില്ല. ഇപ്പോൾ അവയെക്കുറിച്ചു തർക്കിക്കുന്നതിന് എനിക്കു മനസ്സും ഇല്ല. അവയുടെ ഗുണങ്ങളെക്കുറിച്ചു നിങ്ങൾ പറയുന്നു. നമ്മുടെ സമസൃഷ്ടന്മാരെ സ്നേഹിക്കണമെന്നും സ്വാർത്ഥപരിത്യാഗം ചെയ്യണമെന്നും മറ്റും ഉള്ള ഭാഗങ്ങളിൽ പക്ഷേ, ഇതര മതങ്ങളെക്കാളധികം ക്രിസ്തുമതസിദ്ധാന്തങ്ങൾ ലോകത്തിനു വളരെ ഗുണകരങ്ങളായിരുന്നിട്ടുണ്ടെന്നുള്ളതിനെ ഞാൻ ആന്തരമായും സകാരണമായും വിശ്വസിക്കുന്നു. എങ്കിലും ഇതിനു മുൻപിൽ നാം പറഞ്ഞിട്ടുള്ളതിൻവണ്ണം നിങ്ങളുടെ മതത്താൽ മാത്രമല്ല ഈ ഭാഗങ്ങൾ ഉപദിഷ്ടങ്ങളായിട്ടുള്ളത്. ക്രിസ്തുമതം ഗുണത്തെ ചെയ്തിട്ടുണ്ടെങ്കിൽ ദോഷത്തേയും ചെയ്തിട്ടുണ്ട്. നിങ്ങൾ ഈ ലോകത്തിൽ അദൃഷ്ടപൂർവ്വമായ വിധത്തിൽ പരമതാസഹിഷ്ണുതയെ ദർശിപ്പിച്ചിട്ടില്ലയോ? പശ്ചിമദേശത്തിൽ പാതിരിമാരായ നിങ്ങൾ നിങ്ങളുടെ സമസൃഷ്ടന്മാരെ അവരുടെ അന്തകരണവിശ്വാസം പോലെ പ്രവർത്തിക്കാൻ സമ്മതിക്കാതെ ദ്രോഹിച്ചിട്ടില്ലയോ? മതവിഷയത്തിൽ ഭിന്നാഭിപ്രായന്മാരായ അസംഖ്യജനങ്ങളെ നിങ്ങൾ വധിപ്പിച്ചിട്ടില്ലയോ? ഇതൊക്കയും ഗുണമെന്നാണോ നിങ്ങൾ പറയുന്നത്? എന്നാൽ ഗുണത്തെക്കു

റിച്ചും സമസൃഷ്ടന്മാരോടുള്ള സ്നേഹത്തെക്കുറിച്ചും നിങ്ങൾക്കു അഭിപ്രായങ്ങൾ വിലക്ഷണങ്ങളാണ്. ഞാൻ നിങ്ങളുടെ ആജ്ഞാനുവർത്തികളായ രാജാക്കന്മാരിൽ ഒരാളുടെ പ്രജയും ക്രിസ്തുമതക്കാരനും ആയിരുന്നു. എങ്കിൽ ഇപ്പോൾ ഇത്രവളരെ നിങ്ങൾ ബഹുമാനിക്കുന്ന ഈ അക്ബറെ നിങ്ങൾ എന്തുചെയ്യുമായിരുന്നു? നിങ്ങൾ എന്നെ ഒരു കാരാഗൃഹത്തിൽ ഇട്ടടയ്ക്കയും പിന്നെയും ഞാൻ എന്റെ വിശ്വാസത്തിൽ സ്ഥിരനായിരുന്നാൽ എന്നെ ദഹിപ്പിച്ചുകളയുന്നതിനോ ശിരച്ഛേദം ചെയ്യുന്നതിനോ വധിക്കാൻ ഒരു ന്യായാധിപതിയുടെ അടുക്കൽ ഏല്പിക്കയും ചെയ്കയില്ലയോ?"

ആ പാതിരി സംഭ്രാന്തനായി പുറകോട്ടുമാറി. ഇങ്ങനെ ഒരു ചോദ്യത്തെ അയാൾ പ്രതീക്ഷിച്ചിരുന്നില്ല. അതിനു അയാൾക്ക് എന്തുത്തരം പറയാൻകഴിയും? അക്ബർ മേല്പറഞ്ഞ സ്ഥിതിയിലായിരുന്നെങ്കിൽ അദ്ദേഹത്തിനു നിശ്ചയമായി അപ്രകാരം ചെയ്യുമായിരുന്നു എന്നുള്ളത് നിർവ്വിവാദമായിരുന്നു.

ഒടുവിൽ അക്വാവീവാ സ്ഖലദ്വാക്യനായി പറഞ്ഞു: "പ്രഭോ! അതല്ല സംഗതി. ഹിന്ദുസ്ഥാനത്തിന്റെ ചക്രവർത്തിയായ മഹാനായ അക്ബർക്കു തന്നെ, ഞങ്ങളുടെ രാജാക്കന്മാരിൽ ഒരാളുടെ പ്രജയായി എങ്ങനെ വിചാരിക്കാൻ കഴിയും?"

"എന്റെ സ്ഥിതി അങ്ങനെ അല്ലാത്തത് എന്റെ ഭാഗ്യം തന്നെ. എന്നാൽ നിങ്ങളുടെ ഉത്തരം ഞാൻ പറഞ്ഞത് അവാസ്തവമല്ലെന്നു കാണിക്കുന്നു. ഇനി വേറെ ഒന്നു ചോദിക്കാം. ഹിന്ദുസ്ഥാനത്തിന്റെ ചക്രവർത്തിയായിരിക്കുന്ന ഞാൻ നിങ്ങൾക്ക് എന്താണ് ചെയ്യേണ്ടത്? ഞാൻ നിങ്ങളുടെ ആജ്ഞയെ അനുസരിക്കുന്ന രാജാക്കന്മാരിൽ ഒരാളെപ്പോലെ നിങ്ങളുടെ പ്രവൃത്തികൾക്കു സഹായിയായിരിക്കണമെന്നാണ് നിങ്ങൾ ആഗ്രഹിക്കുന്നത്. എന്നെ നിങ്ങളുടെ മതത്തിൽ ചേർക്കുന്നതിനു നിങ്ങൾ സ്വഭാവേന ഉല്ക്കണ്ഠിതന്മാരായിരിക്കുന്നു. നിങ്ങളുടെ ഈ താല്പര്യം ഒരുവേള ഞാൻ നിങ്ങളുടെ മതസിദ്ധാന്തങ്ങളെ പൂർണ്ണമായി സമ്മതിച്ച് സ്പഷ്ടമായോ ഗൂഢമായോ അവയെ വിശ്വസിക്കയാണെങ്കിൽ തന്നെയും അസാദ്ധ്യമാണെന്നു ഞാൻ തീർച്ചയായി പറഞ്ഞേക്കാം."

അക്വാവീവാ പറഞ്ഞു: "എന്നാൽ ഞങ്ങളുടെ പരിശ്രമത്താൽ സാധിക്കാൻ കഴിയാതിരുന്നത് ദൈവത്തിന്റെ ലോകോത്തരശക്തിയാൽ സാധിപ്പിക്കപ്പെടട്ടെ എന്നു പ്രാർത്ഥിക്കയല്ലാതെ ഞങ്ങൾക്കു മറ്റൊന്നും ചെയ്യാനില്ല. ഈ പ്രാർത്ഥന ഫലവതിയാകാതിരിക്കയില്ലെന്നു എനിക്കു നിശ്ചയമുണ്ട്. പ്രബലനായ ചക്രവർത്തി! ഭൂമിയിലുള്ള മഹാന്മാർ ദൈവത്തിനു നിസ്സാരന്മാരാണെന്നും എതിർക്കുന്നവരെ ദൈവം ശിക്ഷിക്കുമെന്നും ഓർത്തുകൊൾക. ദൈവം മാത്രമേ വിജയിയായി ഭവിക്കയൊള്ളൂ. അദ്ദേഹത്തിനെ ദൃഢമായി വിശ്വസിക്കുന്നവർക്കു നരകമില്ല. ക്രിസ്തുവും ക്രിസ്തുമതവും ലോകാവസാനംവരെ നിലനില്ക്കും."

തന്റെ സ്വാഭാവിക ക്ഷമയെ അല്പംവിട്ട് അക്ബർ ഒരച്ചു പറഞ്ഞു.

"അതായിരിക്കാം തന്റെ കാര്യം. എന്റേത് എന്റെ പ്രജകളുടെ സ്വാതന്ത്ര്യത്തേയും അവകാശങ്ങളേയും രക്ഷിക്കയും തന്നെപ്പോലെ ഉള്ളവരിലും ഇതരമതപ്രവർത്തകന്മാരിലുംനിന്നുള്ള ഉപദ്രവങ്ങൾ അവർക്കുണ്ടാകാതെ സൂക്ഷിക്കയും ചെയ്കയാണ്. തന്റെ മനസ്സുപോലെ ഇവിടെ താമസിക്കയോ പൊയ്ക്കൊൾകയോ ചെയ്യാം. തന്റെ ഇച്ഛപോലെ മതവിഷയപ്രസംഗങ്ങൾ ചെയ്കയും പള്ളികൾ പണിയിക്കയും ചെയ്തുകൊൾക. മഹമ്മദന്മാർക്ക് അവരുടെ പള്ളികളിലും ഹിന്ദുക്കൾക്ക് അവരുടെ ക്ഷേത്രങ്ങളിലും ഉള്ളതുപോലെയുള്ള അവകാശങ്ങൾ നിങ്ങൾക്കു അനുഭവിക്കാം. എന്നാൽ ഒന്നു കരുതിക്കൊള്ളണം. മലയാളദേശത്തിൽ നിങ്ങൾ ഇതിനു മുൻപിൽ ചെയ്തിട്ടുള്ളതുപോലെ ജനങ്ങളെ ഉപദ്രവിക്കാൻ തുടങ്ങുകയാണെങ്കിൽ ആ ക്ഷണത്തിൽ നിങ്ങളെ എന്റെ രാജ്യത്തിൽനിന്നും നിഷ്കാസനം ചെയ്യുന്നതായിരിക്കും."

ഈ സാഹങ്കാരമായ വചനത്തെ ആ പാതിരി കോപത്തെ അടക്കിക്കൊണ്ടു കേട്ടു. എന്നാൽ അയാൾക്ക് എന്തുചെയ്യാൻ കഴിയും? എന്തുപറയാൻ കഴിയും? എല്ലാമതങ്ങൾക്കും ഒരുപോലെ സ്വാതന്ത്ര്യം കൊടുത്തിരിക്കുന്ന ചക്രവർത്തിയെക്കുറിച്ച് അയാൾക്കു യാതൊരാവലാതിയും പറയാനില്ലായിരുന്നു. പ്രബലനായ അദ്ദേഹത്തിന്റെ അധികാരത്തെ നിരാകരിക്കുന്നത് കേവലം ഉന്മാദമായിരിക്കുമായിരുന്നു. അങ്ങനെ ചെയ്യുന്നതിനാൽ അയാൾക്ക് ഒരു പ്രാശസ്ത്യവും ലഭിക്കയില്ലായിരുന്നു. അസ്സഹായനായ ആ പാതിരി ചക്രവർത്തിയോട് ഭർത്സനരൂപമായി എന്തെങ്കിലും പറഞ്ഞാൽ അദ്ദേഹം അയാൾക്കു യാതൊരു ഹാനിയും ചെയ്കയില്ല. പക്ഷേ, അയാളെയും അയാളുടെ ആടുകളേയും സൂരത്തിൽ അയച്ച് അവിടെനിന്നും കപ്പലിൽ കയറ്റി ഗോവയിൽ കൊണ്ടിറക്കുക മാത്രമേ ചെയ്കയൊള്ളൂ. ഒരുവേള അതും കൂടി ചെയ്യാതെ അദ്ദേഹം അയാളോടു പൊയ്ക്കൊള്ളുന്നതിനു മാത്രം പറയുമായിരുന്നു. ദേശാന്തരത്തിൽ പ്രബലന്മാരും സകലജനങ്ങളും ഭയപ്പെടുന്നവരും രാജാക്കന്മാരും കൂടി വണങ്ങുന്നവരും ആയ ആ കൂട്ടുകാരിൽ ഒരാൾക്ക് അത് ഒരു കഷ്ടാവസ്ഥ തന്നെ!

ഇച്ഛാഭംഗത്തോടു കൂടി മൗനിയായിരുന്ന ആ പാതിരിയുടെ വിചാരങ്ങൾക്കു വിഘ്നം ചെയ്ത് അക്ബർ തന്റെ സ്വാഭാവികമായ സൈശീല്യത്തോടു പറഞ്ഞു: "യോഗ്യനായ പാതിരി! നിങ്ങൾ തന്നെ ഉണ്ടാക്കിത്തീർത്ത വാഗ്വാദത്തിൽ എന്റെ അധികാരത്തെ രക്ഷിക്കുന്നതിനുവേണ്ടി നിർദ്ദാക്ഷിണ്യമായി സംസാരിക്കാൻ ഇടയായതിനെക്കുറിച്ച് ഞാൻ വ്യസനിക്കുന്നു. നിങ്ങൾ കലഹിച്ചു പിരിയുന്നത് എനിക്കു സമ്മതമല്ല. നിങ്ങളുടെ അടുക്കൽനിന്നും എനിക്ക് അറിയാൻ താല്പര്യം ഉണ്ടായിരുന്ന അനേകസംഗതികളെ ഗ്രഹിച്ചിട്ടുള്ളതിനു വേണ്ടി ഞാൻ നിങ്ങളോട് കൃതജ്ഞനായിരിക്കുന്നു. നിങ്ങളുടെ ആഗ്രഹങ്ങളെ എല്ലാം സാധിപ്പിക്കാൻ കഴിയാത്തതിനെക്കുറിച്ച് ഞാൻ വ്യസനിക്കുന്നു. ചില സംഗതികളിൽ നമ്മുടെ അഭിപ്രായങ്ങൾ ഭേദിച്ചിരിക്കുന്നു എങ്കിലും അതുകൊണ്ടു

നിങ്ങളെക്കുറിച്ച് എനിക്കുള്ള ബഹുമാനത്തിനു യാതൊരു കുറവും ഇല്ല. നിങ്ങൾ പോകുന്നെങ്കിൽ അങ്ങനെ ആകട്ടെ. എന്നാൽ നാം സ്നേഹിതന്മാരായി പിരിയണം. നാം പിരിയുന്നത് 'താൻ സമാധാനത്തെ കൊണ്ടുവരാനല്ല. ഒരു ഖഡ്ഗത്തെ കൊണ്ടുവരാനാണ് വന്നത് എങ്കിലും മനുഷ്യരുടെ ഇടയിൽ സമാധനത്തിന്റെയും സ്നേഹത്തിന്റെയും അടിസ്ഥാനത്തെ ഇടുന്നതിനു ശ്രമിച്ചു.' എന്നുപറഞ്ഞു നിങ്ങളുടെ മതത്തിന്റെ സ്ഥാപകനായ ആ മഹാത്മാവിന്റെ അഭിപ്രായത്തിനു അനുരൂപമായ വിധത്തിൽ ആയിരിക്കട്ടെ."

ഏതാനും ക്ഷണങ്ങൾക്കു മുൻപിൽ അക്വാവീവാ ചക്രവർത്തിയുടെ ഓജസ്സിനാൽ നതശിരസ്കനായി ചെയ്യപ്പെട്ടതു പോലെ ഇപ്പോൾ അദ്ദേഹത്തിന്റെ നീതിനിഷ്ഠയാൽ വശംവദനാക്കിച്ചെയ്യപ്പെട്ടു. സ്വമതത്തിൽ അത്യന്തം പക്ഷപാതവും ഗാഢമായ അഭിനിവേശവും ഉള്ള ആ പാതിരി ദൃഢഹൃദയനും ധാർമ്മികനും ആയ ചക്രവർത്തിയോടു സദ്ഗദമായ സ്വരത്തോടു കൂടിയാണ് യാത്ര പറഞ്ഞത്.

അയാൾ ഇപ്രകാരം പറഞ്ഞു: "ശ്രേഷ്ഠനായ ചക്രവർത്തി! തിരുമനസ്സിലെ അടുക്കൽനിന്നു ലഭിച്ചിട്ടുള്ള അനേകഗുണങ്ങളെക്കുറിച്ചു കൃതജ്ഞതയില്ലാത്തവനാണെന്നു തോന്നത്തക്ക വിധത്തിൽ ഞാൻ അവിടുത്തേക്കു അപ്രീതികരമായി എന്തെങ്കിലും പറഞ്ഞിട്ടുണ്ടെങ്കിൽ അതിനെ അവിടുന്നു ക്ഷമിക്കണം. അങ്ങനെ പറഞ്ഞുപോയത് അവിടത്തേക്കും അവിടുത്തെ പ്രജകളുടെ ക്ഷേമത്തിൽ ഉള്ള ഉൽക്കണ്ഠയേക്കാൾ ഒട്ടും കുറവല്ലാത്തതായി എന്റെ മതത്തിൽ എനിക്കുള്ള ശ്രദ്ധാതിശയത്താൽ അല്ലാതെ മറ്റൊന്നും കൊണ്ടും അല്ല. ഞങ്ങൾ അവിടുത്തെ ക്ഷേമത്തിനുവേണ്ടി ദൈവത്തിനോടു പ്രാർത്ഥിക്കുന്നതിന് അവിടുന്നു നിസ്സാരമായി വിചാരിക്കുന്നതായിരിക്കാമെങ്കിലും ഞങ്ങൾ എവിടെ പോയാലും അവിടുത്തേക്കു വേണ്ടി പ്രാർത്ഥിക്കാതിരിക്കയില്ല."

അക്ബർ ആ പാതിരിയുടെ ആദരപൂർവ്വമായ അഭിനന്ദനത്തെ മൗനത്തോടുകൂടി പ്രതിപാദനം ചെയ്തതിന്റെ ശേഷം അക്വാവീവാ അവിടെനിന്നും പതുക്കെ വെളിയിലേക്കിറങ്ങിപ്പോയി.

രാജഗൃഹത്തിന്റെ ഒരു ഭാഗത്ത് ഒരു ഒറ്റ വിളക്കു മാത്രം മങ്ങി കത്തിക്കൊണ്ടിരുന്ന ഒരെടുത്തു വച്ച് അക്വാവീവാ അതർക്കിതമായി ഒരാളുടെ മേത്തു മുട്ടിയപ്പോൾ അയാൾ മാപ്പുചോദിച്ചതിനുത്തരമായി മറ്റെ ആൾ "നിന്ദ്യമായ ക്രിസ്ത്യൻശ്വാവ്!" എന്നു മന്ത്രിച്ചുകൊണ്ട് വേഗത്തിൽ കടന്നുപോയി. അയാൾ ചക്രവർത്തിയെ കാണാനായി പോകുന്ന അബ്ദുൾകാദർ ആയിരുന്നു. അയാൾ ഭൃത്യന്മാരാൽ രാജസന്നിധാനത്തിൽ പ്രവേശിപ്പിക്കപ്പെട്ടപ്പോൾ ചക്രവർത്തി ഇങ്ങനെ പറഞ്ഞു; "നിങ്ങളോടു സംസാരിക്കുന്നതിനു ഞാൻ എപ്പോഴും സന്നദ്ധനായി തന്നെ ഇരിക്കുന്നു. സംഗതിവശാൽ ഈയിടെ കുറേ ദിവസമായി ഞാൻ സ്നേഹിതന്മാരെ ചുരുക്കമായിട്ടേ കാണാറൊള്ളൂ. എങ്കിലും ഇന്നു രാവിലെ എന്നെ കണ്ടാൽ കൊള്ളാമെന്നു നിങ്ങൾ അപേക്ഷിച്ചപ്പോൾ ഞാൻ യാതൊരു

തടസ്സവും പറഞ്ഞില്ലല്ലോ."

ബാഹ്യമായി ബഹുമാനഭാവനയോ കൂടിയാണെങ്കിലും സ്ഫുടമായ കോപവികാരത്തോടും ചക്രവർത്തിയുടെ ആദരോപചാരത്തെ ലക്ഷ്യമാക്കാതേയും അബ്ദുൾകാദർ പറഞ്ഞു തുടങ്ങി: "സ്വാമിൻ! ഞാൻ യാത്ര പറയാനാണ് വന്നിരിക്കുന്നത്. എനിക്കു പോകാനുള്ള സമയം അടുത്തിരിക്കുന്നു."

അക്ബർ ചോദിച്ചു; "എന്റെ യോഗ്യനായ സ്നേഹിതാ! നിങ്ങളും പോകുന്നോ? ഇത്ര ആകസ്മികമായി നിങ്ങൾ നമ്മെ വിട്ടുപിരിഞ്ഞു പോകുന്നതിനു സംഗതി എന്താണ്?"

അബ്ദുൾകാദർ ഉത്തരം പറഞ്ഞു: "ഇവിടെ പ്രതിദിനം നടന്നുപോരുന്ന ഓരോ ജുഗുപ്സിതകാര്യങ്ങളെ കണ്ടു ക്ലേശിക്കുന്നതിനും ഞാൻ ഇവിടെ താമസിക്കയാണെങ്കിൽ എന്റെ ഇച്ഛയ്ക്കു വിരുദ്ധമായി ഞാൻ കൂടിചേരേണ്ടിവരുന്ന ദ്രോഹങ്ങളിൽ ഭാഗിയായിരിക്കുന്നതിനും മനസ്സില്ലായ്ക തന്നെ. അക്ബറേ! അവിടുത്തെ മഹാരാജ്യത്തിനു നാശകാലം സന്നിഹിതമായിരിക്കുന്നു. അതിനെ പരിഹരിക്കാവുന്ന കാലത്തുതന്നെ കരുതിക്കൊള്ളുന്നതിനു അവിടത്തേക്കു ഞാൻ അറിവുതന്നു. പക്ഷേ, ഇപ്പോൾ ആ കാലം അതീതമായിരിക്കുന്നു. എന്താണ് നിശ്ചയിച്ചത് എന്ന് എനിക്കറിഞ്ഞുകൂടാ. ഞാൻ അറിയുന്നതിനു ആഗ്രഹിക്കുന്നുമില്ല. നമ്മുടെ പരിശുദ്ധമായ മതത്തെക്കുറിച്ച് അവിടുത്തേക്കുള്ള അവഹേളനത്താൽ അവിടുത്തെ നേരെ ഉണ്ടായിരിക്കുന്ന ജനദ്വോഷം എത്രയും പ്രബലമായി തീർന്നിരിക്കുന്നു. അവിടുത്തെ പുത്രനായ സലിമിന്റെ ഉല്ക്കർഷേച്ഛയേയും ഇപ്പോൾ തങ്ങൾക്കു ലഭിക്കാതിരിക്കുന്ന സ്ഥാനങ്ങളേയും ഉദ്യോഗങ്ങളേയും സമ്പാദിക്കുന്നതിനു വേണ്ടി അദ്ദേഹത്തിനെ ദുർമ്മാർഗ്ഗത്തിൽ നയിപ്പിക്കുന്ന ദുർജ്ജനങ്ങളുമായി അദ്ദേഹം ചെയ്തിട്ടുള്ള ഗൂഢസഖ്യത്തേയും അവിടുന്നു വിചാരിക്കണം. ഇതെല്ലാം ആലോചിച്ചാൽ അവിടുത്തെ രാജ്യഭരണം സ്ഥായിയായിരിക്കുന്നത് അശക്യമാണെന്നു ഞാൻ പറയുന്ന അഭിപ്രായത്തിൽ അവിടുന്നു ചേരും." ഈ ഭീഷണികളെ കേട്ടിട്ട് ചക്രവർത്തിയുടെ മുഖത്തുണ്ടായ മന്ദഹാസത്തെ ശ്രദ്ധിക്കാതെ അയാൾ തുടർന്നു പറഞ്ഞു: "എന്നാൽ ഞാൻ പറഞ്ഞതുപോലെ ഇവിടെ ദിവസംപ്രതി നടക്കുന്നതിനേയും ജനങ്ങൾ പരക്കെ സംസാരിക്കുന്നതിനേയും അറിഞ്ഞുകൊണ്ടു ഞാൻ ഇവിടെ താമസിക്കയില്ല. അവിടുന്നു പരിശുദ്ധമായ *ഖുറാനെ* അത്യന്തം അനാദരിച്ചിരിക്കുന്നു. മഹാത്മാവായ ദീർഘദർശിയെ അവിടുന്ന് അധിക്ഷേപിക്കുന്നു. പാപിഷ്ഠന്മാരായ അഗ്ന്യാരാധകന്മാരിൽ നിന്നും ഗ്രഹിച്ചിട്ടുള്ള ദുരാചാരങ്ങളെ അവിടുന്നു കൊണ്ടാടുന്നു. നമ്മുടെ പരമവിരോധികളായ ജൂതന്മാരേയും ക്രിസ്തുമതക്കാരേയും അവിടുന്നു രാജധാനിയിൽ പ്രത്യക്ഷമായും രാജഗൃഹത്തിൽ ഗൂഢമായും വരുത്തിക്കണ്ട് ബഹുമാനിക്കയും പ്രീതീപാത്രീകരിക്കയും ചെയ്യുന്നു. അതിൽ ഒരുത്തൻ ഇപ്പോൾ ഇവിടെ നിന്നും വെളിയിൽ പോകുന്നതു ഞാൻ കണ്ടു. അവിടുന്ന് ഇന്ത്യയിലെ

മാന്ത്രികന്മാരേയും ഐന്ദ്രജാലികന്മാരേയും ഇവിടെ വരുത്തി സല്ക്കരിക്കുന്നു. മതത്തിനു മാഹാത്മ്യത്തെ ചെയ്യുന്നവൻ എന്നർത്ഥമായ ജലാലുദ്ദീൻ എന്ന സംജ്ഞ ഇത്ര ലജ്ജാവഹമായ വിധത്തിൽ അതിനെ അവമാനിക്കുന്ന അവിടുത്തേക്കു കിട്ടിയത് കഷ്ടം തന്നെ! പിന്നെ ഇപ്പോൾ ഇതൊന്നും പോരാഞ്ഞിട്ടോ എന്നു തോന്നും മഹമ്മദ് മതത്തിനു അതിദ്രോഹിയായ അബുൾഫസലിന്റെ ഓർമ്മയ്ക്കായി ചെയ്യുന്ന ബഹുമതികളെ നോക്കുക. അയാളും അയാളുടെ അനുജനായ നാസ്തികൻ ഫൈസിയും കൂടിയാണ് നമ്മുടെ പരിശുദ്ധമായ മതത്തെ ഉപേക്ഷിക്കുന്നതിനു അവിടുത്തെ വ്യാമോഹിപ്പിച്ചത്. അങ്ങനെ ഉള്ള ആളിന്റെ ഓർമ്മയെ ആണ് അവിടുന്ന് ഇപ്പോൾ പ്രത്യക്ഷമായി സർവ്വോപരി ബഹുമാനിക്കുന്നത്. അയാളുടെ ജീവിതം അവിടുത്തേക്ക് ഒരു ഉപദേശമായിരുന്നില്ലെങ്കിൽ ഇപ്പോൾ അയാളുടെ മരണം അങ്ങനെ ആകട്ടെ അയാളുടെ അന്ത്യകാലത്തെ നല്ല അവസ്ഥകളെ എല്ലാം നിശ്ചയമായി അവിടുന്നു കേട്ടിരിക്കും. എന്നാൽ പരമാർത്ഥം അവിടുത്തെ ഗ്രഹിച്ചിട്ടില്ല. എന്നോട് എന്തു തോന്നിയാലും വേണ്ടതില്ല. ഞാൻ സത്യാവസ്ഥയെ പറയാം. അവിടുന്ന് ഒരാൾ ഒഴിച്ച് മറ്റെല്ലാവരും അറിഞ്ഞിട്ടുള്ള ഭയങ്കരമായ വൃത്താന്തത്തെ കേട്ടുകൊൾക. അബുൾഫസലിനു സംസാരിക്കാൻ ശക്തിയുണ്ടായിരുന്നതു വരെ ചുറ്റും കേട്ടുകൊണ്ടു നിന്നവർക്കു ഭയം ജനിക്കത്തക്കവിധത്തിൽ ദൈവത്തെ അധിക്ഷേപിക്കുന്നതിൽ നിന്ന് അയാൾ വിരമിച്ചില്ല. പിന്നെ അയാൾ ഒരു ശ്വാവിനെ പോലെ ശബ്ദിച്ചു തുടങ്ങി. ഭാവിനിയായ ദൈവശിക്ഷയുടെ വേദനകളെ അപ്പോൾ തന്നെ അനുഭവിച്ചു തുടങ്ങിയതുപോലെ അയാളുടെ മുഖഭാവം വികൃതമായി തീരുകയും ചുണ്ടുകൾ നീലനിറമാകയും ചെയ്തു."

ആ മതഭ്രാന്തന്റെ പ്രലപനങ്ങളെ അതുവരയും ക്ഷമയോടു കൂടി കേട്ടുകൊണ്ടിരുന്ന അക്ബർ അപ്പോൾ ക്ഷോഭത്തോടു കൂടി പറഞ്ഞു; "ഇതെല്ലാം ശുദ്ധമേ വ്യാജമാണ്. യുക്തിയും ഗുണദോഷവിചാരവും ഇല്ലാതെ ശ്രേഷ്ഠനായ ഒരാളിന്റെ മേൽ ദോഷാരോപം ചെയ്യുന്ന മതഭ്രാന്തന്മാരായ നിങ്ങളല്ലാതെ മറ്റാരും ഇങ്ങനെയുള്ള വ്യാജം ഉണ്ടാക്കി പറകയില്ല. അബുൾഫസൽ എങ്ങനെ മരിച്ചു എന്നും അയാളുടെ മരണസമയത്തെ വാക്കുകൾ എന്തായിരുന്നു എന്നും വിശ്വസ്തനായ ഒരാളുടെ അടുക്കൽനിന്നും ഞാൻ അറിഞ്ഞിട്ടുണ്ട്. അതുകൊണ്ട് ഈ വ്യാജമൊന്നും എന്നോടു പറയണ്ട. ഞാൻ അതു കേൾക്കയില്ല. താൻ എന്നെ ഉദ്ദേശിച്ചു പറഞ്ഞ ധിക്കാരവാക്കുകളെ ഞാൻ ക്ഷമയോടെ കേട്ടു. എന്റെ സ്ഥാനത്തുള്ള ഒരു രാജാവും കാണിക്കാത്ത ദാക്ഷിണ്യത്തെ ഞാൻ തന്നോടു കാണിച്ചു. അതു നിമിത്തം താൻ മരിച്ചുപോയ ഒരു യോഗ്യനെ അധിക്ഷേപിക്കുന്നത് ഞാൻ സഹിക്കയില്ല. തന്റെ ചക്രവർത്തിയായ എന്നെ ആക്ഷേപിക്കയും എന്റെ പ്രിയവിശ്വാസങ്ങളെ നിന്ദിക്കയും ചെയ്തുകൊൾക. അതൊക്കയും ഞാൻ ക്ഷമിക്കാം. എന്നാൽ ദ്രോഹത്താൽ വധിക്കപ്പെട്ട എന്റെ പ്രിയതമ മിത്രത്തെ ദുഷിക്കരുത്; അല്ലെ

ങ്കിൽ മരിച്ചുപോയ ഒരു പ്രതിപക്ഷിയെ ഇങ്ങനെ ആക്ഷേപിക്കുന്ന തന്നെ മിണ്ടാതാക്കുന്നതിനു എന്റെ അധികാരത്തെ ഞാൻ ഉപയോഗിക്കും."

നിർഭയനായി ചക്രവർത്തിയുടെ മുഖത്തു നോക്കിക്കൊണ്ട് അബ്ദുൾകാദർ പറഞ്ഞു: "എന്റെ ശിരച്ഛേദം ചെയ്തുകൊൾക. അവിടുത്തേക്കു വേണ്ടി എന്റെ ജീവനെ ഉപേക്ഷിക്കുന്നതിനു ഞാൻ എന്നും സന്നദ്ധനായിരുന്നിട്ടുണ്ടെന്ന് അവിടുത്തേക്ക് അറിയാമല്ലോ. എന്റെ വധത്താൽ അവിടുത്തേക്ക് ഒരുപകാരവും സിദ്ധിക്കയില്ലെങ്കിലും അത് അവിടുത്തെ അന്യായമായ കോപത്തെ ശമിപ്പിക്കയെങ്കിലും ചെയ്യുമായിരിക്കും. അവിടുന്നു വിശ്വസിച്ചാലും ഇല്ലെങ്കിലും വാസ്തവമെന്നു എനിക്കു വിശ്വാസമുള്ളതിനെ ഞാൻ പറഞ്ഞു. ഞാൻ എന്റെ കൃത്യത്തെ ചെയ്തു. അവിടുന്ന് അവിടുത്തെ കൃത്യത്തെ അല്ലെങ്കിൽ കൃത്യമെന്ന് അവിടുന്ന് വിചാരിക്കുന്നതിനെ, ചെയ്തുകൊൾക."

കോപത്തെ വിട്ട് അക്ബർ പറഞ്ഞു: "മതി. താൻ ജീവിച്ചിരുന്നാലും മരിച്ചാലും എനിക്ക് ഒരുപോലെ തന്നെ. തന്നെ ആരും ഉപദ്രവിക്കയില്ല. പൊയ്ക്കൊൾക. എന്നാൽ ഇനിമേൽ എന്റെ മുൻപിൽ വരരുത്."

അബ്ദുൾകാദർ യാത്ര പറയാതെ തിരിഞ്ഞ് സാഹങ്കാരമായും സാവജ്ഞമായും ഉള്ള ഒരു നോട്ടത്തോടു കൂടി വാതില്ക്കലേക്കു നടന്നു. എന്നാൽ അയാൾ അതിന്റെ മുൻപിൽ തൂക്കിയിരുന്ന യവനികയെ നീക്കുന്നതിനു ഭാവിച്ചപ്പോൾ ചക്രവർത്തി അയാളെ നാമഗ്രാഹം വിളിക്കയും ആഗർവിഷ്ഠനായ മഹമ്മദൻ അത്ഭുതപ്പെട്ട് തിരിഞ്ഞു നില്ക്കയും ചെയ്തു.

ചക്രവർത്തി പറഞ്ഞു: "അബ്ദുൾകാദറേ! നാം അന്യോന്യം വളരെക്കാലമായി പരിചിതന്മാരായിരിക്കയും പരസ്പരം ബഹുമാനിക്കയും ചെയ്തിരിക്കുന്ന സ്ഥിതിക്ക് ഈ വിധത്തിൽ തമ്മിൽ പിരിയുന്നത് നന്നല്ല. എന്തെന്നാൽ നമുക്കു അഭിപ്രായഭേദം ഉണ്ടെങ്കിലും നിങ്ങൾക്ക് എന്നെക്കുറിച്ച് ആദരവും ബഹുമാനവും ഉണ്ടെന്നു ഞാൻ അറിയുന്നു. നിങ്ങളുടെ പൗരുഷ്യം തന്നെ അതിനെ പ്രത്യക്ഷീകരിക്കുന്നു. ഞാനാകട്ടെ നിങ്ങളെ ഒരു വിദ്വാനും ബുദ്ധിമാനും എന്നു മാത്രമല്ല ഒരു ധീരനും സത്യവാനും ആയ ആളായിട്ടാണ് വിചാരിക്കുന്നത്. ഈ കാലത്ത് നിങ്ങൾക്കുള്ളതു പോലെയുള്ള ധൈര്യവും സത്യവും വളരെ വിലയുള്ളതാണ്. ആരും തന്നെ എന്റെ അടുക്കൽ നിന്നു കോപത്തോടെ പിരിയുന്നത് എനിക്കു സമ്മതമല്ല. വിശേഷിച്ചും നിങ്ങളെ ഒരിക്കലും അങ്ങനെ ചെയ്യാൻ ഞാൻ സമ്മതിക്കയില്ല. നിങ്ങൾ പോകരുതെന്നു ഞാൻ പറയുന്നില്ല. നിങ്ങൾ പോകുന്നത് ആവശ്യകമാണെന്നു ഞാൻ അറിയുന്നു. എന്നാൽ മനസ്സിൽ ക്രോധത്തോടു കൂടി പോകരുത്. നമ്മൾ സമാധാനത്തോടും സ്നേഹത്തോടും കൂടി ഒരുമിച്ച് അനേകസംവത്സരങ്ങളെ കഴിച്ചുകൂട്ടിയതിനെ ഓർത്തുകൊൾക. നമ്മുടെ വേർപാട് അപരിഹാര്യമായി തീർന്നിരിക്കുന്ന സംഗതിയെ വിസ്മരിക്കുക."

അക്ബർ സംസാരിക്കാൻ ഭാവിച്ചപ്പോൾ അബ്ദുൾകാദറുടെ മുഖ

ഭാവം പിന്നെയും സാവജ്ഞമായി തന്നെ ഇരുന്നു. എന്നാൽ ക്ഷമാനിധിയായ ചക്രവർത്തിയുടെ ഉദാരവാക്കുകളാൽ അത് ക്രമേണ ഭേദപ്പെട്ടു. അയാൾ ഒന്നും പറഞ്ഞില്ലെങ്കിലും അക്ബർ കൈ നീട്ടിക്കൊടുത്തപ്പോൾ അയാളുടെ ഭാവം അന്തർഗതത്തെ സ്പഷ്ടമാക്കി. അയാൾ ചക്രവർത്തിയുടെ ഹസ്തത്തെ സ്നേഹപൂർവം ഗ്രഹിച്ച് തന്റെ ശിരസ്സിനെ നമിപ്പിച്ചപ്പോൾ ഒരു ബാഷ്പകണം അതിൽ പതിച്ചു. പിന്നെ അയാൾ തിരിഞ്ഞ് പുനരാഗമനം ഇല്ലാതെ പോയി. എന്തെന്നാൽ അയാളും ചക്രവർത്തിക്കു മേലാൽ ഒരിക്കലും കാണാൻ മനസ്സില്ലാത്ത ഒരാളായിരുന്നു. തന്റെ പൂർവ്വമിത്രത്തെ തിരോധാനം ചെയ്ത് ജവനികയിലേക്കു സൂക്ഷിച്ചു നോക്കിക്കൊണ്ട് അക്ബർ കുറച്ചുനേരം ഇരുന്നു. ഒടുവിൽ അദ്ദേഹം ഉത്ഥാനം ചെയ്ത് സ്ഖലൽപദനായി അളിന്ദത്തിലിറങ്ങി മൃദുവായ ജലോദ്ഗമത്തോടു കൂടിയ ധാരായന്ത്രങ്ങളാൽ അലംകൃതവും നിശ്ശബ്ദവും ചന്ദ്രികാചർച്ചിതവും ആയ ഉദ്യാനത്തെ നോക്കിക്കൊണ്ടുനിന്നു. അനന്തരം അദ്ദേഹം ശാന്തനായിട്ട് ശ്ലക്ഷ്ണശിലാനിർമ്മിതമായ ഒരാസനത്തിൽ ഉപവേശിച്ച് പാണികളെ കൊണ്ടു മുഖത്തെ ആച്ഛാദനം ചെയ്തു.

ഇപ്രകാരം ഓരോരുത്തരായി അവരെല്ലാവരും അദ്ദേഹത്തിനെ വിട്ടുപോയി. അബുൾഫസൽ അദ്ദേഹത്തിന്റെ അടുക്കൽ നിന്നു ക്രൂരമായി അപഹൃതനായി. അക്വാവീവാ മുതലായ ക്രിസ്ത്യൻ പാതിരിമാർ കോപിച്ചു പിരിഞ്ഞു. ഇപ്പോൾ അബ്ദുൾകാദറും എന്നെന്നേക്കും യാത്ര പറഞ്ഞു പോയി. ഇതൊക്കെയും സംഭവിച്ചത് തന്റെ പുത്രൻ കൂടിയും തനിക്കു വിരോധിയായിത്തീർന്ന് താൻ ഇത്രകാലം ജനങ്ങളുടെ ക്ഷേമാഭിവൃദ്ധിക്കായി ഭരിച്ചിരുന്ന രാജത്വത്തെ അപഹരിക്കുന്നതിനു ഉദ്യോഗിക്കുന്നതിനാൽ തനിക്കു നേരിട്ടിരിക്കുന്ന ആപത്തുകളുടെയും ദുർഘടങ്ങളുടെയും മദ്ധ്യേ വിശ്വസ്ത മിത്രങ്ങളുടെ സാഹായ്യം തനിക്ക് അത്യന്തം ആവശ്യപ്പെട്ട അവസരത്തിലാണ്. എന്നാൽ ഇതിനൊക്കയും കാരണം മതം തന്നെ. എന്തെന്നാൽ സലിം വാസ്തവമായ മതത്തിന്റെ രക്ഷയ്ക്കായിട്ടാണ് യുദ്ധത്തിനുദ്യോഗിച്ചത് എന്നുള്ളതിൽ സംശയമില്ല. ബീർസിങ്ങും മതഭ്രാന്തന്മാരാൽ പ്രേരിതനായിരുന്നു എന്നാണ് സാധാരണമായി വിശ്വസിക്കപ്പെട്ടിരുന്നത്.

അക്ബർ വിചാരിച്ചു: 'ഈ മതം എന്നു പറയുന്നത് എന്തോന്നാണ്? ഇത് മനുഷ്യന്റെ നിസ്സാരതയെ കാണിച്ച് അവനെ വിനീതനും ഈശ്വരഭക്തിയുള്ളവനും ആകയും, തന്റെ സമസൃഷ്ടന്മാരെ സ്നേഹിക്കുന്നതിനും പരോപകാരത്തിനായി ജീവിച്ചിരിക്കാൻ ആഗ്രഹിക്കുന്നതിനും പ്രേരിപ്പിക്കയും ചെയ്ത് അവന്റെ ആത്മാവിനു സമാധാനത്തേയും ആനന്ദത്തേയും കൊടുക്കുന്ന ഒരനുഗ്രഹമോ? അതോ മനുഷ്യർ അഹങ്കാരമുള്ളവനാക്കിത്തീർക്കയും, ചിലപ്പോൾ മഹാന്മാരും ശ്രേഷ്ഠന്മാരും ആയവരെക്കൂടിയും വ്യാമോഹിപ്പിച്ച് പരദ്രോഹത്തിൽ പ്രവർത്തിപ്പിക്കയും, ജനങ്ങളുടെ ഇടയിൽ കുറ്റങ്ങളേയും ജീവഹാനിയിൽ പരിണമിക്കുന്ന കലഹങ്ങളേയും ജനിപ്പിക്കയും ചെയ്യുന്ന ആപല്ക്കരമായ ഒരുന്മാദമോ? മനു

ഷ്യരെല്ലാവരും ഏകാഭിപ്രായമായി മതമൊന്നും വേണ്ട എന്നു വയ്ക്കുന്നതായാൽ അത് ഗുണകരമായിരിക്കുമോ ദോഷകരമായിരിക്കുമോ? ഈ ചോദ്യങ്ങൾക്ക് ഉത്തരം പറയാൻ പ്രയാസമാണെങ്കിലും വിചാരലേശം കൂടാതെ എല്ലാവരും ഉത്തരം പറയുന്നതിനു സന്നദ്ധന്മാരായിരിക്കും. മതം ഇല്ലാതിരുന്നാൽ മനുഷ്യന് മോക്ഷമില്ലെന്നും ജനസമുദായത്തിൽ ഒരു വ്യവസ്ഥയുണ്ടായിരിക്കയില്ലെന്നും സർവ്വസമ്മതമാണ്. എന്നാൽ ഏതു മതമാണ് ഗ്രാഹ്യം എന്നുള്ള ചോദ്യം വരുമ്പോൾ കലഹാഗ്നി ജ്വലിച്ചു തുടരുന്നു. ഓരോരുത്തരും അവരവരുടെ മതമാണ് ശ്ലാഘ്യം എന്നുഘോഷിക്കുന്നു. ഒടുക്കം കലഹംകൊണ്ട് തത്ത്വം തീർച്ചയാക്കേണ്ടിവരുന്നു. സർവ്വസമ്മതവും മനുഷ്യജാതിയെ ഒരു സ്നേഹബന്ധത്താൽ യോജിപ്പിക്കുന്നതും ആയ ഒരു മതം എന്നെങ്കിലും ഉണ്ടാകുന്നത് ശക്യമാണോ? അങ്ങനെ ഒരു മതത്തെ ഞാൻ കണ്ടുപിടിച്ചു എന്നു വിശ്വസിച്ചു സന്തോഷിച്ചത് കേവലം മൗഢ്യമായിരുന്നോ? ഹാ! ഇഷ്ടവിയോഗം കഷ്ടമാണ്! എന്നാൽ പ്രിയതരങ്ങളായ വിശ്വാസങ്ങളെ ഉപേക്ഷിക്കുന്നത് കഷ്ടതരമാണ്!!"

അപ്പോൾ അക്ബറുടെ തോളിൽ ഒരാൾ സ്പർശിച്ചു. അദ്ദേഹം നോക്കിയപ്പോൾ ഫൈസിയെ അടുക്കൽ കണ്ടു. അയാൾക്കു സമയം നോക്കാതെ ചക്രവർത്തിയുടെ അടുക്കൽ വരുന്നതിനു സ്വാതന്ത്ര്യം കൊടുക്കപ്പെട്ടിട്ടുണ്ടായിരുന്നു.

ഫൈസി പറഞ്ഞു: "അക്ബറേ! വ്യസനകരമായും നിരർത്ഥകമായും ഉള്ള മനോരാജ്യത്തെ ഉപേക്ഷിക്കുക. അവിടുത്തേക്കാൾ എത്രയോ അശക്തനായ ഞാൻ അവിടുത്തെ അടുക്കൽ ഒരു പുരുഷനായിരിക്കണമെന്നു പറയണോ? എങ്കിലും ഞാൻ അങ്ങനെ പറയേണ്ടത് ആവശ്യകമായിരിക്കുന്നു. അവിടുത്തെ പ്രിയതമമിത്രമായ വിശ്വസ്തമന്ത്രിയുടെ നാശത്തെക്കുറിച്ച് അവിടുന്നു വ്യസനിക്കുന്നതിൽ ഒട്ടും കുറച്ചല്ല എന്റെ പ്രിയനായ ജ്യേഷ്ഠന്റെ നാശത്തെക്കുറിച്ചു ഞാൻ വ്യസനിക്കുന്നത്. രാജ്യത്തിനു ആപത്തു നേരിട്ടിരിക്കുന്ന ഈ സമയത്തു വ്യസനാതിരേകത്തിനിടകൊടുക്കാതെ നമ്മൾ രണ്ടുപേരും ധൈര്യത്തെ അവലംബിക്കേണ്ടത് ആവശ്യകമാണ്. അതുകൊണ്ടാണ് അവിടുന്ന് ഒരു പുരുഷനായിരിക്കണമെന്നു പറയുന്നതിനു ഞാൻ തുനിയുന്നത്. ഇങ്ങനെ ദുഃഖപരതന്ത്രനായിരിക്കുന്നത് അവിടുത്തേക്ക് അയോഗ്യമാണ്. അബ്ദുൾഫസലിനു ഇതറിയാൻ കഴിഞ്ഞെങ്കിൽ അക്ബർ നിർദ്ദോഷനല്ലെന്നു അദ്ദേഹം തന്റെ ജീവിതകാലത്തിൽ ഇദംപ്രഥമമായി പറയുമായിരുന്നു."

അക്ബർ പറഞ്ഞു; "എന്റെ വിശ്വസ്തനും ശ്രേഷ്ഠനുമായ സ്നേഹിതാ! നിങ്ങളുടെ നിഷ്കപടകളായ വാക്കുകൾക്കു വേണ്ടി ഞാൻ അത്യന്തം കൃതജ്ഞനായിരിക്കുന്നു. വിചാരത്തെ ഉപേക്ഷിച്ച് പ്രവൃത്തിക്കുള്ള കാലമാണിത് എന്നു ഞാൻ നല്ലവണ്ണം അറിയുന്നു. എന്നാൽ എന്റെ വിചാരങ്ങളുടെ സ്വഭാവത്തെ നിങ്ങൾ മാറി ധരിച്ചതായി തോന്നുന്നു. അവയിൽ നിങ്ങളുടെ ജ്യേഷ്ഠന്റെ സ്മരണ കൂടി ഉണ്ടായി

രുന്നു എന്നേ ഒള്ളൂ.” അനന്തരം അക്ബർ അക്വാവീവാവും അബ്ദുൾകാദറും യാത്ര പറഞ്ഞു പിരിയുന്നതിനേയും തന്നിമിത്തം ഉത്ഭവിച്ച വിചാരങ്ങളേയും പറഞ്ഞു.

ക്ഷണനേരം ആലോചിച്ചതിന്റെ ശേഷം ഫൈസി പറഞ്ഞു: “ഇതിലെല്ലാം എന്റെ ചക്രവർത്തിയുടെ മഹാമനസ്കത്വവും എന്റെ മാന്യമിത്രത്തിന്റെ ജ്ഞാനവിശേഷവും പ്രത്യക്ഷമാകുന്നു. ഇപ്പോൾ പ്രസ്താവിച്ച സംഗതിയിൽ എന്റെ അഭിപ്രായം എന്താണെന്നു അവിടുത്തേക്ക് അറിയാമല്ലോ. മനുഷ്യൻ മതമെന്നു പറയുന്നതിന്റെ അർത്ഥത്തെ ഒരു അവാസ്തവവും അപരിച്ഛിന്നവും അവ്യക്തവും ആയ കാര്യമായിട്ടു ഗ്രഹിക്കുമ്പോൾ എനിക്കു അതിൽ അത്ര ഗൗരവബുദ്ധി ഇല്ല. പിന്നെ അതിനു കേവലം മനഃകല്പിതങ്ങളും ക്ഷോദക്ഷമങ്ങളല്ലാത്തവയും ആയ ചില സിദ്ധാന്തങ്ങളെ അടിസ്ഥാനമാക്കി തീർക്കുമ്പോൾ പറയേണ്ടതില്ലല്ലോ. എന്നെ ആളുകൾ നാസ്തികൻ എന്നു പറയുന്നത് എങ്ങനെ എങ്കിലും ഇരിക്കട്ടെ. എന്നാൽ അവർ എന്നെ ഒരു അവിശ്വാസി എന്നു വിചാരിക്കുന്നത് തെറ്റാണ്. വാസ്തവത്തിൽ എനിക്കു ദൃഢമായ വിശ്വാസം ഉണ്ട്. എന്നാൽ എന്റെ വിശ്വാസം അനുഭവമാകുന്ന സ്ഥിരമായ അധിഷ്ഠാനത്തെ അവലംബിച്ചിരിക്കുന്നു. ഭൗതികപദാർത്ഥങ്ങൾക്കു മാത്രമല്ല, വിശിഷ്യ മനുഷ്യന്റെ ആത്മാവിനും മനസ്സിനും ഉത്തരോത്തരം വികാസമുണ്ടെന്നുള്ള തത്ത്വത്തെ ഞാൻ വിശ്വസിക്കുന്നുണ്ടെന്നു ഞാൻ പലപ്പോഴും പറഞ്ഞിട്ടുണ്ടല്ലോ. ഈ തത്ത്വത്തിൽ, മറ്റെല്ലാ മതപരിഷ്കാരന്മാരേയും മതസ്ഥാപകന്മാരേയും പോലെ അവിടുന്നു കണ്ടുപിടിക്കാൻ ആഗ്രഹിക്കുന്ന വലുതായ വിതർക്കവിഷയത്തിന്റെ സമാധാനത്തെ ഞാൻ കാണുന്നുണ്ട്. മനുഷ്യരായ നമ്മുടെ ആരംഭം ഏതുവിധമായിരുന്നു എന്നും, ഇപ്പോൾ തന്നെ നാം എത്ര അഭിവൃദ്ധിയെ പ്രാപിച്ചിട്ടുണ്ടെന്നും ഏതു ഘട്ടത്തിൽ നമുക്കു ഇനിയും എത്താമെന്നും ആലോചിക്കുക. നാം ആദ്യം മൃഗനിർവ്വിശേഷന്മാരായിരുന്നു. പിന്നെ ഏതാനും വർഷസഹസ്രം കഴിഞ്ഞതിന്റെ ശേഷം നാം ഊഹാപോഹശക്തിയുള്ളവരായി തീർന്നിരിക്കുന്നു. ഇനിയും അനേകവർഷസഹസ്രങ്ങൾ കഴിയുമ്പോൾ നമ്മുടെ സ്ഥിതി എന്തായിരിക്കും? നമ്മളിൽ ചിലർക്കു മാത്രമല്ല, അനവരതമായ തത്ത്വാന്വേഷണത്താലും ജ്ഞാനവികാസത്താലും എല്ലാവർക്കും ജീവാത്മപരമാത്മൈക്യത്തിന്റെ സൂക്ഷ്മജ്ഞാനം സിദ്ധിക്കയില്ലയോ? അപ്പോൾ ആ ജ്ഞാനത്താൽ തൃപ്തന്മാരായ നമുക്ക്, മേൽ മോക്ഷമുണ്ടെന്നുള്ള ഉറപ്പിനെ തന്ന് മനസ്സിനു സമാധാനത്തെ ജനിപ്പിക്കുന്നതിനു മാത്രം ഒരു മാർഗ്ഗമായി മതമെന്നു പേരോടു കൂടി ഇപ്പോൾ നാം സ്വീകരിക്കുന്ന ഭ്രമങ്ങളെ നിരസിക്കരുതോ?”

അക്ബർ പറഞ്ഞു: “നിങ്ങളുടെ ആത്മാവ് ഏറ്റവും ഉത്സർപ്പിക്കയും നിങ്ങളുടെ ദൃഷ്ടി വളരെ ദൂരം ദർശിക്കയും ചെയ്യുന്നു. എനിക്ക് അത് കുറെ അധികമായി തോന്നുന്നു. ഞാൻ വർത്തമാനകാലത്തെക്കുറിച്ചാണ് വിചാരിക്കുന്നത്. ഭവിഷ്യത് കാലം എനിക്ക് അത്ര ആശ്വാസകരമായിരി

ക്കുന്നില്ല."

ഫൈസി ചോദിച്ചു: "എന്നാൽ ഞാൻ വർത്തമാനകാലത്തെക്കുറിച്ചു വിചാരിക്കുന്നില്ലയോ? ജനങ്ങൾ അവരുടെ കൃത്യങ്ങളെ യഥാശക്തി നിവർത്തിക്കണമെന്നുള്ളത് എന്റെ സിദ്ധാന്തത്തിൽ ഒന്നാമതായ ഒരു നിയമമല്ലയോ? വാസ്തവത്തെ നിരാകരിച്ചുള്ള മനനവും നിദിദ്ധ്യാസനവും നിഷ്ഫലമാണ്. തത്ത്വശാസ്ത്രം വർത്തമാനത്തെക്കുറിച്ചു നമ്മുടെ ശക്തികളെ ഉപയോഗിക്കുന്നതിനു നമ്മെ പഠിപ്പിച്ചില്ലെങ്കിൽ അത് കേവലം ഒരു വ്യാമോഹം മാത്രമേ ആയിരിക്കൂ. നാം ഉദ്ദേശിക്കുന്ന ഒരു സാദ്ധ്യത്തിനു വേണ്ടി ശ്രദ്ധാപൂർവ്വം ശ്രമിക്കുന്നത് അസംഭാവ്യങ്ങൾക്കായി ഇച്ഛിക്കയും അതു ഫലിക്കാതെ വൈമനസ്യത്തോടു കൂടി പ്രതിനിവർത്തിക്കയും ചെയ്യുന്നതിൽനിന്നു വളരെ വ്യത്യസ്തമാണ്. മതപ്രതിപത്തിയിലും പരലോകവിശ്വാസത്തിലും ഇതുപോലെതന്നെയാണ്. അത് ഒരു വിശിഷ്ടനായ പരിഷ്കാരകന്റെ വാങ്മാത്രത്താൽ ഉടൻ ഉണ്ടാകുന്നതല്ല. കാലക്രമംകൊണ്ടു പതുക്കെ ഉണ്ടാകുന്നതാണ്. സർവ്വഥാ അതിനു മുൻപായി ജനങ്ങൾക്കു ജ്ഞാനാഭിവൃദ്ധിയും പരിഷ്കാരവും ഉണ്ടായിരിക്കണം. അത് അതിനുവേണ്ട മാർഗ്ഗങ്ങളും സമ്പത്തും ഇല്ലാതെ ഉണ്ടാകുന്നതല്ല. ജ്ഞാനാഭിവൃദ്ധിക്കും പരിഷ്കാരത്തിനും പ്രഥമാധിഷ്ഠാനമായുള്ളതിനെക്കുറിച്ചു അക്ബർക്ക് ആത്മോപാലംഭത്തിനോ ഉത്സാഹഭംഗത്തിനോ ന്യായമായ കാരണം ഉണ്ടോ? അദ്ദേഹം തന്റെ പ്രജകൾക്കു ക്ഷേമപ്രയോജകരമായുള്ളതിനെ വേണ്ടുംവണ്ണം ചെയ്തിട്ടില്ലെന്ന് ആരു പറയും? എന്റെ ചക്രവർത്തി! അവിടുന്നു ജനങ്ങൾക്കു വേണ്ടി ചെയ്തിട്ടുള്ളതൊക്കയും ഓർത്തുനോക്കുകയും, അവിടുത്തെ അദ്ധ്യാത്മവിചാരങ്ങളെ ഒരെടത്തു മാറ്റി വച്ചിട്ട് അവിടുത്തെ പ്രവൃത്തികളുടെ ഫലങ്ങൾ ഇനിയും അവയെ തുടരുന്നതിനു മതിയായ പ്രോത്സാഹകങ്ങളായിരിക്കുന്നില്ലയോ എന്നു ചിന്തിക്കയും ചെയ്ക."

ഫൈസി പറഞ്ഞത് വാസ്തവമായിരുന്നു. ചക്രവർത്തിയാൽ ഏർപ്പെടുത്തപ്പെട്ടവയും സാഫല്യത്തോടു കൂടി നടത്തപ്പെട്ടുവരുന്നവയും ആയ സാമുദായിക പരിഷ്കാരങ്ങളെ അയാൾ പ്രശംസിച്ചത് ഒരു രാജസേവകൻ ചെയ്യുന്ന മുഖസ്തുതിയല്ലായിരുന്നു. അടുത്ത ഏതാനും വർഷശതങ്ങളിലെ അനുഭവം അയാൾ പറഞ്ഞതിനെ യഥാർത്ഥീകരിക്കുന്നു. അക്ബർ മതവിഷയത്തിൽ പ്രവർത്തിച്ചതിന്റെ ലാഞ്ഛനം പോലും അദ്ദേഹത്തിന്റെ മരണാനന്തരം ശേഷിച്ചിരുന്നില്ല. എന്നാൽ അദ്ദേഹം രാജ്യഭരണവിഷയമായി ചെയ്തിട്ടുള്ള ഏർപ്പാടുകൾ ഹിന്ദുസ്ഥാനെ പിന്നീടു ഭരിച്ച രാജാക്കന്മാർ ഉണ്ടാക്കിയ ചട്ടങ്ങൾക്കെല്ലാം അടിസ്ഥാനമായി തീർന്നിട്ടുണ്ട്.

ചക്രവർത്തി ഉത്ഥാനം ചെയ്ത് തനിക്കു നൂതനമായി ഒരുന്മേഷം ജനിച്ചതുപോലെ ശിരസ്സിനെ ഉന്നമിപ്പിച്ച് പറഞ്ഞു: "ഫൈസി! നിങ്ങൾ പറഞ്ഞത് ശരിയാണ്. നമ്മുടെ ജീവിതകാലം മുഴുവൻ അശ്രാന്തമായി പ്രവൃത്തി ചെയ്യണം. അല്ലാതെ മനോരാജ്യം വിചാരിച്ചുകൊണ്ടിരുന്നാൽ

പോരാ. എനിക്ക് ഒരു വലിയ അവലംബമായിരുന്ന ആൾ ഇപ്പോൾ ഇല്ലാതെ ആയതിനാൽ ഇനി നിങ്ങൾ എനിക്കു സാഹായിയായിരിക്കണം. നമ്മുടെ പ്രവൃത്തികൾ നമുക്കു പരസ്പരം തൃപ്തിയെ ചെയ്യുമെന്നു ഞാൻ വിശ്വസിക്കുന്നു. എന്നാൽ ഇപ്പോൾ ഒരു ചിഹ്നം കൂടി കാണിക്കാം. നിങ്ങൾക്ക് ഇങ്ങനെ ഉള്ളതിൽ ശ്രദ്ധയില്ലെങ്കിലും ഇത് നിങ്ങളുടെ ദൃഷ്ടിക്കു പ്രിയമായിരിക്കും. അതാ! അസ്തോന്മുഖമായ ആ തേജസ്സിനെ നോക്കുക. അത് കുറേ ദിവസമായി എന്റെ ആത്മാവ് കുണ്ഠീഭവിച്ചിരുന്നതിന്റെ സാമ്യത്തെ വഹിക്കുന്നു. എന്നാൽ നാളെ ഈ തേജസ്സ് പിന്നെയും ഉദിക്കുമല്ലൊ. ഞാനും ഇപ്പോഴത്തെ മാന്ദ്യത്തെ വിട്ട് എന്റെ സഹജപൗരുഷത്തെ ഇനിയും അവലംബിക്കാം. അതാണല്ലോ ഒരു രാജാവിന്റെ കൃത്യം. ജനങ്ങളിൽനിന്നും പ്രോത്സാഹനം ഉണ്ടാകാതിരിക്കുന്ന കാലത്തോളം രാജാവ് തന്റെ ധീരസചിവന്മരോടു കൂടി രാജ്യഭരണത്തിനു വേണ്ടുന്ന സകലതിന്റെയും പ്രവർത്തകനായിരിക്കണം. വല്ലപ്പോഴും ഞാൻ ഇതിനെ വിസ്മരിക്കയാണെങ്കിൽ, ഫൈസി! അബുൾഫസൽ ചെയ്യാറുള്ളതുപോലെ എന്റെ കൃത്യത്തെ എന്നെ ഓർമ്മിപ്പിക്കയും ഇപ്പോൾ പറഞ്ഞതുപോലെ പറകയും ചെയ്യണം."

14

രഹസ്യാവഗമം

ചക്രവർത്തി തന്റെ സൈന്യങ്ങളെ നയിച്ചുംകൊണ്ട് ഉത്തരദേശത്തേക്കു പുറപ്പെട്ടിരുന്നു. അദ്ദേഹം ആഗ്രയിൽനിന്നും കുറേ ദൂരത്തെത്തിക്കഴിഞ്ഞു എന്നുള്ള വർത്തമാനം പ്രസിദ്ധമായി. സിദ്ധന്റെ സേനാഭാഗം ആദ്യം പുറപ്പെട്ടിരുന്ന സൈന്യങ്ങളുടെ കൂട്ടത്തിൽ പോയിരുന്നതിനാൽ അതിനോടു കൂടി ചെന്നുചേരുന്നതിനുള്ള വരുതി കിട്ടുന്നതിന് അയാൾ കാത്തിരിക്കയായിരുന്നു. അതിനിടയ്ക്ക് അയാൾ റസിയാഗുല്ബ്ദനെ കൂടെക്കൂടെ കാണാൻ പൊയ്ക്കൊണ്ടിരുന്നതിനെക്കുറിച്ച് ആശ്ചര്യപ്പെടാനില്ലല്ലോ. മുൻപിലത്തെ പോലുള്ള ഉൽക്കണ്ഠയോടു കൂടിയല്ലെങ്കിലും ഒരു സായാഹ്നത്തിൽ അയാൾ അവളുടെ ഗൃഹത്തിലേക്കു തിരിച്ചു. അയാൾക്കു ക്രമേണ അവളിൽ അവിശ്വാസം ജനിച്ചിരുന്നു. എന്നിട്ടും അവളെ കൂടെക്കൂടെ കാണാൻ പൊയ്ക്കൊണ്ടിരുന്നതിന്റെ ഉദ്ദേശ്യം അവളുടെ രഹസ്യങ്ങളേയും കൃത്രിമങ്ങളേയും കുറിച്ച് അധികം വിവരങ്ങൾ അറിയണമെന്നു കൂടി ആയിരുന്നു. അയാൾക്ക് അറിയണമെന്നു ഉദ്ദേശ്യമുണ്ടായിരുന്നതിലധികം ആ സായാഹ്നത്തിൽ വെളിപ്പെടുമെന്നു അയാൾ തീരെ ശങ്കിച്ചിരുന്നില്ല. അയാൾ സാധാരണയായി കടന്നു പോകാറുള്ള ചെറിയ വാതില്ക്കൽ എത്തിയപ്പോൾ പതിവു പോലെ അല്ലാതെ അതു തുറന്നിരിക്കുന്നതും ആരുടെയോ ഓർമ്മക്കേടു നിമിത്തം താക്കോൽ പൂട്ടിൽ തന്നെ ഇരുന്നതും കണ്ട് അയാൾ ആശ്ചര്യപ്പെട്ടു. അതുകൊണ്ട് അയാൾക്ക് ഉള്ളിൽ കടക്കുന്നതിനു പതിവു പോലുള്ള സങ്കേതം വേണ്ടിവന്നില്ല. അകത്തു കടന്ന് സാവധാനമായി വാതിൽ അടച്ചുംവച്ച് അയാൾ വേഗത്തിൽ നടന്ന് ആ ഗൃഹത്തിലേക്കു പോയി. അളിന്ദത്തിനു സമീപത്തായപ്പോൾ അയാൾക്ക് ആശ്ചര്യത്തിനു നൂതനമായ കാരണം ഉണ്ടായി. തല്ക്ഷണത്തിൽ ഒരാൾ ഉള്ളിലേക്കു പ്രവേശിച്ചു. ആദ്യം അതാരാണെന്നു സിദ്ധനു മനസ്സിലായില്ല. എന്നാൽ

അയാൾ അനേകം ചെടികളുടെ നിബിഡമായ ഛായയിലേക്ക് ഒഴിഞ്ഞപ്പോൾ വിളക്കിന്റെ വെളിച്ചത്താൽ അയാൾ തന്റെ പിതൃവ്യനായ സാൽഹണനാണെന്ന് അറിഞ്ഞു. സാൽഹണൻ ഗുല്ബ്ദനോട് ഉപചാരവാക്യങ്ങളൊന്നും കൂടാതെ ഏറ്റവും സംഭ്രമത്തോടു കൂടി വിളിച്ചു പറഞ്ഞു: "നമ്മുടെ രഹസ്യങ്ങൾ വെളിപ്പെട്ടുപോയിരിക്കുന്നു!" ഗുല്ബ്ദൻ ഭയാക്രാന്തയായി കേട്ടുകൊണ്ടിരിക്കെ സാൽഹണൻ തുടർന്നു പറഞ്ഞു. "ചക്രവർത്തി നമ്മുടെ ഗൂഢോപായങ്ങളെല്ലാം അറിഞ്ഞുകഴിഞ്ഞു. എങ്ങനെയാണെന്ന് എനിക്കറിഞ്ഞുകൂടാ. വേഷപ്രച്ഛന്നനായി സൈന്യങ്ങളോടു കൂടി പോയിട്ടുള്ള ഗോരക്ഷന്റെ അടുക്കൽനിന്നും എനിക്കു തീർച്ചയായ അറിവു കിട്ടി. അക്ബർ ആദ്യം മുതൽക്കുള്ള നമ്മുടെ പ്രവൃത്തികളെ അറിഞ്ഞിട്ടുണ്ടെന്നു മാത്രമല്ല, നമ്മുടെ ആലോചനകളിൽ ചെയ്തിട്ടുള്ള എല്ലാ ഭേദഗതികളെയും അദ്ദേഹത്തിന്റെ ചാരന്മാരിൽനിന്നും ഗ്രഹിച്ചിരിക്കുന്നു. അദ്ദേഹം ഉപായിയാകകൊണ്ട് നമ്മുടെ ആദ്യത്തെ ആലോചനയെമാത്രം അറിഞ്ഞതായും രണ്ടാമത്തെ ആലോചനയെ അറിഞ്ഞിട്ടില്ലാത്തതായും ഭാവിച്ചിരിക്കയാണ്. അതിന്റെ ഉദ്ദേശ്യം അദ്ദേഹം നമ്മുടെ കൗശലത്തിൽ അകപ്പെട്ടുപോയി എന്നു നാം വിചാരിച്ചുകൊള്ളട്ടെ എന്നാണ്. ഇപ്പോൾ അദ്ദേഹവും സൈന്യങ്ങളും വാസ്തവത്തിൽ കാശ്മീരത്തേക്ക് എന്നുള്ള നാട്യത്തോടുകൂടിയാണ് പുറപ്പെട്ടിരിക്കുന്നത്. എന്നാൽ നമ്മൾ നിർബ്ബാധന്മാരെന്നു വിശ്വസിച്ചുകൊണ്ടിരിക്കുമ്പോൾ അദ്ദേഹം അപ്രതീക്ഷിതമായി ആഗ്രയിൽ എത്തി നമ്മെ ആക്രമിക്കാനാണ് ഭാവിക്കുന്നത്. നിശ്ചയിച്ച ദിവസം സലിമിനെ ചക്രവർത്തിയായി പ്രഖ്യാപനം ചെയ്യാതിരിക്കുന്നതിനു ഇപ്പോഴാണ് എനിക്ക് കരുതൽ കിട്ടിയത്. എന്നാൽ അതുകൊണ്ട് നമുക്ക് അധികം ഫലമൊന്നും ഇല്ല. അക്ബർ രാജ്യാപഹാരത്തിനുള്ള പ്രവൃത്തിൽ സലിമിനെ പിടികൂടാതിരിക്കാമെങ്കിലും എല്ലാവിവരവും അറിയുമ്പോൾ നമ്മേ വിട്ടേക്കയില്ല. അതുകൊണ്ട് കവിഞ്ഞ കൈ പ്രവർത്തിക്കയല്ലാതെ ഇപ്പോൾ നമുക്കു വേറെ യാതൊരു മാർഗ്ഗവും ഇല്ല."

ഗുല്ബ്ദൻ ചോദിച്ചു: "അതെന്താണ്?"

സാല്ഹണൻ ഉത്തരം പറഞ്ഞു: "ഗോരക്ഷനും അയാളുടെ അനുചരന്മാർക്കും നമ്മെ സഹായിക്കാൻ കഴിയും; അത് അവർ ചെയ്കയും വേണം. ചക്രവർത്തി ആഗ്രയിൽ എത്തുന്നതിനു മുൻപെ അദ്ദേഹത്തിനെ അപായപ്പെടുത്തണം."

ഈ വാക്കുകൾ കേട്ടപ്പോൾ സിദ്ധൻ ഞടുങ്ങുകയും ചുരികാമുഷ്ടിയിൽ കൈ വച്ചുകൊണ്ട് മുൻപോട്ടേക്കു ചെല്ലുന്നതിനു ഭാവിക്കയും ചെയ്തു. എങ്കിലും അയാൾ യഥാകാലം ആത്മാവിനെ നിയന്ത്രണം ചെയ്തു.

സാല്ഹണൻ തുടർന്നു പറഞ്ഞു: "സലിം ഇതിനെക്കുറിച്ച് ഒന്നും അറിയരുത്. കൃത്യം നടന്നതിന്റെ ശേഷവും അദ്ദേഹത്തിനോടു നാം പറയേണ്ട. അദ്ദേഹത്തിനു സംശയങ്ങൾ തോന്നിയേക്കാം. എന്നാൽ

അദ്ദേഹം ഒന്നും അറിഞ്ഞിട്ടില്ലാത്തതുപോലെ ഭാവിച്ചുകൊള്ളും. അദ്ദേഹത്തിനു നമ്മേക്കുറിച്ചുള്ള ബഹുമാനം കുറയുകയും ഇല്ല. ഗോരക്ഷനെ കണ്ട് എല്ലാം ചട്ടം കെട്ടുന്നതിനു സൈന്യങ്ങൾ കിടക്കുന്ന ദിക്കിലേക്കു നാളെ ഞാൻ പോകുന്നു. അയാളുടെ പ്രച്ഛന്നവേഷത്തെ ഞാൻ എങ്ങനെയാണ് തിരിച്ചറിയേണ്ടതെന്ന് അയാൾ എന്നോടു പറഞ്ഞിട്ടുണ്ട്. അതിനിടയിൽ നിങ്ങൾ സലിമിനു കരുതൽ കൊടുക്കുന്നതിന് അമാന്തിക്കരുത്. സംശയങ്ങൾക്ക് എടകൊടുക്കാതിരിക്കാൻ വേണ്ടി ഞാൻ അദ്ദേഹത്തിനെ കാണാൻ പോകുന്നില്ല. നിങ്ങൾ തമ്മിൽ ഇപ്പോൾ എത്ര സ്ഥിതിയാലാണെന്നു കേൾക്കട്ടേ."

ഗുല്ബ്ദൻ ഉത്തരം പറഞ്ഞു: "ഞാൻ അദ്ദേഹത്തിനെ ഇവിടെ കണ്ടിട്ട് കുറെ ദിവസമായി. ഇങ്ങനെ അധികദിവസമായി വരാതിരിക്കുന്നതിനുള്ള കാരണം എനിക്കറിഞ്ഞുകൂടാ. ഏതെങ്കിലും അതുകൊണ്ട് എനിക്കു സുഖക്കേടില്ല. അദ്ദേഹം ഏതുവിധത്തിലും എന്നെ ഭാര്യയാക്കുമെന്നു എനിക്കറിയാം. അത് അദ്ദേഹം ചക്രവർത്തിയായതിന്റെ ശേഷമല്ലാതെ അതിനു മുൻപിലായിരിക്കയില്ല."

"അതിനിടയിൽ ഞാൻ നിങ്ങളുടെ അടുക്കൽ പറഞ്ഞേല്പിച്ചിട്ടുള്ള എന്റെ മരുമകനോടു കൂടി നിങ്ങൾ കാലയാപനം ചെയ്കയാണ്. അല്ലേ? അയാൾ ഒരു ധീരനായ യുവാവാണ്. നിങ്ങൾക്ക് അയാളുടെ മേൽ പ്രീതിയുണ്ടെന്നു തോന്നുന്നു."

"കുറച്ചു കാലത്തേക്കുണ്ടായിരുന്നു. എന്നാൽ ഇപ്പോൾ എനിക്ക് അയാളെ മുഷിഞ്ഞു തുടങ്ങിയിരിക്കുന്നു. നല്ലവണ്ണം ആലോചിച്ചു നോക്കിയതിൽ അയാളെക്കൊണ്ട് അധികം പ്രയോജനം ഇല്ല. അയാളോട് എടവിടാതെ മാനത്തേയും കൃതത്യത്തേയും കുറിച്ചു തർക്കിക്കേണ്ടിയിരിക്കുന്നു. അയാളെ കൊണ്ടു നമുക്കു വേണ്ട കാര്യം സാധിച്ചു കഴിഞ്ഞാൽ അയാളെ തള്ളിക്കളയാം. വിശേഷിച്ചും സലിമിനെക്കുറിച്ചു ഞാൻ ആലോചിച്ചിട്ടുള്ള കാര്യത്തിനു അയാൾ ഒരു പ്രതിബന്ധകനായിരിക്കാവുന്നതുകൊണ്ട് അങ്ങനെ ചെയ്യുന്നത് ആവശ്യകമാണ്."

സാല്ഹണൻ ഉദ്യാനത്തിന്റെ നേർക്ക് അകസ്മാൽ തിരിഞ്ഞു നോക്കിക്കൊണ്ട് ചോദിച്ചു: "അതെന്താണ്? അവിടെ ഒരനക്കം കേട്ടു എന്ന് എനിക്കു തോന്നി. അനാഹുതനായി ആരെങ്കിലും ഇവിടെ കടന്നു വന്നിരിക്കുമോ?"

ഗുല്ബ്ദൻ ഉത്തരം പറഞ്ഞു: "അത് അസംഭാവ്യമാണ്. ഉദ്യാനത്തിലെ വാതിൽ പൂട്ടീട്ടുണ്ടല്ലോ. ഇല്ലയോ?" - സാൽഹണൻ അയാളുടെ ബദ്ധപ്പാടിൽ അതു തുറന്നിട്ടേച്ചു പോന്നത് മറന്നുപോയിരുന്നു - "മറു പുറത്തുനിന്നും ഒന്നും ഭയപ്പെടാനില്ല. എന്തെന്നാൽ ഫൈസി സൈന്യങ്ങളോടു കൂടി ചേരുന്നതിനായി ഇന്നു രാവിലെ പുറപ്പെട്ടു കഴിഞ്ഞു. തോട്ടത്തിന്റെ മതിലിനു സമീപം സിദ്ധനെ നിങ്ങൾ കണ്ടേക്കാവുന്നതുകൊണ്ട് ഈ വഴിയിൽ കൂടി പോകുന്നതാണ് നല്ലത്."

സാല്ഹണൻ പറഞ്ഞു: "എന്നാലെല്ലാം തീർച്ചയായല്ലോ. ഇല്ലയോ?

നിങ്ങൾ സലിമിനേയും ആഗ്രയിലുള്ളവരേയും നോക്കിക്കൊള്ളുമല്ലോ. ഞാൻ ചക്രവർത്തിയെ നോക്കിക്കൊള്ളാം. എന്റെ കാര്യം ഭാഗ്യം കൊണ്ട് സഫലമായാൽ നമ്മളും അദ്ദേഹത്തിന്റെ പ്രജകളും അദ്ദേഹത്തിന്റെ അധികാരത്തിൽനിന്നും താമസിയാതെ മുക്തന്മാരാകും."

സാല്ഹണൻ വേഗത്തിൽ യാത്ര പറഞ്ഞ് ഒരു ജവനികയുടെ പിന്നിൽ മറയുകയും സിദ്ധൻ ആദ്യം വിചാരിച്ചതുപോലെ അയാളെ അനുഗമിക്കുന്നതിനു പാടില്ലാത്ത വിധത്തിൽ മറ്റൊരു വഴിയായി നിർഗ്ഗമിക്കുകയും ചെയ്തു.

അപ്പോൾ സിദ്ധൻ ചെയ്യാനുള്ളത് ഉടനെ തിരിച്ചുപോയി രാജദ്രോഹപ്രവർത്തകന്മാർക്ക് ഏതെങ്കിലും സംശയം തോന്നുന്നതിനു മുൻപിൽ തന്നെ ചക്രവർത്തിയെ കരുതൽകൊടുത്ത് അദ്ദേഹത്തിനെ അപായപ്പെടുത്തുന്നതിനുള്ള ഉദ്യമത്തെ വിഫലീകരിക്കയായിരുന്നു. എന്നാൽ താൻ ഗുല്ബ്ദന്റെ ദ്രോഹോദ്യമത്തിനു ഒരു സാധകനായിരിക്കുന്നതിൽ നിന്നു വിരമിച്ചു കഴിഞ്ഞതായി അവളെ അറിയിപ്പിക്കുന്നതിനുള്ള അയാളുടെ ഉല്ക്കണ്ഠ ബലവതിയായിരുന്നതിനാൽ അയാൾ ഒരു ചാട്ടത്താൽ അളിന്ദത്തിൽ കയറി അവളുടെ മുൻപിൽനിന്ന് കോപത്തോടു കൂടി പറഞ്ഞു: "ദുഷ്ടയായ കുലടേ! നീ എന്നെ ഒരു സ്വാമിദ്രോഹിയാക്കിത്തീർത്തു. എന്നാൽ നിന്റേയും ആ പോയ ആതതായിയുടേയും പോരു ഫലിക്കുമെന്നു നീ മോഹിക്കണ്ട. നിനക്കു മുഷിഞ്ഞു തുടങ്ങിയിരിക്കുന്ന ഞാൻ അതിനെ വിഫലീകരിക്കും."

അതുവരെയും സൗമ്യമായിരുന്ന ഗുല്ബ്ദന്റെ മുഖഭാവത്തിൽ സൗന്ദര്യമൊക്കെയും പോയിട്ട് അവൾ ദ്വേഷത്തോടും ക്രൗര്യത്തോടും കൂടി പറഞ്ഞു: "ഹാ! നീ ഒളിച്ചുനിന്നു കേൾക്കയായിരുന്നു, അല്ലേ? ഇനി നീ ഞങ്ങളെ വഞ്ചിക്കാൻ ഭാവിക്കയാണ്. അതു വരട്ടെ." അവളുടെ ഉദ്ദേശ്യത്തെ സിദ്ധനു ഊഹിക്കാൻ കഴിഞ്ഞതിനു മുൻപിൽ അയാളുടെ മാറിനെ ലക്ഷ്യമാക്കി ഒരു ചുരിക ഓങ്ങിക്കൊണ്ട് അവൾ അയാളുടെ നേർക്കു ചാടി വീണു. അയാൾ തടുക്കാൻ ഭാവിച്ചപ്പോൾ ഗുല്ബ്ദന്റെ പിറകിൽ നിന്നെഴുന്നേറ്റ് ആ ഘാതകിയുടെ കൈയിൽ തടുത്തുപിടിച്ച ഒരു രൂപത്തെ കണ്ട് സിദ്ധന്റെ കൈ അവശമായി കീഴ്പ്പെട്ടു വീണുപോയി.

ഗുല്ബ്ദൻ ക്ഷണേന തിരിഞ്ഞു നോക്കി ഭയപ്പെട്ട് ഒന്നു നിലവിളിച്ച് താഴെ വീണു. അവളുടെ പുറകിൽ ഫൈസിയും അയാളുടെ പിന്നിൽ വാളൂരിപ്പിടിച്ചുകൊണ്ട് രണ്ട് ഭൃത്യന്മാരും നിന്നിരുന്നു.

അവൾക്കു സ്വബോധം ഉണ്ടായപ്പോൾ അവൾ "ദയ ചെയ്യണേ" എന്നു പ്രാർത്ഥിച്ചു. സിദ്ധൻ തന്റെ മുൻപിലുള്ള കാഴ്ചയെ നോക്കിക്കൊണ്ടു നിശ്ചലനായി നിന്നു.

"എന്റെ സ്വാമി! ദയ ചെയ്യണേ!" എന്നുപറഞ്ഞു അവൾ അടുത്തു ചെല്ലുന്തോറും പിന്മാറുന്ന ഫൈസിയുടെ കാൽക്കൽ അവളുടെ ഇരുണ്ട തലമുടിയെ തറയിൽ ഇഴച്ചുകൊണ്ടു മുട്ടുകുത്തി കിടന്നു.

അയാൾ വിളിച്ചു പറഞ്ഞു: "മാറിപ്പോ! എന്നെ തൊടരുത്." അന

ന്തരം അനുചരന്മാരെ നോക്കി അയാൾ പറഞ്ഞു: "ഇവളെ പിടിച്ചു കെട്ടി മഥുരയിൽ എന്റെ കോട്ടയിൽ കൊണ്ടുപോയി ആക്കി നല്ലവണ്ണം സൂക്ഷിച്ചു കൊള്ളണം. ഇവൾ പുറമേ ആരോടെങ്കിലും സംസാരിക്കയോ ആളുമൂലമോ എഴുത്തു മൂലമോ വർത്തമാനം അറിയിക്കയോ ചെയ്യുന്നതിന് എപ്പോഴെങ്കിലും ഉദ്യമിക്കുന്ന പക്ഷം ഇപ്പോൾ ഞാൻ ചെയ്യാതിരിക്കുന്ന ശിക്ഷയെ ചെയ്തുകൊള്ളണം. ഇനി ഒരിക്കലും ഞാൻ ഇവളെ കാണുകയില്ല." പിന്നെ അയാൾ തന്റെ കാല്ക്കൽ വീണുകിടക്കുന്ന അവളെ നോക്കി പറഞ്ഞു. എന്നാൽ അയാളുടെ വാക്കുകൾ അവളുടെ ശിക്ഷയെ ലഘുപ്പെടുത്തുന്നവയല്ലായിരുന്നു. അയാൾ പറഞ്ഞു: "ആശയാണ് ജീവിതത്തിനു അവലംബമായുള്ളത്. ഇനിമേൽ ഞാൻ പേരുകൂടെ പറയാത്ത നീ ഒരു നിഷ്ഫലയായ ആശയെ പക്ഷേ, കരുതുന്നുണ്ടായിരിക്കും. എന്നേക്കാൾ പ്രബലനോ അഥവാ ഒരു കാലത്ത് പ്രബലനാകുന്നവനോ ആയ ഒരാളിൽ നിന്ന് രക്ഷയുണ്ടാകുമെന്ന് നീ വിചാരിക്കുന്നു. സലിം നിന്റെ പക്ഷത്തിൽ ചേർന്ന് നിന്നെ ബന്ധനത്തിൽനിന്നും മോചിപ്പിക്കുമെന്നാണ് നീ വിചാരിക്കുന്നത്. ഇത് വ്യർത്ഥമായ മോഹമാണ്. അദ്ദേഹത്തിനേയും നീ ചതിച്ചിട്ടുണ്ട്. ഈ മനുഷ്യനുമായി നിനക്കുള്ള സംസർഗ്ഗത്തെ കുറിച്ച് അദ്ദേഹം എന്നോടു പറഞ്ഞു. നിന്റെ തന്ത്രത്തിൽ അകപ്പെട്ടു എന്നു നീ വിചാരിച്ചിരിക്കുന്ന സലിം പരമാർത്ഥമൊക്കെ അറിഞ്ഞിരിക്കുന്നു."

ഫൈസി സംസാരിച്ചപ്പോൾ ഗുല്ബ്ദൻ ശിരസ്സിനെ ഉന്നമിപ്പിച്ച് ശ്രദ്ധാപൂർവ്വം കേട്ടുകൊണ്ടിരുന്നു. എന്നാൽ അയാളുടെ ഒടുവിലത്തെ വാക്കുകൾ കേട്ടസമയം അവൾ ഒന്നു നിലവിളിച്ച് കൈകളെ മുൻപെട്ടു നീട്ടിക്കൊണ്ട് ബോധക്ഷയത്തോടു കൂടി താഴെ വീണു.

"നിങ്ങളുടെ കൃത്യത്തെ ചെയ്വിൻ" എന്ന് ഫൈസി അയാളുടെ അനുചരന്മാരോടു പറഞ്ഞു. അവർ വേഗത്തിൽ അവളെ ആ മുറിയിൽ നിന്ന് എടുത്തുകൊണ്ടുപോയി.

ഖഡ്ഗത്തെ ഊരിക്കൊണ്ടു സിദ്ധന്റെ അടുക്കൽ ചെന്ന് അയാൾ പറഞ്ഞു: "ഇനി നിന്റെ കാര്യം."

സിദ്ധൻ ഉത്തരം പറഞ്ഞു: "എന്റെ ജീവനെ ഞാൻ ഉപേക്ഷിച്ചിരിക്കുന്നു. വെട്ടിക്കൊൾക! മരണത്തേക്കാൾ നന്നായി നിങ്ങളുടെ അടുക്കൽ നിന്നും ഞാൻ മറ്റൊന്നും ചോദിക്കുന്നില്ല."

ഖഡ്ഗത്തെ പതുക്കെ ഒറയിൽ ഇട്ടുംകൊണ്ട് ആലോചനയോടെ ഫൈസി പറഞ്ഞു: "അത് എനിക്കറിയാം. എന്നാൽ എനിക്കു നിന്റെ അപേക്ഷയെ സാധിപ്പിക്കാൻ മനസ്സില്ല. മറ്റുള്ളവർ ഇതുപോലുള്ള സംഗതിയിൽ മറിച്ചു വിചാരിക്കും. ഒരു മുസല്മാൻ നിന്റെ ശിരസ്സിനെ ഛേദിക്കും. ഒരു ഹിന്ദു നിന്നെ ശ്വാസം മുട്ടിച്ചു കൊല്ലും. ഒരു യൂറോപ്യൻ നിന്നെ ഒരു ദ്വന്ദ്വയുദ്ധത്തിന് ആഹ്വാനം ചെയ്യും. എന്നാൽ ഞാൻ ഇതൊന്നും ചെയ്യാൻ വിചാരിക്കുന്നില്ല. നീ ജീവനോടെ നിർബ്ബാധനായി ഇവിടെനിന്നും പൊയ്ക്കൊൾക. നിന്റെ പ്രവൃത്തിദോഷത്തേയും ഒരു

പ്രഭുവെന്നു ഭാവിക്കുന്ന നീ ഒരുവിശ്വസ്ത മിത്രത്തിന്റെ സ്നേഹത്തിനു ഏതു പ്രകാരമാണ് പ്രതിഫലം ചെയ്തത് എന്നുള്ളതിനേയും ഓർത്തുകൊണ്ട് ജീവിച്ചിരുന്നുകൊൾക. നീ പ്രസിദ്ധനായിത്തീർന്ന് ഉന്നതസ്ഥാനത്തെ പ്രാപിക്കുന്നതായിരിക്കാമെങ്കിലും ഇതിന്റെ സ്മരണ നിന്നെ വിടുകയില്ല. നീ എത്രതന്നെ ബഹുമതനാകാമെങ്കിലും നിന്റെ യൗവനകാലത്തിൽ ഒരു മിത്രത്തിന്റെ നേരെ പ്രവർത്തിച്ചതിനെ ഓർത്ത് യാതൊരു മാനമുള്ള മനുഷ്യന്റെ മുഖത്തും നീ നോക്കാൻ ശക്തനാകയില്ല. ഇതാണ് നിന്റെ ശിക്ഷ. ഇപ്പോൾ പൊയ്ക്കൊൾക."

ഫൈസിയുടെ സാർവ്വലേപമായ ഒരു സംജ്ഞാപനത്തെ അനുസരിച്ച് സിദ്ധൻ ലജ്ജകൊണ്ട് അവാങ്മുഖനായി തിരിഞ്ഞ് സ്ഖലൽപദനായി തോട്ടത്തിൽ കൂടി നടന്ന് അപ്പോഴും തുറന്നു കിടക്കുന്ന വാതിലിൽ കൂടി വെളിയിൽ പോയി. കുറേ നേരത്തേക്ക് അയാൾ ചുറ്റുമുള്ളതൊന്നും അറിയാതെ പര്യടനം ചെയ്തു. നേരം അകാലമായിട്ടും ചില വേലക്കാർ ഒരു ബോട്ടിൽ സാമാനം കേറ്റുന്നതുകണ്ട് അയാൾ അത് തന്റെ സ്വന്തമായിരുന്നതുപോലെ അവരുടെ പ്രവൃത്തിയെ എല്ലാം സൂക്ഷിച്ചുനോക്കുകയും കരയിൽനിന്നും ബോട്ടിനോടു ചേർത്തുവച്ചിരുന്ന പലകയിൽ കൂടി അവിടെ കിടന്ന ചില വലിയ ചുമടുകളെ അബദ്ധം കൂടാതെ എങ്ങനെയാണ് ബോട്ടിനുള്ളിലേക്ക് ആക്കുന്നത് എന്നാശ്ചര്യപ്പെടുകയും അവരുടെ വശതയില്ലായ്കയെ കണ്ടു തലകുലുക്കുകയും ചെയ്തുംകൊണ്ടു നിന്നു. പിന്നെ ചില ശിപായിമാർ മദ്യപാനം ചെയ്ത് ഒരു ദീപത്തിന്റെ മന്ദമായ വെളിച്ചത്തിൽ ചൂതുകളിച്ചുകൊണ്ടിരുന്നത് അയാളുടെ ശ്രദ്ധയേ ആകർഷിക്കയും അവരോടു കൂടി മദ്യപാനത്തിലും ചൂതുകളിയിലും ചേരുന്നതിനു അയാൾക്ക് ആഗ്രഹം തോന്നുകയും ചെയ്തു. എന്നാൽ ആ ക്ഷണത്തിൽ ചക്രവർത്തിയുടെ പ്രാണരക്ഷ ചെയ്യണമെന്നുള്ള ഏകമായ വിചാരം അയാളുടെ മനസ്സിൽനിന്നും മറ്റും വിചാരങ്ങളെ എല്ലാം നിഷ്കാസനം ചെയ്തു. ഫൈസി തന്നെ അക്ബർക്കു കരുതൽ കൊടുക്കുമോ? അയാൾ സാല്ഹണൻ പറഞ്ഞതെല്ലാം കേട്ടിരിക്കുമോ? ഈ ശങ്കകളെ പരിഹരിക്കാൻ അയാൾ ശക്തനായില്ല. എന്നാൽ പിന്നെ ക്ഷണനേരംപോലും താമസിയാതെ അയാൾ തന്നെ പോകയല്ലേ വേണ്ടത്? സാല്ഹണൻ പിറ്റെ ദിവസം പ്രഭാതത്തിലാണ് പുറപ്പെടുന്നത്. മറ്റൊരാൾ ഉടനെ പുറപ്പെട്ടാൽ അയാളേക്കാൾ മുൻപിൽ പ്രയാസം കൂടാതെ എത്താം.

സിദ്ധൻ വിചാരത്തിൽ അധികം നേരം കളയാതെ ആ നഗരത്തിൽ അയാളുടെ സേനാവിഭാഗം കിടക്കുന്ന ദിക്കിലേക്കു ബദ്ധപ്പെട്ടു പോയി മറ്റൊരുദ്യോഗസ്ഥനെ അതിന്റെ ആധിപത്യത്തെ ഏല്പിച്ചുവെച്ച് തന്റെ ഗൃഹത്തിൽ വന്ന് കുതിരയ്ക്കു കോപ്പിടുന്നതിനു വത്സനോടു പറഞ്ഞു. ആ കുതിര ഫൈസി അയാൾക്കു കൊടുത്ത പിംഗലൻ ആയിരുന്നു. അപ്പോൾ ചക്രവർത്തിക്കും മഹാരാജ്യത്തിനും ക്ഷേമത്തിനായുള്ള കാര്യത്തിൽ അയാൾ അതിൽ ആരോഹണം ചെയ്തു എങ്കിലും

റസിയായുടെ യഥാർത്ഥസ്ഥിതിയെ അറിഞ്ഞതിന്റെ ശേഷം അയാൾ അതിനെ ഉപയോഗിക്കയോ ഫൈസിക്കു തിരിച്ചുകൊടുക്കയോ ചെയ്തിട്ടില്ലായിരുന്നു.

കുതിരയെ വെളിയിൽ കൊണ്ടുവന്നപ്പോൾ വത്സനോട് അയാൾ പറഞ്ഞു: "സൈന്യത്തിലേക്കു പോകുന്നതിനു കുറെ ദൂരത്തായിട്ട് എന്നെ അനുഗമിക്കാൻ സന്നദ്ധനായിക്കൊൾക. ഒരു മണിക്കൂറിനുള്ളിൽ പുറപ്പെട്ട് വേഗത്തിൽ കുതിരയെ ഓടിച്ച് വേണ്ടിവന്നാൽ ഞാൻ പറയുന്ന സന്ദേശത്തെ വേണ്ടെടത്ത് എത്തിക്കണം." അനന്തരം ചക്രവർത്തിയെ അപായപ്പെടുത്താനുള്ള ഉദ്യമത്തെക്കുറിച്ച് ആവശ്യകമായിരുന്നെടത്തോളമുള്ള വിവരം അവനോടു പറകയും സൈന്യത്തോടുകൂടിതന്നെ കണ്ടില്ലെങ്കിൽ അക്ബറെ അന്വേഷിച്ചു കാണുന്നതിനു ആജ്ഞാപിക്കയും ചെയ്തതിന്റെ ശേഷം സിദ്ധൻ കുതിരയെ അതിവേഗത്തിൽ ഓടിച്ചുപോയി.

അയാൾക്കാകട്ടെ കുതിരയ്ക്കാകട്ടെ ആവശ്യകമായ വിശ്രമത്തെ കൊടുക്കാതെ അയാൾ ബദ്ധപ്പെട്ടു യാത്രചെയ്ത് സൈന്യത്തോടു ചെന്നുചേർന്നു. ഉടൻതന്നെ അയാൾ ചക്രവർത്തിയെ കാണാൻ ആവശ്യപ്പെടുകയും അല്പം താമസിച്ചതിന്റെ ശേഷം കാണുകയും ചെയ്തു.

നിഷ്ഠുരസ്വരത്തോടെ അക്ബർ ചോദിച്ചു: "ഇപ്പോൾ എന്തിനായിട്ടാണ് ഇവിടെ വന്നത്? ആഗ്രയിലുള്ള ജോലി വിട്ടുപോരുന്നതിനു ആരാണ് അനുവാദം തന്നത്? എനിക്കു തൃപ്തികരമായുള്ള ഉത്തരം പറയാൻ കഴിയാത്തപക്ഷം അത് നിങ്ങൾക്ക് ദോഷമായി വന്നേക്കാം."

സിദ്ധൻ ഉത്തരം പറഞ്ഞു: "സ്വാമിൻ! ഇതിലും കഷ്ടതരമായുള്ളതിനു ഉത്തരം പറയേണ്ടതില്ലായിരുന്നെങ്കിൽ ഞാൻ ധന്യനായിരുന്നേനെ. എന്നാൽ ഒരു യോധനു തന്റെ സ്വാമിയുടെ നേർക്കു ചെയ്യാവുന്ന എത്രയും വലുതായ അപരാധം എന്റെമേൽ ഉണ്ടെന്നു തന്നത്താൻ കുറ്റപ്പെടുത്തുന്നതിനാണ് ഞാൻ വന്നിരിക്കുന്നത്. ഞാൻ സ്വാമിദ്രോഹത്തിൽ ഉൾപ്പെട്ടുപോയി."

ചക്രവർത്തി പറഞ്ഞു: "ഞാൻ അത്രയും സംശയിച്ചു. അതുകൊണ്ടുതന്നെയാണ് ജോലിവിട്ട് ആഗ്രയിൽനിന്നും പോകരുതെന്നു ഞാൻ ആജ്ഞാപിച്ചത്. എന്നിട്ടിപ്പോൾ താൻതന്നെ തന്റെ ദ്രോഹത്തെ എന്നോടു പറയാൻ വരുന്നു. കൊള്ളാം. ശേഷം കേൾക്കട്ടെ."

സിദ്ധൻ ഗുല്ബ്ദനാൽ പ്രേരിതനായിട്ട് തന്റെ ബന്ധുവും ഉപകർത്താവും ആയ ആളോടു വിശ്വാസപാതകം പ്രവർത്തിച്ചതും ചക്രവർത്തിയെ ദ്രോഹിക്കാൻ വിചാരിച്ചതും കഴിയുന്നതും ചുരുക്കിയാതൊന്നും മറയ്ക്കാതെ അക്ബറെ അറിയിച്ചു. അയാൾ ഇതു പറഞ്ഞുകൊണ്ടിരുന്നപ്പോൾ അക്ബർ തന്റെ മനോവികാരങ്ങളെ ഒന്നിനേയും പ്രത്യക്ഷീകരിക്കാത്ത മുഖഭാവത്തോടു കൂടി അങ്ങോട്ടും ഇങ്ങോട്ടും പതുക്കെനടന്നുകൊണ്ടിരുന്നു. സിദ്ധൻ പറഞ്ഞു നിറുത്തിയപ്പോൾ അദ്ദേഹം അയാളുടെ മുൻപിലായി നിന്ന് പാരുഷ്യത്തോടു കൂടി പറഞ്ഞു:

"തന്റെ കുറ്റങ്ങൾ വധശിക്ഷാർഹങ്ങളാണ്."

സിദ്ധൻ ഉത്തരം പറഞ്ഞു: "അതു ഞാൻ നല്ലവണ്ണം അറിയുന്നു. തിരുമനസ്സിലെ അടുക്കൽനിന്നും എന്റെ ശിക്ഷയെ വാങ്ങിക്കാനാണ് ഞാൻ വന്നിരിക്കുന്നത്."

"തന്റെ ദ്രോഹോദ്യമം വെളിപ്പെട്ടു എന്നു ശങ്ക തോന്നിയപ്പോൾ പലായനം ചെയ്ത് അഭയം പ്രാപിക്കാഞ്ഞത് എന്താണ്?"

"കുറ്റങ്ങൾക്കു ശിക്ഷ വേണം. അതിനെ അനുഭവിക്കാതെ എനിക്കും മറ്റുള്ളവർക്കും നിന്ദാവിഷയമായി ഞാൻ എങ്ങനെ ലോകത്തിൽ സഞ്ചരിക്കും?"

"എന്നാൽ ഇത്ര ക്ഷണത്തിൽ ഇപ്രകാരം നിശ്ചയിക്കുന്നതിനിടവന്നത് എങ്ങനെയാണ്? ഇതിനു ഏതെങ്കിലും കാരണമുണ്ടായിരിക്കണം. താൻ എല്ലാ സംഗതികളും എന്നോടു പറഞ്ഞിട്ടില്ലെന്നു ഞാൻ സംശയിക്കുന്നു. തന്റെ കഥയിൽ ഇനിയും ചിലതു പോരാതെ ഉണ്ട്."

"കല്പിച്ചത് ശരിയാണ്. എന്നാൽ എനിക്ക് ഇനിയും പറയാനുള്ളത് എന്റെ ശിക്ഷ വിധിക്കപ്പെട്ടുകഴിഞ്ഞതിനു മേലല്ലാതെ പാടില്ലായിരുന്നു. ഇനി ഞാൻ പറയാം. കുറേനാളായി ഞാൻ ആ സ്ത്രീയുടെ ആകർഷണശക്തിക്കു വശംവദനായിരുന്നു. അത് ക്ഷണത്തിൽ നശിക്കുന്നതിനു ഇടവന്നു. എന്റെ ആന്ധ്യം അകന്നുപോകയും ഞാൻ എങ്ങനെ വഞ്ചിക്കപ്പെട്ടു എന്നും എത്രമാത്രം അപരാധിയായിരുന്നു എന്നും എന്തു ശിക്ഷയ്ക്ക് അർഹനാണെന്നും ഒടുവിൽ സ്പഷ്ടമായി എനിക്കു മനസ്സിലാകയും ചെയ്തു." അതിന്റെ ശേഷം സിദ്ധൻ തലേദിവസം സായാഹ്നത്തിൽ ഗുല്ബ്ദനെ കണ്ട സമയം നടന്ന സംഗതികളേയും താൻ ഒളിച്ചുനിന്നു കേട്ട രാജദ്രോഹോദ്യമത്തേയും വിവരമായി അക്ബറെ അറിയിച്ചു.

എന്നിട്ടും ചക്രവർത്തിയുടെ മുഖത്ത് വിശേഷിച്ചും ഒരു ഭാവഭേദവും കാണപ്പെട്ടില്ല. എന്നാൽ അദ്ദേഹം പിന്നെയും അങ്ങോട്ടും ഇങ്ങോട്ടും നടന്നുകൊണ്ടിരുന്നത് കുറേ അധികം ത്വരയോടുകൂടിയായിരുന്നു. സിദ്ധൻ പറഞ്ഞവസാനിപ്പിച്ചപ്പോൾ അദ്ദേഹം സ്വല്പനേരം മിണ്ടാതെയിരുന്ന് ഇപ്രകാരം പറഞ്ഞു: "തനിക്കു ഞാൻ വിധിക്കേണ്ടതായ ശിക്ഷയുടെ കാഠിന്യം താൻ ഇപ്പോൾ പറഞ്ഞ വർത്തമാനത്താൽ അല്പം ലഘൂകരിക്കപ്പെടുമെന്നു താൻ വിചാരിച്ചതായി തോന്നുന്നു. അതു യുക്തം തന്നെ. താൻ എനിക്കും എന്റെ രാജ്യത്തിനും ഒരു മഹത്തായ ഉപകാരം ചെയ്തിരിക്കുന്നു. അതുകൊണ്ടു, ഞാൻ വിധിച്ച ശിക്ഷ അഭേദ്യയാണെന്നു താൻ വിചാരിക്കുന്നെങ്കിൽ അതു തെറ്റാണ്. ഒരു കുറ്റം വധശിക്ഷാർഹമാണെന്നു പറയുന്നതുകൊണ്ട് ആ കുറ്റം ചെയ്തവനു മാപ്പുകൊടുത്തുകൂടാ എന്നർത്ഥമാകുന്നില്ല. സിദ്ധാ! താൻ എന്റെ നേർക്കും അതിലൊട്ടും കുറവല്ലാതെ എന്റെ മിത്രത്തിന്റെ നേർക്കും വലിയ അപരാധം ചെയ്തു. എന്നാൽ താൻ ഒരു കുറ്റക്കാരനല്ല. താൻ അനിവാര്യമായ ഒരു പ്രലോഭനത്തിൽ അകപ്പെട്ടുപോയി. അങ്ങനെ ആയാലുള്ള അവസ്ഥ എന്താണെന്ന് എനിക്കറിയാം. എന്നാൽ തന്റെ

സത്യവിചാരത്തിനു ഭംഗം വന്നിട്ടില്ല. അത് തന്റെ വ്യാമോഹം തീർന്നപ്പോൾ പുനരുജ്ജീവിതമായി. ഞാൻ തന്റെ കുറ്റത്തെ ലഘൂകരിക്കുന്നില്ല. എന്നാൽ താൻ ഒരിക്കലും നേരെ ആകാത്തവനും അതുകൊണ്ട് ജനങ്ങളുടെ ക്ഷേമത്തിനു വേണ്ടി വധാർഹനും ആയ ഒരുത്തനാണെന്നു ഞാൻ അഭിപ്രായപ്പെടുന്നില്ല. തന്റെ മേലാലുള്ള കൃത്യങ്ങളാൽ കഴിഞ്ഞ ദുഷ്കൃത്യങ്ങളുടെ സ്മരണ നിർമ്മാർജ്ജനം ചെയ്യപ്പെടുമെന്ന് ഞാൻ വിശ്വസിക്കുന്നു. തന്റെ ഇന്നത്തെ നടപടി താൻ ഇനി ഒരിക്കലും എന്റെ നേർക്കു ദ്രോഹം ചെയ്കയില്ലെന്നുള്ള ഉറപ്പിനെ എനിക്കുണ്ടാക്കുന്നു. അതുകൊണ്ട് തന്നെ ജീവിച്ചിരിക്കുന്നതിനും ഉദ്യോഗത്തിൽ ഇരുന്നുകൊള്ളുന്നതിനും ഞാൻ സമ്മതിക്കുന്നു. തന്നെക്കുറിച്ച് എനിക്കുള്ള അഭിപ്രായം ഇനിയും ഭേദപ്പെടാൻ ഇടവരുത്തരുത്."

കുറേനേരത്തേക്കു സിദ്ധൻ ഉത്തരം പറയുന്നതിനു അശക്തനായി ചക്രവർത്തിയുടെ മുൻപിൽ മുട്ടുകുത്തിയിരുന്ന് അദ്ദേഹത്തിന്റെ കഞ്ചുകാഗ്രത്തെ സബഹുമാനം ചുംബനം ചെയ്തു. ഒടുവിൽ ചക്രവർത്തി അയാളെ ഉത്ഥാനം ചെയ്യുന്നതിനു സംജ്ഞാപനം ചെയ്തപ്പോൾ അയാൾ പറഞ്ഞു: "സ്വാമിൻ! ഞാൻ തിരുമനസ്സിനെക്കുറിച്ച് എത്രയും കൃതജ്ഞനായിരിക്കുന്നു. അത് എന്റെ ദൃഷ്ട്യാ മേലാൽ വിലയില്ലാത്ത എന്റെ ജീവനു വേണ്ടിയല്ല, കിന്തു ഞാൻ ചെയ്തുപോയ ദോഷത്തിനു കുറേ എങ്കിലും പരിഹാരം ചെയ്യുന്നതിനു എനിക്കു തരപ്പെട്ട അവസരത്തിനു വേണ്ടിയാണ്. എനിക്ക് ഇനി ഒരപേക്ഷ ചെയ്യാമെങ്കിൽ അത് ഉത്തരദേശത്തുള്ള തസ്കരസംഘങ്ങളുടെ നേർക്ക് ഇപ്പോൾ ആരംഭിക്കപ്പെട്ടിരിക്കുന്ന യുദ്ധത്തിൽ ചേർന്നുകൊള്ളുന്നതിനു കല്പനയുണ്ടാകണം എന്നാണ്."

ചക്രവർത്തി പറഞ്ഞു: "ഈ അപേക്ഷയേയും ഞാൻ സാധിപ്പിക്കാം. എന്നാൽ ആദ്യം മറ്റൊരു കാര്യത്തിനു തന്നെ ഞാൻ ചുമതലപ്പെടുത്തുന്നു. എന്റെ ജീവരക്ഷാഭടന്മാരിൽ അത്യന്തവിശ്വസ്തന്മാരായ ഏതാനും പേരെ തന്റെ വരുതിയിൽ വിട്ടുതരാം. താൻ അവരോടു കൂടി പോയി ഗോരക്ഷൻ അറിയാതെ സാല്ഹണനെ പിടിച്ച് എത്രയും ഗൂഢമായി ഇവിടെ കൊണ്ടുവരണം."

സിദ്ധൻ ചക്രവർത്തിയുടെ കല്പനപ്രകാരം അദ്ദേഹത്തിന്റെ മുൻപിൽനിന്നും പ്രതിനിവർത്തിച്ച് തന്റെ വരുതിയിൽ വിടപ്പെട്ട ഭടന്മാരെ നയിച്ചുകൊണ്ടു പുറപ്പെട്ടു. അയാൾ വിചാരിച്ചതിലധികം വേഗത്തിൽ തന്റെ പിതൃവ്യനെ കണ്ടു. സാല്ഹണൻ ബദ്ധപ്പെട്ടു യാത്ര ചെയ്തതായി കാണപ്പെട്ടു. അയാളുടെ കൂടെ രണ്ടനുചരന്മാർ ഉണ്ടായിരുന്നു. അവരെ ആയുധം വയ്പിച്ച് വേഗത്തിൽ തടവുകാരാക്കി. സാല്ഹണൻ കുറേനേരത്തേക്ക് എതിർത്തു നിന്നു. എന്നാൽ ഒടുവിൽ പരാജിതനാകയും, അതുവരെയും തന്നാൽ അവജ്ഞാതനായിരുന്ന തന്റെ മരുമകന്റെ ആജ്ഞയാൽ ബന്ധിക്കപ്പെട്ടതുകൊണ്ട് ക്രുദ്ധനാകയും ചെയ്തു. വഴിയിൽ കൂടി പോകുന്നവരാരും സാല്ഹണനെ കണ്ടു മനസ്സിലാക്കാതെ

ഇരിക്കാൻ വേണ്ടി അയാളുടെ ശിരസ്സിനെ മൂടി ശിബിരത്തിലേക്കു വേഗത്തിൽ നയിച്ചു.

ചക്രവർത്തിയുടെ കൂടാരത്തിൽ എത്തിയതിന്റെ ശേഷം സാല്ഹണന്റെ ബന്ധം മോചിപ്പിക്കപ്പെട്ടു. അവിടെ അക്ബറും സിദ്ധനും അല്ലാതെ മറ്റാരും ഇല്ലായിരുന്നു.

ചക്രവർത്തി പറഞ്ഞു: "തന്റെ ദ്രോഹവും ഒടുവിലത്തെ ആലോചനകളും ഞാൻ അറിഞ്ഞു. തന്റെ മരുമകൻ എല്ലാം എന്നോടു പറഞ്ഞു. മരിക്കാൻ ഒരുങ്ങിക്കൊൾക. വധാധികൃതന്മാർ ഹാജരുണ്ട്."

സിദ്ധന്റെ നേരെ രോഷത്തോടും ദ്വേഷത്തോടും ഒന്നു നോക്കിയതിന്റെ ശേഷം സാല്ഹണൻ അക്ബറുടെ കാൽക്കൽ വീണു അപേക്ഷിച്ചു. "ദയാലുവായ ചക്രവർത്തി! എന്റെ പ്രാണഹാനി വരുത്താതെ തിരുമനസ്സിൽ തോന്നുന്ന പ്രകാരം എന്നെ ശിക്ഷിച്ചുകൊൾക. എന്നെ വധിപ്പിക്കരുതേ! ഞാൻ അറിയുന്ന പരമാർത്ഥമെല്ലാം തിരുമനസ്സറിയിക്കാം."

സാവജ്ഞമായി ചക്രവർത്തി ഉത്തരം പറഞ്ഞു: "സാല്ഹണാ! താൻ ഒരു സ്വാമിദ്രോഹിയും ദുഷ്ടനും ആയിരുന്നു എന്നു ഞാൻ അറിഞ്ഞു കഴിഞ്ഞു. എന്നാൽ താൻ ഒരു ഭീരുവാണെന്നുള്ളത് ഇപ്പോഴാണ് മനസ്സിലായത്. തനിക്കു പറയാൻ കഴിയുന്ന പരമാർത്ഥം കാര്യകാരിയല്ല. ഗോരക്ഷൻ എവിടെയാണെന്നും എങ്ങനെയാണ് അവനെ കണ്ടുപിടിക്കേണ്ടതെന്നും ഉള്ള ഒരു സംഗതി ഒഴിച്ച് തനിക്കു പറയാൻ കഴിയുന്നതെല്ലാം ഞാൻ മുൻപിൽ തന്നെ അറിഞ്ഞിരിക്കുന്നു."

ആശാലേശത്തിന് ഒരു മാർഗ്ഗം കണ്ടതുകൊണ്ട് സാല്ഹണൻ അല്പം ആശ്വസിച്ച് പറഞ്ഞു: "അതു ഞാൻ അറിയിക്കാം. ഗോരക്ഷനെ ഏതുപ്രകാരത്തിലാണ് കണ്ടുപിടിക്കേണ്ടതെന്നു ഞാൻ ശരിയായി പറയാം. എന്നാൽ..."

"ലജ്ജാവഹമായ ജീവിതത്തെ തനിക്കു ഞാൻ തരാം. താൻ പറയുന്നത് വ്യാജമായി വന്നാൽ പിന്നെ ഉടനെ തന്റെ ശിരച്ഛേദം ചെയ്യുന്നതാണെന്നു ഓർമ്മിച്ചുകൊൾക."

വേഷപ്രച്ഛന്നനായി നടക്കുന്ന ഗോരക്ഷനെ കണ്ടുപിടിക്കുന്നതിനു വേണ്ടുന്നതെല്ലാം സാല്ഹണൻ ഉൽക്കണ്ഠയോടെ പറഞ്ഞു.

ചക്രവർത്തി സിദ്ധന്റെ നേരെ തിരിഞ്ഞ് ആജ്ഞാപിച്ചു: "ഇയാളെ ഭദ്രമായി സൂക്ഷിച്ചു കൊള്ളണം. താൻതന്നെ തന്റെ ഭടന്മാരോടു കൂടെ പോയി ഗോരക്ഷനെ അന്വേഷിച്ച് അവനെ കണ്ടുകിട്ടിക്കഴിഞ്ഞാലുടനെ അടുത്തുള്ള വൃക്ഷത്തിൽ തൂക്കിക്കളയണം."

സിദ്ധനും അയാളുടെ ഭടന്മാരും ഉടനെ പുറപ്പെട്ട് ആ ദുർഗ്ഗാചാര്യനെ അധികതാമസം കൂടാതെ കണ്ടുപിടിച്ച് ബന്ധനസ്ഥനാക്കി.

സിദ്ധനെ കണ്ടറിഞ്ഞിട്ട് ദ്വേഷപൂർവ്വമായ ഹാസത്തോടെ അയാൾ പറഞ്ഞു: "ഹാ! എന്റെ യുവാവായ സ്നേഹിതാ! നിന്നോടു ഞാൻ കാണിച്ചിട്ടുള്ള ആദരത്തിന് ഇതാണോ പ്രതിഫലം? അതിരിക്കട്ടെ. എന്നാൽ

നിനക്കു ചേതമില്ലാത്ത ഒരു സൗജന്യത്തെ ഞാൻ അപേക്ഷിക്കുന്നു. എന്റെ വാസ്തവം വെളിപ്പെടുത്തിയത് ആരാണെന്നു പറയണം. അത് സാല്ഹണൻ തന്നെയായിരിക്കണം. ഞാൻ ഊഹിച്ചത് ശരിയല്ലയോ?"

"അതെ." എന്നുത്തരം പറഞ്ഞതിന്റെ ശേഷം സിദ്ധൻ തന്റെ അനുചരന്മാരെ നോക്കി പറഞ്ഞു: "ഇയാളെ ഇവിടെനിന്നും കൊണ്ടുപോയി ചക്രവർത്തി കല്പിച്ചിരിക്കുന്ന വിധിയെ നടത്തുവിൻ."

ഗോരക്ഷൻ ചോദിച്ചു: "ആ വിധി എന്താണ്?"

സിദ്ധൻ ഉത്തരം പറഞ്ഞു; "കഴുത്തിൽ പാശമിട്ടു വധിക്ക."

ഗോരക്ഷൻ പറഞ്ഞു: "കൊള്ളാം. അത് എന്റെ രീതിയിൽ തന്നെ."

അയാളെ ബന്ധിക്കുന്നത് ആവശ്യകമല്ലായിരുന്നു. എന്തെന്നാൽ അയാൾ ഓടിപ്പോകുന്നതിനു സ്വല്പമായ ഉദ്യമം പോലും ചെയ്യാതെ രണ്ടു ഭടന്മാരുടെ നടുവിൽ കൂടെ അനുദ്വിഗ്നനായി നടന്നു.

കുറേ നേരത്തേക്കു സിദ്ധൻ അയാളുടെ നേരെ തിരിഞ്ഞു നോക്കുകയാകട്ടെ ഭടന്മാർ അയാളുടെ പ്രവൃത്തികളെ വളരെ നിഷ്കർഷിച്ചു സൂക്ഷിക്കയാകട്ടെ ചെയ്തില്ല. എന്നാൽ അവർ പുറത്തിറങ്ങിയതിന്റെ ശേഷം സിദ്ധൻ തന്റെ അനുയായികളോടു ചില ആജ്ഞകൾ കൊടുക്കാനായി തിരിഞ്ഞു. നോക്കിയപ്പോൾ ആ യോഗി വഴിയിൽ നിന്നെടുത്തതോ തന്റെ വസ്ത്രങ്ങളുടെ ഇടയിൽ ഒളിച്ചു വച്ചിരുന്നതോ ആയ ഒരോല ഇടത്തു കൈയിൽ വച്ച് അതിൽ എന്തോ എഴുതുന്നത് അയാൾ കണ്ടു. ഉത്തരക്ഷണത്തിൽ ഗോരക്ഷൻ അതിനെ വിശറിക്കൊണ്ടു വീശുന്നതുപോലെ ഇളക്കികൊണ്ട് ആകാശത്തിൽ ഉയർത്തിപ്പിടിച്ചു.

സിദ്ധൻ ക്ഷമയില്ലാതെ വിളിച്ചു പറഞ്ഞു: "വരൂ ഈ വിദ്യയൊന്നും വേണ്ട. അതൊന്നും ഇനി ഫലിക്കയില്ല. ആ ഓല ദൂരെത്തെറിഞ്ഞു കളയൂ."

ഗോരക്ഷൻ ആജ്ഞാപിക്കപ്പെട്ടതുപോലെ ചെയ്തു. എന്നാൽ അത് ചിരിച്ചുംകൊണ്ട് ആകാശത്തിൽ രണ്ടു ചിഹ്നങ്ങൾ കൂടികാണിച്ചതിന്റെ ശേഷമായിരുന്നു. പിന്നെ അയാൾ ആ ഓല താഴെ ഇട്ടേച്ച് ആ ഭടന്മാരുടെ കൂടെ പോയി. ഏതാനും ക്ഷണങ്ങൾക്കുള്ളിൽ അയാളുടെ ഗതപ്രാണമായ ശരീരം ഒരു വൃക്ഷത്തിന്റെ ശാഖയിൽ തൂങ്ങിക്കിടന്നു.

അതിനിടയിൽ ഏതോ ഒരു പ്രഭുവിന്റെ ഭൃത്യന്മാരെന്നു തോന്നപ്പെട്ട രണ്ടുപേർ ഗോരക്ഷനെ പിടികൂടിയത് നോക്കിക്കൊണ്ടിരിക്കയും, അയാളെ തൂക്കാൻ കൊണ്ടുപോകുന്ന ഭടന്മാരെ കുറെ അകലെയായി അനുഗമിക്കയും ചെയ്തിരുന്നു. ഗോരക്ഷൻ ആ ഓല ഇട്ടിരുന്ന സ്ഥലം കടന്ന് ഭടന്മാർ പോയിക്കഴിഞ്ഞ ഉടനെ ആ രണ്ടുപേരും ശ്രദ്ധയോടെ മണലിൽ തിരഞ്ഞുനോക്കി ആ ഓലയെ കണ്ടെടുത്തു. അതിൽ ഒരു നാരായംകൊണ്ട് ഏതാനും ചില വാക്കുകൾ ബദ്ധപ്പെട്ടെഴുതപ്പെട്ടിരുന്നു. അവർ ഒരുമിച്ച് അതിനെ വായിച്ചതിന്റെ ശേഷം ഒരാൾ അതിനെ തന്റെ കഞ്ചുകത്തിനുള്ളിൽ സൂക്ഷിച്ച് ഒളിച്ചുവയ്ക്കയും രണ്ടുപേരും ബദ്ധപ്പെട്ട് ശിബിരത്തിലേക്കു തിരിച്ചുപോകയും ചെയ്തു.

ഗോരക്ഷന്റെ മരണവൃത്താന്തം കേട്ട ഉടനെ ചക്രവർത്തി സാൽഹ ണനെ വധിക്കയില്ലെന്നു വാഗ്ദാനം ചെയ്തു. എന്നാൽ അയാളെ ഭദ്ര മായി സൂക്ഷിക്കുന്നതിനു ഭടന്മാലെ എല്പിച്ചു. യുദ്ധം അവസാനിച്ചു കഴിഞ്ഞാൽ അയാളുടെ കാര്യം തീരുമാനിക്കപ്പെടും എന്നാണ് കല്പന യായത്. അക്ബർ രാജ്യം ഭരിച്ചുകൊണ്ടിരുന്ന കാലം വരെ ഏതെങ്കിലും ഒരു കോട്ടയിൽ ബന്ധനമാണ് തനിക്കുള്ള വിധി എന്നും, സലിം ചക്ര വർത്തിയായാലുടനെ തന്നെ മോചിപ്പിക്കാതിരിക്കയില്ലെന്നും, അപ്പോൾ സിദ്ധനോടു പ്രതികാരം ചെയ്യുന്നതിനുള്ള അവസരം ഉണ്ടാകുമെന്നും സാല്ഹണൻ വിചാരിച്ചു.

സാല്ഹണന്റെ ബന്ധനത്തിൽ ആർക്കും അയാളുടെ അടുക്കൽ ചെല്ലാൻ വഹിയാത്തവിധം വലിയ നിർബ്ബന്ധമൊന്നും ഇല്ലായിരുന്നു. ഒരുദിവസം സായാഹ്നത്തിൽ സമീപത്തുകൂടി കടന്നുപോയവനും ആഡം ബരത്തോടുകൂടി വസ്ത്രം ധരിച്ചിരുന്നവനും ആയ ഒരാളുടെ ഭൃത്യൻ ഒരു ചുരുട്ടിയ ഓല സാല്ഹണന്റെ കൈയിൽ ഇട്ടുകൊടുത്തു. അതെ ന്തായിരിക്കാം? ഒളിച്ചോടിപ്പോകാൻ ഏതെങ്കിലും ഉപായത്തെ സൂചിപ്പിച്ച് പക്ഷേ, ഗുല്ബ്ദനോ മറ്റു സ്നേഹിതന്മാരെങ്കിലുമോ ഗൂഢമായി അയച്ച എഴുത്തായിരിക്കുമോ? ഇങ്ങനെ വിചാരിച്ചുകൊണ്ട് സാല്ഹണൻ ആ ഓലയുടെ കെട്ടഴിച്ചു നോക്കിയപ്പോൾ അതിൽ ഇപ്രകാരം എഴുതിയിരു ന്നു. "സാല്ഹണാ! എന്നെ വധിക്കുന്നതിനു വിധിച്ച ചക്രവർത്തി നിനക്കു ഗുണത്തിനായി മരിക്കയില്ല. എന്നെ ചതിച്ച നിന്നെയാണ് ദുർഗ്ഗ ബലി യായി കല്പിച്ചിരിക്കുന്നത്."

സാല്ഹണൻ ഭയപ്പെട്ട് ഒന്നു നിലവിളിക്കയും, അയാളുടെ കൈകൾ ശക്തിയില്ലാതെ പാർശ്വങ്ങളിൽ സ്രംസിക്കയും ആ ഓല താഴെ വീഴു കയും ചെയ്തു. അതിൽ എഴുതിയിരുന്ന ഏതാനും വാക്കുകളുടെ താല്പര്യം അയാൾക്ക് നല്ലവണ്ണം മനസ്സിലായി. ഈ വിധി അന്യഥാ കരിക്കാവുന്നതല്ലെന്ന് അയാൾ അറിഞ്ഞു. ദുർഗ്ഗാചാര്യന്റെ അന്ത്യയായ ആജ്ഞ വിഫലീകരിക്കയില്ല. അയാളുടെ അസംഖ്യം അനുചരന്മാർ അതിനെ ഏതുവിധത്തിലും നടത്തും. സാല്ഹണനു രക്ഷപ്പെടുന്നതിന് ഒരാശയും ഇല്ലായിരുന്നോ? വാസ്തവത്തിൽ അതില്ലാത്തതുപോലെ തന്നെ ആയിരുന്നു. അയാൾ ആഗ്രയിലോ മറ്റോ ആയിരുന്നെങ്കിൽ ഈ തുറന്ന സ്ഥലത്തു വരാവുന്നതുപോലെ ദുർഗ്ഗാചാര്യന്റെ അനുചരന്മാർക്ക് അവിടെ കടക്കാൻ അത്ര എളുപ്പമല്ല. എന്നാൽ അയാൾ പതുക്കെ യാത്ര ചെയ്യുന്ന സൈന്യത്തിന്റെ പിന്നിലായിരുന്നു. ചില ഘാതകന്മാർ തന്റെ ജീവഹാനി ചെയ്യാനായി ഒരുങ്ങിയിരിക്കുന്നതുകൊണ്ട് തന്നെ നല്ലവണ്ണം സൂക്ഷിച്ചുകൊള്ളണമെന്ന് അയാൾ ഭടന്മാരോട് അപേക്ഷിച്ചു. എന്നാൽ അവർ അതിനുത്തരമായി ചിരിച്ചതേയുള്ളൂ. "അത് ഒരു വലിയ നഷ്ടമാ യിരിക്കയില്ല." എന്ന് അവർ തമ്മിൽ പറയുന്നത് അയാൾ കേട്ടു. പിന്നെ രാത്രിയിൽ ഒരു വിളക്കുവച്ചു തന്നാൽ കൊള്ളാമെന്നു അയാൾ അപേ ക്ഷിച്ചു. ഈ അപേക്ഷയ്ക്കും അയാളുടെ ഭീരുത്വത്തെക്കുറിച്ച് അവർ

ആക്ഷേപിച്ചതേ ഒള്ളൂ. അതിൽ പിന്നീട് അയാളുടെ മനസ്സിനു ക്ഷണ നേരം പോലും സ്വാസ്ഥ്യം ഇല്ലായിരുന്നു. അയാൾ സൈന്യത്തിന്റെ പിന്നാലെ യാത്ര ചെയ്തുകൊണ്ടിരുന്നപ്പോൾ എല്ലാ ചെടിയുടെ പുറ കിലും ഏതോ ചില കറുത്ത സ്വരൂപം ഒളിച്ചിരുന്നു എന്നും, അയാളെ അനുഗമിച്ചു എന്നും അയാൾക്കു തോന്നി. സൈന്യവിശ്രമത്തിനായി താമ സിക്കുമ്പോൾ അയാൾ ചുറ്റുമുള്ള വൃക്ഷങ്ങളുടെയും കുറ്റിക്കാടുകളു ടെയും ഇടയിൽ സൂക്ഷിച്ചു നോക്കിക്കൊണ്ടിരുന്നു. ഒടുക്കം അയാളുടെ കാളരാത്രി വന്നു! അയാൾ എല്ലാ ശബ്ദവും ചെവികൊടുത്തു കേൾക്കയും ഇരുട്ടിൽ ചുറ്റും തപ്പിനോക്കുകയും ചെയ്തുംകൊണ്ട് ഉറങ്ങാതിരിക്കാൻ ശ്രമിച്ചു. എന്നാൽ ചിലപ്പോൾ ഉറങ്ങിപ്പോയാൽ ഭയപ്പെട്ട് ഞെട്ടി ഉണർന്ന് ശ്വാസം മുട്ടിയതായി തോന്നീട്ട് കഴുത്തിൽ തപ്പിനോക്കി. ചിലപ്പോൾ തന്റെ കഴുത്തിൽ പാശം ഇട്ടു മുറുക്കുന്നതായി അയാൾക്കു തോന്നി. അപ്പോൾ അതു വാസ്തവമല്ലെന്നു തന്നത്താൻ ബോധപ്പെടുത്തുന്നതിനു കഴുത്തിൽ കൈവച്ചു നോക്കി. ഒടുവിൽ കഴുത്തിൽ കൈ വയ്ക്കുന്നത് അയാൾക്ക് ഒരു അനൈച്ഛികമായ വ്യാപാരമായി തീർന്നു. ആത്മഹത്യ ചെയ്തുകളഞ്ഞാലെന്താണെന്ന് അയാൾക്കു തോന്നിത്തുടങ്ങി. എന്നാൽ ചുരികയെ തന്റെ നെഞ്ചിൽ കുത്തിയിറക്കുന്നതിനു അയാൾക്കു ധൈര്യം ഉണ്ടായില്ല. പിന്നെ അപായം കൂടാതെ ആഗ്രയിൽ എത്താമായിരിക്കു മെന്ന് അയാൾക്കു സ്വല്പമായി ഒരാശതോന്നി. എന്നാൽ മുൻപിലത്തേ ക്കാളധികം പതുക്കെയാണ് സൈന്യം യാത്രചെയ്തത്. ഒടുവിൽ ദുർഗ്ഗാ ചാര്യന്റെ അനുചരന്മാർ തന്നെ സാല്ഹണനും ചെയ്യാൻ കഴിയാത്ത കൃത്യത്തെ ചെയ്ത് അയാളുടെ കഷ്ടതയിൽനിന്നും അയാളെ മോചി പ്പിച്ചു. അയാളെ സൂക്ഷിക്കാനായി നിന്നിരുന്ന ഭടൻ ഒരുദിവസം രാവിലെ അയാളുടെ കൂടാരത്തിൽ അയാൾ മരിച്ചുകിടക്കുന്നത് കണ്ടു.

15

പ്രതിസമാധാനം

ഇതിനിടയിൽ വിശേഷിച്ചും സിദ്ധൻ പറഞ്ഞ വർത്തമാനം കേട്ടതിന്റെ ശേഷം ആഗ്രയിലെ കാര്യങ്ങൾ അക്ബറും അദ്ദേഹത്തിന്റെ ആലോചനക്കാരും ഊഹിച്ചിരുന്നതുപോലെ തന്നെ നടന്നു. സൈന്യം തിരിച്ചുവരുന്നു എന്നു സലിമിനു കാലോചിതമായി കരുതൽ കിട്ടുകയും രാജ്യാപഹരണത്തിനായുള്ള പ്രവൃത്തിയിൽ അദ്ദേഹത്തിനെ പിടികൂടാൻ കഴിയാതിരിക്കയും ചെയ്തേക്കാമെന്നു ശങ്കയുണ്ടായിരുന്നു. അങ്ങനെ സംഭവിച്ചെങ്കിൽ യുവരാജാവിന്റെ മേൽ രാജദ്രോഹക്കുറ്റത്തെ ചുമത്തുന്നതിൽ വളരെ പ്രയാസമുണ്ടാകുമായിരുന്നു, എന്നാൽ സൈന്യത്തോടുകൂടിയുള്ള രാജ്യദ്രോഹികളിൽ മുഖ്യനായ ഗോരക്ഷനും ഗുല്ബ്ദനും സലിമിനെ വർത്തമാനങ്ങൾ ഗ്രഹിപ്പിക്കുന്നതിനു നിർവ്വാഹമില്ലാത്ത സ്ഥിതിയിൽ ആയതിനാൽ അതിന് അപ്പോൾ എളുപ്പമുണ്ടായിരുന്നു. വാസ്തവത്തിൽ ചക്രവർത്തിയും സേനയും തിരിച്ചുവരുന്നു എന്നുള്ള വർത്തമാനം രാജദ്രോഹികൾ കേട്ടു എങ്കിലും അവരുടെ കൂട്ടുകാരുടെ അടുക്കൽ നിന്ന് അതു ശരിയാണെന്നുള്ളതിലേക്കു യാതൊരു ഉറപ്പായ അറിവും കിട്ടായ്കയാൽ ഈ വർത്തമാനങ്ങൾ സലിമിന്റെ ഉദ്യമത്തെ തടുക്കാനായി അക്ബറുടെ ഇഷ്ടന്മാർ പറഞ്ഞുണ്ടാക്കീട്ടുള്ളവയാണെന്നു അവർ വിചാരിച്ചു. നിശ്ചയിച്ച ദിവസം സലിം രാജമന്ദിരത്തെ സ്വാധീനമാക്കി തന്നെ ചക്രവർത്തിയായി പ്രഖ്യാപനം ചെയ്യിപ്പിച്ചു. ഉടനെ തന്നെ അദ്ദേഹം പ്രധാന ഉദ്യോഗസ്ഥന്മാരിൽ പലരേയും നീക്കുകയും അവർക്കു പകരം വേറെ ആളുകളെ ആക്കുകയും ചെയ്തു. നഗരത്തിൽ സർവ്വത്ര ഭയവും സംഭ്രമവും ഉണ്ടായി. ധനികന്മാർ അവരുടെ ഗൃഹങ്ങളെയും കച്ചവടക്കാർ അവരുടെ കടകളെയും അടച്ചു പൂട്ടുകയും, എത്രയും ജനബാഹുല്യമുള്ള ആഗ്ര ഒരു നിർജ്ജീവപട്ടണം പോലെ കാണപ്പെടുകയും ചെയ്തു. അക്ബർ തിരിച്ചു വരുന്നു എന്നുള്ള വർത്ത

മാനത്തെ രാജദ്രോഹികൾ അത്ര വിശ്വസിച്ചിരുന്നില്ലെങ്കിലും ജനങ്ങൾ അധികം വിശ്വസിച്ചിരുന്നതിനാൽ സലിം കോട്ടയിൽ ഉറപ്പോടുകൂടിയിരുന്ന് തന്റെ പിതാവ് വന്നുചേരുമ്പോൾ ബലമായി എതിർക്കയും, തന്നിമിത്തം ഒരു ഭയങ്കരമായ യുദ്ധമുണ്ടാകയും ചെയ്യുമെന്ന് അവർ ഭയപ്പെട്ടു. എന്നാൽ യുവരാജാവ് കോട്ടക്കയ്ക്കകത്തു പ്രവേശിക്കണമെന്ന് ആവശ്യപ്പെട്ടപ്പോൾ അവിടുത്തെ ഗവർണ്ണർ സമ്മതിക്കാതിരിക്കയും കോട്ടവാതിൽ അടച്ച് പീരങ്കികൾ സജ്ജീകരിക്കയും ചെയ്തതിൽ വച്ച് അദ്ദേഹം വിസ്മയാകുലനായി. അക്ബർക്കു വിശ്വസ്തനായ ആ ഗവർണ്ണർ അദ്ദേഹത്തിന്റെ അറിവോടു കൂടി സലിമിന്റെ പക്ഷത്തിൽ ചേർന്നിരുന്നതായി ഭാവിച്ചതിനാൽ സലിം കോട്ടയെ സ്വാധീനപ്പെടുത്താമെന്നു ഉറച്ചിരുന്നു. അപ്പോൾ സൈന്യം ആഗ്രയിലേക്കു തിരിച്ചിരിക്കുന്നു എന്നുള്ള വർത്തമാനം പ്രബലപ്പെടുകയും അത് ഒരുദിവസംകൊണ്ട് എളുപ്പത്തിൽ എത്തത്തക്കവണ്ണം സമീപത്തായി എന്നു പരക്കെ പ്രസ്താവിക്കപ്പെടുകയും ചെയ്തു. സലിം രണ്ടു വശത്തും കത്തുന്ന അഗ്നിയുടെ മദ്ധ്യത്തിൽ എന്ന പോലെ ആയിത്തീരുകയും തന്റെ ദ്രോഹോദ്യമത്തിൽ സഹായിച്ചവരെല്ലാവരും തന്നെ ഉപേക്ഷിച്ചുപോയി എന്നറികയും ചെയ്തതിനാൽ ഉടനെ പലായനം ചെയ്കയല്ലാതെ വേറെ ഒരു മാർഗ്ഗവും ഇല്ലെന്ന് അദ്ദേഹത്തിനു മനസ്സിലായി. എന്നാൽ അതിനും കാലം അതിക്രമിച്ചു പോയി. മുൻപിൽ കൂടി വന്ന ഭടന്മാർ നഗരത്തിൽനിന്നു നിർഗ്ഗമിക്കുന്നതിനുള്ള എല്ലാ മാർഗ്ഗങ്ങളേയും രോധിച്ചിരുന്നതിനാൽ സലിം ഏതാനും അനുചരന്മാരോടു കൂടി നഗരം വിട്ടുപോകാൻ ആരംഭിച്ചപ്പോൾ സാദിസൈന്യത്തിന്റെ ഒരു ഭാഗത്താൽ അദ്ദേഹം ബന്ധനത്തിൽ ആക്കപ്പെടുകയും, ബഹുമാനത്തോടു കൂടി ഉപചരിക്കപ്പെട്ടു എങ്കിലും എവിടെവച്ചാണോ അദ്ദേഹം തന്നെ ചക്രവർത്തിയായി പ്രഖ്യാപനം ചെയ്തു ആ രാജമന്ദിരത്തിലേക്കു തന്നെ കൊണ്ടുപോകപ്പെടുകയും ചെയ്തു. ഏതാനും ദിവസം കഴിഞ്ഞതിന്റെ ശേഷം അപ്പോൾ ആഗ്രയിൽ പ്രത്യാഗതനും സലിമിന്റെ പിതാവും രാജാവും വിധികർത്താവും ആയ അക്ബറുടെ മുൻപിൽ ഹാജരാകുന്നതിനു യുവരാജാവ് നിമന്ത്രിക്കപ്പെട്ടു. സലിം ധീരനായിരുന്നു. എങ്കിലും തന്റെ അപരാധത്തെക്കുറിച്ചു പൂർണ്ണബോധമുണ്ടായിരുന്നതിനാൽ തന്റെ ധൈര്യം ക്ഷയിച്ചുപോകുന്നതായി അദ്ദേഹത്തിനു തോന്നി. അക്ബർ ഉദാരശീലനാണെങ്കിലും ആവശ്യകമായി വന്നാൽ രാജ്യത്തിന്റെ ക്ഷേമത്തിനു വേണ്ടി ശിക്ഷയുടെ കാഠിന്യത്തെ കുറയ്ക്കയില്ലെന്നു അദ്ദേഹത്തിനു അറിയാമായിരുന്നു. എന്നാൽ ചക്രവർത്തി ഏകാകിയായിരുന്ന മുറിയിൽ സലിം ചെന്നപ്പോൾ അക്ബർ ഉദാസീനഭാവത്തോടെ ഒരു മഞ്ചത്തിൽ കിടക്കുന്നതു കണ്ട് സലിമിനു മുൻപിലുണ്ടായിരുന്ന ശങ്ക പോയി ആശ്ചര്യം തോന്നി. തന്നെക്കുറിച്ച് അത്യന്തം അപരാധിയായ പുത്രൻ പ്രവേശിച്ചപ്പോഴും ചക്രവർത്തി താൻ കിടന്ന കിടപ്പിനെ ഭേദിപ്പിച്ചില്ല.

ലജ്ജാപരവശനായി മുൻപിൽ നിന്ന പുത്രന്റെ നേരെ വേഗത്തിൽ

ഒന്നു നോക്കീട്ട് ഒടുവിൽ അക്ബർ പറയാൻ തുടങ്ങി. "സലിം! ഞാൻ നിന്നെ കാണുന്നതിനു വളരെ താമസിച്ചു. ഈ സമാഗമത്തെക്കുറിച്ചു ഞാൻ ശങ്കിതനായിരിക്കയും ഇതിനു എനിക്കു സംഗതിയാകാതിരുന്നെങ്കിൽ കൊള്ളാമായിരുന്നു എന്നാഗ്രഹിക്കയും ചെയ്തു." ഏതാനും ക്ഷണങ്ങൾ മിണ്ടാതിരുന്നതിന്റെ ശേഷം അദ്ദേഹം പാതി എഴുന്നേറ്റ് ഉൽക്ഷിപ്തഹസ്തനായിട്ട് വ്യസനത്തോടും ക്ഷോഭത്തോടും കൂടി ഇപ്രകാരം പറഞ്ഞു: "എന്റെ മകനേ! എന്റെ മകനേ! ഞാൻ ഇതു കാണാൻ ജീവിച്ചിരുന്നല്ലോ! കപടമിത്രങ്ങളാലും അന്യായകയായ ഉൽകർഷേച്ഛയാലും പ്രേരിതനായിട്ട് നീ എന്താണ് പ്രവർത്തിച്ചത്! നിന്നെക്കുറിച്ച് എനിക്ക് എത്ര വാത്സല്യം ഉണ്ടായിരുന്നു എന്നും, നിന്റെ സകലേഷ്ടങ്ങളേയും കഴിയുന്നപോലെ സാധിച്ചുതരുന്നതിനു ഞാൻ എത്ര താല്പര്യമുള്ളവനായിരുന്നു എന്നും നിനക്ക് എന്തെല്ലാം ബഹുമതികളും എത്ര ധനവും ഞാൻ തരാറുണ്ടായിരുന്നു എന്നും നിനക്ക് അറിയാമല്ലോ. എനിക്കു പുത്രനില്ലാതെ ഇരുന്നപ്പോൾ ഒരു കുഞ്ഞുണ്ടാകണമെന്നും ഞാൻ പ്രാർത്ഥിച്ചതും, ആ പ്രാർത്ഥന ഫലിച്ചപ്പോൾ ഞാൻ കൂടെക്കൂടെ അല്ലാവിനെ വന്ദിച്ചിരുന്ന സ്ഥലത്ത് ഫത്തേപൂർ പട്ടണത്തെ സ്ഥാപിച്ചതും മറ്റും നിന്റെ അമ്മയും ഞാനും പലപ്പോഴും പറഞ്ഞ് നീ കേട്ടിട്ടുണ്ടല്ലോ. ഹാ! നിന്റെ ദുരാഗ്രഹത്തെ നിയന്ത്രിച്ച് സിംഹാസനാരോഹണത്തിനു നിന്റെ പിതാവിന്റെ മരണംവരെ ക്ഷമയോടു കൂടി കാത്തിരിക്കുന്നത് നിനക്ക് അശക്യമായിരുന്നോ? എനിക്കു നിന്നോടുള്ള വാത്സല്യത്തിനനുരൂപമായി നിനക്ക് എന്നോടും സ്നേഹം തോന്നാൻ പാടില്ലായിരുന്നോ?"

അക്ബർ ക്ഷണനേരത്തേക്കു വിരമിച്ചപ്പോൾ സലിമിനു എന്താണുത്തരം പറയേണ്ടതെന്നു തോന്നിയില്ല. സലിം വിചാരിച്ചിരുന്നതിൽനിന്നും എത്രയും വ്യത്യസ്തയായ ഈ ഭാവനയും വ്യസനത്തോടു കൂടിയാണെങ്കിലും സ്നേഹസൂചകങ്ങളായ ഈ വചനങ്ങളും അദ്ദേഹത്തിന്റെ മനസ്സിൽ നല്ലവണ്ണം തട്ടി. എന്തെന്നാൽ അദ്ദേഹം ഒരു കഠിനഹൃദയനായിരുന്നില്ല. ബുദ്ധിക്കു കരുത്തില്ലാത്തവനും അന്യന്മാർക്ക് വശംവദനും ആയിരുന്നു എന്നേ ഒള്ളൂ.

ചക്രവർത്തി തുടർന്നു പറഞ്ഞു: "ഒന്നിലും നിനക്ക് ആത്മാവിനെ നിയന്ത്രിക്കുന്നതിനുള്ള ശക്തി ഇല്ല. നീ കുറച്ചുകാലത്തേക്കു നിന്റെ മദ്യപാനത്തെ വിട്ടിരുന്നു എന്നു കണ്ട് ഞാൻ സന്തോഷിച്ചു. എന്നാൽ അത് എത്ര സ്വല്പകാലത്തേക്കേ ഉണ്ടായിരുന്നൊള്ളൂ! എന്റെ സ്ഥാനത്തിരുന്ന് അന്യന്മാരെ ഭരിക്കാൻ ഇച്ഛിക്കുന്ന നിനക്ക് നിന്നെത്തന്നെ ഭരിക്കാൻ ശക്തിയില്ല. നിന്റെ സ്ഥിതിയെ നീ കുറേക്കൂടെ നല്ലവണ്ണം അറിഞ്ഞിരുന്നെങ്കിൽ നീ ശരിയായ വഴിക്കു നടക്കുമായിരുന്നു. നിന്റെ കൃത്യത്തെ ശരിയായി നടത്തിക്കൊണ്ടിരുന്നെങ്കിൽ ഒരു കാലത്ത് നിന്റെ പ്രജകളായിത്തീരുന്നവരുടെ സ്നേഹബഹുമാനങ്ങൾക്കു നീ പാത്രീഭവിക്കുമായിരുന്നു. നിന്റെ ഇപ്പോഴത്തെ പ്രവൃത്തികൾ അവരുടെ ദൃഷ്ട്യാ

നിന്നെ നിന്ദ്യനാക്കിത്തീർത്തിരിക്കുന്നു. നിന്റെ ആഗ്രഹം സാധിച്ച് നീ ചക്രവർത്തിയായി തീർന്നിരുന്നാലും അവർ സ്വകാര്യലാഭേച്ഛയാലോ ഭയത്താലോ മാത്രമേ നിന്നോടു വണക്കം ഭാവിക്കുമായിരുന്നൊള്ളൂ. നിന്റെ മൗഢ്യവും അകൃത്യവും കൊണ്ട് അവർക്കു നിന്നെക്കുറിച്ചുള്ള ബഹുമാനത്തെ നീ തീരെ ഇല്ലാതെയാക്കുകയും നിനക്കും എനിക്കും അപമാനമുണ്ടാക്കിത്തീർക്കയും ചെയ്തിരിക്കുന്നു. ഇതിനെ പരിഹരിക്കാനായിട്ടാണ് നിനക്ക് എല്ലായ്പ്പോഴും ശ്രേയസ്സിനെ ഇച്ഛിക്കുന്ന ഫൈസിയുടെ ആലോചനയെ അനുസരിച്ച് ഞാൻ നിന്നെ അലഹബാദിൽ അയച്ചത്. എന്നാൽ സാല്ഹണൻ ഒരു സ്വാമിദ്രോഹിയും, നിന്നെ ദുർമാർഗ്ഗത്തിൽ പ്രവർത്തിപ്പിക്കാൻ ഇച്ഛിക്കുന്നവരിൽ ഒരുത്തനും ആയിരുന്നു എന്നു ഞാൻ അപ്പോൾ തീരെ ശങ്കിച്ചില്ല. കിംബഹുനാ, നിന്റെ ദുഷ്ടസ്നേഹിതന്മാരിൽനിന്നു നിന്നെ രക്ഷിക്കുന്നതിനുള്ള ഉദ്യമം വിഫലീഭവിക്കയും, കാര്യങ്ങൾ ഇങ്ങനെ ഒക്കയും ആയിത്തീരുകയും ചെയ്തു. അപ്പോൾ വ്യാജമാകട്ടെ അക്രമമാകട്ടെ അക്ബറുടെ നേരെ ഫലിക്കയില്ലെന്നും, രാജ്യഭരണം ചക്രവർത്തിയുടെ കൈയിൽ തന്നെ ആണെന്നും പ്രത്യക്ഷമായി കാണിക്കേണ്ടത് ആവശ്യകമായി തീർന്നു. ഇതൊക്കയും നിന്റെ തെറ്റുകൊണ്ടു തന്നെയാണ് സംഭവിച്ചത്. നീ നിനക്കുതന്നെ അനർത്ഥത്തെ ഉണ്ടാക്കയും എന്നെ അധികമായി നീ വിചാരിക്കുന്നതിലും തുലോം അധികമായി, വ്യസനിപ്പിക്കയും ചെയ്തിരുന്നു. ശത്രുവായി പുത്രനോടു യുദ്ധത്തിൽ എതിർക്കേണ്ടി വരുന്ന പിതാവിന്റെ മനസ്സിലെ വികാരം എന്താണെന്നുള്ള അനുഭവം നിനക്ക് ഒരിക്കലും ഉണ്ടാകാതിരിക്കട്ടെ.”

ഈ കഷ്ടമായ അനുഭവം സലിമിനു ഉണ്ടാകാതിരുന്നില്ല. അദ്ദേഹത്തിന്റെ വാർദ്ധക്യത്തിൽ ഏറ്റവും പ്രിയനായ തന്റെ പുത്രൻ ഷാജഹാൻ അദ്ദേഹത്തിനോടു യുദ്ധം ചെയ്തു എന്നു മാത്രമല്ല, പലതവണ അദ്ദേഹത്തിനെ തോല്പിക്കയും ചെയ്തപ്പോൾ അക്ബർ മേല്പറഞ്ഞ വാക്കുകളെ അദ്ദേഹം സ്മരിച്ചു. ചക്രവർത്തി പറഞ്ഞവസാനിപ്പിച്ചപ്പോൾ സലിമിന്റെ അന്തഃകരണം പ്രബുദ്ധമാകയും, തന്റെ ദുരാലോചനക്കാർ ലഘുവാക്കിപ്പറഞ്ഞിരുന്ന തന്റെ കുറ്റത്തിന്റെ വലിപ്പത്തെ അദ്ദേഹം നല്ലവണ്ണം അറികയും ചെയ്തു. അനുതാപവിവശനായി അദ്ദേഹം പിതാവിന്റെ പാദങ്ങളിൽ വീണു നമസ്കരിച്ചു.

മൗനത്തോടു കൂടി കുറേനേരം പുത്രനെ നോക്കിക്കൊണ്ടിരുന്നതിന്റെ ശേഷം ചക്രവർത്തി പറഞ്ഞു: “എഴുന്നേല്ക്ക്. ഞാൻ പറയുന്നതിനെ ചെവികൊടുത്തു കേൾക്ക്. എനിക്കു നിന്നെ ശിക്ഷിക്കുന്നതിനു പൂർണ്ണാധികാരമുണ്ടെന്നുള്ളതിനെക്കുറിച്ചു നിനക്കു സംശയമുണ്ടാകാൻ ഇടയില്ലല്ലോ. എന്നാൽ നിനക്ക് ഇപ്പോൾ ഉണ്ടായതിലധികം മാനഹാനി വരുത്തണമെന്നു ഞാൻ ഇച്ഛിക്കുന്നില്ല. എന്തെന്നാൽ അത് നിന്റെ ഭാവിയായ രാജ്യഭരണത്തിനും ദോഷമായി തീരുകയും, എന്റെ മരണാനന്തരം നീ സിംഹാസനാരൂഢനാകുമ്പോൾ ജനങ്ങൾക്കു നിന്റെ മേൽ ഉണ്ടാകേണ്ട ബഹുമാനത്തെ ഇല്ലാതെ ആക്കുകയും ചെയ്യും. ഇതിലധികം

പ്രത്യക്ഷമായി നിന്നെ എനിക്കു ശിക്ഷിക്കണമെന്നുണ്ടെങ്കിൽ നിന്നെ എന്റെ അടുത്ത അവകാശിയല്ലാതെയാക്കി നിന്റെ അനുജന്മാരിൽ ഒരാളെ യുവരാജാവായി നിയമിക്കാൻ എനിക്കു കഴിയുന്നതാണ്. എന്നാൽ ഞാൻ അങ്ങനെ ചെയ്യുന്നില്ല. എനിക്കു നിന്നോടു എത്രയും വാത്സല്യം ഉള്ളതിനാൽ നിർവ്വാഹമില്ലാതെ വന്നെങ്കിൽ മാത്രമേ ഞാൻ അങ്ങനെ ചെയ്യൂ. എങ്കിലും എല്ലാം നിന്റെ പ്രവൃത്തിയെ അവലംബിച്ചിരിക്കുന്നു. നീ രാജ്യത്തിന്റെ ഗുണത്തിനായി എന്നോടുകൂടി അദ്ധ്വാനിക്കുന്നതിനു ആഗ്രഹിക്കുന്നോ, അതോ അതിനു ഇച്ഛയാകട്ടേ, ശക്തിയാകട്ടേ നിനക്കു തോന്നുന്നില്ലയോ എന്നു നിർവ്യാജമായി എന്നോടു പറക. ഒന്നാം പക്ഷമാണെങ്കിൽ ശ്രമമുള്ളതായിരിക്കാമെങ്കിലും മാന്യമായ ഒരു വേല ഞാൻ നിന്നെ ഏല്പിക്കാം. രണ്ടാം പക്ഷമാണെങ്കിൽ എന്റെ കൂടെ താമസിച്ച് മേലാൽ നിനക്കു അത്യാവശ്യകമായുള്ള രാജ്യഭരണതന്ത്രത്തെ പഠിക്കാൻ ശ്രമിച്ചുകൊൾക. ഇതിൽ രണ്ടിലൊരുപ്രകാരം നീ തന്നെ നിശ്ചയിച്ചുകൊള്ളണം."

സലിം ഉത്തരം പറഞ്ഞു: "എന്റെ അച്ഛാ! അച്ഛന്റെ ഈ ഔദാര്യത്തിനു ഞാൻ പാത്രമല്ലെന്നു മാത്രമല്ല, എന്റെ കഴിഞ്ഞ പ്രവൃത്തികൊണ്ട് എനിക്കു രാജ്യത്തിനു അവകാശമില്ലെന്നു വരികയാണെങ്കിലും ഞാൻ ആവലാതി പറകയില്ല. എന്നാൽ മുൻപിൽ പറഞ്ഞ രണ്ടു പക്ഷത്തിൽ എന്റെ ഇച്ഛപോലെ ഒന്നിനെ സ്വീകരിക്കാൻ സമ്മതിക്കയാണെങ്കിൽ സംശയം കൂടാതെ ഞാൻ ഒന്നാം പക്ഷത്തെ സ്വീകരിക്കുന്നു. എന്നെ ഏല്പിക്കുന്ന ജോലി എത്ര ശ്രമമുള്ളതായിരുന്നാലും ഞാൻ യഥാശക്തി അതിനെ വഹിക്കുന്നതിനു ശ്രമിക്കാം. എനിക്ക് അച്ഛൻ വേണ്ടടത്തോളം അഥവാ വേണ്ടതിൽ കവിഞ്ഞും ബഹുമാനങ്ങളും ഗുണങ്ങളും ചെയ്തിട്ടുണ്ട്. എന്റെ കാലം ഞാൻ അലസനായി കളഞ്ഞു. അച്ഛനാകട്ടെ പ്രതിദിനം രാജ്യത്തിന്റെ ക്ഷേമത്തിനു വേണ്ടി ശ്രമപ്പെട്ടുകൊണ്ടിരുന്നു. സകലാധികാരവും എന്റെ കൈവശത്തിലായാൽ എനിക്ക് എത്ര യശസ്സുണ്ടാകുമെന്നും മറ്റും ദ്രോഹികൾ പറഞ്ഞു ബോധിപ്പിച്ചതിനെ എന്റെ അലസത നിമിത്തം കേട്ടു നടക്കാൻ ഇടവന്നുപോയി. ഇനി ഇപ്പോൾ എനിക്ക് എത്ര താണതായാലും ഒരു ജോലി തന്നാൽ ഞാൻ ചെയ്തുപോയ ദോഷത്തിനു അല്പമെങ്കിലും പരിഹാരം ചെയ്യാൻ ഞാൻ ശ്രമിക്കാം."

അക്ബർ പറഞ്ഞു: "നീ ഇപ്പോൾ പറഞ്ഞതു നിന്റെ സ്ഥിതിയെ ശരിയായി അറിഞ്ഞിട്ടാണ്. ന്യായമാർഗ്ഗത്തിൽ നടക്കുന്നതിനു ഒന്നാമതു വേണ്ടത് അവനവനെ അറികയാണ്. നിന്നെ ഒരു ജോലിയിൽ പ്രവേശിപ്പിക്കാതെ സുഖാനുഭോഗത്തിനായി വിട്ടേച്ചത് എന്റെ പേരിലും തെറ്റായിപ്പോയി എന്നു ഞാൻ സമ്മതിക്കുന്നു. എന്നാൽ ഇതിനെക്കുറിച്ചു ഇനി അധികം പറയണ്ട. സമൃദ്ധമായും ഫലവത്തായും ഉള്ള ബംഗ്ലാദേശം എന്റെ ഭരണത്തിൽ ഉൾപ്പെട്ടിട്ടു വളരെക്കാലമായില്ല. അവിടെ രാജ്യഭരണവ്യവസ്ഥകളെ ഇനിയും ഏർപ്പെടുത്തിക്കഴിഞ്ഞിട്ടില്ല. നീ അവിടെ പോയി അവയെ ഏർപ്പെടുത്തുന്നതിൽ എനിക്കു സഹായിക്കുക. നിന്റെ പ്രജക

ളുടെ സ്നേഹബഹുമാനങ്ങളെ സമ്പാദിച്ചതിന്റെ ശേഷം ഹിന്ദുസ്ഥാൻ മഹാരാജ്യം മുഴുവനും സമാധാനത്തോടെ ഭരിക്കാനുള്ള കാലം വരുന്നതു വരെ എന്റെ കീഴിൽ പ്രായേണ ഒരു സ്വതന്ത്രരാജാവിനെപ്പോലെ തന്നെ നീ ബംഗ്ലാദേശത്തെ ഭരിച്ചു കൊൾക."

സലിം പിരിഞ്ഞു പോകുന്നതിനു മുൻപിൽ ചക്രവർത്തിയുടെ പാണിയെ സബഹുമാനം ചുംബനം ചെയ്തപ്പോൾ സന്തോഷത്തിന്റെയും കൃതജ്ഞതയുടെയും ആധിക്യത്താൽ സലിമിന്റെ നേത്രങ്ങൾ അശ്രുപൂർണ്ണങ്ങളായി ഭവിച്ചു. അച്ഛനും മകനും തമ്മിലുണ്ടായ ഈ സമാധാനം നിർവ്യാജമായിരുന്നു. അതിനു മേൽ ഒരിക്കലും ഭംഗമുണ്ടാകയില്ലെന്ന് അക്ബർക്കു വിശ്വാസം തോന്നി.

കാലക്രമേണ ആഗ്രയിൽ സന്തോഷവും സമാധാനവും യഥാപൂർവ്വം സ്ഥാപിതമായി എങ്കിലും അലഹബാദിൽ ഇരാവതിയുടെ ഹൃദയം വ്യസനാക്രാന്തമായി തീർന്നു. എന്തെന്നാൽ പുത്തനായി വന്ന ഗവർണ്ണർ അവളുടെ പിതാവിന്റെ മരണവൃത്താന്തത്തെ അവളോടു പറഞ്ഞു. എന്നാൽ അയാൾ അതിന്റെ എല്ലാ വിവരങ്ങളും അവളെ ധരിപ്പിക്കാതിരിക്കയും അവൾക്കു സന്തോഷമുള്ളതുവരെ ആ കോട്ടയിൽ താമസിച്ചുകൊള്ളുന്നതിനു അപേക്ഷിക്കയും ചെയ്തു. സാൽഹണന്റെ ദ്രോഹപ്രവൃത്തിയെക്കുറിച്ച് അവൾക്കു യാതൊരറിവും ഇല്ലായിരുന്നു. അവൾക്ക് അവളുടെ അച്ഛനെക്കുറിച്ച് ആന്തരമായി വളരെ സ്നേഹമില്ലായിരുന്നു എങ്കിലും അധികമായ ബഹുമാനമുണ്ടായിരുന്നു. ഈയിടെ അയാൾ അവളോടു ചെയ്ത പ്രവൃത്തിയെ മറന്ന് അവൾ നിഷ്കപടമായി അയാളെക്കുറിച്ചു ശോചിച്ചു. അവളുടെ വ്യസനത്തിന്റെ മദ്ധ്യത്തിൽ അവൾക്കു നൂതനമായ ഒരുദ്വോഗത്തെ ജനിപ്പിക്കുന്നതിനു മറ്റൊരു സംഗതി ഉണ്ടായി. സാല്ഹണന്റെ മരണവൃത്താന്തം കേട്ട് ഏതാനും ദിവസം കഴിഞ്ഞപ്പോൾ കുല്ലുകർ അവളെ കാണാനായി വന്നു. ഉത്തരദേശത്തിൽ നിന്നുള്ള ആ ദുർഘടയാത്രയിൽ അദ്ദേഹത്തിന്റെ വിശ്വസ്ത ഭൃത്യൻ മാത്രമേ കൂടെ ഉണ്ടായിരുന്നുള്ളൂ.

ഇരാവതിയുടെ മുൻപിൽ ചെന്നപ്പോൾ അദ്ദേഹം പറഞ്ഞു: "ശ്രേഷ്ഠയായ തരുണി! ഒരു സന്ദേശം നിങ്ങളുടെ അടുക്കൽ എത്തിക്കാമെന്നു ഞാൻ ഏറ്റപ്പോൾ നിങ്ങൾക്കും എനിക്കും വ്യസനകരമായ ഒരു വേലയെ ആണ് ഞാൻ സ്വീകരിച്ചത്. നിങ്ങൾക്ക് അതിപരിചിതമായ ഒരഭിജ്ഞാനത്തെ ഞാൻ കൊണ്ടുവന്നിട്ടുണ്ട്." എന്നുപറഞ്ഞ് തന്റെ അരക്കെട്ടിൽ നിന്നും ഒരു മൃദുവായ കരാംശുകത്തെ എടുത്ത് അവളുടെ കൈയിൽ കൊടുത്തു. അത് സിദ്ധൻ ഒടുവിൽ യാത്രപറഞ്ഞപ്പോൾ അവൾ മാളികയുടെ മുകപ്പിൽനിന്നും അയാൾക്ക് ഇട്ടുകൊടുത്തതുതന്നെ ആയിരുന്നു.

വിവർണ്ണവദനയായി അവൾ പറഞ്ഞു: "എനിക്ക് എല്ലാം മനസ്സിലായി. അയാൾ കഥാവശേഷനായിരിക്കും."

കുല്ലുകർ ഉത്തരം പറഞ്ഞു: "ഞാൻ അയാളെ വിട്ടു പിരിഞ്ഞപ്പോൾ അയാൾ ജീവിച്ചിരിക്കുന്നുണ്ടായിരുന്നു. എന്നാൽ അയാൾക്കു വിപത്തു

സംഭവിച്ചേക്കുമെന്നും ഇനിമേൽ എന്റെ പൂർവ്വശിഷ്യനെ എനിക്കു കാണാൻ കഴികയില്ലായിരിക്കുമെന്നും എനിക്കു വളരെ ശങ്കയുണ്ട്."

ഇരാവതി ചോദിച്ചു: "എന്താണ് സംഭവിച്ചതെന്ന് എന്നോടു പറയണം. ഞാൻ ധൈര്യം അവലംബിച്ച് നിങ്ങൾ പറയുന്നതെല്ലാം ശാന്തതയോടെ കേൾക്കുന്നതിനു സന്നദ്ധയായിരിക്കുന്നു."

പിന്നെ കുല്ലുകർ സിദ്ധന്റെ ഒടുവിലത്തെ യുദ്ധവർത്തമാനത്തെക്കുറിച്ച് താൻ അറിഞ്ഞതെല്ലാം പറഞ്ഞു. ചക്രവർത്തി അയാളുടെ അപേക്ഷപ്രകാരം രജപുത്തുസൈന്യത്തോടു കൂടി ഉത്തരദേശത്തുള്ള അക്രമികളോടു യുദ്ധത്തിനായി അയാളെ അയച്ചിരുന്നു. അവിടെ അയാൾക്കു നല്ലവണ്ണം പരിചിതചരങ്ങളായിരുന്ന പർവ്വതപ്രദേശങ്ങളിൽ അയാൾ കുറേക്കാലത്തേക്കു ജയത്തോടു കൂടി യുദ്ധം നടത്തി. അയാൾ ദുർഘടങ്ങളിൽ നിന്നു പിൻവാങ്ങാതെ ഉത്സാഹത്തോടു കൂടി അവയിൽ ഏർപ്പെടുകയും തന്റെ അനുചരന്മാരിൽ അതിധീരന്മാർ കൂടയും ഒഴിച്ചുപോയ അനേക സാഹസങ്ങളിൽ ജയം പ്രാപിക്കയും ചെയ്തു. ഒടുവിൽ അയാൾ ഒരു പർവ്വതമദ്ധ്യമാർഗ്ഗത്തിൽ കൂടി കടന്നുപോകുമ്പോൾ ശത്രുക്കൾ അയാളുടെ മുഖ്യസേനാഭാഗത്തിൽനിന്നും അയാളെ വേർപെടുത്തി. അനന്തരം ഉണ്ടായ ഘോരമായ യുദ്ധത്തിൽ ശത്രുക്കളിൽ അനേകം പേർ അയാളുടെ ഖഡ്ഗത്തിനു ഇരയായതിന്റെ ശേഷം ചുറ്റും മുറിവേറ്റും മരിച്ചും കിടക്കുന്ന തന്റെ അനുചരന്മാരുടെ ഇടയിൽ അയാളും മുറിവുകളാൽ ആവൃതശരീരനായി കുതിരയിൽ നിന്നു താഴെ വീണു. അയാളുടെ സമീപത്തിൽനിന്ന് ഒരിക്കലും വിട്ടുപിരിയാതെ ഇരുന്ന വത്സൻ നിഷ്ഫലമായി പ്രതികാരത്തിനു ശ്രമിക്കാതെ കുതിരയിൽനിന്നും തന്നത്താൻ വീണ് മൃതൻ എന്നപോലെ നിശ്ചലനായി കിടന്നു. കുറച്ചുനേരം കഴിഞ്ഞപ്പോൾ സൈന്യങ്ങൾ വന്നുചേർന്ന് ശത്രുസംഘത്തെ ഓടിച്ചതിന്റെ ശേഷം വത്സൻ എഴുന്നേറ്റ് നോക്കിയ സമയം തന്റെ സ്വാമി മരിച്ചില്ലെന്നറിഞ്ഞ് സന്തോഷിച്ചു. ഭടന്മാരിൽ ചിലരുടെ സഹായത്താൽ തല്ക്കാലം ബദ്ധപ്പെട്ടുണ്ടാക്കിയ ഒരു തൃണശയ്യയിൽ മുറിവേറ്റ ആ മനുഷ്യനെ എടുത്തു കിടത്തി. സമീപസ്ഥമായ ഒരു സന്ന്യാസിമഠത്തിൽ കൊണ്ടുപോയി. കുല്ലുകർ തുടർന്നുപറഞ്ഞു: "അനേകം മുറിവുകൾ ഏറ്റിരുന്ന നായകനെ ഭടന്മാർ കൊണ്ടുവന്ന സമയം ഞാനും ആ മഠത്തിൽ ഉണ്ടായിരുന്നു. അവിടെയുള്ള സന്ന്യാസികൾ അയാൾക്ക് അവരാൽ കഴിയുന്ന സഹായമെല്ലാം സന്തോഷപൂർവ്വം ചെയ്തു. അവരിൽ വൈദ്യശാസ്ത്രനിപുണനായ ഒരാൾ അയാളെ ജീവിപ്പിക്കുന്നതിനു വേണ്ടതെല്ലാം ചെയ്യാമെന്ന് എന്നോടു ഉറപ്പായി പറഞ്ഞു. കുറേനേരം കഴിഞ്ഞപ്പോൾ സിദ്ധനു ബോധമുണ്ടായി. അയാൾ എന്നെ കണ്ട് അറിഞ്ഞതായി ഭാവിച്ചു. എന്നാൽ പിന്നെയും സ്വല്പനേരം കഴിഞ്ഞതിന്റെ ശേഷമേ അയാൾ സംസാരിക്കാൻ ശക്തനായുള്ളൂ. അയാൾ പറഞ്ഞു: "മാന്യസ്നേഹിതാ! ഞാൻ നിങ്ങളെ വിട്ടുപിരിയാൻ ഭാവിക്കയാണ്. ഞാൻ ജീവിച്ചിരിക്കയില്ലെന്നു എനിക്കു തോന്നുന്നു. എനിക്ക് ഒരുപകാരം

ചെയ്യണം." ഞാൻ ജിജ്ഞാസയോടെ ആ വൈദ്യനായ സന്ന്യാസിയുടെ മുഖത്തു നോക്കി. എന്നാൽ അയാൾ ശിരഃകമ്പനം ചെയ്തു. അയാൾക്കും സിദ്ധൻ ജീവിക്കുമെന്ന് ആശയില്ലാത്തതുപോലെ തോന്നി. അയാൾ സിദ്ധനെ മിണ്ടാതിരുത്തുന്നതിനു ശ്രമിച്ചു. എന്നാൽ സിദ്ധൻ അതിനെ ശ്രദ്ധിക്കാതെ പറഞ്ഞു: "എനിക്കു സംസാരിക്കാതെ പാടില്ല. കുല്ലുകരേ! എന്റെ കവചത്തോടു കൂടിയിരിക്കുന്ന ആ കരാംശുകത്തെ എടുത്ത് കഴിയുന്നതും വേഗത്തിൽ ഇരാവതിക്കു കൊണ്ടുചെന്നു കൊടുത്ത് എന്റെ ഈ അന്ത്യകാലത്തിൽ എന്നപോലെ അവൾ ഒരിക്കലും എനിക്കു പ്രിയയായിരുന്നിട്ടില്ലെന്നു അവളോടു പറയണം. പുറപ്പെടാൻ താമസിക്കണ്ട. ഞാൻ മരിക്കുന്നതു വരെ കാത്തിരിക്കരുത്. നിങ്ങളുടെ അടുക്കൽനിന്നും ഈ അടയാളം അവൾക്കു ലഭിച്ചു എന്നുള്ള അറിവോടു കൂടി ഞാൻ മരിക്കട്ടേ." പിന്നെ അയാൾ കണ്ണടച്ചു. ഒന്നും സംസാരിച്ചില്ല. അയാളുടെ അന്ത്യയായ പ്രാർത്ഥനയെ സാധിപ്പിക്കുന്നതിനു ഞാൻ ഒട്ടും ശങ്കിച്ചില്ല. ആ കരാംശുകത്തെ എടുത്തുകൊണ്ട് സിദ്ധനെ സന്ന്യാസിമാരുടേയും വത്സന്റേയും ചുമതലയിൽ ഏല്പിച്ചും വച്ച് ഞാൻ ഉടനെ പുറപ്പെട്ടു."

ഇരാവതി പറഞ്ഞു: "നിങ്ങൾ ഞങ്ങൾക്കു രണ്ടാൾക്കും ചെയ്ത ഈ ഉപകാരത്തിനു ഞാൻ നിങ്ങളോടു കൃതജ്ഞയായിരിക്കുന്നു. നിങ്ങൾ സിദ്ധനെ വിട്ടു പിരിഞ്ഞപ്പോൾ അയാൾ ജീവിച്ചിരിക്കതന്നെ ആയിരുന്നില്ലേ? എന്നാൽ ഞാൻ എന്താണ് ചെയ്യാനുള്ളതെന്ന് എനിക്കറിയാം."

കുല്ലുകർ ചോദിച്ചു: "എന്താണ് നിങ്ങൾ ചെയ്യാൻ ഭാവിക്കുന്നത്?"

ഇരാവതി ശാന്തതയോടു കൂടി ഉത്തരം പറഞ്ഞു: "ഞാൻ നിങ്ങളോടു കൂടി സിദ്ധന്റെ അടുക്കൽ പോകും."

കുല്ലുകർ ആശ്ചര്യപ്പെട്ട് പറഞ്ഞു: "ഒരു പ്രബലമായ അനുയായി ഭടസംഘത്തോടു കൂടാതെ നിസ്സഹായയായി അബലയായ നീ അക്രമികളായ അനവധി തസ്കരന്മാർ നിറഞ്ഞിരിക്കുന്ന പർവ്വതങ്ങളിലും വനങ്ങളിലും കൂടി കടന്നുപോകുന്നത് എങ്ങനെയാണ്?"

ഇരാവതി ഉത്തരം പറഞ്ഞു: "സിദ്ധന്റെ അന്ത്യമായ ആഗ്രഹത്തെ സാധിപ്പിക്കുന്നതിനു വേണ്ടി നിങ്ങൾ ഈ വഴിയൊക്കെയും കടന്നു വന്നല്ലോ. അതുപോലെ എനിക്കും അരുതോ? ഞാൻ നിങ്ങൾക്ക് ഒരു ഭാരമായി തീരുമെന്നു നിങ്ങൾ ശങ്കിക്കണ്ട. ഞാൻ അത്ര അധീരയല്ല. എനിക്ക് പർവ്വതങ്ങളും വനങ്ങളും നല്ലവണ്ണം പരിചിതങ്ങളാണ്. കുല്ലുകർ പിന്നെയും തടസ്ഥങ്ങൾ പറഞ്ഞപ്പോൾ അവൾ തുടർന്നു പറഞ്ഞു: "നിങ്ങൾ എന്റെ നിശ്ചയത്തെ ഇളക്കുന്നതിനു ശ്രമിച്ചാൽ ഫലിക്കയില്ല. നിങ്ങൾ എന്നെക്കൂടി കൊണ്ടുപോകയില്ലെങ്കിൽ ഒരു ഭൃത്യനോടു കൂടി ഞാൻ പോകും. ഞാൻ നല്ലവണ്ണം ആലോചിക്കാതെ ഇപ്രകാരം ഉറച്ചതാണെന്നു എന്റെ നിശ്ചയത്തിൽനിന്നും ഞാൻ പ്രതിനിവർത്തിക്കുമെന്നും നിങ്ങൾ വിചാരിക്കുന്നോ? ഇപ്പോൾ സംഭവിച്ചതുപോലെ ഉള്ള സംഗതി ഉണ്ടായേക്കാമെന്നു ഞാൻ പലപ്പോഴും വിചാരിച്ചിട്ടുണ്ട്. ഞാൻ

എന്റെ അവസ്ഥയെ ദമയന്തിയുടെ കഥയോടു സദൃശീകരിക്കയും, അവളെ എന്റെ മാതൃകയായി നിശ്ചയിക്കയും ചെയ്തിട്ടുണ്ട്. അവളുടെ കഥ വിചാരിച്ചാൽ എന്റെ കഷ്ടതകൾ എന്തിരിക്കുന്നു? അവൾ ഏകാകിനിയും ഹൃതസർവസ്വയും ആയി ഘോരവിപിനത്തിൽ തന്റെ ഹതദൈവപരീതനായ ഭർത്താവിനെ അന്വേഷിച്ച് ചുറ്റി നടന്നു. ഞാൻ നിങ്ങൾ സമ്മതിക്കുന്ന പക്ഷം ധൈര്യശാലിയായ ഒരു പുരുഷന്റെ രക്ഷയിലാണ് പോകുന്നത്. അദ്ദേഹം കാണിച്ചുതരുന്ന മാർഗ്ഗത്തിൽ കൂടി എനിക്ക് അനുഗമിച്ചാൽ മതിയല്ലോ."

കുല്ലുകർ പറഞ്ഞു: "അയാളിൽനിന്നും നിങ്ങൾക്ക് രക്ഷ ആവശ്യപ്പെടുമ്പോൾ അയാളുടെ ബാഹു അതു തരുന്നതിനു ഒരിക്കലും അശക്തമായിരിക്കയില്ല. അത് കുറച്ചു സ്തബ്ധമായിട്ടുണ്ടായിരിക്കാമെങ്കിലും അതിനു ഒരു ഖഡ്ഗത്തെ ധരിക്കുന്നതിനു മതിയായ ബലം ഇപ്പോഴും ഉണ്ട്, നിങ്ങളുടെ നിശ്ചയത്തെ ഞാൻ അഭിനന്ദിക്കുന്നു. എന്നാൽ യാത്രയ്ക്ക് ഒരുങ്ങിക്കൊൾക. ഞാൻ നിങ്ങളോടു കൂടി വരുന്നതിനു സസദ്ധനായിരിക്കുന്നു."

ഉടൻതന്നെ ഇരാവതി അവളുടെ പരിചാരികയോടു യാത്രയ്ക്ക് ആവശ്യകങ്ങളായ ഒരുക്കങ്ങളെല്ലാം വേഗത്തിൽ ചെയ്യുന്നതിനു ആജ്ഞാപിക്കയും ഈ യാത്രയ്ക്കുള്ള ഉദ്യമത്തിന്റെ കാരണങ്ങളെ ചുരുക്കത്തിൽ അവളോടു പറകയും ചെയ്തു. അതു കേട്ടപ്പോൾ വിശ്വസ്തയായ നിപുണിക വളരെ ഭയാക്രാന്തയായി. എന്നാൽ അവൾ തന്റെ പ്രിയയായ സ്വാമിനിയെ ഈ ഉദ്യമത്തിൽനിന്നും വിരമിപ്പിക്കുന്നതിനു ഭാവിച്ചപ്പോൾ ഇരാവതി അവളോടു മിണ്ടാതിരിക്കുന്നതിന് ആജ്ഞാപിച്ചു.

"ഞാൻ കൂടെ വരുന്നതിനു അനുവദിക്കണം." എന്നു നിപുണിക അപേക്ഷിച്ചു.

ഇരാവതി ഉത്തരം പറഞ്ഞു; "അതു പാടില്ല. കുല്ലുകർക്കും അദ്ദേഹത്തിന്റെ ഭൃത്യനും ഒരു സ്ത്രീയെ രക്ഷിക്കുന്നതു തന്നെ മതിയായ ഭാരമാണ്. എന്റെ ആലോചനയെക്കുറിച്ചു നിന്നോടു പറഞ്ഞത്, ഞാൻ തിരിയെ വരാത്തപക്ഷം ഞാൻ എവിടെയാണെന്നും കാശ്മീരത്ത് ഞാൻ എന്തു ചെയ്കയാണെന്നും ആരെങ്കിലും ഒരാൾ അറിഞ്ഞിരിക്കട്ടെ എന്നു വച്ചിട്ടാണ്. എന്നാൽ ഇപ്പോൾ അതു ഗൂഢമായിരിക്കണം."

"ഒരു അനുയായി ഭടസംഘത്തിനു ഗവർണ്ണറോടു ചോദിക്കുന്നതു നന്നായിരിക്കയില്ലയോ?"

"ഇല്ല. എന്തെന്നാൽ ഏതാനും ആയുധപാണികളായ ആളുകൾ മാത്രം കൂടെ വരുന്നത് സംശയത്തിനു കാരണമാകും. അധികം ആളുകളെ അയക്കുന്നതിനു ഗവർണ്ണർക്കു പാടുള്ളതുമല്ല. ഞങ്ങൾ മൂന്നു പേരും മാത്രമായാൽ നിർബ്ബാധമായി ഈ യാത്ര നിർവ്വഹിക്കുന്നതിനു തരക്കേടുണ്ടാകയില്ല."

എന്നാൽ ഉടനെ പുറപ്പെടുന്നതിനു പാടില്ലായിരുന്നു. എന്തെന്നാൽ കുല്ലുകരുടെ കുതിരകൾ ദീർഘയാത്ര നിമിത്തം ക്ഷീണിച്ചിരിക്കയും,

പിറ്റെ ദിവസം വരെ അവയ്ക്കു വിശ്രമം ആവശ്യകമായിരിക്കയും ചെയ്തു. ഇരാവതിക്ക് ആയിട വളരെ ദീർഘമായും ആയാസകരമായും തോന്നി. അവൾ സിദ്ധന്റെ കഥ ഒന്നു തന്നെ വിചാരിച്ചുകൊണ്ടിരുന്നു. ഉടനെ അവൾ അടുത്തു വരുന്ന പാദശബ്ദം കേട്ട് അനിർവ്വചനീയമായ ഒരു ഭയത്തോടു കൂടി നോക്കിയപ്പോൾ എത്രയും അപ്രതീക്ഷിതനായ ഒരാൾ അവളുടെ മുൻപിൽ വന്നു നില്ക്കുന്നതു കണ്ടു. അത് സലിം ആയിരുന്നു.

അവൾ സംഭ്രാന്തയായി പറഞ്ഞു: "അവിടുന്ന് ഇവിടെ വന്നോ!"

യുവരാജാവ് ഉത്തരം പറഞ്ഞു: "ഞാൻ ബംഗാളത്തേക്കു പോകുകയാണ്. ഒരു ബുദ്ധിമതിയായ സ്ത്രീ ഒരിക്കലും പ്രവർത്തിക്കാത്തതായ സാഹസത്തിൽനിന്നും നിങ്ങളെ നിവാരണം ചെയ്യാൻ ഭാഗ്യവശാൽ ഞാൻ ഇപ്പോൾ ഇവിടെ എത്തി. നിങ്ങളെക്കുറിച്ചുള്ള സ്നേഹത്താൽ നിങ്ങളുടെ പരിചാരിക നിങ്ങളുടെ ആജ്ഞയെ അനുവർത്തിക്കാതിരിക്കയും ഈ സാഹസത്തിൽനിന്നും നിങ്ങളെ വിരമിപ്പിക്കണമെന്നു എന്നോടു അപേക്ഷിക്കയും ഞാൻ അങ്ങനെയാകട്ടെ എന്നു സമ്മതിക്കയും ചെയ്തു."

ഇരാവതി പറഞ്ഞു: "പ്രഭോ! ഈ കാര്യത്തിൽ അവിടുന്നു ശ്രമപ്പെടേണ്ട എന്നു ഞാൻ പ്രാർത്ഥിക്കുന്നു. താൻ എന്താണ് പ്രവർത്തിക്കുന്നത് എന്നറിയാത്ത ഒരു കുഞ്ഞല്ല ഞാൻ. എന്നെ സൂക്ഷിക്കുന്നത് അവിടുത്തെ കൃത്യവുമല്ല."

"എങ്കിലും നിങ്ങളുടെ ക്ഷേമത്തിനു വേണ്ടിയും എന്തിനു മറയ്ക്കുന്നു? നിങ്ങളോട് അവിശ്വാസിയായ എന്റെ വിരോധിയുടെ അടുക്കൽ നിങ്ങൾ പോകുന്നത് എനിക്ക് അസഹ്യമാകകൊണ്ടും ഞാൻ നിങ്ങളെ സൂക്ഷിക്കും. എന്നെ നിരസിച്ചതിന്റെ ശേഷം അവനോടു കൂടി അവൻ ജീവിച്ചിരിക്കുന്ന പക്ഷം, നിങ്ങൾ രമിക്കുന്നത് എനിക്ക് ദുസ്സഹമാണ്. അതുകൊണ്ട് ഞാൻ എന്റെ അധികാരത്തെ ഉപയോഗിച്ച് നിങ്ങളുടെ ഹിതത്തിനു വിരോധമായി നിങ്ങളെ ഇവിടെ താമസിപ്പിക്കും."

ഇരാവതി ഉത്തരം പറഞ്ഞു: "അവിടുത്തേക്ക് അങ്ങനെ ചെയ്യാൻ കഴിയും. എന്നാൽ അപ്രകാരം ചെയ്യാതിരിക്കാൻ മനസ്സുണ്ടാകണം. അവിടുത്തെ അധികാരത്തെ ഈ വിധം ഉപയോഗിക്കുന്നതുകൊണ്ട് അവിടുത്തേക്കു ഗുണത്തിനു പകരം ദോഷമാണ് ഉണ്ടാകുന്നതെന്ന് അവിടുന്നു നല്ലവണ്ണം ഓർക്കണം. ഇതുകൊണ്ട് അവിടുത്തേക്ക് എന്നെ സ്വാധീനപ്പെടുത്തുന്നതിനാകട്ടെ സിദ്ധന്റെ മരണത്തെ ഒരുക്ഷണംപോലും ത്വരിപ്പിക്കുന്നതിനാകട്ടെ കഴികയില്ല. അവിടുത്തെ മേൽ എനിക്കു പ്രേമമില്ലെങ്കിലും ഇതുവരയും അവിടുത്തെക്കുറിച്ച് എനിക്കു തോന്നീട്ടുള്ള ബഹുമാനത്തിനു പകരം അതികഠിനമായ നിന്ദ തോന്നുകയും ചെയ്യും. ഇതിന് അവിടുന്ന് ഇച്ഛിക്കുന്നോ? എനിക്ക് മാത്രമല്ല, അവിടുത്തേക്കുതന്നെയും അവിടുത്തേക്കുറിച്ചു നിന്ദ തോന്നുകയില്ലയോ? തന്റെ മനസ്സിനെ അടക്കുന്നതിനു ശക്തിയില്ലാത്ത അശക്തയായ ഒരു സ്ത്രീയെ പോലെ

അന്യായമായ കാമത്തിനു അവിടുന്നു വശംവദനാകാൻ ഇച്ഛിക്കുന്നോ? അതോ ആത്മനിയമത്തിനു ശക്തനാണെന്നു കാണിച്ച് അതിനാൽ അന്യന്മാരെ ഭരിക്കുന്നതിനു യോഗ്യനാണെന്നു ബോധപ്പെടുത്തുന്ന ഒരു പുരുഷനെ പോലെ ആചരിക്കുന്നതിന് ആഗ്രഹിക്കുന്നോ? അവിടുന്നു തന്നെ രണ്ടിലൊരു വിധം തീർച്ചപ്പെടുത്തിക്കൊൾക. ഞാൻ ഒരു പ്രിയത്തേയും ചോദിക്കുന്നില്ല."

സലിം ത്വരയോടു കൂടി അങ്ങോട്ടുമിങ്ങോട്ടും നടന്ന സമയം അദ്ദേഹത്തിന്റെ ഹൃദയത്തിൽ കൃത്യവും കാമവും തമ്മിലും മാനവും സ്വേച്ഛയും തമ്മിലും ഒരു വലിയ സംഘർഷം ഉണ്ടായി. അദ്ദേഹം വശീകരിക്കുന്നതിനു വ്യർത്ഥമായി ശ്രമിച്ചവളെ അദ്ദേഹത്തിന്റെ വിരോധിയുടെ അടുക്കൽ പൊയ്ക്കൊള്ളുന്നതിനു സമ്മതിക്കുന്നത് അദ്ദേഹത്തിനു അശക്യമായി തോന്നി. എങ്കിലും അവൾ പറഞ്ഞത് ശരിയായിരുന്നു. അദ്ദേഹത്തിന്റെ അധികാരത്തെ ഉപയോഗിക്കുന്നത് അദ്ദേഹം സർവ്വോപരി ഇച്ഛിക്കുന്ന അവളുടെ ബഹുമാനത്തെ ഇല്ലാതെയാക്കയല്ലാതെ യാതൊരു ഫലത്തേയും ചെയ്കയില്ല. പിന്നെ അവളുടെ ഒടുവിലത്തെ വാക്കുകൾ ശ്രേഷ്ഠനും മഹാമനസ്കനും ആയ അദ്ദേഹത്തിന്റെ പിതാവു പറഞ്ഞതും, അദ്ദേഹത്തിന്റെ മനസ്സിൽ ഗാഢമായി പതിഞ്ഞിരുന്നതും ആയ ഉപദേശവാക്യത്തെ ഓർമ്മിപ്പിച്ചു. ആത്മസംയമനം ആത്മസുഖത്യാഗവും ഒരു രാജാവിന്റെ മുഖ്യകൃത്യവും ഗുണവും ആണെന്നുള്ളതിനെ അദ്ദേഹം മുൻപിൽ ഒരിക്കലും ഗൗരവത്തോടു കൂടി വിചാരിച്ചിരുന്നില്ല. മേലാൽ നല്ല മര്യാദയായിരിക്കാമെന്നു പിതാവിനോടു വാഗ്ദാനം ചെയ്തതിന്റെ ശേഷം തന്റെ ആദ്യമായ പ്രവൃത്തി ഇരാവതി ന്യായമായി പറഞ്ഞതു പോലെ തന്റെ അധികാരത്തെ നിന്ദ്യമായ വിധത്തിൽ ഉപയോഗിക്ക എന്നായി വരുന്നത് യോഗ്യമാണോ?

ഒടുവിൽ അദ്ദേഹം പറഞ്ഞു: "ഇരാവതി! മുൻപിലത്തെ പോലെ ഇപ്പോഴും ഞാൻ നിങ്ങളുടെ ഇച്ഛയെ അനുവർത്തിക്കുന്നു. എനിക്ക് അതിന് എത്ര ശ്രമമുണ്ടെന്നു പറഞ്ഞിട്ടാവശ്യമില്ല. ഞാൻ അതിനെ സമ്മതിക്കുന്നു എന്നുപറഞ്ഞാൽ മതി. കഷ്ടം! അന്നു പറഞ്ഞതു പോലെ കുറേക്കൂടി മുൻപിൽ ഞാൻ നിങ്ങളെ അറിഞ്ഞില്ലല്ലോ! നിങ്ങൾ എന്നെ ഒരു നല്ല ആളാക്കുമായിരുന്നു. എന്നാൽ അതെല്ലാം കഴിഞ്ഞല്ലോ. ഇനി വിധികല്പിതത്തെ അനുസരിക്കാൻ ഞാൻ ശ്രമിക്കാം. നിങ്ങൾ പൊയ്ക്കൊൾക. നിങ്ങളുടെ ഈ നിശ്ചയം സാഹസമാണെന്ന് എനിക്കു വിചാരിക്കാതിരിക്കാൻ പാടില്ലെങ്കിലും അതു ശ്രേഷ്ഠവും ധൈര്യപൂർവ്വവും ആണെന്നു ഞാൻ സമ്മതിക്കുന്നു. ഒന്നുകൂടി പറയാനുണ്ട്. സിദ്ധനെ നിങ്ങൾ ഇനിയും ജീവനോടെ കാണുന്നത് അസംഭാവ്യമല്ലെന്നും അപ്പോൾ നിങ്ങൾ രണ്ടുപേരും തമ്മിൽ രഞ്ജിച്ച് നിങ്ങൾ അയാളോടു ചെയ്തിട്ടുള്ള പ്രതിജ്ഞയെ സഫലീകരിക്കുമെന്നും ഞാൻ നല്ല വണ്ണം അറിയുന്നു. എനിക്കു ഇതിനെക്കുറിച്ച് അസൂയ തോന്നും. എന്നാൽ നിങ്ങളോടോ നിങ്ങളുടെ പ്രിയതമനോടോ ഞാൻ പ്രതികാരം ചെയ്യാൻ

വിചാരിക്കയില്ല. അശക്തനും സ്വാർത്ഥപരനും ആയ സലിം ആത്മാവിനെ നിയന്ത്രണം ചെയ്തു എന്നും ഹിന്ദുസ്ഥാനത്തിന്റെ ഭാവിയായ ചക്രവർത്തിക്കു തന്റെ മനസ്സിനെ നിയമനം ചെയ്യുന്നതിനു ശക്തിയുണ്ടെന്നും എല്ലാവരും അറിഞ്ഞുകൊള്ളട്ടെ. എപ്പോഴെങ്കിലും നിങ്ങൾക്കോ സിദ്ധരാമനോ എന്റെ സഹായം ആവശ്യപ്പെട്ടാൽ അതിനു ഞാൻ സന്നദ്ധനാണെന്നു ഞാൻ വാഗ്ദാനം ചെയ്തിരിക്കുന്നു. എന്റെ അടുക്കൽനിന്നും ഒരു പ്രിയത്തേയും നിങ്ങൾ സ്വീകരിക്കയില്ലെങ്കിലും ഞാൻ നിങ്ങളോട് ഒരു പ്രിയത്തെ ചോദിക്കുന്നു. ഇനി നാം ഒരിക്കലും തമ്മിൽ കാണാൻ സംഗതി വരികയില്ലായിരിക്കാമെങ്കിലും നിങ്ങൾക്ക് എന്റെ മേൽ സ്നേഹമില്ലാതിരിക്കയും, നിങ്ങളെക്കുറിച്ച് എനിക്കു തോന്നിയ പ്രേമത്താൽ സംഭവിച്ച അപരാധങ്ങളെ വിചാരിച്ച് എന്നോടു കോപവും നിന്ദയും തോന്നുകയും ചെയ്യരുത്."

സലിം ഉത്തരം കേൾക്കാൻ താമസിച്ചു നില്ക്കാതെ വേഗത്തിൽ പോയി. അദ്ദേഹം പതുക്കെ പറഞ്ഞു: "എന്റെ അച്ഛാ! അച്ഛനു എന്നെക്കുറിച്ചു തൃപ്തി തോന്നുന്നതിനു ഈ ഒരു സംഗതിയെങ്കിലും ഉണ്ടല്ലോ."

16

ഫൈസിയുടെ ശാപം

പർവ്വതങ്ങളുടെ മദ്ധ്യത്തിലുള്ള ഒരു സന്ന്യാസിമഠത്തിൽ സിദ്ധൻ അവശനായി ഒരു തല്പത്തിൽ ശയിക്കയും ഇരാവതി സമീപത്തിരുന്നു ശുശ്രൂഷിക്കയും ചെയ്തു. വളരെദൂരം ദുർഘടയാത്ര ചെയ്ത് അവിടെ എത്തിയപ്പോൾ സിദ്ധൻ ജീവിച്ചിരിക്കുന്നതു കണ്ട് അവളുടെ സന്തോഷം അനിർവ്വചനീയമായിരുന്നു. എന്നാൽ സിദ്ധന്റെ ജീവിതം സന്ദിഗ്ദ്ധസ്ഥിതിയിലാണെന്നു വൈദ്യന്മാർ അഭിപ്രായപ്പെട്ടതിനാൽ അവളുടെ സന്തോഷം അല്പം ലഘൂകൃതമായി. സിദ്ധൻ കിടന്ന മുറിയിൽ അവൾ ചെന്നപ്പോൾ അയാൾക്കു ബോധമില്ലായിരുന്നു. പിന്നെയും ബോധമുണ്ടായി അയാൾ മരിക്കുന്നതിനു മുൻപിൽ അവളെ കണ്ടു മനസ്സിലാക്കുമെന്നു നിശ്ചയമായി ആർക്കു പറയാമായിരുന്നു?

സമാധാനമില്ലാതെ വളരെ നേരം നോക്കിക്കൊണ്ടിരുന്നതിന്റെ ശേഷം അല്പം ഗുണം കണ്ടപ്പോൾ ഇരാവതിക്ക് അയാൾ ജീവിക്കുമെന്നുള്ള ആശ തോന്നിത്തുടങ്ങി. ആതുരനായ സിദ്ധനെ ശുശ്രൂഷിച്ചുകൊണ്ടിരിക്കുന്നതിനാണ് ഇരാവതി ഇച്ഛിക്കുന്നതെങ്കിൽ അവളും കുറേ വിശ്രമിക്കയും കാറ്റു കൊള്ളുന്നതിനായി കുറച്ച് വെളിയിലിറങ്ങി നടക്കയും ചെയ്യണമെന്നു കുല്ലുകരും സന്ന്യാസിമാരും അവളെ പറഞ്ഞു ബോധിപ്പിച്ചതിനാൽ അവൾ പ്രാർത്ഥനാസമയങ്ങളിലെ ഘണ്ടാനാദം കേൾക്കുമ്പോൾ ആ മഠത്തോടു ചേർന്ന ചെറിയ ക്ഷേത്രത്തിൽ ചെന്നു വന്ദിക്കയും അപ്പോൾ ആ ക്ഷേത്രത്തിലെ പ്രധാന പുരോഹിതൻ മനുഷ്യജീവിതത്തിന്റെ ക്രമങ്ങളെക്കുറിച്ചും ലോകത്തിൽ ദുഃഖമാണ് അധികമെന്നും സുഖം ചുരുക്കമാണെന്നും സകലബന്ധങ്ങളിൽനിന്നും വിമുക്തനായി നിർവ്വാണത്തെ പ്രാപിക്കുന്നതു തന്നെയാണ് മനുഷ്യനു പരമതമായ ആനന്ദമെന്നും മറ്റും പ്രസംഗിക്കുന്നതിനെ സശ്രദ്ധം കേൾക്കയും ചെയ്യാറുണ്ടായിരുന്നു. ആ ബുദ്ധമതാനുസാരികളായ അഭിപ്രായങ്ങളിൽ

കുല്ലുകർക്കു യോജിക്കാൻ വഹിയാത്തതായി പലതും ഉണ്ടായിരുന്നു. കേവലം നിർവ്യാപാരമായി സമാധിയിൽ ഇരിക്കുന്നതിനേക്കാൾ ശ്രേഷ്ഠതരമായ ജീവിതോദ്ദേശ്യം പരോപകാരം ചെയ്യുന്നതാണെന്നു അദ്ദേഹം മറ്റൊരവസരത്തിൽ വാദിക്കുമായിരുന്നു. എന്നാൽ എതിരു വാദം പക്ഷേ, അനാവശ്യകമായിരുന്നു. എന്തെന്നാൽ ഈ ബുദ്ധമതക്കാരുടെ ഉപദേശങ്ങളേക്കാൾ അവരുടെ പ്രവൃത്തി അധികം നന്നായിരുന്നു. അവർ സാംസ്കാരിക വ്യവഹാരങ്ങളിൽ ഒന്നിലും ചേരാതിരുന്നു എങ്കിലും തങ്ങളുടെ കാലത്തെ അലസമായി നയിച്ചില്ല. അവർ നിസ്തന്ദ്രമായി പർവ്വതങ്ങളുടെ ഇടയിൽ സഞ്ചരിച്ച് ജാതിഭേദത്തേയും മതഭേദത്തേയും നോക്കാതെ കഷ്ടപ്പെടുന്നവരെ എല്ലാം ആശ്വസിപ്പിച്ചുകൊണ്ടിരുന്നു.

ഒരുദിവസം സായാഹ്നത്തിൽ സിദ്ധൻ കിടന്നിരുന്ന കട്ടിലിന്റെ ഒരു വശത്ത് ഇരാവതിയും മറ്റേ വശത്ത് വൈദ്യനും അയാളെ സൂക്ഷിച്ചും കൊണ്ടിരിക്കുമ്പോൾ അയാൾ കണ്ണു തുറന്ന് ചുറ്റും ഒന്നു നോക്കുകയും ഇരാവതിയെ കണ്ടറികയും ചെയ്തു. അയാൾ അവളുടെ നാമത്തെ അസ്ഫുടമായി പറഞ്ഞ് പിന്നെയും കണ്ണടച്ചു. വൈദ്യൻ ഇരാവതിയോട് അവിടെനിന്നും മാറുന്നതിനു സംജ്ഞാപനം ചെയ്തു. അവൾ മനസ്സില്ലാതെ അപ്രകാരംചെയ്ത് കുല്ലുകരെ കണ്ട് ആ സന്തോഷവർത്തമാനത്തെ പറയാൻ ബദ്ധപ്പെട്ടു പോയി. പിറ്റേദിവസം സിദ്ധനു കുറേക്കൂടി ഗുണം കാണുകയും അയാൾ സംസാരിക്കുന്നതിനും ശക്തനാകുകയും ചെയ്തു. എന്നാൽ ഇരാവതി കൂടെ ഉള്ളപ്പോൾ തന്നെയും അയാൾ അധികം സംസാരിച്ചില്ല. അയാൾ അവളേയും കുല്ലുകരേയും തിരിച്ചറിഞ്ഞു എങ്കിലും കഴിഞ്ഞ സംഗതികളെക്കുറിച്ചൊന്നും ഓർമ്മയില്ലാതെ മനസ്സിനു എന്തോ ഒരാവരണം ഉള്ളതുപോലെ തല്പത്തിൽ എഴുന്നേറ്റിരുന്ന് പുരോഭാഗത്തിൽ നോക്കിക്കൊണ്ടിരിക്കാറുണ്ടായിരുന്നു. ഈ വ്യാമോഹത്തിൽനിന്നും അയാളെ ഉണർത്തുന്നതിനു ഇരാവതിയുടെ ശബ്ദത്തിനു മാത്രമേ കഴിഞ്ഞൊള്ളൂ. അയാൾക്ക് ദേഹത്തിനു കുറച്ചു ബലമുണ്ടായി എഴുന്നേറ്റ് നടക്കാറായതിന്റെ ശേഷം കുറേ ദിവസത്തേക്ക് ഇങ്ങനെ തന്നെ ആയിരുന്നു.

ഒരുദിവസം ആ സന്ന്യാസിമഠത്തിന്റെ സമീപസ്ഥലത്ത് ഇരാവതിയോടു കൂടി അയാൾ നടന്നുകൊണ്ടിരുന്നപ്പോൾ അവൾ പറഞ്ഞ ഏതോ ഒരു സംഗതിയോ അവൾക്കു തന്നെ ഇന്നതെന്നു മനസ്സിലാകാതെ അയാളുടെ ദൃഷ്ടിക്കു വിഷയീഭവിച്ച ഏതോ ഒരു പദാർത്ഥമോ അയാളുടെ സ്മരണശക്തിയെ ഉദ്ബോധിപ്പിച്ചതായി തോന്നി. ഉടനെ അയാൾ നിശ്ചലനായി നിന്ന് ആശ്ചര്യത്തോടു കൂടി ചുറ്റും നോക്കുകയും കൈകൊണ്ടു മുഖം മറയ്ക്കയും ചെയ്തു. പിന്നെ ശിരഃകമ്പനം ചെയ്ത് മുൻപെട്ടു നടക്കയും ഉന്നതങ്ങളായ ഗിരിശൃംഗങ്ങളിലും തദനന്തരം നിർമ്മലമായ ആകാശത്തിലും ചുറ്റുമുള്ള താഴ്വരകളിലും വനങ്ങളിലും ജിജ്ഞാസയോടു സൂക്ഷിച്ചു നോക്കിക്കൊണ്ട് പിന്നെയും സ്തബ്ധനായി നില്ക്കയും ചെയ്തു. അയാളുടെ മുഖത്ത് ഒരു വൈവർണ്യം ഉണ്ടാക

യും, ഉൽഭ്രാന്തദൃഷ്ടിയായി അയാൾ ഇരാവതിയുടെ നേരെ നോക്കുകയും ചെയ്തു. അയാൾക്കു നല്ല ഓർമ്മയുണ്ടായി. എന്നാൽ എങ്ങനെയാണ്? പക്ഷേ, ഓർമ്മയുണ്ടാകാതെ ഇരിക്കുന്നതല്ലായിരുന്നോ നല്ലത്?

ഒടുവിൽ അയാൾ ഇരാവതിയോടു വിളിച്ചു പറഞ്ഞു: "പൊയ്ക്കൊൾക പൊയ്ക്കൊൾക. മന്ദഭാഗ്യയായ നിങ്ങൾ എന്റെ അടുക്കൽ വന്നത് എന്തിനാണ്? വിശ്വാസഭംഗം ചെയ്തവനും രാജദ്രോഹത്തിൽ ഏർപ്പെട്ടവനും കഠിനമായുള്ള ശാപം ഏറ്റവനും ആയ ഞാൻ നിങ്ങളുടെ അടുക്കൽ വരുന്നതിനെ നിങ്ങൾക്ക് എങ്ങനെ സഹിക്കാൻ കഴിയും?"

സിദ്ധന്റെ ഈ വാക്കിനെ ഇരാവതി ഭയസംഭ്രമത്തോടു കൂടി കേട്ടു. അവൾക്കു വേണ്ടതിലധികം മനസ്സിലായി എങ്കിലും താല്പര്യം മുഴുവനും അവൾ ഗ്രഹിച്ചില്ല. അവൾ സംസാരിക്കാൻ ശ്രമിച്ചു. എന്നാൽ ഒച്ച പുറപ്പെട്ടില്ല. വ്യസനാക്രാന്തയായി അവൾ അയാളുടെ പാദങ്ങളിൽ നമസ്കരിച്ചു.

വ്യാകുലനായി സിദ്ധൻ ആവർത്തിച്ചു പറഞ്ഞു: ആ ശാപം! നീ ചെയ്തതിന്റെ സ്മരണയോടു കൂടി ജീവിച്ചിരുന്നു കൊൾക. നിന്റെ ആഗ്രഹങ്ങളെല്ലാം ഫലിക്കുന്നതായിരിക്കാമെങ്കിലും മാനവും മര്യാദയും ഉള്ള ഒരാളിന്റെ മുഖത്തു നോക്കാൻ ഒരിക്കലും നീ ശക്തനാകയില്ല എന്ന് ഫൈസി എന്നെ ശപിച്ചിട്ടുണ്ട്. പിന്നെ ഇപ്പോൾ പരിശുദ്ധയും നിരപരാധയും എന്റെ ശ്രേഷ്ഠനായ സ്നേഹിതനെപ്പോലെ എന്നാൽ വഞ്ചിക്കപ്പെട്ടവളും ആയ നിങ്ങളുടെ മുഖത്ത് ഞാൻ എങ്ങനെ നോക്കുന്നു! ഇവിടെനിന്നും ദൂരെ പൊയ്ക്കൊൾക. നിങ്ങളുടെയും എന്റെയും മദ്ധ്യേ ഒരു സ്വരൂപം നില്ക്കുന്നു. അത് ഫൈസിയുടെതാണ്. എന്നെ ശപിച്ചപ്പോഴത്തെ പോലെ ഭയാവഹനായി അദ്ദേഹം ഇതാ നില്ക്കുന്നു."

ഇരാവതി ശിരസ്സിനെ ഉന്നമിപ്പിച്ചപ്പോൾ സിദ്ധൻ അവളുടെ മുഖത്തു നോക്കാൻ ധൈര്യമില്ലാത്തതുപോലെ പാണിതലങ്ങളെക്കൊണ്ട് മുഖത്തെ ആച്ഛാദനം ചെയ്യുന്നതുകണ്ട് അവൾ പറഞ്ഞു: "വരികതന്നെ. നമുക്കു അകത്തുപോകാം. നിങ്ങൾ വേണ്ടതിലധികം പ്രവർത്തിച്ചു പോയതിനാൽ മിഥ്യാജ്ഞാനങ്ങൾ നിങ്ങളെ പീഡിപ്പിക്കുന്നു. വരിക തന്നെ."

സിദ്ധൻ സശോകമായി ഉത്തരം പറഞ്ഞു: "മിഥ്യാജ്ഞാനങ്ങളോ! അങ്ങനെ ആയിരുന്നെങ്കിൽ കൊള്ളായിരുന്നല്ലോ. അങ്ങനെയല്ല. എനിക്കിപ്പോൾ നല്ല ബോധമുണ്ട്. ദേഹസ്ഥിതിയും യഥാപൂർവ്വം ആയിരിക്കുന്നു. അതിനോടു കൂടി സ്മരണയും ആ ഭയങ്കരസ്മരണയും എപ്പോഴത്തേക്കാളും വാസ്തവമായിത്തന്നെ ജനിച്ചിരിക്കുന്നു. ഫൈസി പറഞ്ഞ വാക്കുകളുടെ താല്പര്യം ഇതുവരെ പൂർണ്ണമായി എന്റെ മനസ്സിൽ സ്ഫുരിച്ചിരുന്നില്ല. എന്നാൽ ഇപ്പോൾ നിങ്ങളെ പുനശ്ച ദർശിക്കാനിടയായതിനാൽ അത് എനിക്ക് നല്ലവണ്ണം മനസ്സിലാകുന്നു. ചക്രവർത്തിയുടെ മുൻപിലും എന്റെ ഭടന്മാരിൽ അത്യന്തനികൃഷ്ടനായുള്ളവന്റെ

മുൻപിൽ കൂടിയും ഞാൻ ലജ്ജകൊണ്ടു തലതാഴ്ത്തിപ്പോയിട്ടുണ്ട്. എന്നാൽ ഇപ്പോഴത്തെപ്പോലെ ഒരിക്കലും ഉണ്ടായിട്ടില്ല. മാനമായി മരിക്കുന്നതിനു ഞാൻ പ്രാർത്ഥിച്ചത് സാധിച്ചില്ല." അയാൾ തുടർന്നു പറഞ്ഞു: "ഇരാവതി! നിങ്ങൾ ആരോടാണ് സംസാരിക്കുന്നതെന്നു നിങ്ങൾ അറിയുന്നില്ല. എന്റെ ഒടുവിലത്തെ കുറ്റങ്ങളെ നിങ്ങൾ അറിയുന്നില്ല."

അവൾ ഉത്തരം പറഞ്ഞു: "എനിക്കറിയാം പക്ഷേ, ഫൈസിയും നിങ്ങളും തമ്മിൽ ഉണ്ടായത് എന്തെല്ലാമാണെന്നു യഥാർത്ഥമായി ഞാൻ അറിയുന്നില്ല. എന്നാൽ നിങ്ങളുടെ വാക്കുകളാൽ തന്നെ ഞാൻ വേണ്ടടത്തോളം അറിഞ്ഞു."

സിദ്ധൻ പറഞ്ഞു: "എന്നിട്ടും നിങ്ങൾ എന്നോടു സംസാരിക്കുന്നല്ലോ. നിങ്ങൾ എന്റെ അടുക്കൽനിന്നും വിമുഖിയായി തിരിച്ചു പോകുന്നില്ലെന്നു മാത്രമല്ല, എന്റെ അവശതയിൽ എന്നെ ശുശ്രൂഷിക്കുന്നതിനു കൂടിയും വരുന്നല്ലോ."

"സിദ്ധാ! ഞാൻ നിങ്ങൾക്കു വാഗ്ദാനം ചെയ്തില്ലയോ? നിങ്ങൾ എന്നെ അതിൽനിന്നും മോചിപ്പിക്കുന്നതു വരെ ഞാൻ അതിനെ അനുവർത്തിക്കുന്നത് എന്റെ കടമയല്ലയോ? നിങ്ങൾ അങ്ങനെ ഒരിക്കലും ചെയ്തിട്ടുമില്ലല്ലോ. നിങ്ങളുടെ അന്ത്യയായ ചിന്ത എന്നെക്കുറിച്ചായിരുന്നു എന്നു കാണിച്ച അടയാളത്തെ നിങ്ങൾ കുല്ലുകർ മുഖേന എനിക്ക് അയച്ചു തന്നില്ലയോ? വിവാഹത്താൽ നാം ബദ്ധന്മാരല്ലെങ്കിലും നിങ്ങളെ ശുശ്രൂഷിക്കുന്നത് എന്റെ കൃത്യമാണെന്ന് എനിക്കു തോന്നി."

സിദ്ധൻ പറഞ്ഞു: "എന്നാൽ ഇപ്പോൾ നിങ്ങളുടെ വാഗ്ദാനത്തിൽനിന്നും ഞാൻ നിങ്ങളെ മോചിപ്പിക്കുന്നു. ആ കഷ്ടയായ ആന്ധ്യദശയിൽനിന്നും ഞാൻ പ്രബുദ്ധനായ ഉടനെ തന്നെ എനിക്കു താവൽ പര്യന്തം അജ്ഞാതയായ ഒരു ശക്തിയോടെ നിങ്ങളെക്കുറിച്ചുള്ള സ്നേഹം പ്രത്യാഗമിച്ചു എന്നുള്ളത് വാസ്തവമാണ്. നിങ്ങൾക്ക് എന്നോടു സത്യഭംഗമില്ലാത്തവളായിരിക്കയും, നിങ്ങളുടെ കൃത്യങ്ങളെ എല്ലാം വിവർത്തിക്കയും ചെയ്യാൻ കഴിയും. എന്നാൽ ഇനി നിങ്ങൾക്കു എന്നെക്കുറിച്ച് അനുരാഗം തോന്നുന്നത് അശക്യമാണ്."

ഇരാവതി ഉത്തരം പറഞ്ഞു: 'എനിക്ക് എന്നും നിങ്ങളെക്കുറിച്ചു തോന്നിട്ടുള്ളതു പോലെ അനുരാഗം ഇപ്പോഴും തോന്നുന്നു."

"നിങ്ങൾക്കു സത്യത്തെക്കുറിച്ചുള്ള അധികപ്രതിപത്തിയാൽ എന്നെക്കുറിച്ചു ഇനിയും അനുരാഗം തോന്നുന്നു എന്നു തന്നത്താൻ ബോധപ്പെടുത്തുന്നതിനു നിങ്ങൾ ശ്രമിക്കുന്നു. എന്നാൽ അത് അസാദ്ധ്യമാണ്. ഒരു കാലത്തു നിങ്ങൾക്ക് പശ്ചാത്തപിക്കാനിടവരും. ബഹുമാനമില്ലാത്ത ആളെക്കുറിച്ച് അനുരാഗം ഉണ്ടാകാൻ പാടില്ല. സ്ത്രീ പുരുഷനെ തനിക്ക് അവലംബമായി വിചാരിക്കണം. അതിന് അയോഗ്യനായ ഒരുത്തനോടു കൂടിയുള്ള വിവാഹം ശ്രേയസ്കരമായിരിക്കയില്ല. പൊയ്ക്കൊൾക. എന്നെ വിസ്മരിച്ചുകളക. നിങ്ങൾ സ്മരിക്കുന്നതിനു പോലും ഞാൻ

അർഹനല്ല."

"എന്നാൽ നിങ്ങൾ എന്നെ ഉപേക്ഷിക്കയാണോ?"

"നിങ്ങളെ ഉപേക്ഷിക്കുന്നതിനോ നിങ്ങളുടെ വാഗ്ദാനത്തിൽ നിന്നും നിങ്ങളെ മോചിപ്പിക്കുന്നതിനോ എനിക്കു യാതൊരധികാരവും ഇല്ല. നിങ്ങൾക്കു സ്വസ്ഥതയെ ഉണ്ടാക്കുന്നതിനും നിങ്ങൾ സ്വമേധയായി എന്നെ വിട്ടു പോകുമ്പോൾ നിങ്ങൾക്കുണ്ടാകാവുന്ന ആത്മോപാലംഭത്തിനു ഇടവരുത്താതിരിക്കുന്നതിനും വേണ്ടി മാത്രമാണ് ഞാൻ അപ്രകാരം ചെയ്യുന്നത്."

അവളുടെ പാണിയെ അയാളുടെ ഭുജത്തിൽ വച്ചുകൊണ്ട് അവൾ സപ്രാർത്ഥനമായി പറഞ്ഞു: "സിദ്ധാ! എന്റെ അപേക്ഷയെ കേൾക്കണേ നിങ്ങൾ പറയുന്നതിനെക്കുറിച്ചു ഞാൻ വാദിക്കയോ എന്റെ അവകാശമായി എന്തെങ്കിലും ചോദിക്കയോ ചെയ്കയില്ല. എന്റെ ഹൃദയത്തിനു പ്രിയതമമായ അഭിലാഷത്തെ കേൾക്കുന്നതിനു ഞാൻ നിങ്ങളോടു പ്രാർത്ഥിക്കമാത്രമേ ചെയ്യുന്നൊള്ളൂ. മേലാലുള്ളതിനെക്കുറിച്ചു ഞാൻ ഒരു വാഗ്ദാനത്തിനും ചോദിക്കുന്നില്ല. എന്നാൽ നിങ്ങൾക്ക് പൂർണ്ണ സ്വാതന്ത്ര്യം ഞാൻ തന്നിരിക്കുന്നു. ഇപ്പോൾ എനിക്കു നിങ്ങളെ വിട്ടുപിരിയാൻ പാടില്ല. കുറച്ചുകാലത്തേക്കേ ഒള്ളൂ എങ്കിലും ഞാൻ തല്ക്കാലം നിങ്ങളുടെ കൂടെ താമസിക്കട്ടെ."

സിദ്ധൻ രൂക്ഷതയോടെ പറഞ്ഞു: "വേണ്ട ഒരിക്കലും വേണ്ട. സംശയിക്കയും ചാപല്യം കാണിക്കയും വേണ്ട. എന്നെ എന്നെന്നേക്കും വിട്ടുപോകയും മറക്കയും ചെയ്ക." എന്നു പറഞ്ഞ് അയാൾ മുൻപിൽ നടന്ന അവളെ തള്ളിയേച്ച് അപ്പോഴത്തെ പോലെ ആർദ്രതയോടു കൂടി താൻ ഒരിക്കലും സ്നേഹിച്ചിട്ടില്ലാത്ത അവളെ മേലാൽ കാണാതിരുന്നേക്കാമെന്നുവച്ച് ബദ്ധപ്പെട്ടു പൊയ്ക്കളയുന്നതിനു ഉദ്യോഗിച്ചു.

ഇരാവതി എഴുന്നേറ്റ് ഭഗ്നമായ സ്വാഭിമാനത്തോടു കൂടിയും സ്ഥിരസ്വരമായും പറഞ്ഞു. "അതങ്ങനെയാകട്ടെ. നിങ്ങൾ പറയുന്നത് പക്ഷേ, ശരിയാണ്. നിങ്ങൾ തന്നെ എന്റെ പ്രേമത്തിനു നിങ്ങളെ അപാത്രമാക്കിത്തീർക്കുന്നു. ഒരിക്കൽ നിങ്ങളുടെ വാഗ്ദാനത്തിനു വിപരീതമായി നിങ്ങൾ എന്നോടു അവിശ്വാസം പ്രവർത്തിച്ചു. എന്നാൽ അതിനെ ഞാൻ വിസ്മരിക്കയും ക്ഷമിക്കയും ചെയ്തിരുന്നു. എന്തെന്നാൽ എന്നാൽ അജ്ഞാതമായ ഒരു വ്യാമോഹത്താൽ നിങ്ങൾ പ്രലോഭിതനായിരുന്നു എന്നു ഞാൻ അറിഞ്ഞു. എന്നാലിപ്പോൾ നിങ്ങൾ എന്നെ നിങ്ങളുടെ അടുക്കൽനിന്നും നിരസിക്കുന്നു. അത് ഞാൻ ഒരപരാധവും ചെയ്തുകൊണ്ടല്ല. കിന്തു, ഒരു കാലത്തു നിങ്ങൾ ചാപല്യത്താൽ വ്യാമോഹത്തെ തടുക്കാൻ ശക്തനായില്ല എന്നുള്ള പരമാർത്ഥത്തെ നിങ്ങളുടെ പ്രിയയോടു പറയുന്നതിനുള്ള കുറച്ചിൽ വിചാരിച്ചിട്ടാണ്. എന്നാൽ എന്നെ വിട്ടുപൊയ്ക്കൊൾക. നിങ്ങളോടു കൂടാതെ എന്റെ ജീവിതം നിസ്സാരമാണ്. യാതൊരു സ്ത്രീക്കും താൻ കാമിക്കുന്ന പുരുഷനിൽനിന്നും കൂടിയും നിർബന്ധപൂർവ്വം സ്നേഹത്തെ ഇച്ഛിക്കാൻ പാടില്ല. അതിനാൽ

ഇനി നിങ്ങൾ ഒരു മിത്രത്തോടു ചെയ്ത അപരാധത്തിന്റെ സ്മരണയോടു ചേർന്നു നിങ്ങൾ സ്നേഹിച്ചു എങ്കിലും ഗർവ്വത്താൽ പരിത്യജിച്ച ഒരു സ്ത്രീയുടെ സ്മരണയും നിങ്ങളുടെ മനസ്സിൽ ഉണ്ടായിരിക്കട്ടെ."

സിദ്ധൻ പോകയോ താമസിക്കയോ വേണ്ടത് എന്നു സംശയിച്ചു. അയാൾ സന്തോഷത്തോടെ താമസിക്കുമായിരുന്നു. എന്നാൽ അത് തന്റെ സത്യത്തിനു അനുരൂപമായിരിക്കുമോ? അയാൾ നെറ്റിയിൽ കൈവച്ചുംകൊണ്ട് പറഞ്ഞു: "ഇതിനെ ആരുതീർച്ചയാകും? ന്യായമെന്നു ഞാൻ വിചാരിക്കുന്നതിനോടു വിരുദ്ധമാണെങ്കിലും നിങ്ങൾ പറയുന്നത് വാസ്തവമാണ്. എങ്കിലും നിങ്ങളെ രണ്ടുപേരെയുംകാൾ ബുദ്ധിമാനായ ഒരാൾ ഇതിനെ തീർച്ചയാകട്ടെ."

"കുല്ലുകരെ ഉദ്ദേശിച്ചാണോ നിങ്ങൾ പറയുന്നത്."

"അല്ല. അദ്ദേഹത്തെ ഉദ്ദേശിച്ചല്ല. അദ്ദേഹത്തിന്റെ അഭിപ്രായത്തെ ഞാൻ വളരെ ബഹുമാനിക്കുന്നുണ്ടെങ്കിലും അദ്ദേഹം നമ്മുടെ ശ്രേയസ്സിനെ മാത്രമേ വിചാരിക്കയൊള്ളൂ എന്നും, അതിനു വേണ്ടി നിങ്ങൾ പറയുന്നതാണ് ശരിയെന്നു തീർച്ചപ്പെടുത്തുമെന്നും എനിക്കു മുൻകൂട്ടി അറിയാം. അദ്ദേഹം തീർച്ച ചെയ്യുന്നതിൽ നിഷ്പക്ഷപാതനായിരിക്കയില്ല. വേറെ ഒരാളുണ്ട്. അതാരാണെന്ന് എന്നോടു ചോദിക്കരുത്. നമ്മുടെ കാര്യം തീർച്ചപ്പെടുത്തുന്നതിൽ അദ്ദേഹത്തിനെ മാത്രമേ എനിക്കു വിശ്വസിക്കാൻ പാടൊള്ളൂ. അദ്ദേഹം എനിക്കു ഗുണദോഷം പറഞ്ഞുതരും. ഇരാവതി! അതിനാൽ ഞാൻ പറയുന്നതിനെ കേട്ടാലും. കഴിയുന്നതും വേഗത്തിൽ ഞാൻ ഇവിടെനിന്നും പുറപ്പെടട്ടെ. ഒരുവേള വേഗത്തിൽ തിരിച്ചു വരും. പക്ഷേ, ഒരിക്കലും വരാതിരുന്നാലുമായി ഞാൻ തിരിച്ചു വരുന്ന പക്ഷം എന്റെ ജീവിതം മേൽ നിങ്ങൾക്കായി വിനിയോഗിക്കപ്പെടും. വരാത്ത പക്ഷം നിങ്ങൾ മേൽ ഒരിക്കലും എന്നെ കാണുകയില്ലെന്നും എന്നോടുള്ള എല്ലാ ബന്ധങ്ങളിൽ നിന്നും നിങ്ങൾ മോചിപ്പിക്കപ്പെട്ടിരിക്കുന്നു എന്നും അറിഞ്ഞുകൊൾക. വിരോധം ഒന്നും പറയരുത്. ഇതുവരെയും നിങ്ങൾ ഇരുന്നതു പോലെ ക്ഷമയോടു കൂടി ഇരുന്നുകൊൾക."

ഈ നൂതനമായും അപ്രതീക്ഷിതമായും ഉള്ള ഉപക്ഷേപത്തിനു ഇരാവതിക്ക് ഉത്തരം പറയാൻ കഴിയുന്നതിനു മുൻപിൽ സിദ്ധൻ അവൾക്ക് അജ്ഞാതമായ തന്റെ ഉദ്ദിഷ്ടസ്ഥലത്തേക്കു പുറപ്പെടുന്നതിനായി തന്റെ ഭൃത്യനെ അന്വേഷിച്ച് അശ്വത്തെ സജ്ജീകരിക്കാൻ ആജ്ഞാപിക്കുന്നതിനായി പൊയ്ക്കഴിഞ്ഞു. ഇരാവതി ഉടൻതന്നെ കുല്ലുകരുടെ അടുക്കൽ ചെന്ന് നടന്ന വർത്തതാനങ്ങളേയും സിദ്ധന്റെ അസാധാരണമായ നിശ്ചയത്തേയും പറഞ്ഞു. എന്നാൽ അദ്ദേഹം സിദ്ധനെ നിരോധിക്കുന്നതിനേക്കാൾ അയാളുടെ ഇച്ഛാനുരോധേ വിട്ടേക്കുന്നതാണ് നല്ലതെന്ന് കണ്ട് അയാളെ ഇനിയും അചിരേണ കാണാനിടവരുമെന്നുള്ള ആശയെ ജനിപ്പിച്ച് ഇരാവതിയെ സമാധാനപ്പെടുത്താൻ ശ്രമിച്ചു. ഇതിനിടയിൽ സിദ്ധൻ ആ സന്ന്യാസിമഠത്തിലെ പുരോഹിതനോടും യാത്ര പറ

കയും അവിടെ തനിക്കുണ്ടായ സൗകര്യസുഖങ്ങൾക്കു വേണ്ടി അദ്ദേഹത്തിനു ഒരു വിലപിടിച്ച സമ്മാനം കൊടുക്കയും ചെയ്ത് കുതിരയിൽ കയറി വത്സനാൽ അനുഗതനായി പുറപ്പെട്ടു.

പുനശ്ച അസ്തോന്മുഖനായ ഗഭസ്തിമാലിയുടെ കിരണാവശേഷങ്ങൾ ഹിമവാന്റെ ഉപത്യകകളിൽ പതിക്കയും, പുനശ്ച സിദ്ധൻ വത്സാനുയാതനായി ഗുരുപാദരുടെ വാസസ്ഥലം ഇരിക്കുന്ന സാനുപ്രദേശത്തേക്കുള്ള മാർഗ്ഗത്തെ അനുവർത്തിക്കയും ചെയ്തു. അദ്ദേഹത്തിന്റെ ഭൃത്യൻ അയാളെ കണ്ട ഉടനെ അറിഞ്ഞ് തന്റെ സ്വാമിയുടെ അടുക്കലേക്കു നയിച്ചു.

ആ ഋഷി അദ്ദേഹത്തിന്റെ യുവാവായ സ്നേഹിതനെ സന്തോഷപൂർവ്വം സ്വാഗതം കൊണ്ടു സല്ക്കരിച്ചു. എന്നാൽ സിദ്ധന്റെ ആകൃതിയിൽ സംഭവിച്ചിരുന്ന ഭേദത്തെ കണ്ടിട്ട് അദ്ദേഹത്തിനു മനക്ലേശമുണ്ടായി. പ്രഥമദർശനത്തിൽ സന്തോഷോന്മേഷത്തോടു കൂടിയിരുന്ന അയാളുടെ മുഖം അപ്പോൾ വിവർണ്ണമായും അയാളുടെ ആകപ്പാടെ ഉള്ള ഭാവം ഗ്ലാനിയോടു കൂടിയും ഇരുന്നു. ആ യുവാവ് സ്വല്പകാലത്തിനിടയിൽ ഒരു പ്രായം ചെന്ന പുരുഷനായി ഭവിക്കയും പ്രസരിപ്പും കരുത്തും ഉണ്ടായിരുന്നതെല്ലാം പോയി വ്യസനപരവശനായി തീരുകയും ചെയ്തിരുന്നു. ആ വ്യസനത്തിനു കാരണം മനുഷ്യനു വരാവുന്നതിൽ വച്ച് അതിദുസ്സഹമായ ആത്മോപാലംഭമായിരുന്നു എന്ന് സൂക്ഷ്മദർശിയായ ഗുരുപാദർക്കു മനസ്സിലായി.

ആദ്യത്തെ കുശലപ്രശ്നങ്ങളുടെ ശേഷം സിദ്ധൻ പറഞ്ഞു: 'മാന്യതമരായ ഗുരുപാദരേ! അഥവാ പരമകാരുണികനായ രാജാവേ!"

ഋഷി മദ്ധ്യേ തടഞ്ഞു പറഞ്ഞു: "എന്നെ ഗുരുപാദർ എന്നു തന്നെ വിളിച്ചാൽ മതി. ഞാൻ മറ്റാരുമല്ല."

സിദ്ധൻ പറഞ്ഞു: "അവിടുത്തെ ഇച്ഛയെ ഞാൻ അനുവർത്തിക്കുന്നു. അവിടുന്ന് എന്നെ വിസ്മരിച്ചിട്ടില്ലെന്ന് കണ്ട് ഞാൻ സന്തോഷിക്കുന്നു. അവിടുത്തെ ആതിഥേയിയായ വസതിയിൽ കുറച്ചു താമസിച്ചിതന്റെ ശേഷം ഞാൻ യാത്ര പറഞ്ഞപ്പോൾ അവിടുന്ന് ഒടുവിൽ എന്നോടു പറഞ്ഞ വാക്കുകളെ പക്ഷേ, ഇപ്പോഴും അവിടുന്ന് സ്മരിക്കുന്നുണ്ടായിരിക്കും."

ഗുരുപാദർ ഉത്തരം പറഞ്ഞു: "എപ്പോഴെങ്കിലും നിനക്ക് ഒരു നിർവ്യാജബന്ധുവിന്റെ ഉപദേശം ആവശ്യകമായി വന്നാൽ അപ്പോൾ എന്റെ അടുക്കൽ വരുന്നതിനു ഞാൻ നിന്നെക്കൊണ്ടു പ്രതിജ്ഞ ചെയ്യിച്ചിട്ടുണ്ടായിരുന്നല്ലോ അതുകൊണ്ടാണ് നീ ഇപ്പോൾ ഇവിടെ വന്നിരിക്കുന്നത് എന്നു എനിക്കു മനസ്സിലായി. നിന്റെ വരവ് അധികമായ മനഃക്ലേശത്തോടു കൂടിയാണെന്നു നിന്റെ മുഖഭാവത്താൽ ഞാൻ ഊഹിക്കുന്നു."

സിദ്ധൻ പറഞ്ഞു: "അവിടുത്തെ ഊഹം ശരിതന്നെ. അവിടുന്നു മുഴുവനും കേൾക്കുമ്പോൾ എന്റെ മുഖഭാവം എന്റെ മനോവികാരങ്ങളെ

ഇതിലധികം സ്പഷ്ടമായി പ്രകാശിപ്പിക്കുന്നില്ലല്ലോ എന്ന് ആശ്ചര്യപ്പെടും."

ഗുരുപാദർ പറഞ്ഞു: "എന്നാൽ വരിക. നമുക്ക് ഗൃഹത്തിന്റെ മറുഭാഗത്തു പോയി അവിടെ ഇരുന്ന് നടന്ന സംഗതികളെക്കുറിച്ചു സാവകാശമായി സംസാരിക്കാം."

സിദ്ധൻ ആ ക്ഷണനത്തെ സന്തോഷപുരസ്സരം സ്വീകരിച്ച് ഋഷിയുടെ താല്പര്യപ്രകാരം ശ്രമപരിഹാരത്തിനായി അല്പം ആഹാരം കഴിച്ചതിന്റെ ശേഷം സന്ന്യാസി മഠത്തിൽനിന്ന് ഇരാവതിയെ വിട്ടുപിരിഞ്ഞതുവരെ നടന്നിട്ടുണ്ടായിരുന്ന സംഗതികളെ എല്ലാം വിസ്തരിച്ചു പറഞ്ഞു.

ഗുരുപാദർ അതിനെ ഏറ്റവും ശ്രദ്ധയോടും താല്പര്യത്തോടും കൂടി ശ്രവിച്ചു. കഥ അവസാനിച്ചപ്പോൾ അദ്ദേഹം ചിന്താമഗ്നനായി സ്വല്പനേരം മൗനത്തെ അവലംബിച്ചിരുന്നു. ഒടുവിൽ സിദ്ധന്റെ നേരെ നോക്കിക്കൊണ്ട് അദ്ദേഹം പറഞ്ഞു: "നീ ഒരു വലുതായ ഭാരത്തെ തന്നത്താൻ തലയിൽ കയറ്റി വച്ചിരിക്കുന്നു. എന്നാൽ അത് ഒരു പുരുഷനാൽ ദുർവ്വഹമാകാത്തവണ്ണം അത്ര ഭാരമുള്ളതല്ല. നീ ഗുല്ബ്ദനാൽ വ്യാമോഹിക്കപ്പെടുന്നതിനു തന്നത്താൻ ഇടവരുത്തിയത് ക്ഷമിക്കാവുന്നതാണെങ്കിലും സാധൂകരിക്കാവുന്നതല്ല. എന്നാൽ അവളുടെ തത്ത്വം അറിഞ്ഞതിന്റെ ശേഷവും നീ അവളുടെ അടുക്കൽ പോയത് നിനക്കു ഫൈസിയുമായുള്ള സ്നേഹത്തിന് അത്യന്തം അനനുരൂപവും ക്ഷമിക്കാൻ വഹിയാത്തതും, ആയ ഒരപരാധമാണ്. ചക്രവർത്തിയോടുള്ള ആദ്യമായ നിന്റെ അവിശ്വാസം ഏതാനും ഒരു ഭ്രമം നിമിത്തം ഉണ്ടായതാണ്. എന്നാൽ അദ്ദേഹത്തിന്റെ കീഴിൽ ഒരു ഉദ്യോഗത്തിൽ ഇരുന്നുംകൊണ്ട് അദ്ദേഹത്തിനെ ദ്രോഹിക്കാനായി ഉദ്യമിച്ചത് ഒരു കുറ്റം തന്നെ. നിന്റെ നടത്തയെക്കുറിച്ച് ഞാൻ നിന്നേക്കാളധികം ദാക്ഷിണ്യം വിചാരിക്കുന്നില്ല. പ്രത്യുത, ഞാൻ അതിനെ അധികം പാരുഷ്യത്തോടു കൂടിയാണ് ഗണിക്കുന്നത്. നിന്റെ കുറ്റങ്ങളെ നീ ചക്രവർത്തിയുടെ അടുക്കൽ സമ്മതിച്ചപ്പോൾ നിന്റെ തെറ്റൊക്കെയും തീർന്നു എന്നാണ് നീ വിശ്വസിക്കുന്നത്. എന്നാൽ അത് ഒരു ഭ്രമമാണ്. പ്രമാദത്തോലാണെങ്കിലും മുൻപിലത്തേതു പോലെ തന്നെ കഷ്ടമായി വരാവുന്ന മറ്റൊന്നിനെ നീ ചെയ്യാൻ ആരംഭിച്ചു. പശ്ചാത്താപം ഒരു സദ്ഗുണമാണെന്നും, പ്രായശ്ചിത്തം കൊണ്ടേ പാപത്തിനു പരിഹാരം ചെയ്യാൻ പാടൊള്ളൂ എന്നും നിന്നെ പോലെ അധികമാളുകളും വിചാരിക്കുന്നു. എന്നാൽ ആ പ്രായശ്ചിത്തം ജാതാനുശയനായവനെ ജനോപകാരാർത്ഥമായി അവനു ചെയ്യാവുന്ന പ്രവൃത്തികളിൽനിന്നു വിരമിപ്പിക്കുന്നതായാൽ ഫലത്തിൽ അതുപോലെ ഹാനികരമായി മറ്റൊന്നും ഇല്ല. ഇതാണ് ഇപ്പോൾ നീ ചെയ്യാൻ വിചാരിക്കുന്നത്. ഒന്നാമത് നിനക്കു സ്വയം പ്രാണത്യാഗം ചെയ്യാൻ മനസ്സില്ലായിരുന്നതുകൊണ്ട് നീ ലഘുവായി യുദ്ധഭൂമിയിൽ മരിച്ചുകളയാമെന്നു വിചാരിച്ചു. എന്നാൽ നിന്റെ മരണത്താൽ എന്തു ഗുണമാണ് സിദ്ധിക്കുന്നത്? അതു നിന്റെ തെറ്റിനു എങ്ങനെയാണ് പരിഹാരമാകുന്നത്? മാനമായി

മരണത്തെ ലഭിക്കാൻ അശക്തനാകയാൽ വനത്തിൽ ഏകാന്തമായി വസിച്ച് തപസ്സു ചെയ്യാൻ ഉദ്ദേശിക്കുന്നതായി നീ പറയുന്നു. എന്നാൽ അതെന്തിനാണ്? അതിനാൽ നിനക്കു തന്നെയോ ഇതരന്മാർക്കോ എന്തു പ്രയോജനം സിദ്ധിക്കും? പിന്നെ നീ വിവാഹം ചെയ്യാൻ നിശ്ചയിച്ചിരുന്ന ഇരാവതിയെ നീ ഉപേക്ഷിക്കാൻ ആലോചിക്കുന്നു. അത് അവൾ നിന്നെക്കുറിച്ച് അവിശ്വാസം പ്രവർത്തിച്ചിട്ടല്ല. കിന്തു, അവളുടെ സാന്നിദ്ധ്യത്തിൽ നിനക്കു ലജ്ജ തോന്നുന്നതിനു കാരണമുള്ളതിനാലാണ്. തന്നിമിത്തം നിന്നെക്കാളധികം അവളെയാണ് നീ ശിക്ഷിക്കുന്നത്. നീ അതിനെ കൃത്യമെന്നും ധർമ്മമെന്നും വിചാരിക്കുന്നോ? എന്റെ സ്നേഹിതാ! അതു കൊള്ളരുത്, അങ്ങനെയുള്ള ഒരു പ്രവൃത്തി ഒരു തെറ്റിനേക്കാൾ കഷ്ടതരയായിട്ടാണ് പരിണമിക്കുന്നത്. എന്റെ വാക്കുകൾ നിനക്ക് ആശ്ചര്യത്തെ ജനിപ്പിക്കുന്നു എന്നു തോന്നുന്നു. എന്നാൽ നീ വിചാരിക്കുന്ന മാർഗ്ഗം ഗർവ്വത്തിന്റെ ഫലമാണ്, നിനക്കു കുറച്ചിൽ വന്നു എന്നു നീ അറിയുന്നു. ഇരാവതി പറഞ്ഞത് ശരിയാണ്. നിന്റെ ചാപല്യമെല്ലാം അറിഞ്ഞവളും സ്വയം നിർദ്ദോഷയും ആയ ഒരു സ്ത്രീയെ സ്വീകരിക്കുന്നതിനു നിന്റെ ഗർവ്വം നിന്നെ സമ്മതിക്കുന്നില്ല. ആ ഗർവ്വം തന്നെയാണ് പ്രാപഞ്ചികവ്യവഹാരങ്ങളെ ഉപേക്ഷിക്കുന്നതിനും നിന്നെ പ്രേരിപ്പിക്കുന്നത്. നിന്റെ പൂർവ്വദുഷ്കൃത്യങ്ങളെ അറിഞ്ഞിട്ടുള്ള ആരെ എങ്കിലും കണ്ടേക്കുമോ എന്നു നീ ഭയപ്പെടുന്നു. നിന്റെ കൃത്യങ്ങളെ അറിഞ്ഞേക്കുമോ എന്നു ശങ്കിച്ച് ഒരുപുരുഷന്റെ മുഖത്തുനോക്കുന്നതിനു നിനക്കു ധൈര്യമില്ല. ഇതാണോ ധർമ്മവും ധൈര്യവും? ഇത് നിന്ദ്യമായ ഒരു ചാപല്യമല്ലയോ?"

സിദ്ധൻ പറഞ്ഞു: "എന്നാൽ ഫൈസിയുടെ ഒടുവിലത്തെ വാക്കുകളെ ഞാൻ എങ്ങനെ ലംഘിക്കുന്നു?"

ഗുരുപാദർ തുടർന്നു പറഞ്ഞു: "അത് ഞാൻ മുൻപിൽ തന്നെ ആലോചിച്ചു. അതിന് ഏതാനും ഗൗരവമുണ്ടെന്നുള്ളതിനെ ഞാൻ നിരാകരിക്കുന്നില്ല. എന്നാൽ അതിനു വേണ്ടതിലധികം ഗൗരവം കല്പിക്കുന്നതിനെക്കുറിച്ച് നാം കരുതണം. ഫൈസിയുടെ സ്ഥിതിയിൽ അയാൾ അപ്രകാരം പ്രവർത്തിക്കയും പറകയും ചെയ്തത് സഹജമായി സംഭവിക്കുന്നതാണ്. അയാളുടെ സ്ഥിതിയിലായിരുന്നാൽ നീയും അതുപോലെ ചെയ്യുമായിരുന്നു. അയാൾ എന്റെ സ്ഥിതിയിലിരുന്ന് നിഷ്പക്ഷപാതമായി തീർച്ച ചെയ്യേണ്ടിവന്നിരുന്നെങ്കിൽ ഇപ്പോൾ ഞാൻ പറയുന്നതുപ്പോലെ നിശ്ചയമായി അയാളും പറയും. ഒരുത്തൻ കഷ്ടകാലത്തിൽ ലജ്ജാവഹമായ ഒരു കൃത്യത്തെ ചെയ്തുപോയി എന്നുവച്ച് അവന്റെ ജീവിതകാലമത്രയും മാനഹാനിയെ വിചാരിച്ച് വ്യസനിച്ചിരിക്കുന്നത് ആവശ്യകമല്ല. അവന്റെ ജീവിതശേഷത്തിനിടയിൽ തന്റെ സമസ്യഷ്ടന്മാരുടെ ബഹുമാനത്തിനു പാത്രമാകത്തക്കവണ്ണം കാലക്ഷേപം ചെയ്യാമെങ്കിൽ അതാണു വേണ്ടത്. നീ എന്നോടു ചോദിക്കുന്ന ഗുണദോഷത്തെ ഞാൻ സന്തോഷപൂർവ്വം പറയാം. കേട്ടുകൊൾക. നിന്റെ പ്രവൃത്തിദോഷത്തിന്റെ

പൂർണ്ണബോധം നിനക്കുണ്ടാകയും, ചക്രവർത്തിയുടെയും ഇരാവതിയുടെയും എന്റെയും മുൻപിൽ നീ കുറ്റം സമ്മതിക്കയും ചെയ്തിരിക്കുന്നു. അങ്ങനെ ചെയ്തത് നന്നായി. എന്നാൽ നിന്റെ ദുഷ്പ്രവൃത്തിയുടെ യഥാർത്ഥജ്ഞാനം സന്മാർഗ്ഗത്തിൽ പ്രവർത്തിക്കുന്നതിലേക്ക് അന്ത്യമായ പദമായിട്ടല്ല ഇരിക്കേണ്ടത്. കിന്തു, ആദ്യമായ പദമായിട്ടാണ്. അതു നിനക്ക് ഇതിനു മുൻപിൽ സംഭവിച്ചതുപോലുള്ള തെറ്റുകളിൽ നിന്നു മാത്രമല്ല. എല്ലാവിധത്തിലുള്ള തെറ്റുകളിൽനിന്നും നിന്നെ നിയന്ത്രിക്കയും നിന്റെ അറിവിനേയും മനോവികാരങ്ങളേയും ഇനിയും അധികം കരുതലോടുകൂടി സൂക്ഷിക്കുന്നതിനു നിന്നെ പഠിപ്പിക്കയും ചെയ്യണം. ലജ്ജകൂടാതെ ഇതരന്മാരോടു വെളിപ്പെടുത്താൻ പാടില്ലാത്ത പ്രവൃത്തികളെ കുറിച്ചു നിനക്ക് അധികം ഭയമുണ്ടാകയും ഒടുവിൽ നിന്റെ പ്രകൃതി നിനക്കു കൃത്യത്തിനും മാനത്തിനും വിരുദ്ധമായി പ്രവർത്തിക്കുന്നത് അശക്യമായി തീരത്തക്കവിധത്തിലാകയും വേണം. എന്നാൽ ഇത് ലോകവ്യവഹാരങ്ങളിൽ നിന്നൊഴിഞ്ഞ് പ്രലോഭനത്തിനു ഹേതുക്കളായ വിഷയങ്ങളെ ത്യജിക്കാൻ ശ്രമിക്കുന്നതുകൊണ്ട് സാധിക്കുന്നതല്ല. വ്യാമോഹങ്ങളെ നിരോധിക്കയും, പ്രഥമമായി ആത്മസംഭാവനയെ അടക്കുന്നതിനു ശ്രമിക്കയും വേണം. അതിനാൽ നീ ഇരാവതിയെ വിവാഹം ചെയ്കയും അവൾക്കനുരൂപനായിരിക്കയും ചെയ്ക. ചക്രവർത്തിയുടെ അടുക്കൽ ചെന്ന് നിന്റെ ദേശത്തിനു പ്രയോജനകരമാകാവുന്ന ഏതെങ്കിലും ഒരു ജോലിയിൽ നിന്നെ ചുമതലപ്പെടുത്തുന്നതിനു അപേക്ഷിക്കുക അദ്ദേഹം സന്തോഷപൂർവ്വം അങ്ങനെ ചെയ്യുമെന്നുള്ളതിനു എനിക്കു സംശയമില്ല. ഫൈസിയെ കാണാതിരിക്കുന്നതിനു നീ ഇച്ഛിക്കുന്നു എന്നു ഞാൻ അറിയുന്നു. അതു നല്ലതും തന്നെ. അയാൾക്കു നിന്നെ കാണാനിടവരുത്താതിരിക്കുന്നത് അയാളെ ഉദ്ദേശിച്ചു നീ ചെയ്യാനുള്ള ഒരു കൃത്യമാണ്. ഹിന്ദുസ്ഥാനം രണ്ടാളുകൾ വ്യവഹിതന്മാരായിരിക്കുന്നതിനു മാത്രം വിസ്തീർണ്ണമാണല്ലോ. ആഗ്രയിലെ പോലെ തന്നെ നല്ല പ്രവൃത്തി കാശ്മീരത്തിലോ മറ്റുസ്ഥലങ്ങളിലോ നിനക്കു ചെയ്യാവുന്നതാണ്. ഇതിനെക്കുറിച്ചെല്ലാം ഗാഢമായി പര്യാലോചിച്ച് നീ എന്താണ് തീരുമാനിക്കുന്നത് എന്നു എന്നോടു പറയണം." സിദ്ധൻ ഉടനെ ഉത്തരം പറയാൻ ഭാവിക്കുന്നതായി കണ്ട് ഗുരുപാദർ പറഞ്ഞു: "വരട്ടെ വരട്ടെ എത്ര വേഗത്തിൽ ഉത്തരം പറയണ്ട. നിനക്ക് ഇപ്പോൾ ആവശ്യകമായ വിശ്രമം കഴിച്ച് ഞാൻ പറഞ്ഞതിന്റെ ഗുണദോഷങ്ങളെ എല്ലാം നാളെ നല്ലവണ്ണം ആലോചിച്ച് എന്റെ ഉപദേശപ്രകാരം നടക്കുന്നതിൽ നിനക്ക് ഇനിയും ദുർഘടങ്ങൾ വല്ലതും തോന്നുന്നുണ്ടോ എന്ന് എന്നോട് പറയണം." അനന്തരം ആ ഋഷി സ്നേഹപൂർവ്വം സല്ക്കാരവാക്യം പറഞ്ഞ് സിദ്ധനെ തനിച്ചിരുന്നു വിചാരിക്കുന്നതിനു വിട്ടേച്ചുപോയി.

പിറ്റേദിവസം ഗുരുപാദരോടു, പക്ഷേ, ഒടുവിലത്തെ തവണ, യാത്ര പറയുന്നതിനു സിദ്ധൻ സന്നദ്ധനായിരുന്നു. അവർ രണ്ടുപേരും വളരെ നേരം ശ്രദ്ധാപൂർവ്വം സംഭാഷണം ചെയ്തുകൊണ്ടു നിന്നു. ഒടുവിൽ

സിദ്ധൻ കുതിരയിൽ കയറാനായി തിരിഞ്ഞപ്പോൾ ഗുരുപാദരുടെ പാണിയെ സ്നേഹപൂർവ്വം ആമർദ്ദനം ചെയ്ത് സഗല്ഗദമായ സ്വരത്തോടു കൂടിയാണെങ്കിലും പ്രസന്നമായ മുഖഭാവത്തോടെ ഇപ്രകാരം പറഞ്ഞു; "ഗുരുപാദരേ! അവിടുന്ന് എനിക്കു തന്ന ശ്രേഷ്ഠമായ ഉപദേശത്തിനു വേണ്ടി ഞാൻ എത്രയും കൃതജ്ഞനായിരിക്കുന്നു. എനിക്കു നൂതനമായ ഒരുജീവിതത്തിനു അവിടുന്നു കാരണഭൂതനായിരിക്കുന്നു. അതിനെ ഞാൻ ഒരിക്കലും മറക്കാത്തതായ എന്റെ പൂർവ്വജീവിതത്തിൽ നിന്നും എത്രയും ഭിന്നമായ വിധത്തിൽ നയിക്കുന്നതിനു ഞാൻ ശക്തനാകുമെന്നു വിചാരിക്കുന്നു. വാസ്തവമായ പശ്ചാത്താപം ഇന്നതെന്ന് അവിടുന്ന് എന്നെ പഠിപ്പിച്ചു. അവിടുത്തെ സദുപദേശം അതിനയോഗ്യനായ ഒരാൾക്കാണ് കൊടുക്കപ്പെട്ടതെന്ന് അവിടുത്തേക്കു തോന്നാൻ ഞാൻ ഒരിക്കലും ഇടവരുത്താതിരിക്കട്ടെ."

17

ശവകുടീരം

സികന്ദ്രാ എന്ന ഗ്രാമത്തിന്റെ പരിസരപ്രദേശത്തിൽ ഹിന്ദുസ്ഥാനത്തിന് അഹങ്കാരകാരണമായ സൈഷ്ഠവത്തോടു കൂടിയതും സകല പാന്ഥന്മാർക്കും ആശ്ചര്യത്തെ ജനിപ്പിക്കുന്നതും മുഗളന്മാരുടെ അതീത മാഹാത്മ്യത്തിന്റെ ചരമസ്മാരകങ്ങളിൽ ഒന്നും ആയ ആ ശ്രേഷ്ഠമായ കെട്ടിടം ഉയർന്നു നില്ക്കുന്നു. അനേകഗോപുരങ്ങളോടു കൂടിയ പ്രാകാരത്തിൽ ലോഹിതശ്ലക്ഷ്ണശിലാനിർമ്മിതമായി വിസ്തീർണ്ണമായ ഒരു ദ്വാരദേശവും അതിനുള്ളിൽ ഛായാവൃക്ഷങ്ങളാൽ ഉഭയപാർശ്വങ്ങളിലും ശോഭിതമായ ഒരു മാർഗ്ഗവും അതിന്റെ അഗ്രഭാഗത്തിൽ അത്യന്തം ഉന്നതവും വിസ്തീർണ്ണവും ആയ ഒരു കെട്ടിടവും ഉണ്ട്. ഈ കെട്ടിടം അതിന്റെ ആകപ്പാടെ ഉള്ള ഗംഭീരമായ ആകാരത്താൽ മാത്രമല്ല. ചുറ്റുമുള്ള വിചിത്രശില്പങ്ങളോടു കൂടിയ ദ്വാരങ്ങളാലും തുംഗങ്ങളായ ശൃംഗങ്ങളാലും ഉന്നതാവനതകളായ സ്തൂപികകളാലും അനാവൃതങ്ങളായ അളിന്ദങ്ങളാലും മനോഹരങ്ങളായ ഉദ്യാനങ്ങളാലും ആശ്ചര്യജനകമായിരിക്കയും, ഒരു ശവകുടീരത്തേക്കാളധികം ഒരു രാജഗൃഹപംക്തിയോടു സദൃശീകരിക്കത്തക്കതായിരിക്കയും ചെയ്തു. എന്നാൽ അത് ജീവിച്ചിരിക്കുന്നവരുടെ വാസത്തിനു ഉദ്ദേശിക്കപ്പെട്ടതായിരുന്നില്ല. കിന്തു, കാലധർമ്മത്തെ പ്രാപിച്ച മഹാനായ അക്ബറുടെ തന്നെ സ്മരണയെ എന്നെന്നേക്കും നിലനില്ക്കുന്നതാക്കി ചെയ്യുന്നതിനായിരുന്നു.

മുൻപിൽ വിവരിച്ച സംഗതികൾ നടന്ന് ഏതാനും സംവത്സരങ്ങൾ കഴിഞ്ഞതിന്റെ ശേഷം ഒരുദിവസം ആ കെട്ടിടത്തിനുള്ളിലുള്ള ഉദ്യാനത്തിൽ ഒരു പുരുഷനും സ്ത്രീയും സ്വസ്ഥമായി നില്ക്കയായിരുന്നു. ആ പുരുഷൻ ദൃഢഗാത്രനും വിലപിടിച്ച വസ്ത്രം ധരിച്ചവനും വാമഹസ്തത്തെ ഖഡ്ഗമുഷ്ടിയിൽ വച്ച് അന്യഹസ്തത്താൽ സമീപവർത്തിനിയും സുന്ദരഗാത്രിയും ആയ ഒരുസ്ത്രീയെ ആലിംഗനം ചെയ്തു

നില്ക്കുന്നവനും ആയിരുന്നു. അയാൾ ഇരാവതീസമേതനായ സിദ്ധരാമൻ തന്നെയാണ്. അവർ ആ ശവകുടീരത്തിന്റെ പുരോഭാഗത്തിൽ വിസ്മയസ്തിമിതന്മാരായി നിന്ന് തങ്ങൾ അത്യന്തഭക്തിയോടുകൂടി പലപ്പോഴും പ്രസ്താവിക്കാറുണ്ടായിരുന്ന ആളെക്കുറിച്ചു വിചാരിച്ചു.

ഈ ഏതാനും സംവത്സരങ്ങൾക്കിടയിൽ അനേക സംഗതികൾ നടന്നിരുന്നു. അക്ബർ ചരമഗതിയെ പ്രാപിക്കയും അദ്ദേഹത്തിന്റെ പുത്രനായ സലിം പിതാവിന്റെ അന്ത്യയായ ഇച്ഛയെ അനുസരിച്ച് അദ്ദേഹം എപ്പോഴും ധരിച്ചുകൊണ്ടിരുന്ന ഖഡ്ഗത്തെ ബന്ധിച്ച് ജഹാംഗീർ എന്ന നാമധേയത്തോടു കൂടി ഹിന്ദുസ്ഥാനത്തിന്റെ ചക്രവർത്തിയായി തീരുകയും ചെയ്തു. സലിം അക്ബർക്കു തുല്യനായിരിക്കുമെന്ന് ആരും വിചാരിച്ചിരുന്നില്ലെങ്കിലും അദ്ദേഹത്തിന്റെ രാജ്യഭാരം നിന്ദ്യമായിരുന്നില്ല. അദ്ദേഹത്തിന്റെ അനുഗാമികളായ ഷാജഹാന്റെയും ഔറങ്ങ്സീബിന്റേയും കാലത്താണ് മുൻപിൽ പ്രബലമായിരുന്ന മുഗളമഹാരാജ്യം ഭ്രംശോന്മുഖമാകയും അനന്തരം ബ്രിട്ടീഷുകാർക്ക് എളുപ്പത്തിൽ അധീനപ്പെടുകയും ചെയ്തത്.

സലിം അദ്ദേഹത്തിന്റെ ദുശ്ശീലങ്ങളെ നിശ്ശേഷം ത്യജിച്ചിട്ടില്ലായിരുന്നു. അദ്ദേഹം തന്റെ കൊട്ടാരത്തിൽ വച്ച് വിരുന്നുകഴിച്ച സമയം സിദ്ധൻ കണ്ടിരുന്നതുപോലെ തന്നെ ഉള്ള സ്ഥിതിയിൽ ഇംഗ്ലണ്ടിലെ പ്രണിധിയായി വന്ന സർ താമസ് റോവിനു അദ്ദേഹത്തിനെ കാണാനിടയായിരുന്നു. എങ്കിലും അദ്ദേഹത്തിന്റെ മദ്യപാനം ജനങ്ങൾക്കു തോന്നിയിരുന്നതുപോലെ അത്ര കഷ്ടമായ വിധത്തിൽ ആയിരുന്നില്ല. അദ്ദേഹം ഇരാവതിയോടു പറഞ്ഞിരുന്ന വാക്കിനെ ലംഘിച്ചില്ല. അവളെ വിവാഹം ചെയ്യാമെന്നുള്ള അദ്ദേഹത്തിന്റെ ആശ ഭഗ്നയായി എങ്കിലും ബുദ്ധിശാലിനിയും സുന്ദരിയും ആയ നൂർ മഹാൾ എന്നവളെ പരിഗ്രഹിച്ച് അദ്ദേഹം സൗഖ്യമായിരുന്നു. അദ്ദേഹം അവൾക്കു വശംവദനായിരിക്കയും അത് അദ്ദേഹത്തിനു ഗുണപ്രദമായി തീരുകയും ചെയ്തു.

കാശ്മീരം അവസാനത്തിൽ കീഴടങ്ങാതിരിക്കയില്ലെന്ന് എല്ലാവരും മുൻപിൽ തന്നെ ഊഹിച്ചിരുന്നു. സലിമിന്റെ കൃത്രിമങ്ങൾ വിഫലീഭവിച്ചതിന്റെ ശേഷം അന്തച്ഛിദ്രങ്ങളാൽ ആകലീഭൂതമായ ആ ദേശത്തെ ആക്രമിച്ച് ബലാൽക്കാരേണ അധീനപ്പെടുത്തുന്നതിനു അക്ബർക്ക് ഒട്ടും ശ്രമം ഉണ്ടായില്ല. അവിടത്തെ അശക്തനായ രാജാവ് മരിക്കയും അദ്ദേഹത്തിന്റെ അയോഗ്യന്മാരായ പുത്രന്മാർ രാജ്യത്തിൽനിന്നും ബഹിഷ്കരിക്കപ്പെടുകയും, സിദ്ധന്റെ പിതാവ് അവിടത്തെ രാജപ്രതിനിധിയായി നിയമിക്കപ്പെടുകയും സിദ്ധനു പിതാവിന്റെ മരണാനന്തരം ആ സ്ഥാനം കൊടുക്കപ്പെടുമെന്നുള്ള വ്യവസ്ഥയോടു കൂടി അയാളെ ഒരു ഗൗരവമുള്ള ഉദ്യോഗത്തിൽ ആക്കുകയും, സദാ വിശ്വസ്തനായ കുല്ലുകർ ഗുണദോഷോപദേശത്തിനു ജാഗരൂകനായിരിക്കയും ചെയ്തു. അധികകാലം കഴിയുന്നതിനു മുൻപിൽതന്നെ ഒരു ന്യായമായും വ്യവസ്ഥിതമായും ഉള്ള രാജ്യഭാരത്തിന്റെ അനുഗ്രഹങ്ങളെ അറിഞ്ഞ് ജനങ്ങൾ അഭിനന്ദി

ക്കാൻ തുടങ്ങി.

ബദരീനാഥത്തിലെ ഋഷി അദ്ദേഹത്തിന്റെ രാജ്യം അന്യാധീനമായതിന്റെ ശേഷം അധികം നാൾ ജീവിച്ചിരുന്നില്ല. ഒരിക്കൽ കുല്ലുകർ അദ്ദേഹത്തിനെ കാണാൻ പോയപ്പോൾ ഭൃത്യനെ ഏകാകിയായി കണ്ടു. അവന്റെ സ്വാമിക്ക് അപ്രതീക്ഷിതമായി സുഖക്കേടുണ്ടാകയും, സ്വല്പ ദിവസങ്ങൾക്കിടയിൽ അദ്ദേഹം പരലോകത്തെ പ്രാപിക്കയും അദ്ദേഹത്തിന്റെ മൃതശരീരം കാശ്മീരത്തിന് അഭിമുഖമായുള്ള പർവ്വതശിഖരത്തിൽ സ്ഥാപിക്കപ്പെടുകയും ചെയ്തു. ഹരൻ എന്ന വ്യാഘ്രം തന്റെ സ്നേഹിതനും സ്വാമിയും ആയ അദ്ദേഹത്തെ സ്ഥാപിച്ച സ്ഥലത്തു ചെന്നു കിടക്കയും, തിരിയെ ഗൃഹത്തിൽ വരുന്നതിനു ഭൃത്യൻ ആഹ്വാനം ചെയ്തപ്പോൾ ഭയങ്കരമാകും വണ്ണം മുറുമുറുക്കയും അതിനു കൊണ്ടു ചെന്നു കൊടുക്കപ്പെട്ട ഭക്ഷണസാധനങ്ങളെ ഒന്നും കഴിക്കാതെ സ്വല്പ ദിവസങ്ങൾക്കുള്ളിൽ അവിടെ തന്നെ കിടന്നു മരിക്കയും ചെയ്തു.

ഗുല്ബ്ദന്റെ കാര്യമൊന്നും പാർവീസ് അറിഞ്ഞില്ല. സിദ്ധൻ അയാളുടെ അടുക്കൽനിന്നും ക്ഷേമവർത്തമാനങ്ങളെ ചിലപ്പോൾ പത്രികാമുഖേന കേൾക്കാറുണ്ടായിരുന്നു. അയാൾ ടോഡർമാളിന്റെ മകളെ വിവാഹം ചെയ്ത് സുഖമായിരിക്കയും, വലിയ ഉദ്യോഗത്തിലിരുന്നു എങ്കിലും അയാളുടെ മരിച്ചുപോയ അമ്മാവനായ അബുൾഫസലിന്റെ സാഹിത്യവിഷയങ്ങളും രാജ്യകാര്യവിഷയങ്ങളും ആയ ലേഖനങ്ങളെ സംഗ്രഹിച്ചു ക്രമപ്പെടുത്തുന്നതിൽ വ്യാപ്രൃതനായിരിക്കയും ചെയ്തു.

അബ്ദുൾകാദർ ലൗകികവ്യവഹാരങ്ങളിൽനിന്നും നിവർത്തിക്കയും അറിവു വർദ്ധിച്ചിട്ടും സ്വമതത്തിൽ അത്യുല്ക്കണ്ഠിതനായിരിക്കയും തന്റെ അനേകം ആശാഭംഗങ്ങൾക്കു പരിഹാരമായി സ്വചരിത്രത്തെ എഴുതി മനസ്സിനെ ആശ്വസിപ്പിക്കാൻ ശ്രമിക്കയും അതിൽ അക്ബറെ കഠിനമായി ആക്ഷേപിക്കയും അബുൾഫസലും ഫൈസിയും അയാൾക്കു യാതൊരു ദോഷവും ചെയ്തിട്ടില്ലായിരുന്നു എങ്കിലും അവരെ നിരനു ക്രോശമായി ആക്രോശിക്കയും ചെയ്തു.

അക്വാവീവാ ആഗ്രയിലേക്കു തിരിച്ചു വന്നില്ല. എന്നാൽ അന്യന്മാർ അയാളുടെ ജോലിയെ തുടർച്ചയായി നടത്തുന്നതിനു വന്നു. പക്ഷേ, അവരുടെ ശ്രമവും സഫലമായില്ല. മൂന്നു വർഷശതങ്ങൾ കഴിഞ്ഞിട്ടും പാശ്ചാത്യന്മാരായ പാതിരിമാർക്ക് ഹിന്ദുസ്ഥാനത്തിലെ ജനങ്ങളെ ക്രിസ്തുമതത്തിൽ ചേർക്കുന്നതിനുള്ള മോഹം സാധിച്ചുകഴിഞ്ഞില്ല.

വിശ്വസ്തനായ വത്സൻ വാചാലനായെങ്കിലും മനസ്വിനിയായ നിപുണികയെ വിവാഹം ചെയ്തോ എന്നുള്ളത് ചരിത്രത്തിൽ പറയുന്നില്ല. എന്നാൽ അവരും അവരുടെ സ്വാമിയേയും സ്വാമിനിയേയും അനുകരിച്ചിരിക്കുമെന്നുള്ളത് എത്രയും സംഭാവ്യമാണ്. സിദ്ധന്റെയും ഇരാവതിയുടേയും ദാമ്പത്യസുഖം അപ്രതിഹതമായിരുന്നു. എങ്കിലും സിദ്ധന്റെ മനസ്സിൽ പൂർവ്വവൃത്താന്തസ്മരണകൾ കൂടെക്കൂടെ ഉത്ഭവിച്ചു. എന്നാൽ കാലക്രമേണ അയാൾ അവയെക്കുറിച്ചു വ്യസനിക്കാതിരിക്കുന്നതിനും,

തന്റെ വ്യസനങ്ങളെ ഇരാവതിയുടെ അടുക്കൽനിന്നും മറയ്ക്കുന്നതിനും പരിചയിച്ചു. കഴിഞ്ഞ കഥകളുടെ വിചാരം ഉണ്ടാകുമ്പോൾ അയാളുടെ മലിനമായ മുഖഭാവം അവൾക്ക് എത്രമാത്രം മനഃക്ലേശത്തെ ജനിപ്പിക്കാറുണ്ടായിരുന്നു എന്ന് അയാൾ സൂക്ഷിച്ചുനോക്കി ഗ്രഹിച്ചിരുന്നു. വിവാഹാനന്തരം അചിരേണ അവർക്ക് ഒരു പുത്രൻ ഉണ്ടാകയും ആ ശിശുവിനെ അയാൾ ഇരാവതീനിർവിശേഷമായി തന്നെ സ്നേഹിക്കയും ചെയ്തു. സലിമിന്റെ അപേക്ഷയേയും അവൾ അതിനു മറുപടി പറഞ്ഞതിനേയും കേട്ടപ്പോൾ എത്ര അനർഘമായ സ്ത്രീരത്നമാണ് തനിക്കു ലഭിച്ചതെന്ന് അയാൾക്കു മനസ്സിലായി. എന്നാൽ അയാൾ ആശ്ചര്യപ്പെട്ടപ്പോൾ അവളുടെ സ്ഥിതിയിൽ ഏതു സ്ത്രീയും അപ്രകാരം തന്നെ ചെയ്യുമായിരുന്നു എന്നു മാത്രമേ അവൾ ഉത്തരം പറഞ്ഞുള്ളൂ.

സിദ്ധൻ വളരെനേരം ചിന്താമഗ്നനായി അക്ബറുടെ ശവകുടീരത്തിന്റെ മുൻപിൽ നിന്നു. അപ്പോൾ അടുത്തുവരുന്ന ഒരു പാദശബ്ദത്താൽ അയാളുടെ ശ്രദ്ധ ആകർഷിക്കപ്പെട്ടു. ആരാണ് അടുത്തുവരുന്നതെന്നു മനസ്സിലായപ്പോൾ അയാൾ സംഭ്രാന്തനായി പുറകോട്ടു മാറി. അവളുടെ മുഖത്തുനിന്നും ഉൽഗമിച്ച ശബ്ദത്താൽ എത്ര ക്ലേശകരമായ ഒരുസമാഗമമാണ് യദൃച്ഛയാ സംഭവിച്ചതെന്ന് ഇരാവതിക്കു മനസ്സിലായി.

“ഫൈസിയോ!” എന്ന് അയാൾ ഉച്ചത്തിൽ പറഞ്ഞു.

ചിന്താമഗ്നനായിട്ട് അവരുടെ സമീപത്തു കൂടി കടന്നു പോകുന്ന ഫൈസി ഉടനെ സ്തബ്ധനായി നില്ക്കയും അനന്തരം തനിക്കു കഠിനമായ അപരാധം ചെയ്ത ആളെ കണ്ട് പ്രത്യഭിജ്ഞയുണ്ടായി പുറകോട്ടു മാറുകയും ചെയ്തു. എന്നാൽ തന്റെ പൂർവ്വനിശ്ചയത്തെ ഭേദപ്പെടുത്തി അയാൾ പതുക്കെ മുൻപെട്ടു ചെല്ലുകയും സിദ്ധൻ ബദ്ധപ്പെട്ട് ഒഴിച്ചു പോകുന്നതിനു ഒരുങ്ങുന്നതു കണ്ട് ഇപ്രകാരം പറകയും ചെയ്തു. “നില്ക്കണം, ഞാൻ പറയുന്നതിനെ കേൾക്കണം. ശത്രുക്കളെ ശിക്ഷിക്കുന്നതിനേക്കാൾ അധികം സന്തോഷത്തോടു കൂടി അവർക്കു മാപ്പു കൊടുക്കയും, ദ്വേഷം എന്നുള്ളത് എന്തെന്നറിഞ്ഞിട്ടില്ലാതിരിക്കയും ചെയ്ത ആളായ ആ ചക്രവർത്തിയുടെ ശവകുടീരത്തിന്റെ സമീപത്തു വച്ച് എനിക്ക് കോപം തോന്നരുതാത്തതാണ്. ഞാൻ അദ്ദേഹത്തിന്റെ ശ്രേഷ്ഠമായ ക്ഷമാശീലത്തെ അനുകരിക്കുന്നതിനും, നിങ്ങൾ എനിക്കു ചെയ്തിട്ടുള്ള അപരാധത്തെ ക്ഷമിക്കുന്നതിനും കൂടെക്കൂടെ ശ്രമിച്ചിട്ടുണ്ട്. എനിക്ക് അതിനു കഴിഞ്ഞില്ല. അതിനു തക്കതായ മനോബലം എനിക്കില്ലായിരുന്നു. എന്നാൽ ഇപ്പോൾ യദൃച്ഛയാ നാം തമ്മിൽ കാണാനിട വന്ന ഈ പരിശുദ്ധസ്ഥലത്തുവച്ച് അക്ബർ എന്റെ സ്ഥിതിയിൽ ചെയ്യുമായിരുന്നതിനെ ചെയ്യുന്നതിനു എനിക്കു ധൈര്യം ഉണ്ടായിരുന്നു. സിദ്ധാ! ഞാൻ നിങ്ങൾക്കു മാപ്പു തന്നിരിക്കുന്നു.”

സിദ്ധൻ വ്യാകുലനായിട്ട് തന്റെ മഹാമനസ്കനായ ശത്രുവിന്റെ മുൻപിൽ അവതനമൂർദ്ധാവായി നില്ക്കയും തത്താദൃശമായ ഒരു വിരോധത്തിൽ ജിതാത്മാവായിരുന്ന ആ ധീരപുരുഷനെ ഇരാവതി ആശ്ചര്യ

ത്തോടു കൂടി സൂക്ഷിച്ചുനോക്കുകയും ചെയ്തു.

ഫൈസി തുടർന്നു പറഞ്ഞു: "മുഖത്തെ ഉന്നമിപ്പിച്ചാലും നിങ്ങളുടെ പൂർവ്വമിത്രത്തിന്റെ ദർശനത്തെ നിങ്ങൾ ഇനിമേൽ പരിഹരിക്കേണ്ട. ഞാൻ എന്റെ കോപാവേശത്താൽ നിങ്ങളോടു പറഞ്ഞ വാക്കുകൾ അനുചിതകളല്ലായിരുന്നു. എങ്കിലും ഭവാദൃശനായ ഒരാൾക്ക് അവ വേണ്ടതിലധികം കാഠിന്യമുള്ളതായ ഒരു ഭയങ്കരശിക്ഷയായിരുന്നു. അവ എത്രമാത്രം നിങ്ങളുടെ മനസ്സിൽ തട്ടിയിരുന്നു എന്നും എന്തെല്ലാം സാഹസപ്രവൃത്തികളിലേക്കു നിങ്ങളെ പ്രേരിപ്പിച്ചു എന്നും ഞാൻ കുല്ലുകരുടെ അടുക്കൽ നിന്നു അറിഞ്ഞിരിക്കുന്നു. ആദ്യമായി നിങ്ങൾ സ്വയം ആ ദുഷ്കൃത്യത്തിൽ പ്രവർത്തിച്ചില്ല എന്നും, നിങ്ങളെ അതിൽ പ്രവർത്തിക്കുന്നതിനു പ്രലോഭിപ്പിച്ചവൾ ആരായിരുന്നു എന്നും നിങ്ങൾ ആദ്യം അറിഞ്ഞില്ലെന്നും നമ്മുടെ സ്നേഹിതന്റെ അടുക്കൽ നിന്ന് എനിക്കു മനസ്സിലായി. പുരുഷന്മാരെ വശീകരിക്കുന്നതിനു അവൾക്ക് എത്രമാത്രം ശക്തിയുണ്ടെന്നുള്ളത് അനുഭവംകൊണ്ട് എനിക്ക് നല്ലവണ്ണം അറിയാം. എന്നാൽ ഇനി അവളെക്കുറിച്ച് ഭയപ്പെടാനൊന്നുമില്ല. കാരാഗൃഹത്തിൽ വച്ച് അവൾ തന്റെ ഗർഹിതമായ ജീവിതത്തെ ആത്മഹത്യ കൊണ്ട് അവസാനിപ്പിച്ചു. കഴിഞ്ഞതിനെക്കുറിച്ചു പറഞ്ഞതു മതി വിശേഷിച്ചും നിങ്ങളുടെ ശ്രേഷ്ഠപത്നിയായി ഞാൻ അഭിനന്ദിക്കേണ്ട ഈ സ്ത്രീയുടെ സന്നിധിയിൽ ഈ പ്രസ്താവം യോഗ്യമല്ല. അതിനാൽ നാം കഴിഞ്ഞതൊക്കെയും വിസ്മരിച്ചു കളയാം. അന്നത്തേതിൽ പിന്നെ നിങ്ങളെക്കുറിച്ചു ഞാൻ കേട്ടിട്ടുള്ള വിവരണങ്ങളാൽ എനിക്കു നിങ്ങളുടെ മേൽ യഥാപൂർവ്വം ബഹുമാനവും സ്നേഹവും ജനിച്ചിട്ടുണ്ട്. അതിനാൽ മുൻപിലത്തെപ്പോലെ എന്റെ ഹസ്തത്തെ ഗ്രഹിച്ചുകൊൾക."

സിദ്ധൻ തന്റെ മനോവികാരങ്ങളെ നിരോധിക്കുന്നതിനു അശക്തനായിരുന്നതിനാൽ ഇരാവതിയാണ് ഫൈസിയുടെ ഹസ്തത്തെ ഗ്രഹിച്ചത്.

അവൾ പറഞ്ഞു: "നിങ്ങളുടെ ഔദാര്യത്തിനു വേണ്ടി ഞാൻ അത്യന്തം കൃതജ്ഞയായിരിക്കുന്നു. നിങ്ങളുടെ വചനാമൃതം ഞങ്ങളുടെ ദാമ്പത്യസുഖത്തിനുണ്ടായിരുന്ന മാലിന്യത്തെ പ്രക്ഷാളനം ചെയ്കയും ഇത്രനാളും എന്റെ ഭർത്താവിനുണ്ടായിരുന്ന ഹൃദയശല്യത്തെ ഉന്മൂലനം ചെയ്കയും ചെയ്തിരിക്കുന്നു."

സിദ്ധൻ ഒടുവിൽ പറഞ്ഞു: "ഞാൻ വാക്കുകളെ തേടുന്നു. എന്നാൽ ഈ ക്ഷണത്തിൽ എന്റെ മനസ്സിലുള്ള വിചാരങ്ങളെ പ്രകാശിപ്പിക്കുന്നതിനു എനിക്കു വാക്കുകൾ തോന്നുന്നില്ല. ഒരിക്കൽ ഒരു ബുദ്ധിമാനായ പുരുഷന്റെ വാക്കുകളെ കേട്ട് എനിക്ക് ആശ്വാസവും ധൈര്യവും ഉണ്ടായതായും, ഒരു നൂതനജന്മം ലഭിച്ചതുപോലെയും തോന്നി. എന്നാൽ ആ നൂതനജന്മത്തിന്റെ യാഥാർത്ഥ്യം ഇപ്പോഴാണ് എനിക്ക് ആദ്യമായി അനുഭവഗോചരമാകുന്നത്. ഫൈസി! നിങ്ങളുടെ സ്നേഹത്തെ ഞാൻ എപ്പോഴും അധികമായി വിലമതിക്കയും എന്റെ തെറ്റുകൊണ്ടു തന്നെ

അതിനെ ലജ്ജാവഹമായ വിധത്തിൽ കളഞ്ഞതിനാൽ എന്റെ ആത്മോപാലംഭവും ശിക്ഷയും കഠിനതരങ്ങളായിരിക്കയും ചെയ്തിരുന്നു. നിങ്ങൾ അന്യാദൃശമഹാമനസ്കതയോടു കൂടി ഇപ്പോൾ എനിക്കു പ്രത്യർപ്പണം ചെയ്യുന്ന സ്നേഹത്തെ ഞാൻ എത്രയും വിലയേറിയ ഒരു സമ്മാനമായി അഭിമാനിക്കുന്നു."

ഫൈസി ഉത്തരം പറഞ്ഞു: "നമ്മുടെ ഇപ്പോഴത്തെ യാദൃച്ഛികമായ സമാഗമം ദീർഘമായിരിക്കാൻ പാടില്ല. പക്ഷേ, ഇത് നമ്മുടെ അന്ത്യമായ സമാഗമമായിരിക്കും. ഞാൻ ഉദ്യോഗത്തിൽ നിന്ന് ഒഴിഞ്ഞിരിക്കുന്നു എന്നുള്ളത് നിങ്ങൾ ഇതിനുമുൻപിൽ തന്നെ അറിഞ്ഞിരിക്കാം. സലിം, അഥവാ അദ്ദേഹം സ്വീകരിച്ചിരിക്കുന്ന പേരിൻപ്രകാരം ജഹാംഗീർ, ഒരിക്കലും എന്നോടോ എന്റെ ജ്യേഷ്ഠനോടോ ആനുകൂല്യം ഉള്ള ആളായിരുന്നിട്ടില്ല. ഞാൻ പറഞ്ഞത് നിങ്ങൾ അറിയണമെന്നില്ലാത്ത കാരണങ്ങളാൽ അദ്ദേഹത്തിനു സേവിക്കുന്നത് എനിക്ക് അശക്യമാണ്. അതിനാൽ ഞാൻ ഉദ്യോഗത്തിൽ നിന്നൊഴിഞ്ഞ് ആഗ്രയിൽ ഏകാന്തമായി വസിക്കയായിരുന്നു. എന്നാൽ ഇപ്പോൾ പെർഷ്യായിലെ രാജാവായ ഷാ ആബ്ബസ് അദ്ദേഹത്തിന്റെ രാജധാനിയിൽ ചെന്ന് സാഹിത്യപരിശ്രമം ചെയ്യുന്നതിനു എന്നെ ക്ഷണിക്കയും ഞാൻ ആ ക്ഷണനത്തെ സ്വീകരിക്കയും ചെയ്തിരിക്കുന്നു. ഞാൻ നാളെ ഇസ്പഹാനിലേക്കു പുറപ്പെടുന്നു. ഇനി എന്റെ താമസം അവിടത്തന്നെ ആയിവരാം. എന്നാൽ എന്റെ സർവ്വസ്വമായും ജീവിതത്തേയും സുഖത്തേയുംകാളധികനായും ഇരുന്ന ചക്രവർത്തിയായ സ്നേഹിതന്റെ അന്ത്യമായ വിശ്രമസ്ഥലത്തെ സന്ദർശിക്കാതെ എനിക്ക് ഈ ദേശം വിട്ടു പോകാൻ പാടില്ല. നിങ്ങൾ അദ്ദേഹത്തിനാണ് അപരാധം ചെയ്തിരുന്നതെങ്കിൽ ഞാൻ ഒരിക്കലും മാപ്പുതരികയില്ലായിരുന്നു. എന്നാൽ എന്നെപ്പോലെ അദ്ദേഹത്തിന്റെ മാഹാത്മ്യത്തെ മുഴുവനും അറിയുന്നതിനു നിങ്ങൾക്കു ഒരിക്കലും അവസരം ഉണ്ടായിരുന്നിട്ടില്ലെങ്കിലും നിങ്ങൾക്ക് അദ്ദേഹത്തിനെക്കുറിച്ച് ബഹുമാനവും ആദരവും ഉണ്ടായിരുന്നു എന്ന് എനിക്കറിയാം."

സിദ്ധൻ പറഞ്ഞു: "എനിക്കു ചക്രവർത്തിയെ അടുത്തറിയുന്നതിനു ഇടയായിട്ടില്ലെന്നുള്ളത് വാസ്തവം തന്നെ. എന്നാൽ അദ്ദേഹത്തെക്കുറിച്ച് എനിക്ക് അധികമായ വിസ്മയവും ഭക്തിയും ജനിക്കത്തക്കവണ്ണം ഞാൻ അദ്ദേഹത്തെ അറിഞ്ഞിട്ടുണ്ട്. എന്നാൽ എന്റെ കൃതജ്ഞതയ്ക്കു പാത്രീഭവിക്കയും, ഇപ്പോൾ കാലധർമ്മത്തെ പ്രാപിച്ചിരിക്കയും ചെയ്യുന്ന മറ്റൊരു രാജാവിനെയും ഞാൻ അറിയും. അദ്ദേഹത്തിന്റെ ഓർമ്മ എനിക്കു പ്രിയമായിട്ടുള്ളതാണ്. എന്നാൽ ഇവരിൽ ആരാണ് അധികം വിശിഷ്ടൻ എന്ന് എന്നോടു ചോദിക്കുന്നതായാൽ ലൗകിക സുഖങ്ങളെ എല്ലാം ത്യജിച്ച് ഏകാന്തവാസം ചെയ്ത മഹാത്മാവിനേക്കാൾ അനേകവിധങ്ങളായ ക്ഷോഭങ്ങളുടെ മദ്ധ്യേ തന്റെ സ്വഭാവത്തിന്റെ ശാന്തതയ്ക്കു ഭംഗം കൂടാതെ സിംഹാസനാധിഷ്ഠിതനായിരുന്ന മഹാത്മാവാണ് വിശിഷ്ടതരൻ എന്നാണ് ഇപ്പോൾ എന്റെ ബോധം. അക്ബർ അദ്ദേഹത്തിന്റെ

പേരിനു അർഹനായിരിക്കുന്നു."

ഫൈസി ഉത്തരം പറഞ്ഞു: "ഇപ്പോൾ ഉള്ളവരും ഇനിമേൽ ഉണ്ടാകുന്നവരും ആയ പൗരസ്ത്യന്മാരും പാശ്ചാത്യന്മാരും എല്ലാവരും അങ്ങനെ തന്നെ പറയും. സേവകന്മാരാലും പ്രിയംവദന്മാരാലും പല രാജാക്കന്മാരും മഹാൻ എന്ന പേർ കൊടുക്കപ്പെട്ടിട്ടുണ്ട്. എന്നാൽ അത് ഇത്ര യുക്തമായിട്ടുള്ളതല്ല. യഥാർത്ഥമായി മഹാൻ എന്നു പറയപ്പെടണമെങ്കിൽ ഒരു രാജാവ് തന്നെ പോലെ ഇതരന്മാരെയും ഭരിക്കുന്നതിനു ശക്തനായിരിക്കയും, തന്റെ ജനങ്ങളുടെ ക്ഷേമത്തിനു വേണ്ടി ഏതു ദുഃഖത്തേയും ശ്രമത്തേയും സഹിക്കയും ചെയ്യണം. ഇങ്ങനെ ചെയ്തതിനാലാണ് ഈ ശവകുടീരത്തിൽ വിശ്രമിക്കുന്ന ആൾ മഹാനായിരുന്നത്. ലോകചരിത്രത്തിൽ ഇദ്ദേഹത്തെക്കാൾ പ്രസിദ്ധിയെ പ്രാപിച്ച രാജാക്കന്മാർ ഉണ്ടായിട്ടുണ്ട്. ഇനി ഉണ്ടാകയും ചെയ്യാം. എന്നാൽ അക്ബറെ പോലെ തന്റെ വലിയ പദവിയിൽ ഇരുന്ന് പുരുഷൻ എന്ന വാക്കിന്റെ ശ്രേഷ്ഠതരമായ അർത്ഥത്തെ അനുസരിച്ചുള്ള ഗുണങ്ങളോടു കൂടിയ ഒരു രാജാവ് ഉണ്ടായിട്ടില്ല." അനന്തരം ഫൈസി സിദ്ധന്റെയും ഇരാവതിയുടെയും ഹസ്തങ്ങളെ ഗ്രഹിച്ചു കൊണ്ടും ഇപ്രകാരം പറഞ്ഞ് അവസാനിപ്പിച്ചു. "എന്നാൽ ഇപ്പോൾ ഞാൻ യാത്ര പറയുന്നു. ഞാൻ ദൂരസ്ഥനായാലും എന്നെ ചിലപ്പോൾ സ്മരിക്കുമല്ലോ? ഇനി ദൗർമനസ്യം കൂടാതെ നിങ്ങൾക്ക് അങ്ങനെ ചെയ്യാമെന്നുള്ള ബോധം എനിക്കു പലപ്പോഴും ദുർവഹമായി തോന്നിയിരുന്ന ഒരു ഭാരത്തെ എന്റെ മനസ്സിൽ നിന്നും ഇപ്പോൾ ദൂരീകരിച്ചിരിക്കുന്നു."

ഫൈസി പോയതിന്റെ ശേഷം സിദ്ധനും ഇരാവതിയും ആ ഉദ്യാനത്തിൽ കുറേനേരം താമസിച്ചു. ഒടുവിൽ അവരും അവിടെനിന്നും ഗൃഹത്തിലേക്കു പുറപ്പെടുകയും സിദ്ധൻ വിചാരത്തോടു കൂടി ഇപ്രകാരം പറകയും ചെയ്തു. "നമുക്കു മാന്യന്മാരായ എല്ലാവരും പോയല്ലോ. ഇപ്പോൾ നമ്മെ വിട്ടുപിരിഞ്ഞ ആളേയും ഇനി നാം കാണുകയില്ലായിരിക്കും. എന്നാൽ അക്ബറേയും ഫൈസിയേയും അബുൾഫസലേയും പോലെ ഉള്ളവരെ ഭൂലോകവാസം അവസാനിച്ചാലും അവർ മരിച്ചു എന്നു പറയാൻപാടില്ല. അവർ നമ്മുടെ ഓർമ്മയിലും അവർ ചെയ്തിട്ടുള്ള ശ്ലാഘ്യകൃത്യങ്ങളിലും എന്നും ജീവിച്ചിരിക്കതന്നെ ചെയ്യുന്നു. അവരെക്കുറിച്ചുള്ള വിചാരം അവരുടെ നിര്യാണാനന്തരം ജനിക്കുന്നവരേയും ഉജ്ജീവിപ്പിക്കുന്നു. അതല്ലയോ വാസ്തവമായ അനശ്വരത്വം?"

www.ingramcontent.com/pod-product-compliance
Lightning Source LLC
LaVergne TN
LVHW060231051026
849517LV00005B/1587
* 9 7 8 9 3 8 9 4 1 0 6 6 2 *